CÁM DỖ TỰ DO
Từ góc độ Triết học và Tư tưởng
NGUYỄN HỮU LIÊM

CÁM DỖ TỰ DO
Từ góc độ Triết học và Tư tưởng
Tuyển Tập
NGUYỄN HỮU LIÊM

Hình bìa tác giả chụp bởi VIET TIMES

Trình bày Bìa & Dàn trang:
Lê Giang Trần

NXB SỐNG PUBLISHING
Ấn loát & phát hành ở California, Hoa Kỳ, 2025
Sách có bán trên mạng Amazon và nhà sách Tự Lực

Copyright © by Nguyễn Hữu Liêm

ISBN # 979-8-3493-7343-5

E–mail liên lạc tác giả:
liemesq@yahoo.com

NGUYỄN HỮU LIÊM

CÁM DỖ TỰ DO
Từ góc độ Triết học và Tư tưởng

Tuyển Tập

SỐNG PUBLISHING – 2025

MỤC LỤC

"Cám Dỗ Tự Do" và Sức Sống Cám Dỗ Nguyễn Hữu Liêm • *lê giang trần*	13
Sách tác giả đã Xuất Bản	24
LỜI NÓI ĐẦU	25

PHẦN I
VĂN HÓA & NGHỆ THUẬT

Âm điệu Tủi Thân, Bi Đát	29
Đừng đổ tội oan cho nền âm nhạc cổ truyền Việt Nam • *Trịnh Thanh Thủy*	33
Sân khấu tự nhiên, sự tự do sáng tạo, tính nhân bản... • *Thanh Thanh Hải*	41
Giọng hát Việt Nam: Khánh Ly và sự suy vong của đế chế *Patrick Raszelenberg / Lê An dịch*	46
Die Stimme Vietnams: Khánh Ly und der Untergang • *Patrick Raszelenberg*	49
Ba lần Chết của Nhạc Việt	**52**
Cái tật Văn Chương Tào Lao	57
Thứ Hai tuần sau của văn chương • *Phạm Thị Hoài*	62
Phê bình tào lao • *Nguyễn Hoàng Văn*	73
Bên bàn "nhậu" văn chương • *Hải Đường*	80
Từ Kiều đến Nietzsche: Khủng Hoảng Văn Học Việt	84
Tân vô sản Việt ở California: Khi Ảo Mơ chính là Lẽ Sống	91

Trong Hồn Nhiên Thứ Nhất	96
Suy tưởng từ Hy Lạp: Hãy biết Yêu Chiến Tranh và Sợ Hòa Bình	100
Từ gian khổ đến kịch nghệ: Một kiểm thảo	107
Mặt Trăng và Đầu Lâu: Điên loạn bóng đá	111
Khi Mộng Ruộng muốn làm Chúa Trời	116
Hoan hô Chiến Tranh - Đả đảo Hòa Bình	121
Đôi lời với TBT Nguyễn Phú Trọng về Văn Hóa Việt hôm nay	128
Tưởng niệm Tiến Sĩ Lý Khôi Việt	134
Dân Tộc Việt: Khối nhân quần đang ở tuổi thiếu niên	138
Của hai mươi lăm năm trước và sau	144

PHẦN II
TÔN GIÁO

Của Ananda và Peter: Khi nhân loại trùng tu	151
Sự thật hay hư cấu Huyền Thoại: Chúa Jesus là Bồ Tát Hóa Thân?	156
Nhân dịp lễ Tạ ơn ở Mỹ: Hướng đến một văn minh Lao Động Mới	161
Con Người và Thượng Đế: Một ý nghĩa về lễ Giáng Sinh	168
Bước vào hiện tượng con người: Một ý nghĩa cho ngày Phật Đản	172
Phật Giáo và ý chí Lập Quốc: Trường hợp Tây Tạng	179
Tại sao Phật tử Việt nay theo đạo Chúa?	191
Tính Không và Thượng Đế: Từ thoái trào Phật giáo đến cao trào Tin Lành ở Việt Nam	203
Phục Sinh Chính Trị Công Giáo Việt Nam và đế chế Cộng Sản	221
Một lịch sử đã muộn: Vấn đề lịch sử giữa Phật giáo và Công giáo ở VN	227
Công Giáo và Cộng Sản: Lý do Giáo Hoàng chưa thăm Việt Nam	235
Thích Nhất Hạnh - Người đánh khẽ tiếng chuông tỉnh thức cho thế giới	241
Tưởng niệm Tuệ Sỹ (1945-2023) Khi cái chết trở nên huyền thoại	246
Khủng hoảng Phật Giáo VN và sự suy tàn đế chế chính trị Cộng Sản	250

PHẦN III
CHÍNH TRỊ

Làm người Cộng Sản Việt Nam có dễ không?	259
Có phải Tô Lâm Là một Trần Thủ Độ ngày nay?	266
Giữa nơi Đại Hội Việt Kiều: Một nỗi bình an	272
Logic Thương Tích gặp trí tuệ Nông Dân	279
AI và ảo vọng toàn năng: tương lai chính trị Việt Nam năm 2030	285
Khi Hồ Chí Minh bước xuống thánh giá Cộng Sản	291
Nỗi lòng Ức Trai và Tố Như: Tâm tư TBT Nguyễn Phú Trọng	301
Trung quốc 75 năm và bài học cho Việt Nam	306
Bi Hài Kịch Việt Nam Hậu Cộng Sản	313
Khi tượng đài mất linh hồn từ góc độ Triết học	318
Vẫy tay gọi nhau làm Người: Về những bản án chính trị ở Việt Nam	323
12/12/1974: Trận Phước Long khởi đầu một cứu rỗi mới	328
Thập niên 1980-90 và phong trào Kháng Chiến Phục Quốc Hải Ngoại	333
Chiến tranh là da thịt Lịch sử	338

PHẦN IV
TRIẾT HỌC

Suy nghĩ về Trần Đức Thảo	345
Đọc và phản biện Kant: Sao sáng trên trời & quy luật đạo đức trong ta	350
Cái chết của Triết gia tiếng Việt	361
Giữa Thực và Ảo: Thực tại núi rừng Khe Sanh và thế giới Internet	363
Từ Marx đến Mill: Niềm Cám Dỗ của Tự Do	368
Freud và huyền thoại Vô Thức: Một ngữ nghiệp về tham chiếu và biểu đạt	378
Hãy cẩn trọng khi đọc Triết: Trường hợp Nietzsche và Wittgenstein	385

PHẦN V
ĐIỂM SÁCH

Cám Dỗ Tự Do	393
Đọc và phản biện Tuệ Sỹ: Tổng Quan Về Nghiệp	402
Chỉ có Công Lý khi có Tự Do	452
Tương Lai của Tự Do Fareed Zakaria	489

PHẦN VI
CÁC BÀI VIẾT VỀ NGUYỄN HỮU LIÊM

Đọc Thời Lý & Hiện Hữu	
Đọc Thời Lý & Hiện Hữu của Nguyễn Hữu Liêm • *Ngô Văn Tao*	511
Điểm sách Nguyễn Hữu Liêm, "Phác Thảo Một Triết Học Cho Lịch Sử Thế Giới" • *Dương Ngọc Dũng*	529
"Sử Tính Và Ý Thức: Một Triết Học Cho Sử Việt" • *Tiêu Dao Bảo Cự*	539
Tiến sĩ Triết học phản biện về 'Chung Cuộc Lịch Sử' • *VNExpress*	561
Từ chàng trai bốc gạch đến triết gia danh tiếng • *Lê Thọ Bình*	565
Cám dỗ Việt Nam – Nguyễn Hữu Liêm • *Inrasara*	578
Cám Dỗ Việt Nam? • *Trần Tuấn*	581
Nguyễn Hữu Liêm, "Một Triết Học về Lịch Sử Việt" • *Lê Giang Trần*	585

TÁC GIẢ

Nguyễn Hữu Liêm từng giảng dạy Triết học trên 20 năm tại San Jose City College, California. Hiện nay ông đang hành nghề Luật sư ở San Jose, California.

Một số sách tiêu biểu đã xuất bản: *Dân chủ Pháp trị; Tự do và Đạo lý; Thời tính, Hữu thể, Ý chí; Sử tính và Ý thức; Phác thảo một triết học cho lịch sử thế giới; Cám Dỗ Việt Nam; Cám Dỗ Tự Do.*

Ông là Chủ nhiệm sáng lập và Tổng Biên tập của **Tạp chí Triết Học và Tư Tưởng** (*Tapchitriet.com*).

(Nguồn hình tác giả: Viet Times)

GIỚI THIỆU

"Cám Dỗ Tự Do" và Sức Sống Cám Dỗ Nguyễn Hữu Liêm

LÊ GIANG TRẦN

Qua giao tiếp trong cuộc sống, có một sức thu hút của người mình tiếp cận, làm cho ta cảm thấy thích thú, cảm mến, muốn kết bạn với người đó; có thể qua câu chuyện hàn huyên với nhau dù chừng mực và lịch sự, hay chỉ qua sự lắng nghe những gì người đó trao đổi với người khác hoặc nhiều người. Sự hấp dẫn ấy tạm gọi là *"cùng tần số"* nên có sức hút làm cho mình chú ý dõi theo. Không chỉ đơn thuần đối xứng như kiểu *"trai tài, gái sắc"* mà ngạn ngữ quen thuộc quy ước, bởi vì dòng "nhân điện" toát ra bao gồm cái hữu hình và vô hình của con người đó, nghĩa là ngoài cái biểu lộ *sắc tướng* còn đồng thời toát ra sức mạnh *nội tâm*. "Trọn gói" đó, tôi gọi là SỨC SỐNG / LIFE FORCE.

Nữ nhân = Sắc Đẹp + Nết Na.
Nam nhân = Tài Sức + Đức Độ.
Mà tâm-tánh con người vẫn còn phân biệt hai thái cực: ác đức, ác tâm / nhơn đức, thiện tâm.

Lung khởi như trên để nêu lên một điển hình không khác, đó là tác phẩm của một tác giả có sức thu hút dẫn người đọc say mê theo từng con chữ và ý nghĩa mà nhà văn/thơ ấy đã cô động tựu thành trong cuốn sách ấy. Cảm xúc dâng tràn, (có khi còn rớm lệ nữa), đồng cảm với văn chương và ý tưởng chứa chan của tác giả. Tôi kết luận, nếu người không có THIỆN TÂM thì không thể nào viết ra được một nội dung được cảm nhận như vậy. Từ đó, một tác phẩm như thế còn khả hữu CÁM DỖ giải Nobel Văn Chương nữa, mà tiêu chuẩn của giải trân trọng này dựa trên TÍNH NHÂN BẢN.

**

Nguyễn Hữu Liêm đã có 3 cám dỗ: Cám dỗ của Triết học, làm cho chàng thanh niên này trở thành Triết gia. "Cám dỗ Sài Gòn" cho anh nỗi ray rứt với đất nước quê hương. Và "Cám dỗ Tự do" là một nỗi cám dỗ đối với tự thân, đồng nghĩa với cám dỗ của Lý tưởng, hay siêu hình thì "Giải thoát Tự do" là mục tiêu cám dỗ rốt ráo mà đức Phật Thích Ca đã tu chứng đắc thành.

Qua việc layout sách, riêng với tác giả Nguyễn Hữu Liêm (NHL), năm 2016, tác phẩm "SỬ TÍNH và Ý THỨC - Một Triết học cho Việt Nam" của anh đã có sức cám dỗ tôi để viết một bài Bạt, anh đăng lại trong Phần VI Những bài viết về NHL, 2025 năm nay. Tôi lại có dịp tiếp tay anh việc dàn trang cho một tuyển tập đề tựa *"CÁM DỖ TỰ DO – Từ góc độ Triết học và Tư tưởng"*. tôi thêm cơ hội đọc nhiều bài viết của anh về nhiều lãnh vực, được chia thành 6 phần: *Văn Hóa Và Nghệ Thuật - Tôn Giáo - Chính Trị - Triết Học - Điểm Sách - Các Bài Viết Về Tác Giả*. Những bài viết trải theo hành trình đời sống của anh cho tôi cái nhìn sâu đậm hơn về anh, một bằng hữu, một con người mà chính anh trêu cợt là *cái người này nhận nhiều dư luận nhất*, báo chí từng bầu là *"Man of the year"*!! Riêng tôi thì sự xác định anh là một con người có THIỆN TÂM, được minh chứng hơn, sau khi đọc toàn bộ những bài viết được tuyển tập.

Trong bài viết giới hạn này, tôi chỉ nêu lên một số cảm nhận lý thú đối với cá nhân tôi, như một cách giới thiệu Tuyển Tập cám dỗ này, và không nhất thiết phải thứ lớp, nên đây không phải bài điểm sách đọc theo chiều dài tác phẩm, mang tính phân tích v.v.

Trong Phần I: Những tản mạn về VĂN HÓA VÀ NGHỆ THUẬT, có hai bài gây phản ứng dư luận xôn xao nhất: Bài "*Âm điệu Tủi thân bi đát*" nói lên sự rên rỉ sầu não của nhạc Việt qua sự trình bày ngay cả của một số ca sĩ hàng đầu, dòng lịch sử âm nhạc như thế giống như điểm báo hiệu cho một dân tộc tang tóc đau thương bởi nền cai trị. Bài viết này có phần chú thích: **Nhạc Ký** của Khổng Tử nói:

"Phàm âm thanh đều xuất phát từ tấm lòng của con người. Sự rung động của tình cảm sẽ tạo nên âm thanh, từ âm thanh sẽ tạo ra lời ca tiếng hát. Căn cứ vào âm nhạc để biết thời thế. Nếu thời thế bình yên thì âm nhạc êm dịu, còn thời thế loạn lạc thì âm nhạc ai oán, nếu chính trị đồi bại thì có lời ca ai oán vì mất nước, sẽ có sự buồn thảm đau thương để nói lên nỗi thống khổ của người dân."

Và đưa ra Điển hình là nhà Lý bị nhà Trần thay thế. NHL cho đăng sau bài này 3 bài phản hồi của: 1. Trịnh Thanh Thủy 2. Thanh Thanh Hải 3. Patrick Raszelenberg. Và bài *"Cái Tật Văn chương tào lao"* cũng đăng kèm 3 bài phản biện của: 1. Phạm Thị Hoài 2. Nguyễn Hoàng Văn 3. Hải Đường.

Bài *"Từ Kiều đến Nietzsche: Khủng Hoảng Văn Học Việt"* thật thú vị khi ông nói lên truyện Kiều ám không những đối với tư tưởng của giới cầm bút mà còn cả giới cầm quyền.

Rồi ở VN thế hệ tuổi trẻ say mê đọc Nietzsche, triết gia có câu tuyên ngôn xanh rờn: *"Thượng đế đã chết"* bởi vì ở thời đại con người khoa học huênh hoang khả năng loài người sẽ có năng lực SIÊU NHÂN, khoa học sẽ tự làm được những việc siêu phàm, cần chi tới phép mầu của thượng đế nữa, cho ổng về vườn! NHL trở lại vấn đề này trong bài "Hãy cẩn trọng khi đọc Triết: Trường hợp Nietzsche và Wittgenstein", lưu ý giới trẻ nên cẩn trọng tư duy khi đọc ngài triết gia này, bởi vì ngọn lửa nổi loạn của ông dễ hấp dẫn *"lứa tuổi thiếu niên chưa trưởng thành tính khí cũng như tri thức."* và cảnh báo rằng, *"Đọc Nietzsche phải cảnh giác khả năng cám dỗ vào hố đen thuần phủ định, cay đắng, hàm hồ và hoang tưởng. Nếu Nietzsche là cha đẻ của cái gọi là "hậu hiện đại" hay "giải cấu trúc" thì những đứa con rơi của ông ta là một lũ thiếu niên mang lửa đi quậy phá đốt bỏ những đền thờ linh thiêng nơi gìn giữ giềng mối trật tự và hạnh phúc cho xóm làng"*

"*Khi Mộng Ruộng muốn làm Chúa Trời*" là truyện ngắn phóng tác rất hay ho ẩn dụ, NHL ghi chú diễn dịch từ Jacob Needleman, *Tiền bạc và ý nghĩa cuộc đời*, 1983. Kể chuyện "chàng nhà quê Hai Lúa sống với nàng vợ Mộng Ruộng trong túp lều tranh vách bùn tồi tàn bên bờ biển." Một hôm tay không trở về nhà sau buổi câu nên buộc phải kể vợ nghe lý do tại anh tha cho con cá thần mắc câu trở về biển và nó hứa sẽ giúp anh toại nguyện điều mơ ước. Cô vợ liền bắt anh phải chứng minh sự thật, đi tới biển ngay. kêu con cá thần cho vợ chồng nghèo có căn nhà nhỏ đủ tiện nghi với khu ruộng vườn đầy thóc lúa rau trái. Lòng tham của mụ vợ leo thang nâng cấp, từ *túp lều tranh hai quả tim nghèo*, rồi *"một căn nhà nhỏ có hoa thơm trái lành"*, rồi lên ngôi vua, rồi lên ngôi giáo hoàng, rồi mụ ta nghĩ tại sao phải mất thì giờ nhiều thế, hãy đòi cái địa vị cao tột đỉnh là Chúa Trời thì sẽ không còn sợ thua ai trên đời nữa!!

Con cá thần nghe đòi hỏi của đỉnh cao trí tuệ của bà vợ của anh chàng nô lệ vợ, trước khi giận dữ lặn xuống biển, hét lên, *"Về lại cái ổ chuột dưới ruộng bùn của ngươi đi."* Ẩn dụ truyện này sao thấy giống hệt truyện ở nước VN sau năm 1975, và đã phượt qua 50 năm, nhưng đến năm 2025 thì chưa xảy ra lời cầu ước cuối cùng.

Khép lại phần I là câu chuyện một phần tư thế kỷ, cũng là câu chuyện vợ chồng, kể lại cuộc vợ chồng của tác giả một cách đời thường thơ mộng, sẽ làm buồn những ai không may mắn có được người phối ngẫu sống hạnh phúc bên nhau. Truyện ngược lại hoàn toàn với cái duyên nghiệp của anh hai Lúa, dù có thăng hoa *"từ chàng trai bốc gạch đến triết gia danh tiếng"* qua bài phỏng vấn của Lê Thọ Bình ở Phần VI - Những bài viết về Nguyễn Hữu Liêm.

Những mẩu chuyện tự thuật rải rác về cuộc đời của anh cho thấy SỨC SỐNG mãnh liệt của con người này, thấy hoàn toàn đúng như câu kinh Pháp Cú: *"Ta chính là những gì ta nghĩ"* [tạm hiểu: *con người của ta trở nên như thế nào là hệ quả của sự tư tưởng ta huân tập*], và đó chính là lực hút nam châm, luật hút này xảy ra với hai đối cực: âm/dương, nam/nữ, thiện/ác, cương/nhu, giàu/nghèo v.v. và nên nhớ, còn phụ thuộc tỉ số của số lượng hay chất lượng. Tuy nhiên đừng lẫn lộn nhập nhằng hai phạm trù KHÔNG GIAN với THỜI GIAN; một cái thuộc thế giới GIỚI HẠN, cái kia thuộc thế giới VÔ HẠN. Sự nhầm lẫn này, NHL gọi là: "Nhầm lẫn giữa *Tiềm năng* và *Thực tại*. (Việc Einstein phối ngẫu

KHÔNG+THỜI = Không-Thời-Gian, hoàn toàn không phải điều nói ở đây; và cũng không phải *"ta tư duy nên ta hiện hữu"*)

*"Sự sai lầm trộn lẫn giữa chuyển động của bình diện **Thời** với chuyển dịch ở bình diện **Không**"* NHL nói, rồi dẫn ra mẫu biện luận *sophists* từ thuở khai sinh triết học Hy Lạp trước Công nguyên,

"Mẫu nghịch đề *Zeno Paradox* tương đối giản dị. Nếu ta muốn đi từ A đến B thì ta phải đi qua ½ khoảng cách đó, ngắn hay dài. Muốn đi hết ½ đó thì phải đi qua ½ của ½ đó. Như thế thì ta không thể đi từ A đến B dù ngắn cỡ nào. Thực ra, nghịch đề này chứng minh rằng *di động là không thể – motion is impossible*. Các nhà biện luận thời ấy tìm không ra kẽ hở về lý luận nào của nghịch đề Zeno – cho đến thời Aristotle khoảng hai thế kỷ sau. Aristotle chỉ ra nghịch đề này bị nhầm lẫn giữa hai ý niệm *Khả thể* đối với *Thực thể – potentiality vs. actuality*. Khả thể là vô giới hạn và vô cùng, *limitless and infinite*, nhưng thực thể thì giới hạn bởi biên độ của vật chất và khả năng ý thức thường nghiệm."

Tôi thật sự giật mình về sự nhầm lẫn vô tư này, mặc dù ngôn ngữ thi ca có thể dùng trừu tượng hóa mọi hiện tượng, tuy nhiên nhập nhằng kiểu đầu gà đít vịt trong tư tưởng thì dị hợm thật. Đến một số luận sư nhà Phật cũng có vấp phải, như trong bài *"Đọc và phản biện Tuệ Sỹ: Tổng Quan Về Nghiệp"* NHL có đưa ra vấn đề này:

"... các luận sư Phật giáo pha trộn, hay là nhầm lẫn, giữa hai phạm trù **Không gian** và **Thời tính**. Đây không phải chỉ có các luận sư Phật giáo mắc phải – mà suốt cả truyền thống triết học siêu hình cũng như lý luận Tây phương hầu hết cũng ít nhiều vướng vào một cách không ý thức."

Phần II – TÔN GIÁO: gồm 14 bài, bài nào cũng có một giá trị luận giải hay ho, trong đó có hai bài tưởng niệm hai vị Thiền sư Thích Nhất Hạnh và Tuệ Sỹ. Tôi có chú ý một bài đặc biệt tổng hợp về huyền thoại vắng mặt 14 năm của Chúa Jesus, tựa đề: *Sự thật hay hư cấu Huyền Thoại: Chúa Jesus là Bồ Tát Hóa Thân?"* Chuyện này tôi đã nghe đôi ba lần lâu lắm rồi nhưng chưa đọc tài liệu nào, nay qua bài này đã biết rõ câu chuyện, NHL cho biết,

"Câu chuyện của nhà tiên tri Issa là một phần trong cao trào lãng mạn huyền bí học, hướng về nền văn minh cổ bí ẩn Tây Tạng và Ấn Độ ở cuối thế kỷ 19. Đã có hàng chục cuốn sách và phim ảnh tài liệu về cuộc đời của Issa, tức là Chúa Jesus, về thời gian Ngài tu học ở Á Đông."

"Nếu câu chuyện Issa là khả tín, thì cả nền tảng đức tin Thiên Chúa giáo sẽ bị sụp đổ – vì theo đó thì Chúa Jesus đã không phục sinh ba ngày sau khi mất và bay lên thiên đàng để ngự bên phải Chúa Trời. Dĩ nhiên tín đồ Thiên Chúa giáo không chấp nhận câu chuyện này. Càng phủ nhận hơn nữa chính là Giáo hội Công giáo La Mã."

Phần III - CHÍNH TRỊ: Gồm 14 bài liệt kê dưới đây:
Làm người Cộng Sản Việt Nam có dễ không?
Có phải Tô Lâm Là một Trần Thủ Độ ngày nay?
Giữa nơi Đại Hội Việt Kiều: Một nỗi bình an
Logic Thương Tích gặp trí tuệ Nông Dân
AI và ảo vọng toàn năng: tương lai chính trị Việt Nam năm 2030
Khi Hồ Chí Minh bước xuống thánh giá Cộng Sản
Nỗi lòng Ức Trai và Tố Như: Tâm tư TBT Nguyễn Phú Trọng…
Trung quốc 75 năm và bài học cho Việt Nam
Bi Hài Kịch Việt Nam Hậu Cộng Sản
Khi tượng đài mất linh hồn từ góc độ Triết học
Vẫy tay gọi nhau làm Người: Về những bản án chính trị ở VN
12/12/1974: Trận Phước Long khởi đầu một cứu rỗi mới
Thập niên 1980-90 phong trào Kháng Chiến Phục Quốc Hải Ngoại
Chiến tranh là da thịt Lịch sử

14 bài về chủ đề chính trị tập trung vào những vấn đề và thời sự của nước Việt Nam Cộng Sản, là nguyên nhân bản thảo tuyển tập này không xin được giấy phép xuất bản trong nước nên in ấn phát hành tại Hoa Kỳ. Tổng thể là những đề nghị chuyển hóa, thay đổi… sao cho nước nhà và dân trí bắt kịp nhịp độ văn minh của thế giới, tự do dân chủ thật sự, phát triển kinh tế, khoa học v.v. Mà muốn thực hiện được những phương án vươn lên cao thì trước tiên con người nước Việt phải trưởng thành, nhân tài phải có, chính phủ phải tài ba, nền giáo dục phải nâng cấp, học sinh

ưu tú phải được ưu đãi và trọng dụng v.v. Tóm lại, là phải chuyển hóa toàn diện về CON NGƯỜI là quan trọng nhất, như những gì NHL đã nêu lên trong tác phẩm *SỬ TÍNH & Ý THỨC, một Triết học của Sử Việt, nhận thức về con-người-Việt* mà ông gọi là: *"Một lịch trình khôn lớn cho đứa trẻ Việt Nam"*, qua đó ông cho rằng con người Việt hiện tại chỉ như ở tuổi 16 chưa trưởng thành. như sau:

"Và ở thời điểm nầy, thập niên thứ nhì của thế kỷ XXI, chàng thiếu niên Việt Nam đang bước vào tuổi 16. Tức là, sau 20 thế kỷ, cái Ta dân tộc Việt đã đi được một đoạn đường khá xa và dài, nhiều gập ghềnh lên xuống và gãy đoạn, nhưng cũng chỉ được trưởng thành lên đến tuổi thiếu niên.

Ở đầu thế kỷ XXI, cái Ta dân tộc bước vào tuổi thanh-thiếu niên của 16 nhờ tiếp xúc học hỏi với văn minh Âu Mỹ. Chàng bắt đầu ý thức được chủ đích và ý nghĩa cuộc đời và ý thức được mình phải làm gì thực tế cho đời mình. ... Về mặt tích cực thì chàng thiếu niên Việt đã mang một năng lực ý chí sinh tồn, một truyền thống Khát Sống và Hiếu Thắng cao độ cộng với một bản sắc tự-Ngã đầy tự ái dân tộc. Anh siêng năng học hỏi, khai phá – nhưng lại ít khi đào đến được chiều sâu cho đối tượng nghiên cứu. Cái Ta dân tộc ở giai đoạn hiện nay là vậy: Một thiếu niên 16 tuổi, nửa quê, nửa tỉnh, nhiều ý chí thành đạt và đầy tham vọng nhưng thiếu chiều sâu, ít kiên nhẫn, một mặt thì chân thành, nhưng cũng nhiều ảo tưởng. Bi kịch Sử Lý Việt Nam trong suốt thế kỷ qua là bi kịch của một anh thiếu thời ở tuổi 15 vừa từ quê lên tỉnh, đầy nhiệt huyết, bắt đầu có lý tưởng, biết yêu đương, sinh lý và tâm lý đang phát huy cao độ – nhưng không có một nền văn hóa chủ đạo vững chắc nhằm điều hướng chọn lựa cho đại thể tính quốc gia. Từ đó, từng bước chân đi tới trên hành trình Sử Lý đã trở nên những mò mẫm thử nghiệm trong bóng tối vô minh. Thảm họa lịch sử cho dân tộc, do đó, là kết quả không thể tránh khỏi." (Ch. XV)

NHL trong tuyển tập đã bình luận lại vấn nạn này qua bài *"Dân Tộc Việt: Khối nhân quần đang ở tuổi thiếu niên"* và kết luận:

"… người Việt còn trẻ con và cũng vì thế, không thể ngồi chung, làm việc với nhau trên bình diện dân sự. Nguyên do chính vì dân ta thiếu vắng văn hóa cộng đồng. Người Việt không thể thành lập hội đoàn dân sự vững mạnh, lâu dài, uy tín. Hầu hết các tổ chức tự nguyện người Việt khắp thế giới đều tự tan rã vì không ai chịu ai. Hệ quả là nền văn hóa duy tập thể của Đảng Cộng Sản Việt Nam – ít nhất là trong nước – hình như là câu trả lời đương nhiên và cần thiết cho sự khiếm khuyết của chất keo văn hóa dân sự và công dân đó."

Và ở Phần IV – TRIẾT HỌC, bài *"Từ Marx đến Mill: Niềm Cám Dỗ của Tự Do"* ở tiểu đề *"Câu chuyện Việt Nam"* ông ta-thán rằng:

"… giá như những gì nêu lên trong **Bàn về Tự do** của Mill đến sớm ngay từ đầu thế kỷ 20 và giá như đã trở thành kinh điển đối với ý thức chính trị Việt Nam – nghĩa là thiết yếu tính của **Tự do Cá nhân** là điều kiện tiên quyết nhằm chuyển hóa Sử tính dân tộc – thì Sử tính Việt chắc đã không trải qua một quá trình mà trong đó, con khủng long tập thể nhân danh **Chân lý Đại thể** ăn sống nuốt tươi và tiêu hóa hết khả thể chuyển hóa Ngã thức cá nhân của con người Việt."

Phần V - ĐIỂM SÁCH, bài *"Tương Lai của Tự Do Fareed Zakaria"* NHL giới thiệu,

"*Tương Lai của Tự Do* của Fareed Zakaria là cuốn sách phải đọc dành cho những ai quan tâm đến hiện trạng và tương lai chính trị Việt Nam – nhất là các người tranh đấu cho dân chủ. Khi đã nắm vững nội dung của cuốn sách này, hy vọng người đọc sẽ không còn suy nghĩ về chính trị, về tự do và dân chủ như trước kia khi chưa đọc nó."

Và trích đoạn thêm:

"Zakaria nêu hai trường hợp đáng chú ý về câu hỏi, **kinh tế trước hay dân chủ trước?** Đó là Nga Sô và Trung Quốc. Nga cải tổ chính trị trước và sau đó là kinh tế. Ngược lại thì Trung Quốc cải tổ kinh tế trước, chính trị sau…

Zakaria cho rằng, nếu phát triển kinh tế trước, xây dựng tầng lớp trung lưu vững chắc để sau đó mới mở rộng dân chủ thì Trung Quốc đang đi đúng hướng. Nga Sô là một trường hợp điển hình của một "illiberal democracy" – một **nền dân** chủ thiếu tự do. Trung Quốc là một trường hợp *không dân chủ, thiếu tự do* ("illiberal anti–democracy"?). Zakaria cho rằng, với chiều hướng hiện nay, nếu Trung Quốc tiếp tục con đường tự do hóa kinh tế, phát huy nhà nước pháp quyền, xã hội pháp trị, xây dựng tầng lớp tư sản trung lưu, và sau đó khai phóng chính trị thì nó sẽ đi đến một quốc gia dân chủ thật sự."

Trích đoạn trên để NHL dẫn tới Việt Nam qua tiểu đề:

"Bài học cho Việt Nam

Với những luận đề trên của Zakaria từ *Tương Lai của Tự Do*, người Việt hiện nay có tìm ra được một luận chứng cơ bản nào khả dĩ áp dụng cho lý tưởng *dân chủ, tự do* cho nước nhà?

Việt Nam có phải là một "illiberal democracy"? Theo định nghĩa và tiêu chuẩn của Zakaria – ***"dân chủ phi tự do"*** phải có bầu cử lãnh đạo quốc gia công bằng mà kết quả thể hiện ước muốn của đa số – thì Việt Nam không phải hay chưa phải là một nền dân chủ phi tự do. Việt Nam hiện nay, dưới chế độ độc đảng Cộng Sản, là một quốc gia độc tài đang trên chiều hướng khai mở. Tức là Việt Nam đang đi từ một chế độ độc tài toàn trị, totalitarianism, đến một thể chế độc đoán, authoritarianism. Nhân dân đang dần được sống trong một không gian kinh tế thông thoáng hơn, thịnh vượng hơn, chính trị ngày càng bớt khắt khe. Tuy rằng về các phương diện như báo chí, hội đoàn thì về chính sách ngày càng bị giới hạn và kiềm chế – dù internet đã làm cho mọi chính sách về tư tưởng và thông tin, báo chí của Đảng trở nên vô hiệu. Độc tài của Việt Nam là một thể loại độc tôn chủ nghĩa trong định chế đảng trị, cộng với một guồng máy công quyền và nhân sự thiếu hiệu năng và thối nát. Nó không như các thể loại độc tài cá nhân hay quân phiệt như Nam Hàn hay Singapore trước đây vốn đã xây dựng những định chế cần thiết cho không gian tự do nhằm tạo cơ hội tiến đến dân chủ pháp trị."

Chúng ta đã thấy dù tuyển tập chia ra 5 phần bài viết chủ đề, nhưng tựu chung đều là những vấn đề hay vấn nạn liên quan đến con người và đất nước Việt Nam, và qua tính triết lý, trong bài "Cám dỗ Tự do" NHL phân tích:

> "Trong khi Marx–Engels nói về Lịch sử như một chuỗi dài *đấu tranh giai cấp*; thì Mill nói về cuộc vật lộn giữa *Tự do và Quyền lực*. Trong khi Marx–Engels hô hào cho *cứu cánh Đại thể*; thì Mill lý luận về vị trí *Con người Cá nhân*. Trong khi Marx–Engels cổ võ cho một *năng lực Cách mạng* dựa trên giá trị tập thể, thì Mill biện hộ cho *quyền hạn cá thể độc lập* và đặc thù."

> "Sự va chạm nghịch chiều trên trục tung của hai khuynh hướng *Ý chí Lịch sử* ở trung tâm ngã tư thánh giá này như một lực húc nhau dữ dội tách nhân loại vẹt ra hai phía trên trục hoành: Một đằng rẽ bên trái theo Marx-Engels thành cánh tả; một đằng rẽ bên phải theo Mill, Bentham thành cánh hữu. Hai khối *ngôn ngữ Ý chí* này của Marx-Engels và Mill-Bentham như đại diện cho *khúc rẽ Lịch sử* ở Thời điểm đó, để rồi Thế giới bước vào thế kỷ 20 như một chuỗi dài ứng nghiệm những gì được tiên tri bởi Marx-Engels và Mill-Bentham. Vì thế, bài học được rút tỉa từ *Sử tính Ý thức* là: *Hãy lắng nghe những gì giới trí thức chân chính đã nói và viết. Ngôn từ của họ là cất bước tiên phong, là tiếng kèn giục giã xuất quân, tiếng còi hú vang tàu chuyển bánh, báo hiệu một Tân-Thời-Ý, và dù trước hay sau, nhanh hay chậm, nó cũng sẽ hiện ra nơi chân trời Sử tính*."

Nhưng thật đáng buồn thay:

> "Lịch sử Việt Nam trải suốt chiều dài dựng nước giữ nước, nhất là trong vòng trăm năm qua, là biểu trưng cho tình trạng thiếu niên và yếu đuối nơi *Ý chí Ngã thể cá nhân*. Tang thương dân tộc Việt là tấn bi kịch lớn lao và dài lâu mà nguyên nhân là thể trạng bất quân bình và bất cập giữa cán cân *Ngã thể cá nhân* trong mối tương quan với năng lực và *nhu cầu Đại thể*. Bi kịch Sử tính dân tộc như thế không thoát ra khỏi vòng kiềm tỏa của *chủ nghĩa và ý thức tập thể*, và sẽ tiếp tục nếu *Ngã thức cá nhân vẫn còn nuôi mãi bản sắc thiếu niên chưa trưởng thành*."

Nếu phía cánh hữu coi Nguyễn Hữu Liêm bên cánh tả, hay nói cách khác, NHL bị cho là hay ông vỗ ngực xưng là Cộng Sản, thì sự thật là chưa có một người Cộng Sản nào ở trong hoặc ở nước ngoài hiên ngang nói lên những tư duy triết lý về mệnh hệ và con người Cộng Sản như ông công khai trình bày bằng những tác phẩm tư duy, bằng sức sống, bằng lực thu hút nam châm của tự thân. Tôi chợt nhớ tới ông Tướng độc nhãn của Do Thái trả lời câu hỏi trước khi chấm dứt chuyến viếng thăm miền Nam VN, rằng, *"Muốn thắng Cộng Sản thì phải thua Cộng Sản trước".* đây là một phát biểu đầy ngụ ý mà có lẽ người dân miền Nam Tự Do sau năm 1975 thấm đạn nhất. Tác giả viết cuốn *"Bên thắng cuộc"* chắc cũng thấm thía cái thân phận thua cuộc nằm trong lao tù như thế nào.

Riêng tôi, sau năm 1975, đã hoát ngộ là con dân *Việt Bắc* hay *Việt Nam* đều là nạn nhân của cuộc chiến tranh Nam-Bắc cả, và đó là định mệnh lịch sử nghiệt ngã của dân tộc Việt trải dài qua bốn năm ngàn năm, *vượt đi, vượt về phương Nam, vượt qua núi rừng, vượt qua biển cả, vượt ra ngoài thế giới*, chỉ trong vòng 50 năm (1975-2025) đã có mặt khắp địa cầu hằng triệu giống nòi chim Lạc Việt, hay bởi vì – theo huyền sử – là dòng dõi Tiên-Rồng đạp mây lướt gió chăng?

Để kết thúc, xin chua một chú thích trong tuyển tập CÁM DỖ TỰ DO: "Tản Đà Nguyễn Khắc Hiếu (1888-1939), con người "đã đi qua giữa cái hỗn độn của xã hội Việt Nam đầu thế kỷ hai mươi với tấm lòng bình thản của một người thời trước" cũng phải bật kêu lên: *"Dân hai nhăm triệu ai người lớn; Nước bốn nghìn năm vẫn trẻ con"*

Và chúc cho Tuyển Tập CÁM DỖ TỰ DO của người bạn Thiện-Tâm Nguyễn Hữu Liêm sẽ không chịu số phận lưu vong, mà sẽ được bay về nơi quê hương yêu dấu.

Lê Giang Trần
(Little Saigon, 31/05/2025)

SÁCH TÁC GIẢ ĐÃ XUẤT BẢN

- Dân chủ Pháp trị: Luật pháp, Công lý, Tự do và Trật tự Xã hội (1992)
- Tự do và Đạo lý: Khai giải triết học Pháp quyền của Hegel (1994)
- Thời lý và Hiện hữu: Một luận đề Siêu hình học (1995)
- Thời tính, Hữu thể, Ý chí
  (Ấn bản trong nước của Thời Lý và Hiện Hữu - 2018)
- Sử tính và Ý thức: Một triết học cho sử Việt (2019)
- Cám Dỗ Việt Nam: *Bút ký du hành* (2020)
- Phác thảo một triết học cho lịch sử thế giới (2020)
- Lịch sử đã đến hồi chung cuộc? (2023)
  (Bản Việt ngữ của luận án PhD)
- Tạp chí Triết học và Tư tưởng: tapchitriet.com
  (Sáng lập và TBT, từ 1996 đến nay)
- Cám Dỗ Tự Do "Từ góc độ Triết học và Tư tưởng" (2025)

LỜI NÓI ĐẦU

Xin mời quý độc giả bước vào những trang sách sau đây. Tuyển tập này bao gồm những bài viết tôi đăng tải ở nhiều diễn đàn suốt 30 năm qua trong nước cũng như hải ngoại.

Như tựa đề **"CÁM DỖ TỰ DO –** *Từ Góc Độ Triết Học và Tư Tưởng"*, tôi viết lên suy tư của mình bằng tiếng Việt như một điều hoan lạc, và tư duy đó đã trở nên niềm cám dỗ. Đó là sự cám dỗ của Tự do, của học thuật, của ngôn từ. Một phần nào những bài viết thể hiện nỗi thao thức về quê nhà Việt Nam, từ một ý chí muốn biểu đạt tư duy, những suy ngẫm về các đề tài triết học liên quan đến vấn đề thời sự của thế giới và của Việt Nam.

Tuyển tập được chia làm sáu phần: (1) *Văn hóa và Nghệ thuật*, (2) *Tôn giáo*, (3) *Chính trị*, (4) *Triết học*, (5) *Điểm sách* và (6) *Các bài viết về tác giả*. Tôi nghĩ quý độc giả sẽ thưởng thức những bài viết ngắn gọn về các đề tài được diễn đạt từ góc độ triết học và tư tưởng. Hầu hết bài đều phân tích và phê phán chủ đề, từ bình diện học thuật với những tầng khái niệm khác nhau; tuy rằng, trong phần Văn học và Nghệ thuật có những quan điểm mang tính chủ quan và khiếm diện, nhiều khi mâu thuẫn. Vì vậy, khi đọc tác phẩm này, nếu có sai sót nào, tôi mong người đọc có thể nghiệm thu từ những gì sai lầm của tác giả hơn những gì đúng đắn. *We learn much from the other's mistakes rather than truths.*

Năm trước, một bản thảo tuyển tập này đã được gởi xin giấy phép xuất bản ở Việt Nam nhưng bị từ chối vì nội dung không thích hợp theo đòi hỏi chính trị trong nước. Dù sao, đây có lẽ là cuốn sách cuối cùng tôi xuất bản ở hải ngoại. Cũng có thể tôi sẽ còn viết tiếp với đề tài "Sự cáo chung của triết học" như được đề nghị bởi một học giả thân hữu. Nhưng lực có tòng tâm hay không, là chuyện khác.

Ở Việt Nam khi tôi học đến lớp 11 thì phải rời nhà trường gia nhập quân ngũ lúc chưa tròn 17 tuổi. Đến Hoa Kỳ lúc 19 tuổi, vì vậy tiếng Việt của tôi hầu hết được hình thành ở xứ Hoa Kỳ này. Dù vậy, tôi vẫn cố gắng xây dựng một nền triết học Việt ngữ hơn 30 năm qua. Nhưng đây là một nỗ lực ngược dòng. Số phận triết học tiếng Việt ở hải ngoại ngày nay sẽ còn long đong lắm.

Ở đây, hiện tại nói chung, người Việt hải ngoại ít còn ai tìm đọc sách tiếng Việt. Đối với quý vị nào đọc những trang này, quý bạn là một con số rất nhỏ trong cộng đồng dân cư gốc Việt. Tôi xin ngả mũ đa tạ.

San Jose ngày 16/4/2025
Nguyễn Hữu Liêm

PHẦN I
VĂN HÓA
& NGHỆ THUẬT

GS.TS Nguyễn Hữu Liêm trong lần về thăm quê hương.

Tôi bước đi trên xứ lạ trong những năm đầu ở Mỹ như một đứa bé lạc vào xứ lạ, cứ liều lĩnh nhắm mắt đưa chân, để xem số phận mình sẽ đi đến đâu.

GS NGUYỄN HỮU LIÊM

Âm điệu Tủi Thân, Bi Đát

Đây là bài viết gây tranh luận nhiều nhất trong các diễn đàn báo chí và tư tưởng của cộng đồng tiếng Việt ở hải ngoại trong năm 2003. Từ diễn đàn talawas ở Đức, Đàn Chim Việt ở Ba Lan, BBC ở Anh quốc cho đến các đài RFI và đài Tiếng nói Việt Nam ở trong nước cũng đã cho đọc bài này và các phản ứng liên hệ. Báo Ngày Nay ở Houston, Texas đã mở một loạt phỏng vấn các nhân sĩ Việt Nam ở hải ngoại để phản bác. Riêng tại San Jose, California, 60 hội đoàn người Việt địa phương đã họp lại để tố cáo tác giả là "đặc công trí vận cộng sản" – cũng một phần vì bài viết này. Riêng hai báo Sàigòn Nhỏ ở Orange County, California và Thời Báo ở San Jose đã chọn tác giả là "Người của năm 2003" (Man of the Year) cũng vì từ những phản ứng về bài này. [Xin đọc 3 bài phản hồi đăng sau bài viết này]

*

Nếu có một sắc điệu văn hóa nào rất đặc thù cho người Việt hải ngoại, đặc biệt là ở Mỹ, thì đó là cái bản chất âm nhạc. Loại tân nhạc được đem theo từ miền Nam trước 1975 qua đây và vẫn cứ tiếp tục là một dòng âm nhạc bi đát, yếu đuối, trống rỗng và băng hoại.

Cứ nghe thử các giọng ca nữ hàng đầu hiện nay: Khánh Hà, Khánh Ly, Ý Lan. Đây là những giọng ca ăn khách nhất đang ở Mỹ. Nhất là vùng bắc California, hình như tuần nào cũng có đại nhạc hội, nhạc thính phòng. Mà "đi vô, đi ra cũng thằng cha khi nãy" – chừng đó ca sĩ, chừng đó *emcees*, chừng đó bản nhạc, và nhất là vẫn chừng đó phong cách diễn tả âm điệu ai oán, bi đát rẻ tiền của các nam nữ ca nhạc sĩ Việt Nam hải ngoại.

Cũng bài ca đó, Khánh Hà hát lên thì mức độ não nùng bi đát tăng lên gấp bội. Có những đoạn không đáng phải bi thảm, nhưng Khánh Hà cứ nức nở hóa một cách quá trớn, trở thành như tiếng khóc, trộn lẫn với chất điệu yếu đuối não nề. Cái nồng độ nức nở như thế, là một thứ *trade–mark*, một gia vị đặc thù, một thứ nước dừa ngọt ngầy ngậy, thế mà bất cứ món ăn nào cô ca sĩ sưng môi này đều nêm vào quậy lên, bất cần phân biệt thể loại.

Cũng bản nhạc đó, Ý Lan hát lên thì trở thành tức tưởi, bi ai – và đặc biệt hơn, là thể hiện tính làm điệu. Hễ đến đoạn thay đổi âm khúc thì Ý Lan lắc lư cái đầu, nức nở hóa tiếng ngâm khàn vô cổ họng cái âm tiết lỡ để gia tăng bi kịch tính của nét lẳng lơ đầy tang thương của tiếng hát. Không như tiếng hát Thái Thanh, mẹ của Ý Lan, vốn trong vút sắc mạnh; tiếng hát của Ý Lan là của văn hóa Bolsa, nơi sinh hoạt nhộn nhịp của bầy kiến chịu nhiều thương tích nhưng lại hoàn toàn trống rỗng và vô vị.

Cùng một bài hát của Trịnh Công Sơn chẳng hạn, nhưng Khánh Ly hát lên thì trở thành âm ba mê muội lạc lõng. Cái giọng lè nhè của Khánh Ly không cân bằng với âm vực cao và mạnh để cứu lấy âm điệu cho toàn thể âm cảnh, làm cho bản nhạc trở nên một nỗi đày đọa cho thính giả. Không ai phá nát nhạc Trịnh Công Sơn và làm mất âm hưởng của chúng hơn là Khánh Ly.

Nhưng bách tính thiên hạ người Việt ở Mỹ rất thỏa mãn với các giọng ca này. Vì sao? Vì tâm chất họ được thể hiện qua các giọng ca đó. Quần chúng nào thì âm nhạc đó; tâm thức nào thì ca sĩ đó. Khánh Hà, Ý Lan và Khánh Ly là những biểu tượng âm thanh của một tập thể dân chúng muốn được ru ca bằng cái não nề, lẳng lơ, rã rượi yếu đuối. Những nhạc phẩm được diễn đạt như thế, là những bài văn tế cho những tâm hồn mất quê hương và mất nước.

Từ khi nhà Nguyễn thẩm nhập cái âm nhạc mất nước của dân tộc Chàm bằng những lời ca Huế thì triều đại này chỉ dần đi xuống dốc.

Nghe nhạc Huế thì chỉ muốn nhảy xuống sông Hương trầm mình tự vận – hãy nghe thử nhạc của Dương Thiệu Tước sẽ biết. Một triều đại quyền lực, một trung tâm chính trị quốc gia lẫy lừng khi thống nhất đất nước, mà từ khi bị nhiễm lấy vi khuẩn của loại nhạc "mất hồn" của dân tộc Chàm thì chỉ cần một thời gian ngắn là cả hệ thống chính trị Việt Nam bị suy đồi từ tri thức cho đến ý chí, từ tình cảm cho đến nghệ thuật. Chuyện mất nước là kết quả đương nhiên.

Tôi về Việt Nam và có dịp nghe các ca sĩ trong nước sau 1975 hát – như Mỹ Linh, Trần Thu Hà, như Hồng Ngọc, như Thu Phương. Cái khác hẳn là tính mạnh và sắc sảo của thế hệ âm nhạc mới này. Vắng bóng hoàn toàn cái bi đát, não nùng. Phải chăng các ca sĩ này biểu lộ được tâm thức và ý chí của những kẻ chiến thắng – từ vô thức tập thể? Dĩ nhiên, đây không phải là một chính sách văn hóa của chính quyền. Cái âm sắc mạnh và tự tin của các lời ca mới, họ đại diện cho cái *collective unconsciousness* của phe thắng cuộc.

Hãy lắng nghe Hồng Ngọc hát nhạc Trịnh Công Sơn! Một bài có câu, *"Ngựa hồng đã mỏi vó, chết trên đồi quê hương..."* mà Khánh Ly hát thì người nghe chỉ thấy muốn ngồi xuống sàn nhà và bưng kín lỗ tai. Nhưng Hồng Ngọc khi cất lên những lời ca đó, nhạc họ Trịnh trở thành cơn dông cuồng nộ, làm cho người nghe muốn đứng dậy đi làm cách mạng.

Cách đây khoảng hai ngàn năm trăm năm, hai nhà hiền triết Đông–Tây, Khổng Tử và Socrates, đồng lúc khuyến cáo đến tầm quan trọng của âm nhạc. Âm nhạc là sinh khí của tinh thần. Hễ nhạc xuống là nước nhà xuống; hễ nhạc ủy mị là con người tha hóa. Cái thối nát của con người khởi đi từ sự thối nát của âm nhạc. Âm thanh là *logos* của tâm thức. Chính vũ trụ này chẳng qua là một trường âm thanh của tạo hóa mà thôi. Mỗi cung điệu đại diện cho một cõi hiện hữu. Âm nhạc chính là nấc thang của tâm hồn. (*)

Nietzsche trong cuốn *The Will to Power* có nói tới cái tâm thức *amor fati* – cái bệnh tủi thân, cái lòng yêu số phận bi đát của mình. Cái bệnh *amor fati* của dân Việt khởi đi từ **Truyện Kiều** và kéo dài cho đến ngày nay. Từ *Kiều* qua nhạc Chàm, qua nhạc Huế, qua vọng cổ, qua nhạc *bolero* đã làm cho miền Nam ngồi xuống vỉa hè che mặt và lau nước mắt. Số quần chúng lau nước mắt này bị lưu đày qua đất mới và tiếp tục uống nước dừa tang thương bằng âm nhạc.

Cho đến lúc cái hệ lụy bi đát này được vươn thoát, khối người Việt hải ngoại vẫn sẽ còn là một khối dân tộc không có quyền lực – và sẽ không làm nên lịch sử.

(Tháng 7/2003)

(*) *Chú thích:*

Nhạc Ký của Khổng Tử nói: "Phàm âm thanh đều xuất phát từ tấm lòng của con người. Sự rung động của tình cảm sẽ tạo nên âm thanh, từ âm thanh sẽ tạo ra lời ca tiếng hát. Căn cứ vào âm nhạc để biết thời thế. Nếu thời thế bình yên thì âm nhạc êm dịu, còn thời thế loạn lạc thì âm nhạc ai oán, nếu chính trị đồi bại thì có lời ca ai oán vì mất nước, sẽ có sự buồn thảm đau thương để nói lên nỗi thống khổ của người dân."

Theo *Đại Việt Sử Lược* (1388): Mùa đông năm Nhâm Tuất 1202, Lý Cao Tông đi chơi ở hành cung Hải Thanh. Ở đấy đêm nào cũng sai nhạc công khảy đàn Bà Lỗ, xướng điệu hát phỏng theo nhạc khúc Chiêm Thành, âm thanh ai oán thảm thiết buồn bã oán hờn. Những kẻ tả hữu nghe đàn ca đều nghẹn ngào rơi lệ. Có vị tăng phó là Nguyễn (Lý) Thường thưa lên vua: "Tôi thấy lời tự trong kinh Thi rằng, *âm thanh lúc nước loạn thì ai oán*, để tỏ ý cái chính trị bạo ngược; *âm thanh hồi mất nước thì đau thương*, để tỏ ý lo cho dân trong cảnh khốn cùng cơ cực. Nay chúa thượng đi tuần du không chừng mực, chế độ chính trị và việc giáo hóa thì trái ngược, dân chúng ở dưới sống sầu khổ. Sự nguy khốn đến thế thật là tột mức, ngày nay nghe cái âm thanh ai oán không phải là cái điềm loạn ly vong quốc hay sao? Tôi muốn xa giá từ đây nên trở về, xin chúa công đừng đi chơi ở cung ấy nữa".

Hơn hai mươi năm sau, lời can gián kia thành sự thật: nhà Lý bị nhà Trần thay thế.

(Ghi chú bởi Trương Thái Du, Saigon, gởi cho tác giả tháng 11/2004)

Đừng đổ tội oan cho nền âm nhạc cổ truyền Việt Nam

TRỊNH THANH THỦY

Trong bài viết *Cái âm điệu tủi thân bi đát*, tác giả Nguyễn Hữu Liêm từ phần nhập đề đã quy kết cho nền âm nhạc hải ngoại là di sản của dòng âm nhạc bi đát, yếu đuối, trống rỗng và băng hoại được mang theo từ miền Nam trước năm 1975 qua đây. Ở phần minh chứng ông mang vài thí dụ điển hình vài giọng ca hàng đầu ăn khách như Ý Lan, Khánh Hà, Khánh Ly v.v. có lối trình diễn bi thảm hóa, hay bi đát thêm những bài hát đã quá mức bi thảm. Ông cho rằng *quần chúng nào, âm nhạc đó; tâm thức nào, ca sĩ đó* để đưa đến kết luận: Ý Lan là văn hóa Bolsa, một thứ văn hóa kế thừa của nền âm nhạc của dân tộc Chàm, nhạc cung đình Huế và Cải lương *hoàn toàn trống rỗng và vô vị*. Cuối cùng ông kết luận âm nhạc VN làm hệ thống chính trị suy đồi rồi đem đến hệ quả "mất nước" và *cho đến lúc cái hệ lụy bi đát này được vươn thoát, khối người Việt hải ngoại vẫn sẽ còn là một khối dân tộc không có quyền lực -- và sẽ không làm nên lịch sử.*

Thoạt mới đọc bài viết tôi thấy ông Liêm có lý khi nhận xét âm nhạc Việt Nam ủy mị, yếu đuối và bi thảm. Nhưng suy nghĩ sâu hơn, càng lâu tôi càng thấy nhiều điều nghịch lý trong sự suy luận và quy kết của ông Liêm.

Trước hết, ông Liêm phê bình Khánh Hà sưng môi, nức nở, bi thảm hóa khi hát. Ý Lan tức tưởi, bi ai từ bản tính đĩ, lẳng của cô ta. Còn Khánh Ly thì mê muội, lạc lõng, lè nhè tạo sự đày đọa cho người nghe. Tất cả tạo nên một tâm thức quần chúng VN hải ngoại não nề, yếu đuối.

Ông Liêm viết và phê bình ca sĩ cùng âm nhạc VN. Ông có quyền khen hay chê, thích hay không thích giọng ca này, yêu mê hay ghét cay, ghét đắng giọng ca kia. Nhưng tôi nghĩ viết phê bình nhận xét một cá nhân, to tát hơn là một dân tộc (nhất là dân tộc của chính bạn) hay một văn hóa, điều đầu tiên và trước nhất bạn nên trình bày vấn đề một cách khách quan và với sự kính trọng tuyệt đối. Bạn có thể phê bình cái hay cái dở nhưng tuyệt đối bạn không được nói năng theo kiểu bỉ thử thiếu tôn trọng như vậy. Theo tôi nó không phải là lối phê bình đúng nghĩa của một nhà phê bình. Khi đọc bài viết của ông Liêm từ đầu đến cuối bài, người đọc tìm thấy đều một giọng phê bình hằn học đầy ác cảm và thành kiến đối với các ca sĩ và cả cộng đồng hải ngoại. Điều tối kỵ của việc phê bình là nặng thành kiến. Ông Liêm lý luận theo kiểu vơ đũa cả nắm. Một cá nhân tạo nên một phe nhóm và ảnh hưởng đến cả tập thể. Tỷ như "Con chó có bốn chân". "Vậy tất cả các động vật bốn chân đều là con chó". Tâm thức nào thì âm nhạc đó, ca sĩ nào thì quần chúng đó. Đọc lối suy luận này bỗng dưng tôi có một thắc mắc. Ông Liêm có thuộc về tầng lớp quần chúng đó không? Theo lý luận của ông Liêm vậy những độc giả đọc bài của ông có thuộc vào "quần chúng nào thì người viết đó" hay không?

Ông chỉ trích Khánh Ly đã làm mất âm hưởng và phá nát nhạc Trịnh Công Sơn bằng giọng hát lè nhè, mất cân bằng. Khi nghe Khánh Ly hát "Ngựa hồng đã mỏi vó, chết trên đồi quê hương" thì *người ta muốn ngồi xuống sàn nhà và bưng hai lỗ tai* trong khi Hồng Ngọc cất lên những lời ca đó, nhạc họ Trịnh trở thành *cơn giông cuồng nộ để làm cho người nghe muốn đứng dậy để làm cách mạng.*

Tôi không biết Hồng Ngọc là ai và cũng chưa được nghe Hồng Ngọc hát đoạn này để xem mình có cảm thấy như ông Liêm nói không. Tuy nhiên dù có đúng như thế đi nữa thì điều đó cũng chỉ có nghĩa rằng bài hát của TCS khi đi qua giọng hát của Khánh Ly thì nó là một bi ca... và khi đi qua giọng hát của Hồng Ngọc thì nó lại là một hùng ca, bài ca lên đường, tùy theo tâm thức của người nghe.

Tôi có biết bài hát "Xin mặt trời ngủ yên" và thuộc lòng ca từ của bài hát. Chiếu theo ca từ của đoạn hát "Ngựa hồng đã mỏi vó, chết trên đồi quê hương", nó mang tính bi ca nhiều hơn hùng ca. Tôi nghĩ khi TCS viết bài này tâm trạng của ông ta là sợ hãi và chán ghét chiến tranh. Vì cuộc chiến kéo dài quá lâu, nó đã mang đi bạn bè, người thân, nhân loại, và cả mặt trời, công lý. Nếu xét theo tinh thần của đoạn hát ông Liêm nêu lên thì lối hát của KL đã miêu tả được tinh thần ủy mị, thê thiết của TCS chân thật nhất trong hoàn cảnh lúc đó. Hoàn cảnh 20 năm nội chiến từng ngày. Lên đồi cao thì thấy xác người, xuống đồng bằng thì máu anh em thành sông, thành suối. Bài hát có tác động làm người nghe đau xót, chán nản cuộc chiến hơn là khích động quần chúng đứng lên đi làm cách mạng.

Còn nếu Hồng Ngọc hát bi ca của TCS mà khiến ông Liêm muốn đứng dậy đi làm cách mạng thì có lẽ HN hát sai không đúng tinh thần câu hát, hay ông Liêm nghe câu hát này bằng một thành kiến đã định sẵn nên nghe KL hát là dội ngay đưa đến hậu quả là ý muốn bịt tai. Theo tôi, nếu Khánh Ly trình bày được bài ca đó như là 1 bi ca, tức là Khánh Ly đã thành công trong việc "ghi lại thời đại".

Sau này bên VN nhiều ca sĩ khác đã hát nhạc TCS với những lối hoà âm khác lạ. Có sự đổi mới trong lối trình bày, khác hẳn lối KL trình bày ngày xưa. Có lẽ người ta nghe KL hát nhạc TCS quá nhiều, đâm nhàm. Bây giờ cho dù giọng hát của KL có hay đến mức vượt thời gian cũng không thể chối bỏ được sự lão hóa mà không trở nên khan hơi, mệt mỏi. Đừng đem KL của ngày hôm nay so sánh với KL của 40 năm về trước hay so với giọng hát của một ca sĩ trẻ mới lớn trong thời đại cháu chắt của KL. So sánh như thế có phần bất công cho bà ta quá.

Sau khi mang vài ba ca sĩ tiêu biểu của dòng nhạc ủy mị ở Mỹ được ông gán cho năng chức biểu tượng của âm thanh tập thể, ông bắt đầu suy luận tới nền âm nhạc Việt Nam. Ông bảo hệ quả miền Nam mất nước do việc nghe nhạc Dương Thiệu Tước, nhạc Chàm, nhạc cung đình Huế:

Từ khi nhà Nguyễn thẩm nhập cái âm nhạc mất nước của dân tộc Chàm bằng những lời ca Huế thì triều đại này chỉ còn đi xuống dốc.

Nghe nhạc Huế thì chỉ còn có muốn nhảy xuống sông Hương mà tự vận – cứ nghe thử nhạc của Dương Thiệu Tước thì biết. Một triều đại quyền lực, một trung tâm chính trị quốc gia lẫy lừng khi thống nhất đất nước mà từ khi bị nhiễm lấy cái vi khuẩn của loại nhạc "mất hồn" của dân Chàm thì chỉ cần một thời gian ngắn là cả hệ thống chính trị Việt Nam bị suy đồi từ tri thức cho đến ý chí, từ tình cảm cho đến nghệ thuật. Chuyện mất nước là kết quả đương nhiên.

Theo tôi, chuyện mất nước hay không do rất nhiều nguyên nhân và yếu tố tạo nên. Những yếu tố chính trị là điểm then chốt gây ra việc mất miền Nam VN chứ nó chẳng liên hệ gì đến nền âm nhạc chịu ảnh hưởng nhạc Chàm, nhạc cải lương hay nhạc cung đình Huế mà ông Liêm đã vạch ra.

Tất cả các thể nhạc kể trên, đều là sự kết hợp của âm nhạc cổ truyền VN. Âm nhạc cổ truyền Việt Nam phong phú bởi sự tích động những thể loại thuộc nhiều thời đại khác nhau và bởi cả tính đa sắc tộc. Chúng ta có thể nghe những điệu hát ru, những bài đồng dao của trẻ nhỏ, những thể loại ca nhạc trong các nghi thức cúng lễ hoặc dùng trong việc giao tiếp giữa các thành viên cộng đồng, trong lao động, trong vui chơi giải trí với những thể hát đố, hát đối đáp thi tài của trai gái, những điệu hát khi chơi bài hoặc khi kể những áng trường ca, những câu ca tiếng đàn của những người hát rong, của các ban "tài tử" cùng những thể loại ca kịch truyền thống...

Theo nhạc sĩ Đặng Hoành Loan- Phó viện trưởng viện âm nhạc - âm nhạc cung đình Huế là một di sản văn hóa âm nhạc cổ điển bác học Việt Nam ẩn chứa những nguyên lý cấu trúc, những tư tưởng văn hóa triết học phương Đông.

Về nhạc ở triều đình có hai hình thức lớn là Nhã nhạc và Tụng nhạc. Nhã có nghĩa là chính đính; Tụng có nghĩa là khen ngợi, ca tụng công đức của các vua đời trước, hát ở nơi tông miếu. Về cấu trúc âm nhạc có Tiểu thành và Đại thành. Tiểu thành là những khúc nhạc nhỏ, Đại thành là tập hợp nhiều khúc nhạc nhỏ thành khúc nhạc lớn. Về tổ chức dàn nhạc lấy Bát âm làm trọng. Bát âm gồm Kim (tiếng chuông), Thạch (tiếng khánh), Thổ (tiếng huyên), Cách (tiếng trống), Ti (tiếng đàn), Mộc (tiếng chúc ngữ), Bào (tiếng sênh), Trúc (tiếng sáo). Khi chế nhạc phải cảm nhận quan hệ của các âm như Kim ứng với Thạch, Ti ứng với Trúc, Trúc ứng với Bào, Bào ứng với Thổ...Về kỹ thuật chơi đàn cũng đã được ông cha ta ghi chép rõ rệt: "Việc búng, nhấn, bật dây khi đánh đàn cầm; việc vuốt, nắn, móc dây khi đánh đàn sắt; việc thổi ống tiêu, huyên, trì song quản cùng việc đánh chúc ngữ, đánh chuông, đánh trống đều đã có phương pháp và nhạc phổ".

Về sau này, khoảng thời chúa Nguyễn Phúc Chu (1691-1725) trở đi, một hình thức âm nhạc thưởng thức đã ra đời: đó là hình thức ca nhạc thính phòng Huế. Dĩ nhiên là các triều đại trước đó, những hình thức âm nhạc thưởng thức cũng đã có nhưng không ai còn nhớ, không sách nào ghi chép được giai điệu của nó. Hình thức âm nhạc thính phòng Huế là sự hoà nhập giữa hai dòng nhạc Việt (từ Bắc vào) và Chiêm (bản địa) mà hình thành. Dòng nhạc ra đời đã góp một ý nghĩa quan trọng làm phong phú hình thức âm nhạc Việt Nam và khẳng định bản sắc của nhạc ngữ VN. Thế là cùng với các hình thức âm nhạc thưởng thức đã có sẵn ở miền Bắc như xẩm, hát ả đào, các điệu ngâm vịnh, hát chèo, nền âm nhạc cổ truyền của chúng ta đã có thêm các điệu Nam ai, Nam bình, Nam xuân, Nam thương, Quả phụ, Phú lục, Cổ bản và hàng chục các điệu "lý" có nhạc tính rất cao. Cũng chính những sáng tạo âm nhạc có giá trị ấy đã tác động mạnh mẽ tới nhiều hoạt động sáng tạo âm nhạc cổ truyền của cả nước. Nhiều bản hát chèo, hát văn, hát tuồng, hát quan họ ở miền Bắc có hơi Nam, hơi Xuân của Huế, nhiều điệu hò, điệu vè miền Trung có pha hơi Nam, hơi Ai của miền Nam. Nhưng đặc biệt nhờ vào sáng tạo âm nhạc thính phòng Huế đã làm nảy sinh nhiều hình thức âm nhạc truyền thống phương Nam như ca đàn tài tử, sân khấu cải lương - những hình thức âm nhạc mang tính chuyên nghiệp rất cao. Và có lẽ phải đến giai đoạn khoảng 1700-1900 trở về sau, cha ông ta mới tìm ra được và phân biệt được một cách tương đối rõ rệt về tính cơ bản trong cấu trúc âm nhạc VN như những vấn đề cung, điệu, giọng, hơi, nhịp, phách, cùng những kỹ thuật sử dụng các ngón bấm như vỗ, mổ, rung, nhấn, nhấn rung, cung sóc, cung liền, cung vuốt, cung nhấn, cung luyến... để thể hiện tính chất âm nhạc trong từng loại bản đàn, bài hát khác nhau. Đây cũng chính là những kết quả sáng tạo lớn để hình thành nền nhạc cổ VN có tính mẫu mực.

Song song với những hình thức âm nhạc có tính kinh điển này, chúng ta còn có một nền âm nhạc dân gian vô cùng phong phú của 54 dân tộc. Đây là nền âm nhạc gắn liền với cuộc sống lao động, đời sống tâm linh, sinh hoạt cộng đồng. Có thể nói đó là một di sản khổng lồ, một minh chứng hùng hồn cho diễn trình lịch sử sáng tạo âm nhạc cổ truyền VN.

Đó là cấu trúc của nhạc cung đình Huế. Theo tài liệu trích dẫn trên của Đặng Hoành Loan đâu phải âm nhạc cung đình Huế chỉ xuất phát từ văn hóa miền Trung trở vào như ông Liêm đã viết đâu. Nó là kết hợp của âm nhạc cổ truyền miền Bắc và nhạc Chàm. Nếu bảo miền Nam mất nước vì ảnh hưởng nhạc cung đình ủy mị thì ông Liêm đã vơ đũa cả nắm

Nói thêm về nhạc Chàm: Thông Thanh Khánh đã gọi Âm nhạc Chămpa là chất thiêng. Chất thiêng này vốn bắt nguồn từ vũ đạo Ấn Độ cùng với huyền thoại thần Siva, một vị Tam vị Nhất thể (Trimurti) được tôn vinh như là Nataraja (Vua vũ đạo) đang thể hiện điệu múa vi diệu của vũ trụ, một chân giẫm lên đầu quỷ, một tay lắc chiếc trống con, thân người uyển chuyển theo nhịp trống biểu trưng cho sự khai sáng thế giới đi từ một cõi hư vô. Vũ đạo cả hai dân tộc Ấn Độ-Chămpa xem như là sáng tạo của thần linh.

Âm nhạc VN cổ truyền đã mang hơi thở của hai điệu, điệu khách và điệu nam. Đối với điệu khách chúng ta tiếp nhận từ Trung Quốc và điệu Nam chắc chắn rằng hành trình đi về phương Nam của dân tộc đã gặp gỡ giao lưu, hấp thụ âm nhạc Chăm.

Vua Lý Thánh Tông (1060) đã dựa vào các tiết điệu của nhạc Chiêm Thành tạo thành âm nhạc riêng cho nhạc công đánh phục vụ trong cung. Đặc biệt hơn Vua Lý Cao Tông vào năm 1202 đã lệnh cho nhạc công chế khúc nhạc đặt tên là Chiêm Thanh, âm thanh thoát, ai, thương, khiến ai nghe cũng phải châu mày rơi lệ. Ở xa như Nhật Bản âm hưởng của Chămpa qua bản Lâm Ấp nhạc (Rinyugaku) cũng đủ cho chúng ta thấy rằng cái thiêng, chất thiêng của âm nhạc Chămpa đã tỏa ra khỏi biên giới. Nhờ tính chất ấy mà âm nhạc Chămpa luôn có chỗ đứng trong lòng công chúng thưởng ngoạn. Đây là loại hình âm nhạc đã vượt thoát ra khỏi ranh giới giữa người sáng tác và công chúng thưởng lãm, biểu thị cái thiêng được phát ra từ tâm con người, đạt đến sự thăng hoa trong ý tưởng, cuộc sống.

Như vậy theo tài liệu thu thập được, Nhạc Chàm đã du nhập vào VN từ lâu và ảnh hưởng từ đời Lý chứ có phải từ đời Nguyễn như ông Liêm khẳng định đâu. Sao Ông Liêm không phê bình miền Bắc ảnh hưởng nhạc Chàm? Nếu bảo rằng miền Nam vì ảnh hưởng nhạc chàm là dân tộc bị vong quốc thì ông Liêm giải thích sao về việc nhạc Chàm đã có từ đời Lý Thánh Tông (1060) trong khi tới đời Trần Thái Tông (1225-1258) vua Trần mới bắt đầu đánh Chiêm Thành vì họ thường sang An Nam cướp phá. Đến đời Lê Thánh Tông (1460-1497), vua Lê mới hoàn toàn chiếm Chiêm Thành và dân Hời mới thật sự mất nước. Như vậy khi nhạc Chàm du nhập vào VN, người Hời chưa mất nước và mãi 400 năm sau họ mới vong quốc thì cái tính yếu đuối của dân tộc vong quốc không lẽ đã có từ hàng bốn trăm năm trước?

Suy luận theo kiểu ông Liêm thì Ấn Độ là nơi xuất phát ra loại âm nhạc Champa, thì trước sau gì họ cũng mất nước!

Âm nhạc truyền thống VN mang một bản sắc riêng biệt. Nó có cái âm điệu buồn bã nghiêng về triết lý nội suy, cố gắng chắt lọc chất tinh tế nhất của con người để tìm hiểu những bí mật tâm linh. Nó không giống như nhạc phương Tây luôn đi tìm bên ngoài với chất sôi động, vui tươi. Tính buồn bã, ủy mị nặng phần tâm linh ấy không chỉ âm nhạc VN có, các nền âm nhạc Đông phương đều có. Tôi đã được xem những vở nhạc kịch cổ truyền (Japanese Opera) của người Nhật. Tiếng đàn The Japanese harp (Koto) xen lẫn với giọng hát nức nở, buồn thảm của người nghệ sĩ Phù Tang, tạo người nghe một tâm thức, cảm hoài, ai oán. Khi qua Thái Lan tôi cũng được chứng kiến những điệu múa cổ truyền và tiết tấu cổ nhạc Xiêm La. Âm điệu của nó rất gần gũi với loại nhạc Cung đình Huế. Nét ủy mị của nhạc cổ truyền hầu như bàng bạc trong âm nhạc Đông phương.

Âm nhạc là hơi thở, tiếng nói, tâm sự, nghệ thuật, niềm vui, nỗi an ủi, phút giây tiêu khiển để con người quên đi những áp lực nặng nhọc của đời sống tất bật cơm áo. Người VN hát để nhớ, để quên, để cảm hoài, giải trí và để thấy tâm hồn mình vằng vặc trong âm điệu tiết tấu quê hương. Nhạc cũng được chia ra nhiều loại, nhạc vàng, nhạc xanh, nhạc đỏ hay bi ca, hùng ca, âu ca, hưng ca hoặc tục ca. Nhân tâm, tùy thích. Tôi thích nhạc thơ mộng, buồn buồn thì tôi nghe nhạc vàng, bạn thích tranh đấu, lên đường làm cách mạng thì chọn hưng ca. Giới trẻ thích sôi động thì họ chọn nhạc trẻ mang nhiều âm hưởng Tây phương hay loại nhạc dịch.

Ở ngoại quốc, thế hệ di dân thứ hai hầu như không còn biết tới nhạc VN là gì. Thế hệ di dân thứ nhất, có người, tiếng Việt bây giờ nói còn sai, nghĩ còn chưa kịp, làm sao còn hát được nhạc Việt. Có người cho là nhạc Việt Nam rên rỉ, buồn bã và họ không nghe cũng như hát nữa. Bá nhân, bá ý. Đó là quyền tự do cá nhân con người.

Khi ra hải ngoại người di dân mang theo nhiều thứ. Họ cố gắng hoà nhập vào văn hóa xứ người và nếu cố gắng giữ được bản sắc dân tộc, tôi nghĩ đó là điều đáng quý. Bảo tồn âm nhạc truyền thống là điều đáng làm và nên khuyến khích. Ông Liêm chỉ trích âm nhạc Việt Nam làm hệ thống chính trị suy đồi đưa đến hệ quả mất nước. Thật tội nghiệp cho nền âm nhạc Việt Nam không dưng mang danh tội đồ lịch sử một cách oan uổng.

Trịnh Thanh Thủy

Trịnh Thanh Thủy cộng tác thường xuyên với talawas về các vấn đề văn học và xã hội.

Tài liệu tham khảo:

- **Đặng Hoành Loan**, *Âm nhạc cổ truyền trong đời sống hôm nay, Âm nhạc cung đình Huế*. Tư liệu. Số L 39. TV. Viện Âm nhạc cung cấp, trích từ Giaidieu.net, Giaidieuxanh.com

- **Ngọc Dung**, *Nhạc múa cung đình trong môi trường nghệ thuật dân gian và vấn đề phục hồi nhạc cung đình Huế*. Nguồn: Bài viết của Lê Toàn do Viện Âm Nhạc Việt Nam cung cấp. Trích Giaidieu net.

- **Thông Thanh Khánh**, *Chất thiêng trong âm nhạc Chămpa*. Trích từ Giaidieuxanh.com

Sân khấu tự nhiên, sự tự do sáng tạo, tính nhân bản và tính nhút nhát

THANH THANH HẢI

Sân khấu tự nhiên, perfomance được La Toàn Vinh miêu tả như một hình thái tự do, hình thái mở, có muôn hình vạn trạng và phụ thuộc vào điều kiện tâm lý, sinh lý xã hội, địa cư của từng nhân vật làm performance. Thật khó phủ nhận những nhận định này. Nhưng trong tâm sự cùng Mai Chi, anh La Toàn Vinh đã đi xa hơn: „*cái nhân bản là ai cũng có khả năng làm performance cả, như vậy tại sao bạn không thử xem*". Phải chăng đây là một thách thức?

Mai Chi chưa trả lời nhưng rất nhiều bạn đọc, trong đó có cả người viết những dòng này sẽ trả lời phủ định. Người làm performance, hay nói rộng hơn người sáng tạo, cần có cái gan (gan dạ và dũng cảm) để vượt qua những hạn định thông thường nhất, để sáng tạo. Và chính vì thế mới có được các trường phái mới, các dạng thể mới trong văn học nghệ thuật mà người phê bình sẽ là người miêu tả, xếp loại và đánh giá. Đó là cái khác nhau giữa người sáng tạo và người phê bình. Chính vì thế người phê bình không phải là người khám phá ra cái mới, người đi tiên phong, người mở đường. Nhà phê bình không cần có cái gan sáng tạo.

Với các phương tiện kỹ thuật hiện đại ngày nay, làm một performance, một installation, hay bất kỳ dạng thái nghệ thuật nào khác không còn khó nữa. Đó là tính mở và đại chúng của nghệ thuật, cái mà nhiều nhà phê bình cổ hủ cho vào ngoặc kép hay theo Trần Hải Minh, đó là „mạo danh nghệ thuật", đó là những „trò kỳ quái". Tất nhiên, Trần Hải Minh cho rằng những trò kỳ quái này làm performance „trở thành hoen ố". Đây là nhận định của nhà phê bình hay của người sáng tạo? Trần Hải Minh, chí ít là theo các tuyên bố của ông, là một nhà sáng tạo có „nghiệm trải nghề nghiệp" và vì vậy, theo tôi những chỉ trích của ông về perfomance của La Toàn Vinh chỉ là những ghen tị của một người không còn khả năng sáng tạo, một người đã mất đi cái gan khám phá. Một người đã kiệt sức. Tất nhiên để cho âm hưởng của bài viết dịu đi thì xin thêm rằng đây là một khiêu khích.

Nếu Trần Hải Minh suy nghĩ và nhận định với tư cách một nhà phê bình thì sự việc trở nên dễ ràng hơn, mặc dù không phải lúc nào cũng có thể tách rời nhà phê bình ra khỏi nhà sáng tạo. Ông cho rằng cuộc trình diễn của La Toàn Vinh „*hoàn toàn mù mờ về ý tưởng, tùy tiện về hành động*", „*thiếu cái ý tưởng chủ đạo của người làm performance, nhất là thiếu cái tâm thế nhân bản của người nghệ sĩ*". Có thể trả lời ông như sau:

Thứ nhất, có thể nhà phê bình không đủ trí tưởng tượng sáng tạo để phát hiện *ý tưởng chủ đạo*, hoặc người nghệ sĩ không buộc phải có cái *ý tưởng chủ đạo* nào cả. Bất kì một khán giả nào đó, dù có ý thức hay tình cờ tham gia vào cuộc trình diễn, có quyền khám phá cái ý tưởng chủ đạo của nghệ thuật. Đó chính là sự tự do thưởng thức.

Thứ nhì, một „tùy tiện hành động" trong văn học, nghệ thuật là điều nên có và phải có. Đó chính là sự tự do sáng tạo. Nếu chỉ vì nhìn nhận thấy rằng, trong sinh hoạt, trong cuộc sống, trong *hiện thực*, cái tự do hành động, không phụ thuộc vào nó ở thể chế chính trị nào và ở nền văn minh nào, bị giới hạn bởi cái tự do hành động của người khác để rồi đi tới kết luận cái giới hạn của hành động sáng tạo, cái khuôn khổ của tự do sáng tạo thì e rằng nhà phê bình đã dẫn dắt người sáng tạo không phải đến ngã ba đường mà đến ngõ cụt của hành động sáng tạo. Trừ phi người phê bình nói tới cái gọi là *ý thức hệ*, thì có lẽ không còn gì để bàn cãi nữa!

„Thông điệp của sự bế tắc" cũng là một thông điệp và là một thông điệp rất nhân bản và rất bao trùm, một tiếng kêu rất lớn của người nghệ sĩ. Rất có thể người nghệ sĩ muốn tách mình ra khỏi hiện thực, muốn gào lên, muốn biểu thị cái khát vọng bất kì nào đó của bản thân mình, cho dù đó là dục tính. Nhất là dục tính! Bởi cái chất giọng của người nghệ sĩ hát opera, người bị hoạn, cũng là một tiếng kêu, nhưng hoàn toàn khác! Và ngay cả các hoạn quan hay các hầu phòng bị hoạn trong cung đình ngày xưa đâu có phải là chuẩn mẫu của con người, chuẩn mẫu của đạo đức?

Không những người nghệ sĩ cần khoảng không tự do để sáng tạo mà người phê bình cũng cần khoảng không tự do để phê bình. Gán ghép tính nhân bản, tính hiện thực cho các tác phẩm nghệ thuật, người phê bình đã tự giới hạn cái khoảng không tự do phê bình của mình. Tác phẩm nghệ thuật không nhất thiết phải mang tính nhân bản và chắc chắn không phải mang tính hiện thực mặc dù có thể tính hiện thực được biểu hiện đâu đó.

Tác phẩm nghệ thuật do con người tạo ra, ở khía cạnh này hay phương diện khác, dẫu tác giả không cố ý, đã mang sẵn trong mình tính nhân bản rồi. Các con vật chưa thể sáng tạo ra tác phẩm nghệ thuật, nhưng các máy móc do con người làm ra thì đã làm ra các tác phẩm nghệ thuật, mà nhiều nhà phê bình không dám và không muốn công nhận.

Các tác phẩm nghệ thuật do tự nhiên tạo ra, mà nói đúng hơn các kì quan và các hiện tượng địa vật lí không nhất thiết phải mang tính nhân bản, nhưng không vì thế mà chúng ta, nhất là người nghệ sĩ, không ngừng chiêm ngưỡng nó, ca ngợi nó. Hàng cây cổ thụ do bác sỹ Yersin trồng cách đây hơn 100 năm tại Suối Dầu có thể chưa phải là một tác phẩm nghệ thuật, mặc dù „một cây có bộ rễ phủ rất đẹp gần giống như hình người" nhưng có thể là nguồn cảm hứng của rất nhiều nghệ sĩ. Đốn hạ hàng cây cổ thụ này, nếu người nghệ sĩ được phép, có thể là hành động tạo dựng một perfomance, một happening, một tác phẩm nghệ thuật. Nhưng đốn chặt 11 cây cổ thụ này để „mở đường nội bộ trong khuôn viên Trại chăn nuôi" (nguồn đã dẫn ở trên) thì lại là một hành động không những không mang tính nhân bản mà còn là một hành động man rợ, cần phải lên án. Tại sao các tác giả của nó không bị kết tội, không bị truy nã như các văn nghệ sĩ Việt Nam khác vô tình vượt qua „giới hạn" của nghệ thuật?

Người phê bình không cần phải có một sự dũng cảm lớn như của người sáng tạo. Nhưng không phải là họ hoàn toàn không cần đến. Trong một khoảng không hạn hẹp như môi trường của người Việt hải ngoại, anh Nguyễn Hữu Liêm đã tỏ ra rất dũng cảm để phê phán cái tật văn chương tào lao và nhất là cái âm điệu tủi thân, bi đát của âm nhạc hải ngoại và của các ca sĩ Việt Nam tại Mỹ, các Khánh Ly, Khánh Hà, các Ý Lan. Hay nói một cách khác anh đã vượt qua cái giới hạn tự do phê bình của người thưởng thức nghệ thuật tại hải ngoại. Anh viết „sắc điệu văn hóa rất đặc thù cho người Việt hải ngoại ...là một dòng âm nhạc bi đát, yếu đuối, trống rỗng và băng hoại". Anh đã tấn công cái hậu trường của người cầm bút (nói theo Hải Đường), của người sáng tạo. Nhưng khác với Hải Đường, tôi không muốn đổ lỗi cho chiến tranh và cho cái „hậu trường" hải ngoại.

Ảnh hưởng của chiến tranh và chạy loạn thì đã quá rõ. Cộng đồng lưu vong nào thì cũng thế. Cái văn hóa của bất kể cộng đồng lưu vong, người Việt, người Ba Lan, người Tàu không thể mang tính chủ đạo. Nó có thể làm phong phú nền văn hóa của chính quốc nhưng không thể đại diện và thay thế nền văn hóa nghệ thuật của chính quốc. (Xin nhớ là Đài Loan là một quốc gia độc lập). Tôi muốn nói tới cái *ý thức hệ* của một hậu trường vĩ đại, cái hậu trường trong nước, cái hậu trường mơ ước của các nhà sáng tạo là người Việt Nam, dành cho người Việt Nam. (Anh La Toàn Vinh không nhất thiết phải cần tới cái hậu trường này, đạo diễn Trần Anh Hùng cũng vậy).

Khán giả, thính giả hay nói rộng hơn người Việt Nam thưởng thức nghệ thuật ở nước ngoài có được cái tự do để tiếp cận nghệ thuật, nhưng chưa hẳn lúc nào người ta cũng có cái dũng cảm để đến với nghệ thuật mặc dù chỉ ở dạng thụ động mà thôi. Ngược lại, những người sáng tạo và thưởng thức văn hóa nghệ thuật tại Việt Nam, thông thường thiếu cả hai, thiếu sự tự do tiếp cận nghệ thuật, thiếu cái dũng cảm để vươn tới giới hạn của nghệ thuật, tất nhiên nếu như không có luật định giới hạn nó. Cần phải thay đổi cái nhìn nhận của người sáng tạo và cả của người thưởng thức, cái ý thức hệ trùm lên đầu họ, kể cả những người đang sống nơi hải ngoại, đã từ rất lâu rồi.

Và cơn mưa rào vừa qua tại Tam Đảo cũng là cơn mưa của ý thức hệ đã dội mạnh lên mái tôn của các nhà lí luận phê bình Việt Nam. Người ta nhốt họ dưới mái tôn của ý thức hệ, mà có khi họ tự chui vào đó để ẩn nấp. Cái khoảng không để sáng tạo của họ bị thu hẹp, không phụ thuộc vào việc họ muốn hay không. Nói thế không có nghĩa là họ không dũng cảm đi tìm. Những Hà Minh Đức, những Phan Cự Đệ không thể „làm gương về tính chuyên nghiệp", nhưng họ lại là tấm gương của lòng dũng cảm, bỏ cái dễ (phê phán) để tới cái khó (sáng tạo). Nhất là nếu chẳng có tự do để phê phán và chẳng có gì để phê phán! Nhà lí luận họ Hồ (nói theo cách nói của các nhà báo Việt Nam tại đài BBC), Hồ Sĩ Vịnh, đã không đủ sức giữ họ lại dưới mái tôn đang lộp độp mưa rơi. 45 phút ngớt mưa này, 45 phút xuất thần của ý thức văn học có báo hiệu sự ngưng tạnh của cơn mưa ý thức hệ, suốt mấy hôm hội nghị, suốt mấy chục năm qua?

Warszawa, 27/08/2003
© **2003 talawas**

Giọng hát Việt Nam: Khánh Ly và sự suy vong của đế chế

PATRICK RASZELENBERG* / LÊ AN dịch

Không thể không phản đối bài *Cái âm điệu tủi thân bi đát* của Nguyễn Hữu Liêm. Đoạn:

„Cũng một bài hát đó, của Trịnh Công Sơn chẳng hạn, nhưng khi Khánh Ly hát lên thì nó trở thành mê muội, lạc lõng. Cái giọng lè nhè của Khánh Ly không được cân bằng với một âm sức cao và mạnh để cứu lấy âm điệu cho toàn thể âm cảnh đã làm cho bản nhạc trở nên một sự đày đọa cho người nghe. Không ai phá nát nhạc Trịnh Công Sơn và làm mất âm hưởng của chúng hơn là Khánh Ly."

rõ ràng là quá chướng!

Thú thật là tôi đến với nhạc đại chúng của Việt nam chính từ sự kết hợp giữa những ca từ thú vị của Trịnh Công Sơn và chất giọng sầu muộn của Khánh Ly. Rồi sau đó tôi mới có điều kiện tiếp xúc nghiêm túc với Chế Linh, Phạm Duy, v.v. Nghe Khánh Ly hát là như được một cái thoát – là được giải lao khỏi cái lằng nhằng vô nghĩa của nhạc giải trí vớ vẩn, là nghe những lời giầu ý tứ, được thể hiện chính là ở chất *không* „mạnh", *không* sục sôi, hay *không hề* vui tươi.

Tất nhiên tôi không đi cùng anh Liêm được, ngay ở bình diện cảm xúc, vì tôi đã bị chi phối. Nhưng dùng lập luận nghiêm túc với anh Liêm thì không đơn giản, vì anh lập luận không luôn rõ ràng:

„*Từ khi nhà Nguyễn thẩm nhập cái âm nhạc mất nước của dân tộc Chàm bằng những lời ca Huế thì triều đại này chỉ còn đi xuống dốc. Nghe nhạc Huế thì chỉ còn có muốn nhảy xuống sông Hương mà tự vẫn...*"

Liên hệ giữa âm nhạc và chính trị kiểu ấy thì đơn giản là vô nghĩa. Cứ như vậy thì cũng có thể khẳng định rằng những sáng tác của Elliott Carter cho thấy một trạng thái tinh thần mê loạn của nước Mĩ, hay những bản nhạc viết cho đàn dương cầm cuối cùng của Brahms phản ảnh bước suy vong đang đến gần của Đế chế Đức đệ nhị. Carter là điển hình cho sự đa dạng của tính sáng tạo trong nhạc cổ điển đương đại, còn những tác phẩm buồn của Brahms, mà ông gọi là „những điệu ru của tâm hồn tôi", thì được viết ở giai đoạn hưng thịnh của sự bành trướng đế quốc thời Đế chế đệ nhị.

Khi khẳng định rằng âm nhạc phản ảnh những trạng thái tập thể, trong bài của anh Liêm có một câu thú vị: „âm thanh là *logos* của tâm thức". Thực ra thì hoàn toàn ngược lại, vì ý thức nghệ thuật phản ảnh những trạng thái vô thức khác nhau của cả người nghệ sĩ lẫn môi trường, trước tiên nó sắp xếp tác phẩm nghệ thuật theo những nguyên tắc tổ chức phù hợp, hoặc mang tính lí trí, hoặc phi lí trí một cách có ý thức. Cái nguyên tắc điều chỉnh sự thể hiện nghệ thuật, mà anh nhầm lẫn gọi là „logos", là cái có *trước* sản phẩm âm nhạc ở dạng hoàn thành. Anh Nguyễn Hữu Liêm thân mến, tôi khuyên anh nên đọc các nhà kinh điển Hi Lạp *trước* khi sử dụng một cách cao ngạo những khái niệm rõ là khó tiêu như „logos". Cách tiếp nhận theo tinh thần dân túy coi „logos" như một sức mạnh bao trùm thế giới hay năng lực biến những khẳng định đơn giản thành những kết luận sáng tỏ, như vậy đây là một khái niệm được dùng nhiều cách khác nhau: ở Aristoteles thì nó thường xuất hiện trong vai một „định nghĩa" (thí dụ trong „Siêu hình học"), còn ở Platon nó lại là „biểu đạt". Tựu trung, nguyên tắc lí trí tổ chức – mà anh gọi „logos" – là thứ dẫn đến âm thanh. Chứ không phải ngược lại. Âm thanh không thể là "logos", vì cái âm thanh đang nói đến là thứ đã do con người tạo nên, chứ không còn là một tiếng động trong thiên nhiên. Lúc mê man huyền bí thì người ta có thể nâng những tiếng động gì đó kiểu nhân ngư trong sa mạc lên tầm âm thanh của vũ trụ, chứ âm thanh do con người soạn ra thì đã là sản phẩm của việc soạn nhạc một cách có ý thức.

Nhưng chưa hết: Liên hệ giữa âm nhạc và chính trị, như trong đoạn sau đây của anh Liêm:

> „....từ khi bị nhiễm lấy cái vi khuẩn của loại nhạc „mất hồn" của dân Chàm thì chỉ cần một thời gian ngắn là cả hệ thống chính trị Việt Nam bị suy đồi từ tri thức cho đến ý chí, từ tình cảm cho đến nghệ thuật. Chuyện mất nước là kết quả đương nhiên."

thì chỉ có thể gọi là dở hơi. Tôi đã đọc câu này ít nhất hai mươi lần, vì không thể nào tin nổi. Phải thành thực công nhận rằng không dễ gì mà viết ra được một điều dở dẫn đến mức như vậy.

Xin nói thêm cho rõ: Rốt cuộc thì sự suy đồi của hệ thống chính trị Việt Nam là do *nhiễm cái vi khuẩn* của nhạc Chàm chăng? *Chỉ cần một thời gian ngắn* là bắt đầu suy vong. Tuy anh Liêm không nói hẳn ra, nhưng bài viết của anh chỉ cho phép đi đến kết luận về tương quan nhân quả giữa việc nhiễm vi khuẩn nhạc Chàm và bước suy vong của quốc gia. Những nguyên nhân khác dẫn đến suy vong không hề được nêu ra. Cả hệ thống chính trị Việt Nam bị suy đồi, *từ tình cảm cho đến nghệ thuật* (sic). Chuyện mất nền tự chủ quốc gia là *kết quả đương nhiên*.

Lẽ ra talawas nên dành bài viết này đăng vào dịp ngày Hội hóa trang thì hay hơn. Tiếc rằng còn lâu mới đến dịp ấy.

---

*Patrick Raszelenberg là một thành viên trong ban biên tập của talawas.

© 2003 talawas

Nguyên bản tiếng Đức:

Die Stimme Vietnams: Khánh Ly und der Untergang des Imperiums

PATRICK RASZELENBERG

Der Beitrag von Nguyễn Hữu Liêm, „*Cái âm điệu tủi thân, bi đát*", kann nicht unwidersprochen bleiben. Der folgende Absatz ist schlichtweg skandalös:

> „*Cũng một bài hát đó, của Trịnh Công Sơn chẳng hạn, nhưng khi Khánh Ly hát lên thì nó trở thành mê muội, lạc lõng. Cái giọng lè nhè của Khánh Ly không được cân bằng với một âm sức cao và mạnh để cứu lấy âm điệu cho toàn thể âm cảnh đã làm cho bản nhạc trở nên một sự đày đọa cho người nghe. Không ai phá nát nhạc Trịnh Công Sơn và làm mất âm hưởng của chúng hơn là Khánh Ly.*"

Ich gebe offen zu, daß es gerade diese Mischung Trịnh Công Sons interessanter Texte und Khánh Lys schwermütiger Stimme war, die mir ursprünglich Zugang zur vietnamesischen Populärmusik verschafft hat. Erst danach war ich in der Lage, mich ernsthaft mit Chế Linh, Phạm Duy usw. usf. zu befassen. Khánh Ly zu hören, war wie eine Erleichterung – endlich mal nicht dieses sinnlose Gebrabbel schwachmatischer Unterhaltungsmusik, sondern aussagekräftige Sätze, die gerade *nicht* ‚stark', energiegeladen oder gar ‚freudig' vorgetragen wurden.

Natürlich kann ich Liêm bereits auf rein emotionaler Ebene nicht folgen, da ich vorbelastet bin. Sich jedoch ernsthaft mit seinen Argumenten auseinanderzusetzen, ist schon deshalb nicht einfach, weil er nicht immer klar argumentiert:

> „Từ khi nhà Nguyễn thẩm nhập cái âm nhạc mất nước của dân tộc Chàm bằng những lời ca Huế thì triều đại này chỉ còn đi xuống dốc. Nghe nhạc Huế thì chỉ còn có muốn nhảy xuống sông Hương mà tự vận... "

Eine derartige Verbindung zwischen Musik und Politik herzustellen, ist schlichtweg unsinnig. Genausogut könnte man behaupten, die Kompositionen Elliott Carters verwiesen auf einen Zustand geistiger Umnachtung in den Vereinigten Staaten, oder Brahms' letzte Klavierstücke reflektierten den nahenden Untergang des Zweiten Deutschen Reiches. Während Carter nur ein Beispiel für die Vielseitigkeit der Kreativität in der Gegenwartsklassik ist, schrieb Brahms seine melancholischen, von ihm selbst als ‚Wiegenlieder meiner Seele' bezeichneten Stücke während der Hochphase der imperialen Ausdehnung des Zweiten Reichs.

Im Zusammenhang mit der Behauptung, Musik reflektiere kollektive Zusatände, fällt der interessante Satz, „âm thanh là *logos* của tâm thức". Tatsächlich ist es genau umgekehrt, denn erst das künstlerische Bewußtsein, welches verschiedenartige unbewußte Zustände sowohl des Künstlers als auch seiner Umgebung reflektiert, ordnet das Kunstwerk entsprechend rationalen oder bewußt irrationalen Organisationsprinzipien. Das regulierende Prinzip künstlerischer Gestaltung, hier fälschlicherweise als ‚logos' bezeichnet, steht *vor* dem musikalischen Endprodukt. Verehrter Nguyễn Hữu Liêm, ich empfehle die Lektüre der griechischen Klassiker *vor* der prätentiösen Benutzung offenbar schwerverdaulicher Begriffe wie ‚logos': Während die populistische Rezeption von ‚logos' als weltumspannender Kraft oder der Fähigkeit, einfache Behauptungen zu einsichtigen Folgerungen werden zu lassen, spricht, handelt es sich um einen durchaus unterschiedlich eingesetzten Begriff, der z.B. bei Aristoteles in der Regel als schlichte ‚Definition' auftaucht (z.B. in der ‚Metaphysik') oder bei Platon für

‚Aussage' steht. Wenn überhaupt, ist das rationale, organisierende Prinzip – hier als ‚logos' bezeichnet – etwas, was zum Klang führt. Und nicht umgekehrt. Klang ist kein ‚logos', weil der hier besprochene Klang bereits menschlich geschaffen ist und keine Naturlaute darstellt. Irgendwelche sirenenartigen Geräusche in der Wüste könnte man vielleicht in esoterischer Durchgeknalltheit als die Stimme des Weltalls verklären, doch menschlich komponierter Klang ist bereits das Ergebnis bewußter Komposition. Es kommt aber noch besser:

Die Verbindung zwischen Musik und Politik, wie sie Liêm u.a. im folgenden Absatz herstellt, ist schlicht und ergreifend idiotisch.

> „....từ khi bị nhiễm lấy cái vi khuẩn của loại nhạc „mất hồn" của dân Chàm thì chỉ cần một thời gian ngắn là cả hệ thống chính trị Việt Nam bị suy đồi từ tri thức cho đến ý chí, từ tình cảm cho đến nghệ thuật. Chuyện mất nước là kết quả đương nhiên."

Ich habe den Satz mindestens zwanzigmal gelesen, weil ich es einfach nicht glauben konnte. Ehrlich gesagt, ich finde es gar nicht so einfach, derartigen Schwachsinn zu schreiben.

Zur Verdeutlichung: Der Niedergang des politischen Verwaltungsapparats Vietnams liege letztlich in der Infizierung mit Cham-Musik begründet? Kurz nach dieser Ansteckung habe der Niedergang eingesetzt. Obwohl Liêm es nicht sagt, erlaubt der Text keinen anderen Schluß als einen kausalen Nexus zwischen dieser Infizierung und dem Niedergang. Andere Gründe werden nicht genannt. Der politische Verwaltungsapparat – nicht das System, sondern der gesamte politische Apparat – habe sich auf der gesamten Linie im Niedergang befunden, „vom Gefühl bis zur Kunst" (sic). Der Verlust der staatlichen Souveränität sei das ‚natürliche Ergebnis' („kết quả đương nhiên").

Talawas hätte den Text gern für Rosenmontag aufgehoben. Ist leider noch zu lange hin.

© 2003 talawas

Ba lần Chết của Nhạc Việt

*Bài viết này gần 30 năm sau lại mang quan điểm gần như trái ngược với bài **Âm điệu tủi thân, bi đát** ở trước bài này.*

*

NGẬM ĐẮNG NUỐT CAY

Chắc bạn đã từng nghe ca sĩ Hồng Nhung hát. Một giọng ca điêu luyện, rất hay – không ai phủ nhận. Nhưng như cố nhạc sĩ Nguyễn Ánh 9 có lần phê bình rằng Hồng Nhung, hay Thanh Lam, Mỹ Linh, Bằng Kiều là những ca sĩ được đào tạo bài bản, nhưng chính kỹ năng của họ đã giết chết âm nhạc khi trình diễn. Khi kỹ thuật điêu luyện và năng lực lên giọng thật cao, kéo hơi thật dài đã trở thành trọng điểm, thì chúng trở nên khuyết điểm. *"Rằng hay thì thật là hay"* – nói theo cụ Nguyễn Du, nhưng khi nghe Hồng Nhung hay Bằng Kiều hát – thì *"nghe ra ngậm đắng nuốt cay thế nào."* Khi ca nhạc chỉ là một sự trình diễn kỹ thuật hát xướng thì cái hay của nó chỉ còn là hương vị khô khốc vô cảm.

Hãy so sánh Hồng Nhung, Bằng Kiều với Lệ Thu và Chế Linh. Khi hai ca sĩ miền Nam này hát, họ không mang nặng tính trình diễn – mà chỉ hát một cách tự nhiên, chân thành, yếu tố kỹ năng không là điểm nhấn. Khi Lệ Thu bước ra sân khấu, Chị đi chậm rãi nhẹ nhàng; khi Chế Linh bắt đầu hát, đôi mắt Anh như trải qua cơn mê hay như đang say rượu. Cái chất nhạc và lời ca đã thôi miên tâm hồn họ trước khi cất lời. Âm thanh Lệ Thu ướt đẫm cảm xúc thanh ngọt; giọng ca Chế Linh đậm đà như cơm nếp miệt vườn.

Trong khi đó, giọng hát Hồng Nhung, Bằng Kiều mang âm hưởng của cái gì đó không thật, nghe ra thì nông cạn – và nhất là cái âm sắc giả tạo. Kỹ thuật luyến láy của họ nắm đầu dây chuyển động cho lời ca – và câu hát càng lên cao, càng kéo dài, thì nó càng giao hoán tình cảm tâm hồn về vị thế phụ thuộc, và bị coi nhẹ. Nghe Bằng Kiều hát xong, không có gì còn lại trong tâm tư người nghe; khi Hồng Nhung chấm dứt câu ca kéo dài như bất tận thì khán giả mơ hồ thấy cô ca sĩ này như muốn được vỗ tay vỡ rạp. Khi âm nhạc đã bị ngoại thân hóa – tức là hát nhạc một cách vô hồn, vô cảm – thì âm nhạc đã bị phản bội.

Ví dụ, bài *"Đêm thấy ta là thác đổ"* của Trịnh Công Sơn, chẳng hạn. Cố Giáo sư Hoàng Ngọc Hiến ở Trường Viết văn Nguyễn Du thuở trước ở Hà Nội, từng cho đó là bài ca với lời thơ hay nhất của tân nhạc Việt Nam. Bạn hãy lên *Youtube* nghe Lệ Thu hát bài này, sau đó nghe Hồng Nhung hay Mỹ Linh, Thanh Lam cũng bài đó. Rồi bạn sẽ hiểu tại sao GS Hiến đã tôn vinh bài ca này của họ Trịnh như thế. Đơn giản thôi, vì ông đã nghe Lệ Thu hát nó.

Cũng một lời ca, *"Rồi bên vết thương tôi quì,"* Lệ Thu làm cho một người Hà Nội sành điệu như GS Hiến cảm nhận được tính chất bi tráng trong khiêm cung của thân phận làm người Việt Nam. Cũng với chừng lời đó, Hồng Nhung hay Thanh Lam hát, chỉ làm cho chúng ta quên mất ý nghĩa, cũng như âm hưởng không đụng đến trái tim, từ lời nhạc, khiến ta chỉ nghĩ đến cung khúc thuần kỹ năng.

Miền Nam trước 1975 có rất nhiều nhạc sĩ ở tầm cao. Từ Lê Thương đến Trầm Tử Thiêng, từ Cung Tiến đến Ngô Thụy Miên, Phạm Duy, Trịnh Công Sơn, hay Lam Phương, Trần Thiện Thanh. Nhưng ca sĩ chỉ có hai người. Đó là Lệ Thu và Chế Linh. Hai ca sĩ này là hiện thân khá tràn đầy tâm chất miền Nam thuở đó. Lệ Thu biểu trưng một thể loại nhân cách, tầm mức ưu hạng từ tri thức đến giọng nói, của một tâm hồn miền Bắc trước 1954 di cư vào Nam; trong khi Chế Linh là một niềm rung cảm từ một nền văn minh đã bị diệt vong của miền Trung, giọng ca ngọt ngào và chân tình bi đát của anh phản chiếu âm hưởng bi hùng nơi một linh hồn vong quốc.

CÁI CHẾT THỨ NHẤT

Trong khi đó, ở miền Bắc từ 1954, sau cái Thời của nhạc Tiền chiến và Văn Cao, khi năng lực quốc gia chỉ để dành cho chiến tranh, ta chỉ còn thấy một sa mạc hoang vu cho tân nhạc và ca sĩ. Có lẽ bài ca xứng đáng nhất thuở ấy là *"Năm anh em trên chiếc xe tăng."* Cái hay ý nhị của *"Trường Sơn Đông, Trường Sơn Tây"* khi đã chuyển qua bài xe tăng này, trở thành một điều nhí nhỏm như một bài đồng ca cho trẻ em hát – vừa vỗ tay, vừa hát, các em tất cả đều nhoẻn miệng cười to không ngậm lại được.

Từ trong hoang mạc âm thanh đó, những Bằng Kiều, Hồng Nhung, Thanh Lam, Mỹ Linh phát sinh. Khi các ca sĩ miền Bắc này cất lời ca cho một bài thật là sến của Tú Nhi chẳng hạn, thì họ chỉ nâng cao kỹ năng của *"Năm anh em trên chiến xe tăng"* vào một dòng nhạc vốn đã phủ nhận cái kỹ năng đó tự bản chất. Cho dù Hồng Nhung hay Thanh Lam, Mỹ Linh, có cố gắng bao nhiêu đi nữa, họ cũng sẽ không thể khai mở và chuyên chở được dòng mạch ngầm linh cảm của nhạc Trịnh được. Và khi Bằng Kiều muốn hát nhạc Chế Linh, anh ta đã gột bỏ hết cái chất sến rất bình dân, rất thật tình, rất gần gũi của thể loại ca từ và âm hưởng *bolero* đó.

Âm nhạc khác với toán học – điều dĩ nhiên. Trong khi số học phát huy tính đơn vị đơn lập, thì âm nhạc mang bản sắc liên đới. Một con số tự nó mang một ý nghĩa quy định, nhưng một nốt nhạc, một lời ca đơn thuần chỉ là số không vô nghĩa. Tính liên đới của âm nhạc không những mang tính nội hàm, tức là từ nốt này chuyển sang nốt kia, lời này tiếp lời trước, mà còn bao gồm tính quan hệ tương tác giữa lời ca, nốt nhạc – và quan yếu nhất là giữa ca sĩ với người nghe. Khi ca sĩ hát, như Hồng Nhung hay Bằng Kiều, cất tiếng ca điêu luyện của họ, tính tương tác giữa người nghe và ca sĩ bị cắt đứt. Ta không thấy cảm thông, không bị xúc động bởi bài ca họ hát được.

Ngược lại, nghe Lệ Thu hát *"Hẹn Hò"* của Phạm Duy, Chế Linh hát *"Túy Ca"* của Châu Kỳ, người nghe bị cuốn vào âm hưởng nơi lời ca – như thấy mình được trôi chảy hay nâng cao bằng cảm xúc cho đến cuối bài. Cũng những lời ca nốt nhạc ấy, nhưng Hồng Nhung hay Bằng Kiều hát lên thì thấy linh hồn của nhạc đã bỏ rơi âm thanh. Nỗi khát khao được vỗ về và an ủi cho cuộc đời bình nhật đau thương thì ngược lại, khi nghe họ hát, bỗng trở nên một gánh nặng mệt nhoài.

CÁI CHẾT THỨ HAI

Nếu từ 1954, chính trị và ý thức hệ đã giết chết âm nhạc ở miền Bắc như thế nào, thì sau 1975, các ca sĩ xuất thân từ miền Bắc sau 1954 đã giết nhạc miền Nam như thế ấy. Âm nhạc Việt đã trải qua hai lần chết. Một đằng thì chính trị phủ định tâm hồn cá nhân qua âm hưởng; đằng này thì kỹ năng trình diễn thiếu tâm hồn đã hủy hoại ca từ bằng ý chí xác định ngã thức qua âm thanh.

Mỗi lần nghe Hồng Nhung hát nhạc Trịnh hay Bằng Kiều hát nhạc *bolero*, ta thấy như họ cầm dao sắc ngọt ngào cắt đứt bản nhạc cũ mòn trên tay. Những ai đã từng nghe Chế Linh hát "Thói Đời" xong nghe qua Bằng Kiều hát "Hoài Cảm" hay "Đắp mộ cuộc tình" thì sẽ thấy điều này. Một đằng là cơm gạo đồng quê mới giã cối ăn với rau dền hái sau vườn, đằng kia là chiếc bánh *hamburger* của tiệm McDonald nơi góc phố đầy âm thanh. Ôi cái Thời của tiếng ồn thay cho tiếng nhạc.

Lần nữa, âm nhạc Việt đã trải qua hai ba lần chết. Một đằng bởi ý chí chiến thắng, một đằng với nghệ thuật hòa bình. Không ngạc nhiên sau 1975 âm nhạc Việt Nam không còn ai sáng tác gì mới và hay nữa.

CÁI CHẾT THỨ BA: KARAOKE

Vâng, kỹ năng hát cũng như là kỹ thuật karaoke tối tân từ công nghệ Nhật Bản. Cả hai cùng là dao sắc đâm chết âm nhạc Việt. Với karaoke, ngày nay, xã hội và con người Việt ta lại còn chịu đựng thêm một cái chết âm nhạc nữa. Đó là cái chết rất hồn nhiên và bình dân từ năng ý trình diễn của dân ta. Hằng đêm, khi ta đi vào bất cứ ngõ phố nào, làng quê nào, thì các loa karaoke inh ỏi cũng muốn bắt chước Hồng Nhung, Bằng Kiều để mà giết chết Chế Linh và Lệ Thu. Trong thao thức vì mất cơn ngủ bởi đám ca sĩ miệt vườn eo éo thâu đêm bên hàng giậu, ta mới cảm nhận được cái ý từ câu ca của nhà Trịnh, *"Người chết (ba) lần thịt da nát tan."*

Hai năm trước, 2021, khi nghe tin Lệ Thu qua đời ở California, chúng ta phải đã cùng tiếc nuối. Bởi vì, cái chết của Chị là dấu ngoặc cho một Thời Quán âm nhạc Việt Nam đã đi qua và không bao giờ trở lại.

Nhạc Việt đã bị giết chết từ lâu. Kể từ nay sẽ không còn một Lệ Thu, một giọng hát Chế Linh nào nữa cho chúng ta nghe và đồng cảm nữa.

Cái tật Văn Chương Tào Lao

*Bài này đã tạo nên những phản ứng mạnh
từ giới viết văn, làm thơ người Việt ở hải ngoại.
[Xin đọc 3 bài phản hồi đăng sau bài viết này]*

*

Cái bệnh của học giả, nói như Nietzsche, là không viết lên được gì nếu không dựa trên sự trích dẫn từ kẻ khác. Tính sáng tạo của viết lách trên bình diện tư tưởng là sự nấu nướng những gì có sẵn thành một món ăn mới. Thế còn viết văn? Là đem những vật liệu còn sống, chưa được nấu, cứ để như vậy và bày biện thành món ăn với thật nhiều gia vị. Giá trị của văn chương là phẩm chất tươi mát của sự trình bày. Và đó cũng là cái khuyết điểm lớn của nó: trạng thái sống sượng của sự kiện chưa được nấu nướng, chuyển hóa.

Văn hóa Việt Nam là một thứ phong hóa văn chương: một quá trình dàn dựng sự thể của sự kiện nhân sinh vào một mâm cỗ ngôn ngữ, cho thêm nhiều gia vị, và không được chuyển hóa. Người ăn mâm cỗ văn chương tiếng Việt phải chấp nhận cái tươi mát và sống sượng của cuộc đời làm thực phẩm cho mình. Và dù họ có nhận thấy sự giới hạn và nghèo nàn của thức ăn sống, họ cũng không có chọn lựa nào vì con người và văn chương Việt Nam chưa bước lên tới bình diện tư tưởng để chuyển hóa sự thể sống sượng của sự đời lên đến các phạm trù khái niệm. Người đọc văn tiếng Việt phải ngậm đắng nuốt cay mà nuốt tiếp cái phong hóa văn chương này.

Giá trị của tư tưởng nằm ở bình diện khái niệm và nguyên tắc: tính trừu tượng của ý thức được chuyển hóa từ sự thể trần truồng. Nó như là công việc nấu nướng vốn đòi hỏi nhiệt độ cao của lửa nhằm chuyển hóa đồ ăn sống sang thức ăn chín cho con người. Ẩm thực là một quá trình văn hóa đòi hỏi chuyển hóa từ nấu nướng, dọn ăn, hành vi ăn uống và sự tiêu hóa của thức ăn khi được đưa vào miệng cho đến khi trở thành nhiệt lượng để nuôi sống cơ thể. Khi chúng ta ăn là chúng ta tiếp nhận cái gì đã được chuyển hóa nhằm thúc đẩy một tiến trình tiêu hóa mới trong cơ thể. Cũng như thế, khi chúng ta đi vào thế giới của ngôn ngữ, của sách vở, cái cần thiết là tư tưởng – khi cuộc đời đã được thăng biến trên cơ sở phạm trù. Văn chương Việt Nam thiếu cái đó. Nó cứ dọn những bữa ăn bằng thực phẩm tươi sống và đổ lên thật nhiều gia vị. Đối với trái cây hay là salad thì được. Nhưng lịch sử và con người Việt Nam là thịt, là cá, là gạo. Nếu không nấu, kẻ ăn chỉ có bị bội thực và ngộ độc. Lịch sử và văn hóa Việt Nam đang bị bội thực và ngộ độc vì khả năng tri thức của dân tộc chỉ dừng lại ở biên giới văn chương — thứ văn chương thuần diễn tả.

Hãy nhìn Việt Nam suốt năm mươi năm qua cho đến hôm nay. Lâu lâu lắm mới có một vài tác giả viết về tư tưởng, nhưng hoàn toàn thiếu sáng tạo, và rồi bị bỏ quên. Trước 1975, ở ngoài Bắc chỉ có học thuyết Marx–Lenin, vốn không thể gọi là tư tưởng vì không có tự do tư duy; còn trong Nam thì một chút triết học hiện sinh từ Âu Châu nhiễm trùng văn chương bị bày biện vụng về trên các mâm cỗ tràn ngập đồ ăn chưa được nấu, sống sượng và thô thiển. Ngày nay vẫn còn như thế, cái phong hóa văn chương này trở nên một cái bệnh "văn học." Nhìn đâu cũng thấy "văn học" – kể cả những cái gì rất là "vô văn học." Cái phong trào văn học và thi ca này trở thành chất men chính cho thế giới tư duy Việt Nam. Muốn nói một điều gì, người Việt đều nói qua thể dạng văn chương và thi ca và nhân danh chúng là văn học. Các tạp chí nhan nhản khắp nơi ở hải ngoại, kể cả các mạng điện tử, đều cũng chỉ có cái màn kịch – và trò chơi – văn học. Cả một cộng đồng ngôn ngữ tiếng Việt bị chìm đắm và ngột thở trong cái sống sượng và chưa tiêu hóa của những làng xã văn học vốn chỉ làm xanh tươi những lũy tre và các cụm chuối – chứ không gầy giống và nuôi nổi một gốc cây đa lớn nào.

Với cái tật văn chương, và là một hệ quả từ đó, con người trí thức Việt ở khắp nơi, mang một năng ý lạ: ý chí làm báo. Báo chí là một thứ văn chương: dọn các mâm cỗ chỉ có diễn tả sự kiện còn sống sượng. Tật làm báo cũng như tật viết văn, làm thơ – tham dự vào các trò bát nháo. Đây là cái thói quen thích nhậu nhẹt ở những vỉa hè ồn ào, náo nhiệt mà trong đó, con người với cơn say tràn ngập cảm giác kích động với cái đang là. Đi vào các làng xóm văn chương hải ngoại cũng như trong nước, khi các cụ, các bà văn chương gặp nhau là chỉ có nhậu nhẹt, ồn ào. Và cái phong hóa của họ được thể hiện trên các tờ báo, các tạp chí văn chương: ồn ào với đầy thức ăn chưa được nấu. Ngày nay thì còn nguy hơn với các trang báo điện tử trên mạng. Người Việt mình suy nghĩ cả năm mà còn chưa viết lên được một câu ra hồn; huống gì bây giờ họ viết lách theo tốc độ của điện.

Người Việt ở ngoài Bắc thì ưa viết văn, người Trung thì làm thơ, người Nam thì làm báo. Văn của dân Bắc Hà thì mang cái bệnh đểu, bệnh "sâu sắc" của diễn tả bóng gió, nói cay, nói đắng, lấy cái gia vị của ớt, của gừng làm cái ngon miệng – vì thức ăn chính chẳng có gì. Dân Bắc viết văn thì cũng giống như ăn một chén cơm gạo sống mà hai phần ba là gừng, là tỏi, là nghệ. Thế mà bà con cứ ào lên khen hay. Đọc Nguyễn Huy Thiệp, Phạm Thị Hoài, hay gần đây, Nguyễn Quang Lập, thì thấy điều đó. Dân Trung thì đem cái máu thi ca vớ vẩn biến thành cuộc đời: ý chí đi làm cách mạng và đi tu. Xứ nào càng khổ thì càng nhiều thi sĩ. Các thi sĩ này biến thi ca thành ý chí hiện sinh: các tu sĩ và chính trị gia chỉ là các nhà thơ thất chí với cuộc đời. Dân gốc Quảng Trị, Quảng Nam bị cái bệnh thi ca này nhiều nhất vì không có cái xứ nào vừa nghèo, vừa đầy nhấp các tu sĩ của các tôn giáo, và nhiều con người muốn hy sinh cuộc đời cho cách mạng và chính trị như vậy. Còn dân Nam thì ưa nhậu. Và khi nào xỉn xỉn lên là hay ca vọng cổ. Tôi đề nghị là Sài gòn nên đặt tên cho đúng bản chất của nó và con người ở đó: thành phố Nhậu. Khi nhậu say lên là dân Nam ta nói chuyện làm báo. Vì báo chí là một kiểu nhậu khác – nhậu văn chương.

Nhưng dân Việt cả ba miền, viết văn, làm thơ, hay là làm báo, đều cũng chỉ là một loại: thứ mắc bệnh văn chương. Dân Bắc bây giờ bị đồng hóa bởi dân Nam qua cái bệnh nhậu, bệnh làm báo. Thử hỏi: nếu cái niềm vui duy nhất – và cao nhất – của dân Bắc bây giờ là ngồi bệt xuống chiếu bên bờ đê sông Hồng để ăn thịt chó và uống bia hay rượu đế, thì mần răng mà dân ta có tư tưởng cho được? Không những chỉ ở ngoài Bắc, mà là cả nước, đi đâu cũng là những bàn nhậu ồn ào, ăn tục nói phét, mà ở đó con người hành động thiếu tư cách, thiếu nhân phẩm, hạ cấp. Ở hải ngoại cũng thế, khi các cụ các bà các cô các cậu văn học ngồi lại là biến thành bàn nhậu. Không thấy có hội thảo nghiêm chỉnh, không có bài nói chuyện của những khách được mời. Các xóm văn chương hải ngoại, cũng như trong nước, lấy cái bầy nhầy, vô nghĩa làm vui, làm lẽ sống. Vì vậy, ngay cả ở tầm mức văn chương, các cộng đồng Việt Nam cũng chưa khá lên được. Đừng mong chờ gì ở bình diện tư tưởng.

Đó là chưa kể đi đâu cũng nghe các cô cậu viết văn tiếng Việt lý luận, trao đổi theo cái phong trào "deconstructionism" và "post-modernism" – tức là *"lấy cái thấp để giải thích cái cao."* Nhìn đâu họ cũng lấy chuyện dục tính, quyền lợi kinh tế, quyền lực là cái chính để giải thích cho sự việc. Không còn giá trị tinh thần, không còn thế giới của khái niệm và nguyên tắc, không có trực giác về ý nghĩa. Cái sành điệu của trí thức Việt Nam ngày nay là thứ sành điệu văn chương của các bàn nhậu thịt chó ở các vỉa hè ồn ào, dơ bẩn.

Có lần Tô Văn, một nhà báo gốc Bắc, ở Sài Gòn trước 1975, nổi tiếng là ăn thịt chó, uống rượu, hút thuốc phiện, nói rằng, *"Hễ ghét thằng nào thì xúi nó làm báo. Hễ nó dính vô nghề báo là nó mang nghiệp vào thân. Chẳng bao giờ nó bỏ được, dù sẽ tan nát gia can, nghèo, khổ, lao động như là chó."* Tô Văn có cái thú là, mỗi buổi chiều, khi báo mới được in ra, đem về phòng, hút thuốc phiện, và đọc bài của mình viết. Và chỉ đọc duy nhất có mỗi bài mình viết. Cái thú đọc bài mình viết trên báo thì giống như một cậu thiếu niên mặc áo đẹp nhìn vào gương ngắm nghía mình. Không có gì là mới hay lạ cho đối tượng cả. Nó chỉ là cái ta, cái ngã mạn được xoa nắn. Đó là cái thú văn chương trong vòng lẩn quẩn: lấy cái hiện tại của sự kiện quen thuộc, bày biện nó lại qua một thể tướng hơi khác, để chiêm ngưỡng lần nữa. Trong cái thú này, con người bị chìm đắm vào cái ta, không bước lên hay thoát ra ngoài cái tù túng của cuộc sống bằng tinh thần hay tư tưởng. Vì văn chương thiếu tinh thần và tư tưởng không đánh thức được ai. Nó chỉ ru ngủ thiên hạ – và làm cho mình bị say đắm với chính mình.

Trở lại để trích dẫn Nietzsche lần nữa: *"Con gà mà đẻ nhiều thì trứng sẽ nhỏ đi."* Cái dở của văn chương Việt Nam là nhiều chữ quá mà không nói lên được điều gì. Văn chương diễn tả làm cho người đọc bị kiệt sức: một múi chanh của sự thể khi vào trong tay của nhà văn Việt thì bị vắt, vắt, vắt, đến nát nhừ nhằm rút ra thêm được chút tàn lực của chất chua, chất chát. Nói tới, nói lui, theo Nguyên Ngọc, thì cũng chỉ lặp lại một âm điệu đã nhàm – cái âm điệu bi đát, ai oán, đầy tiêu cực và thiếu tinh thần. Cuối cùng họ chỉ lặp lại chính mình.

Cái tật văn chương, làm báo, làm thơ, tiêu hóa thời gian qua cái bận rộn của chữ nghĩa trống rỗng, đang là cái vũng bùn mềm nhũn làm lún chìm hết cả một thế hệ Việt Nam. Thôi đi các anh chị viết văn Việt Nam: hãy tha đi cái múi chanh của sự đời dân tộc. Hãy đứng lên và bước ra khỏi vũng bùn lầy của sự kiện – cái văn chương tào lao – để bước đi.

(talawas 8/2003)

Thứ Hai tuần sau của văn chương

PHẠM THỊ HOÀI

Trong tất cả những đối tượng được hân hạnh hứng chịu sự bất mãn khôn nguôi của chúng ta, văn chương Việt nam luôn ở hàng số một. Danh mục những sản phẩm *made in Vietnam* kém chất lượng không đến nỗi ngắn, mà ít mục nào được điểm danh thường xuyên như văn chương. Mười năm nay mỗi lần về tôi đều nghe một bộ phận đáng kể của văn giới và công chúng than rằng văn chương trong nước *dạo này* nhạt nhẽo, xuống cấp, không có gì đáng đọc. Trong cảm giác ngôn ngữ của tôi, *dạo này* là một khoảng thời gian vô tận, chẳng chừa cả thời Nguyễn Du âm thầm viết Kiều. Mười năm nằm tốt trong một *dạo này*, và một *dạo này* không có vẻ gì là ngày mai sẽ dứt. Cũng mười năm ấy, văn giới Việt hải ngoại quen dần với nhận định có vẻ cay đắng nhưng không nhất thiết ảnh hưởng nghiêm trọng đến chất lượng sống của cộng đồng, rằng văn chương Việt ở ngoài nước *hiện nay* buồn tẻ, khủng hoảng, cạn kiệt sức sống. Cảm giác ngôn ngữ của tôi ở đây cũng vậy, *hiện nay* là một khái niệm trùng với đoạn thời gian vài ba thập kỷ về phía trước và về phía sau cái hiện tại. Đem phận mình ra tính thì được một đáp số sáng tỏ: toàn bộ đời viết của tôi, trừ khúc đầu thử bút tập nghề và khúc cuối dọn nghề bằng hồi kí, phần chính còn lại rơi gọn trong một *dạo này* và một *hiện nay* ê chề ấy. Người viết, người phê bình, người đọc, và cả người không hề liên quan đến ba hành vi ấy mà chỉ quan sát, chẳng ai thua ai trong khả năng thất vọng về văn chương nước nhà. Bản thân tôi cũng đã nhiều dịp luân phiên từ bốn vị trí ấy mà tự giày vò mình và kẻ khác. Thất vọng là thứ không bỏ công chăm sóc vẫn sinh sôi, đầu tư vào đó chẳng bao giờ sợ hở, song một lúc nào đó kẻ đầu tư khôn ngoan sẽ tự hỏi: văn chương Việt nam có quan trọng đến mức ta cứ phải bền bỉ thất vọng về nó như vậy, hay bóng đá Việt nam mới thực xứng đáng hưởng cái ưu đãi ấy hơn.

Philip Roth, đại gia của một trong những nền văn học có sức mạnh và thế lực nhất hiện thời, văn học Mĩ, người suốt sự nghiệp cầm bút năm mươi năm chưa bao giờ phải lo thiếu độc giả hoặc không được giới phê bình để mắt, khẳng định trong một phỏng vấn vào tháng ba năm nay[1], rằng sự cáo chung của văn chương từ nước Mĩ đã lan rộng khắp hoàn cầu, ba mươi năm nữa là văn chương tuyệt chủng. Khi người phỏng vấn trách ông xem thường mấy ngàn năm của văn học sử, Philip Roth đập lại: Mấy ngàn năm thì đã sao? Lịch sử của khủng long những mấy triệu năm rồi cũng chấm dứt. Mỗi thời đại có kết cục của nó.

Nửa thế kỉ vừa qua không nơi nào sản sinh ra nhiều tác phẩm văn chương có ảnh hưởng mạnh mẽ đến đời sống văn học thế giới hơn Mĩ. Lời tiên đoán đen của một nhà văn thành đạt nay đã đi đến đoạn chót đời mình như Philip Roth cũng chỉ nên hiểu như một cách nói, mà những sứ giả của buổi cáo chung lại thường chăm chỉ hơn các đồng nghiệp phía bên kia của họ. Ba mươi năm nữa nòi khủng long cầm bút nhất định chưa tận diệt, cái chết được báo trước nhiều lần ấy hàng năm đều được gia hạn, ít nhất là đến năm 2545, khi cái *Brave New World* – trong đó chúng ta sẽ được nếm mùi sốc điện mỗi khi sờ vào sách và hoa, cho đến khi chừa hẳn - của Aldous Huxley khai trương. Nhưng ta hãy nói thẳng: ngày nay, trong một trăm điều chi phối trực tiếp đời sống của con người hiện đại, văn chương đã tụt xuống hàng 90-100; trong những quyết định trọng đại có thể biến một số phận này thành một số phận khác hay thành một không-số-phận, văn chương hầu như vô can; trong cuộc mưu cầu hạnh phúc của 6 tỉ người trên trái đất, văn chương không hề là giải pháp ưu tiên. Điểm hẹn và điểm đến của thế kỉ vừa bắt đầu này ở đâu, chắc chắn không ở trong nghệ thuật viết văn. Tương lai và văn chương, hai thứ đó tách khỏi nhau ngay khi ta đưa con đến trường và thầm mong nó sau này thà làm thợ hơn làm thơ, thành một kĩ sư cầu đường

---

1 Berliner Zeitung số 69, ngày 22/23 tháng 3.2003

chứ đừng kĩ sư tâm hồn, giỏi thí nghiệm với những cái ống thủy tinh chứ đừng lắc, trộn và phân hủy những con chữ..., vì nói như George Steiner, một nhà hùng biện khác của buổi cáo chung: giới khoa học kỹ thuật là những ông hoàng hạnh phúc, họ biết rằng Thứ Hai tuần sau còn thú vị hơn Thứ Hai tuần này.

Thứ Hai tuần sau của văn chương không phải là ngày Thứ Hai cuối cùng, tôi còn đủ gan tuyên bố như vậy. Nhưng nó ngắn hơn Thứ Hai tuần trước. Chiếc áo choàng của văn chương từng trùm hết dáng vóc ta bao nhiêu thế kỉ tuy không rơi cùng nền quốc học khoa bảng truyền thống, song kể từ ấy, vỏn vẹn trong vòng một thế kỉ, qua mỗi thế hệ lại hụt thêm vài gang, hẹp đi vài tấc, thiếu mất vài vạt. Đụp những mảnh cuối cùng còn lại thành món trang sức hay lưu niệm đã là nhiều. Anh Nguyễn Hữu Liêm mong xã hội Việt bỏ cái *phong hóa văn chương*, *cái tật văn chương, làm báo, làm thơ* và giục văn giới bước ra khỏi *vũng bùn* của *văn chương tào lao*. Cái lo này có vẻ như lo bò trắng răng. Đất nước một thuở *rũ bùn đứng dậy sáng loà* ấy có những đầm lầy đáng kinh hãi hơn cái *vũng bùn* bé xíu sót lại của văn chương. Sục được nửa bàn chân vào đó là hết, chết đuối trong chậu giặt còn dễ xảy ra hơn. Đừng nhìn thơ trên báo Nông nghiệp, truyện ngắn trên báo Công an và phê bình văn học trên báo Sức khoẻ và đời sống mà lầm rằng văn chương trấn thủ ở mọi trọng điểm. Trang đầu không dành cho nó, và ở cột báo bên cạnh, Mác-Lê-học cũng thở những hơi cuối cùng. Thời đại đã đi theo một tinh thần khác hẳn. Người ta mua Công an vì Năm Cam, mua Sức khoẻ và đời sống vì SARS, không ai mua Nông nghiệp. Khi tạm trú ở mọi nhà là khi văn chương sắp hoàn toàn vô gia cư, lâu đài một thuở của nó đã thanh lí sang chủ khác. Nhà văn thành kẻ ăn mày, độc giả là người bố thí. Cũng đừng nhìn sự nở rộ của ngành công nghiệp Văn với dây chuyền Học văn-Dạy văn-Thi văn ở trường phổ thông, ngành kinh tế mới mẻ đang thu hút toàn bộ tinh hoa của giới nghiên cứu và phê bình văn học nước nhà, mà cho rằng văn chương vẫn vẫy gọi. Nó chỉ là hòn gạch gõ vào cánh cửa lập nghiệp, nói theo cách của Lỗ Tấn[2], cửa mở rồi thì quăng gạch, không đoái nhìn. Sớm muộn nó sẽ bị những chìa khóa hợp lí hơn thay thế. Tôi không thật hiểu anh Nguyễn Hữu

---

2 Lỗ Tấn, *Thày Khổng ở Trung Quốc ngày nay*, *Tạp văn Lỗ Tấn*, Trương Chính dịch và giới thiệu, Nxb Giáo dục, 1998

Liêm muốn nói đến văn chương nhân loại nói chung, hay một kiểu văn chương nhất định, hay gộp mọi văn chương của người Việt vào *cái phong hóa văn chương* (?) và *cái tật văn chương*. Nói cách khác: anh chỉ đề cập đến thứ *văn chương tào lao* hay anh cho rằng đã văn chương thì ắt tào lao, hoặc đã văn chương Việt thì ắt tào lao? Các phạm vi khác nhau này không được anh phân biệt thật chu đáo, nhưng bất luận thế nào, cho phép tôi trấn an: đừng lo văn chương kìm chân chúng ta. Hãy lo giữ nó ở thêm một tuần nữa.

*

Trong mọi cố gắng giải thích sự thất vọng của chúng ta với văn chương Việt nam, nhận định rằng văn chương ấy thiếu tư tưởng chiếm một vị trí đặc biệt: nó được đưa ra vô điều kiện và thường được tiếp nhận cũng vô điều kiện. Nó ít nhiều mang mầu sắc của lời phán xử cuối cùng, nhưng lại là khả năng phán xét trước nhất. Nói cách khác: con bệnh văn chương Việt nam chỉ cần nằm ra là được chẩn đoán rằng thiếu tư tưởng trước khi mắc những chứng hiểm nghèo khác, nhưng không cần mắc những chứng hiểm nghèo khác nó cũng tắc tử, vì thiếu tư tưởng được coi như thiếu một loại máu thuộc nhóm không tồn tại ở người Việt.

Để so sánh: Nhận định rằng "ẩm thực Việt nam thiếu tư tưởng" không có hi vọng được đồng tình ở bất kì cấp độ nào, dù vai trò của văn hóa nói chung và một vai trò nhất định của triết lí, thậm chí của triết học, trong những thành tựu ẩm thực là hiển nhiên. Chúng ta sẽ tiếp tục chắt từ chè, cháo, phở, cơm đầu ghế và cỗ bàn, thịt chó, nước mắm và rượu quốc lủi ra minh triết, vũ trụ quan và cả nhân sinh quan của phương Đông truyền thống và của riêng dân tộc - tôi từng được đọc một khảo cứu rất đáng yêu về tư tưởng hiện sinh trong sự ăn của người Việt-; chúng ta sẽ không ngừng nâng tâm hồn ăn uống lên cấp quốc hồn, người sành thì trọng tiêu chuẩn này, kẻ ăn máng uống gầu thì đề cao điều kiện kia, song tất cả đều biết rõ, tư tưởng không hề là phương tiện, lại càng không là mục đích của nền ẩm thực nước nhà. Còn văn chương Việt nam, vì sao lời trách nó thiếu tư tưởng lại có thể là một lời trách cần lưu ý?

Thêm một so sánh nữa: Một nhận định có tần số xuất hiện cao khác, rằng văn chương Việt nam thiếu chuyên nghiệp, buộc phải đi kèm lí giải về tính chuyên nghiệp trong văn chương, dù hình dung của chúng ta về điều này thường xa nhau không kém quan niệm của mỗi người về bản chất của nghệ thuật. Có lần ở Hội chợ sách Frankfurt, khi được hỏi bao giờ cái hội chợ sách lớn nhất hành tinh này lấy một nước thế giới thứ ba làm trọng điểm, giám đốc một nhà xuất bản Đức chuyên về văn học các nước Á, Phi, Mĩ Latinh do dự một hồi, xin lỗi nhiều vòng, rồi cho biết: Văn chương các nước bị coi là chậm phát triển ấy có thể hay thật, có thể hết sức quan trọng, không ai nghi ngờ điều đó, nhưng có phần thiếu thao tác chuyên nghiệp. Dường như 99% sách xuất bản ở những xứ còn tương đối lạc hậu ấy không nằm chờ phút nào trên bàn của biên tập viên. Chúng tự do mắc những lỗi mà không một tác phẩm dù tầm thường nào ở đây còn mắc phải. Trong những cuốn tiểu thuyết có thể rất vĩ đại ấy, một nhân vật bị tấn công bất ngờ lúc đang tắm dưới vòi hoa sen có thể rút ngay súng ra để tự vệ. Độc giả khó chấp nhận được là nhân vật đó giắt súng trong người, nghĩa là để nguyên quần áo và cả súng nữa mà tắm. Việc của biên tập viên là tế nhị đề nghị tác giả cho nhân vật của mình để súng ở đâu đó trong tầm tay, chỉ cần kẻ tấn công không trông thấy là được. Hoặc một nhân vật đang dạo chơi ngoài đồng cỏ mênh mông bỗng nghe bản tin truyền hình buổi tối. Độc giả chắc cũng không chịu hình dung rằng ở xứ ấy, mỗi đồng cỏ đều có ti vi đặt sẵn. Việc của biên tập viên là khéo léo gợi ý rằng, có lẽ đồng cỏ ấy không mênh mông lắm, có thể là một vạt cỏ cạnh nhà, từ đó có thể nghe rõ bản tin nếu tivi trong nhà văn to hết cỡ. Nhưng nhà văn các nước ấy rất kiêu hãnh, luôn nhấn mạnh quyền tự do sáng tác và hư cấu, đem những trọng lượng khổng lồ của trường phái hiện thực huyền ảo ra làm vật tổ, rồi kinh tởm thói bò sát hiện thực của biên tập viên và cho rằng mình xứng đáng được những nhà xuất bản và biên tập viên có nhận thức văn học cao hơn quan tâm đến. Kết quả như thế nào thì đã rõ.

Các nhà văn nước ta tất nhiên cũng kiêu hãnh và không buộc phải chia sẻ quan niệm khiêm tốn này về tính chuyên nghiệp, nhưng ít nhất đó là một nhận định rành mạch, giới hạn rõ ở phạm vi "thao tác". Còn nhận định về sự thiếu vắng tư tưởng ở văn chương Việt nam lại thuộc loại nhận định không buộc phải rành mạch như vậy. Rất gần với một nhận định khác, rằng văn chương Việt nam không lớn nổi, với thoả thuận ngầm rằng ai cũng hiểu thế nào là lớn và bé, nhận định của tác giả bài *Cái tật văn chương tào lao* cũng dựa trên sự thoả thuận ngầm rằng chúng ta đều hiểu thế nào là *tư tưởng*, hay ít nhất hiểu điều đang bàn tới. Cho phép tôi đứng ngoài thoả thuận ấy.

Tôi không hề dám chắc, cái gọi là *tư tưởng* đang thiếu trong văn học Việt nam ấy thực ra là cái gì. Chủ nghĩa Mác-Lê là cả một hệ tư tưởng khổng lồ, đương nhiên như vậy, không vì việc đã thất bại với tư cách quốc đạo mà nó mất vị trí là một trong những hệ tư tưởng có ảnh hưởng lớn và đáng ghi lại trong lịch sử nhân loại, rút cục thì Nho giáo với hệ tư tưởng của nó cũng từng là quốc đạo của chúng ta một thuở và cũng đã cáo chung. Song lễ tiễn đưa một quốc đạo không bao giờ được cử hành trùng ngày với buổi chia tay toàn bộ hệ thống các giá trị tinh thần mà nó để lại. Cũng không vì tính chuyên chế trong sự tiếp nhận, truyền bá và ứng dụng nó mà chủ nghĩa Mác-Lê bị tước quyền là một thành tựu tư tưởng, rút cục thì rất nhiều chương trong lịch sử Thiên chúa giáo, tôn giáo chỉ cho phép thờ một đấng tối cao, được viết bằng sự không khoan nhượng đẫm máu đối với những kẻ không cùng đức tin. Hệ thống tư tưởng biện minh cho chủ nghĩa phát xít chắc chắn là một trong những sản phẩm kinh hoàng nhất của nhân loại, song khó mà lập luận rằng nó *vốn không thể gọi là tư tưởng* vì có Lò Thiêu. Nếu *tư tưởng* nằm trong những hệ tư tưởng, hệ ý thức như vậy, dù đang thịnh vượng hay chỉ còn là cái bóng, chúng ta dễ đồng ý với nhau rằng văn chương Việt nam đã và đang tải nhiều tư tưởng, đặc biệt là triết lí xã hội và nhân sinh, tới mức cái khao khát quẳng bớt đi chút ít mà vui với con chữ thuần túy là một khao khát chính đáng, một phản ứng tự nhiên, một nhu cầu giải phóng, dù con chữ chẳng bao giờ thuần túy. Có gì đáng ngạc nhiên, khi thế hệ cầm bút trẻ nhất của chúng ta thà nghịch những trò như nặng đào tiên, đái vào rượu thánh, đại náo một thiên cung nào đó và chịu chôn dưới trái núi khổng lồ của bản năng, chứ nhất định không nhận cái vòng tư tưởng xiết vào đầu để theo ai lên đường đi làm việc lớn? Kiệt sức vì lên gân tư tưởng, phải vài ba thế hệ liên tiếp cho phép mình quyền nằm khểnh, hoặc quay lưng với những "câu hỏi lớn" và "đại tự sự", những "vấn nạn tư tưởng" và "trăn trở siêu hình", những "nỗi đau nhân loại" và "tiến bộ xã hội", những "suy tư bản thể" và "đối thoại tâm linh", những "ý thức dân tộc" và "đi tìm bản sắc", những "tầm vóc lịch sử" và "viễn kiến tương lai", những "chiều kích tư duy", "độ sâu tư tưởng" và "tầm cao trí tuệ", những "cột mốc của lí trí phê phán" và "bước ngoặt của nhận thức"..., hoặc biến chúng thành đối tượng giải trí, khi ấy nhu cầu về *tư tưởng* mới có thể trở lại như một nhu cầu tự nhiên và căn bản nhất.

Không ngừng tải đạo, trước hết là các quốc đạo, nếu trách chỉ có thể trách văn chương Việt nam suốt lịch sử đã quá chăm chỉ thực hành bổn phận tư tưởng, như thể đó là điều duy nhất có hiệu lực, như thể văn chương là nghệ thuật móc mấy bộ chữ lên những chiếc đinh tư tưởng đã đóng chắc. Cái có mặt quá nhiều thường giống cái thiếu vắng ở chỗ: giá trị hiện diện của cả hai đều bằng nhau. Anh Nguyễn Hữu Liêm đã lấy thừa làm thiếu có lẽ vì như vậy. Nhưng viện dẫn lịch sử văn học Việt nam để bảo rằng nó quá thừa tư tưởng thì cũng chỉ là một cách nói hùng biện. Vấn đề hẳn không nằm ở cái thừa hay thiếu của một thứ không cân đong được trong một thứ không tính đếm được. Nếu không thể tránh dùng chữ *tư tưởng* ấy, câu hỏi giản dị nhưng thiết yếu hơn sẽ là: giá trị tư tưởng của một tác phẩm văn học -chứ không phải của một luận văn triết học, của một chương trình tôn giáo, của một cương lĩnh chính trị, của một phong trào xã hội, của một lối sống, của một cuộc cách mạng kĩ thuật, v.v.- là cái gì? Trả lời được câu hỏi ấy, ít nhất ta biết rằng, nếu một nghị quyết chính trị có nhã ý đem tặng giá trị tư tưởng của nó cho văn học thì đó là một món quà mà văn học khó từ chối, nhưng đừng đem ra dùng; nếu một nhân vật tiểu thuyết xuất hiện chỉ để thỉnh giảng khóa triết học cắt theo chiều dọc của hắn thì người đọc hãy kiên nhẫn gấp sách lại chờ hắn xong việc, ra đi, xông vào một tiểu thuyết khác; nếu một bài thơ ngỏ ý chở bạn đến thắng cảnh tuyệt diệu nhất của chân lí cao nhất, bạn hãy đọc nó như một tờ quảng cáo du lịch.

Song đó là một câu hỏi hóc búa mà mỗi thế hệ văn học đều phải đặt lại cho mình. Hô hấp văn chương của thế hệ tôi suốt những năm đi học là hít thở nội dung-tư tưởng. Mọi bài giảng văn đều bắt đầu bằng ý nghĩa nội dung và giá trị tư tưởng của tác phẩm: tư tưởng nhân đạo của Hồ Xuân Hương, tư tưởng chống phong kiến, cường hào của

Ngô Tất Tố, rồi lại tư tưởng nhân ái của Victor Hugo, rồi Tolstoi cũng chống phong kiến, và trùm lên tất cả là tư tưởng yêu nước, yêu giống nòi. Đó là phần dưỡng khí. Độc khí và tà khí là những tư tưởng đồi trụy, tư tưởng phản động, tư tưởng lạc hậu, tư tưởng tiểu tư sản, tư tưởng chia rẽ... Nhất cử nhất động diễn ra trong óc, trong tim, trong tâm hồn, trong tiềm thức và vô thức, trong cả thói quen và cảm giác, đều được xếp vào *tư tưởng*. Chúng ta *đấu tranh tư tưởng* với kẻ thù, và *đấu tranh tư tưởng* khi phải quyết định có nên mua một chiếc áo giá nửa tháng lương hay không. Chúng ta *giác ngộ tư tưởng* cho một thành phần chậm tiến, *giải quyết tư tưởng* cho người yêu đang giận dỗi, *đả thông tư tưởng* một người bạn đang do dự trong việc hùn vốn. Khi các *tư tưởng lớn gặp nhau* thì không phải Alexis de Tocqueville (*De la Démocratie en Amerique*, 2ème partie, 1840) gặp José Ortega y Gasset (*La rebelión de las masas*, 1930), mà chẳng hạn là cuộc gặp không hẹn trước của hai kẻ đã gán linh hồn cho bàn nhậu. Dĩ nhiên những cách nói ấy thật thú vị, nhưng khi có thể là đủ thứ, được dùng vô điều kiện như vậy thì *tư tưởng* không còn là một phạm trù đủ độ nét để một thoả thuận ngầm về nó có giá trị sử dụng. Sự phá giá của các khái niệm xảy ra thường xuyên, trong mọi ngôn ngữ. Mỗi thế hệ chịu trách nhiệm cho phần hỏng qua tay mình.

Đòi hỏi tính tư tưởng ở một tác phẩm nghệ thuật luôn là một đòi hỏi về nội dung. Nó rất gần với câu hỏi của chân tường: "Tác phẩm này nói lên điều gì?" Cuối cùng thì mỗi tác phẩm đều nói một hay nhiều điều nhất định, tôi không phủ nhận. Nhưng nó nói bằng ngôn ngữ của nó và dành cho kẻ hiểu ngôn ngữ ấy. Mọi cố gắng chuyển dịch và diễn giải ngôn ngữ nghệ thuật sang những ngôn ngữ khác đều ít nhiều mang sắc thái của một vụ cưỡng hiếp. Susan Sontag, trong essay nổi tiếng *Against Interpretation* (*Chống diễn giải*, 1964) miêu tả Franz Kafka như nạn nhân của những cưỡng hiếp tập thể mà thủ phạm ít nhất là ba đạo quân: những kẻ sục vào và rút ra các ẩn dụ về một xã hội quan liêu và phi lí, những kẻ ấn ngập mũi khoan của phân tâm học để phát hiện các ẩn dụ tâm lí tầng sâu, và những kẻ cố đào cho ra các ẩn dụ tôn giáo. Tôi có thể tính thêm vào đó một vụ cưỡng hiếp cá nhân khác, sau phút hưởng lạc đơn phương thì Kafka ngã xuống hai lần, lần thứ nhất cho một thế giới tốt đẹp hơn, và lần thứ hai cho sự cách tân văn học[3]. *Chí Phèo* (1941) của Nam Cao cũng là một ca tranh chấp giữa nhiều xu hướng diễn giải. Điểm yếu nhất của tác phẩm đặc sắc và then chốt này, theo tôi, là ở lời tuyên bố "Tao muốn làm người lương thiện" và câu hỏi "Ai cho tao lương thiện" của Chí, dẫn đến cái chết cho phép câu chuyện khép lại và đồng thời cho phép các đạo quân diễn giải cùng tập kết dưới ngọn cờ của luân lí. Như thể Nam Cao đã tính sẵn giải pháp đó và tìm cách neo con thuyền vừa băng qua một hành trình rất phức tạp của mình tại một cái bến thuộc loại an toàn. Nó sẽ mãi mãi nằm lại đó. Bằng cách dịch và diễn một tác phẩm văn học ra những thông điệp nội dung và tư tưởng, người ta mong nắm bắt và kiểm soát được nó. Bước tiếp theo rất có thể là chi phối và sử dụng nó vào những mục đích không có gì chung với lí do khiến nó ra đời. Chúng ta quả thật không cần lo văn chương nước nhà thiếu tư tưởng. Nếu người sáng tác không đẻ ra tư tưởng thì cũng chưa lấy gì làm tuyệt vọng, và nhà văn Việt không cần mang mặc cảm tội lỗi, rằng mình là kẻ duy nhất chịu trách nhiệm cho cảnh neo bần giả tưởng này. Người diễn giải vẫn còn đấy, sẵn sàng trút vào bát cháo loãng của văn chương Việt tất cả những miếng tư tưởng bổ béo và vừa miệng nào đó. Ăn bằng đầu chứ không bằng lưỡi. Vậy công chúng văn chương nên tuyển một đội ngũ nhà văn hợp nhu cầu dinh dưỡng tư tưởng của mình, hay người viết nên bầu ra một công chúng với cái dạ dày khác?

*

Trong những quan niệm khác thường về văn chương, có lẽ tôi phải xếp quan niệm của anh Nguyễn Hữu Liêm vào hàng đáng ngạc nhiên nhất. Theo đó, tư tưởng là kết quả của quá trình trừu tượng hóa sự vật, sự thể, vật liệu, biến chúng thành những khái niệm và nguyên tắc, còn văn chương dừng lại ở bình diện cụ thể và trực tiếp của các sự thể, sự vật, vật liệu mà không thoát ra được; tư tưởng là hiện thực đã được chuyển hóa, đã chín để trở thành ý thức, có lợi cho tiêu hóa, còn văn chương đơn giản là hiện thực còn sống sít, bất lợi cho tiêu hóa và nguy hiểm cho sức khoẻ cộng đồng.

---

[3] Nguyễn Văn Dân, *Kafka với cuộc chiến chống phi lý*: http://www.talawas.org/tranluan/tl109.html

Trái cây tươi sống có khó tiêu hơn móng giò ninh nhừ không, có lẽ tùy ở đường tiêu hóa và môi trường dinh dưỡng của mỗi người, tôi chỉ không thật hiểu so sánh giữa vật liệu văn chương và thực phẩm thiếu nhất quán nêu trên. Một mặt anh cho rằng thực phẩm trên bàn nhậu văn chương là những thứ chưa qua pha chế, mặt khác anh ghi nhận rằng chúng được nêm rất nhiều gia vị, mà gia vị hiển nhiên là phương tiện pha chế, loại phương tiện rất căn bản, khiến cá thành mắm, cải thành dưa, hạt mơ thành ô mai...Nhưng bất luận thế nào, cho phép tôi bác bỏ sự đối lập vô sở cứ giữa văn chương và tư tưởng đó: Chúng ta đều biết rằng không phải vì nhà dột mà giọt mưa trên mái thành giọt mưa trong văn chương. Quá trình ý thức hóa và trừu tượng hóa bắt đầu ngay khi sự vật được đặt tên. Dùng chữ ghi lại tên sự vật là thêm một bước tiến dài của tư duy và nhận thức. Rồi đến lượt nó, mỗi con chữ là kết quả của muôn tầng chuyển hóa từ cái sự vật ban đầu, và chọn chữ đương nhiên là một hành động của ý thức. Dù bản thân hành động viết của ai đó có thể sơ đẳng, có vẻ như đơn thuần cầm mưa trên mái đặt vào trang văn, thì cái mà William Butler Yeats gọi là *The Great Memory* ít nhất cũng khiến cho giọt mưa hôm nay của nhiều nhà thơ Việt nam có mùi của giọt mưa thu tiền chiến. Ngẫu nhiên dùng chữ *cuộc chiến* là đã thuộc vòng chi phối của kí ức phía Nam. Phía Bắc không bao giờ gọi cuộc chiến tranh chấm dứt năm 1975 là *cuộc chiến*[4]. Tôi có cảm giác là không một chữ nào trong tiếng Việt còn trùng khít với sự vật mà nó đại diện ban đầu. Và cái hiện thực khách quan, hiện thực bên ngoài –có một thứ như thế chăng?- trước khi rơi vào tay nhà văn Việt đã không còn là chính nó. Trong *Hư cấu thật, hiện thực giả* (2002) tôi đã thử nói về điều đó. Có lẽ chẳng cần lo hiện thực trong văn chương Việt nam còn quá sống sít. Hãy lo bớt xào xáo đi thì hơn. Trong lịch sử văn học Việt, chủ nghĩa hiện thực đến muộn, ở ép, tiếng thơm không được bao nhiêu. Tôi tin rằng nó đáng được đối đãi tốt hơn. Nó không là thứ chủ nghĩa vô ơn nhất.

*

---

4 Tôi có dịp nói về điều này trong essay *Zwiesprache Vietnamesisch* (*Lưỡng ngôn Việt ngữ*), Tạp chí Du, số đặc biệt về Chiến tranh Việt Nam, Zürich, tháng 6/7.1996

Thứ Hai tuần sau văn chương Việt nam rất có thể đột ngột chuyển hướng, nhận ra điều xưa nay mình thiếu nhất: khả năng giải trí. *Harry Potter* hẳn không là mẫu mực của sáng tạo nghệ thuật nhưng đã chiếm nhiều chỗ trong lòng độc giả hơn Shakespeare; hẳn không là đỉnh cao của tư tưởng nhân loại, nhưng đã đẩy *Kinh Thánh* xuống hàng thứ hai trong số những tác phẩm được in ra nhiều nhất mọi thời. Nếu Joanne K. Rowling là người Việt và HP là sản phẩm Việt, chúng ta sẽ nói gì về văn chương Việt nam?

© 2003 talawas

Phê bình tào lao

NGUYỄN HOÀNG VĂN

"Cái tật tào lao của văn chương Việt Nam", có thể nói, chưa có nơi đâu thể hiện sắc nét và... chính quy cho bằng những quan niệm văn chương trong "Tật tào lao của văn chương Việt Nam", của Nguyễn Hữu Liêm.

Ngay từ tựa đề, người đọc biết rằng tác giả rất bực dọc với "cái tật văn chương tào lao", và, từ một câu trong đoạn cuối, *"Thôi đi các anh chị viết văn Việt Nam..."*, họ biết thêm rằng tác giả rất là bực dọc với giới viết văn Việt Nam. Thế thôi, chỉ là hai điểm đầu cuối giống như cái kiểu "mở đề" và "kết luận" không thể thiếu trong các bài văn học trò. Còn lại, trong cái "thân bài" rối rắm với một mớ thuật ngữ và luận điểm rổn rảng nhưng tối tăm, người đọc chẳng hiểu tác giả muốn nói cái gì. Họ chẳng hiểu tác giả đã căn cứ vào tiêu chí nào, chẳng biết ông đang phân tích hay phê bình ai? Họ cũng chẳng hề hiểu được là, thực ra ông ta đang phê bình trên lĩnh vực nào, văn chương, xã hội, hay triết học? Văn chương thì hướng đến giá trị thẩm mỹ còn triết học vươn đến giá trị tư tưởng, thế nhưng, hồ như tác giả cứ buộc cho văn chương cái gánh nặng tư tưởng của triết học để rồi đè nó ra để chẩn đoán với những căn bệnh xã hội và chính trị. Đồng thời, trong cách lý luận của tác giả, những ý niệm văn hóa, lịch sử và văn chương chợt lòng vòng múa may theo kiểu lý sự cù nhầy "con gà có trước hay quả trứng có trước". Một thứ *logic* tào lao.

"Tào lao", theo định nghĩa, là "lông bông, bao đồng, phiếm, không bổ ích"[1] và bài viết của Nguyễn Hữu Liêm cũng không thoát khỏi cái khuôn khổ lông bông đó. Dù đã tỏ ra trịnh trọng và khá rình rang, với phần nào bực bội và dẫn dỗi, khi đề cập đến thực trạng văn chương Việt Nam, tác giả cũng chẳng đẩy luận điểm nào tới nơi tới chốn và chẳng đưa ra một luận chứng nào đủ sức thuyết phục. Vớ cái này, chộp cái kia, nhưng cái nào tác giả cũng phơn phớt qua qua và, thậm chí, còn tự mâu thuẫn với mình.

Ngay từ đoạn mở đầu tác giả có ý dè bĩu *"cái bệnh của bọn học giả"*, cái bệnh *"không viết lên được gì nếu không dựa trên sự trích dẫn từ kẻ khác"*. Thế nhưng, cũng ngay từ đoạn mở đầu ấy, tác giả lại khai pháo với cùng một... bệnh, cái bệnh *"nói như Nietzsche"*. Đoạn mở đầu đã "nói như Nietzsche", đến đoạn cuối tác giả cũng tiếc nuối "trích dẫn Nietzsche lần nữa", chưa kể "theo Nguyễn Ngọc" như để có đôi với "có lần... Tô Văn nói rằng" từ trong đoạn giữa. Thì cũng tốt thôi. Dẫn ý người khác để làm sáng lên cái ý của mình là điều thường tình, nhất là với giới nghiên cứu học thuật, những kẻ chuyên đi nghiên cứu tư tưởng người khác. Thế nhưng, trong bất cứ tư cách gì đi nữa – học giả, triết gia hay nhà phê bình văn hóa văn chương – Nguyễn Hữu Liêm chỉ làm được có mỗi một điều khi chứng tỏ sự lương thiện về phần mình chứ chưa làm trọn sự lương thiện đối với độc giả, cái sự lương thiện nửa vời đã khiến những ai tò mò muốn tìm hiểu sâu thêm mấy lời trên đành bó tay chịu cứng. Thì, không phải của tôi mà là của Nietzsche, của Nguyên Ngọc và của Tô Văn. Thế nhưng Nietzsche, Nguyên Ngọc hay Tô Văn gì thì cũng thế: Nguyễn Hữu Liêm nói sao hay vậy chứ chẳng biết gì hơn. Cái cảnh, trông cũng giống như một anh chàng bực đời đang triết lý về kiếp nhân sinh giữa một mâm nhậu, mùi rượu cay cay và những cái tên rổn rảng Đông-Tây nhưng chỉ là nói sao vui vậy, nghe vào lỗ tai này lọt ra lỗ tai kia. Một câu chuyện tào lao.

Thế nhưng vấn đề là tác giả trách cứ ai ở đây? Giới học giả thì chuyên nghiên cứu học thuật, và như thế, nếu không dựa trên sự trích

---

[1] Theo Lê Văn Đức và Lê Ngọc Trụ trong *Việt Nam Tự Điển*, Nhà xuất bản Khai Trí, 1970

dẫn thì họ biết nghiên cứu cái gì? Trừ một con số ít ỏi những tên tuổi mở đường, có tầm cỡ khổng lồ như Plato, Aristotle hay Lão Tử, Khổng Tử v.v... hay như Nietzsche sau này, những kẻ đã suy diễn và trừu tượng hóa những hiện tượng tự nhiên hay nhân văn thành những khái niệm hay nguyên tắc triết học, đạo đức và thẩm mỹ; có học giả hay nhà nghiên cứu triết học nào mà không khuôn phép với cái sự trích dẫn? Với giới học giả hay những kẻ tập tễnh làm học giả Việt Nam thì, dù không phải là bậc khổng lồ hay khai móng, hồ như cái "bệnh" trích dẫn ấy vẫn còn làng nhàng mấp mé bên bờ khuôn phép. Giới học giả Tây phương bị Nietzsche chê bai thì không dính dáng đến văn chương Việt nam, còn giới học giả hay chuẩn học giả Việt Nam thì không là như thế; vậy thì đâu là mục đích của Nguyễn Hữu Liêm khi trích Nietzsche để chê trách cái bệnh "trích"? Mà đó là ông ta, như đã nêu từ tựa đề, đang viết về cái "tật tào lao của văn chương Việt Nam", một phạm trù nằm bên ngoài phạm trù học thuật; đang viết về một "cái tật" mà, lẽ ra, để tránh xa cái sự tào lao, phải càng nhiễm càng hay! Cách chê trách của tác giả, như thế, chẳng đúng chỗ mà cũng chẳng đúng đối tượng, một sự chê trách trật đường rầy. Trật đường và khá... tào lao.

Tào lao, bài viết còn tối tăm vì không ít người đọc sẽ phải vò đầu, chẳng hiểu tác giả muốn nói cái gì trước những thuật ngữ rối rắm hay ngô nghê kiểu: "Tính sáng tạo của viết lách trên bình diện tư tưởng", kiểu: "phẩm chất tươi mát của sự trình bày", kiểu: "Văn hóa Việt Nam là một thứ phong hóa văn chương", kiểu: "một quá trình dàn dựng sự thể của sự kiện nhân sinh vào một mâm cỗ ngôn ngữ, cho thêm nhiều gia vị, và không được chuyển hóa", kiểu: "khi cuộc đời đã được thăng tiến trên cơ sở phạm trù", kiểu: "cái múi chanh của sự đời dân tộc" v.v... *Rằng kêu thì thật là kêu*, nhưng những từ ngữ ráp nối như thế chẳng hề gợi trong đầu người đọc một chút tò mò hay hứng thú để suy nghĩ thêm ngoài cái cảm tưởng mệt nhoài, giống hệt cái dư vị ê chề sau một bữa nhậu tràn trề hơi men và tràn trề những triết lý nhân sinh.

Tính "sáng tạo của viết lách", theo cách giải thích của Nguyễn Hữu Liêm, có gì khác so với "giá trị của văn chương" vốn được định nghĩa như là "phẩm chất tươi mát của sự trình bày"? Tác giả đã thể hiện một nhầm lẫn lớn trong cách hiểu về sáng tạo qua ý niệm gọi là "nấu nướng" hay "trình bày" cho có "phẩm chất tươi mát". Sáng tạo, trong bất cứ lĩnh vực nào, sáng tác đến phê bình hay học thuật, đều đòi hỏi yếu tố mới: từ một cái nhìn mới đến hướng đi mới, cách trình bày mới và cả việc việc vận dụng những chất liệu hay tư liệu mới, từ việc khai thác những điều chưa ai từng thấy hay những điều tưởng là tầm thường và đã bị số đông xem thường, gạt qua một bên.

Những yếu tố mới như thế, dù được "nấu" bằng cách nào đi nữa, cũng tỏ ra "sống sượng" với kẻ quen xơi món cũ và như thế, trong lối cảm thụ và nhận thức đã cũ, sẽ khó mà vươn đến "phẩm chất tươi mát của sự trình bày". Một học giả nhai lại một cách trơn tru, hệ thống hóa một cách "tươi mát" ý tưởng của người đi trước đâu được đánh giá cao hơn những kẻ chuyên đào bới những chất liệu mới và đưa ra những quan điểm mới, dù "sống sượng" nhưng chắc chắn là mang dấu ấn của cá nhân mình? Thơ Xuân Diệu, kiểu "Hôm nay lạnh, mặt trời đi ngủ sớm", chẳng đã từng bị những kẻ quen với thơ Đường chê là sống sượng hay sao? Và rồi cũng có thời, thậm chí đến tận bây giờ, những kẻ đã quen với thơ Xuân Diệu chẳng đã chê thơ Thanh Tâm Tuyền là sống sượng hay sao? Trên thực tế, những từ ngữ sống sượng giữa đời như "tèm nhem" khi qua tay Bùi Giáng:

Viết bài thơ mới tặng em

Những bài thơ cũ tèm nhem tâm hồn

chẳng đã "tươi mát" hơn hay sao? Tiến trình phát triển của văn học là tiến trình hoán vị giữa cái sống sượng và cái tươi mát: khi cái tươi mát quen thuộc đã trở nên sáo rỗng thì những cái sống sượng nào đó, thực đắc địa, sẽ trở thành tươi mát. Cứ như thế, sau một giai đoạn tươi mát nó lại đâm ra sáo rỗng, và nếu bắt chước cái đã trở thành tươi mát, như của Xuân Diệu và Bùi Giáng, thực chất chỉ là trò nhai lại những cái đã trở thành sáo, thành sến.

"Phong hóa", theo định nghĩa, là "phong tục và giáo hóa", và như thế, nói theo Nguyễn Hữu Liêm, văn hóa Việt Nam là một thứ "phong tục và giáo hóa của văn chương" hay chăng? Thực là khó hiểu quá và, trong cái "phong hóa" đó, những "sự thể của sự kiện nhân sinh" đã được dàn dựng và thêm mắm thêm muối như thế nào vào "mâm cỗ ngôn ngữ"? Chắp nối bằng chính ngôn ngữ của Nguyễn Hữu Liêm thì, có lẽ, đấy chính là một lối "trừu tượng của ý thức được chuyển hóa từ sự thể trần truồng" nhưng... "thuần diễn tả"! Cũng thật là khó để nắm bắt quan điểm sử học và nhân văn của tác giả. Cái nhận định cho rằng "lịch sử và con người Việt Nam là thịt, là cá, là gạo" mà nếu "không nấu" đi thì "kẻ ăn chỉ có bị bội thực và ngộ độc" khiến người đọc lấy làm thắc mắc về cái phương pháp "nấu" sử của Nguyễn Hữu Liêm! Cần phải "nấu" nó như thế nào? Diễn giải nó theo sử quan nào? Và phải vượt qua lối chép sử "thuần diễn tả" tới mức độ nào?

Có một trục trặc lớn trong cách quy định "phạm trù" đối các ý niệm lịch sử, văn hóa và văn chương. Khi viết: *"Lịch sử và văn hóa Việt Nam đang bị bội thực và ngộ độc vì khả năng tri thức của dân tộc chỉ dừng lại ở biên giới văn chương hóa thứ văn chương thuần diễn tả"* cơ hồ Nguyễn Hữu Liêm cho rằng lịch sử và văn hóa Việt Nam là một thứ nạn nhân của văn chương! Nếu máy móc áp dụng cái logic này thì chúng ta có thể kết luận rằng sở dĩ cha ông ta bị gánh chịu 10 năm đô hộ của quân Minh chỉ vì Nguyễn Trãi viết "Bình Ngô Đại Cáo" trễ quá, trễ cả một thập niên! Thế nhưng văn chương, như là một phần của văn hóa và lịch sử, mới là sản phẩm của văn hóa và lịch sử. Thơ văn thời Lý-Trần, rồi "Bình Ngô Đại Cáo" v.v. có phải là sản phẩm của lịch sử hay không? Văn chương viết bằng quốc ngữ có phải là sản phẩm của lịch sử hay không?

Nguyễn Hữu Liêm đã tỏ ra bất nhất, thiếu nhất quán một cách khá kỳ cục. Ngay từ đầu, tác giả đã theo Nietzsche để khinh mạn "bệnh" trích của giới học giả, thế nhưng, sau đó chỉ hai đoạn văn ngắn thôi, tác giả đã xuống giọng than thở về thực trạng Việt Nam với cái cảnh *"lâu lắm mới có một vài tác giả viết về tư tưởng"*, tư tưởng hiện sinh. Thiếu tư tưởng thì phải ra công nghiên cứu, nhưng nếu ra công nghiên cứu thì, e rằng, sẽ mắc cái... "bệnh" học giả, cái bệnh trích mà tác giả đã trích Nitzsche để chê trách. Vẫn chưa hết. Thứ triết học hiện sinh Âu châu đó, dưới con mắt của tác giả, đã bị *"nhiễm trùng văn chương"*, đã bị *"bày biện vụng về trên các mâm cỗ tràn ngập đồ ăn chưa được nấu, sống sượng và thô thiển."* Thế thì đâu là "bình diện tư tưởng" của văn chương mà ngay từ đầu đã được cao rao như một tiêu chí phải vươn tới? Lẽ ra, khi đã bực dọc trước tình trạng "bội thực và ngộ độc" vì khả năng tri thức của dân tộc chỉ dừng lại thứ "văn chương thuần diễn tả", thì khi văn chương miền Nam cố vươn với đến tư tưởng hiện sinh, tác giả phải xem đấy như một nỗ lực đáng khuyến khích và một sự khởi đầu tốt đẹp chứ?

Lẫn lộn với các ý niệm về văn hóa, lịch sử và văn chương, Nguyễn Hữu Liêm cũng lẫn lộn trong những ý niệm về sinh hoạt văn chương, sinh hoạt báo chí - xã hội hay, thậm chí, mối giao tiếp cộng đồng, xã hội. Một ông chủ báo, chuyên về thời sự - chính trị, có thể tự hãnh diện mình là kẻ làm văn chương nhưng việc gì mà giới phê bình văn học phải mất thì giờ, dù là chỉ mất giờ để bực dọc với đương sự? Những chuyện như thế hoàn toàn đi ngoài phạm trù của văn chương và, trên thực tế, cái tật báo bổ ở hải ngoại đó chẳng là gì cả ngoài thứ máu me chính trị, thứ máu me phe nhóm, máu me nhắc nhở tên tuổi mình hay cùng lắm chỉ là một phương kế sinh của những kẻ ít nhiều ngấm chút bệnh sĩ đang làng nhàng và dở dang giữa hai nền văn hóa thế thôi.

Người đọc cũng không hiểu là Nguyễn Hữu Liêm đã dựa trên cơ sở nào nào để kết luận một cách khơi khơi rằng người Bắc "ưa viết văn", người Trung ưa "làm thơ" còn người Nam thì ưa "làm báo". Thế thì người Bắc không làm thơ, người Trung không viết phê bình và người Nam không hề viết biên khảo chắc? Người đọc cũng không biết tác giả đã căn cứ vào đâu để vơ đũa cả nắm rằng văn của người Bắc thì đọc cũng như *"ăn một chén cơm gạo sống mà hai phần ba là gừng, là tỏi, là nghệ"*, rằng máu thi ca vỡ vẫn của dân Trung bị *"biến thành cuộc đời"* với *"ý chí đi làm cách mạng và đi tu"*. Thì, cứ cho là *"Xứ nào càng khổ thì càng nhiều thi sĩ"*, và, xứ nào càng giàu thì càng lắm dân nhậu, thế nhưng đó đâu phải là hệ quả của "cái tật văn chương"? Không ít nhà văn hay nhà biên khảo đã đề cập đến điều như thế rồi, đến những yếu tố địa lý tự nhiên-nhân văn, yếu tố kinh tế- xã hội hay lịch sử địa phương khác nhau và những khuynh hướng, những sắc thái văn hóa / văn chương khác nhau, tưởng chẳng cần phải bàn sâu.

Và cũng chẳng cần bàn sâu đến "nhận định" của Nguyễn Hữu Liêm về về thú đớp thịt chó trên bờ đê, về thói nhậu nhẹt tràn lan, từ trong nước cho đến hải ngoại. Thế nhưng cũng phải nói thêm rằng cái logic của tác giả cũng lẩm cẩm và tào lao như những câu chuyện à ợ hơi men bên các bàn nhậu thoáng mùi lá mơ hay lá sả ấy. Khẳng định rằng văn chương Việt Nam không khá vì *"chưa bước lên tới bình diện tư tưởng để chuyển hóa sự thể sống sượng của sự đời"* thế nhưng hóa sau khi tả oán cảnh nhậu nhẹt thay vì "hội thảo nghiêm chỉnh" – tác giả lại than thở rằng khi các cộng đồng Việt Nam "chưa khá lên được" ở "tầm mức văn chương" thì chúng ta cũng "đừng mong chờ gì ở bình diện tư tưởng". Chúng ta nên áp dụng cái *logic* nào ở đây? *Logic* đầu hay *logic* cuối? Theo cái *logic* đầu thì tác giả đã đem con trâu đặt trước cái cày: trông mong ở cái sự khá lên trong "bình diện tư tưởng" để có thêm tia hy vọng ở cái sự khá hơn của văn chương? Trong cái *logic* sau thì, tự dưng, cái cày bị đem ra đặt trước mặt con trâu: văn chương chưa khá thì đừng hòng gì là tư tưởng! Gộp hai cái *logic* này lại người đọc sẽ thấy được gì? Lẽ ra, theo ý hướng đã nêu "bình diện tư tưởng" như một tiền đề ấy, thay vì làm tình làm tội văn chương Việt Nam một cách thật... tào lao; tác giả cần đánh giá cái sự tào lao của triết học Việt Nam nếu có, cần đánh giá lại thói tật ưa nhậu và ưa làm báo của giới triết học Việt Nam nếu có.

Logic đã tào lao thì mọi nhận định và khen chê cũng trở nên tào lao. Trên một khía cạnh nào đó, có thể nói, văn chương Việt Nam trở nên tào lao một phần là do cái kiểu phê bình tào lao, từ những giọng điệu trịnh trọng nhưng lông bông và thiếu bổ ích, từ những luận điểm kêu kiêu nhưng chẳng đâu vào đâu, từ lối đặt vấn đề rình rang nhưng bất nhất, nói câu trước quên câu sau, câu dưới đá câu trên. Với lối phê bình hay nhận định như thế, đọc xong, người đọc chẳng biết tác giả thực sự muốn nói cái gì, nghe lọt lỗ tai này thì bị chui ra ở lỗ tai kia, cùng lắm thì đọng lại ở mấy từ đầu tiên khai vị và mấy chữ cuối cạn ly theo lối "mở đề" và "kết luận" thế thôi...

© 2003 talawas

Bên bàn "nhậu" văn chương

HẢI ĐƯỜNG

Đọc bài *Cái tật văn chương tào lao* của tác giả Nguyễn Hữu Liêm, tôi hình dung ra một tiếng thở dài ai oán, sau bữa "nhậu" ở đâu đó với một ai đó về một đề tài nảy lửa nào đó, có thể về cuộc đời, về con người, mà cũng có thể về văn chương. Tiếng thở dài ai oán của người Việt ta thời này không hiếm, từ Nam tới Bắc, trong nước hay ở hải ngoại, cứ nói đến bất kỳ cái gì dính đến người Việt Nam, là đều có thể thở dài sườn sượt!

Nhưng tôi e rằng người Việt mình khó có thể tranh luận với nhau một cách nghiêm chỉnh, có lẽ vì ta là dân xứ nhiệt đới, khó giữ lạnh bầu máu trong người. Nếu trực tiếp nhìn thấy nhau thì "Chụp mũ" (*Tiếng Việt muôn năm! Tôi thích từ "chụp mũ" này lắm, nghe đến là cảm thấy mình đang đội mũ liền!*) Còn không nhìn thấy nhau (*như trên mạng điện tử*) thì phang nhau chí chết bằng những nhận định "giết người không dao" khiến người đọc cứ nhảy dựng lên (*kể cả khi đang đọc trong đêm*).

Chỉ có tiết khí của các cụ đồ ngày xưa mới cho phép người ta khi chán đời chỉ cần thủng thẳng đọc dăm ba câu:

> *Ngủ quách sự đời thây đứa thức,*
> *Bên chùa thằng trọc đã rung chuông*

Rồi lên giường. Sướng thật! Nhưng... bao giờ cho đến ngày xưa?

Đành mượn lời tác giả N.H.L "cả nước mắc bệnh văn chương", tôi cũng lẻn vào một góc chiếu nhậu, đợi các cụ rung đùi, nâng chén, bốc thịt bằng tay, chấm vào một bát nào đó và... phán, tôi cũng gật gù xin được"phát"vài ý kiến sau đây:

Này nhé, thiết tưởng dân ta cả một thế kỷ toàn chạy loạn vì chiến tranh. Có người (như bố tôi đây) đến tận lúc chết cũng không được biết một cuộc sống không phải chạy tản cư như thế nào. Còn đối với một người như mẹ tôi thì cứ nghĩ, một cuộc sống không cần phải tích trữ gạo, đo bằng mắt chai nước mắm còn bao nhiêu, đếm lại tiền trong túi trước khi nhìn lịch trên tường, đấy là cuộc sống"thời bình". Năm 1975 chỉ là một cái mốc để nước nhà trở lại hình chữ S, nhưng gần ba chục năm sau đó chỉ đủ để cả nước (kể cả người đi lẫn người ở lại) chịu tất cả những gì được gọi là hậu quả của chiến tranh. Nếu tôi nhớ không nhầm cho đến tận 1993, khi Mỹ bỏ cấm vận ở Việt Nam, cuộc sống vật chất của dân Việt mới khá hơn một chút. Nhưng cho đến tận bây giờ, kiếm được cái ăn hàng ngày một cách đầy đủ đối với nhiều người trong nước cũng còn rất chật vật.

Còn dân Việt ở hải ngoại, ở Tây Âu thế hệ người Việt thứ ba, còn ở Đông Âu là thế hệ thứ hai đã đến tuổi đi làm, nhưng "miếng cơm manh áo" vẫn là câu hỏi hàng đầu cho cuộc sống ở xứ người. Chẳng cần nói đâu xa, chỉ cần mấy cái chợ giời Đông Âu thử đóng cửa vài buổi xem, dân ta lại chả nháo nhác lên ngay vì lo các khoản chi phí hàng ngày.

Đấy là "hậu trường" của người cầm bút Việt đấy, dù gọi tên ra hay không gọi tên, ta cũng thừa hiểu cái xã hội đứng đằng sau ngòi bút nó chi phối kẻ viết đến như thế nào. Miêu tả cặn kẽ và trung thực cái" hậu trường"này tôi e rằng cũng phải mất nhiều công sức và tâm huyết đớn đau của kẻ thấu hiểu hoàn cảnh của bản thân mình là dân Việt mới viết được.

Văn chương Việt Nam thời kỳ này theo tôi rất cần những bản "miêu tả" chính xác xã hội như những bản điều tra xã hội học, để ít nhất con cháu đời sau có tư liệu tin cậy mà tiếp tục tìm hiểu đất nước. Ta có thể đặt ra câu hỏi: Tại sao hiện nay ở những nhà văn "lão thành" bắt đầu xuất hiện những hồi ký có tính chất "sám hối"? Họ như muốn giải thích cho bạn đọc tại sao họ đã từng viết như vậy. Rồi thỉnh thoảng lại có hiện tượng một nhà xuất bản "lỡ" in nhầm một cuốn không được phép, cho dù trước sau người ta vẫn cứ tìm đọc? Có phải đã đến lúc cuộc sống đòi hỏi sự trung thực của lịch sử, và nhà văn -kẻ trí thức- buộc phải nhìn thấy yêu cầu tối cần thiết này của kẻ cầm bút.

Đến bao giờ lịch sử Việt Nam được đưa vào văn chương cũng như trường học một cách hoàn toàn như là nó, để chính người Việt hiểu được đất nước mình với những cuộc chiến tranh, không chỉ về quân sự mà còn về cả xung đột văn hoá, tính cách, ngôn ngữ, phong tục của ba miền dân Bắc-Trung-Nam. Thậm chí tôi còn mạnh dạn đặt câu hỏi rằng: Đến bao giờ người đọc mới được đọc công khai toàn bộ những gì người Việt viết, cho dù ở hải ngoại hay ở bất kỳ đâu, miễn là đề cập tới đời sống dân Việt?

Tại các nước Đông Âu, sau khi thể chế chính trị thay đổi, trong văn học nghệ thuật, phim ảnh người ta đi tìm lại, dựng lại hình ảnh của dân tộc mình trước khi bị các loại "chủ nghĩa" bao phủ, đi tìm lại những giá trị thật sự của "dân Hung", "dân Tiệp", "dân Ba Lan" trước khi trở thành một thành viên của một loại "hệ thống" nào đó. Cho đến tận ngày hôm nay, vấn đề của những nước này vẫn đang là "có dám đối mặt lại với lịch sử" hay không?

Nhưng ít ra các nước này vẫn còn một may mắn là có một quốc đạo ngay từ thời lập nước, gắn liền với một tôn giáo có bề dày lịch sử, văn hoá triết học vĩ đại. Có lẽ bởi vậy nền văn học của họ cũng chứa đựng nhiều tư tưởng, giá trị cao quý, vĩnh cửu, các ảnh hưởng chính trị chỉ phủ nổi một lớp bụi lên bề mặt của văn hoá, chứ không làm nó thay đổi. Nếu xét ở khía cạnh này, dân Việt ta chắc còn phải đợi nhiều nhiều lớp thế hệ nữa đi qua, đủ thời gian để tiếp thu văn hoá nhân loại và tự tìm cho mình một hướng đi phù hợp. Phải có đủ thời gian, và chỉ có thể chờ đợi ở thời gian.

Cho đến giờ, tôi cho rằng sự sống sót sau một cuộc chiến tranh vẫn phản ánh rõ nét nhất trong đời sống của dân Việt. Có lẽ vì vậy người dân vẫn đang thích làm những gì trước kia chưa được làm, như nhậu tối ngày chẳng hạn, cãi lộn nhau chẳng hạn, về bất cứ điều gì mình mong mỏi, mà nó chưa xảy ra được...

Một điều cũng rất quan trọng khi bàn chuyện văn chương: đấy là thái độ với bản thân các nhà văn.

Tôi cho rằng phải biết tôn trọng cá tính của nhà văn. Giá cứ mười người viết mới có một người... phán thì tốt, người nọ mải đọc sách của người kia, để phát hiện ra cái phong phú của hiện thực được thể hiện dưới các góc độ cá tính khác nhau, thế có phải hạnh phúc khi được đọc sách, và người viết thì hạnh phúc khi được trình bày mình.

Tôi không hiểu tại sao cứ Nguyễn Huy Thiệp thì phải viết "đều tay" và không được phát biểu thế này, thế nọ khi bị phỏng vấn? Tại sao cứ Phạm Thị Hoài thì lại nên viết văn"sạch" hơn một tý? vv... vv

Anh không thích đọc người này thì anh đọc người khác. Hãy tôn trọng sự "khác" của kẻ khác.

Theo tôi nhà văn hải ngoại viết trước hết vì nhớ nhà, nhớ tiếng mẹ đẻ, muốn thể hiện mình bằng tiếng mẹ đẻ. Nguyên việc đó cũng đã đủ để thông cảm và trân trọng.

Tác giả bài viết *Cái tật văn chương tào lao* không chỉ thở dài ngao ngán, mà còn -giống như nhiều người Việt khác − khi không thích là sổ toẹt, là phủ nhận, là gạch chéo luôn. Tôi muốn hỏi: Vậy tác giả hình dung ra một nền văn chương Việt Nam như thế nào là hợp lý? Theo tác giả người Việt cần phải làm gì đây để nền văn chương của nước nhà hết "tào lao"?

Tôi rất hân hạnh được "nhậu" tiếp với tác giả một cách thân ái nhất.

© 2003 talawas

Từ Kiều đến Nietzsche:
Khủng Hoảng Văn Học Việt

*Tưởng niệm **Nguyễn Huy Thiệp** (NHT), 1950 – 2021. Văn truyện ngắn của NHT được đánh giá là đỉnh cao cho văn học Việt thời hậu chiến, phản ảnh tâm thế con người miền Bắc trong bối cảnh thời đại dưới chế độ Cộng Sản. Điều nghịch ngẫu là, chính vì văn ngữ ông được ngưỡng mộ như thế lại nói lên tình trạng khủng hoảng và bế tắc của văn học Việt của đất nước hiện nay. Bài viết này cố gắng giải trình điều đó.*

*

Cái tật của các học giả, nói như Nietzsche, là không viết lên được gì nếu không dựa trên trích dẫn từ sách vở. *"Bọn họ quá lạnh lùng. Mong cho sét đánh ngay vào thức ăn của họ để mồm miệng chúng biết ăn món lửa,"* Nietzsche viết. Thế còn nhà văn? Tính sáng tạo của nhà văn là khả năng nấu nướng những gì có sẵn thành một món ăn mới. Còn những thể loại văn chương thiếu tư duy thì chỉ biết đem những vật liệu còn sống, chưa được nấu, để như vậy và chỉ bày biện thành món ăn với thật nhiều gia vị. Có lẽ đây là giá trị của văn chương bình dân và phổ thông. Nó mang phẩm chất tươi mát ở nơi kỹ thuật trình bày đơn sơ và trần trụi. Nhưng chính đó cũng là khuyết điểm lớn – những trạng thái sống sượng từ sự kiện chưa được nấu nướng và chuyển hóa bằng ngữ văn.

Thiếu vắng tư tưởng

Văn hóa Việt Nam – "Văn Lang" – là một thể loại phong hóa văn chương bình dân – một tiến trình dàn dựng sự thể của sự kiện nhân sinh vào một mâm cỗ ngôn ngữ, cho thêm nhiều gia vị, và không được chuyển hóa. Người ăn mâm cỗ văn chương tiếng Việt phải chấp nhận cái tươi mát và sống sượng của cuộc đời làm thực phẩm cho mình. Và dù họ có nhận thấy sự giới hạn và nghèo nàn của thức ăn sống, họ cũng không có chọn lựa nào vì con người và văn chương Việt Nam chưa bước lên tới bình diện tư tưởng để chuyển hóa sự thể sống sượng của sự đời. Người đọc văn tiếng Việt phải ngậm đắng nuốt cay mà nuốt tiếp cái phong hóa văn chương hời hợt này.

Giá trị tư tưởng nằm ở bình diện khái niệm và nguyên lý – tính trừu tượng của ý thức được chuyển hóa từ sự thể trần truồng. Nó giống như công việc nấu nướng vốn đòi hỏi nhiệt độ cao của lửa nhằm chuyển hóa đồ ăn sống sang thức ăn chín cho con người. Ẩm thực là một quá trình văn hóa đòi hỏi chuyển hóa từ nấu nướng, dọn ăn, hành vi ăn uống và sự tiêu hóa của thức ăn khi được đưa vào miệng cho đến khi trở thành nhiệt lượng để nuôi sống cơ thể. Khi chúng ta ăn là chúng ta tiếp thu cái gì đã được chuyển hóa nhằm thúc đẩy một tiến trình tiêu hóa mới trong cơ thể.

Cũng như thế, khi chúng ta đi vào thế giới ngôn ngữ của sách vở, cái cần thiết là tư tưởng – khi cuộc đời được thăng biến trên cơ sở phạm trù. Văn chương Việt Nam thiếu cái đó. Nó cứ dọn những bữa ăn sống và tươi và đổ lên thật nhiều gia vị. Đối với trái cây hay sà lách thì được, nhưng lịch sử và con người Việt Nam là thịt, là cá, là gạo đang phơi trần trong khí hậu nhiệt đới. Nếu không nấu, không chuyển hóa, người dùng bữa sẽ dễ bị bội thực và ngộ độc. Văn hóa Việt Nam đang bị bội thực và ngộ độc vì khả năng tri thức dân tộc chỉ dừng lại ở biên giới văn chương – thể loại văn chương tả chân, thuần diễn tả.

Hãy nhìn Việt Nam gần suốt thế kỷ qua cho đến hôm nay. Lâu lắm mới có một vài tác giả viết về tư tưởng, nhưng phần lớn thiếu sáng tạo, và rồi bị bỏ quên. Trước 1975, ở ngoài Bắc thì chỉ có học thuyết Marx–Lenin, vốn không thể gọi là tư tưởng vì không có tự do tư duy;

còn trong Nam thì một chút ít triết học hiện sinh từ Âu Châu nặng chất văn chương được bày biện sơ sài trên các mâm cỗ thức ăn chưa được nấu, sống sượng và lạt lẽo.

Cho đến giờ này, trí thức Việt hầu như chỉ làm được ba chuyện: Làm thơ, viết truyện ngắn dạng mô tả, và dịch sách ngoại ngữ. Đây không những chỉ là một giai tầng tri thức hời hợt, thiếu chiều sâu – mà còn thiếu sáng tạo trầm trọng. Tất cả tạo nên một nền văn hóa chữ nghĩa thuần trích mượn – *a throughoutly derivative intellectual culture.*

Câu chuyện mãi vẫn còn như thế – khi cái phong hóa văn chương vay mượn toàn diện này trở nên một hiện tượng "văn học." Nhìn đâu cũng thấy "văn học" – kể cả những gì không liên quan đến văn học. Phong trào văn học và thi ca này trở thành chất men chính cho thế giới tư duy Việt Nam. Muốn nói một điều gì, người Việt đều nói qua thể dạng văn chương và thi ca, rồi tuyên danh chúng là văn học. Các tạp chí ở hải ngoại, kể cả các mạng điện tử, cũng đều chia chung một màn kịch – và trò chơi – văn học. Cả một cộng đồng ngôn ngữ tiếng Việt bị hút hồn trong cơn say thi ca và văn chương nhẹ cân và hời hợt này.

Một tầm nhìn văn chương mới

Nói như thế có bất công chăng! Đến đây chắc có người sẽ phản biện rằng, văn chương là gì nếu không là những chuyện kể. Nó khác với triết học hay tư tưởng – vì thơ văn khai sáng cuộc đời từ một góc độ tiếp cận khác. Đòi hỏi thơ văn phải như là những luận đề triết học hay lịch sử, văn hóa là lạc đề – và chưa nắm được yếu tính văn học. Có phải văn chương mang màu sắc triết học chỉ là một hình thức làm dáng!

Xin trả lời: Vâng, tùy tầm nhìn. Nếu ta muốn văn chương Việt nằm mãi ở trình độ diễn tả sự kiện, hệt như những chuyện kể cho giới bình dân, thì không có gì để bàn đến. Nhưng nếu ta muốn nâng văn Việt lên tầng cao mới thì phải nghiêm chỉnh nhìn kỹ vấn đề. Hãy đọc văn – xin được thả vài tên quen thuộc – Dostoevsky hay Kafka, Camus hay Hess, chẳng hạn, thì sẽ thấy được khiếm khuyết của văn học Việt. Chỉ cần đọc một đoạn trong *"Ghi chú dưới tầng hầm"* (Dostoevsky) hay *"Huyền thoại Sisyphus"* (Camus) để thấy văn chương người ta đã được nấu nướng cẩn trọng như thế nào. Có thể cùng một câu chuyện, nhưng suy tư của các nhà văn lớn luôn bao phủ hay gợi ý tinh tế một tầng khái niệm mang giá trị hoàn vũ về con người, thực tại thế gian, và sử tính.

Còn văn chương Việt thì chỉ nằm ở tầm diễn tả sự thể thế gian và dừng lại ở đó. Có phải nhà văn Việt Nam mang tầm nhìn giới hạn, thiếu ý chí và khả năng sáng tạo, hay sự non yếu của tiếng Việt đang giam cầm khả thể tầm cao? Có thể rằng, cổ thụ dưới thung lũng không thể sánh chiều cao với đồng chủng ở trên đồi – khi sàn văn hóa của dân ta còn quá thấp, nấc thang tiến hóa tâm thức đang ở Thời quán thiếu niên, thì văn học không thể mặc áo vượt qua đầu được. Sự thể yếu kém của văn học Việt Nam phải chăng là một định mệnh văn hóa!?

Say đắm với chính mình

Có lần, một nhà văn tâm sự rằng khi bài của mình được đăng lên báo hay tạp chí, ông chỉ đọc say mê bài mình viết – và chỉ bài của mình, dù khi thảo đã đọc nó cả chục lần. Cái thú đọc bài mình viết trên báo giống như cái cảnh một cậu thiếu niên mặc áo đẹp nhìn vào gương. Không có gì mới hay lạ cho đối tượng cả. Nó chỉ là cái ta ngã mạn được xoa nắn, tái dựng bởi chính ta. Đó là cái thú văn chương trong vòng lẩn quẩn – lấy cái hiện tại từ sự kiện quen thuộc, bày biện nó lại, qua một kiểu cách ngôn ngữ khác, để chiêm ngưỡng lần nữa. Trong thú vui này, con người bị chìm đắm vào cái ta, không bước lên hay thoát ra ngoài vòng cuộc sống bằng tinh thần hay tư tưởng. Văn chương thiếu tinh thần và tư tưởng không đánh thức được ai, nó chỉ ru ngủ thiên hạ – và làm cho mình ái kỷ, bị say đắm với chính mình.

Trở lại để trích dẫn Nietzsche lần nữa: *"Con gà mà đẻ nhiều thì trứng sẽ nhỏ đi."* Cái thiếu kém của văn chương Việt Nam là quá nhiều chữ mà không nói lên được điều gì. Văn chương – qua dạng truyện ngắn thuần mô tả – làm cho người đọc bị kiệt sức. Một múi chanh của sự thể nhân sinh – phần lớn là số vốn cuộc đời bản thân – khi vào tay nhà văn Việt thì bị vắt đến nát nhừ, nhằm rút ra được chút tàn lực chất chua, chất chát. Như những tập tự–truyện, chúng gần giống nhau, và đồng bản chất kể lể, tự sự; nhà văn Việt nói tới nói lui thì cũng chỉ lặp lại một giai điệu đã nhàm – cái âm điệu bi đát, ai oán, đầy tiêu cực và thiếu tinh thần. Cuối cùng họ chỉ lặp lại chính mình.

Vẫn chỉ là những chùm cước chú cho Kiều

Đây có lẽ là gia sản chính từ *Truyện Kiều* của Nguyễn Du – văn chương chỉ diễn tả được bi kịch cá nhân trong hoàn cảnh – *situational tragedy* – chứ không khai phá được một tầng nhân cách trên cơ sở ý chí – *the tragic consequences of the individual Will*. Tác giả Việt bắt buộc từng nhân vật trong tiểu thuyết phải mang cho mình một số phận nạn nhân, hoàn toàn thụ động, bất lực. Thế gian chỉ là một bóng tối bao trùm mà ta không thể khai sáng, không muốn thắp một ngọn nến xua tan màn vô minh. Thực tại như một con quỷ xé nát cuộc đời mà ta chỉ còn van xin ân huệ.

Từ đó, hầu hết văn chương tiếng Việt – và sau này di cư qua Mỹ, Pháp, văn tiếng Anh, Pháp bởi người gốc Việt – vẫn chỉ là những chùm cước chú cho *Truyện Kiều*. Từ trong quặng mỏ chứa thuần các lớp thân phận, ta cứ thấy hoài một chuyện – những biến hóa chữ nghĩa được mãi khai thác từ cái cuốc mòn văn chương nhà ta. Văn chương Việt – Việt hay Anh, Pháp ngữ – chỉ là những tuyển tập thú tội. Ở đó, bi đát không vươn lên được tầm bi tráng; số phận cá nhân chỉ là một lát mỏng cắt ngang khúc cây từ hoàn cảnh tập thể dân tộc trong sự trống vắng về ý chí tác hành bằng ý thức sử tính và thời đại.

Đọc văn Việt thì như nghe vọng cổ, hay nhạc *bolero* – cũng như cha ông ta đọc *Kiều*. Nó chỉ làm cho ý chí hành động bị tê liệt. Nói hơi đại ngôn một tí rằng, thể loại văn chương, thi phú này chính là nguồn gốc sâu xa cho hầu hết những thảm kịch lịch sử Việt Nam cho đến hôm nay – một lịch sử chỉ hoàn toàn chứa đựng những năng động thuần tình cờ, ngẫu nhiên – mà không mang một tinh yếu ý chí cá thể. Trong khi thi ca Tây phương biến bi kịch cá nhân thành là một nguồn kích khởi ý chí hành động; thì ngược lại, văn thơ Việt nhấn chìm người đọc vào số phận bi đát của nhân vật. Càng đọc thi ca Việt ta càng bị đắm mình vào cái đập nước ngôn từ do chính chúng ta tự kiến lập lên.

Vươn vào Nietzsche

Trong tác phẩm kinh điển "*Sự suy tàn của văn minh Tây phương*" Oswald Spengler so sánh thi kịch Hy Lạp với Tây Âu, rằng,

> "Thiết yếu tính bi kịch Tây Âu là hành động tối đa, của Hy Lạp là thụ động đến cùng... Chủ đề (theme) thi ca Hy lạp không

phải là của một tác nhân Hành động mang ý chí dâng trào muốn phá vỡ bối cảnh khách quan hay là chinh phục con quỷ ác ôn ngay trong lồng ngực mình – nhưng mà là của một Nạn nhân bất lực không có ý chí khi đời sống bị hủy hoại bởi hoàn cảnh… Cái điên loạn của Vua Lear (Shakespeare) phát xuất từ hành động bi tráng của ông ta, trong khi cơn điên của Ajax (Sophocles) thì đã bị bối cảnh thị quốc Athens tạo tác ngay trước khi bi kịch bắt đầu." Một đằng, bi kịch con người Hy Lạp là nạn nhân hoàn cảnh, trong khi ở Tây Âu là từ khí chất và ý chí cá nhân. Tức là con quỷ ác ôn đối với Tây Âu nằm trong lồng ngực, đối với Hy Lạp lại là thế gian quanh ta.

Có thể nói theo ở đây rằng, phải chăng tinh thần văn thơ Việt cho đến hôm nay – chỉ ở trên bình diện luân thường và bản sắc ý chí mà thôi – một gia sản chính thống từ *Truyện Kiều* ở nơi chiều kích thụ động trước thế gian, tức là, bản sắc nội dung bất lực và chấp nhận số phận khổ đau – *the will–less suffering* – vẫn còn nằm ngủ quên trong Thời quán Thượng cổ Hy Lạp từ hơn hai ngàn năm trước!

Chính vì thâm nhiễm *Kiều* với chủ nghĩa *số phận bi thương, thụ động* mà Việt Nam đã phải bị Thực dân Pháp đem cho một linh hồn mới. Tiếp theo ta cầu cứu đến Marx với lời sấm Ý chí, *"Ta sẽ giẫm lên đống gạch vụn từ quá khứ để tái tạo lại lịch sử như là một Thượng đế mới."* Nhưng, tai họa không thể rời nàng Kiều. Uống liều Marx vào hồn *Kiều* đã trở nên một thang thuốc tự vận. Cuối cùng, *"Tướng Về Hưu"* của NHT vực linh hồn Kiều sống lại trên nghĩa trang Marx.

Từ *"Phận đành chi dám kêu oan"* (*Kiều*) đến *"Mẹ khỉ, cái thằng đểu này là điềm gở nhất của số phận mình"* (NHT) ta mới thấy rằng: Cái ác, cái xấu đều ở bên ngoài ta, là từ xã hội, nơi tha nhân. Khi sự yếu đuối ý chí được lấy làm biện minh cho thụ động trong oán hờn liệt kháng thì thơ văn Việt chính là **một lời nguyền** – *a self–fulfilling prophecy*.

Rất có thể vì thế mà ở Việt Nam hiện nay phong trào dịch và đọc Nietzsche – với những khẩu hiệu tung hô mẫu người "Siêu nhân," "Ý chí Quyền lực," "Vượt qua Thiện–Ác," "Phủ quyết tâm thức Nô lệ," "Lên án tinh thần Bầy đàn" – đang khá thịnh hành. *"Cuộc đời không chỉ là sự đáp ứng nội tâm theo nhu cầu ngoại thân, nhưng mà là của Ý chí Quyền lực, phát khởi từ trong ta nhằm chinh phục và làm chủ ngoại cảnh,"* Nietzsche viết. Ta có thể nói rằng những khái niệm "Siêu nhân", "Ý chí Quyền lực" rất có thể là những câu sấm mới, thay cho **lời nguyền văn học Việt** hiện nay.

Phải chăng, hiện tượng nửa triết nửa văn với Nietzsche này chính là một nỗ lực từ vô thức đi tìm một năng lực *Ý chí mới* – khi văn học Việt đang thiếu những món ăn tinh thần cho một dân tộc đang muốn vươn ra khỏi tình trạng độc tài, thiếu tự do hiện nay?

Tân vô sản Việt ở California:
Khi Ảo Mơ chính là Lẽ Sống

SAN JOSE, CALIFORNIA: Nhìn kỹ vào cộng đồng người Việt ở California chúng ta thấy một hiện tượng về giới thanh niên trong các ngành, từ chuyên viên kỹ thuật đến kinh doanh, dịch vụ. Có rất nhiều trong số họ hiện nay bị thất nghiệp hay làm việc bán thời gian – dù kinh tế Mỹ đang trong thời kỳ cần lao động cao độ. Một số khá đông sống nghèo khổ vì không có việc gì làm. Rất đông người trẻ tuổi từ 30 đến 50 phải sống nhờ cha mẹ, anh em, ở chia phòng trong những khu chung cư xuống cấp, và làm việc bán thời gian độ nhật qua ngày.

CÒN ĐÂU GIẤC MƠ CALIFORNIA

Nhưng vấn đề là vầy: Họ vẫn nghĩ họ phải được sống một cuộc đời "có giá trị và ý nghĩa" hơn. Dầu sao họ cũng đang ở California, nơi *"tiền mọc trên cây, vàng trồi dưới đất"* nên họ không lo ván bài kinh tế. Khi công ăn việc làm lúc trước của họ ở các đại công ty thì nay trong thời suy thoái, con số giới này càng ngày càng đông. Họ đành chịu chung số phận dân California, chia nhau chiếc bánh bị nhỏ dần của cái gọi là "giấc mơ California."

Giới này xoay ra mở nhà hàng, mở trường dạy kèm, và dĩ nhiên, trở thành các *agents* trong lãnh vực bất động sản. Phần lớn không đi đến đâu. Một số đông người ở quận Cam ra tranh cử các chức nghị viên địa phương để giải khuây.

Nhưng có một số khác về Việt Nam, dự định hết mọi chuyện trên trời dưới đất, toàn nói đến dự án tầm cỡ quốc gia, trị giá hàng tỷ đô la, trong khi trong túi đang cháy đến đoạn chót, vài tờ trăm đô rút từ các thẻ tín dụng sắp bị hết giới hạn ngân khoản – cùng lúc họ dính vào những liên hệ tình cảm và xã hội nhiều hứa hẹn trên mây, phức tạp như đám cỏ bòng bong. Họ rất thông minh nhưng không kiểm soát được chính mình. Họ đọc hàng loạt sách về các đại công ty và chiến lược kinh doanh toàn cầu của Yahoo! Tesla, Google, nhưng họ không quản lý nổi một tiệm tạp hóa bán buôn ở góc đường ở phố Bolsa. Hình ảnh của những kẻ sĩ Việt bất lực ở quê nhà ngày xưa khi bị "sinh bất phùng thời" không biết có giống như kẻ sĩ Việt ở California ngày nay hay không?!

Nay thì cơn sốt nhà cửa, vay mượn nợ bất động sản ở California đã đi qua. Các thử nghiệm về nhà hàng Việt theo kiểu Tây cũng cạn giới hạn, và các chuyện làm ăn ở Việt Nam đã bốc thành hơi với bao phiền muộn. Các cựu kỹ sư hay chuyên viên nay cầm sách ngồi vỉa hè, trong các quán kiểu *Café Factory* ở quận Cam hay là *M–Café* ở San Jose, hay suốt ngày lên *internet*, vào các trang *websites* đọc phơn phớt, chạy qua *Facebook* bày tỏ ý kiến vài câu, rồi xoay qua châm điếu thuốc lá để bắt đầu suy nghĩ về những chuyện vĩ đại khác hơn. Chưa bao giờ giấc mơ của chuyên gia Việt ở California lớn như bây giờ. Họ ở dưới đất trong khi tay họ muốn với đụng trời cao. Kết quả là họ sống lửng lơ lưng chừng trong bầu khí quyển toàn mơ ước, ảo tưởng, chân không đụng đất, đầu không dính mây.

TÂM HỒN CAO THƯỢNG MỚI

Đây là giai cấp vô sản mới của những người trí thức Việt Nam. Họ rất năng động và không bị một dây xích nào cột chặt họ cả – ngoại trừ các dự án viễn vông về tương lai bất định. Karl Marx chắc cũng đang trăn trở, gãi đầu ở dưới mộ. Với một số đông trí thức rỗi nghề và nghèo khó nhưng không biết hay tự nhận ra mình là vô sản, khi họ không có một xiềng xích thực tế nào cả – ngoại trừ, có lẽ, cái ngã mạn – thì cái lý tưởng cách mạng dành cho họ phải là cái thứ gì đây?

David Brooks, một bình luận gia nổi tiếng ở *New York Times*, có lần viết rằng, ở Mỹ hiện nay chỉ có một thứ văn hóa ngược dòng, *counterculture*, đó là lười biếng. Giới chuyên gia thất nghiệp ở Mỹ hiện nay định nghĩa chính mình, theo Brooks, bằng cái cao cả, cao thượng (loftiness) của suy tư. *"Họ định danh chính mình không bằng sự thành đạt mà bằng sự giác ngộ cá nhân, sự độc lập, và họ tìm mọi cách để tách rời chính mình ra khỏi đám đông và xã hội nhiễu nhương với nhiều trói buộc đầy nhàm chán,"* Họ cho rằng xã hội và giới lao động phải phục vụ họ vì họ là trí thức, vì họ có nhiều chữ nghĩa trong đầu, và họ dám có những giấc mơ lớn cho nhân loại. Không ngạc nhiên khi chương trình xổ số *lotto* ở California nay xổ bốn ngày mỗi tuần. Giấc mơ California bây giờ rẻ mạt. Chỉ cần hai đô là bạn có quyền tưởng tượng mình thành triệu phú.

Tôi có một người bạn, xin gọi là anh X, thuộc giới chuyên gia giỏi, học hành bằng cấp cao – và mang bệnh chán chường thế gian. Anh ta chỉ muốn đi Tây Tạng "huyền bí" để gặp đạo sĩ *guru* hòng học thuật *yoga* bí truyền nhằm giải thoát khỏi kiếp người trần tục càng nhanh càng tốt. Anh bỏ nghề nghiệp, ly dị vợ, chia hết tài sản, để vợ nuôi con, dùng tiền chia được đi vòng quanh thế giới mấy năm. Suốt mười năm qua, anh về Việt Nam như cơm bữa, phần lớn thời gian là ngồi các quán café ở Sài Gòn, đọc sách chiến lược kinh tế của các siêu cường, mong được làm cố vấn cao cấp cho các đại công ty liên quốc sắp vào đầu tư ở Việt Nam.

Nói đến chính trị là anh X chê rằng trình độ dân trí của mình còn thấp, chuyện gì đến thì nó sẽ đến. Nói đến chuyện đi làm cho có công việc rõ ràng thì anh cười khẩy, cho đó là chuyện của những thằng chuyên viên cấp bình dân. Anh rất thích tranh luận về các lý thuyết văn học, tâm lý xã hội, tổ chức và tôn giáo. Nói đến tác giả nào, sách gì anh cũng chê bai và phê phán tiêu cực. Anh đúng là thuộc vào giai cấp vô sản mới của người Việt ở California: chán đời mà phải sống, muốn về Việt Nam để ở luôn nhưng không làm sao có tiền, viết sách thì không bao giờ hoàn tất được hai trang mở đầu, đọc cả tá sách nhưng không biết dùng sức học đó để mần cái chi. Một lần nữa, Ôi Karl Marx! Ngươi đang ở đâu?

MỘT HUYỀN THOẠI TỰ CAO

Francis Fukuyama trong cuốn sách nổi tiếng *The End of History and the Last Man* (1992) cho rằng động cơ cho cuộc cách mạng sắp tới ở Mỹ không phải là công lý, chính trị, xã hội hay kinh tế – mà là sự *nhàm chán* (boredom). Dân Mỹ nay không còn cái gì để ước mơ. Chính trị hay kinh tế thì coi như xong, vấn đề thành công hay thất bại không phải do cơ chế vĩ mô, mà của cá nhân. Lịch sử đã làm xong chuyện của nó. Cái đáng để chờ đợi duy nhất cho người Mỹ vào ngày cuối tuần là trận đấu bóng chày của một đội banh tỉnh nhà.

Khi không còn gì là lý tưởng, khi đời sống thường nhật gặp nhiều khó khăn vì cạnh tranh kinh tế cao độ, họ trở về với khung trời cá nhân độc lập. Fukuyama viết, *"Con người thời đại nay thấy rằng nhân loại cũng chỉ là một thứ động vật cao cấp mà thôi – như Nietzsche đã nói – một thứ 'ốc bùn' kéo dài cho tới chính mình."* Và là, ông tiếp, *"Những con người độc lập này dù với khả năng tuân phục quy luật tự sáng lập, nay lại được quy giảm thành một thứ huyền thoại tự cao (a self–congratulatory myth)."*

Tuy nhiên, đó là cái sống bi đát của người Mỹ bản xứ, họ bị khô cạn ước mơ. Trái lại, giới vô sản mới của người Việt ở California thì khác. Họ có quá nhiều ước mơ – cho Việt Nam và cho chính mình. Họ ở California mà mơ chuyện Việt Nam – để rồi tâm tư họ bị rơi vào khoảng biển lớn thăm thẳm Thái Bình Dương. Họ mua vé số *lotto* một đô la để mơ thành triệu phú – để rồi giấc mơ của họ trở thành rẻ rúng. Họ muốn một nền tảng chính trị dân chủ cho quê nhà nhưng họ không tin chuyện đó có thể thành sự thực – để rồi ước mơ trở nên huyễn mộng. Họ muốn giải thoát ra khỏi thế gian này nhưng thân xác lại khắc nghiệt hơn họ tưởng – chỉ muốn bỏ cái tật hút thuốc lá cho đỡ tốn tiền và lợi cho sức khoẻ, thế mà gian nan còn hơn chuyện mở nhà hàng. Ai cho rằng con người Việt Nam tân thời đại thiếu giấc mơ? Vấn đề là làm sao nối liền ước mơ với thực tế cuộc đời!

THÔI THÌ VỀ BẾN TRE LẤY VỢ MỘNG RUỘNG

Trở lại chuyện người bạn chuyên gia tên X của tôi. Đây là câu chuyện thật. Tháng Bảy mùa Hè nhiều năm trước tôi về nước và tình cờ gặp lại anh. Anh X cho biết anh – nay 72 tuổi – đã về tận Bến Tre cưới cô vợ "mộng ruộng" 24 tuổi, sinh sống bằng nghề nuôi vịt giữa đồng, đã sinh được một bé gái đầy tháng, nay hai vợ chồng chung sống ở một làng quê dưới đó.

Tôi ngạc nhiên. Xứ anh ở đó không có điện, không có sóng vô tuyến, không có *internet*, không báo chí, truyền hình, không rượu tây, rời nhà đi đâu phải đi ghe xuồng. Mà anh bạn tôi – với tuổi thất tuần, cựu chuyên viên điện toán cấp cao cho một công ty lớn ở California, một học giả trên nhiều lãnh vực, người gốc Hà Nội, vốn rất khó tánh – làm sao anh sống vui ở xứ quê mùa Bến Tre xa xôi đó được?

Anh X khoát tay cười, *"Làm thằng dân dã Nam Bộ giữa sông ngòi với mụ vợ nhà quê vui thú lắm bạn ơi!"* Anh X nói tiếp, *"Tôi thấy chỉ có dân Nam bộ mới đúng là dân Việt Nam thôi."* Tôi hỏi vì sao? Anh nói *"Vì họ thành thật, đơn giản, và hạnh phúc."* Tôi cười theo chia sẻ.

Nay thì Karl Marx chắc không còn trăn trở dưới mồ nữa. Có người tân vô sản Việt Nam ở California đã tìm ra một xiềng xích mới để trói buộc chính mình.

Trong Hồn Nhiên Thứ Nhất

For if I lose myself in the world, I am then
ready to treat myself as a thing of the world
                                    (Paul Ricoeur)[1]

*

Phố cổ Hội An (2016)

Buổi chiều ở phố Cổ đã tàn. Phố đông đầy du khách. Bên dòng sông An Hội – Thu Bồn đầy nước là các quán café vỉa hè treo nhiều lồng đèn đỏ. Từ bên kia sông là đảo Cẩm Nam vang tiếng hát của một thanh niên trên một sân khấu bên bờ sông trong chương trình văn nghệ "Phát huy đạo đức Hồ Chí Minh." Anh đang cao giọng ca bài "Hồ Chí Minh đẹp nhất tên người."

Tiếng ca tràn qua mặt sông, vang dội vào vách tường cũ màu vôi bạc cổ kính như âm hưởng của lời ca, tiếng nhạc. Du khách hầu hết người Âu châu, thêm số người Trung Hoa và Hàn, Nhật. Họ nhìn ra bờ sông, nghe tiếng hát như một thể điệu dân ca nào đó chắc là để tăng thêm hương vị cho những chai bia đang uống.

Ngay dưới sân khấu có độ ba mươi người ngồi trên ghế nhựa chăm chú nghe. Khoảng mươi người khác ngồi trên xe gắn máy hút thuốc và trò chuyện. Hầu hết là phụ nữ và trẻ con. Anh ca sĩ mặc quân phục màu trắng. Vì người anh nhỏ con nên nhìn bộ quân phục thấy như áo

---

[1] *"Bởi vì khi tôi đánh mất chính mình trong thế giới là lúc tôi đã sẵn sàng đối xử với chính tôi như một vật thể của thế giới."*

thụng. Anh ngây ngất say sưa hát. Một người bạn đi cùng trong nhóm chúng tôi hát theo. Anh la to lên, đồng ca theo tiếng ca từ sân khấu, "Hồ Chí Minh! Hồ Chí Minh!" Anh vừa la, vừa dang tay phải lên trời, cười tươi, hăng hái.

KHI KHẨU HIỆU CHÍNH TRỊ THAY NIỀM TIN TÔN GIÁO

Trên sân khấu đã có ca sĩ mới. Một cô mặc áo dài lụa vàng mỏng manh đang hát bài ca của phong trào Thanh niên Xung phong. Giọng ca của cô ngọt ngào và đầy phấn chấn. Tóc và tà áo cô bay trong gió đêm. Đôi mắt cô triền miên nhìn vào khoảng không như đang bị một tinh thần nào đó chiếm ngự. Anh chàng bạn bên tôi say sưa hát theo bài ca này. *"Tôi vẫn thấy em như ngày nào, dù nắng nông trường làm chiếc áo bạc màu."* Anh ta đã từng nằm trong phong trào Xung phong ngày trước. Những bài ca này, đối với những người như anh, quá quen thuộc. Anh say sưa hát theo, đôi mắt đắm chìm theo hình dáng cô ca sĩ xinh xắn, mái tóc, y phục cổ truyền. Tôi thấy phía ca sĩ lẫn phía khán giả đang bồng bềnh trôi trong một cõi hạnh phúc hồn nhiên của con người xứ Quảng – một nơi, như bao nơi khác trên đất nước Việt Nam, đi đâu cũng thấy tràn đầy lễ hội và âm thanh, biểu ngữ tuyên truyền.

Còn hơn tháng nữa là 3/2 – sinh nhật Đảng. Hình ảnh Hồ Chí Minh và cờ đỏ sao vàng, cờ Đảng búa liềm bay ngập các con đường. Suốt tuần qua, trên các mặt báo đồng loạt đăng trang đầu tin và ảnh buổi lễ khai mạc khóa họp quốc hội mới ở thủ đô Hà Nội. Tiếp đến là hàng loạt tin về "lễ tân" (Tình hữu nghị Việt–Lào) và các bài viết cổ động phong trào "Đền ơn đáp nghĩa" cho người có công với tổ quốc.

Sắp tới sẽ là ngày Thương binh Liệt sĩ, ngày Cách mạng tháng Tám. Ở các quầy làm việc của các *resorts* cao cấp, nhân viên lễ tân liên tục xin lỗi khách hàng gọi về đặt chỗ vì đã hết phòng. Cả nước tưng bừng tham gia lễ hội. Một thứ lễ hội cho Đảng, vì Đảng; còn một lễ hội khác cho phong trào giàu có mới của giai cấp tư bản đang lên với túi đầy tiền. Hai thứ lễ hội vương quyện lẫn nhau.

Dân tộc Việt Nam đang tràn ngập hạnh phúc, hồn nhiên như trẻ thơ ngày Tết. Đảng đang cố gắng bằng mọi cách duy trì mức độ và kéo dài tinh thần, cái mà triết gia Paul Ricoeur gọi là ***"hồn nhiên thứ Nhất"*** – *the first naiveté* – một thể dạng hạnh phúc trong niềm tin đến một thẩm quyền ngoại thân của những con người ngây thơ trong văn hóa sơ khai, chưa có đủ ý thức về chính mình.

Trong sự hồn nhiên nguyên thủy này, ở Việt Nam hiện nay, trên các trang báo giấy hay mạng chính thống, đầy dẫy tin tức tham nhũng tiêu cực. Nhưng ai cần những bản tin nói về bóng tối quyền lực? – tôi tự hỏi bào chữa. Thế giới lúc nào mà không đầy ẩn khuất! Nhân loại bao giờ cũng vẫn thế – đầy thối nát, dục vọng.

Mỗi con người Việt Nam là một lịch sử đầy gian nan, tai biến. Tại sao ta lại phải gặm nhấm lại một thế giới qua văn bản, ngôn ngữ, báo chí những gì mà cá nhân muốn trốn tránh, vứt bỏ? Cõi sống Việt Nam đang giống như mặt nước sông Thu Bồn kia. Nó long lanh ánh sáng. Nó che đậy tất cả những gì không đáng để nêu lên vốn đang chứa đầy trong dòng nước và dưới đáy sông.

Như những chai bia ướp lạnh với những du khách không biết tiếng Việt, hương vị cuộc sống là cái ảo giác tạm thời của một thể loại hạnh phúc hồn nhiên mà niềm tin tôn giáo nay đã nhường chức năng cho lòng nhiệt thành qua biểu ngữ chính trị.

ĐI TÌM HỒN NHIÊN THỨ HAI

Một du khách Việt kiều trong nhóm hát theo một bài ca khác từ sân khấu cùng với anh bạn kia. Anh đến từ phương xa – nơi không còn cái hồn nhiên sơ khai. Anh ta muốn nhảy vào cái hạnh phúc ngây thơ đầy hồi niệm niên thiếu của dân chúng miền Trung. Có lẽ anh đã đánh mất cái hồn nhiên thứ Nhất khi sinh sống ở nước ngoài. Anh muốn tìm lại cái cảm giác ngây ngô, thơ dại trong bản sắc nguyên sơ nơi con người chân chất ruộng đồng mà nay anh đã không còn nữa. Nhìn anh vui hát, vỗ tay, tôi lại tự phiên giải anh ta theo Ricoeur: một hiện thân cho ý chí ***"hồn nhiên thứ Hai"*** – *the second naiveté*.

Trong một cõi đất nước mà cái "hồn nhiên thứ Nhất" vẫn đang diễn ra trong tâm thức con người Việt Nam, khi mà linh hồn của họ vẫn là của những con chiên đang được các giáo sĩ của giáo hội Đảng làm thánh lễ ban phép lành, nhân danh thánh linh và Thiên Chúa từ lịch sử – trong khi đang cố dàn xếp để giải quyết những vấn nạn thối nát lớn lao tạo nên bởi ý chí phủ định cái ngây thơ ban đầu.

Còn những Việt kiều như anh bạn, như tôi, những con người bên ngoài cuộc vui, đã bước ra khỏi cái hồn nhiên thứ Nhất đó – và cảm thấy bơ vơ. Những khái niệm, ý tưởng về chân lý và hạnh phúc trong cõi sống xa quê hương không thỏa mãn chúng tôi. Chúng chỉ vang lên như tiếng gọi đò trên bến sông chiều vắng.

Và bên bờ nước từ nhánh sông Thu Bồn này, một số trong chúng tôi như lần nữa, trong "hồn nhiên thứ Hai", muốn tung thân vào âm thanh duy ý chí của tầng tâm thức thiếu niên – của "đấu tranh độc lập", của "lãnh tụ anh minh và đạo đức Hồ Chí Minh", của "lịch sử Đảng bách chiến bách thắng", của "dân tộc Việt Nam kiêu hùng" – trong nét đẹp huy hoàng màu sắc lồng đèn đỏ giữa những căn phố cổ trộn lẫn đầy tràn cái cũ và cái mới.

(2016)

Suy tưởng từ Hy Lạp: Hãy biết Yêu Chiến Tranh và Sợ Hòa Bình

"Gởi tới ngươi, hỡi những tâm hồn viễn du và mạo hiểm, và cho tất cả những ai dám liều gan chèo thuyền ra biển lớn vô cùng nguy biến – tới ngươi, con người khó hiểu, say sưa với đời, biết thưởng thức thời khắc phai tàn của ngày tháng, những tinh thần trôi đến những vùng nước xoáy thăm thẳm, bởi vì ta biết các ngươi không muốn ôm chặt lấy bàn tay hèn nhát; và ở nơi các ngươi có thể trở nên linh thiêng đó, người không tính toán hơn thiệt, rủi may – xảy tới cho các ngươi, vậy ta sẽ nói cho nghe cái huyền diệu mà ta đã trực nghiệm, cái viễn kiến từ một cá nhân cô đơn nhất trên vũ trụ này." (Nietzsche, Zarathustra III).

*

Bước vào 2500 năm trước để tìm chủ nợ văn minh

ATHENS (16/2/2005).- *"Cái tổng thể kinh nghiệm cho con người đến với Athens bao gồm nhiều tầng lớp văn minh hơn tất cả mọi nơi ở Hy Lạp. Các món quà của thần đế đã làm cho Athens thật là đặc biệt trong quá trình lịch sử của xứ này. Nữ thần chiến tranh Athena, con của thần đế Zeus, đã trao tặng cho thị tứ này một cây olive như là biểu tượng của trách nhiệm bảo vệ thành phố, và Dionyssos, thần đế của rượu, cũng đã cống hiến cho dân chúng ở đây một cây nho để làm nên men say cho tinh thần và sức sống của dân Hy Lạp,"*

Tài liệu hướng dẫn du lịch đã viết những dòng giới thiệu như vậy. Tôi vừa đọc những dòng chữ này vừa bước từng bước lên từng bậc cấp của *Acropolis*, trung tâm di sản hoang phế của Athens, để cảm nhận được cái hoành tráng, lớn lao trong hoang tàn đổ nát của nền văn minh phôi thai sinh ra Tây phương hiện đại. Khi dừng chân lại trước mặt của *Parthenon*, ngôi đền to lớn được xây từ năm thế kỷ trước Công Nguyên, nay chỉ còn một tập hợp các cột trụ đại biểu cho kiến trúc Hy Lạp, tôi ngả mũ xin được bắt tay với 2500 năm của quá khứ đang đón chào.

Nhìn từ trên cao của đền Parthenon xuống tổng quan của Athens ngày nay, tôi thấy như có một sự cách đoạn của văn hóa và lịch sử. Nơi tôi đang đứng là chỗ tích lũy của bốn kỷ nguyên văn minh, từ Mycenae, Olympia, Delphi, Parthenon và Athens. Chính từ sự tích lũy dày và sâu của các triều đại này đã làm cho Hy Lạp hiện đại và văn minh tây phương có một sức mạnh văn hóa mạnh mẽ như ngày nay. Không có Hy lạp – phiên âm tiếng Hán của chữ *Hellen* – thì không có Tây phương như chúng ta biết đến. Từ tư tưởng dân chủ, đến khoa học thực nghiệm, từ khái niệm về nguyên tử, đến tư tưởng triết học, y khoa, kiến trúc, đến văn học bi tráng, ngôn ngữ học... hầu hết đều được khởi đi từ Athens này.

Tôi có cảm tưởng như chính mình là một con nợ của nhân loại thời nay đi tìm chủ nợ để tra vấn xem có phải tôi đã mắc nợ và như thế nào. Không có món nợ nào giống món nợ nào, dù là nợ văn minh. Nhưng khi chủ nợ đã chết, chỉ còn lại căn nhà của hắn nay hoang phế, tôi tự hỏi, có phải tôi là một thứ chủ nợ mới cho tương lai? Này Athens: Ta đang đi giữa lòng – và ta đang bước vào trong và xuyên qua quá khứ nhà ngươi.

Yêu chiến tranh và sợ hòa bình

Địa danh Acropolis này là hình ảnh đại diện cho lịch sử Hy Lạp. Nơi đây hàng năm có chừng ba triệu người đến thăm viếng chiêm ngưỡng. Nó bao gồm bốn căn nhà cổ đại, the Parthenon, ngôi đền Athena Nike, the Erechtheion và the Propylaea. Cấu trúc của Parthenon ở giữa trung tâm và huy hoàng hơn cả. Tôi hình dung cái thuở *"lối xưa xe ngựa hồn thu thảo,"* nay chỉ còn *"đền cũ lâu đài bóng tịch dương"* như bà Huyện Thanh Quan ngày nào đã diễn tả như thế khi đi qua đèo Ngang trong buổi xế tà ở trung Việt.

Chính từ gốc tích chiến tranh qua hình ảnh thần đế của dân Hy Lạp, bà Athena, mà Hy Lạp có được cái huy hoàng. Nhưng chiến tranh của dân Hellen này là của và do một văn hóa cao cấp – và khi họ chiến thắng, họ khai hóa và chinh phục kẻ chiến bại bằng văn hóa từ phía trên. Những khối nhân loại say mơ với giấc ngủ văn minh thấp kém của họ cần phải được đánh thức – bằng roi vọt, nếu cần.

Tôi tự suy diễn: Chiến tranh hay hòa bình; thắng hay bại, đối với con người của thế gian này, chỉ có thể biện minh bằng cái văn hóa phản ứng và tiếp cận, ứng xử đối với gia sản chiến tranh và lịch sử. Khi văn hóa đại diện cho một nguyên tắc cao hơn cái đang chống lại, thì văn hóa cao đáng để chiến thắng. Hy Lạp cổ đại, do đó, đáng để chiến thắng so với các văn hóa đa thần và man dại, mê tín của truyền thống *Pagans* của xứ Địa Trung Hải thời đó.

Kẻ lớn lao hơn, vĩ đại hơn, do đó, phải chiến thắng, và nếu cần, phải gây chiến để chinh phục. Nếu không, hắn sẽ bị chinh phục bằng các luồng văn hóa hạ cấp và man rợ hơn. Vấn đề là hắn có một văn hóa xứng đáng để làm nền tảng và biện minh cho chiến thắng của mình hay không. Kẻ chiến bại với nền văn minh cao cấp cũng thế. Hãy chiến đấu đến cùng, và nếu có thua, thì tinh thần văn hóa trong chiến bại sẽ giải hóa và chinh phục lại kẻ chiến thắng.

Đừng sợ chiến tranh hay yêu mến hòa bình một cách trống rỗng, như là một thể loại chân lý bất biến và phổ quát. Vấn đề tùy thuộc vào sử tính và thời đại theo trình độ và chiều sâu văn hóa liên đới. Văn minh nào, con người nào, dân tộc nào có văn hóa thấp thì cần phải bị chinh phục, bị tiêu vong – hay tốt hơn, hãy nên tự sát để khỏi bị nhục chiến bại. Đó chính là một phần trong bài học của Socrates và của Athens mà chưa ai nói đến.

Đâu rồi hình bóng vĩ nhân

Trước khi bước lên đền Agropolis, tôi đi xuyên qua phố thị ngày nay của Athens. Trên các ngõ ngách chật hẹp và xinh xắn lót đá từ ngàn xưa, tôi mơ hồ trông thấy con người thời nay hình như chỉ còn có tinh thần buôn bán và ăn uống vặt vãnh. Không còn là các lễ hội to lớn cho một biểu tượng thần đế linh thiêng nào. Không còn là các bản hành khúc hùng tráng thúc quân lên đường chinh phạt. Không còn tiếng la tiếng gào của dân lao động vươn lên xây đền đài to lớn cho khí phách và ngã mạn của lãnh tụ đế chế. Không còn có ánh sáng văn hóa lãnh đạo ở phố thị Hy Lạp ngày nay – cũng như khắp nơi trên quả địa cầu này.

Con người bây giờ không biết say rượu khi biểu tượng của Dionysus và Bacchus đã bị bỏ quên – cũng như họ không biết đến nghệ thuật dục tình khi tinh hoa thân xác đã bị vất bỏ. Cái say của người đời nay là của thân xác để quên gánh nặng cuộc đời, để tiêu diệt ý chí, để rước thêm khổ đau và bệnh tật.

Chính Hy Lạp đã cho nhân loại tinh thần và khái niệm dân chủ; nhưng chính cái mầm tư tưởng dân chủ bình dân, thiếu khí phách anh hùng này đã làm cho Hy Lạp tàn phế và làm cho những con người lớn trở nên trung bình hóa. Trong dân chủ bình dân, không có con người vĩ đại. Những tâm hồn lớn, ý chí cao ngất, huy hoàng, những tâm hồn say men với chiến thắng và chinh phục, những ánh mắt và tay kiếm của đế quốc đã bị kéo xuống thành dân dã – thành một người "công dân" bình thường trong nhiều vô số những con người bình thường khác. Trong dân chủ, con người là của tâm hồn con kiến, con gà được cho đứng ngang hàng với sư tử, tranh chuyện với chúa tể sơn lâm. Hệ quả của tinh thần dân chủ này là lịch sử không còn là nấc bậc cho sự vươn lên của các tinh thần văn hóa lớn lao. Tất cả các chiều cao đều được đo bằng thước mực hạ cấp.

Tình dục nơi văn minh suy vong

Trong giai đoạn tàn phai của Hy Lạp, cái còn sót lại là năng lực tính dục. Nên nhớ, giữa lúc hoàng kim, khi sức mạnh Athens đang ở điểm cao, tính dục vẫn là quan trọng. Nhưng dục tình của văn hóa cao cấp và hưng vượng của thời quán hưng thịnh là hiện thân cho năng lực sáng tạo, của âm dương, của tinh thần hiện thế, của tồn tại cho giống nòi, dân tộc, và là nghệ thuật thưởng thức cho khả năng tiến hóa tâm linh.

Đến khi suy vong, dân Hy Lạp đi vào con đường dục tính tồi bại. Họ biến dục tình thành một thực đơn khoái lạc thuần thân thể máy móc, và cái quy luật giao hưởng âm dương bị vi phạm khi giao hợp đồng tính trở thành thông lệ. Kinh nghiệm suy vong này tương tự như trong thời Cựu Ước của thành phố Sodom ở xứ Palestine. Tôi thấy vết tích hai mặt của dục tính, từ cái cao đến cái thấp, trên mặt của đồng tiền thân xác, giữa vỉa hè của Athens, qua các *postcards* và hình ảnh chạm trổ, chân dung đàn ông với cơ phận dương vật dựng đứng, hay là các hình ảnh làm tình tập thể, giữa nam và nữ hay là giữa các bậc nam giới râu ria xồm xoàm.

Nhân loại hôm nay quên rằng tinh thần tình dục quyết định phẩm chất văn hóa. Tôi so sánh các hình ảnh dục tính của xứ Ấn Độ và Campuchea cổ đại với Hy Lạp thời suy tàn. Văn hóa dục tính của truyền thống Ấn Giáo là của năng lực sáng tạo, của *kundalini*, của ý chí thống nhất với Thượng đế. Còn của Hy Lạp thời suy tàn và của Tây phương ngày nay? Chỉ là của máy móc thuần thân xác trống rỗng, không tình yêu, phục vụ cho khoái lạc không tinh thần, vốn chỉ đem con người đến một sự thoái hóa về tâm hồn cũng như thân thể.

Liên tưởng đến văn chương Việt Nam

Tiếc thay, chúng ta thấy điều này trong văn chương Việt Nam suốt trong hai ba thập niên qua, ở hải ngoại cũng như ở trong nước, phần lớn chỉ thể hiện được cái trống rỗng, sự thoái hóa vì tinh thần duy cảm giác – với năng ý ca tụng cái sa đọa tính dục qua phong cách ngôn ngữ chi tiết bằng những thể điệu tự thuật trong những câu văn sành sỏi và những chi tiết tâm lý của những cá nhân cô đơn trong thời đại nhỏ nhen, bình thường trên mọi phương diện.

Khi không viết về tình dục, nhà văn Việt Nam chuyển qua tầng số mỉa mai cay đắng với xã hội, con người, thể chế. Văn chương tiêu cực thuần phủ quyết như là một thể loại mệnh lệnh đạo đức bằng cách phá bỏ hiện thực bằng giọng văn bình dân thô tục. Từ văn chương đó, người cầm viết cùng phụ họa xả thêm rác vào góc phố vốn đã ngổn ngang, dơ bẩn. Có lẽ văn chương tiếng Việt cần một nội dung thẩm mỹ mới, cao hơn, từ ngôn ngữ đến nội hàm ý tưởng.

Khi con người, và văn hóa thời đại, qua phát ngôn viên là những nhà văn, không thấy được gì cao hơn trong dục tính, trong mỉa mai tiêu cực, không thấy cái mục đích của sự việc, cái *telos* trong tác hành, từ bối cảnh thân xác đến tình thế suy vong của văn hóa và đế chế chính trị, thì họ chỉ xứng đáng hiện hữu cùng với đám quần chúng thiếu văn hóa trong một phong hóa chỉ biết và nhắm vào cái tầm thường. Có lẽ vì thế mà lần đầu tiên trong lịch sử văn chương tiếng Việt – vì bị sa lầy trong ý chí duy phủ quyết – đang bị đứng thấp hơn so với âm nhạc Việt, vốn chỉ ca ngợi sầu bi, yêu đương ai oán.

Khi văn chương lấy cái thấp làm thông điệp văn hóa và chính trị thì độc tài toàn trị sẽ còn tiếp tục. Hơn nữa, có chăng thì loại văn chương này cũng sẽ chỉ là một thứ mầm dân chủ nhiễu nhương, hỗn độn. Đừng ngạc nhiên khi chúng ta thấy rằng tinh thần chính trị cao thượng không thể bắt nguồn từ văn chương tiếng Việt. Việt Nam sẽ không có tinh thần chính trị dân chủ xứng đáng với ý niệm đúng nghĩa cho đến khi văn chương tiếng Việt khắp nơi từ bỏ và vượt qua được nội dung tiêu cực trống rỗng như hiện nay.

Hãy bước qua khỏi ám ảnh biểu tượng nơi tình thế suy vong, của cám dỗ ngôn ngữ chỉ vì ngôn ngữ, cho dù có bất mãn với chính thể, hay chỉ vì cá nhân người viết bị trầm uất, nhàm chán với đời sống. Cõi văn chương Việt ngữ lớn rộng và cao xa hơn là cái ngõ hẹp cay đắng mà các bạn đang mò mẫm hiện nay – hỡi các thân hữu văn chương của tôi.

Thời tính mới từ nơi ly rượu đắng

Tôi liên tưởng đến Heraclitus, một triết gia Hy Lạp trước Socrates, *"Cũng như mật ong thì vừa đắng và vừa ngọt, thế gian này là một ly rượu trộn nhiều hương vị đối nghịch cần phải được thường xuyên khuấy lên."* Và ly rượu cần phải được thay đổi cho con người dự tiệc mới.

Không có gì có thể tồn tại vĩnh cửu khi nó đóng xong màn kịch thế gian. Văn minh Athens là một thời quán khai sinh tri thức, là món quà từ thế giới cao hơn – từ cõi thần linh hiện thân qua ánh sáng lý tính. Khi Hy Lạp đốt hết ngọn lửa thời tính của nó, ngọn đuốc đế quốc chuyển qua La Mã để thể hiện nội dung tư tưởng lý trí của Athens cho hậu thế Tây phương. Nietzsche viết rằng dân Hy Lạp, cũng như bao nhiêu dân tộc khác, vốn khao khát kiến thức cao độ. Cái làm họ khác các giống dân đương thời khác, là khi họ học được điều gì, họ sống tận cùng với kiến thức đó.

***

Trên đường trở lại khách sạn ở phố chính Athens, khi ghé qua công viên thư viện thành phố, tôi đứng chào hai tượng Socrates và Platon đứng ở giữa sân đình. Không thấy tượng Aristotle đâu cả, tôi tự hỏi tại sao? Chính Aristotle đã cứu vãn tư tưởng Hy Lạp, vốn thừa hưởng tính chất huyền bí Ai Cập, để tư tưởng của ông khai sinh ra nền tảng tư duy lý tính cho nền văn minh khoa học thực nghiệm Tây phương hiện đại.

Ba thầy trò Socrates, Platon và Aristole là *Trinity*, là tam vị nhất thể của Tây phương, của tiêu chuẩn và định hướng Chân Thiện Mỹ cho con người thời xưa. Có lẽ Aristotle đã bị tan hòa vào tất cả những gì hiện đại của Athens, của cái mới trên từng nét kiến trúc, trong từng tâm hồn con người thành phố, trong cái ồn ào vô tận của đời nay – trong khi Socrates và học trò Platon đứng chết cứng ngắt ôm giữ chính thân thể chính mình trong hình tượng xinh đẹp như là quá khứ oai hùng của họ. Giã từ Athens – và xin chào 2500 năm trước.

Từ gian khổ đến kịch nghệ:
Một kiểm thảo

California, tháng Giêng, 2020.– Cách đây khá lâu, sáu bảy năm, đạo diễn và kịch sĩ *Nguyễn Thị Minh Ngọc từ Sài Gòn* đến thăm và trình diễn ở vùng vịnh San Francisco. Tại một hý viện ở đại học Berkeley, cô đã cống hiến cho một số thân hữu một màn độc diễn của những vở kịch (tôi đã quên tựa) do chính cô biên soạn – bao gồm một câu chuyện về một phụ nữ Việt có chồng đi xa. Trước đó, khi ở Việt Nam, tôi đã từng có dịp thưởng ngoạn vài vở kịch nhỏ của người đạo diễn đa tài này.

*

Nhớ lần đầu xem kịch Minh Ngọc, dù đã lâu, nhưng tôi vẫn còn ấn tượng ở cặp mắt đầy diễn đạt của cô. Khi lắng nghe ngôn từ đối thoại và độc thoại đầy thi ca của kịch bản, tôi từng có cảm tưởng mình đang được mời ăn một mâm cỗ đầy sự kiện nhân gian rất bình nhật được bày biện lại, dàn dựng trong một khung cảnh khác. Nó giống như một hoạt cảnh tự diễn phát đi từ một nỗi đau làm người đang được chuyển hóa bằng ý chí nghệ thuật.

Tôi tự hỏi, có phải nghệ thuật, trong đó có kịch diễn, là một năng ý vượt thoát cuộc đời bằng cách dựng lại thế gian qua cảm nhận của tác giả và kịch sĩ? Vậy tại sao chúng ta lại muốn chứng kiến và tiêu thụ lại những nỗi đau từ cuộc sống mà chính ta muốn thoát ly?

Nghệ thuật trình diễn – trên bình diện biện chứng – là một ý chí tiêu hóa những sự thể cuộc đời. Đồng thời nó cũng là một ước muốn phủ định những sai lầm của con người nhằm tìm đến một khả thể giải thoát cho tâm thức – mà trong đó, kịch sĩ là một cơ năng tiêu thụ và chuyển hóa cảm xúc. Mỗi màn diễn là một sự cố phát động bởi guồng máy diễn tuồng nhằm đưa tâm hồn khán giả từ thân xác và ý thức lên cõi tinh thần. Vì vậy, vở kịch nào vốn chỉ sử dụng tình cảm bi thương làm động cơ thưởng ngoạn duy nhất thì nghệ thuật đã bị nhận chìm ở mức độ thể xác và xúc cảm tầm thường và giới hạn. Ở đó, cảm xúc chỉ còn thuần là gánh nặng cho tinh thần.

Vai trò kịch sĩ là của biểu hiện – và nội dung vở kịch là tiếng chuông tỉnh thức về cái đẹp trong những gian lao của sự đời. Qua ý chí nghệ thuật, con người có khả năng vượt qua khỏi những hệ lụy tiêu cực trong tình cảm bình thường. Vì thế, mỗi vở kịch là một thức ăn được nấu nướng từ gạo rau thịt cá cuộc đời bằng ngọn lửa thẩm mỹ. Sự thể khổ đau và nhầy nhụa nơi trần gian phải được chuyển hóa và nâng cao lên mức độ tinh thần. Vì thế, kịch nghệ – hay nghệ thuật và văn chương nói chung – không thể dừng ở chỗ khơi động tình cảm – mà là một hoạt cảnh tinh thần trong ý chí muốn chuyển hóa thế gian thành một đối thể cho ý thức. Từ đó, hy vọng rằng, người xem kịch, nghe nhạc, hay đọc văn, sẽ có cơ hội nhìn lại chính mình bằng sự thanh lọc sự kiện qua màn cảnh và ngôn từ.

Khi thưởng thức kịch diễn, xúc động phải được đứng ngang hàng với trình độ tri thức. Chỉ khi ấy thì giá trị nghệ thuật mới được tiêu thụ đúng cách. Kịch nghệ cũng như là biện luận (*rhetoric*) mà Aristotle trong cuốn *Rhetorica (Tu Từ)* có bàn đến: cả hai đều nhằm đến chủ đích khơi động tình cảm bởi ngôn từ và phương thức chuyển đạt. Nói theo Arthur Danto trong cuốn *The Transformation of the Common Place (Sự chuyển hóa của chốn bình thường)* thì, một kịch sĩ, cũng như là một biện luận gia, cả hai đều là những kẻ có khả năng "mua được đúng tầm mức một nội dung cảm xúc trên cơ sở khái niệm" về sự kiện. Nếu vở kịch chỉ có khơi động tình cảm bi đát, tủi thân, mỉa mai tiêu cực, tuyệt vọng thì nó là một sự sai lầm, một thất bại. Kịch nghệ phải làm cho kẻ thưởng ngoạn nhìn lại cảm xúc của mình để mà thăng hoa nó từ cảm nhận thẩm mỹ trong sự thông hiểu bằng tri kiến.

Qua kịch nghệ là chức năng giáo hóa. Và con người Việt Nam cần phải được giáo hóa về cảm xúc.

Đàn ông Việt Nam cần phải thăng hóa lên khỏi bản chất thô lỗ, ti tiện, nóng nảy, bạo tâm. Phụ nữ Việt cần phải được thăng hóa những cảm xúc đầy bi ai, tủi phận, than thân, tiêu cực, bi lụy. Cái khôn ngoan của nam giới Việt không cần đến cái dữ dằn như lửa rơm chỉ được vay mượn làm nhiệt lượng cho ngã mạn và anh hùng. Và cái đẹp và thông minh của phụ nữ Việt không cần được chuyên chở và vay mượn từ những tâm chất yếu đuối với quá nhiều bi ai.

Ngày nay, kịch nghệ cũng như là văn chương, âm nhạc của người Việt, bất cứ ở đâu, vẫn còn mãi cứ vinh quang tính chất thô lỗ, trẻ con và yếu đuối của con người Việt Nam. Một luồng văn hóa – kể cả kịch nghệ – chỉ có ý muốn và khả năng chìu khách bằng sự vay mượn tâm chất ủy mị và bi đát của khán giả thì chỉ là một luồng văn hóa vong thân. Nó không đi đến đâu cả – ngoài việc đưa tất cả vào cánh cửa địa ngục do chính mình dựng nên.

Nếu chúng ta quan sát kỹ đến tinh thần văn hóa Việt Nam bây giờ ở trong và ngoài nước thì nhìn đâu cũng chỉ thấy và nghe những gì bi đát, vô vị. Khi văn nghệ Việt Nam muốn ra khỏi bi đát thì vướng vào những màn hề nhạt nhẽo. Sự dí dỏm làm duyên của các danh hài trẻ bây giờ đã quá nhiều lúc biến họ thành những mẩu chuyện ngây ngô. Cái đáng nực cười của họ trở nên những nỗi buồn cười. Tính chất bi kịch từ cuộc sống chỉ đi theo độc lộ vào vũng lầy bi hài – mà tinh thần cảm nhận của kịch tác giả không đưa chúng lên tầm bi tráng. Thể dạng văn hóa ngôn từ và trình diễn này đã và đang nạn nhân hóa quần chúng thưởng ngoạn và luôn cả chính giới nghệ sĩ. Tất cả đang bị khô cạn và đi vào bế tắc. Cái vung nào đang úp chặt tất cả chúng ta?

Có lẽ rằng chúng ta không thể phủ nhận hay bỏ quên cái sự thể khổ đau và bi đát của con người Việt Nam – nhất là của người phụ nữ Việt – như là Minh Ngọc diễn đạt. Nhưng khổ đau nào? Công bằng mà nói, Minh Ngọc qua các vở kịch độc thoại của cô đã không vay mượn cảm xúc tiêu cực để mua giá trị kịch nghệ cho mình. Chúng đã toát lên một cái gì đó đơn giản và khác – mà tôi không suy nghĩ ra.

Nhưng từ các hoạt cảnh độc thoại của Minh Ngọc, tôi cảm nhận được một nỗi cô đơn mòn mỏi về cơ sự làm người Việt Nam trong suốt thế kỷ qua: dù có bao nhiêu biến động, bao nhiêu tang thương, bao nhiêu thay đổi, rốt cuộc, không có mới gì hay lạ gì để được nghệ thuật Việt chuyển đạt cả. Cái "khác" của sự kiện làm người phụ nữ Việt không đem được cái gì "mới" cho ý thức. Và giới đàn ông Việt trong sự thể làm người Việt Nam ở khắp nơi – với tất cả những ồn ào rỗng tuếch – tựu chung vẫn chỉ là một chuỗi nhàm chán vô vị.

Nhớ lại, khi Minh Ngọc vừa dứt màn kịch thì tôi vỡ lẽ ra rằng: Dân tộc Việt Nam, nhìn từ một góc độ biểu tượng tinh thần, vẫn đang còn bị rơi lạc vào trong một vở bi hài kịch. Ở đó, kẻ diễn, người xem, tất cả đều còn đang vật vã trong một cơn say vô thức với cuộc đời. Và đó có lẽ là cái hay sâu sắc mà tôi cảm nhận được từ Minh Ngọc. Tôi mong cô và giai tầng văn hóa trình diễn sẽ tiến xa hơn nữa – để chúng ta cùng nhau thức giấc bước ra khỏi cơn say làm người vốn đã kéo dài quá lâu.

(2020)

Mặt Trăng và Đầu Lâu:
Điên loạn bóng đá

"Một trận bóng đá giống như vở kịch lớn ở hí trường, một câu chuyện lớn được kể qua phương cách trình diễn của những vở kịch nhỏ, bao gồm những mẩu đời bi tráng của từng nhân vật tham dự, vờn nhau trên sân cỏ, từng cặp quấn quýt lẫn nhau theo từng bước chạy, hiển lộ những kết cuộc bất thường."

*

Nhà bình luận thể thao Mỹ Lawrie Mifflin đã nhận xét như vậy. Bóng đá, hay túc cầu, *soccer* hay *football*, là một hoạt cảnh đầy hương vị sinh động, chất đầy từng phút giây mà những ai đã rơi vào màn kịch này không thể thoát ra được. Cho dù suốt cả trận chơi mà kết quả không có một điểm phá lưới nào, trận chiến túc cầu vẫn cứ hấp dẫn. Cái khoái lạc của bóng đá là sự liên tục không ngừng nghỉ của tác hành –vở kịch cứ như là bên bờ của một kết quả ngoạn mục và không tiên đoán được.

Nguồn gốc túc cầu

Bóng đá đến từ thuở nào và từ đâu? Theo một số tài liệu thì bóng đá có một lịch sử lâu dài, rất là xưa. Khởi thủy là một trò chơi sút lưới bằng trái banh da được nhét đầy lông gà vịt, từ thời nhà Hán, Trung

Hoa ở thế kỷ thứ Ba trước Tây lịch. Ở Nhật bản cũng vào thời kỳ này, cũng có một trò chơi tương tự. Ở Tây phương thì bắt đầu từ Hy lạp. Người Hy lạp đã có trò chơi thể thao cạnh tranh, gọi là "episkyros" mà mỗi đội banh lên đến 27 cầu thủ.

Đế quốc La Mã trong thời cực thịnh cũng chơi trò "Harpastum", với trái banh nhỏ hơn bây giờ, giữa một sân banh hình chữ nhật có vẻ lằn chia thành hai phần ở giữa sân, và hai đội banh cố sút banh vào lưới *goals* của phe bên kia. Người La Mã giới thiệu nghệ thuật lừa banh bằng chân, hay đánh banh bằng đầu và ngực, hoàn toàn không được sử dụng tay. Mỗi cầu thủ La Mã được huấn luyện cách lừa banh bằng chân khác nhau, và bằng những thủ đoạn ngoạn mục để đánh lừa đối thủ, đã được họ nâng cao đến trình độ xuất chúng. Chính cái thủ đoạn như nghệ thuật cách lừa banh, cướp hay chận cấp banh đã trở nên tính chất hấp dẫn đầy kịch tính của bóng đá. Ở giai đoạn đầu Tây lịch, khi đế quốc La Mã cai trị các đảo xứ Anh quốc ngày nay, họ đem món thể thao này đến với người bản địa. Nhưng tất cả những gì của trò chơi Harpastum của La Mã lúc bấy giờ chưa chính thức trở thành môn bóng đá như thời bây giờ.

Bóng đá hiện đại là sáng kiến của người Anh. Khởi thủy của *football*, như người Anh gọi nó, bắt đầu khoảng thế kỷ thứ Bảy Tây lịch, bằng những trò chơi rùng rợn của binh lính Anh với các đầu lâu của lính Đan Mạch (Denmark) mà họ đang có chiến tranh. Chuyện kể rằng, sau một trận đánh lớn quân đội Anh đánh bại quân Đan Mạch, họ chặt đầu hoàng tử Đan Mạch bị bắt và lấy cái đầu lâu đầy máu me, hai mắt trợn trừng của ông ta, mang ra sân làm trái banh. Thế là lịch sử của bóng đá ngoài tính chất kỹ thuật lườn léo, sút banh, cướp bóng bằng chân, được tăng thêm phần man dại bạo hành. Từ lúc chiếc đầu lâu nhềm nhụa máu của hoàng tử Đan Mạch được chuyền chân sút vào lưới ở Anh cho đến nay, lịch sử bóng đá không bao giờ có cơ hội ngoảnh mặt nhìn lại quá khứ.

Điên dại vì bóng đá

Từ thời đó, rồi rất nhiều thế kỷ tiếp nối, người Anh đã chơi túc cầu như điên dại. Có những nơi, nhiều trận đấu hỗn loạn, có khi cả trăm cầu thủ, đủ mọi thành phần, tràn ra sân để tranh giành banh, suốt cả ngày cho đến tối. Bạo hành, kể cả giết nhau, xé xác đối thủ vì thua banh, trở thành cơm bữa. Cái nạn *hooligans* ngày nay, so với chuyện giết chóc ngày xưa trong bóng đá chỉ là trò đùa trẻ con mà thôi. Tình trạng bạo hành bóng đá như thế đã có lúc đến mức không chấp nhận được. Năm 1331, vua Edward III ra chiếu chỉ cấm chơi túc cầu. Ở Scotland thì vua James I, năm 1424, tuyên bố ở nghị trường rằng, *"That na man play at the Fute–ball"* (No man shall play football – Không ai được chơi túc cầu).

Nhưng tính chất man dại của túc cầu người Anh rồi cũng được văn minh hóa lần đầu bằng thành hình quy luật trò chơi, chính thức giới thiệu bởi đại học Eton và sau đó bởi đại học Cambridge, nay được gọi là quy tắc Cambridge. Thomas Arnold, một trưởng lão môn bóng Rugby, đã đóng góp cho sự hình thành quy tắc bóng đá thế giới vào năm 1846. Khởi đầu, quy luật rất dễ dàng. Các cầu thủ có quyền đá thẳng vào cặp giò của đối thủ từ đầu gối xuống. Và phương pháp lừa banh bao gồm cả cách ôm banh dưới nách mà chạy, giống như trò chơi Rugby vậy. Cho đến năm 1863, trò ôm banh dưới nách bắt đầu bị cấm. Đây chính là thời điểm túc cầu được phân biệt hẳn hoi ra khỏi trò chơi Rugby.

Tổ chức Túc Cầu thế Giới đầu tiên được thành lập kể từ năm đó, và cho đến năm 1872 thì trận tranh tài mở màn cho lịch sử túc cầu thế giới được bắt đầu giữa Anh quốc và Scotland. Tổ chức này biến hóa theo thời gian, cho đến năm 1925 thì số quốc gia hội viên đã lên đến 36 nước. Giải *World Cup* đầu tiên được tổ chức năm 1930. Ngày nay, Hội Túc Cầu Thế Giới, *Federation Internationale de Football Association*, hay là FIFA, có đến 204 hội viên quốc gia. Thế là từ một trò chơi chiến tranh của dân La Mã, trộn với máu man dại và văn minh quy tắc của người Anh, ngày nay môn túc cầu đã hớp hồn cả nhân loại, từ Tây sang Đông.

Bóng đá cho cơ sự gì, hay chỉ là trò chơi vô bổ?

Tôi và bạn có thể hỏi, thế thì vì cớ sự gì, cho mục tiêu Tạo hóa nào, mà trò chơi bóng đá đang nắm lấy tim óc con người ngày nay?

Bóng đá, môn thể thao này đối với nhân loại bây giờ, là một sự "đánh trống lãng" đối với cuộc đời – một thứ *distraction from being*.

Trong cuốn sách kỳ diệu *"Chuyện kể của Beelzebulb cho đứa cháu"* của George Gurdjieff, một đạo sĩ kỳ bí ở thế kỷ trước, viết rằng: *"Cái lạ lùng của con người ngày nay là hắn sợ con chuột nhiều hơn sợ cái chết của hắn."* Theo Gurdjieff, người ta bây giờ không thể thấy được, cảm nghiệm tới, cái cơ bản, cái lớn lao của số phận làm người. Hắn chỉ thấy và cảm nhận toàn chuyện nhỏ nhặt, tào lao.

Túc cầu và tất cả những năng lực vô bờ của nhân loại đang đổ vào đó, chẳng qua chỉ là một trò đánh trống lãng vào một chuyện vô bổ, chẳng hay ho gì, thiếu thực chất, thuần cảm giác thân xác. Con người, qua sự bận tâm vào thú vui hồi hộp nhỏ bé của trò chơi bóng đá lại càng minh định cái ý chí hiện sinh vô bổ, vô ích của hắn. Tất cả những năng lực được toát ra từ các trận chơi này với cả tỷ linh hồn nhân loại, mà mỗi thân thể là một nhà máy phát nhiệt lượng từ xúc cảm, theo Gurdjieff, là chỉ để nuôi mặt Trăng, vốn đang trưởng thành bởi "thức ăn" đến từ khổ đau, cái chết, và năng lực tiêu cực của con người trên hành tinh nước mắt này.

Gurdjieff nói rằng con người ta có cái bệnh của thói quen là ưa phung phí năng lực vào cảm giác. Từ rượu say, tính dục vì khoái lạc, hút sách, âm nhạc, văn chương kích thích bi đát, cho đến nghi thức tôn giáo đầy cảm tính, và cả chiến tranh, tất cả đều là ý chí phung phí năng lực của con người. Và ai gặt hái năng lực này? Thưa rằng, đó là mặt Trăng.

Điên cuồng bóng đá thay cho điên loạn chiến tranh

Bạn thấy không? Cái bệnh say mê bóng đá một cách điên dại như bây giờ là hiện tượng điên loạn của riêng bọn đàn ông thanh niên. Người phụ nữ giải hóa cái thói thèm ăn năng lực tiêu cực của mặt Trăng bằng chu kỳ kinh nguyệt của họ – và do đó, họ được quân bình. Còn đàn ông? Vì không có cơ năng thân xác tự giải hóa năng lực tiêu cực hay ẩn ức, thì hoàn toàn bị làm nô lệ cho mặt Trăng. Mỗi người đàn ông – khi say mê bóng đá – là một thằng điên trong nguyệt lực – *literally*, họ là những *lunatics*.

Nhiều năm trước, sau nửa khuya, lúc đang ngủ say ở một khách sạn nhỏ trên đường Hai Bà Trưng, Sài Gòn, tôi đã bị đánh thức bởi một cuộc đua xe gắn máy của giới trẻ. Bước ra lan can, tôi nhìn xuống đường, hằng trăm xe máy đua nhau chạy tối đa tốc lực, âm thanh máy nổ cùng tiếng kèn chát chúa, tiếng người la hét kinh hoàng, trộn lẫn tiếng cổ võ cười nói. Thật là một cảnh tượng kỳ lạ, thất kinh, ngoạn mục. Tôi hỏi thì được biết giới trẻ đua xe sau một trận bóng *World Cup*. Cả Sài Gòn bị hớp hồn và điên dại vì bóng đá. Một hiện tượng nhân loại lạ lùng.

Bây giờ, suốt tuần qua ở San Jose, California, đi ngang các quán cà phê Việt Nam, tôi nghe tiếng reo hò của những đám thanh niên ngồi xem màn hình chiếu các trận bóng đá. Tôi nhìn lên trời tìm mặt Trăng đâu đó giữa ban ngày để hình dung thấy nàng Nguyệt mỉm cười khoái lạc. Chắc Nàng đang tiếp nhận, háo hức thu hút khối năng lực và tình cảm điên loạn từ đám nhân loại giống đực điên rồ với bóng đá đang cống hiến năng lực một cách vô thức và hoan hỷ cho Nàng từ trái đất.

Tôi nghĩ đến trăng tròn đêm Rằm như một quả bóng đá, và tự hỏi đến Gurdjieff, À biết đâu cái điên loạn vô bổ này sẽ thay thế cái điên loạn ngu xuẩn của chiến tranh! Rất có thể nếu Putin và Tập Cận Bình xem xong *World Cup* năm nay sẽ hạ nhiệt tâm lý điên ảo để cho thế giới có cơ hội hòa bình.

(2018)

Khi Mộng Ruộng muốn làm Chúa Trời

Kẻ khiêu vũ với số phận ngập ngừng
Một lần, thêm lần nữa, trong bóng đêm cản dừng sa đọa,
Với trái đất này – lấp lánh.
Vậy nhưng mỗi lần đến hạn
Chàng vẫn tưng bừng bước vào cửa lớn.
(Rainer M. Rilke, **Bài ca cho Orpheus**)

*

Có thuở nọ bên bờ đại dương Cửa Việt, xứ Quảng Trị, một chàng nhà quê tên Hai Lúa sống với bà vợ Mộng Ruộng trong túp lều tranh vách bùn tồi tàn bên bờ biển. Hằng ngày Hai Lúa vác cần câu ra bãi biển câu cá bán cho chợ gần bên độ nhật qua ngày.

Một hôm đang câu, chàng thấy dây câu bị kéo sâu xuống biển thật mạnh. Chàng vật lộn để kéo dây câu lên. Cuối cùng, nơi móc câu là một con cá lớn giãy giụa. Con cá tự nhiên nói tiếng người, "Ông ơi, hãy để tôi sống, thả tôi ra. Tôi không phải cá thật, tôi là một hoàng tử phù thủy. Hãy bỏ tôi xuống nước và tha cho tôi." Hai Lúa nói, "Ôi, mày đừng lo. Tao không muốn dính dáng đến một con cá biết nói đâu; vậy hãy bơi đi đâu thì đi." Xong chàng thả con cá xuống nước, nó vẫy đuôi một cái và lặn sâu xuống biển, sau lưng cá còn lại một vết máu loang.

Khi mụ vợ nổi lòng tham

Khi Hai Lúa về nhà, kể cho vợ Mộng Ruộng nghe chuyện bắt được con cá biết nói, khai nó là một chàng hoàng tử phù thủy, và anh đã thả nó về lại biển. Bà hỏi chồng có yêu cầu điều gì không? Chàng thành thật trả lời không. Bà vợ mắng lên, "Vợ chồng sống trong cái túp lều bùn đất này mà anh không biết yêu cầu nó cho ít nhất được một căn nhà nhỏ sao?" Nàng quát tiếp, "Đi! Đi ra bờ biển mà nói với con cá để xin một căn nhà nhỏ."

Hai Lúa không tin, nhưng cực chẳng đã, tánh chàng nhu nhược sợ hãi và nghe lời vợ từ lâu thành thói quen, vác thân ra đứng bên bờ biển, nơi chàng câu được con cá biết nói, nhìn xuống mặt nước biển xanh ngời ánh vàng. Chàng ta than thở: *"Hỡi người con của biển xanh. Hãy lắng nghe ta đây. Nàng Mộng Ruộng ôi chao – cái cục nợ của ta kiếp này. Mụ bắt ta ra đây để xin ngươi chút việc."*

Bỗng từ dưới biển, con cá phù thủy trồi lên mặt nước, và hỏi, "Thế thì nàng ta muốn gì?" Hai Lúa vui mừng, không tin tai mắt mình nhưng cũng trả lời, "A ha! Vợ ta bắt phải yêu cầu ngươi một điều: Hãy cho chúng tôi một căn nhà nhỏ để sống." Con cá trả lời, "Hãy về đi, nàng ta đang ở trong căn nhà nhỏ rồi đó."

Hai Lúa về đến nhà thì thấy Mộng Ruộng đang đứng trước căn nhà nhỏ bé xinh xắn. Bà ta kêu lên, "Vào đây hỡi ba mày ơi. Coi nhà của ta có đẹp không." Hai Lúa thấy quanh căn nhà có cây cỏ, hoa trái xinh tươi, và đằng sau vườn có cả bầy gà, một hồ nhỏ đầy cá và cả một bầy vịt. Hai Lúa mừng rỡ, "Ha, ha, từ nay, vợ chồng ta chắc là sẽ hạnh phúc hơn nhiều." Nàng Mộng Ruộng cũng đồng ý, "Vợ chồng ta sẽ cố gắng."

Mọi chuyện đều yên ổn trong vòng một hai tuần. Mộng Ruộng một hôm quay sang bảo chồng, "Này ba mày, nhà mình hơi bị hẹp đấy. Phòng không đủ lớn, vườn thì nhỏ quá, gà vịt cần nhiều đất đai hơn. Hãy đi ngay gặp con cá phù thủy để xin một cái lâu đài." Hai Lúa la lên, "Trời ơi, cái mụ ni! Ta không mần rứa mô. Kỳ cục! Được voi lại đòi tiên. Con cá mà nghe xin thêm nữa thì nó sẽ giận lắm." Nhưng khi lòng tham nhà quê trỗi lên, Mộng Ruộng cương quyết, "Tào lao. Đi ngay, tới biển xin nó đi. Cứ thử coi, có mất chi mô!"

Hai Lúa mặt xìu tiu nghỉu đi ra bờ biển rồi than lên, *"Hỡi con người của biển xanh. Hãy lắng nghe ta đây. Nàng Mộng Ruộng ôi chao – cái cục nợ của ta kiếp này. Mụ bắt ta ra đây để nhờ ngươi chút việc."*

Con cá lại trồi đầu lên mặt nước, "Răng đây, mụ ta muốn cái chi bây chừ?" Chàng Lúa vui mừng, "À ha! Mụ ta bây giờ muốn sống trong một lâu đài thật lớn." "Ông về đi. Mụ ta đang sống trong lâu đài đó." Hai Lúa bán tín bán nghi về đến nhà quả nhiên thấy vợ mình đang đứng trước một lâu đài to lớn bằng đá, có kẻ hầu người hạ. Bên trong thật nhiều bàn ghế tủ giường sang trọng. Vườn tược ngay hàng thẳng nếp, với tượng đá, hồ bơi, cây cảnh huy hoàng. Hai Lúa vui mừng bảo vợ, "Thôi nhé. Như ri còn muốn chi nữa. Từ nay, chúng ta sẽ sống rất là mãn nguyện." Mộng Ruộng trả lời, "Ừ chắc là rứa thôi. Nhưng mà sáng mai sẽ biết."

Mộng Ruộng muốn mần hoàng đế

Sáng sớm khi Hai Lúa còn đang say giấc, Mộng Ruộng lắc vai chồng, "Dậy đi. Ngủ chi mà say dữ rứa. Hãy lên tinh thần đi. Chúng ta phải làm vua thiên hạ mới được." Hai Lúa giật nẩy người tỉnh giấc, "Trời Phật ơi! Răng mà lạ lùng ri? Mần vua thiên hạ. Chuyện tiếu lâm, hoang tưởng! Tui không muốn là vua ai cả mụ ơi!" Nhưng Mộng Ruộng cương cổ, "Thế thì tui mần vua vậy. Dậy đi ra biển ngay, hỏi con cá cho tui mần vua."

Hai Lúa đã bị vợ ức chế bắt làm hết mọi chuyện lâu ngày thành quen nếp; vợ nói là như sấm bảo, dù vô lý gì đi đi nữa. Chàng thất thểu thả ra biển và than lên, *"Hỡi con người của biển xanh. Hãy lắng nghe ta đây. Nàng Mộng Ruộng ôi chao – cái cục nợ của ta kiếp này. Mụ bắt ta ra đây để nhờ ngươi chút việc."*

Con cá, như mấy lần trước, thò đầu lên hỏi, "Răng đây! Mụ ta muốn thêm chi nữa hí?" "Ôi chao ngươi ơi, cái mụ vợ tao mới tác quái. Nó muốn làm vua thiên hạ, mi xem có buồn cười không?" Con cá thở dài nhưng nói, "Không sao. Mụ ta nay là vua rồi đó. Về đi thì ngươi sẽ thấy."

Hai Lúa về đến nhà – và thấy vợ mình ngồi trên ngai vàng, trong cung điện huy hoàng, quân thần, lính tráng canh gác, hầu cận, lễ nghi nghiêm cẩn. Mộng Ruộng vui đón Hai Lúa theo nghi lễ quân triều, cờ xí, kèn lộng cao sang. "Thôi mụ ơi, thế này thì còn mơ cái chi nữa hỉ?"

Nhưng không tin ở lỗ tai mình, Hai Lúa nghe nàng ta cười bảo, "Tại sao chỉ làm vua thôi. Ta muốn làm Giáo Hoàng La Mã kia." Hai Lúa giật nẩy mình, "Nữa! Cái này là hết sức tưởng tượng rồi. Mạ mi nói chuyện chơi. Thế gian này chỉ có một giáo hoàng thôi. Đừng đùa giỡn chuyện linh thiêng cõi trên." "Đi ngay, ra đòi con cá cho ta làm giáo hoàng," Mộng Ruộng ra lệnh nghiêm khắc.

Hai Lúa nay càng sợ vợ hơn khi miệng lưỡi Mộng Ruộng là của một nữ hoàng uy quyền, cái đầu chàng không biết có ngày còn nằm trên cổ không nữa! Ngất ngưởng và sợ sệt đi ra bờ biển. Hôm nay Hai Lúa thấy biển không còn như những hôm trước, sóng to gió lớn, bất thường. Chàng quỳ xuống cát trong tiếng sóng ào ạt, gió lớn quần quật: *Hỡi con người của biển xanh. Hãy lắng nghe ta đây. Nàng Mộng Ruộng ôi chao – cái cục nợ của ta kiếp này. Mụ bắt ta ra đây để nhờ ngươi chút việc.*

"Nữa! Mụ ta muốn chi thêm bây chừ?" Hai Lúa trả lời thẳng thừng, "Giáo Hoàng La Mã." "Xong! Về đi. Mụ ta nay là đức Giáo Hoàng của cõi trần gian này." Hai Lúa về đến nhà thì y chang như rứa. Nàng uy nghi, thánh thiện đứng trước sân đình của điện Peter giữa trung tâm của Roma, trăm ngàn con chiên quỳ phục, nàng cầm thánh giá, làm phép ban ơn, đọc kinh bằng tiếng Latin. Hai Lúa cũng quỳ xuống lạy, không biết anh có còn nghĩ rằng giáo hoàng uy nghi kia là vợ mình Mộng Ruộng ngày hôm qua.

Phải là Chúa Trời tê!

Nhưng nàng đến gần Hai Lúa và thầm thì, "Ta ban phép lành cho ngươi. Ôi Yê Su Ma mầu nhiệm. Nhưng ba mày phải đi ngay ra biển để xin cho ta làm Chúa Trời, chúa tể muôn loài, cha lành của mọi kiếp, sáng thế của vũ trụ vô cùng. Đi, đi ngay." Hai Lúa lại ra bờ biển.

Đến bên bờ, cả đại dương chấn động, núi vỡ, nước dâng, mặt trời trương to đỏ tím, dông bão trỗi dậy rung chuyển bốn phương. Hai Lúa rất sợ hãi, nhưng sợ vợ hơn sợ trời, và sợ luôn cả số phận con người.

"Hỡi con người của biển xanh. Hãy lắng nghe ta đây. Nàng Mộng Ruộng ôi chao – cái cục nợ của ta kiếp này. Mụ bắt ta ra đây để nhờ ngươi chút việc."

Con cá phù thủy lại hỏi, "Sao? Cấy chi bữa ni?" Hai Lúa run rẩy, "Mụ ta muốn trở thành Chúa Trời." Con cá lặn ngay sau khi nói nhanh, "Về lại cái ổ chuột dưới ruộng bùn của ngươi đi."

Và trong ổ chuột Hai Lúa sống với vợ Mộng Ruộng cho đến ngày hôm nay.

(Diễn dịch từ Jacob Needleman,
Tiền bạc và ý nghĩa cuộc đời, 1983).

(2017)

Hoan hô Chiến Tranh
Đả đảo Hòa Bình

Để Bắt Đầu

Có chuyện cổ tích kể như vầy. Xưa có một người cha có đứa con trai một. Vốn được cưng chiều, anh ta lâu dần trở nên hư đốn, lười biếng, không chịu cày bừa, làm lụng. Khi người cha biết mình sắp chết, ông trăn trối với con rằng, cha có để lại cho con một hũ vàng ròng thật lớn sau vườn, chôn sâu hai mét, nhưng không nhớ đã chôn đích xác ở chỗ nào, vậy sau khi cha mất, con hãy đào tìm mà hưởng.

Không ít lâu sau, người cha mất, người con lêu lổng một thời gian thì hết tất cả tiền bạc, thóc gạo, nên nhớ đến lời cha, ra sau vườn tìm vàng. Người con vốn lười biếng muốn thuê người đào đất tìm, nhưng lại sợ kẻ khác sẽ đoạt vàng mất, nên tự vác cuốc ra đào một mình. Lúc đầu, việc đào đất khó nhọc lắm. Anh chàng muốn bỏ cuộc nhiều lần, nhưng lòng tham và nhu cầu cấp bách, chàng ta cứ tiếp tục việc đào bới.

Đào nát hết cả khu vườn rộng lớn, đất dù được đào sâu xuống mà hũ vàng đâu chẳng thấy. Trong khi chờ tìm được vàng, chàng bèn trồng rau, quả vào vùng đất đã được đào xới lên. Nhờ được bới kỹ, đất thấm nước dễ dàng, thoáng khí hơn, nên cây cối hoa màu đâm rễ nẩy chồi nhanh chóng, kết quả là anh có một khu vườn rộng đầy ắp hoa quả và được mùa. Người con mới biết rằng, sau khi đào xới hết cả mấy mẫu vườn mà không thấy vàng đâu, thì ra, hũ vàng mà cha mình nói đến là kết quả tự nhiên đưa đến của lao động, cố gắng, kiên nhẫn chứ không phải thứ vàng ròng nằm trong hũ.

Nhìn lại vườn cây xanh ngát đầy hoa trái, người con mới biết vàng là gì. Không những thế, nhờ lao tác gian khổ, anh trở nên mạnh khỏe cường tráng, biết chịu khó, biết quyết tâm. Ngoài việc vườn đất được chuyển hóa từ cằn cỗi sang mầu mỡ xanh tươi, con người anh còn được thăng tiến, từ một người lười biếng chỉ biết chờ nhận kết quả của người khác hay đợi trời cho, thì nay anh là một người có ý chí và biết đến giá trị của lao động. Và sau khi hiểu được ý người cha, anh không oán trách cha đã lường gạt mình, để thương yêu và kính trọng cha hơn. Anh hiểu được rằng, để lại một hũ vàng cho con không bằng để lại một đức tính kỷ luật, một ý chí; để lại đất đai cho nhiều mà bị bỏ trống hoang thì không bằng một mảnh vườn Thiện và Đức để cho con cháu nó cày và thọ hưởng.

II. Đọc Lại Kinh Sách

1. Hãy đọc sách của nhà Nho

Chừa lại công lao có dư chẳng hết để trả tạo hóa
Chừa lại lộc dư chẳng hết để trả triều đình
Chừa lại của cải dư chẳng hết trả cho trăm họ
Chừa lại phúc đức dư chẳng hết để lại cháu con
(Minh Tâm Bảo Giám – Tĩnh Tâm)

2. Qua Thiên Chúa Giáo

Cựu Ước Kinh, chương Sáng Thế (Genesis), có kể rằng Thượng Đế sau khi tạo ra con người trong ảnh tượng của mình, phán rằng, *"Hãy sanh sản và gia tăng đầy rẫy mặt đất và chinh phục địa cầu."* (Be fruitful and increase, fill the earth and subdue it). Con người ở đây là năng lực tinh thần, hãy gia tăng để chinh phục đất sỏi khô cằn vốn chỉ là vật thể, không có tinh thần, và hãy chuyển hóa đất vườn thành nơi đầy hoa quả từ lao tác của con người. Vườn đất thiếu năng thức tinh thần chính là thân xác và cá tính con người vốn không thể đơm hoa kết trái. Vậy hãy chinh phục nó – tức là lấy cái ý chí, cái trí thức để chiến thắng cái năng lực thiên nhiên của thân xác và làm cho thân thể này trở nên phương tiện, là đất vườn màu mỡ cho cây trái tinh thần được gia tăng, xanh tươi, đơm hoa, kết trái. Tuy thế, làm vườn, trồng cây, nhổ cỏ… cũng phải tùy theo cái Thời, cái Mùa của mọi sự.

Mọi thứ trên đời này đều tùy theo mùa
Và cho mỗi tác hành dưới vòm trời đều có cái thời của nó
Một thời để sinh và một thời để chết
Một thời để gieo và một thời để gặt hái
Một thời để sát và một thời để chữa lành
Một thời phá đổ và một thời để xây lên
Một thời để khóc và một thời để cười
Một thời sầu bi và một thời ca múa
Một thời ném đá đi và một thời nhập đá về
Một thời tiếp nhận và một thời không tiếp lấy
Một thời đi tìm và một thời vứt bỏ
Một thời để giữ và một thời phế đi
Một thời xé tung và một thời nối lại
Một thời im hơi và một thời phải nói
Một thời yêu thương và một thời thù ghét
Một thời chiến tranh và một thời hòa bình
(Ecclesiastes 3)

3. Đến Kinh Phật

Trong *Liên Hoa Kinh*, chương Pháp Sư, Đức Phật giảng, *"Như một kẻ kia đang khát, đi tìm nước uống bằng cách đào xuống mặt đất khô cằn. Khi hắn thấy đất còn khô thì biết nước còn dưới xa và hắn phải cố gắng hơn. Bằng nỗ lực tinh tấn và kiên nhẫn, hắn đào sâu hơn nữa, hắn thấy đất ướt dần và đến nơi mạch nước. Kẻ tu hành cũng thế."* Tất cả chúng ta đều như kẻ làm vườn, như kẻ tìm nước, phải kiên trì chinh phục cái lãnh thổ khô cằn của đất đai, phải vun xới, cày sâu cuốc bẫm thì mới tìm ra Chân Tâm của mình để mà giác ngộ. Nếu không biết cày bừa để vun trồng cái vườn thân xác cho Chân Tâm được nở hoa kết trái thì khác gì người con kia lười biếng, thiếu kỷ luật, không thể nào có hoa quả mà ăn mà hưởng được. Cuộc đời như khu đất lớn đầy cỏ dại, độc dược, ung thối triền miên. Nó là biển Khổ phải được vượt qua:

Biển trần khổ lâu đời luân lạc
với sinh linh vô số điêu tàn
Sống u hoài trong kiếp lầm than
Vì lạc lõng không nhìn phương hướng
Đàn nhân loại từ lâu vất vưởng
Hôm nay trông thấy Đạo huy hoàng
Đã từ lâu ba chốn ngục hình[2]
Giam giữ mãi – xin nguyền ra khỏi
Theo gót Ngài vượt qua khổ ải
Nương thuyền Từ vượt khỏi ải hà
Nhớ lời Ngài, bờ Giác không xa
Hành thập thiện cho đời tươi sáng
Bỏ việc ác cho đời quang đãng
Đem phúc lành gieo rắc phàm nhân
(Nghi Thức Tịnh Độ)

4. Đến truyền thống của Hồi Giáo

Thi nhân đạo Hồi Rumi viết về năng thức tôn giáo qua hình ảnh của vườn cây:

Cho sự thông hiểu mới
thì alchemy của một cuộc đời đang đổi thay
Là Chân Lý duy nhất ...
Ta thấy đủ thứ hoa màu dược thảo trong khu vườn sau bếp
Mỗi thứ đều có một vồng
Của tỏi, của hành, của ngò, của nghệ
Mỗi loại cây cần được tưới khác nhau
Ta cách ngăn những cọng hoa mỏng manh
Ra khỏi những cành bửu chướng
Nhưng mảnh vườn đủ rộng cho tất cả mọi loài cõi Hữu, cõi Vô
Ôi vườn trong cõi không được nhìn
Thì bao la bát ngát
Mà sa mạc Arabia cũng chỉ như là sợi tóc trong biển lớn.

---

2. Ba chốn ấy là: tham, sân, si

Đối với kẻ mà Chân Tuệ đã được khai mở
Thì nội tâm mình là một khu vườn xinh đẹp
(Thi Ca Solomon)

III. Để mở mùa khai chiến với cuộc Mệnh

Nay đã đến mùa vỡ đất, cắt cỏ, dọn rác. Hãy nhìn thế gian và cuộc đời giống như khu vườn nhà đang cằn cỗi, sỏi đá, khô cứng, đầy cỏ dại, thiếu hoa quả, không có cây cao, bóng mát. Cỏ mọc xanh um vào mỗi mùa xuân để rồi lại tàn vào đầu hạ. Hằng năm nhịp điệu bốn mùa cứ thế, cứ theo thời, theo kỳ. Không lẽ con người bất lực, thụ động, không làm được gì? Vai trò của chúng ta ra sao? Không lẽ chúng ta, con người đầy năng động, lại chấp nhận sự thiếu vắng của giá trị tích lũy, không có một cây cổ thụ nào được lớn, không có hoa quả nào được đơm. Bao nhiêu công sức, tưới nước cũng chỉ để bốc hơi! Bao nhiêu lao tác cũng chỉ như bốc xếp cát đá. Thiên hạ ồn ào vươn lên rồi lại sụp xuống như vạt sóng. Ồn ào bất tận và vô nghĩa. Không! Chúng ta không thể đứng yên nhìn núi đồi trơ trụi, vườn không mông quạnh, cây cối xác xơ, cỏ dại um tùm tràn lan. Hãy đứng lên và phát lên lòng khí khái như tinh cầu Sao Hỏa rực sáng ở chân trời:

Chúng ta hãy như những con người từ xứ Hỏa Tinh
Bị đày đọa xuống thế giới này – khát lửa
Ta muốn một cuộc chiến tranh vô vàn
Tất cả phải rực lên mùi bom đạn
Cùng lóe máu, tan xương
để ta tung ngựa ra biên cương hét hò với chiến hữu
Để tên bay, để ngựa hý vang trời
Ta nào muốn có hòa bình
Một thứ an lành giả tạo, ngủ quên
Ta muốn đối mặt với kẻ thù
Và khai hỏa
Kẻ thù của ta là bóng tối tâm thức
Là yếu đuối, là mạt hèn
Là sợ hãi, là lười biếng

Là nóng giận, là kiêu căng
Là si mê, là lầm lạc
Là tham lam, là dục vọng
Là ngã mạn, là cống cao
Là cái ta, là ích kỷ
Là thân xác, là ái dục, là tình cảm lằng nhằng
Là trí thức hàng ngang
Là hãnh tiến cuộc đời bần kiệt
Hỡi những kẻ thù của ta
Ta không muốn nhận các ngươi làm cha, thầy, hay bạn
Ta muốn tuyên chiến
Và đốt cháy, nhổ tận gốc rễ
Những chằng chịt cỏ dại nội tâm
Hãy nghe đây các người
Ta muốn chiến tranh
Hoặc là Ta – hoặc là các ngươi
Ta không muốn dung dưỡng kẻ thù
Trong khu vườn khô cằn sỏi đá của bóng tối ngục tù
Của thân xác, của tình cảm, của kiến thức
Ta muốn chiến tranh
Ta lên án hòa bình
(NHL)

IV. Hãy phát động chiến tranh mới

Nghe ta đây, hỡi con người giữa khu vườn trơ trọi khô khan, hãy đọc lại **Tân Ước**:

Ta đến để nổi lửa trên thế giới này
Và Ta ước gì lửa đã bùng lên
Các ngươi nghĩ Ta đến để mang lại yên bình cho thế gian ư?
Không! Các ngươi đã lầm
Ta đến đây để mang trao chia rẽ
Từ nay trở đi
Gia đình nào có năm mạng trở lên

Sẽ chia ba xẻ hai
Cha sẽ chống lại con trai, con trai sẽ chống lại cha
Mẹ sẽ ngược với con gái
Và con gái sẽ ngược với mẹ mình
Mẹ chồng sẽ đối nghịch với con dâu
Và nàng dâu sẽ tuyên chiến với mẹ chồng
Sẽ có mưa đến khi các ngươi thấy mây đen
Và sẽ có hạn hán cháy người.
(Luke 12)

Hỡi những người chiến hữu Tự Do trong tất cả chúng ta: Hãy nổi lửa tâm can để khai vỡ luống đất cày giữa thế cuộc vô cùng.

Đôi lời với TBT Nguyễn Phú Trọng về Văn Hóa Việt hôm nay

Hôm 24/11/2021 tại Hội nghị Văn hóa ở Hà Nội, GS Nguyễn Phú Trọng tuyên bố rằng, "Văn hóa chưa được quan tâm một cách đầy đủ tương xứng với kinh tế và chính trị; chưa thật sự trở thành nguồn lực, động lực nội sinh của sự phát triển bền vững đất nước, (và đang) thiếu những tác phẩm văn hóa, văn học, nghệ thuật lớn, tầm cỡ, phản ánh được tầm vóc của sự nghiệp đổi mới, có tác dụng tích cực đối với việc xây dựng đất nước, xây dựng con người."

*

Dù rằng GS Trọng chỉ phát biểu quan điểm cá nhân, nhưng ta hiểu đó cũng là nhận xét chung từ góc độ chính trị của Đảng CSVN. Đối với ông Trọng, văn hóa là một thành quả chính trị có định hướng, phát xuất từ ý chí và mệnh lệnh ý thức hệ của Đảng. Vì vậy, khi ông cho rằng văn hóa Việt Nam đang thiếu những tác phẩm văn học lớn ngang tầm với thời đại và sự nghiệp chính trị đổi mới của Đảng, thì chúng ta phải hiểu rằng GS Trọng đang chờ đợi một trước tác về chính trị học tầm cỡ mang nội dung ý thức hệ cách mạng cho thời thế.

CŨNG LẠI KIỀU, MARX, MÀ KHÔNG CÓ MILL

Đối với một tín đồ của giáo điều Mác xít, GS Trọng chắc đã phải công nhận rằng tác phẩm tầm cỡ nhất phải là bản *"Tuyên ngôn đảng*

Cộng sản" của Marx–Engels – vốn đã có mặt từ gần hai thế kỷ trước. Nếu thế, thì GS Trọng khó có thể nhận ra bất cứ tác phẩm chính trị hay văn học nào lớn lao dưới chiếc bóng lớn và đậm của bản tuyên ngôn này.

Khi nhìn về văn hóa Việt, mỗi khi phát biểu, GS Trọng cũng chỉ thấy *Truyện Kiều* là tác phẩm văn hóa lớn lao, bao trùm tất cả lịch sử văn học dân tộc, không thể bị thay thế, hoán chuyển thứ bậc. Hình như ông đang trong cơn say Kiều khi nhìn vào thời thế và vận nước. Ông đứng yên dưới hai chiếc bóng lớn của thời xưa cũ – của Karl Marx và của Nguyễn Du – và nhìn ra thế gian để cố tìm một chiếc bóng lớn hơn cho Đảng của ông được an toàn đứng núp. Và ông đã thất vọng. Niềm thất vọng ấy nay đang biến thành mệnh lệnh văn hóa cho Đảng như một nghị quyết chính trị.

Nhưng GS Trọng chắc không để ý đến rằng, mười năm sau khi *Tuyên ngôn Cộng sản* ra đời năm 1848, thì đã có một tác phẩm văn hóa chính trị tầm cỡ cho thời đại cũng đã ra đời (1859). Đó là cuốn *On Liberty (Luận về Tự do)* của triết gia người Anh John Stuart Mill. Cuốn của Mill như là một tuyên ngôn về Tự do Cá nhân, nó đã là chiếc bóng tri thức và tư tưởng khá dài và đậm nét cho quần chúng Tây Âu. *Luận về Tự do* đứng đối diện về tầm vóc và đối trọng trên cơ sở tư tưởng với bản *Tuyên Ngôn* của Marx– Engels.

Cả hai tác phẩm này đều nói về Tự do như là một thiết yếu tính đối với nhân loại. Trong khi Marx và Engels hướng đến chủ đề Tự do bằng trái tim, thì Mill dùng đầu óc để biện luận về nó. Trong khi Marx–Engels tuyên bố về Tự do qua mô thức Cộng sản như một đấng tiên tri tuyên phán về một viễn cảnh kinh hoàng đang xuất hiện ở chân trời Âu châu, thì Mill nhẹ nhàng thong thả đi vào vấn đề như một giáo sư chính trị học. Khi Marx–Engels nói về Lịch sử như một chuỗi dài đấu tranh giai cấp; Mill nói về cuộc vật lộn giữa Tự do và Quyền lực. Marx–Engels hô hào cho cứu cánh Đại thể; Mill lý luận về vị trí con người Cá nhân. Marx–Engels cổ võ cho một năng lực Cách mạng dựa trên giá trị tập thể; Mill biện hộ cho quyền hạn cá thể độc lập và đặc thù.

GS Trọng dĩ nhiên đã nằm lòng và quán triệt *Tuyên ngôn Cộng sản,* thì thiết nghĩ ông – xin phép nếu chưa – cũng phải đọc *Luận về Tự do* của Mill. Hai đại tác phẩm này cùng là một thể loại văn chương chính trị trong một Thời quán chuyển hóa Ý thức con người sang một nấc thang Tiến hóa mới.

Trong khi ngôn ngữ Cộng sản của Marx–Engels là tiếng kèn xung trận cho Đại thể tính; văn chương trí thức Anh quốc của Mill là tiếng còi cảnh tỉnh xã hội về vai trò và giá trị Cá nhân. Hai bộ chữ này đại diện cho hai khuynh hướng Ý chí: Ngôn từ Cộng sản là năng lực hướng ngoại, chủ động giao hoán Ngã thức cá thể cho nhu cầu Sử lý; văn chương của Mill thuộc dạng thụ động, muốn bảo toàn cho cá nhân một không gian làm người trong phạm vi riêng tư và tự chủ, sáng tạo.

Trong khi đó, ở Việt Nam, truyện Kiều nhấn chìm dân tộc vào một thể loại giáo điều văn hóa mang nặng chất tín ngưỡng – niềm tin chắc mẩm vào Số phận. Trong khi Marx–Engels nâng ý chí làm lịch sử lên tầm mức Thượng đế, đối với Nguyễn Du thì Số phận là tất cả. Chủ nghĩa Mác đã phá vỡ vòng dây xích thụ động của Kiều và thúc giục đất nước đứng lên, vung tay kiến tạo lịch sử và số phận cho dân tộc. Có thể nói rằng, chủ nghĩa Mác là thang thuốc huyền nhiệm cho số phận nô lệ Việt Nam. Cũng nhờ vì có một tầng lớp tiên phong dân tộc Việt có can đảm đứng lên phá vòng xích nô lệ văn hóa của Kiều để theo chân Marx làm cách mạng, mà Đảng CSVN xuất hiện và hoàn tất sứ mệnh lịch sử cho đến gần đây.

Tuy nhiên, thang thuốc được coi là huyền diệu cho lịch sử Việt Nam đã biến chất trở nên liều thuốc độc. Chủ nghĩa Mác–xít và hiện thân của nó là Đảng CSVN, với tất cả những thành công ngoạn mục, đã là một phản đề của Kiều, nay đang là mầm bệnh cho văn hóa và con người Việt Nam. Khi chủ quan duy ý chí trở nên ngọn cờ duy tập thể đầy hãnh tiến và độc tôn, nó vi phạm tất cả những nguyên lý bất biến của lịch sử.

Nguyên nhân chính yếu và quan trọng nhất là chủ nghĩa Mác và Đảng đã bỏ quên cái vế quan trọng – điều mà tác phẩm *Bàn về Tự do* của Mill làm cột trụ tư tưởng chính trị cho nhân loại – đó là **Tự do Cá**

nhân. Khi lấy Mác–xít làm kim chỉ nam cho tư tưởng chính trị quốc gia mà quên không đặt nền tảng và thiết yếu tính Tự do cho cá thể công dân thì cũng như đọc Kiều thuộc lòng từng câu mà lại quên đi nguyên lý "nhân định thắng thiên." Sự mất quân bình như thế trong tư duy văn hóa chính trị Việt Nam, ít nhất là đối với người Cộng sản, đã biến sử Việt thành một cuộc mệnh đầy bi kịch.

Thang thuốc Mác–xít cuối cùng không chữa được bệnh lý Kiều cho dân tộc, trái lại, nó biến dân tộc ta thành những nàng Kiều thụ động, chấp nhận số phận dưới sự cai chế khắc nghiệt và chuyên chế của Đảng. Dưới bàn tay sắt cứng ngắt của thể chế, dân ta mất hết cảm hứng và khả năng sáng tạo. GS Trọng nên biết rằng, đây chính là nguyên nhân chính – và gần như duy nhất – cho sự thiếu vắng những tác phẩm văn hóa lớn của Việt Nam từ khi Đảng lên nắm quyền cho tới hôm nay.

Hãy nhìn lại miền Nam từ 1960 đến 1975, chỉ trong vòng 15 năm, trong một thể chế chính trị tự do cá nhân – dù non nớt và khập khểnh – nhưng ở đó đã không thiếu những công trình và tác phẩm văn hóa lớn, đủ trên mọi phương diện – kể cả những bản nhạc rất hay – điều mà GS Trọng nay đang than vãn. Nếu không có Tự do trên cơ bản cá thể, thì ngay cả ca nhạc cũng chẳng ra hồn. Hãy nhìn nhạc sĩ Văn Cao dưới chế độ miền Bắc sẽ rõ. Điều này xin được nhắc nhở GS Trọng.

LƯƠNG TÂM TRONG SÁNG

GS Trọng cũng nhắc nhở nhiều lần đến cán bộ cao cấp của Đảng rằng hãy nuôi dưỡng và hành động bằng cái Tâm trong sáng. Điều này thì không ai chối cãi.

Nhưng nhân dân xin hỏi là GS Trọng có lấy cái Tâm trong sáng của mình để nhìn thế cuộc một cách công tâm, vừa phải, hợp lý, không thiên vị Đảng, không giáo điều, nhằm đáp ứng theo nhịp bước thời đại cho dân tộc?

Vâng, mời GS Trọng hãy nhìn với cái Tâm. Rằng khi một thể chế lấy lý lịch cách mạng của tầng lớp thấp nhất trong xã hội làm cột sườn chính trị và công quyền cho quốc gia thì Đảng đang nuôi dưỡng một năng động văn hóa hạ cấp. Mà đã là hạ cấp thì dù có được đào tạo bao nhiêu, dù trau dồi tư tưởng chính trị bao nhiêu, thì những tâm chất mang tính tập thể ngây ngô và kệch cỡm không thể có cái tâm trong sáng được. Hệ quả là thối nát và vô minh. Để cố chữa bệnh thối nát từ trên xuống, ông không thể chỉ dẫn mặt bằng các bản án và liên tục kêu gọi cán bộ có tâm trong sáng được. Dầu gió xoa ngoài da không thể chữa lành khối ung thư tim óc – thưa GS Trọng.

GS Trọng hãy lấy cái Tâm trong sáng của mình để tự hỏi rằng, khi những công dân, hay phụ nữ trí thức trẻ chỉ lên tiếng đòi hỏi những quyền chính trị và công lý cơ bản nhất cho nhân dân – mà hiến pháp bảo đảm – thì lập tức bị chế độ trừng phạt với những bản án vô lý và khắc nghiệt mang tính thuần đe dọa và áp chế – thì làm sao văn hóa có được những tác phẩm văn chương tầm cỡ, những ca khúc hay, cao đẹp?

Lần tới, khi GS Trọng lại trích Kiều, xin hãy nhớ cho rằng, không những ông "nghĩ mình phương diện quốc gia" – mà cả thiên hạ và cộng đồng thế giới, cả nhân loại và lịch sử Việt đang nhìn ông và Đảng mà đánh giá nghiêm khắc.

GS TRỌNG HÃY KIẾN TẠO MỘT TÁC PHẨM LỚN ĐỂ ĐỜI

Với những thành đạt ngoạn mục gần đây trên trường quốc tế, từ kinh tế đến ngoại giao, Đảng CSVN dưới sự lãnh đạo của GS Trọng phải hãnh diện.

Khi lần đầu tiên trong lịch sử Việt, hãng xe Vinfast mang chuông đi đánh xứ người tận Hoa kỳ, cạnh tranh trực diện với các anh chàng tư bản khổng lồ thế giới; khi hai hãng máy bay Việt Nam và Bamboo Airlines bay thẳng, không ngừng, nối kết hai bờ California và Việt Nam, thì tất cả chúng ta, làm người Việt, đều phải hãnh diện – điều không những chỉ cho những người Cộng sản hay giới tư bản thân hữu. Đó là công tâm – với tấm lòng trong sáng và khách quan.

Nhưng TBT Trọng có thể bước một bước xa hơn – thiết yếu và khẩn cấp hơn. Đó là hãy mở tung cái chuỗi xiềng xích chuyên chính ý thức hệ, thuần lý lịch, với guồng máy công an cai trị bằng bạo lực vốn đã kìm hãm năng lực sáng tạo và sức bật nhảy vọt của nhân dân cả hơn nửa thế kỷ qua. Đây chính mới là tác phẩm lớn mà nhân dân đang chờ nơi GS Trọng. Hãy đừng mong chờ gì ở nhân dân, trí thức, văn nghệ sĩ cho những tác phẩm tầm cỡ – khi mà guồng máy chuyên quyền vẫn kìm kẹp và lộng hành như hiện nay.

GS Trọng hãy lấy cái Tâm trong sáng của mình để quyết tâm và can đảm kiến tạo và hoàn tất cho dân tộc một tác phẩm văn hóa, một cơ đồ chính trị lớn lao, mà dân tộc và lịch sử sẽ phải ghi công. Đó là tác phẩm TỰ DO CHO VIỆT NAM.

Tưởng niệm Tiến Sĩ Lý Khôi Việt

Bạn tôi, tiến sĩ Lê Hiếu Liêm, tức Lý Khôi Việt, vừa qua đời hôm Chủ Nhật, 10/8/2008, hưởng thọ 57 tuổi. Hai ngày nay tôi đã khóc. Bạn ơi, bạn đi mô mà sớm thế!

*

Ba hôm trước Liêm bị vỡ mạch máu não. Anh khinh thường, không chịu kêu xe cứu thương khẩn cấp. Chị Lan, vợ anh, khi chở đến bệnh viện thì đã quá trễ. Vợ chồng chúng tôi đến phòng cấp cứu thì chỉ còn thấy được một con hùm ngày nào nay đang nằm nhắm mắt thở theo nhịp máy. Tôi không tin là chuyện có thật. Thằng bạn thân nhất của tôi, luôn gặp nhau bàn chuyện chính trị, lịch sử, tôn giáo, nay nằm đơ đó chờ chết? Không!

Tôi và Liêm đã có một lịch sử bạn hữu thân thiết lâu dài. Từ ngày Liêm học xong tiến sĩ luật khoa ở Sorbonne, Paris, qua Mỹ định cư, thì tôi cũng vừa xong việc học ở Texas. Năm 1981, chúng tôi gặp nhau ở Los Angeles qua tạp chí Khai Phóng vừa mới ra đời cùng với các anh Bùi Ngọc Đường, Lê Hậu, Đỗ Hữu Tài, Hồng Quang. Những đêm dài cùng nhau viết báo, đánh máy, lay out, bỏ dấu, bao nhiêu chuyện lý tưởng cho Đạo pháp và Dân tộc. Như rứa mà đã 27 năm rồi. Bao nhiêu là kỷ niệm. Hai đứa chúng tôi luôn luôn gần nhau. Tôi luôn nói đùa với Liêm rằng "Khi tôi lên làm vua" thì tôi sẽ "dời đô" về Quảng Trị và Lý Khôi Việt sẽ là quốc sư cho triều đại mới. Anh chàng tủm tỉm cười về cái chuyện khôi hài của chính trị. Anh nói đùa rằng, quốc hiệu cho triều đại của tôi phải có hình con trâu. Vì tôi quê mùa giống con trâu lắm. Tôi và anh cùng cười ha hả. Tôi còn nhớ những trận cười như thế của anh. Liêm luôn cầm trên tay điếu thuốc lá, hít thật sâu từng cơn, tay kia nâng ly cà phê sữa đá nhấp từng ngụm nhỏ. Tôi không nghĩ chính những nhịp hít thuốc lá thật sâu đó đã giết chết anh. Hồ Chí Minh có nói, "Hạnh phúc là ước mơ và đấu tranh." Tôi nhìn Liêm và đùa nói, "Hạnh phúc là ước mơ để mà hút thuốc và uống cà phê sữa đá. Tất cả đều sẽ đem đến cái chết." Anh ta vẫn tủm tỉm cười.

Liêm bắt đầu cuộc đời ở Mỹ bằng nghề cắt cỏ – cũng như bao nhiêu kẻ sĩ thất thời khác. Anh có làm bài thơ trong lần ra mắt căn biệt thự to lớn anh vừa mới mua xong ở Danville, bắc California: *"Người xưa tay trắng gầy cơ nghiệp. Ta nay cắt cỏ dựng cơ đồ."* Ngày thì anh lao động đổ mồ hôi. Đêm về anh viết sách, viết báo. Cuộc đời anh chỉ có một lý tưởng: Phật giáo và dân tộc Việt Nam. Anh luôn luôn xem cả hai là một. Việt Nam và Phật Giáo là hai sinh mệnh không thể tách rời, – từ hai ngàn năm qua và sẽ còn mãi mãi trong tương lai.

Tôi nhớ một đêm trăng nọ, năm 1983, hai chúng tôi trên đường đi lập đảng chính trị. Khi lái xe qua vùng Sunol, xa lộ 680, trăng sáng vừng vực. Anh và tôi cùng ca hát và cầu nguyện cho "hồn thiêng sông núi gia hộ cho cuộc cách mạng" mà chúng tôi muốn khởi đầu để cứu Việt Nam. Chúng tôi lái xe thâu đêm, làm việc suốt ngày, không hề mệt mỏi. Nhưng cách mạng đâu chẳng thấy. Chỉ thấy cuộc đời không thể chỉ vỏn vẹn có ước mơ và đấu tranh mà được.

Những năm đầu thập niên 1980–1985, không khí "kháng chiến" nở rộ và nóng hổi trong cộng đồng người Việt ở hải ngoại. Tôi và anh cùng đi họp với một tổ chức chính trị. Nhiều đêm khuya lái xe đường xa, hai thằng cãi nhau về đường lối cách mạng. Tôi thì cho rằng cuộc cách mạng cho Việt Nam kế tiếp phải do người Cộng Sản chủ động. Anh thì suy nghĩ ngược lại. Anh cho rằng đảng Cộng Sản đã phản bội dân tộc. Sau đó, anh lên đường về Thái Lan, đi vào "chiến khu." Trước khi đi, chúng tôi cùng uống bia tiễn biệt nhau. Anh ngâm câu thơ, *"Làm trai vung kiếm lên đường. Đi thì đi dứt đừng vương với sầu."* Tôi thì đi vào trường luật ở San Francisco. Hai năm sau, anh trở lại Berkeley. Chuyện "kháng chiến" đã không đi vào đâu. Anh trở về lại con đường nghiên cứu tôn giáo, chính trị bằng sách vở. Ngoài ra, anh đi vào con đường đầu tư và xây cất bất động sản.

Lê Hiếu Liêm là một con người lạ lùng. Tôi không muốn nói về khả năng tri thức và trí thông minh xuất chúng của anh – mà về con người. Đọc sách vở, các bài viết của anh thì thấy văn phong rực lửa, hào khí ngất trời; nhưng anh có một nhân cách rất trầm tĩnh, nhẹ nhàng, từ tốn, và gần như không bao giờ nổi nóng trước mặt người khác – kể cả những lúc tranh luận chính trị gay gắt với tôi. Có lần anh bảo tôi, "Ê ông Liêm. Ông gia nhập đảng Cộng Sản đi cho rồi. Lập trường của ông sao đôi khi giống họ quá!" Thế là tôi nổi dóa, gây gổ to tiếng với anh. Nhưng anh vẫn cứ cười tủm tỉm, không to tiếng với tôi lần nào. Anh có tánh tình thẳng thắn. Có lần anh bạn thân của hai chúng tôi là Đoàn Văn Toại nói với tôi, "Khi nào ông lái xe đường xa, cứ cho Lý Khôi Việt ngồi bên. Hắn sẽ chọc ông tức máu lên mà cãi nhau, thế là đường có xa mấy cũng hóa gần."

Thời gian qua mau. Từ khi anh giã cụm từ "cách mạng" chúng tôi ít còn tranh luận về chính trị. Tuổi thanh xuân nhiệt huyết cũng không còn. Hai thằng nay đã vào "ngũ thập tri thiên mệnh." Mỗi đứa biết đâu là khả năng, đâu là giới hạn của đời người. Những ngày cuối tuần, Liêm và tôi vẫn thường gặp nhau – sau này cùng có thêm anh Trần Việt Long, uống rượu bàn chuyện thế sự. Cứ nghĩ cuộc đời cứ thế mà trôi. Hai thằng thỉnh thoảng cũng hẹn nhau về Việt Nam để nghỉ hưu bên dòng sông Hương thuở trước. Nhưng ai biết được ở tuổi này chuyện gì sẽ xảy ra. Thế mà hung tin đã đến sớm quá. Anh bị vỡ mạch máu. Và đã đi vào hôn mê.

Hôm thứ bảy vừa qua, sau khi bác sĩ trong bệnh viện cho biết Liêm sẽ không qua nổi, tôi có cảm tưởng như rơi vào một khoảng không. Thầy Từ Lực và gia đình cùng thân hữu tụng kinh cầu siêu tiễn biệt. Tôi bị xúc động quá, đi ra ngoài hành lang, đứng nhìn hàng cây thông và đỉnh núi đằng xa. Thế là từ nay, bàn tiệc thế gian này đã vắng đi người bạn thường đối ẩm. Chuyện còn dài mà Liêm! Sao bạn đi đâu mà vội! Bạn cứ ngồi đó mà nhấp cà phê sữa đá, hít từng khói thuốc lá, để xem ta đây làm trò chọc thiên hạ cho vui. Nay bạn bỏ ta đi, thật là làm ta cô đơn và mất hết hứng chí. Nhưng ta vẫn cảm tưởng bạn đang ở đâu đây, đang nhìn ta và mỉm cười đáng ghét, trêu chọc ta như ngày nào. Mai kia ta "dời đô" về Quảng Trị thì ai sẽ làm thơ khai hứng đây?

Chắc từ nay, trong thiếu vắng hình bóng của bạn, ta phải ngâm theo câu thơ **Côn Luân Tam Thánh** của Kim Dung:

"Ban ngày sao ngắn vậy, trăm năm sao chóng hết. Trời đất thật bao la, vạn kiếp quá dài như thái cực. Tiên nhân buông xuôi hai đuôi sam, một nửa đã bạc như sương tuyết. Ông trời gặp ngọc nữ cười vang nghìn bức phen. Ta muốn ôm sát con rồng, quay xe đi Phù Tang, mua rượu ngon nơi Bắc Đẩu, nâng mời rồng uống vài chung... Ôm trường kiếm, trợn ngược lông mày mà hỏi, tại sao nước xanh và đá trắng mà rời rạc nhau như thế? Ôi trên đời nếu không có bạn tri âm, dù sống lâu ngàn tuổi cũng vô ích."

**

Chủ Nhật này, gia đình, thân hữu, sẽ cùng làm lễ hỏa táng cho Liêm. Ta sẽ thầm cùng với Vô Sắc thiền sư mà niệm kinh Phật theo ngọn lửa hồng đưa bạn về cát bụi:

"Chư phương vô vân ế. Tứ diện giai thanh minh. Vi phong thôi hương khí. Chúng sơn tỉnh vô thanh. Kim nhật đại hoan hỉ. Xả vô nguy thúy thân. Vô điều dựt vô ưu. Ninh đang bất thân khánh."

(Bốn phía không có màn mây. Bốn mặt đều trong sáng. Gió nhẹ thổi mùi thơm. Tất cả các núi đều yên lặng. Ngày hôm nay đầy hoan hỉ. Đã xong đời thân xác mỏng manh. Không hơn cũng không lo. Như vậy chả vui mừng lắm ư!")

Trong tiếng gió ngày hè thoang thoảng mùi hương cỏ lá, ta lại nhìn lên dãy núi xa, ở giờ vĩnh biệt bạn thân, với đầy đủ chư Tăng, Ni, gia đình, thân hữu gần xa, đâu đây ta vẫn còn thấy bạn Liêm, hút thuốc lá, nhấp cà phê mỉm cười thanh thản.

Dân Tộc Việt:
Khối nhân quần đang ở tuổi thiếu niên

Năm 1916 Tản Đà Nguyễn Khắc Hiếu viết bài thơ ngắn "Bính Thìn Xuân Cảm," trong đó có hai câu lừng danh:
> Dân hai lăm triệu ai người lớn.
> Nước bốn nghìn năm vẫn trẻ con.

*

Hơn 100 năm sau, cho đến ngày hôm nay, 2021, nhìn vào con người, chính thể và văn hóa Việt Nam tổng quan, chúng ta nên tự vấn, Nước và Dân ta đã hết trẻ con chưa?

Theo tôi, câu trả lời là **Chưa**. Dân ta, như là một khối nhân loại trên trường tiến hóa tâm thức, vẫn còn mang nặng bản chất trẻ con. Dù có trưởng thành lên chút ít, nhưng tựu chung thì (con người trong nước) Việt Nam vẫn còn đang trong giai thời thiếu niên, và chưa thực sự trưởng thành.

Từ bản sắc Sử tính sợ hãi 'the unknown'

Từ trong chiều dài Sử tính Việt, mặc cảm tự ty của một tâm thức nô lệ của dân tộc này đã biến hóa thành ra nhiều dạng thức nhưng bản chất tổng thể vẫn là phủ định, tiêu cực. Lòng hận thù và sợ hãi ngoại bang là động cơ chính cho lòng yêu nước, rồi biến thành chủ nghĩa yêu nước, thứ dừng lại ở ý thức hệ quốc gia – rồi trở thành tôn giáo, một giáo điều. Những lễ lạc 'về cội nguồn' ngày càng rầm rộ gần đây là một minh chứng.

Tổ quốc trở thành thần linh – một sự hình thành ý thức dân tộc gần giống như của dân Do Thái khi họ tự coi nòi giống, đất nước họ, là con cái và là "của riêng" của Chúa Trời.

Có hai hình thái chủ nhân, masters, của dân Việt vốn phát xuất từ *tâm thức nô lệ*. Về địa lý chính trị thì ông chủ là Trung Hoa; về sinh mệnh và biến cố thì chủ thể là số Trời. Tinh hoa Sử tính Việt là của một năng ý phủ định và vươn thoát hai ông chủ khắc nghiệt đó, nhằm kiến tạo cho dân tộc Việt một Sử Mệnh mới.

Qua chiều dài Sử tính khắc nghiệt đó, và vì mang tâm thức thuần phủ định trong lòng yêu nước – đối với ngoại bang – Sử tính Việt thiếu hẳn đi một năng ý tự tin tích cực cần thiết. Tính tích cực nội tại này thiết yếu, vốn đòi hỏi mỗi con dân Việt phải tự mình chuyển hóa chính mình, đứng dậy mà trưởng thành lớn lao lên trên cơ bản cá nhân – để từ đó xây dựng quốc gia trên nền tảng định chế đại thể cũng như giá trị nội tại, đáp ứng cho nhu cầu bảo vệ tổ quốc đồng thời đưa đất nước vươn lên một tầm mức tiến hóa cao hơn theo nhịp trống thời đại.

Sự khiếm khuyết của bản sắc tích cực trong năng thức Việt đã tạo ra một lịch sử hiện thân cho khuyết điểm này. Điều nặng nề là tâm ý Việt vừa sợ vừa thần phục Trung Hoa – và sau này cũng lại như thế đối với Pháp và các cường quốc Âu Mỹ. Ta luôn đối đãi với Trung Quốc và Âu Mỹ với một tâm thức nô lệ – vừa tự ty mặc cảm, đồng thời hãnh diện bất khuất, vừa thần phục nhưng vừa căm ghét.

Từ mặc cảm tự ti và bất an, cái Ta của người Việt khi đặt trước Văn minh Trung Hoa, nhìn ra đại dương ta thấy nó là một giới hạn. Trong khi người Tây Âu nhìn ra đại dương thấy nó là cơ hội. Vì cái Ta dân tộc này, nước nhược tiểu chưa bao giờ có khả năng lớn mạnh đủ để thử thách cơn sóng lớn của biển khơi để đứng ngang hàng với các cường quốc.

Cũng đã vài lần trong chiến sử, các hạm đội của hải quân Việt Nam chứng tỏ một sức mạnh ấn tượng – như thời Nguyễn Ánh – nhưng tất cả chỉ vừa đủ cho nhu cầu chiến tranh ngắn hạn chứ chưa hề là hiện thân cho một ý chí thử thách đại dương và làm chủ lãnh hải.

Cho đến sau 1975, từ cao trào vượt biển tỵ nạn, lần đầu dân Việt mới ít nhiều vượt qua tâm lý sợ hãi và tiêu cực đối với đại dương. Nhưng nên nhớ rằng, phần lớn người Việt vượt biển lúc đó biết hành trình sẽ đến nơi nào – chứ không như người Tây Âu nhiều thế kỷ trước khi lên tàu bước ra khơi, họ – dân TâyBan Nha, Bồ Đào Nha, Anh, Hà Lan... đã không biết đại dương như thế nào và sẽ đi về đâu. Thử thách *cái không biết đến*, the unknown, là sức mạnh của người Tây Âu. Đối với ý chí và tinh thần thử thách tương lai thì dân Việt còn rất yếu kém.

Thiếu sáng tạo và lười biếng về tư duy

Tiếp theo, từ trong tâm thức tiêu cực và chấp nhận, văn hóa Việt gần như hoàn toàn là một ***văn hóa trích mượn*** – a derivative culture. Nó thể hiện tâm chất bất an và thiếu tự tin. Do đó, họ vừa cực đoan vừa nhu nhược. Như tôi thấy trong cộng đồng người Việt ở Mỹ, rất nhiều vụ việc hễ người dân khác xúc phạm người Việt thì ta phản ứng mạnh mẽ cao độ. Nhưng chỉ cần một thế hệ, hầu hết con cháu ta, đã từ bỏ hoặc không màng gì đến những bản sắc văn hóa Việt.

Dân Việt nói chung rất thiếu tự tin về nguồn gốc dân tộc của mình. Không như dân Ấn Độ hay gốc Hoa ở Mỹ, cho đến mấy thế hệ vẫn còn sử dụng một cách trôi trãi và hãnh diện về ngôn ngữ, y phục, phong hóa tập thể của cộng đồng dân tộc họ. Trong khi đó, chỉ cần hai thập niên, đã thấy người Việt gần như từ bỏ hết bản sắc gốc gác của họ. Từ ngôn ngữ, cách đặt tên cho con, thích nhuộm tóc hoe vàng, cho đến học đòi theo cung cách văn hóa bản địa, cái Ta của người Việt ở hải ngoại vẫn là hiện thân của hai mặt tiêu cực từ *tâm thức bất an* và *nô lệ* của quá khứ. Tất cả đều có nguồn gốc từ ***Sử tính Việt*** như đã trình bày ở trên.

Hãy nhìn vào thế giới trí thức. Người cầm bút Việt Nam hầu như chỉ làm được ba chuyện: làm thơ, viết truyện ngắn, và dịch thuật sách ngoại ngữ. Ngay cả về văn chương, văn sĩ Việt vẫn không có khả năng viết chuyện dài hay trường thiên tiểu thuyết. Trí thức Việt không có ý chí đại thể lớn lao về năng lực tri thức. Họ không đủ tự tin – dù rất có thể về khả năng thì có đủ – để sáng tạo lý thuyết, hoặc trình độ triết học cho mình.

Hơn nữa, trí thức Việt mang bệnh lười biếng suy nghĩ sáng tạo. Họ nỗ lực cao độ – nhưng phải dựa vào một nội dung có sẵn. Vì vậy, họ chỉ đáp ứng được, hay thích hợp việc dịch sách mà thôi. Với công việc phiên dịch, chuyển ngữ, họ không cần phải suy nghĩ về khái niệm, về ý tưởng, về cấu trúc bố cục cho một tác phẩm. Họ ưa tranh luận về câu văn, cụm từ nào để dịch sao cho hay ho đúng ý nghĩa mà văn bản ngoại ngữ cưu mang. Họ không bàn đến ý nghĩa của khái niệm hay lý thuyết. Họ chỉ muốn tranh cãi về những tiểu tiết – the trivial facts – vốn chỉ là vay mượn.

Hoang tưởng văn hóa và giấc mơ cường quốc... buôn đất

Tâm ý Việt mang nội dung bất an của một dân tộc, vừa hãnh tiến đồng thời cũng không đủ tự tin về văn hóa của mình. Từ đó, vì thiếu chiều dầy tích lũy giá trị của một nền văn minh có chiều sâu, trí thức Việt mang ý chí huyền thoại hóa lịch sử dân tộc nên sáng tác những câu chuyện văn hóa Việt cổ đại huyền hoặc, để tự phong cho dân Việt là tác giả của nguồn mạch văn hóa lớn – chứ không phải của Trung Hoa lục địa. Hai vị trí thức đáng kính trong thời đại gần đây, Kim Định và Lê Mạnh Thát, là biểu trưng cho năng ý huyền thoại hóa văn hóa Việt này.

Về chính trị địa lý thì giới lãnh đạo Việt Nam hiện nay, than ôi, vẫn mang điều hoang tưởng về khả thể cường quốc – một "tiểu Trung Hoa" theo mô hình xã hội chủ nghĩa mơ hồ, vì "lý tưởng XHCN" tốt bền hơn truyền thống quê hương của mình. Họ thực ra bị chi phối bởi tầm nhìn ngắn hạn và thực dụng. Sự loay hoay giữ hoang tưởng vĩ cuồng cho quốc gia trung thành với ý thức hệ Marx–Lenin đã bị châu Âu đào thải, là thứ đang gây mâu thuẫn trầm trọng đối với khả năng kinh tế và chính trị của thể chế nhà nước cũng như của giới doanh nhân Việt.

Hãy nhìn đến nguồn gốc về sự giàu có của giới đại gia Việt – hầu hết, gần như tuyệt đối, là nhờ kinh doanh bất động sản.

Hãy thử đi qua những khu chung cư cao tầng ở Hà Nội hay Sài Gòn, ta sẽ thấy một quang cảnh phát triển phố thị vô lý – và phản cảm, thiếu thẩm mỹ. Từ đường Nguyễn Hữu Cảnh ở Sài Gòn, khi nhìn vào khu chung cư cao tầng Central Park, ta sẽ rùng mình bởi một cảnh tượng xây cất mang sắc thái uy hiếp hồn người. Quang cảnh phố thị với những chùm cao ốc thiếu thẩm mỹ đã triệt tiêu chứ không mang nét đẹp nào của tâm hồn người phố thị.

Ở Sài Gòn hiện nay, hầu hết dự án các căn gia cư cao cấp đều dành cho giới siêu giàu để họ đầu cơ với chính sách thuế khóa vô lý, phản tiến bộ – trong khi giới trung lưu (tương lai của dân chủ) và nghèo khó phải điêu đứng đối mặt với khủng hoảng gia cư trầm trọng.

Mặc cảm quốc tế và nhu cầu trưởng thành

Vậy hôm nay chúng ta đang ở đâu trên Trái Đất này?

Nhìn lại, ý chí Sử tính quốc gia đối với Trung Hoa, và sau là đứng trước văn minh Âu Mỹ, hệ thống chính trị Việt Nam mong muốn được coi trọng và được công nhận một cách chính thức, nhưng giới chính quyền quá ít dũng cảm để tạo vị thế mà không cần đến cầu xin.

Sau khi đánh đuổi được quân xâm lăng Hán, Nguyên, Minh, Mông, Thanh, các vua chúa Việt Nam phải cử sứ thần sang Trung Hoa triều cống xin được phong vương vị. Về chiến thuật, dĩ nhiên đó là công việc ngoại giao mềm mỏng, ổn định quan hệ quốc tế với đại cường, để phục hồi và xây dựng sau chiến tranh.

Nguyễn Trãi là một trường hợp điển hình. Dù là tác giả của *Bình Ngô Đại Cáo* oai phong, tuyệt vời cả về văn ngữ lẫn tinh thần nội dung, nhưng khi đọc *Trung Quân Từ Mệnh Tập* mà Nguyễn Trãi viết thay mặt Lê Lợi, gởi cho nhà Minh, chúng ta không khỏi ngậm ngùi cảm nhận được cái nhục nhã, thái độ khom mình cúi đầu thần phục phương Bắc. Thế nhưng dần dần chiến thuật nhún nhường cần thiết với nghi thức phong kiến, thì ngôn ngữ của kẻ yếu trở nên một bản chất cá tính của tầng lớp chính trị Việt.

Bản sắc cá tánh muốn được công nhận ảo này còn thành '*yếu tố di truyền*' trong văn hóa bằng cấp, học hàm, học vị của người Việt. Với truyền thống *thi đỗ làm quan cho cả họ được nhờ*, học vị khoa bảng trở thành chìa khóa cho thực tại tiến thân trong xã hội – cũng như cho tâm ý được coi trọng và công nhận giá trị nhân bản bởi tha nhân và đại thể khách quan. Ta chỉ là một công dân khi có bằng cấp, hay chức vị trong triều đình. Ta chỉ hiện hữu khi Ta được công nhận bởi tha nhân. Từ đó, định hình cái Ta bằng cái không–Ta, bản chất ấy là một biện chứng tiêu cực gốc rễ từ tâm ý nô lệ. Bệnh cầu cạnh khoa bảng danh vọng vẫn rất thịnh hành trong xã hội Việt Nam hiện nay.

Bạn hãy suy ngẫm về *"kinh nghiệm bản thân"* khi giao tiếp, làm ăn, sinh hoạt... với người Việt ta. Không ít người lớn tuổi có bằng cấp, học vị, học hàm, chức vụ, nghề nghiệp, kể cả giới tu sĩ các tôn giáo, lãnh đạo chính trị, nhà nước, trong hay ngoài nước đi nữa, kinh nghiệm tự thân của tầng lớp tiêu biểu này vẫn mang cấp độ tính tình niên thiếu.

Nếu bạn có dịp tiếp xúc hay làm việc với người Âu Mỹ, sẽ thấy họ – người phương Tây – chững chạc, trưởng thành hơn chúng ta nhiều, kể cả họ không có bằng cấp cao hay còn trẻ tuổi. Dĩ nhiên cũng có những người ở quần chúng lao động Mỹ còn mang nặng tính tình trẻ con.

Tôi dám nói rằng, nhìn tổng thể đại đa số dân Việt khắp thế giới, vẫn là một tập thể chưa chín chắn, bồng bột, hơi ngây thơ và nhiều hoang tưởng. Hãy nhìn vào các cộng đồng mạng xã hội mấy năm nay để thấy được cái tệ hại của sự thiếu trưởng thành và tính trẻ con thích cãi lộn. Có người nhận xét, hãy lên Facebook để thấy **cái mặt thực xấu xí của dân Việt** – *the truly ugly side of Vietnameseness* – với tính tình nặng chất trẻ con của họ như thế nào.

Từ đó, người Việt còn trẻ con và cũng vì thế, không thể ngồi chung, làm việc với nhau trên bình diện dân sự. Nguyên do chính vì dân ta thiếu vắng văn hóa cộng đồng. Người Việt không thể thành lập hội đoàn dân sự vững mạnh, lâu dài, uy tín. Hầu hết các tổ chức tự nguyện người Việt khắp thế giới đều tự tan rã vì không ai chịu ai. Hệ quả là nền văn hóa duy tập thể của Đảng Cộng Sản Việt Nam – ít nhất là trong nước – hình như là câu trả lời đương nhiên và cần thiết cho sự khiếm khuyết của chất keo văn hóa dân sự và công dân đó.

Không lẽ hơn trăm năm sau, nay ta lại phải ngâm tiếp bài thơ đó của Tản Đà, rằng,

Cám cảnh khói cây mờ mịt biển.
Lo đời sương tuyết bạc đầu non.

(2021)

Của hai mươi lăm năm trước và sau

"Tiểu nhân chi quá dã tất văn."

(Kẻ tiểu nhân thường dùng lời lẽ đẹp đẽ
để che giấu lỗi của mình. - Luận ngữ, XIX)

*

Ngày 15/8/2007 hôm nay là ngày vợ chồng chúng tôi đã lấy nhau đúng 25 năm. Đây là một ngày đánh dấu quan trọng, nhưng theo tiêu chuẩn của ông bà ta ngày trước thì là chuyện chẳng đáng gì để nói ở thời xưa. Nhưng trong bối cảnh văn hóa và nhân sinh bây giờ, "chịu đựng" được nhau trong một phần tư thế kỷ là chuyện cũng khá dài. Hôn nhân là hành trình của duyên và nợ, của cân bằng đối xứng, tương phản và thử thách. Như một ổ khóa của tâm hồn, người phối ngẫu là cái chìa khóa để mở cánh cửa ý thức và tâm linh – dù ở thời nay người ta ít còn ai biết, hay để ý đến điều này.

Tôi nhớ năm ấy là 1980, lúc tôi đang là chủ tịch Hội Sinh viên ở Đại học Texas, đang đọc bài diễn văn khai mạc đại hội thể thao liên trường, lúc tôi nhìn xuống các phái đoàn sinh viên tham dự, trông thấy một nữ sinh cao ráo và xinh đẹp, nét mặt và sống mũi giống như người Ấn Độ. Như con gà trống, tôi gáy xong bài nói chuyện rồi chạy ngay xuống làm quen với nàng ấy. Chuyện bắt đầu từ đó. Ngày 15 tháng 8, 1982, chúng tôi làm lễ cưới và dắt tay nhau qua California lập nghiệp. À ha! Mới đó rứa mà đã 25 năm trường. Mau thật!

Để thành hôn với ai, chúng ta phải có một niềm tin vô điều kiện về con người đó và tương lai vợ chồng. Phần lớn chúng ta đều *"cũng liều nhắm mắt đưa chân"* để bước qua cánh cửa quan yếu vốn định nghĩa toàn diện bản chất và hình thái cho suốt cuộc đời này. Hôn nhân cần xảy ra khi cá nhân còn dưới 30, khi mà niềm tin và lòng ngây thơ đối với con người, về tình yêu, về cuộc đời, còn tương đối nhiều tốt đẹp. Những ai đã một lần dang dở, hay đã trên tuổi 30, thường khó kiếm được người vừa ý, vì khi đó họ đã bắt đầu nghi ngờ, và cái tâm hồn nhiên đã không còn. Hôn nhân là hành trình thay thế sự hồn nhiên tâm hồn bằng ý thức trưởng thành − trong kiên nhẫn, tha thứ khuyết điểm − và chấp nhận sự khác biệt lẫn nhau như là một phần khác của cuộc đời có nhiều lên xuống.

Khi nhìn lại 25 năm qua, nếu có quãng đường nào xuống thấp cho vợ chồng chúng tôi thì nguyên do là chỉ tại tôi − và chỉ tại tôi mà thôi. Vợ tôi, Hồng Vân, là người rất giản dị. Nàng gần như không bao giờ mua sắm áo quần hay nữ trang cho mình. Đi đâu, đám cưới hay tiệc tùng, Vân vẫn cứ mặc bộ áo quần cũ kỹ hồi mới lấy nhau. Mọi chuyện đối với nàng đều đơn giản.

Còn tôi ngược lại. Tôi thường tổ chức tiệc tùng ăn uống, bạn bè đầy nhà quanh năm để nàng phải nấu nướng dọn dẹp, rửa chén bát nhọc nhằn. Tôi lại đi Việt Nam và khắp các nơi khác − đi một mình, ít khi cho vợ con biết trước. Tối ra phi trường đi Việt Nam thì sáng ấy mới cho nàng biết, là chuyện bình thường. Tôi không bao giờ, cho đến gần đây, gọi về cho Vân từ Việt Nam, dù đã đi xa cả tháng trời.

Có lần tôi gọi từ Việt Nam về Mỹ nói với Vân, *"Ôi ba mày nhớ mẹ mày quá! Uống rượu hoài mà ly không vơi."* Vân hỏi, *"Sao vậy? Không có cô nào chuốc rượu hay sao?"* Tôi trả lời, *"Không! Vì nhớ mẹ con mày mà nước mắt chảy như mưa, nên ly không vơi được."* Nàng hỏi, *"Thật không đó? Xạo đi ông ơi!"* − mà lòng nàng nghe có vẻ rất vui. Khi tôi về lại Mỹ, nàng ra đón ở phi trường, cằn nhằn vài câu. Tôi chỉ việc xoa tay nàng và ca bài con cá, *"Thôi ba mày xin lỗi mẹ mày. Thôi mà!"* Thế là xong. Đó là chưa kể tôi còn vi phạm nhiều điều khác trầm trọng hơn, rất trầm trọng trong chữ tín và tình nghĩa vợ chồng. Như là có đào chẳng hạn. Cho đến nay, Vân vẫn tha thứ – trong bực tức, tôi biết.

Cách đây khoảng năm sáu năm, khi giáo sư Nguyễn Văn Trung từ Canada sang San Jose chơi, ghé nhà tôi. Tôi thì quý mến bạn bè và các bậc tri thức, lại tổ chức tiệc tùng. Giáo sư Trung nói riêng với tôi, *"Liêm nên nghĩ lại đi. Chứ tiệc tùng suốt ngày mà bà xã phục vụ như thế thì ai mà chịu nổi?"* Từ đó, tôi giảm gần hết các cuộc vui thâu đêm. Vân cũng không nói gì – và cũng chẳng để ý. Tôi không thể tin là nàng – và hàng xóm – lại có thể chịu đựng được một căn nhà thường xuyên đầy bạn bè, ca hát, xe cộ, khách khứa rôm rả như nhà tôi.

Mỗi lần tôi viết báo hay sách bằng Việt ngữ, tôi in ra, đưa cho Vân, *"Mẹ mầy sửa giúp chính tả."* Nàng là người gốc Bắc kỳ nên dấu hỏi ngã rành hơn thằng Trung kỳ trọ trẹ như tôi. Nhiều lúc đang viết bài trên lầu, tôi hỏi vọng xuống dưới nhà thật to, *"Mẹ mày, chữ 'có vẻ' là dấu hỏi hay ngã?"* Nàng ta la lên, *"Ôi trời ơi, cái chữ đó mẹ mầy đã sửa cho ba mày cả ngàn lần rồi. Dấu hỏi ông ơi!"* Có lẽ Vân coi những khuyết điểm của tôi, của con người, của một người chồng, người cha, như những khuyết điểm chính tả vậy. Dù là văn bản nó có sai sót trên phương diện ngôn ngữ – nhưng nội dung thì ai đọc vô cũng biết ý nghĩa của tác giả và bài văn. Chắc vậy.

Vợ chồng chúng tôi ít khi nói chuyện với nhau. Tôi cứ suốt ngày ngồi trong phòng sách; Vân thì ở dưới bếp hay ngoài vườn. Đôi khi cả ngày hai đứa chỉ nói vài câu. Đến giờ cơm tối mới nghe Vân kêu vọng lên từ gian bếp, *"Ba mày xuống ăn."* Chúng tôi gọi nhau là "ba mày", "mẹ mày" và không xưng "anh, em" như vợ chồng người ta thường xưng hô. Ăn xong, tôi bỏ đó, đi lên phòng sách, đóng cửa tiếp tục. Tôi gần như hoàn toàn không làm việc nhà. Vân thường hay nửa đùa nửa thật, than với bạn bè, *"Nhà này không có đàn ông!"* Mà thực vậy. Từ mảnh vườn sau, sân cỏ, bếp núc, chén bát, áo quần, rác rến, cho đến con cái... đúng là nhà tôi "không có đàn ông".

Bà xã tôi là một người phụ nữ truyền thống ngoài Bắc cổ xưa. Cái tâm chất của phụ nữ là của người mẹ: Dù cho chồng con có hư, có khuyết bao nhiêu thì tình yêu của nàng lại càng nhiều – và bỏ qua tất cả. Tâm hồn phụ nữ là của trái tim. Khi lý trí từ óc não phán xét và phê bình tiêu cực thì trái tim lại phản ứng lại bằng yêu thương và tha thứ. Vân bảo tôi, *"Ba mầy có làm gì,* (đại ý là có bồ, vợ bé, con rơi) *thì hãy giữ kín. Đừng cho mẹ mầy biết."* Dù thế, có khi tôi đã "bay bướm" tí ti vẫn cứ vụng về để "lòi đuôi chồn" ra cho nàng biết. Càng ngày Vân càng có khả năng để biết về sự thật của tôi nhiều hơn – cùng với sự gia tăng khả năng chịu đựng của nàng. Hy vọng là tôi không lợi dụng sự kiên nhẫn và tha thứ của Vân để tiếp tục ba cái chuyện tầy hây.

Ba năm trước, tôi và Vân cùng con cái về lại làng cũ Bích La ở Quảng Trị. Trong buổi họp mặt làng, các cụ già đề nghị với tôi rằng, cả Họ (Nguyễn Hữu) sẽ đứng ra làm lễ cưới nàng hầu cho tôi. Nàng hầu sẽ ở lại làng – và tôi chỉ phải về thăm hằng năm thôi. Cả họ hứa sẽ giấu kín chuyện này không cho Vân biết – trong lúc Vân đang ngồi chình ình ra đó họp cùng làng. Vân cười tươi nói với cả họ, *"Ôi mà tui biết hết rồi! Còn đâu nữa mà giấu kín!"* Đây là bí quyết của một "bí mật hiển nhiên." Tôi nói với Vân sau đó, *"Mẹ mầy đừng lo. Nếu ba mày có vợ bé, ba mày sẽ giấu kín hơn nữa kia."* Nàng cười tươi trước cái ngôn ngữ kỳ khôi của một ông chồng ngược đời. Nhưng tôi thì nghĩ rằng, "một khăn không thể trải hai bàn" mà coi cái chuyện vợ bé, nàng hầu, chỉ là chuyện tào lao.

Gần đây mấy tháng, đi Việt Nam, tôi lại giở chứng cũ, lại có đào. Vân biết được và nghiêm nghị nói với tôi rằng nàng sẽ li dị. Tôi nói, *"Mẹ mày đúng là vớ vẩn. Đàn ông nào đi Việt Nam mà không có đào!"* Nhưng nàng không cười. Chết cha rồi! Tôi chạy lên phòng sách, đứng trước bàn thờ Phật tổ, cầu xin có cuốn sách nào bày cách giải quyết vấn đề khó khăn này. Tôi rút cuốn Tân ước, chạy xuống nhà, kêu Vân đến ngồi gần, để tôi đọc.

"Thế rồi Peter đến và hỏi Jesus, 'Ngài ơi, bao nhiêu lần nữa tôi phải tha thứ cho anh tôi nếu hắn cứ tiếp tục sai lầm như vậy? Không lẽ đến bảy lần?' Jesus trả lời, 'Ta không nói bảy lần; Ta nói bảy mươi lần bảy kia.'" (Matthew 18).

Vân đếm tay, *"Ừ ba mày mới có đào hai lần. Liệu hồn! không thêm lần nào nữa nghe."* Tôi cầm tay nàng và cảm thấy tay Vân bóp nhẹ lại mình. Tha thứ!

Hai mươi lăm năm nữa ư? Dư sức qua cầu! Tôi và Vân cùng cười to.

(9/8/2007)

PHẦN II
TÔN GIÁO

Thiền Sư Tuệ Sỹ qua nét phát họa chân dung của Họa sĩ Trương Đình Uyên.

Của Ananda và Peter:
Khi nhân loại trùng tu

Trong dịp hai lễ Thích Ca Thành Đạo và Jesus Giáng Sinh vào cuối năm, chúng ta hãy tìm đọc kinh Phật và Chúa để chiêm nghiệm lại một vài ý nghĩa trong cơ sự làm người. Có những mẩu chuyện có thể nhiều người đã nghe hay đọc qua, nhưng ý nghĩa ẩn dụ vẫn còn giấu kín. Sau đây là hai câu chuyện của Ananda và Peter – đôi cột trụ lớn của hai truyền thống Đạo lý trọng yếu của nhân loại. Ananda của Đông phương; Peter Tây Phương. Mỗi nhân vật là một hiện thân từ chữ Đạo, tùy duyên mà ứng hiện trong sự lớn lao vô cùng huyền diệu về hiện tượng con người.

*

Ananda và sự vấp ngã thân xác

Trong *Surangama Sutra*, tức kinh *Lăng Nghiêm*, có thuật lại câu chuyện của Ananda, một trong những đại đệ tử hàng đầu của Phật Thích Ca Mâu Ni. Hôm ấy là ngày giỗ tổ, Ananda đi khất thực một mình. Ông gặp một thiếu phụ xinh đẹp khiêu gợi tên là Matanga. Nàng này dùng thần chú Ấn giáo khích dụ ông vào phòng ngủ của mình. Dù là một đệ tử cao cấp của Phật, nhưng công phu tu tập chưa đến hạng siêu thừa, vốn từng là một bậc trí giả thiên về lý luận, phiên giải, nhưng Ananda suýt nữa bị vấp ngã. May nhờ lúc đó, Phật đã dùng thần chú *Lăng Nghiêm* để thức tỉnh Ananda, kêu gọi ông và nàng Matanga trở về diện kiến Phật. Gặp Phật, Ananda cảm thấy xấu hổ, khóc lóc. Ông quỳ xuống đảnh lễ đức Phật, tự giận mình là người học rộng nghe nhiều mà đạo lực vẫn chưa toàn. Trước mặt nhiều môn đồ và đệ tử khác, Phật an ủi Ananda, xong rồi truy hỏi ông về "dâm ái," "vọng tưởng" và "chân tâm." Kinh *Lăng Nghiêm* là bộ kinh ghi chép những gì Ananda nhớ lại từ những tra vấn và thuyết giảng của Phật cho Ananda và thánh chúng nhân pháp thoại này.

Lăng Nghiêm là một đại phẩm tước, cơ bản về siêu hình học Phật giáo. Nó đứng song song với *Lankavatara* – kinh *Lăng Già* – một tác phẩm tri thức luận. Hai tập kinh này được biên tập là nhờ công của Ananda. Với một trí nhớ phi thường, Ananda đã nhớ rõ hầu hết các bài giảng của Phật. Hai trăm năm sau khi Phật lìa trần, trí nhớ và sự kể lại của Ananda đã được ghi chép thành kinh văn trong đại hội "kiết tập." Vì thế, nếu như không có Ananda thì gia tài kinh điển Phật giáo sẽ không được dồi dào, phong phú như vậy.

Tuy nhiên, trên cơ sở tu học thì Ananda lại là người đắc đạo chậm nhất. Có hai thứ làm cản trở con đường chứng đạo cho Ananda. Thứ nhất, khả năng trí thức siêu việt của ông; và thứ hai, năng lực dục tình vốn chưa hoàn toàn được chuyển hóa. Andanda được coi như là đứa em út trong hàng đệ tử của Phật hồi ấy. Ngài đã tỏ ra thân ái và thương yêu Ananda rất nhiều chỉ vì ông kém chậm nhất trên đường tu chứng. Nhưng Phật biết rằng chính Ananda sẽ là nhân vật phát huy chánh Pháp hiệu năng hàng đầu. Và như lịch sử đã chứng minh, Ananda là viên đá trọng yếu, là chìa khóa cho sinh lực đạo Phật – mà nếu không có, Á Đông không thể như đã là.

Ananda là biểu tượng của thân xác và tri thức trên con đường giác ngộ Chân Tâm. Trong tinh yếu của tu học, Phật pháp không thể hiển dương nếu không phải phát khởi từ, đối đầu với, để vượt qua: hai năng lực lớn lao của cá thể. Đó là hai vế trí thức và ái dục giới tính. Cả hai đều là hiện thân của tự-Ngã. Một bên là ý chí thâu gọn thế gian qua "cái biết" của mình; đẳng kia là bản năng tồn hữu qua cơ năng thân xác. Khi Ananda sắp bị nàng Matanga dụ dỗ, chàng suýt nữa rơi vào năng lực xác thân. Đây là một khổ nạn mà truyền thống tu học nhà Phật gọi là *"nạn*

Ma Đăng Già." Sự "ngã ngựa" của Ananda là một thời quán thiết yếu trên con đường đi đến giác ngộ. Bởi vì chính từ bản thể của sinh hiện, mỗi cá nhân tự mình là một sự chối từ, một vọng tưởng trong chân Tâm, để mang trong tim một gánh nặng chủ quan lạc dòng.

Peter và năng lực phủ định

Bây giờ, chúng ta hãy qua kinh *Tân Ước*. Trong chương *Matthew* 26 –27, đoạn kể về Peter (Phê Rô), môn đệ hàng đầu (apostle) của Chúa Jesus. Trước đêm bị bắt và đóng đinh trên thập tự giá, Chúa Jesus cùng dùng cơm tối với 12 môn đồ. Ngài làm phép thánh bằng bánh mì và rượu xong rồi đưa cho các đệ tử mà nói, *"Hãy lấy bánh này mà ăn vì nó là thân xác của ta; hãy uống rượu nho từ cốc này vì đây là máu của ta."* Và Chúa tuyên bố trong đêm hôm ấy rằng, các đệ tử có mặt sẽ mất đức tin trước mặt Ngài. Peter trả lời rằng ông không phải người như thế. Chúa nhìn Peter rồi nói, *"Ta nói cho ngươi nghe, trước khi gà gáy sáng mai, nhà ngươi sẽ từ chối ta ba lần."* Và đúng như vậy. Đêm hôm ấy, sau khi phán, Chúa đã nhắn nhủ Peter rằng, *"Tinh thần thì cao, nhưng thân xác vốn là yếu,"* Peter đã từ chối Chúa Jesus đúng ba lần với những kẻ đang truy bức Ngài. Lần thứ ba cuối cùng khi Peter từ chối Chúa vừa xong thì tiếng gà gáy sáng vang lên. Peter nhận thức ra lỗi lầm của mình và – như Ananda đã – bật khóc nức nở.

Và cũng như Ananda, sau khi Chúa Jesus qua đời, Peter là người đã nắm "chìa khóa của giọt máu" từ Chúa (máu là tinh thần). Peter, một thiên tài về tổ chức, là "viên đá linh hiển" để cùng với môn đồ Paul, một lý thuyết gia, xây dựng lên giáo hội Thiên Chúa. Không có Peter thì không có giáo hội La Mã như gần hai ngàn năm qua. Từ một kẻ đã phủ nhận Chúa, Peter trở nên một nhân vật hàng đầu cho sự thành hình và phát huy đạo Chúa. Kẻ chối Chúa nay đã trở nên kẻ minh định. Nói như Hegel, *"Đánh mất chính mình để tìm ra chính mình là con đường Tinh thần."*

Tinh thần xác định; Thể xác phủ định

Cả hai Peter và Ananda là hiện thân từ thể xác; trong khi Chúa Jesus và Phật Thích Ca là Tinh thần. Cả hai đệ tử hàng đầu này là những người đã ngã ngựa trước mặt Phật và Chúa – nhưng lại đứng lên được. Và đây là bài học trong câu chuyện: Trong cơ sự làm người, ý chí vực dậy sau khi ngã xuống chính là chìa khóa cho sự chuyển hóa từ thân xác sang Tinh thần. Không ai làm người mà không có lúc bị té ngã. Điều quyết định là ở chỗ hắn ta có ý chí đứng dậy làm lại cuộc đời hay không. *"What does not kill me only makes me stronger,"* Nietzsche nói. ***"Cái gì không giết chết ta thì chỉ làm cho ta mạnh mẽ hơn."***

Thân thể con người khi đứng thẳng dang hai tay là biểu tượng cho Thánh giá. Chiều thẳng đứng là Tinh thần; chiều ngang là thân xác. Khi dục vọng thân thể gặp năng lực Tinh thần thì bản thể phải hy sinh cho Tinh thần có sự sống đời đời.

Trong lịch sử của hai tôn giáo Chúa và Phật, còn có hai nhân vật khác, Nagarjuna (Long Thọ) và Augustine (Âu Tinh). Tuổi trẻ của hai nhân vật này cũng mang đầy dục vọng. Sau khi đã trải nghiệm tuổi trẻ qua đời sống thân xác, từ biến cố tử sinh, hai người này đã ý thức về Đạo để chuyển hóa chính mình thành bậc thánh. Ý nghĩa? Không ai có thể đến với cõi Tinh thần nếu thân xác – tức là năng lực dục vọng, đã không một lần từ chối Tinh thần. Nhưng cuối cùng năng lực thân xác sẽ phải "chết" đi, tức là được chuyển hóa, để cho Tinh thần được sống lại. Đó là tinh hoa trong câu chuyện Chúa Jesus bị đóng đinh trên thập tự giá, chết đi, rồi phục sinh trong sự sống vĩnh hằng.

Thân xác sẽ chối từ ý chí cứu cánh cá nhân. Và không như Peter, thể xác sẽ phủ nhận Tinh thần, không những chỉ có ba lần trong suốt cuộc đời, mà là ba lần trong một ngày. Cho đến khi «gà gáy» báo hiệu bình minh đến, thì nhục thân mới tỉnh thức mà đứng dậy – như Peter đã. Cũng như thế, Ananda đã vùng dậy chạy thoát khỏi bàn tay mơn trớn của nàng Matanga nhờ linh lực thần chú *Lăng Nghiêm*, tức ***"cứu cánh kiên tâm,"*** của Phật.

Sau này trên con đường truyền giáo, trong hai lá thư gởi tín hữu, Peter nhắn nhủ,

"Hãy bước tới để chính mình được trỗi dậy. Hãy là những viên đá sinh hữu nhằm xây nên ngôi đền Tinh thần linh thiêng," Peter nhấn mạnh, *"Hãy bổ sung đức tin bằng tiết hạnh, tiết hạnh với kiến thức, kiến thức bằng tự chế, tự chế với quyết tâm, quyết tâm với lòng thành, lòng thành trong tương ái, và tương ái với tình yêu."*

Và đức Phật, trong phần giảng pháp gần giữa kinh *Lăng Nghiêm*, đã cảnh cáo Ananda rằng,

"Ananda, nếu ông không nỗ lực tu hành – vốn trải nhiều kiếp – thì Bồ Đề, Niết Bàn đối với ông hãy còn xa vời lắm. Dẫu ông có học nhiều, nhớ kỹ nghĩa lý nhiệm màu suốt mười hai bộ kinh, thì cũng chỉ giúp ông phương diện hý luận, chứ không giúp gì cho sự giải thoát của mình."

Khi nhân loại được trùng tu

Từ Ananda và Peter là bài học biểu dụ bằng hai cuộc đời. Thân xác và tri thức cả hai vốn là cần thiết, nhưng chưa đủ. Hãy suy rộng ra. Khi ở vào thời điểm mà con người chỉ biết vin vào thân xác và tri thức, để rồi bỏ quên năng lực Tinh thần, thì đó là một nền văn minh bị lạc lõng và không định hướng. Dựa ý theo một mệnh đề của Kant thì, *"Tinh thần mà không có thân xác và tri thức là mù quáng; thân xác và tri thức mà thiếu vắng Tinh thần đều là trống rỗng."*

Nếu ai có mắt biết nhìn, tai biết nghe, đều phải nhận ra rằng khối nhân loại ngày nay đang bỏ quên giá trị Tinh thần mà tôn vinh thân xác và tri thức. Trên bàn thờ cao nhất trong ngôi nhà sinh hữu của hắn đang có hai vị thần đế đang ngồi chễm chệ. Bên trái là thân xác, vốn chỉ biết phủ nhận; bên phải là tri thức, vốn chỉ mang kiêu hãnh. Ít ai biết rằng đấy là Tinh thần đang bị áp đặt trong chiếc hòm đậy kín nằm sau lưng bức liễn chói lọi. Và sẽ có một ngày, rất gần, chủ nhân ấy sẽ nhớ lại, qua tiếng gà gáy báo hiệu bình minh, hay là thần chú *Lăng Nghiêm* huyền diệu, lên tiếng kêu để cho Tinh thần hồi sinh đội hòm sống dậy.

Đó cũng là khi hai thể loại con người Đông và Tây, của Ananda và Peter, sẽ hóa nhập thành một ứng thân để uống chia cùng một giọt máu Tinh thần mới. Đây chính là lúc mà nhân loại được trùng tu.

(2020)

Sự thật hay hư cấu Huyền Thoại: Chúa Jesus là Bồ Tát Hóa Thân?

TỪ MỘT DU KÝ

Cách đây đúng 130 năm, 1894, một cuốn sách xuất bản ở Pháp làm chấn động giới thần học và tôn giáo sử: *La vie inconnue de Jésus-Christ (Cuộc đời chưa biết đến của Chúa Jesus)* của Nicolas Notovitch, một nhà báo người Nga. Đây là một cuốn du ký, kể lại chuyện tác giả du hành qua Ấn Độ, vùng Kashmir và Tây Tạng vào năm 1887. Theo đó, Notovitch đã đích thân vào ở trong một tu viện ở Tây Tạng, Hemis Monastery, và được nghe các nhà sư kể lại chuyện một nhà tiên tri tên là **Issa** đã từng đến đây tu học giáo pháp đạo Phật vào thế kỷ Công nguyên thứ Nhất.

Theo Notovitch, trong văn khố của tu viện Hemis có lưu trữ một văn kiện cổ có tên *"Cuộc đời của Thánh Issa"*. Các Lạt Ma cho ông biết, văn kiện này được dịch ra Tạng ngữ từ tiếng Pali. Tác giả phải nhờ một người thông dịch sang tiếng Nga để ông ghi nhớ nội dung của nó rồi viết thành cuốn sách tiếng Pháp nói trên. Notovitch qua tài liệu cổ đó đã có khám phá quan trọng rằng **Thánh Issa chính là Chúa Jesus**, bởi vì quãng thời gian Issa ở tu viện để tu hành trùng khớp với những năm Chúa Ki-tô vắng bóng ở Palestine từ lúc 14 tuổi cho đến khi Ngài xuất hiện lại ở đó vào tuổi 28. *Issa* là tên thổ ngữ Tây Tạng *Jeshua*, nghĩa là và tức là *Jesus*.

Notovitch biết được rằng Issa đó – tức Chúa Jesus – đã đến Ấn Độ và Tibet lúc tuổi thiếu niên để tìm học đạo từ các huyền nhân Hindu, các tăng sĩ Phật giáo, kể cả những đạo nhân các đạo khác ở vùng Bắc Ấn. Issa cũng học tiếng Pali để có thể nghiên cứu kinh Phật. Trên đường trở về lại Palestine, Issa ghé qua Ba Tư để giảng đạo mầu cho tín đồ đạo Zoroaster. Mặc dù Notovitch không giải thích rõ những bí tích gì, nhưng nhiều người sau khi đọc sách này của ông đã cho rằng những phép lạ mà Chúa Jesus đã làm, như biến nước lã thành rượu, chữa lành người mù, bệnh cùi, hay bước đi trên mặt nước… đều là những pháp thuật huyền bí mà Ngài đã được mật truyền từ các bậc đạo sĩ huyền nhân Phật giáo Tây Tạng.

SỰ THẬT HAY HƯ CẤU HUYỀN THOẠI?

Tuy nhiên theo Max Muller, giáo sư Đông phương học nổi tiếng của Đại học Oxford, cuốn sách của Notovitch chỉ là tiểu thuyết giả tưởng bao gồm những chuyện hư cấu. Trong bài viết mang tựa *"The Alleged Sojourn of Christ in India"* trong Tạp chí *"The Nineteenth Century"* xuất bản năm 1894, Muller phân tích kỹ nội dung sách, và dựa theo lời những nhân chứng khác thì Notovitch chưa hề ở nơi tu viện Hemis, không ai ở đó từng nghe hay biết đến nhà báo người Nga này.

Tiếp theo là một bài báo khác của giáo sư J. Archibald Douglas của Đại học Hoàng gia Agra, *"The Chief Lama of Hemis on the Alleged Unknown Life of Christ"* đăng hai năm sau (1896) cũng trong tạp chí "Thế Kỷ 19th" nêu trên, tường thuật chính ông đã đích thân đến tu viện Hemis và các vùng lân cận để điều tra thật hư sự việc mà Notovitch viết ra. Douglas gặp vị Lạt Ma viện chủ Hemis rồi đọc cuốn sách của Notovitch cho vị viện chủ nghe qua thông dịch viên. Vị Lạt Ma phủ nhận tất cả nội dung trong sách này, cho biết ông đã từng là một Lạt Ma ở đó suốt 42 năm qua và chưa hề nghe hay biết có nhân vật nào gốc Nga đã đến ở tu viện này, và nhấn mạnh, hoàn toàn không có một văn kiện cổ đại – *ancient scroll* – nào đề cập đến nhân vật tên ***Issa*** như Notovitch thuật lại.

Sau hai bài viết của Muller và Douglas thì Notovitch bắt đầu thay đổi câu chuyện của mình. Ông cải chính không có văn kiện cổ đại đích xác nào về Issa ở tu viện Hemis, những gì về Issa chỉ là những gì ông hiểu được từ những văn kiện khác. Theo Giáo sư tôn giáo học Per Beskow của Thụy Điển trong cuốn *Strange Tales about Jesus* (1983) thì gán cho Notovitch là một điệp viên Nga và chưa hề đặt chân đến Ấn Độ và Tây Tạng. Notovitch chỉ dựa theo những giả thuyết và huyền thoại mà ông nghe được để dựng lên câu chuyện Issa. Sau khi bị tố cáo ngụy thư, Notovitch rút lui sống ẩn dật, không còn xuất hiện trên văn đàn.

Tuy nhiên, những sự kiện mà Notovitch viết ra lại được nhiều nhân vật tiếng tăm uy tín xác nhận là sự thật: Giáo sư người Nga Nicholas Roerich, Tu sĩ Swami Abhedananda, đệ tử của Ramakrishna; cũng như Gloria Gasque và Elizabeth Caspari, hai nhà huyền học lừng danh, đều đã đến tu viện Hemis và đã chính mắt trông thấy các văn tự ghi chú việc Issa tu học ở đó. Có thể đối với Muller và Douglas, hai người Anh quốc, thì cho rằng các Lạt Ma ở đó phủ nhận văn bản cổ đại bởi vì họ sợ Đế quốc Anh sẽ tịch thu văn bản bí truyền đó, như đã làm với nhiều gia sản tôn giáo và văn hóa khác ở các nước thuộc địa?

HUYỀN THOẠI ISSA MUÔN NĂM

Cuốn sách về Chúa Jesus tức Issa của Notovitch đã mở ra một kỷ nguyên tràn ngập những câu chuyện hay huyền thoại về cuộc đời bí mật của Chúa Jesus từ năm 14 tuổi đến năm Ngài bắt đầu rao giảng giáo lý lúc 28 tuổi ở Palestine. Bốn sách Tân Ước – *Mark, Mathew, Luke và John* – hoàn toàn không nói gì về khoảng thời gian trên, Chúa Jesus đã đi đâu, làm gì, trong suốt 14 năm đó?

Câu chuyện của nhà tiên tri Issa là một phần trong cao trào lãng mạn huyền bí học, hướng về nền văn minh cổ bí ẩn Tây Tạng và Ấn Độ ở cuối thế kỷ 19. Đã có hàng chục cuốn sách và phim ảnh tài liệu về cuộc đời của Issa, tức là Chúa Jesus, về thời gian Ngài tu học ở Á Đông. Ngay cả cơ quan truyền thông uy tín British Broadcasting Corporation (BBC) cũng đưa lên truyền hình một *documentary* (2011) nói về Issa mang đề tài khẳng định, *"Jesus was a Buddhist monk"*. Cùng năm đó, chính phủ Ấn Độ cũng chính thức đưa ra một phim tài liệu minh chứng câu chuyện Issa như là sử liệu chính thống, dù với lời cảnh giác đó không phải là giả thuyết tối hậu. Theo cuốn phim này thì có rất nhiều tài liệu, bằng chứng, di tích, rằng Chúa Jesus tức Issa, Yousef hay Isaf, sau khi bị đóng đinh trên thập tự giá, Ngài đã được cứu sống và trốn đi theo con đường tơ lụa để đến vùng Kashmir, bắc Ấn, sống đến cuối đời và mất ở đó, nơi ngôi mộ Ngài nay vẫn còn. Cũng có giả thuyết Chúa Jesus đã trốn thoát rồi đến vùng núi ở miền Nam nước Pháp sống ẩn dật đến cuối đời.

Nếu câu chuyện Issa là khả tín, thì cả nền tảng đức tin Thiên Chúa giáo sẽ bị sụp đổ – vì theo đó thì Chúa Jesus đã không phục sinh ba ngày sau khi mất và bay lên thiên đàng để ngự bên phải Chúa Trời. Dĩ nhiên tín đồ Thiên Chúa giáo không chấp nhận câu chuyện này. Càng phủ nhận hơn nữa chính là Giáo hội Công giáo La Mã.

Có phải câu chuyện Issa và hành trình Ấn-Tạng là một phần – hệ quả – từ cao trào Khai sáng Âu châu, nhằm phủ định giáo lý huyền học đạo Chúa?

Ý CHÍ ĐỨC TIN TRONG TÌNH NGHĨA VỢ CHỒNG

Năm 2022, tôi về Việt Nam và gặp lại một người bạn ở Huế. Anh từng là du học sinh, tốt nghiệp ngành khoa học, và là một chuyên gia điện toán. Anh hỏi tôi về câu chuyện Issa, tức Chúa Jesus, và cuốn sách của Notovitch. Tôi hơi ngạc nhiên vì anh là người theo tôi biết, chưa hề bàn đến chuyện tôn giáo hay triết học. Tôi nói với anh là, có những niềm tin không cần bằng chứng. *Faith is the evidence of the unseen. (Hebrews 11:1)* – ***Đức tin làm chứng cho sự thật.***

Anh chia sẻ rằng, anh rất muốn tin những gì Notovitch viết – ***Chúa Jesus là một Phật tử*** – dù câu chuyện như thế vẫn chỉ là những huyền thoại tôn giáo đầy nghi ngờ. Thì ra anh vốn là người theo đạo Phật thuần thành, mẹ anh tu ở ngôi chùa cổ ở quê nhà Thừa Thiên. Anh kết hôn với một nàng Công giáo. Để kết hôn, anh đã rửa tội, mang tên thánh; hai đứa con mỗi Chủ nhật đều đi thánh lễ với mẹ. Anh là người không tin việc **Chúa Jesus Phục Sinh**. Tình yêu dành cho người bạn đời chính là đức tin đạo Chúa.

Trong thâm tâm anh vẫn là một Phật tử với tất cả những chắc mãn về giáo lý nhà Phật. Nhưng anh muốn tin câu chuyện Issa là Chúa Jesus như một thang thuốc hóa giải niềm u uẩn mâu thuẫn tôn giáo trong tình nghĩa vợ chồng đối với đạo giáo mình đã sinh ra và lớn lên. Anh muốn tin rằng Chúa Jesus là một Phật tử rao giảng Phật pháp cho người Trung Đông theo căn cơ và duyên nghiệp của các dân tộc đó.

Từ gốc rễ ý chí đức tin đó, ngày nay mỗi khi đến giáo đường cùng với gia đình, khi nhìn lên tượng Chúa bị đóng đinh, anh thấy đó là hình ảnh một vị Bồ tát vĩ đại đã hóa thân hy sinh thân xác nhằm cứu độ nhân loại. Anh đã tìm ra niềm hạnh phước như bao nhiêu tín đồ đạo Chúa với đức tin thuần khiết. Ý chí đức tin trong tình yêu dành cho người bạn đời và con cái chính là đức tin dành cho Chúa Issa. Cảm thức của anh lai láng một nỗi bình an dịu ngọt. Từ ân sủng nội tại đó, với anh, Issa có phải là Jesus hay không, không còn là một câu hỏi nữa.

(2023)

Nhân dịp lễ Tạ ơn – Thanksgiving ở Mỹ: Hướng đến một văn minh Lao Động Mới

Every stick has two ends: one points to heaven, the other hell.

(Mỗi khúc cây đều có hai đầu: một hướng lên thiên đường, hướng kia xuống địa ngục).

(Ngạn ngữ Anh)

*

BẮT ĐẦU TỪ CON GÀ TÂY (Turkey)

Lễ Tạ ơn của người Mỹ bắt đầu từ năm 1621 để cảm tạ Trời Đất bởi dân di cư Âu châu mới sang vùng Bắc Mỹ, vốn mong có đời sống mới nhiều tốt đẹp hơn. Ở giai đoạn đầu khi di dân Anh quốc sang vùng đất này, loài gà tây hoang dã là nguồn thực phẩm dễ kiếm và nhiều thịt. Khi Alexander Hamilton, một nhà sáng lập nước Hoa Kỳ, thế kỷ sau tuyên bố, *"Không một công dân Mỹ nào từ chối thịt gà tây vào ngày lễ Tạ ơn!"* thì con gà rừng to lớn này trở thành thực đơn lễ nghi truyền thống của tập quán này.

Từ đó, hằng năm vào ngày thứ Năm cuối tháng 11, các gia đình Mỹ hì hục nấu nướng nguyên con gà tây để ăn mừng. Thịt gà tây, nếu ai đã ăn qua, thực sự chẳng ngon lành tí nào. Nó lạt lẽo nên ăn rất dễ ngán. Thành ra, họ nấu gà tây trong dịp này chẳng qua là cái cớ để cả nhà cùng nhau lục đục việc nấu nướng cho vui. Đây cũng giống như truyền thống nấu bánh tét, bánh chưng ở quê ta nhân dịp Tết đến, xuân về. Cái vui cười rộn ràng nơi gian bếp nấu nướng mới quan trọng hơn là mùi hương vị thức ăn.

Ở xứ Cờ Hoa này, đối với dân di cư mới sang, ai ai cũng tối mặt, tối ngày lao động. Vì thế, làm sao để biến công ăn việc làm như là một niềm vui, như là một cơ hội giải thoát ra khỏi sự nhàm chán trong cuộc sống? Khi ngừng lại cuối tuần và ngày nghỉ lễ, người ta lại cảm thấy buồn nản với thời gian, để rồi tất cả lại cũng lao đầu vào con đường lao động, sinh hoạt bận rộn như thường ngày. Làm sao để việc lao lực kiếm cơm sinh nhai được coi như chuyện nấu nướng trong gia đình?

TỪ LAO ĐỘNG ĐẾN CÔNG VIỆC

Thưa rằng, cái huyền bí của cuộc đời nằm ở chỗ biết cách biến lao động (labor) thành công việc (work). Ở cái thuở khi văn minh Tây phương chưa đi vào con đường của hiện đại, con người không có lao động và không bị lao khổ. Thời cổ sử, khi làm việc, và gần đây thôi, khi tôi lớn lên giữa ruộng đồng miền Trung Việt, nhìn nghe dân gặt lúa hò vấn đáp giữa cánh đồng lúa chín, tôi cảm thấy người ta dung hòa và dâng hiến chính mình, cả ý thức và thân xác, vào công việc, như là một sinh hoạt tôn giáo và tâm linh. Mỗi tác hành cho công việc không làm lao tổn hay tiêu hao năng lực thể chất và tinh thần như việc lao động ngày nay. Công việc đồng áng giữa thiên nhiên của người xưa không nhằm mục đích để xong việc rồi nghỉ ngơi – mà chính trong công việc là sự nghỉ ngơi và giải trí.

Công việc chính là hành động nuôi nấng và dung dưỡng sự trở nên và sáng thành của thiên nhiên, của tạo hóa, cho mình, cho người, cho đời và cho Trời Đất. Họ không có thời biểu, không có ngày giờ, thứ Hai, thứ Ba hay cuối tuần, thứ Bảy, Chủ nhật. Tất cả thời gian và ngày giờ được biến hóa và tan hòa vào sự chăm sóc công việc – như là hành động nấu nướng con gà tây cho chính mình và cho gia đình trong yêu thương.

LÀM VIỆC CHÍNH LÀ CẦU NGUYỆN

Công việc, từ đó, là một sự góp tay trong nguyện cầu để thực tế được trở thành trong ý niệm của ta và của Trời Đất theo quy luật thiên nhiên. *Working is praying*. Khi ta làm việc ta không cảm thấy "bị lao động," mà trái lại, làm việc là góp tay với Tạo Hóa để cho thế giới – và chính ta – được chuyển mình và tiến hóa về cái Đẹp, cái Đúng. Trong công việc ta hiện thân ra tính thể – *working is being* – mà bản chất con người trong ta sẽ quyết định cách thức làm việc và phẩm chất cho kết quả và thể tướng nơi sự vật tác thành.

Công việc là chuyện mở đường, chuyện thắp đuốc để khơi sáng ngọn đèn tâm thức – để biết mình là gì và qua đó để biết rõ hơn bản chất thiên nhiên, vũ trụ, thế gian qua những trở lực mà công việc gặp phải và vượt qua. Tùy vào xung tác từ ta mà thế giới phản lực ngược lại như thế nào. Đây là cả một nghệ thuật giao hưởng giữa cá nhân và thế giới.

Mỗi người khi theo đuổi công việc (worker) trở nên một nghệ sĩ nhằm chuyển hóa tính chất tiêu cực nơi kẻ lao tác (laborer) bằng nội dung tôn giáo ở sự việc. Họ trở nên một đạo sĩ dấn thân trong ý chí yêu thương thế gian này trước những trở lực của khó khăn và đau mệt thân thể (pain) mà không hề bị suy thoái xuống thành khổ đau (suffering).

Trong các trường phái tôn giáo bí truyền, công phu tu luyện chính là công việc – và được gọi đúng tên như vậy, *the Work*. Công việc là cơ hội và phương tiện tu học, để thử thách, để chuyển hóa cho tâm thức mình và cho thế gian. Công việc chính là hành trang thi pháp (caligraphy), là nghi thức trà đạo, mà trong đó mục tiêu cho công việc chính là công việc chính nó.

LÀM VIỆC NHƯ VẼ TRANH

Tầm quan trọng không phải là *làm cái gì* mà *làm như thế nào*. Điều này giải thích được lý do vì sao các trí thức gia khi về già lại càng muốn trở thành họa sĩ. Niềm hạnh phúc trong khi vẽ tranh chính là sự hưng phấn từ cái Đẹp qua cử chỉ thân thể. Đây là một niềm cám dỗ nghệ thuật lạ lùng mà hầu hết những nhà văn hóa đều sẽ phải trải qua khi tuổi luống chiều. Vì sao vậy?

Ý chí sáng tạo và tác hành trong sự Thật nay đã biến thành một sự rút lui ra khỏi thế gian phức tạp nhằm nung ấm chính mình bằng ý chí đi tìm cái Đẹp đơn giản trong tranh. Nhưng điều này ít ai nghiệm ra và lý giải cho tri thức. Người vẽ tranh khi về già chỉ cảm nhận được một nỗi vui sâu sắc và đơn giản khi vẽ – và chỉ có thế, họ không cần gì khác hơn. Khi lớn tuổi, kẻ trí thức, khi vẽ tranh, trở thành trẻ thơ lần nữa: Họ mang tinh thần tôn giáo hồn nhiên trong công việc như là đứa trẻ chơi đùa giữa ruộng nước bùn lầy.

Nhưng chính trong bùn lầy ô nhiễm của sự sống và công việc mà từ đó biểu tượng của Đạo lý cuộc đời được hiện thân. Người làm công việc, khác với người lao động. Họ nhận thức ra tính cách biểu dấu (symbolic nature) cho sự việc và quy luật vật chất. Khi làm việc, hắn xây căn nhà hữu thể, *the house of being*, cho mình.

Khi căn nhà hoàn tất, hắn bước vào căn nhà, nói theo Harry Remde trong tiểu luận *The House as Center*, như là chính mình đi vào một biểu tượng của chính mình (*When he enters this house, he enters a symbol of himself*). Và chính người làm việc tự tay xây căn nhà hữu thể, làm biểu tượng cho mình – là hiện thân của cái ta qua công việc. Ta phải ở trong căn nhà hữu thể này để được an trú, bởi vì nếu không thì chính ta sẽ trở thành vô gia cư.

Người làm việc là người ở trong nhà của mình; còn người lao động là người vô gia cư, hắn bị mất đi tính biểu tượng trong công việc – và hữu thể của hắn bị cuốn trôi theo nghiệp thức nơi chủ đích lao động. Khi con người có nghề, hắn sẽ bị nghiệp lôi kéo. Nhưng khi con người chỉ có việc làm như là công phu tu luyện thì hắn sẽ được giải nghiệp. Người làm việc tìm ra được tinh hoa thế gian qua hành động của mình trong căn nhà hữu thể. Mọi khó khăn, thô lậu của trần thế sẽ trở thành than củi cho lò lửa luyện kim tinh thần trong bếp cơm ấm cúng giữa góc căn nhà. Và bạn cười to vang trong nhiệt độ lò bếp lửa than hồng.

KHI TÔN GIÁO VÀ LỄ NGHI THAY CÔNG VIỆC

Khi công việc đã bị thoái hóa xuống tầm mức lao động thì hiện tượng tôn giáo duy hình thức và lễ nghi xuất hiện. Khi mà cái lễ, cái nghi nay không còn của con người thường nhật trong công việc hằng ngày thì hắn phải tìm đến tôn giáo để khôi phục cho mình căn nhà tinh thần này. Thượng đế từ đó bị khách quan và nhân thể hóa; thần linh đi về cõi khác; nhân cách con người bị hớp hồn vào hình thức trống rỗng. Hình thức cũng không còn mang ý nghĩa biểu tượng Đạo lý.

Cái Ta ở nơi con người lao động bị cái nghiệp trong mục tiêu thế gian cuốn trôi. Và tôn giáo chỉ là nơi những kẻ vô gia cư yếu đuối trước cuộc đời đến để than vãn cho một số phận nào đó tới một thánh thần cao siêu. Thánh nhạc, lời kinh trở nên ca trù réo gọi của cái bên ngoài muốn gìn giữ tình trạng vô gia cư này của những con người có đầy nghề nghiệp.

Không ngạc nhiên gì về nỗi khổ lớn nhất của con người thị thành khắp nơi là sự nhàm chán (boredom) và bệnh xuống tinh thần, trầm cảm (depression). Con người ngày nay càng bận rộn bao nhiêu càng cảm thấy trống rỗng và xuống tinh thần bấy nhiêu vì họ không tìm ra được ý nghĩa và hứng thú trong lao động. Đây là bản án chung thân cho nhân loại bây giờ: Tất cả chúng ta đều là những kẻ nô lệ lao động cho thân xác, cho tự ngã. Ta chỉ mong sao được thoát ly ra khỏi tình trạng bận rộn quần quật bất tận vì nghề nghiệp. Hãy nhìn tới khối nhân công lao động vô hồn trong các xưởng sản xuất khổng lồ từ Hoa Lục, Hoa Kỳ, đến Việt Nam, Nhật Bản. Nếu đó không là nô lệ thời đại thì là gì!

Karl Marx đã nhìn thấy vấn đề này và muốn đưa con người lao động ra khỏi cái mà Marx gọi là *"vương quốc thiết yếu"* (kingdom of necessity) để đến với *"cõi tự do"* (realm of freedom). Nhưng Marx lại cho sai thang thuốc. Thay vì cá nhân phải tự chuyển hóa trong công việc của mình, Marx muốn biến người cộng sản mang cơn đau đẻ cho sự chuyển bụng (labor) lịch sử bằng lao động cách mạng. Nhưng bài học này đã xong rồi.

CUỘC SỐNG CẦN LÝ TƯỞNG

Maurice Nicoll, triết gia Anh, trong cuốn *"The Mark"* (Chủ đích, một chương *Tân Ước*), viết, *"Không ai có thể thoát ra khỏi chính mình ngoại trừ họ có một nơi nào đó để đi đến"*. Nicoll nói thêm, *"Cá nhân không thể thay đổi mình ngoại trừ hắn đã có cái gì mới để vươn tới."* Con người không biết sống và lao động để làm gì, không biết đi về đâu, không biết "bước đi trên mặt đất này" theo hướng nào thì cũng giống như người bắn cung mà mũi tên bị hụt mục tiêu (missing the

Mark). Con người "khi hắn bước đi trên trái đất này" bằng công việc như thế nào sẽ quyết định mức tiến hóa cho mình.

Nicoll dùng chương "Sáng thế ký" (*Genesis*) trong *Cựu Ước*, câu chuyện của Lot, để giảng luận về ý nghĩa của muối. Khi Lot và vợ con đi đến thành phố Sodom,[1] nơi rất sa đọa thân xác, có kẻ khuyên họ nên rời thành phố gấp trước khi nó bị ông Trời tiêu hủy. Nhưng Lot chần chừ. Đến khi thiên thần hiện ra khuyên ông ta và vợ con nên trốn "lên núi" (cõi cao) và đừng "nhìn lui" (ám ảnh bởi quá khứ) thì mới thoát nạn. *"Hãy để cho kẻ chết chôn chính họ"* (Matthew 13). Lot không dám lên núi mà chỉ muốn trốn vào thành phố nhỏ tên là Zoar. "Zoar" theo phương ngữ Trung Đông có nghĩa là "nhỏ nhặt, ti tiện". Sau đó, Sodom bị ông Trời tiêu hủy.

Nhưng vợ của Lot, đứng đằng sau Lot, quay lại nhìn lui về Sodom thì bà liền bị biến thành một cột muối. Lot sau đó trốn lên hang núi và loạn luân với hai con gái của mình để sinh ra thêm một thế hệ mới. "Cột muối" ở đây biểu tượng cho sự đông cứng, của sự chết, không còn khả năng sinh sản – và cũng mang ý nghĩa cứu rỗi, chuyển hóa.[2]

CHÀNG LOT TRONG MỖI CHÚNG TA

Lot là mẫu người bình thường trong mỗi chúng ta vốn chỉ biết trốn chạy vào cái nhỏ nhặt để rồi quên mất mục tiêu to lớn của cuộc đời. Đó là sự chuyển hóa chính mình. Từ trong "Zoar", tức là từ cái nhỏ nhặt, ti tiện mà ta tự gia tăng, quan trọng hóa chính mình qua say mê và ái dục – như Lot bị hai đứa con gái phục rượu cho say để loạn luân trong hang núi. Khi bạn rắc muối lên thịt gà tây, khi bạn nhai và nuốt vào bụng, muối sẽ giúp chuyển hóa thức ăn thành ra máu huyết, tức là tinh thần. Nếu không có muối thì gà tây vẫn là gà tây, nhưng khi ăn vào bao tử ta sẽ bị bội thực, như Lot khi không còn vợ, loạn luân với con gái do con gái muốn có con nối tiếp chính mình.

---

1 Tên thị trấn Sodom – thành phố nhiều cư dân đồng tính nam – là ngữ gốc của từ *sodomy*.

2 **Tân Ước** – *Matthew 5:13*: "Bạn là muối của địa cầu." Từ *salt* (muối) cùng ngữ gốc với *saliva* (nước miếng) và *salvation* (cứu rỗi). *Sal* là chuyển hóa. Nước miếng và muối giúp chuyển hóa thức ăn thành máu (tinh thần). "Cứu rỗi" chính là sự chuyển hóa cái thô lậu sang năng lực tinh thần thanh thoát.

Thành ra bạn thấy đó: Mọi thứ trên đời – kể cả thân xác của chúng ta – đều biểu tượng cho một ý nghĩa huyền bí. Hãy nhìn cuộc đời giống như chuyện nấu nướng con gà tây (con vật tượng trưng cho ngu dốt, vụng về) trong dịp lễ *Thanksgiving*. Từ tinh thần ơn nghĩa, trong cung cách ngôn từ, nơi hình thức, thái độ và tư cách những người tham dự trong bếp là chính, chứ không phải con gà tây nướng chín là mục đích. Không ai nghĩ khi cả nhà cùng nhau trong việc nướng gà tây là việc "lao động" cả – mặc dù làm bếp tốn công sức và mệt nhọc – Vì đây là lúc chúng ta cảm nhận cái lớn, cái ân đức trong tình nghĩa gia đình thể hiện qua công việc bếp núc – thay vì thường nhật chúng ta có thói quen chạy trốn vào cái bé nhỏ, vay mượn cái không gian bếp chật hẹp thay cho việc thực hiện mục tiêu lớn của cuộc đời.

CHO MỘT VĂN MINH LAO ĐỘNG MỚI

Như Simon Weil, nữ triết gia Pháp, có lần nhận xét, *"Công tác của thời đại chúng ta là kiến tạo một nền văn minh khai sinh trên nền móng tinh thần của công việc"* để giải quyết vấn nạn khổ đau cho dân lao động. Tức là ở điều Jean K. Martine nói: Mỗi con người qua công việc, đang sống một cuộc đời hai mặt. Một mặt từ thế giới hiển nhiên; mặt kia nằm trong bí ẩn, chờ đợi. Theo đó thì tất cả những tác hành cho cuộc sống hằng ngày tạo ra sự rung động tương ứng ở cõi vô hình – và chỉ khi nào sự rung cảm ở hai cõi hữu và vô này được đồng nhịp, thì con người mới thực sự được hạnh phúc.

Các bạn Mỹ gốc Việt hãy vui vẻ chia sẻ cùng gia đình việc nấu nướng con gà tây vào thứ Năm Lễ Tạ Ơn tuần này. Bằng tình yêu nối liền cái hữu của thức ăn với cõi vô hình của tấm chân tình biết ơn nghĩa với người thân và cuộc đời, với Trời Đất, thì bạn tìm ra hạnh phúc. *Happy Thanksgiving*! Chúc bạn sức khỏe và bình an – *always!*

(2016)

Con Người và Thượng Đế:
Một ý nghĩa về lễ Giáng Sinh

Glenn Tinder, trong một luận đề mang tên, *"Can We Be Good Without God?"* (Chúng ta có thể tốt lành nếu không có Thượng đế?) đăng trong tạp chí *Atlantic* ở Hoa Kỳ cách đây hơn mười năm, đã đặt một câu hỏi lớn về giá trị của xã hội thế giới Tây Phương. Tinder lý luận rằng con người Tây Phương càng ngày càng quá hãnh diện về chính mình để rồi tách rời khỏi ý thức Thượng đế trong tiến trình hiện hữu cá nhân. Ông nói cái vinh quang mà nhân loại đang có được là từ Thượng đế. Sự vinh hiển được làm người, là một sự mầu nhiệm quý báu – như trong kinh Phật (Pháp Hoa) nói đến – phải được tự mỗi cá nhân xác nhận và khơi sáng trong sự chiêm nghiệm về Thượng đế và sứ mệnh của cuộc đời. Giá trị tối thượng của con người nằm trong tương lai là khi con người tìm ra và trở về với Thượng đế. Ý thức được giá trị của chính mình nằm trong tương lai là định mệnh của nhân loại. Thượng đế, do đó, là nơi Trở về – một thể tính Chân thức vĩnh hằng – nơi có sự sống đời đời, không bi vọng.

Theo Tinder, chúng ta phải biết phân biệt giữa **định mệnh** (destiny) và **số phận** (fate). Số phận chỉ nói lên được bản chất đầy thảm họa và đau khổ của hiện hữu, và nhấn mạnh đến tính chất tạm thời, vô thường của cuộc sống. Trong khi đó, định mệnh là một tiến trình có chủ đích, mà sự sống là chuyến tàu của tâm thức nhằm mở tung cánh cửa cho ánh sáng tràn đến, cho con người giác ngộ được bản lai diện mục của chính mình. Định mệnh là gốc rễ của số phận. Định mệnh là chủ nhân, vừa là ân huệ, và cũng là tác giả vở bi kịch của đời sống tâm linh. Con người có một ngu xuẩn lớn: phí phạm số vốn của định mệnh khi hoang phí cuộc đời vào sự trốn tránh chính mình trong sự say sưa với số phận. Ta tự đánh mất sự sống bằng cách đóng vai kẻ cắp vô ý thức đối với giá trị sinh hữu mà định mệnh giao phó, để rồi chấp nhận một số phận vô lý, tầm thường, và nhỏ bé.

Những gì Tinder nói, thể hiện được tinh hoa của nội dung giáo lý Phật giáo và Thiên Chúa giáo hàng ngàn năm nay. Trong truyền thống của tam giáo Abraham (Do Thái, Thiên Chúa và Hồi giáo), Adam sau khi được ân tặng món quà *tự do ý chí* (free –will) đã trở nên hãnh diện quá đáng về chính mình. Adam là ảnh tượng và là khuynh hướng *thú vật tự nhiên* của con người. Khi thiếu sự khiêm nhường và hiểu biết cần thiết, mỗi Adam trong từng cá nhân tự cho mình có khả năng làm chủ cuộc đời và giá trị liên hệ. Từ đó, vì thái độ hãnh tiến, hắn đánh mất những kinh nghiệm tốt lành và tâm thức hướng thượng mà con người vốn có. Hắn, vì thế không còn bất tử. Vì khi cái chết trở thành tối hậu – nhưng vô nghĩa – chúng ta không còn suy tưởng về lý do và giá trị huyền nhiệm của cuộc đời. Rốt cuộc, đời sống trần gian trở nên cái chỉ tiêu độc tôn mà hắn theo đuổi. Với cuộc đời này làm cứu cánh duy nhất và cao nhất, cá nhân trở nên nô lệ cho xúc động và tình cảm tiêu cực. Con người với tất cả bất an và vọng tâm, chỉ còn biết ái dục, ngã mạn, tham vọng vật chất, và khoái lạc thân xác – mà tất cả cộng lại là một chiếc còng lớn vô hình, giam hãm hắn trong một nhà tù khốn khổ.

Khi chỉ còn biết đến trần gian và cuộc đời thân xác, con người hôm nay có cảm tưởng mình đã thoát khỏi võng lưới thần quyền của tôn giáo quá khứ – và được tự do. Tuy nhiên, tự do ở đây chỉ đồng nghĩa với những chọn lựa giới hạn trong hiện tại với đời sống vật thể, không gì hơn và khác. Trong điều kiện chọn lựa giới hạn này, hắn bị ngự trị bởi ham muốn vật chất và ái dục vô thường. Rồi tất cả khả năng và ý lực tâm linh chỉ để phục vụ cho một chu vi hạn hẹp của cái ta nhỏ bé, chỉ để gia tăng cái gia vị tầm thường của cơ sự làm người bằng khoái lạc của cái ta. Nhân loại có thể được thoát ra khỏi quá khứ, nhưng lại bị rơi vào một nô lệ tính bi thảm và tiêu cực hơn: sự độc tài chuyên chế của dục vọng và ngã mạn.

Khi ý thức hướng thượng và siêu nhiên không còn, con người mang một tham vọng khác: chủ nghĩa *"nhân chủ"*. Nhân chủ chỉ biết đến con người khi chân lý đầu tiên và cuối cùng của nó là nhân loại. Từ Protagoras, *"Con người là thước đo cho tất cả"* đến Marx, *"Gốc rễ của con người là con người chính nó"*, hành trình của tham vọng nhân chủ hoàn tất bằng một thất bại hiển nhiên trong bản tính văn minh vật chất Tây phương, và ngày nay, cả thế giới. Nhân chủ phải thất bại vì nó là một con bạc gian lận trá hình cho sự kiêu hãnh quá đáng về khả năng tri kiến thực nghiệm, chấp nhận khuyết điểm lịch sử để xem sai lầm và thoái hóa như biện minh cho tự do làm người. Nhân chủ phủ nhận năng thức tâm tưởng nguyên thủy của cá nhân là hướng thượng và giải thoát – một ý chí vật lộn và tranh đấu với chính mình để hiện thực hóa Thượng đế tính, hay tâm Phật, vùi sâu trong mỗi cá nhân.

Con người có thể phủ nhận một hình ảnh Thượng đế ngoại thân, như một huyền thoại văn hóa, nhưng đã trở nên vô ý thức khi cho rằng không có một thực tính huyền nhiệm nào ngoài cái ta trống rỗng, trơ trọi và bất an này. Thượng Đế, hay Chân thức, cho dù không thể chứng minh bằng thực nghiệm, cũng là một chủ thể tối cần cho tâm thức, như Kant đã quan niệm, khi mệnh lệnh đạo lý của hiện hữu đòi hỏi trí năng phải *giả định* (postulate) đến một Siêu thể. Khi từ chối khả thể huyền nhiệm của con người, chủ nghĩa nhân chủ là một chiếc chổi thô lậu cố quét bỏ những dằn vặt sinh hiện vốn tiềm tàng trong mỗi cá nhân.

Nhân chủ từ chối lối thoát ra khỏi số phận bần kiệt của kiếp người bằng cách gia tăng cường độ bi đát để cho con người thưởng thức cái ảo giác tự do của ngã kiến và tham vọng độc tôn. Nhưng cho dù vui chơi với chính ta trong tất cả những náo nhiệt tạm thời và vô vọng, bất định hướng, con người có lúc cũng phải mệt mỏi, để rồi mỗi cá nhân lại cũng phải trở về chính mình, đối diện với khoảng trống tâm linh, và nhìn lại cái ta này thêm lần nữa.

***

Cách đây 2022 năm, một hài nhi mang tên Jesus ra đời. Trong đêm đông lạnh giá, trong hang đá quạnh hiu, chỉ có làn hơi ấm của thú vật và ngôi sao sáng trên trời. Đây là sự ra đời của tính Chúa, hay là Phật tính, trong mỗi chúng ta – giữa cái hoang dã lạnh lùng của cuộc sống thân xác và thế gian. Đêm đó là đêm im lặng. Đêm ấy là lúc mà con người phải trở lại chính mình. Đêm ấy là lúc cái Thánh tính của Chân thức tiềm tàng phải được đánh thức. Đó là lúc con người đang làm đúng việc cho cơ sự làm người: khai sáng cái tinh hoa nhân tính bị vùi quên bởi cuộc đời và thân xác. Chúa Jesus giáng sinh, cũng như Phật Thích Ca Mâu Ni đản sanh, là hai tia ánh sáng biểu tượng nhằm nhắc nhở chúng sinh về một con đường khác. Cả hai đều là tín hiệu của một cõi, của hai tiếng chuông đánh thức nhắm về nhân loại đang ngủ quên trong vô minh và phiền não.

Thế nhưng, ở Tây phương ngày nay, chúng sinh đánh mất bàn thờ bên ngoài, và từ chối cái tinh hoa của tín hiệu giáng sinh bên trong nội tâm. Càng đến ngày lễ Giáng sinh, con người càng say sưa vật lộn với nhu cầu mua sắm, tiệc tùng để phục vụ thế gian và cái ta, càng đắm chìm sâu vào chiếc áo thế gian sặc sỡ, để rồi sáng hôm sau Giáng Sinh, khoảng trống tâm linh của mỗi chính họ lại trở về.

Khi Thượng đế kêu người, như tiếng chuông vang lên trong tâm thức, thì hãy đừng trả lời như Adam đã, *"Thưa, tôi nghe, nhưng tôi sợ lắm, vì tôi đang trần truồng. Và tôi phải trốn"*. Vì khi không có đời sống tâm linh thì dù có mặc bao nhiêu chiếc áo thế gian bạn vẫn trần truồng trong mắt của Thượng đế. Hãy ý thức được ý nghĩa của Giáng sinh trong chiếc áo tình thương, trong chiếc áo tri thức sâu thẳm, trong tấm lòng nhân ái. Để biết chính mình. Để được lớn lên. OM, AMEN.

(2014)

Bước vào hiện tượng con người: Một ý nghĩa cho ngày Phật Đản

Rằm tháng Tư âm lịch, tức 3 tháng 6 dương lịch năm nay, 2023, là ngày lễ Phật Đản. Câu chuyện về đức Phật Thích Ca Mâu Ni đản sinh là một tác phẩm biểu tượng và ẩn dụ ngoạn mục.

*

Chuyện kể vầy. Vùng đất mang tên Jambudvipa, ngày nay được biết đến là bắc Ấn Độ, 2567 năm trước, là nơi tập hợp nhiều vương quốc lớn nhỏ. Một trong những vương quốc đó là Kapilavastu, nằm dưới chân núi Himalayas (Tuyết Sơn), bắc ngạn của dòng sông Tapti. Cai trị quốc vương này là vua Suddhodana, thuộc dòng họ Sakya (Thích Ca). Họ này có tên chung là Gotama. Hoàng hậu là Maha Maya (Vô Minh Lớn).

Một hôm, hoàng hậu Maya nằm mộng thấy một con voi trắng to lớn (thân tứ đại) đến bên mình và chĩa vòi ngà trắng vào bụng bà. Hoàng hậu Maya mang thai từ đó. Khi gần đến ngày sinh nở, Hoàng hậu yêu cầu được đến thành phố Devadaha. Đi được nửa đoạn đường, ngang qua công viên Lumbini (Lâm Tỳ Ni), Hoàng hậu trông thấy một bông hoa trắng nở ra từ cành cây cổ thụ lớn trong vườn. Người dân địa phương cho Bà biết cánh hoa mới nở vào hôm đó – và là lần nở hoa duy nhất sau cả ngàn năm cây cổ thụ tồn tại ở công viên này.

Ngày ấy là Rằm tháng Tư âm lịch, giữa mùa hè nóng ẩm xứ nhiệt đới. Hoàng Hậu Maya vươn cánh tay trái chạm vào cành hoa. Từ trong nách trái, vào giây phút ngón tay Bà sờ đến cánh hoa, Phật Thích Ca đản sinh. Ngài nhảy từ khe mở bên hông hoàng hậu xuống đất, bước đi bảy bước. Mỗi bước chân Ngài đặt xuống liền có một đóa sen hồng nở to đón bàn chân Ngài. Đến bước thứ Bảy, Ngài dừng lại, tay phải chỉ lên trời, tay trái chỉ xuống đất bằng ngón trỏ, tuyên bố, *"Thiên thượng địa hạ, duy Ngã độc tôn."*

Ý nghĩa ẩn dụ

Nếu ai đã đọc kinh Cựu Ước, chương Sáng Thế, thì biết rằng ở đó câu chuyện cũng gần như vậy. Vào ngày thứ bảy, Thượng để ngừng sáng thế và hoàn tất tác phẩm của Ngài. Khởi đi từ số Một, sáng tạo bằng số Ba và tồn tại với số Bảy. Nhưng ở thời đại bây giờ, không mấy ai hiểu ý nghĩa huyền nhiệm trong huyền thoại đản sinh của Phật Thích Ca.

Đây là một chuyện kể về sinh mệnh con người trên bình diện siêu hình. Nó ẩn dụ rằng tất cả nhân loại đều là con cháu từ một bà mẹ duy nhất – *"Vô Minh Lớn."* Phật Thích Ca, với bảy bước của Ngài khi chào đời, hiện thân cho sự vượt thắng Vô minh để trở về cái chân Ngã nguyên thủy. Kẻ vượt thắng Vô minh là bậc Đại giác (Buddha). Phật Thích Ca Mâu Ni là hiện thân cho khả thể chuyển hóa của cá nhân từ Vô minh đến Tỉnh thức. Ngài là một con người lịch sử mang gánh nặng biểu dấu về nguồn gốc và cứu cánh hiện hữu. Nếu không ý thức được chủ đích cho cuộc đời, vốn là hiện thân của duyên nghiệp trong một chuỗi dài vô hạn từ *Vô minh* (Samsara), thì cá nhân sẽ mãi mãi lạc loài và chìm đắm trong vòng quay bất tận của *Luân hồi*, mà bản chất chỉ là *Khổ Đau* (Duhkha).

Đản sinh của Thích Ca Mâu Ni không đặt biện minh bằng một bản thể luận từ phía Trên vốn mang tính tuyệt đối, mà là một lý giải thực nghiệm ở phía Dưới, đến từ trong bằng chứng của bối cảnh nhân sinh. Ở đây, không có mặc khải, không có ân huệ cứu độ từ một bình diện linh thiêng bên ngoài cá nhân muốn tỉnh thức. «Nirvana» (**Niết Bàn**) không phải là một đối thể cho tư duy, ý niệm hay ngôn ngữ. «Nó» là sự *«không-còn-nữa»* trong liên hệ đến cái Ta nhỏ bé và vòng Luân Hồi nghiệt ngã.

So với các tôn giáo gốc Abraham

So sánh với Ấn giáo hay các tôn giáo của truyền thống Abraham gốc Do Thái (Judaism, Christianity và Islam), đạo Phật là con đường ngược chiều. Hãy nghĩ đến người đang leo vách núi hiện hữu để lên được đỉnh cao giải thoát, hay Thượng đế. Các đạo của Ấn giáo hay Do Thái cống hiến cho tín đồ một chiếc dây thừng ân huệ từ cao. Bạn hãy nắm lấy bằng đức tin để được cứu.

Còn Phật giáo là tiếng chuông tỉnh thức, bằng kỷ luật cá nhân, thúc giục hắn bám chặt lấy vách núi, tận dụng hết sức lực của mình để leo lên. Cứu rỗi là giải thoát. Và nó chỉ có thể đến từ chính mình – vì bạn không ai khác mà là một khả thể tỉnh thức, một vị Phật sẽ thành. Động từ *"thành Phật"* trở thành mệnh lệnh hiện sinh – đồng thời là nền tảng bản thể, khác với truyền thống Ấn giáo và Abraham vốn căn cứ trên một đối tượng **nhân thế**, *a Being*, tức là Chúa Trời.

Người tu Phật, ở mỗi nấc leo hiểm nghèo, đức tin của họ được minh chứng bằng trực nghiệm thân xác và tâm thức đã vượt qua. Không ai khác có thể uống cho cơn khát của mình. Cây lúa trổ bông và đơm hạt bằng chính nó. Tôn giáo, đạo học, và ngay cả đức Phật lúc còn tại thế cũng đã nhấn mạnh đến tính ngụ ngôn rằng, *"Ta có thể dắt con lừa đến dòng suối, nhưng chính con lừa phải uống nước cho nó."* Khi lên được đỉnh núi giải thoát, cá nhân sẽ thấy giá trị cuộc đời nằm trong năng ý vật lộn với khổ đau trong tỉnh thức.

Câu chuyện Đản sinh còn nhắc nhở thêm lý do và hoàn cảnh cho sự ra đời của Phật. Ngài sinh ra thế gian giữa mùa hè cháy lửa ái dục, vô minh của một Á châu nheo nhóc; Chúa Jesus giáng sinh giữa đêm đông sa mạc Trung Đông lạnh giá trống vắng đời sống tinh thần. Cả hai Bậc đã hiện thân để hoàn tất cơ trình Tạo hóa.

Khi bước chân vào đời, Thích Ca Mâu Ni không *"từ chính mình mang vào hữu thể (being) bằng hình ảnh biểu hiện qua cảm giác của chúng ta; mà khác hơn, Ngài hiện thân tất cả sự thể của vũ trụ cho chúng ta qua những hình ảnh đó."* Tôi diễn ý của Hermes M. Trismegistus, một huyền nhân Ai Cập, trích bởi Coomaraswamy trong *The Door in the Sky*, 1977. Theo Coomaraswamy, dẫn từ một văn bản Hoa ngữ,

> *"Khi ta cảm nghiệm được những thể tướng tuyệt vời và tính chất diệu vợi của đức Phật thì ta sẽ thấy như chính Ngài hiện ra cho ta một tính thể huyền nhiệm siêu thoát. Núi Hy Mã tuyết trắng phủ, các chư thần xuất hiện trong các tầng mây; hoa bay ngập cả khung trời; nhạc thinh không rung tiếng. Khi ta thấy được vẻ huy hoàng của ngôi Lời (Body of the Word) trong Chuyển Pháp Luân, ta tránh được tám đường lạc lối. Khi nghe được lời Ngài qua kinh từ bậc Đại Trí, ta đến được thiên đường thứ Bảy."*

Thích Ca Mâu Ni là một nhân thể mang sử tính biểu trưng cho những bản ngã đang bị vướng vào võng lưới hiện thân – của cái hiện tượng trùng trùng mà ta gọi là "con người".

Cái Ta này, do đó, là một hình ảnh, một chiếc bóng, một phương tiện cho cái không-còn-là-Ta. **"Hễ kẻ nào thấy Pháp thì sẽ thấy Ta"** (*Yo kho Dhammam passati mam passati*). Lạ thay, thánh Thomas Aquinas cũng đã nói, *"He who sees the Word sees Me"* (**Ai thấy được Lời sẽ thấy Ta**) khi ông giảng về ngôn từ của Tân Ước. Khi ta thấy được Lời, tức là trực nhận được ý niệm giải thoát qua con mắt trí tuệ, thì ta sẽ vượt qua ảnh tượng cái Ta. Lúc đó, lẽ huyền bí và nhiệm mầu của Ta sẽ hiện ra đẹp tuyệt vời. Giá trị và cảm nhận mỹ thuật, vì vậy, không nằm trong hình ảnh được trình bày – mà là một gợi ý, một tỉnh thức về một cái đẹp cao hơn. Và cái đẹp cao khác không thể là thực nếu nó không được hiện thân qua hình ảnh của cái đẹp giác quan.

Tuy nhiên, hãy cẩn thận ở đây: Không có một tính liên hệ nhân quả nối liền thẩm mỹ chân thực với nghệ thuật biểu dấu. Cũng như thế cho ngôi Lời của đạo Pháp. Không có một chân lý nằm đằng sau ngôn từ. Ngôn ngữ kinh sách tự chúng là chánh Pháp – không về ý nghĩa liên đới, cũng không vì nhân quả, hoặc là sự vận hành của văn phạm hay logic – mà mỗi lời kinh là một tiếng chuông cho năng lực tỉnh thức. Bởi vậy, nhà Phật có truyền thống tụng kinh rất dài, tức là đọc to những câu chuyện về đức Phật, với những câu vấn đáp với các đệ tử, để từ trong ngôn từ, giữa âm vọng lễ nghi, người đọc kinh thấy được cái Ta hiện ra. Hạnh phúc thay cho những ai biết đọc kinh vì kẻ đó sẽ nhìn thấy được chính mình.

Ý nghĩa các vị Phật

Trong lịch sử Phật giáo, và trong ý nghĩa của đạo Phật, chỉ có Thích Ca Mâu Ni là vị Phật hiện thân. Nhưng phải chờ đến năm trăm năm sau Phật qua đời, tức là cho đến đầu thế kỷ thứ nhất của tây lịch, Phật Thích ca mới được trình bày qua nhân dạng con người. Cũng theo Coomaraswamy thì cho đến thời đó, các tôn giáo Ấn Độ mới bắt đầu sử dụng thánh tượng nhân thể (anthropomorphic iconography). Trước đó, muốn trình bày một hình ảnh về đức Phật, các họa sĩ chỉ vẽ lên những dấu chân, hay là cây Bồ đề, hoặc là *vòng bánh xe chuyển Pháp*. Phật Thích Ca là tổng hợp của tất cả những khả năng tỉnh thức mà trong đó bao gồm **Phật** của tiếng gọi (âm) tình yêu, **Quán Thế Âm**, **Đại Thế Chí** của ý lực tinh tấn, **A Di Đà** của ánh sáng tri kiến. Còn thêm biết bao nhiêu vị Phật khác, từ Phật y tế (**Dược Sư**), Phật hỉ xả (**Di Lặc**), Phật địa lý/nơi chốn (**Địa Tạng**).

Sau khi Phật Thích Ca được trình bày qua hình ảnh con người thì các vị Phật khác cũng dần dần xuất hiện qua hình nhân dạng khác nhau. Nói khác đi, các vị Phật trong truyền thống Phật giáo là của một nghệ thuật biểu trưng cho cái đẹp thể tưởng – khi con người thấy và hiện thực hóa được khả thể linh thiêng, tức là giải thoát, của chính mình bằng những hình tượng nhân thể khác biệt. Mỗi lần hình ảnh một vị Phật được biểu trưng là mỗi lần từng vị Phật tương ứng đản sinh. Từ trong từng hạt bụi, cánh hoa, thớ thịt của muôn loài, trong mỗi ý tưởng của cá nhân, mỗi sát na chuyển hóa là một thời khắc mà ***Phật tính*** ra đời, nâng độ tiến hóa chung cho tạo hóa ra khỏi mùa hè giữa biển lửa khổ đau luân hồi.

Vòng nhân quả luân hồi và nan đề vô ngã

Mỗi đản sinh là một nấc chuyển tiếp từ nhân sang quả mà trong đó thể tưởng của quả đã được quyết định từ bản tính của nhân. Nhưng khi được sinh ra là lúc cái nhân được tiêu thụ, đã được giải hóa khỏi tiềm năng nội tại – đồng thời cái quả đã bị rơi vào vòng hữu hạn để phải chấm dứt bằng cái chết. Cuộc đời của Thích Ca Mâu Ni cũng phải trải qua trong vòng sinh tử với thân người. Huống chi chúng ta đứng dưới những đẳng cấp thấp kém về quả báo, sự sinh ra làm người là một hiện tượng nghiệp thân đã ghi chép sẵn từ muôn kiếp. Mỗi cá thể tự trong nó dung chứa cả **nhân** lẫn **quả**. Ngươi là nguyên nhân và cũng là hậu quả cho chính ngươi. Nói như thế, bỏ qua âm hưởng bi ai, không có nghĩa là con người không thể thoát khỏi hiện tượng làm người chính hắn. Làm sao mà một hư tưởng, cái gọi là **tự-ngã cá nhân**, lại có thể giải phóng được chính mình ra khỏi sinh tử luân hồi?

Điều khó khăn trong *bản thể luận* của Phật giáo là ở điểm này. Đâu là nền tảng cho cái hư tưởng về ta? Nếu câu trả lời là *vô minh*, thì *giác ngộ* chính là bản thể cho tự-ngã. Trong hình ảnh phác họa bởi Hermes M. Trismegistus, và sau đó bởi Jacob Boehme một triết gia Đức ở đầu thế kỷ 17, thì hư tưởng này tương tự như một người đứng soi gương để thấy bóng mình trong đó. Ảnh tượng về mình chỉ là sự phản chiếu, và nó được duy trì bởi ý thức và sự thấy của người soi gương. Hình ảnh trong gương soi không có thực tính nhưng nó hiện hữu. Vấn đề bắt đầu khi cá nhân soi ngắm say đắm với bóng mình trong gương. Từ ái dục với bóng hình, Tánh Giác (Intelligence) đánh mất chính Nó vào trong ảnh tượng, và ban cho ảnh tượng một thực tính, một hãnh tiến tự túc, độc lập với người soi gương. Chiếc bóng trong gương đó, là hiện tượng "con người" – nó là ảnh tượng, "image", của Thượng Đế, như trong Cựu Ước đã nói. Nếu ở đây ta thay **Chân Tâm** cho **Thượng Đế** thì bản thể luận Phật giáo đã có câu trả lời. Khởi đi từ ái dục, hiện tượng "con người" là một ảo tưởng tự túc mà bản chất của nó là số không, nghĩa là không có thật. Khi ảo tưởng này không còn, thì tự tánh chân Tâm được sáng tỏ, và tự ngã cá nhân không về đâu cả. Do đó, *"linh hồn"* là một ý niệm sai lầm cơ bản của các tôn giáo, và thiên đường hay địa ngục cũng chỉ là những con ngáo ộp cám dỗ hay đe dọa cho vọng tưởng về cái Ta này mà thôi.

Quý hiếm thay được làm người

Hai mươi lăm thế kỷ trước, đức Phật ra đời. Ngài hóa thân vào trong hiện tượng con người, trong cõi ảnh tượng của hư tưởng để nhắc nhở chúng sinh bước ra khỏi màn vô minh bao trùm đầy bóng tối và mê vọng của trần thế. Những chúng sanh đi theo bước chân Ngài, "trông thấy Đạo huy hoàng" đã đem ánh sáng đến cho bao *"sinh linh vô số điêu tàn, sống u hoài trong kiếp lầm than."* (Kinh Khánh Đản). Ngài nói,

"Ta đến không đem gì mới, không sáng tạo chủ thuyết, mà chỉ hoàn tất ngôi Lời của đạo Pháp. Ta đã thấy, đã hiểu những con đường đi qua bởi thánh nhân, những người đã tỉnh thức. Đó là con đường mà ta cũng sẽ đi theo."

Trên bình diện biểu tượng và huyền thoại, Phật Thích Ca hoàn tất quy trình của đạo Pháp trong sự dấn thân của Ngài vào, và hoàn tất vòng sinh tử trong cơ sự làm người. Từ đó, đạo Phật không thể là một hệ thống tín điều đã toàn mãn; nó mãi mãi vẫn là sự bắt đầu.

Mừng Phật đản 2567 năm nay, tôi xin nhắc lại câu kinh, ***"Hiếm thay ta được làm người. Lành thay, đức Phật ra đời"***.

(2016)

Phật Giáo và ý chí Lập Quốc: Trường hợp Tây Tạng

Hãy nhìn về Tây Tạng từ thế kỷ XIII để tìm hiểu tại sao dân tộc này đã không trở thành một quốc gia độc lập. Chúng ta thử tìm hiểu để so sánh với *ý chí lập quốc* của tổ tiên Việt Nam chúng ta.

Truyền thống Lạt Ma được dựng lên từ nội dung huyền bí Phật giáo, vốn là hậu thân của Ấn Giáo, song song với thể thức thế tục của đế quốc Mông Cổ. Ngay cả danh hiệu "Dalai Lama" khởi đi chỉ là một chức tước quyền hạn của chế độ Mông Cổ trao tặng cho vị Lạt Ma đời thứ năm. Danh vị và chức năng "Dalai Lama" là một tác phẩm trí tuệ hiếm hoi của gia sản đế quốc Thành Cát Tư Hãn.

Thay vì phong vua và tạo ra chính thống tính quốc gia cho Tây Tạng, nhà Mông phủ nhận quyền lực chính trị và vương quyền thế gian bằng cách phong thánh cho Lạt ma. Cái linh thiêng đã trở nên đồng nghĩa với cái bất lực. Nhưng trạng huống bất lực chỉ là một phạm trù thế gian; trong khi dân Tây Tạng đã nâng chính họ lên với cái linh thiêng. Georges Bataille, trong *The Accursed Share*, đã nói rằng dân tộc Tây Tạng, trong cơ hội lập quốc dưới thời Mông trị, đã "chọn tăng lữ thay vì quan quân".

Chúng ta nhìn lại câu chuyện Thiên Chúa giáo dưới thời Đế quốc La Mã. Khi tham vọng quyền lực quân sự của La Mã bị thất bại, kinh đô Rome không thể duy trì là một thủ đô thế tục, nó đã được Đế quốc này biến thành "thánh địa" của giáo hội Thiên Chúa. Sức mạnh gươm giáo nay đã trở nên linh thiêng. Truyền thống Lạt Ma của Tây Tạng cũng như chức vị giáo hoàng của giáo hội La Mã, là hai vế của một gia sản quyền lực đế quốc khi tính huyền nhiệm và thực tế thế gian đã không thể cùng chia sẻ một mẫu số chung hiện tượng.

Trong khi tòa thánh La Mã được quốc gia Ý Đại Lợi bảo vệ, thánh địa Lhasa của Tây Tạng lại kiêm luôn phương diện thế quyền qua tiêu chỉ tôn giáo và truyền thống trong khi không có một cơ chế công quyền và quân đội. Thảm kịch Hán trị bắt đầu bằng khoảng trống quyền lực và định danh thế tục này. Từ đó, từ sự thể mơ hồ trên cơ sở định chế và quyền lực từ một lịch sử như vậy, sự tranh luận về Tây Tạng, như là định danh quốc gia chính thống trên một thể dạng lập quốc biệt lệ, hay là một lãnh thổ của vương quốc Trung Hoa với một sắc thái dân tộc và văn hóa bản địa, đang vẫn còn tiếp tục và càng gia tăng hơn cho đến hôm nay.

Trên bình diện siêu hình có một sự tương đồng cho vai trò của Lạt Ma Tây Tạng và Hoàng đế Trung quốc. Cả hai đều được công nhận bởi dân chúng là hiện thân từ một cơ năng siêu nghiệm, hoặc là "Thiên tử" hay là "Phật sống", thay mặt cõi vô hình cai quản việc nước. Cơ năng siêu nghiệm này có hiệu quả trong công việc thế tục hay không còn tùy vào "ý dân", tức là lòng tin và chấp nhận tính chính thống của vương quyền hay giáo quyền.

Trong khi tâm thức người Hán nặng về thế tục, người Tây Tạng hướng về siêu hình. Người Hán chấp nhận phạm trù linh thiêng siêu nghiệm cho chính trị vương quyền như một giải pháp đã rồi, một hình thái huyền bí đã được phân định. Cái của Trời dành riêng cho Trời, còn cái của Đất để cho con người lo toan. Chính trị và công quyền, do đó, là việc của Thiên tử và vị hoàng đế thay Trời đảm nhiệm cho dân. Vì vậy, trên phương diện siêu hình, người Hán không có tinh thần dân chủ vì tự bản chất họ không thích thể chế "dân chủ" vốn đòi hỏi sự dấn thân vào chính trị và công quyền. Người Hán chỉ muốn được để yên cho họ làm ăn. Tâm thức này là đặc thù của người Hoa cho đến hôm nay vẫn chưa thay đổi gì nhiều.

Tính lưỡng phân giữa Trời và Thế, mà hệ quả của nó là sự linh thiêng hóa chính trị, đã đưa người Tàu đến một thái độ bỏ mặc việc nước cho vua quan. Từ đó, người Hán đi vào một khoảng trống siêu hình lớn. Khi Khổng và Lão giáo đã không chất đầy được không gian siêu hình này, năng lực tinh thần của Phật giáo đã đến với họ. Huyền thoại Đạt Ma Tổ sư (Bodhidharma), một thiền sư Phật giáo từ Ấn Độ, đến Trung Hoa truyền đạo vào thế kỷ thứ XI, chín năm ngồi quay mặt vào tường ở núi Thiếu Thất, là một biểu dụ cho một mệnh lệnh quán tưởng về tâm thức thuần thế tục (tường đá) cho người Hán.

Không những Đạt Ma đem thiền định đến Trung hoa, ông cũng đem võ thuật đến cho tu sĩ Hán tộc. Đòn cân tôn giáo, giữa siêu hình, linh thiêng của thiền định đã được cân bằng với võ thuật chiến đấu. Cõi thân xác trong thiết yếu tính của nhu cầu thế gian được nâng lên ngang mức với cứu cánh tính tôn giáo qua ý chí tu học giải thoát cho Ngã thể, ít nhất về bình diện ưu tiên trên quy hệ thực tiễn. Và đây là bí quyết cho sự thành công về một công thức truyền giáo cho người Hoa, nếu không, Phật giáo sẽ bị dân Tàu từ chối ngay từ thuở ban đầu. Hình ảnh Đạt Ma khi hoàn tất công việc truyền đạo và võ thuật cho người Hán, ông đặt lên vai chiếc dép (thế gian) rồi bay vào không gian và biến mất, nói lên tính bất khả thay đổi trong tâm thức thuần siêu hình và phủ định thế gian của Phật giáo và truyền thống Ấn giáo.

Văn minh Trung Hoa, và Việt Nam, nếu không có Phật giáo thì chỉ còn là một thảm kịch thế gian. Trung Hoa cũng như cả Á Đông, đã mắc nợ tâm linh đối với Phật giáo, mà Ấn Độ là nguồn gốc và Tây Tạng là cao nguyên nuôi dưỡng đạo lý này. Phật giáo đã cho người Hán và dân tộc Việt một linh hồn – cũng như Thiên Chúa giáo cho đế quốc La Mã một Chúa cứu thế. Vì vậy, nếu bỏ mất Tây Tạng thánh địa Phật giáo, trên phương diện siêu hình, người Tàu sẽ mất tất cả sự kiêu hãnh quốc gia. Không còn Tây Tạng là phần của tổ quốc, người Hán sẽ thấy mình là một dân tộc thuần thân xác và thế tục với một linh hồn ngoại thân – như cây đuốc *Olympic* không được đốt lửa.

Đạo Phật phủ định ý chí lập quốc?

Để hiểu rõ hơn tính biện chứng đầy mâu thuẫn giữa ý thức Việt về Ta và đạo vô-Ngã của nhà Phật, chúng ta hãy trở lại với điều "huyền bí" về *ý chí không lập quốc* của dân tộc Tây Tạng – như là một *case study* về hiện tượng quốc gia.

Ở đầu thế kỷ 20, đế quốc Anh đã toan tính giúp Tây Tạng thành lập một quốc gia độc lập nhằm quân bình và giảm thiểu sức mạnh Trung Hoa. Là khi vị Lạt Ma thứ 13 đang chủ động tạo cuộc nổi dậy để đuổi quân Tàu chiếm đóng ra khỏi Tây Tạng vào khoảng Cách mạng Tân Hợi (1911) ở Trung Hoa, đó là cơ hội cuối cùng cho Tây Tạng được trở nên là một quốc gia độc lập.

Nhưng khi vị Lạt Ma này muốn thiết lập một thể chế chính trị vương quyền và quân đội, thì chính tầng lớp tăng sĩ và số đông quần chúng phản đối. Dân tộc Tây Tạng chỉ muốn đất nước họ là một tu viện Phật giáo. Bạo loạn nổi lên để chống đối chính sách lập quốc và lập quân của Lạt Ma 13 cùng ảnh hưởng của đế quốc Anh.

Tây Tạng muốn duy trì tinh hoa văn hóa Phật giáo qua thể thức giáo quyền; dân chúng cùng tăng lữ không muốn đất nước này trở nên một quốc gia độc lập vì như thế phải có quân đội, là một định chế thiết yếu. Bataille, trong tác phẩm nói trên, coi đây là quyết định mà một phần phát xuất từ giai tầng tăng lữ, nhằm bảo vệ vị thế xã hội, ngân sách, và thẩm quyền tôn giáo của họ.

Tuy nhiên, đây chỉ là một quan điểm hậu hiện đại của Âu châu vốn chỉ có khả năng xét đoán trên quan điểm ý chí quyền lực trần thế mà không nhìn sâu vào chiều sâu văn minh của dân tộc Tây Tạng.

Bataille quan niệm rằng chủ nghĩa Lạt Ma là một phương trình hóa giải năng lực thặng dư cho dân tộc. Cũng như ở khối Hồi giáo Ả Rập, năng lực tích lũy phải để dành cho chiến tranh; của thế giới hiện đại thì cho phát triển công nghệ; còn Tây Tạng thì chủ nghĩa *"tu viện toàn diện"* (totalitarian monasticism) qua đời sống, nhấn mạnh thiền định là lối thoát cho năng lực nội tại tích lũy mà không có lối giải quyết trong bối cảnh địa lý chính trị và kinh tế xã hội. Và như thế, **Định chế Lạt Ma** đã thay thế cho cương vị quốc gia và chính quyền.

Một câu trả lời hiển nhiên khác, cho rằng, ***dân tộc Tây Tạng quyết định từ bỏ cơ hội độc lập qua cơ chế quốc gia nhằm nuôi dưỡng tinh hoa đạo lý nhà Phật.*** Vì thế, muốn hiểu lịch sử Tây Tạng, trong bản chất liên hệ đến Trung Hoa, và những hệ lụy chính trị gần đây, chúng ta phải đặt lịch sử này trong nội dung bản thể của văn hóa Phật giáo Tây Tạng.

Nhưng đây chỉ là một cám dỗ lý thuyết quá dễ dàng, để mong tìm lối ra cho câu hỏi chính trị này trên cơ bản giáo lý nhà Phật, chúng ta có thể tìm đọc những trang kinh, chẳng hạn, *"Con đường tối thượng"* của Phật giáo Tây Tạng, đến chương *"Mười điều thực hành"*, tới đoạn nói rằng, các đệ tử nhà Phật khi bắt đầu con đường tu học, việc cần nên làm là **đi ra khỏi quê nhà**. Mục đích của lưu vong nhằm phá bỏ tình cảm luyến ái chấp nhặt vào giới hạn địa lý và tình cảm cá nhân, thân thuộc liên đới.

Quốc gia là một tầng mức cấu kết của tình cảm cao nhất về chính mình, thân thuộc, quê hương. Cái vọng tưởng về tự-Ngã (self) và cái Ta (ego) hiện thân chắc nịch nhất ở *ý thức tổ quốc*. Kẻ hành giả đi vào con đường giải thoát cần phải vung thanh kiếm báu lên để cắt lìa chính mình ra khỏi tổ quốc vốn là biểu tượng mạnh mẽ và đầy lý tưởng thế gian này.

Theo đó, tình cảm cho tổ quốc mọc lên từ bản chất đầu óc vốn chỉ hướng tư duy về bản Ngã, nuôi dưỡng bởi trái tim và dòng máu cơ thân. Là người lưu vong, hành giả sẽ sống trong cảm thức khách quan, cái Ta này chỉ là một hiện tượng phân định trong ảo thức tự-Ngã, hiện thân vào một không gian thể xác, và thả trôi vào địa lý của "đất khách quê người".

Khi sống ngoài quê cha, Ta tự do trong tâm lý tự tại về một thể dạng khách quan tổng quát của tha nhân mà Ta không mang nặng nợ duyên nghiệp và luyến ái như là khi ở quê nhà. Cho ý chí giải nghiệp thì xuất gia không quan trọng bằng ly hương. Vòng duyên nợ trần gian – *samsara* – cuốn hút lấy cái ảo thức tự-Ngã bằng ba con rắn cuồng vĩ: ***cái Ta, Thân xác*** và ***Tổ quốc***.

Cái ý thức về Ta này, một căn bệnh trường cửu cho con người, nói như Dostoevski, thân xác thì không thể tách lìa được. Nhưng quê nhà, quốc gia là hiện tượng ngoại thân, dù có thật gần, thật chắc, nặng luyến ái, Ta vẫn có thể cắt lìa. Hãy rời xa tổ quốc, từ thân thể, địa lý đến tâm thức luyến ái và định danh, thì bạn mới thoát ly vòng Luân hồi được.

Trong bối cảnh lý thuyết thần học này, người Tây Tạng đã dứt khoát giữa chuyện Trời đối với chuyện Thế. Trên hành trình về ánh sáng của cả một dân tộc, có một đẳng cấp trí tuệ tập thể ở đó để họ không muốn mang tham vọng "kết hợp hôn phối giữa chuyện trần thế với việc cõi trời."

Con người không nên phí phạm nhân lực vào việc xây đắp một thể tính liên hệ, vốn không thật, giữa cứu cánh tồn tại và nội dung chiêm bao vô nghĩa. Khi Phật tánh bị đóng khung vào cấu hình hiện tượng của tổ quốc và quê hương, cái ảo thức của Ta lại càng mang thêm gánh nặng đày đọa muôn kiếp, một năng lực tự phủ định Tinh thần qua hiện tượng nhục thân.

Ái dục nặng nhất và căn cơ nhất là ý chí hiện thân và tồn hữu. Và cơ năng ràng buộc chằng chịt và khắc nghiệt nhất cho ảo thức tự-Ngã là tình cảm tổ quốc. Lòng yêu nước là con nợ cần phải được trả, càng sớm càng tốt, trước khi bạn được tự do. Hãy đừng tự hào với tình yêu nước. Thực chất là bạn đang chạy trốn chính mình bằng cách vay mượn món nợ ảo từ thế gian cho tự-Ngã. Hãy đừng từ bỏ trách nhiệm tinh thần trong ý chí giải thoát bằng cách mang trên vai gánh nặng ái quốc. Vất ngay tình yêu nước ra khỏi trái tim nhục hình để bước qua sông, qua bên kia bờ, và hãy bỏ lại quê hương và tổ quốc cho thế gian này.

Con đường cho hành giả Phật giáo là như thế – cũng như một số tôn giáo khác. Đây là một giáo lý tuyệt đối phủ định chính Ta, cả về ý thức tự-Ngã, về cảm giác thân xác, xã hội và quốc gia. Người Tây Tạng thay vì đi vào con xuất ngoại, họ đã chọn sự phá chấp và từ bỏ luyến ái tổ quốc ngay trên quê hương mình.

Nhưng nhìn kỹ, chúng ta không thể lấy tính chất cực đoan này của giới tu sĩ trong ý chí phủ định thế gian của nhà Phật để giải thích bản sắc ý chí phủ định quốc thể của dân tộc Tây Tạng. Hãy nhìn sang Thái Lan, Miến Điện và các quốc gia Đông Nam Á, cũng là những quốc gia Phật giáo, nhưng họ đâu từ chối vai trò quốc gia. Nhất là Việt Nam dưới triều đại Lý Trần, các vua quan Phật tử không những tham gia triều chính mà còn theo đuổi một chiến lược quân sự năng động và táo bạo để giữ vững quốc gia khỏi thảm họa đế quốc Trung Hoa.

Phật giáo cũng đã không cản trở Nhật Bản đi vào con đường hiện đại hóa quốc gia – cũng như đã thất bại trong việc ngăn cản bạo động ở Sri Lanka hay thảm họa diệt chủng ở Cam Bốt. Vì thế, muốn hiểu Tây Tạng thì phải nhìn đến mô thức lý thuyết Phật giáo là yếu tố chính – nhưng không phải là tất cả.

Có phải Phật giáo vì bản chất phủ định và thụ động, đã đứng bên ngoài chính trị, và do đó, bất lực trước biến cố? Các lý thuyết về "năng lực thặng dư" của Bataille, hay "ngẫu nhiên lịch sử" hoặc là "địa lý chính trị" thì đều không được hoàn chỉnh.

Những nỗ lực lý thuyết nhằm giải thích về *ý chí không lập quốc* của Tây Tạng đều bị vướng vào hai thể loại lý luận nhân quả. Thứ nhất, như đã trình bày ở trên, tình trạng vô quốc gia của Tây Tạng là do "ý chí không lập quốc" trên nền tảng giáo lý nhà Phật.

Quan điểm thứ nhì cho rằng sở dĩ Tây Tạng không thành lập được quốc gia độc lập, không phải vì họ không muốn, mà vì họ đã thất bại. Lập luận này thực ra vẫn là một vế nhân quả tương tự như phần thứ nhất. Rằng ý chí lập quốc của dân tộc Tây Tạng đã không đủ mạnh và không chuyển hóa thành sức mạnh thế gian, về ý thức, tổ chức, tranh đấu, để biến lý tưởng quốc gia thành hiện thực. Lý luận này căn bản vẫn đổ lỗi nguyên nhân thất bại cho chủ nghĩa phủ định của Phật giáo.

Mặc dù trường hợp Tây Tạng là Phật giáo nhưng khác với các quốc gia Phật giáo khác ở Á Châu, vì ở Tây Tạng đạo Phật là dòng văn hóa mạnh nhất và mang tính chủ đạo trong một lãnh thổ và tập thể cư dân rất kham khổ về tài nguyên và khí hậu. Ngoài Phật giáo ra, không có một năng lực văn hóa khác mang ý chí khẳng định thế tục đối trọng với Phật giáo, để cân bằng với ý chí thoát tục. Và Phật giáo Tây Tạng không phải là Phật giáo Trung Hoa, Nhật Bản, hay Việt Nam.

Yếu tố văn hóa thuần hậu và bản chất con người hồn nhiên của dân tộc Tây Tạng là cánh đồng phì nhiêu cho sự hiện thân và phát triển Phật giáo ở đó. Văn hóa bản địa là nền tảng cho sinh mệnh tôn giáo, và do đó, cho tập thể bản xứ.

Khi một tập thể dân chúng quá hiền lành, ngây thơ, thiếu ý thức và ý chí trần thế, trong một hoàn cảnh địa dư và địa lý chính trị khắc nghiệt như Tây Tạng mà còn mang thêm giáo lý Phật, thì tổng thể tâm thức và năng động văn hóa này đã đóng góp quyết định cho sự tê liệt ý chí lập quốc, vốn là một dự án khó khăn và đòi hỏi bạo lực bậc nhất cho bất cứ tập thể dân tộc nào.

Văn hóa bản địa Tây Tạng cộng thêm đạo Phật Ấn Độ là một kết hợp tử vong cho nhu cầu lập quốc. Nhưng một lần nữa, vế lý luận thuần nhân quả này cũng chưa giải thích thỏa đáng, không những khi so sánh với ý chí và lịch sử lập quốc của các quốc gia Phật Giáo khác ở Á châu, mà ngay cả khi nghiên cứu lịch sử chính trị, dù chỉ ở tầm mức tổng quan về xứ sở này.

Khi võng lưới siêu hình trở thành đẳng cấp thế tục

Trên cơ sở siêu hình của vai trò Phật giáo đối với quốc gia, ta hãy tiếp tục đào sâu hơn về trường hợp Tây Tạng và sự thất bại lập quốc của dân tộc này khi họ đã cố gắng vùng vẫy ra khỏi nền đô hộ Trung Hoa – để tìm ra căn nguyên khai quốc thành công của Việt Nam.

Ở đây, có một lý thuyết nào khả dĩ hơn cho vấn nạn Tây Tạng – tức là cho ý chí không lập quốc của dân tộc này không? Để đào sâu hơn về phương diện suy lý này, chúng ta hãy tìm đến Marcel Gauchet qua tác phẩm *The Disenchantment of the world: A political history of religion* (1997). Trong tác phẩm quan trọng này, Gauchet phác họa một cấu trúc lý thuyết mới cho tính tương hệ giữa tinh thần tôn giáo và định chế quốc gia.

Theo Gauchet, tôn giáo sơ khai mới đích thực là tôn giáo – khi nó còn là một nội dung thần đạo dung hóa tâm thức con người với thiên nhiên. Ở đó, con người hòa hợp và thống nhất với khách quan trong một trật tự ngoại thân, nhưng phản ảnh được tầm mức linh thiêng của bản thân cá thể. Trong khung cảnh thần linh và ta chính là một, khách quan và chủ quan không có biên giới chia cách, đối thể kiến thức và người hiểu biết không có sự đối diện tương quan lưỡng cực. Ở đây, năng lực tôn giáo là sự khai mở của tiềm năng thiên nhiên và linh thánh trong tất cả. Ta và vật không có một phân cách vong thân.

Con người tôn giáo sơ khai không có quốc gia và không có ý thức quốc gia vì mạng lưới thiên tạo, trong đó tư duy và ý chí đã thỏa mãn được trật tự đẳng cấp của con người. Tâm thức thời gian của họ mang cùng thể thức với cảm nhận không gian khi quá khứ hiện thân qua thiên nhiên với đầy năng lực linh thiêng nguyên thủy của nó. Họ tìm được và bước vào trong không gian và thời gian nguyên thủy bằng nghi lễ cùng thần linh.

Trong nghi thức, thể tính linh thiêng của trời đất, vật và Ta, đồng với tha nhân tham dự vào năng lực cập nhật hóa toàn thể. Thượng đế, Trời, Phật, Chúa, chưa có hiện thân như là những chủ thể khách quan mà con người hướng đến như một sự tách biệt về đẳng cấp, vì thế con người sơ khai tham dự vào thể tính linh thiêng trong muôn vật mà không có nghi thức cầu nguyện. Đó là mẫu người hạnh phúc nguyên sơ trong một xã hội "vô quốc thể" (stateless).

Theo Gauchet thì không hiểu vì đâu và lý do nào – như điều bí ẩn lớn của lịch sử tôn giáo khắp nơi – vào khoảng 500 năm trước Công Nguyên, giai thời mà Karl Jaspers gọi là "the Axial period", các tôn giáo lớn, Do Thái, Phật, Upanishadic, Khổng, Lão, Platonic, xuất hiện.

Đây là Thời Quán tách rời, cách đoạn nhân loại với quá khứ tôn giáo nguyên sơ, để từ đó tâm thức tôn giáo con người bị ngăn cách, ra khỏi tính chất dung thông đồng nhất từ quá khứ.

Đây là lúc tính thể linh thiêng và dung hợp giữa Ta và vật chia thành hai bờ. Một bờ của đẳng cấp siêu hình vĩnh hằng đối với một bờ bên này của nhân gian bị bỏ rơi trong đày đọa, lạc lối. Hình ảnh và ngôi vị thần linh xuất hiện. Trời, Phật, Chúa... được thành hình và khách thể hóa thành những đơn vị tuyệt đối tách biệt, xa rời con người Đang Là.

Đây là thời điểm lịch sử con người và thế giới ngày nay bắt đầu xuất hiện với màu sắc sử tính được phân định bởi ý thức lưỡng cực giữa khách và chủ quan. Nghi thức cầu nguyện và chủ nghĩa cứu độ xuất hiện. Ta nay bất lực với Trời, với Phật, Thượng đế trong khoảng cách quá xa. Con người bắt đầu đi vào căn bệnh bất an khi năng lực tri thức bắt đầu khai sáng và sử dụng.

Đây chính là huyền thoại ẩn dụ trong kinh Cựu Ước của Thiên Chúa giáo khi Adam cắn trái táo (kiến thức) và bị Chúa Trời đuổi khỏi vườn thiên đàng Eden hạnh phúc. Võng lưới thiên nhiên có ta và vật trùng trùng linh hiện, nay được chuyển hóa thành cấu trúc trật tự khách quan. *The sacred web of the transcendental order now mutates into secular hierachy*. Và hiện thân đầu tiên quan yếu nhất trong sự sinh nở trật tự cấu trúc khách thể này là **định chế quốc gia**.

Chủ nghĩa quốc gia đồng thời phát xuất cùng **chủ nghĩa tôn giáo** sau giai thời "the Axial period" này – song song với sự khai sinh sử ý Việt tộc. Sự sinh sôi, phát triển cả hai đồng nghĩa với sự hình thành cấu trúc trật tự đẳng cấp. Phía tôn giáo thì đẳng cấp trở nên rõ rệt. Thần linh có ngôi vị và niềm tin có đẳng cấp, ngôi cao nhất là Trời, Phật, Chúa, Thượng đế, dưới đó là các cõi thánh, thần, giáo hội, tăng lữ, đền thờ, kinh thánh, kinh điển, giới luật, con chiên, tín đồ, kẻ ngoại đạo, phản đồ, quỷ sứ, Satan, địa ngục. Cá nhân trong hệ thống tôn giáo bị xếp hạng và xử lý tùy theo vị trí được bố cục.

Và cũng như thế cho hiện tượng cấu trúc trong định chế quốc gia. Vua chúa, hoàng đế, đến quan, thần, quân dân thể hiện một trật tự đẳng cấp song song với nấc thang thứ bậc trong tôn giáo. Thể tính linh thiêng như thế nào thì cấu thành quyền hành thế tục sẽ như thế ấy. Theo Gauchet thì xưa nay ta vẫn coi sự phát triển này là một hiện thân "tiến bộ" thoát ly ra khỏi một quá khứ niềm tin vô tôn giáo, thiếu tổ chức, không minh bạch, không thần đế, hỗn loạn. Nhưng Gauchet cho rằng đây là một sự hiểu lầm lớn.

Khi tôn giáo đã trở thành cấu trúc, khi Thượng đế và Trời đất linh thiêng trở thành ngôi bậc khách quan, đây là lúc sự thoái hóa tâm thức tôn giáo bắt đầu.

Gauchet gọi hiện tượng "tôn giáo," những tôn giáo lớn mà nhân loại hiện đang có, bắt đầu từ sự *"thoát ly khỏi tôn giáo" – the exit from religion*. Khi tâm thức tôn giáo sơ khai bị gãy vỡ, đánh mất tính dung hòa của cá nhân với bản thể linh thiêng, cũng là lúc vai trò của quốc gia phải xuất hiện để thay thế cho tính thể thiêng liêng tự nhiên bằng quyền lực và thẩm quyền thực tại.

Quốc gia, qua ngôi "thiên tử" là cơ năng đại diện, *the agency*, cầu nối giữa chủ thể siêu hình với con người. Quốc thể là hiện thân của quyền năng Thượng đế trên cõi thế gian nhằm hoàn tất cho ý chí và chủ đích siêu nghiệm. Gauchet cho rằng tâm thức tôn giáo nằm trong *"cái nguyên lý chuyển động được thay thế cho sự tĩnh (inertia)"*. Nó là *"một năng ý phủ định chính mình được tái điều hướng về tới thái độ chấp nhận và ước muốn phục hưng những nguyên lý (siêu hình) cơ bản qua cơ chế xã hội"* – tức là **quốc gia**. *Religion substantially means the translation and embodiment of social man's negative relation to himself into social forms.*

Định chế quốc gia, do đó, là hiện thân của *ý chí tự phủ định* trong mối tương quan tiêu cực đối với cá nhân chính mình. Nguyên lý chuyển động, tức thay đổi và chuyển hóa, trong tính bất khả thể đối với Thượng đế siêu hình, nay đã có đối thể khách quan cho con người nhúng tay vào tham dự.

Ta tôn thờ một Thượng đế và cầu xin ân huệ siêu hình vì ta không thể tác năng ý chí cá thể vào đó được. Còn đối với quốc gia, nó là cơ năng Thượng đế trong trần gian mà ta có thể tham dự để chuyển hóa. Chính trị do đó, là hoán thân của ý chí tôn giáo sơ khai, nay đã hoàn toàn bị bất lực.

Tuy nhiên, bản thể quốc gia và hệ thống đẳng cấp quyền lực của nó vẫn mang bản chất thuần phủ định khi nền tảng sinh hữu Ta và thế gian không nằm ở cấu trúc tổ chức xã hội, mà ở cõi siêu hình nay được trả lại cho Thượng đế.

Thế giới, nhất là trong giáo lý nhà Phật (cõi Ta bà) và Thiên Chúa (tội tổ tông), phát sinh từ một hiện tượng lạc mất tinh hoa của bản thể, *the Fall*, mà Hegel gọi là "negativity". Từ trong bản chất phủ định của trần gian liên hệ đến Thượng đế, con người tự sâu thẳm trong vô thức, đồng mang một năng ý phủ định đối với tính phủ định này, để xác nhận lại tính thể siêu hình vượt thoát của tự-Ngã.

Vì vậy, cá nhân qua vai trò công dân yêu thương tổ quốc của mình như một định danh trừu tượng cho Ngã thể – trong khi đồng lúc muốn phủ định nó trên thực chất tồn tại. Lòng ái quốc là niềm trăn trở bản thể cho tình huống sinh hữu của con người như một đơn vị tinh thần – mà nó chỉ có thể được thỏa mãn khi cá nhân vượt qua thói quen và bản năng hợp quần và định danh với xã hội để đem tâm thức mình qua khỏi tình cảm tổ quốc.

Từ đó, con người – và chỉ có một thể loại con người, đó là Con người Tôn giáo – từ hai ngàn năm trăm năm qua đã từng mang hai gánh nặng ý thức và tình cảm. Một cho tổ quốc và thuộc tính đẳng cấp trần thế; cái kia là ý chí tôn giáo qua biểu tượng cho thể tính siêu hình và tinh thần tuyệt đối mà Ta đã đánh mất trong cơ sự làm người trần gian.

Nhân loại không thể một thân một tim mà thờ "hai chúa", dù thân xác mỗi người có đến hai vai – vì thế họ không vươn cao lên được đích cứu cánh giải thoát trong cuộc lữ hành sinh hữu. Quốc gia, từ đó, là giải pháp toàn diện nhằm giải quyết tính phân cực siêu hình. Ta yêu tổ quốc như Ta thờ Trời Phật. Gánh nặng quốc gia và thần linh đè lên hai vai, nhưng trái tim con người nay chỉ còn một Thượng đế.

Quốc gia là chén cơm chay cần thiết giúp hành giả có cơ năng để thiền định; còn lòng ái quốc chỉ như cơn đói dành cho chén cơm ấy. Quốc gia chỉ là "pháp phương tiện thiện xảo," hay "chiếc thuyền Bát nhã" để Ta đạt được chân lý tối hậu trong cơ sự làm người. Hay nói cách khác, quốc gia là một thời quán quá độ thiết yếu khi tâm thức con người tôn giáo đã bị bất lực hoàn toàn với chính mình và trần gian.

Và từ trong năng động tâm thức đó trên bàn cờ biện chứng Phật – Khổng, giữa thoát tục và thế tục, quốc gia Việt Nam được ra đời. Đinh Tiên Hoàng, vị vua đầu tiên của một quốc thể Việt Nam độc lập chính thức, cùng với giới tăng sĩ Phật giáo thời đó, đã hoàn tất cái biện chứng *exit from religion* để khai sinh tổ quốc trong một bối cảnh khó khăn.

Khi bước vào chính trị kiến quốc, họ Đinh vừa là tín đồ Khổng giáo với năng ý thế tục, vừa là Phật tử với tâm ý chuyển hóa linh thiêng thành hiện thực. Khi thấm nhuần đạo Phật với ý thức thoát tục, ông tìm ra một năng lực đối trọng với Khổng giáo cho văn hóa và tinh thần ý thức Việt. Nhưng họ Đinh chưa vươn ra khỏi cái văn hóa Khổng Mạnh. Đại Cồ Việt không phải một quốc gia Phật giáo, cũng không phải của Khổng giáo – mà là cả hai khuynh hướng trên trường biện chứng chủ-nô, Ta và không-Ta, vốn đối nghịch và hỗ tương lẫn nhau. Từ bình diện tâm thức cơ bản trong năng động tự ý thức về Ta thì Phật giáo hay Khổng giáo chưa hề là quốc đạo cho Việt Nam. Bản sắc Sử tính của Việt tộc từ Thời điểm này trở đi là của biện chứng đối nghịch giữa cái Ta nhà Phật đối với cái Ta nhà Khổng trong quá trình giữ nước và dựng nước.

(Trích từ "Phác thảo một triết học cho lịch sử thế giới")

Tại sao Phật tử Việt nay theo đạo Chúa?

Tôi có ít nhất 10 người bạn tri thức, gốc Phật giáo lâu đời, từng là đoàn viên Gia Đình Phật tử thuần thành, nay cải đạo theo Thiên Chúa Giáo (cả Tin Lành lẫn Công giáo). Nhiều người từ gia đình đến bạn hữu thắc mắc, và ngay cả chính họ cũng không hiểu tại sao. Tôi xin đưa ra một giải thích từ góc độ triết học. Trong cuốn *"Một triết học cho lịch sử thế giới"* của tôi, trên bình diện siêu hình, tôi xin trích vài đoạn ra đây:

\# 249: Điều này, Peter Hodgson (phiên giải Hegel) nói về sự xuất hiện của Đạo lý Thiên Chúa như vầy:

> Công việc của chúng ta ở đây là diễn tả được sự xuất hiện của một Ý Niệm, một sự thể mà Thời Ý đã được hiện thực hóa. Khi các phạm trù của Hữu hạn và Vô hạn bị chia rẽ, một bên là cái Hữu hạn tuyệt đối của thế giới Roman, của nô lệ tàn bạo, của nguyên lý cá thể trừu tượng, của cái này – mà hiện thân là vị Hoàng đế nay như là Thượng đế cho thế gian này. Phạm trù kia là của Tự do vô hạn, từ nguyên lý Đại thể trừu tượng, vốn xuất hiện trong triết học Khắc kỷ và trong Không gian bất tận của tôn giáo Á Đông. Không gian bất tận này, theo Hegel, đã trở nên siêu cảm nhận ở nơi Thiên Chúa của Do Thái vốn bị tước bỏ phần nhục cảm và chỉ có thể được biết đến qua tư duy. Ở đây, lần đầu tiên, trong tôn giáo Do Thái, bản sắc Chúa Trời

là Nhất thể – the One – đã trở thành Nguyên lý Sử tính thế giới. Cả hai, cái vô hạn của Nhất thể và cái hữu hạn của cá thể chủ quan, đều là hai phạm trù của Tự ý thức cho Thời đại này. "Trong sự tách biệt chúng là khiếm diện... nhưng trong Chân lý thì cả hai là một. Sự dung hợp giữa Đông và Tây, và sự dung hóa giữa hai Nguyên lý, đã được hiện thực ở thế giới La Mã." (*Thể thái Tự do*: 120).

271: Để so sánh trên bình diện tỷ giảo giữa hai hành trạng của Thích Ca và Jesus, chúng ta hãy đọc hai đoạn kinh, một từ Tân Ước, hai là từ *Lankavatara* (Lăng Già Kinh). Chương *John 1*:

Khi mọi thứ bắt đầu, thì Logos/Lời/Word đã là. Logos – ngôi Lời – ở với Chúa và Chúa là gì thì Logos là như vậy. Ngôi Lời đã ở cùng Chúa (Trời) tự khởi thủy và qua Ngài mà mọi thứ được sáng thành; không có gì được sinh ra nếu không có Chúa. Tất cả những gì có sự sống đều đến từ đời sống của Chúa vốn là ánh sáng cho con người. Ánh sáng chiếu vào bóng tối và bóng tối không hiểu được. Và rồi có người tên John, sứ thần của Chúa, đến làm chứng cho ánh sáng để cho mọi người trở thành tín hữu như *ngài* (John). Ngài không phải là ánh sáng, chỉ đến làm nhân chứng cho ánh sáng. Ánh sáng đích thực vốn soi sáng cho mỗi người đang trên đường bước chân vào thế gian. Ngài ở trên thế gian, nhưng thế gian dù có được là nhờ Ngài, không nhận ra Ngài. Ngài bước vào cõi riêng và cõi đó không nhận Ngài. Nhưng với những ai tiếp nhận Ngài, những ai thuần phục Ngài, Ngài ban cho quyền năng trở thành con của Chúa, không sinh ra bởi con người hay từ ái dục của người cha nhân loại, nhưng được sinh ra từ chính Chúa. Và vì thế Logos trở thành thân xác; Ngài (Jesus) đến sống giữa chúng ta và chúng ta nhận ra sự vinh hiển của Ngài, và Vinh hiển đó là của con Một của Chúa Cha, đầy ân phước và sự Thật. Và đây là lời của nhân chứng John: Ngài John kêu to, "Đây chính là con người mà ta đã nói đến khi ta tuyên bố rằng, 'Ngài (Jesus) đến sau ta nhưng với ngôi vị cao cả hơn ta, bởi vì trước khi ta sinh ra, Ngài (Jesus) đã hiện hữu." Từ kho tàng tràn đầy này mà chúng ta nhận được ân điển; dù rằng Quy

Luật (Logos) đã đến với Moses, nhưng Ân điển và Chân lý thì đến với Chúa Jesus. Không ai nhìn thấy Chúa Trời, nhưng qua đứa con Một của Chúa Trời ở gần với trái tim của Cha vốn mặc khải cho chúng ta biết đến Chúa Jesus. *(Dịch bởi NHL)*

Bây giờ ta đọc đến *Lăng Già*:

Trực giác tự bản sắc là cùng một thể tính với Trí năng Đại thể (Universal Mind) hay là tính Biết thường hằng, bởi lý do là nó tham dự và liên thông với Trí Huệ Siêu việt (Arya –jnana) – Chân Tâm – và cũng đồng bản chất với hệ tri thức khi nó thấu hiểu được các bình diện tri kiến khác nhau (vijnana). Trực giác không có hình dáng riêng cũng không có biểu hiện gì để có thể phân loại. Trí năng Đại thể là nguyên nhân và chân đứng của nó nhưng lại được chuyển động trên năng lực Ngã thức và những thuộc tính liên đới để từ đó trực giác bám vào và phản chiếu. Xuyên qua trí năng trực giác, vốn là sự pha trộn giữa chủ thể và cảm quan mà Trí Năng Đại thể được khai sáng và trở nên hiện thực. Trực giác cũng như là Trí năng Tuyệt đối không phải là nguồn gốc của sai lầm. Tri kiến phân biệt là một vũ nữ và tên làm xiếc trên sân khấu thế gian. Trí năng trực giác là chàng hề Trí tuệ cùng đi chung với tên làm xiếc để phản chiếu sự trống rỗng và vô thường của trò hề thế gian. Trí năng Đại thể lưu giữ hồ sơ tất cả, biết hết những gì Sẽ Phải Là và Có Thể Là. Bởi vì từ Tri kiến phân biệt mà sai lầm khởi sinh trong một thế gian tiến hóa, mà từ đó, năng thức Tự-Ngã được kiến lập. Chỉ khi Tri kiến phân biệt này được phá bỏ thì tất cả những hệ tri thức của thế gian mới chấm dứt hành hoạt và Trí năng Đại thể sẽ là tính thể duy nhất tồn tại. *(NHL dịch)*

272 – Nếu đọc kỹ hai đoạn văn trên với góc độ trực giác về kinh điển – chúng ta sẽ thấy cả hai đều nói lên một Đạo lý chung và đồng nhất qua hai thể loại câu chuyện. Của *John* trong *Tân Ước* là một hệ trình nhân thể hóa trong một cấu trúc Bản thể luận về sự tác động của Chân Tâm đối với năng thức tự-Ngã mà con người ở thế gian đang bị chìm đắm trong bóng tối Vô minh để rồi không còn nhận ra đâu là tinh hoa của cái ta hữu hạn. Ở đó, John là Trí năng Đại thể, một nhân chứng cho sự

sáng thành của TA, qua Ta, tức là Chúa Jesus, tức là Trí Huệ Siêu việt, đứa con Một của Chúa Cha, tức là Chân Tâm. Mọi tinh hoa, ý nghĩa, ân điển, vinh hiển đến và có được là từ Chân Tâm mà Ta qua chức năng của Chúa Jesus đã đem đến cho thế gian. Mặc dù quy luật Nhân-Quả được tiết lộ cho Moses – người làm Luật cho thế gian – nhưng Chúa Jesus mới là ánh sáng Chân lý vì Ngài là năng lực Liên đới giữa cá nhân và Chúa Trời, giữa ta với TA. Khi *Logos*, ngôi Lời, biến thành Thân xác con người và vật chất, chính là lúc năng lực *Kenosis* tự ngoại thân hóa Chân Tâm vào trong cõi Không/Thời nhằm cứu độ chúng sinh.

273 – Còn *Lăng Già* diễn tả một hệ thức Bản thể luận về sự sáng thành của thế giới qua ngôn ngữ thuần mô tả của Tri thức luận (epistemology) hoàn toàn không mang văn ngữ nhân cách hóa. Chúng ta ở đây, hãy nhân cách hóa theo ngôn từ của *John* cho đoạn văn *Lăng Già* ở trên: *"Tự khởi thủy, trước khi mọi sự và vạn vật cùng vũ trụ bắt đầu thì Trí Huệ Chân Tâm siêu nghiệm và Tuyệt Đối đã hiện hữu trong tính thể vĩnh hằng vượt qua võng lưới Không/Thời."* Tất cả mọi Tri kiến đều đến từ Trí năng Trực giác nhưng Tri kiến của ta lại không biết đến, dù Trực giác là ánh sáng đến từ Chân Tâm. Và Chân Tâm – TA – nay trở thành Thân xác Ta và hiện hữu với ta nhưng ta vẫn không ý thức được. Cho những ai khai sáng được năng thức của TA trong sự sống đời thường sẽ được ban ân phước và vinh hiển đến từ TA. Con lộ Đạo lý từ TA đến với ta là độc đạo, là đứa con Một duy nhất từ Chân Tâm. Và người đến sau Trí năng Đại thể chính là năng thức Trực giác – là Ta, hay Chúa Jesus. Trực giác chính là mối liên thông, là *Holy Spirit*, là Chánh Pháp, nối liền Chân Tâm với tri kiến phân biệt và đầy sai lầm của ta. Không ai có thể đến với Chân Tâm, tức là Cha Ta, mà không qua con đường duy nhất của Trực giác, tức là Ta, là Jesus. Cho đến khi tất cả mọi sai lầm phát xuất từ cái ta với tri kiến phân biệt được xóa bỏ, thì cái còn lại duy nhất chính là Chân Tâm, là TA. Tức là, khi Chúa Jesus chịu đóng đinh chết trên Thánh giá của tâm phân biệt thì Trực giác, tức Thánh linh từ Ngài, trở nên sự Sống thường hằng, tức Chân Thức vĩnh cửu. Không ai có thể nhìn thấy Chân Tâm ngoại trừ phải qua chức năng Trực giác của Ta mà TA đã mặc khải cho ta được nhận chân ra Ngài. Khi năng lực Tự –Ý thức được soi sáng bởi Chân Thức thường hằng, lúc đó con thuyền cái ta Ngã thể tìm ra bến đỗ, sóng gió và Khổ đau sẽ không còn nữa, Thiên

đường đã hiện thực, ta sẽ cùng ngồi trên ngai vàng bên cạnh TA. Lúc đó, ta đã trở về với TA, và Chân lý được hoàn tất.

274 – Khi ngôn ngữ – *Ngôi Lời* – của Đạo lý đi vào võng lưới Tri kiến phân biệt, nó biến hóa thành một hệ thức Khái niệm mang bản sắc thuần trí thức – như giáo lý nhà Phật đã rơi vào – thì một hệ thức tín điều phải được khai mở qua văn phong huyền thoại được nhân cách hóa – như câu chuyện mang Sử tính của Cựu và Tân Ước. Chân Tâm nay là Thiên Chúa qua hình ảnh một nhân thể mang nhân cách Do Thái với tất cả thuộc tính con người đối với những hệ lụy thế gian. Và Trực giác, hay Thánh linh, được nhân cách hóa qua câu chuyện mang Sử tính của Chúa Jesus, nay là con trai Một của Chúa Cha, khi huyền thoại về Linh thiêng hiện thân ra với thế gian bằng một nhân thể chịu sinh tử trong võng lưới Không/Thời. Đây là bước đi của *"Khi mà ngôi Lời đã trở thành thân xác để Ngài sống với chúng ta."* Như Phật Thích Ca đã nói, rằng giáo lý phải được rao giảng tùy theo căn cơ chúng sinh. Cũng như Chúa Jesus luôn nói chuyện với các môn đồ về Đạo lý bằng ngôn ngữ biểu tượng – *parables*. Khi Chân lý qua ngôn ngữ trí thức vượt quá tầm mức hiểu biết của chúng sinh, đối tượng cần phải tỉnh thức, thì phải đi theo quy tắc bệnh nào thuốc ấy. Như Chúa Jesus đã cảnh cáo, *"Đừng trao cho con chó cái gì linh thiêng, đừng đưa ngọc cho bầy heo vì chúng sẽ giẫm lên rồi xé nát thân ngươi."* (Matthew 7). Với trình độ tâm thức bị chìm đắm trong vọng tưởng Ngã thức chủ quan, trong Thời quán Ngã mạn của Đế quốc La Mã, Chân lý qua ngôn ngữ trí thức của nhà Phật sẽ giống như vàng ngọc khi được quẳng cho bầy heo để rồi sẽ bị chế nhạo và giẫm nát. Lúc đó là Thời điểm Đạo lý phải được tái phối trí bằng con đường nhân cách hóa Chân lý để thích hợp cho trình độ căn cơ của khối dân chúng ở đó. Sự bước xuống của ngôn ngữ Đạo lý từ nhà Phật đến nhà Chúa là bước giáng thế của Chúa Jesus vào bình diện Thân xác để cùng chịu chết nhằm cứu rỗi nhân loại. Có lẽ mảng Đạo lý bị hiểu lầm nhiều nhất giữa hai tôn giáo đó, là vị trí bản thể của Chúa và Phật trong liên hệ đến cá nhân. Ai cũng biết, theo Phật Thích Ca thì "Phật tại Tâm" – một tính thể khai mở và Giác ngộ Chân Tâm từ trong năng lực Tự – Ý thức duy chủ quan. Tuy nhiên, theo sự hiểu lầm của đa số khi nói về Chúa thì phần lớn nhân cách hóa Chúa Trời và Chúa Jesus là hai đối thể nhân cách tách biệt khỏi năng lực Tinh thần nội tại của cá thể. Nhưng khi chúng ta đọc kỹ Tân ước – ngay cả tín đồ Thiên Chúa giáo cũng ít khi

làm chuyện này – sẽ thấy rằng thông điệp về Chúa giống như của Phật. Hãy đọc *Luke 17*: *"Vương quốc Chúa Trời ở ngay trong Tâm ngươi"* – *The Kingdom of God is within you*. Cao đồ Paul trong thư gởi cho dân Corinthians cũng minh định, *"Các bạn phải biết rằng con người là đền thờ của Chúa, và Tinh thần Chúa Trời ngự trị trong Tâm chúng ta."* (*Corinthians 6, 13*). Hay khi đám dân Do Thái muốn giết Chúa Jesus, cáo buộc Ngài, *"Ngươi là người mà tự cho là con Chúa."* Jesus trả lời, *"Có phải điều đã viết trong luật (Do Thái giáo) rằng, 'tất cả các ngươi đều là chúa (gods)'."* (*John 10*). Phần lớn các bản dịch sang Việt ngữ dịch chữ "gods" là "thần" – một sai lỗi căn bản về thần học. Đây là tiền đề quan yếu nhất của Phật và Chúa: *Ta là Phật đã thành, các ngươi và chúng sanh là những vị Phật sẽ thành*. Cũng vậy, Chúa Jesus đã tuyên ngôn một Chân lý tương tự: *Ta là con Một của Chúa Trời cũng như các ngươi – tất cả chúng ta là Chúa Sẽ –Là*. Đây là gốc rễ của mọi sai lỗi về giáo lý cho các tín đồ Thiên Chúa giáo khi họ gởi đức tin huyền nhiệm vào tính Chúa/tâm Phật như một đối thể khách quan, tách biệt khỏi cái ta một chủ thể Tự –Ý thức. Thông điệp đã rất rõ và không còn nghi ngờ gì nữa: Chúa và Phật là Chân Tâm ở trong năng lực Tự –Ý thức của Ngã thể cá nhân. Ta là TA ở trong ta. Đó là Chân lý vĩnh hằng trong ý niệm Tam ngôi nhất thể – *Trinity* – của tất cả các tôn giáo.

314: Giáo lý từ Phật Thích Ca là một hiện thân Đạo lý từ Chân Tâm cho một trình độ Ngã thức đã được tiến hóa – như tầng lớp Brahman ưu việt của văn minh Ấn Độ vốn đã sinh nghiệm và từng trải qua một chiều dài lịch sử Đạo học siêu hình và đời sống Tâm linh sâu sắc. Nhưng khi chuyển hóa vào tầng lớp quần chúng căn cơ thấp kém và trần tục thì Phật giáo chia ra hai khuynh hướng. Một là sự bình dân và phổ thông đại chúng hóa qua bình diện Tịnh độ, nhằm đáp ứng với khối Ngã thể chưa có năng lực Tinh thần tương xứng – như nền tảng Đức tin trong tình cảm tôn giáo của Thiên Chúa giáo và Hồi giáo. Hai là, khuynh hướng trí thức hóa cao độ để rồi những gì Phật dạy, hay cho là lời Phật, đều trở thành thể loại Siêu hình học thuần trừu tượng phức tạp, vi diệu và cao siêu, vượt qua khả thể lãnh hội của hầu hết quần chúng. Ngày nay, như ở Việt Nam chẳng hạn, khối Phật tử Á Đông tự cho là học giả giáo lý nhà Phật, họ chỉ như một thứ trang điểm trí thức và một kiến lập căn cước tính cá nhân bằng lý luận triết học. Đây là khối tín đồ nhà Phật không có Đức tin tôn giáo như của Thiên Chúa

giáo hay Hồi giáo. Khi tôn giáo mất hết chất men Đức tin từ trái tim thì nó giống như bức tượng thần đế không còn linh hồn, không chuyên chở linh thiêng hay mang tác động thuần phục siêu hình. Trong khi đó, khối bình dân Phật tử đi vào con lộ mê tín thuần-Tịnh-độ trộn lẫn các hình thái tín ngưỡng nhân gian tôn thờ những Thần đế hoang đường và hạ cấp. Đó là hiện trạng đạo Phật ngày nay ở Á Đông. Vấn đề xuống cấp của Thiên Chúa giáo ở Âu Mỹ và và Hồi giáo ở các quốc gia Trung Đông cũng đang trầm trọng không khác. Hiện nay, đầu thế kỷ 21, ở Tây Âu và Bắc Mỹ, truyền thống Thiên Chúa giáo nhất là qua phân nhánh Công giáo, đang đi vào con lộ thoái trào, vì tầng lớp tiến hóa cao cấp ở đó không còn tin – *literally* – vào những giáo lý từ Cựu và Tân Ước một cách thô thiển như giới *fundamentalists* tin vào Kinh thánh như một thiên sử ký thực hữu. Tuy nhiên, đây là câu chuyện cả hai ngàn năm sau. Chúng ta ở đây đang bàn đến vai trò Sử tính của Thiên Chúa giáo và chức năng của Chúa Jesus trong Thời quán chuyển hóa cho một khối nhân loại ở Không và Thời của Đế quốc La Mã.

#328: Hay nói theo ngôn ngữ khác: Đạo Chúa Jesus là sự tiêu hóa, chấm dứt, hoàn thành – *the ultimate and concrete consummation* – của Đạo Phật Thích Ca. Khởi đi từ Khổ đế như một Chân lý cho Ngã thể, Phật Thích Ca đưa ra một hệ tín điều như là phương tiện, Pháp, nhằm giải cứu chúng sinh ra khỏi biển Khổ trầm luân. Tuy nhiên, như đã trình bày từ những trang trước, hệ thống siêu hình nhà Phật đi vào con đường siêu hình học đầy huyền bí, quá vi diệu sâu sắc, vượt qua trình độ thông thường của quần chúng. Thêm vào đó, đạo Phật khai mở một hệ thống Bản thể luận mà cứu cánh tính tối hậu là cái gì không thể nghĩ bàn – ngoại trừ một tính thể Phủ định từ cơ sở tư duy Lý tính. *Nirvana, Niết Bàn, Tịch diệt, tánh Không*, không phải là một đối thể cho Tri thức mà là những Khái niệm nói về thể trạng đạt được từ một thần nghiệm siêu hình – một thể loại Chánh định – *samadhi/ecstasy/ satori* – chỉ có vài tu sĩ có thể chứng nghiệm được bởi công trình tu luyện cộng thêm bối cảnh duyên nghiệp tiến hóa cao cấp. Thể trạng Giác ngộ ở tầm mức huyền bí này không chỉ có trong truyền thống nhà Phật. Giác ngộ là một tính trạng huyền bí vốn là bản thể trong các truyền thống bí truyền khác, từ Ấn giáo sang Lão giáo hay *Platonism*, Thiên Chúa hay Hồi giáo. Từ Plotinus của Hy Lạp đến Augustine hay

Theresa, Eckhart... trong dòng sống đạo Chúa, đều cùng nói đến tính thể chứng ngộ, hay hòa mình vào nước Chúa, bằng nhiều ngôn ngữ khác nhau. Khởi thủy của Hồi giáo – *Islam* – là minh chứng rõ nhất về tính thể chứng ngộ, và mặc khải huyền bí này qua câu chuyện nhà tiên tri giáo chủ Mohammed. Tuy nhiên, giáo lý nhà Phật khi đi vào tầm căn cơ của giới cư sĩ trí thức và bình dân trung bình, các Khái niệm về tính thể Giác ngộ huyền bí trở thành những Khái niệm phủ định, để rồi làm mất đi chất men tình cảm cho Đức tin tôn giáo. Mà tôn giáo là gì nếu không phải là những Tín lý nhằm khai động và đánh thức Đức tin từ con tim các tín đồ. Từ đó, chúng ta có thể nhận ra vấn đề của nhà Phật. Phật tử không thể năng động trên thế gian qua cái ta Ngã thể đầy khiếm khuyết và Vô minh mà lại mang cứu cánh tính về chữ Không, hay Tịch tịnh, hay Không-Là. Theo suy tư thông thường, tôn giáo là con đường xác định thay vì phủ định, vinh hiển thay vì lu mờ, khẳng định thay vì từ chối, khai mở cái Hữu thay vì đi tìm cái Không. Đối với quần chúng trung bình chỉ cần cái phao Tịnh độ, chứ không cần thiết hay biết đến chiếc thuyền Trí tuệ siêu việt. Đạo lý nào cũng vậy, xưa đến nay, Đông sang Tây, đều nhắm đến sự cứu độ cho số đông trung bình với căn cơ yếu đuối và thấp kém – chứ không chỉ dành cho thiểu số thượng tầng *elite* nào. Vì Sử tính chuyển động theo mệnh lệnh Tiến hóa tùy thuộc vào tâm điểm trọng lực Tinh thần của nền văn minh liên hệ – *Historicity moves and evolves from the gravitational center of the Spiritual state of a specific civilization*. Đạo Phật tự nó quá cao siêu, đã đánh mất tâm điểm Tinh thần của số đông – và khi nó cố đáp ứng và thay đổi theo nhu cầu Tịnh độ cho tâm điểm đa số này, thì Đạo lý vi diệu đó trở nên một thể dạng bình dân nửa vời, vừa trí thức siêu hình vừa nghi ngờ thần linh, thờ Phật nhưng cùng lúc từ chối tính linh thiêng của Phật, nghi thức phức tạp và rườm rà nhưng trong thâm tâm lại coi thường tất cả mọi thể dạng hình thức. Cái linh thiêng trong Đạo lý nhà Phật đã bị lý tính hóa, để rồi chỉ còn cái vỏ ngoài của nghi lễ và triết luận rỗng không. Trong Cựu Ước có nói rằng, **Thiên Chúa** (theo hình ảnh Do Thái giáo) chấp nhận cái cực đoan, **hoặc nóng hoặc lạnh, chứ không nguội** – *God loves either hot or cold but not lukewarm*. Trong khi đó, con nhà Phật ở giới trung bình, nhất là giới trí thức nửa vời, là những kẻ "dở dở ương ương" không có chọn lựa dứt khoát cho con đường tu học – chỉ đứng lưng chừng, nửa thì trí tuệ, nửa kia tín ngưỡng thần linh, cuối cùng mất tất cả, không có cả trần gian lẫn thiên đường. Vì thế, trong giới trí thức ngày nay, nhất là thế kỷ 21 này, ở Việt Nam và Á Đông chẳng hạn, giáo lý nhà Phật chỉ còn được giới trí thức xem như một hệ thống siêu hình học ngang hàng hay cùng thể loại với các hệ thống siêu hình học khác – ngoại trừ một thiểu số rất nhỏ với trình độ tri thức và căn cơ Ngã thức đã được trưởng thành khá cao, như ở Âu Mỹ, thì câu chuyện Đạo Phật trở thành một cơ duyên Tiến hóa mới – mà chúng ta sẽ bàn đến ở chương cuối cùng.

329: Đạo lý nhà Phật và nhà Chúa cả hai đều điều hướng mũi tên Ngã thức ra khỏi trần gian Hữu hạn để khai mở chân trời Vô hạn trong Niết Bàn hay nước Chúa. Do đó, phủ định tính là mẫu số chung cho cả hai hệ Tín lý. Tuy nhiên, sự khác biệt căn bản giữa hai hệ Giáo lý là, trong khi nhà Chúa cho một đối thể xác định về Cứu cánh nước Chúa – ít nhất là bằng hệ biểu tượng Hiện thân – một cách rõ rệt; thì trái lại, nhà Phật chỉ cho tín đồ một khả thể Giác ngộ mà Tri thức bình thường không thể minh định được. Hình ảnh Chúa Trời như vị cha già – tóc bạc, khắt khe, nhưng đầy quyền năng, biết hết tất cả các ngõ ngách suy tư của tín đồ – là một hình ảnh gần gũi dễ nắm bắt, rất thực hữu cho kinh nghiệm thường nhật đối với đại đa số con người Tây Âu. Và khi vị Cha già đó vì yêu thương chúng sanh mà phải đưa đứa con Một xuống chịu chết thay cho nhân loại, nhằm cứu rỗi họ ra khỏi vòng tội lỗi, thì hình ảnh này trở nên một câu chuyện dễ nắm bắt và thông cảm. Những tâm hồn ngây thơ hay dù phức tạp nhưng đầy cảm xúc thiếu niên dễ bị tổn thương bởi ẩn dụ, khi đọc Tân Ước sẽ cảm nhận được một năng lực cảm xúc rất mạnh mẽ để họ cho đó là ân phước Thánh linh từ Chúa đã ban cho mình. Hãy đọc những trang cáo phó của người Việt trên các báo Việt ngữ ở hải ngoại để thấy sự khác biệt về tính thể thực hữu chắc chắn, hữu hình, cho người theo Đạo Chúa – "Được Chúa gọi về! Được hưởng nhan thánh Chúa" – khác với cái trừu tượng mơ hồ dành cho Phật tử – "Sớm siêu thoát! Về cõi Cực lạc." Kinh nghiệm về chữ nghĩa cũng thế. Con người trí thức mức trung bình thích đọc truyện tiểu thuyết nói lên những triết lý về cuộc đời hay lịch sử hơn là đọc cuốn sách triết học cũng về đề tài đó. Vì sao? Tại vì tiểu thuyết nhân cách hóa khái niệm thành những nhân vật mà độc giả có thể nắm bắt được để cảm thông, chia sẻ. Còn

sách triết trừu tượng không có cái chân thực để tư duy nắm bắt – nhất là trên bình diện cảm xúc, người đọc rơi vào khoảng trống khi không có thực tại tính của Con người và Lịch sử làm chất xúc tác tác động. Đó là lý do sơ đẳng nhất, tại sao Đạo Chúa qua nhân cách Chúa Trời và Chúa Jesus bám rễ vào tâm thức người Tây Âu dễ dàng. Dĩ nhiên, đối với giới trí thức tinh hoa, hình ảnh biểu tượng về Thiên Chúa theo Cựu Ước hay Tân Ước thì họ không chấp nhận, vì những biểu tượng đó chỉ dành cho giới bình dân với trình độ căn cơ còn thiếu niên chưa trưởng thành. Vì thế, Thiên Chúa giáo, nhất là phân nhánh Công giáo La Mã, đang tàn lụi rất nhanh ở các quốc gia tiên tiến Tây Âu và Bắc Mỹ, chỉ còn phổ thông nơi các quốc gia đệ tam như Việt Nam, Phi Luật Tân, Châu Mỹ Latin. Ngay cả ở những nước thuộc Nam châu Mỹ, đạo Công giáo đã là tôn giáo cho tuyệt đại đa số, chẳng hạn như Argentina hay Colombia, Brazil, Chile… số tín đồ đi nhà thờ, đọc và tin Kinh Thánh cũng hiện đang sút giảm trầm trọng. Có lẽ, cơ đồ biểu tượng và nhân cách hóa vào trong Thực tại tính của quần chúng vốn đã là nền tảng cho đời sống Tinh thần cho giáo dân Thiên Chúa suốt hai ngàn năm nay, từ khi Chúa Jesus bước chân trên trái đất, nay bắt đầu hết chất men linh thiêng nội dung của nó. Từ khi Thiên Chúa giáo chia nhiều ngã rẽ, trong đó hai nhánh chính Tin Lành và Công Giáo, thì nhánh sau, Công Giáo, vẫn còn trĩu nặng với tính chất biểu tượng nhân cách. Người Âu có câu, "Dân Tin Lành thì ăn ngon; dân Công giáo thì ngủ ngon," hàm nghĩa (Tin Lành) khi từ giã bản sắc thiếu niên nặng về biểu tượng nhân cách thì dân tộc đó phát triển kinh tế chính trị và trở nên thịnh vượng vật chất; còn các quốc gia Công giáo vẫn mê đắm trong cơ đồ nhân cách hóa như câu chuyện có thật trong Lịch sử, thì bị nghèo đói lạc hậu, nhưng vì có niềm tin sâu sắc, và có biểu tượng, nên họ ngủ ngon giấc hơn.

333: Muốn đưa cái ta yếu đuối chưa trưởng thành qua sông Bát Nhã, TA từ Chân Tâm phải có một mệnh lệnh Đạo lý cho ta, như theo truyền thống Ấn giáo và đạo Chúa. Đó là cái ta Ngã thể phải Quy y, Phục tòng một Ngã thể cao hơn, vững chắc hơn, ở nơi một vị đạo sư chân thực và tỉnh thức. Vấn đề ở đây thuộc về giới tăng lữ Phật giáo. Mệnh lệnh quy y Tam Bảo của nhà Phật dành cho giới cư sĩ đã nắm được tinh hoa Đạo lý tùy thuộc này – nếu giới tăng sĩ Phật giáo xứng đáng là các nhân thể hiện thân cho cái Ta tỉnh thức. *The novice's will*

has to be surrendered to a higher will to advance. Ý chí của ta – của chú tiểu – phải đầu hàng và tuân phục hoàn toàn vào một Ý chí cao cấp, để có thể tiến bước. Ý chí cao cấp này là của một vị Đạo sư đã trải qua một nghiệm trình tu chứng tiến bộ và chân thực. Ngay cả trong môi trường tu viện Phật giáo, khi một chú tiểu non nớt tuổi đời, thiếu chín chắn về nhận thức, tri kiến chưa khai mở; thì với một Ngã thể yếu đuối khi bị mất lòng tin vào tăng sĩ chung quanh, trong khi Chánh Pháp lại quá cao siêu và khó khăn, cái ta của chú tiểu sẽ bị đẩm vào gian nguy. Nếu không có sự phục tòng, quy y của ta vào một cái Ta cao hơn để được uốn nắn, dẫn dắt, điều chỉnh, giáo hóa huân tập đúng phương pháp và quy trình, hệ quả sẽ rất là tiêu cực. Cái ta non nớt sẽ cứ thế lớn lên, và bởi sự hấp thụ sai lạc, trở thành chức sắc tăng lữ với cái ta đầy ngã mạn, hãnh tiến, ngu dốt và vọng tâm. Tức là họ đã không có cơ hội được trưởng thành. Đây là lý do tại sao trong giới tăng sĩ Phật giáo ở Á Đông, phần đông tu sĩ đều mang khuyết điểm ngã mạn vì sự khiếm khuyết vừa nêu trên.

#334: Theo G. I. Gurdjieff, một huyền nhân gốc Armenia vào đầu thế kỷ 20, ông có nói đến sự phân loại các con đường tu luyện thân tâm. Theo đó có ba con đường chính: *Fakir*, Tu sĩ (*monk*), và *Yogi*. Các nhà *fakirs* tu luyện về phương diện Thể xác; tu sĩ về Tình cảm, Đức tin; và Yogi thì về Trí tuệ. Các *fakirs* trui luyện sức chịu đựng và phát huy kỹ năng cơ thể như các nhà võ sĩ, lực sĩ điêu luyện, biểu diễn nhiều tài nghệ như phép lạ, nhưng đối với các lãnh vực trí thức, cảm xúc, thì không phát triển và bị bỏ quên. Các *fakirs* là những võ sư ngu xuẩn với tánh tình con nít. Các nhà tu thì phát huy Đức tin, bồi đắp cảm tính tôn giáo, chân thành trong đời sống, nhưng ở hai bình diện Thân thể thì yếu đuối, Trí tuệ thì không phát triển, Tri kiến thì rất giới hạn. Tu sĩ là tín đồ ngu xuẩn với cơ thể yếu đuối. Con lộ thứ ba là của *yogi* – Đạo sĩ – vốn phát huy khả năng Tri thức và Trí tuệ. Tu sĩ Phật giáo mang trọng tâm vào con lộ này vì đạo Phật tự tinh hoa là sự cải tạo và nối dài của truyền thống *yogi* Ấn Độ. Người *yogi* mở mang trí tuệ nhưng thân thể yếu đuối và tình cảm (*emotion*) thiếu trưởng thành. Như thế, có ba giới: *fakir* ngu đần, tu sĩ khờ khạo, *yogi* bất lực – *ignorant fakir, naïve monk, and impotent yogi*. Ở đây chúng ta đang bàn đến giới tăng lữ nhà Phật. Họ là những *yogi* theo

Đạo lý Trí tuệ qua phương pháp hành thiền và giới luật. Tuy nhiên, như sơ đồ phân loại của Gurdjieff nói trên, họ là nhân thể với cái ta Ngã thể yếu đuối về cảm xúc, với nhiều bất cập trên bình diện thân thể. Điều này, theo truyền thuyết về Bồ Đề Đạt Ma đã truyền dạy cho các tu sĩ Trung Hoa ở tu viện Thiếu Lâm môn võ thuật nhằm phát huy bình diện Thân thể, nhằm quân bình lại phương pháp Thiền định bất động có thể gây hại cho sức khỏe cơ thân. Đây là thêm một cái nhìn để biết được tại sao tu sĩ nhà Phật phần lớn mang phẩm chất tánh khí như giới thiếu niên, thiếu trưởng thành, dễ bị thương tổn, đầy tự ái. Nguyên ủy của vấn đề là sự tu tập và phát triển một chiều, không đồng đều và không cân bằng, mà họ phải trải qua. Ngay cả năng lực phát huy Trí tuệ trong truyền thống nhà Phật cũng tùy thuộc vào nhiều yếu tố khác, trong đó sức khỏe Thân thể, Ngã thể (*ego*) vững mạnh, cảm tính trưởng thành là những yếu tố và điều kiện cần thiết không thể thiếu. Nói như Gurdjieff, muốn phát huy và thăng tiến Tri kiến và Trí tuệ thì bản sắc cá nhân – *being* – cần phải phát triển trước. *Change in knowledge and wisdom requires a change in one's being.* Đối với đại đa số khối quần chúng Á Đông, như dân tộc Việt Nam xưa nay, trình độ Tiến hóa của họ – *their beings* – còn khá phôi thai, non yếu, nên Chánh Pháp vi diệu khó khăn của nhà Phật làm cho tập thể của cái ta Ngã thể ở thổ ngơi đó không tiến xa nhiều được. Họ cần có một cú sốc văn minh, và tôn giáo mới, để đánh thức Ngã thể yếu đuối của họ. Đó là nguyên ủy siêu hình trên cơ đồ Tiến hóa từ Sử tính ở đầu thế kỷ 18, khi người Tây Âu xâm chiếm và đô hộ Việt Nam gần thế kỷ, đem đến dân tộc này một nền văn hóa nặng về Ngã thức (*egoism*) cùng với hệ đức tin Công giáo.

(Tôi gọi hiện tượng cải đạo của Phật tử Việt sang đạo Chúa là – xin dùng Anh ngữ – *a recovery attempt of spiritual sensuality negated by Buddhism*).

(2021)

Tính Không và Thượng Đế:
Từ thoái trào Phật giáo
đến cao trào Tin Lành ở Việt Nam

Lời nói đầu

Trong khi Phật giáo càng ngày càng trở nên một cao trào triết học và tâm linh (spirituality) cho giới trí thức Tây phương thì Phật giáo Việt Nam (PGVN) đang đi vào thoái trào trên phương diện tín ngưỡng (religion) đối với quần chúng Việt Nam. Sự thoái trào hay "mạt pháp" này được biểu lộ qua hai hiện tượng:

1. Trí thức Phật tử Việt ở hải ngoại bỏ chùa để theo tu học các giáo phái khác, và

2. quần chúng trong nước ở các vùng thôn quê vốn có ảnh hưởng Phật giáo, nay đi theo đạo Tin Lành ngày càng đông.

Có nhiều lý do cho sự thoái trào nêu trên. Trong bài này tôi chỉ đưa ra hai vế của một vấn đề khái niệm và ngôn ngữ: cái gọi là "Tính Không" và "Thượng Đế". Khi giáo lý nhà Phật – vốn được hiểu bởi quần chúng – phủ nhận "Thượng Đế" và "linh hồn", thì đối với tâm thức khát khao niềm tin của con người thời đại, Phật giáo không còn hấp dẫn với họ. Trên phương diện học thuật, khi "Tính Không" trở thành một đối thể tri thức cho trí thức Phật giáo, khi trò chơi ngôn ngữ nay đã trở thành một "bình ruồi" (nói theo Wittgenstein) mà kẻ tham dự không thoát ra được, Phật giáo chỉ còn là một hoài niệm hay một tự ái bản sắc cá nhân.

A. Vấn đề đạo học cơ bản: Giữa Thượng Đế và Tính Không

1. Nhu cầu về một bản thể cho đức tin

Không có vấn nạn Đạo học nào, theo thiển ý của tôi, cần thiết phải đối diện và đương đầu trong học thuật và giáo lý Phật giáo hơn là câu hỏi về khái niệm Thượng Đế. Đứng ngoài phương diện học thuật về bản thể luận, đây là khoảng trống cơ bản đã đưa đẩy nhiều Phật tử ra khỏi Phật giáo Việt truyền thống để đi theo những tôn giáo và trường phái đạo học khác.

Trong một bài viết mà tôi nhớ được của phái tu học Thanh Hải – sẽ nói tới sau – có đoạn, *"Năng lực đời sống tâm linh phải hướng về một đối thể linh thiêng nào đó chứ không thể nói theo các tu sĩ Phật giáo là để đi tìm chữ Không được."* Bỏ qua bên về cách hành văn hay sự kiện, chúng ta phải công nhận đây là một đánh giá xác đáng và là một lời kêu gọi hiệu năng cho một niềm tin về "một đấng tuyệt đối" nào đó, hướng về giới Phật tử đang khao khát một con đường tu đạo.

Về mặt tín ngưỡng, tình trạng Phật học hiện nay là sự kéo dài một sai lầm về giáo lý đạo Phật. Ít nhất là trên phương diện truyền đạt, hay qua phương tiện chuyên chở của khái niệm và ngôn từ của Phật giáo Việt, mà phần lớn mang nặng Hán ngữ,[1] đạo Phật vẫn là đạo của "chữ Không", của "vô ngã", của "đời là bể khổ" được sử dụng và hiểu bởi quần chúng như những phạm trù tiêu cực và phủ định. Với cảm nhận tiêu cực về ngôn từ và khái niệm của Phật giáo qua ngôn ngữ Việt, đạo Phật chỉ là hấp lực cho những con người thụ động, thiếu khả năng thích ứng với cuộc đời, thiếu ý chí và năng lực sinh hữu với sự sống đầy thử thách, khó khăn. Trong khi đó, Phật giáo phải là con đường của những con người có năng lực tâm thức cao, ý chí mãnh liệt và đời sống tâm linh dồi dào. Những ai thất bại với cuộc đời cũng sẽ thất bại trên con đường tu học. Cái khó khăn và thử thách cho một cuộc sống thế gian không thể so sánh với sự cam go thử thách trên con đường tu Phật. Nhưng điều này ít khi được nhấn mạnh và làm sáng tỏ. Các buổi thuyết pháp bằng Việt ngữ thường chỉ nhấn mạnh đến các phương diện tâm lý học và các phương diện tiêu cực của cuộc đời.

Muốn có đời sống đạo, giáo lý nhà Phật không chỉ có dạy con người đổ bỏ cái ly rượu hiện hữu để tìm khoảng trống không, mà là phải thay thế chất liệu hiện hữu của cái ly cuộc đời hiện tại bằng một nội dung tinh thần mới. Vì thế, ngôn ngữ và khái niệm Phật giáo – như được truyền đạt bằng Việt-Hán ngữ hiện nay – chỉ có thể làm cho cá nhân bị trống vắng tinh thần thêm; trong khi đó, con người muốn rót đầy ly đã cạn của họ bằng một nội dung tích cực và thực hữu. Phật giáo Việt thất bại trên bình diện này.

Phật tử không thể giảng đạo cho người mới nghe biết về đạo Phật, hay là giữ được người Phật tử ở với đạo, nếu cái được cống hiến là một ý chí và tâm thức phủ định. Họ cần niềm tin, họ cần đối thể cho tinh thần, họ cần được thỏa mãn năng lực tình cảm của trái tim, chứ không phải là của tri thức mà thôi. Cái điểm yếu của Phật giáo là nhấn mạnh về mặt trí thức quá đáng – trong khi tôn giáo cho con người hiện nay vẫn còn là sự khao khát của trái tim. Nói theo ngôn ngữ của Yoga thì Phật giáo chú tâm vào *Raja Yoga*, nhấn mạnh về thiền định và trí tuệ, trong khi quần chúng Việt Nam càng ngày càng thích hợp hơn cho *Bhakti Yoga*, vốn là về niềm tin, như là của Thiên Chúa giáo và Hồi giáo.

2. Vấn đề khái niệm
và biểu tượng Thượng Đế trong Phật giáo

Một số các Phật tử Việt, thấm nhuần ngôn ngữ giáo lý truyền thống, hễ nghe đến hai chữ "Thượng Đế" là họ có một phản ứng thuần máy móc và tiêu cực. Dĩ nhiên Phật giáo không sử dụng và không công nhận khái niệm Thượng Đế như Thiên Chúa giáo hay Hồi giáo. Nhưng điều đó không có nghĩa Phật giáo phủ nhận sự hiện hữu của một tính thể hay là một nguyên tắc siêu việt mang tính chất chủ thể cho hiện tượng. Có thể nói rằng, Phật giáo là một nỗ lực cải cách, hay một luồng cách mạng về khái niệm, một cao trào thay đổi tư duy về thực tính và bản thể *(a reconceptualization of the metaphysical ontology)*. Phật giáo không công nhận khái niệm Thượng Đế như là một nhân thể sáng thế *(a personal creator God)*.

Đức Phật phủ nhận khái niệm và từ chối thảo luận về câu hỏi "Thượng Đế" trên bình diện bản-thể-luận, và ngài giữ thái độ im lặng trước vấn nạn này vì các lý do thuần khế cơ thực nghiệm, ngôn ngữ và văn hóa, trước nhu cầu giải phóng ngôn từ đạo học ra khỏi ảnh hưởng nặng nề và phản tiến hóa của *Hinduism* phổ thông ở thời đó, nhất là với tinh thần tôn thờ mù quáng vào đối thể Thượng Đế của người Ấn giáo. Khi ngôn ngữ và tri thức hữu hạn không thể định nghĩa hay khái niệm hóa Thượng Đế được thì đức Phật im lặng trước các câu hỏi về vấn đề này. Thượng Đế là cái không thể nghĩ bàn – và nó chỉ được nói đến như một tính thể phủ định "không phải vậy, không phải thế."

Tuy vậy, nếu chúng ta đọc các kinh như Lăng Nghiêm (Surangama) hay Lăng Già (Lankavatara) thì sẽ thấy rằng, bằng một phương án giáo pháp mới, đức Phật đặt nền tảng bản thể luận vào một thể tính Tâm thức Tuyệt đối, *(a state of Absolute Consciousness, the Mind Essence)*, mà chúng ta có thể gọi là **Chân Nguyên, Phật tính, Tánh Biết Thường Hằng, Chân Tâm**. Chưa bao giờ Phật giáo đặt bản thể vào cái gọi là **"Tính Không"** (Sunya). Tính Không chỉ là một khái niệm thuộc phạm trù phủ định trong sự thảo luận trên bình diện hiện tượng. Tính Không không phải và không thể là một đối tượng cho đời sống tâm linh hay là cứu cánh cho lòng khát khao của cái ly trống tinh thần. Tiếc rằng rất nhiều trí thức Phật giáo bị đi vào mê hồn trận của ngôn ngữ để rồi chấp nhận Tính Không như là một bản thể để hướng về.

Nhìn lại bản thể luận về một tính thể chân nguyên, cái **"Chân không diệu hữu"** của Phật giáo, nó có một vấn đề trên bình diện khế cơ. Nó thỏa mãn nhu cầu tri thức như một sự ký thác của khái niệm trên phạm trù triết học, chứ nó không đáp ứng được năng lực khao khát tình cảm của con tim. Tôn giáo phải là một vấn đề của tâm linh, vượt qua trí thức, để đi vào cõi linh thiêng; do đó, nó phải có năng lực đức tin. Mà đức tin thì phải có một đối tượng của nó, một đối thể thực hữu – ít nhất là trên phương diện biểu tượng – chứ không thể là một phạm trù phủ định được. Con đường đi đến kinh nghiệm linh thiêng và huyền diệu của cái Hữu trong Tâm Phật bắt đầu bằng con lộ của ngôn ngữ và biểu tượng. Vì thế mà Phật giáo có tượng Phật, có kinh nhật tụng, có tăng ni, có nghi thức. Đối với quần chúng Phật tử bình dân ngày xưa thì hệ thống biểu tượng này vừa đủ cho họ. Nhưng nay thì hệ thống biểu tượng này đã trở nên nhàm chán trống rỗng. Còn giới trí thức, khi họ nhìn xuyên qua hệ thống biểu tượng của Phật giáo Việt theo truyền thống Hán Việt thì họ không còn thấy gì cao hơn nữa, mà đó chỉ là một khối lý luận hỗn độn, không minh, không linh, và mang nặng tính chất phủ định.

Cái khuyết điểm lớn cho khái niệm "Thượng Đế" hay "Chúa Trời" trong các tôn giáo có nguồn gốc từ Do Thái giáo, là sự nhân cách hóa và khách thể hóa tính thể này – một ý nghĩa về một tên gọi và biểu tượng, nhưng thiếu sót và sai lạc vì nó bỏ quên "chiều sâu thượng đế" bên trong mỗi cá nhân. Hãy nhớ rằng trong Tân Ước, Chúa Jesus tuyên bố, *"Một điều đã được viết rõ ràng trong luật đạo (Psalm của Do thái giáo) mà ta muốn nói, 'Các ngươi đều là thượng đế' (gods)"* [John 10]. Lịch sử của Thiên Chúa giáo là một quá trình lầm lẫn về ý nghĩa của Thượng Đế. Hãy đọc các bản dịch Tân Ước bằng Việt ngữ sẽ thấy được sự nhầm lẫn cơ bản này.[2] Chúng ta không thể lấy cái sai lầm để đo lường chân lý được.

Nhưng đối với một trình độ tiến hóa tâm linh cho khối nhân loại Việt Nam, cái tên gọi Thượng Đế này phải mang tính chất của một "Ngài", một "Đấng", với những tính chất con người. Người Phật tử Việt chưa bao giờ từ bỏ cái vế của "ông Trời" khi nói về tính thể này trong ngôn ngữ "Trời-Phật" của họ. Dĩ nhiên, chữ Trời này không phải là "Chúa Trời" của Thiên Chúa giáo. Chữ Trời của Việt ngữ là một cách nói về một đối thể của niềm tin, vốn là cần thiết. Nó gần với chữ Đạo, chữ Thiên, chữ Tạo hóa. Nó có một sự dung thông, hòa nhập, giữa Ta với Trời, có Trời và cũng có Ta – chứ không phải cái-ta-cá-thể chỉ là một thuộc tính được sáng tạo bởi một nhân cách được biểu tượng trong truyền thống của các tôn giáo gốc Do Thái (Abrahamic religions).

Chữ Trời bình dân của Việt ngữ chưa hề trở nên một biểu tượng nhân cách hóa một đối thể thực hữu với những mệnh lệnh đạo lý chắc nịch buộc con người phải lắng nghe. Mà con người bình dân Việt Nam thì cần có một đối thể đầy nhân cách, với một hệ thống ngôn từ mệnh lệnh chắc mãn, tích cực, chủ động và bắt buộc một tâm ý phục tùng vào một đối thể linh thiêng, đầy khả năng ban phát ân huệ hay trừng phạt tội lỗi. Họ cần một vị cha già nghiêm khắc nhưng đầy yêu thương và công bằng, để họ tin và yêu, để họ cầu nguyện, để họ vái van, để họ kêu lên. Truyền thống Phật giáo cho họ biểu tượng Quán Thế Âm của trái tim từ bi, của A Di Đà cho trí tuệ siêu việt, của Đại Thế Chí cho ý chí sinh hữu, cho Di Lặc của một niềm vui khoáng đạt. Nhưng biểu tượng của Phật Thích Ca Mâu Ni vẫn còn nằm trong cõi hữu hạn của khả thể linh thiêng con người, cái tột đỉnh của tiến hóa tâm thức, nhưng chưa phải là một đối thể "Cha già" của một ông Trời đầy mầu nhiệm và kỷ luật.

Quần chúng nào thì biểu tượng đó, tâm thức nào thì tôn giáo đó. Tất cả chỉ là "cửa đi vào" Đạo dành cho bản chất con người theo từng thời đại, từng hoàn cảnh, từng khối nghiệp duyên. Ngôn ngữ và biểu tượng là những tiếng chuông đánh thức. Chúng chỉ có tác dụng đến mức độ nào đó và một thời gian giới hạn. Tới lúc mà Thời quán tâm thức đã chuyển tiếp, thì tiếng chuông cũ quen tai nay trở nên tiếng nhạc ru ngủ thay vì tỉnh thức, ngôn ngữ cũ không còn ý nghĩa tác động tâm thức, biểu tượng cũ nay trở nên quen thuộc và nhàm chán.

Có phải Phật giáo Việt Nam, qua hệ thống biểu tượng truyền thống, với phong thái tăng ni và hình thức nghi lễ xưa nay, với hệ thống ngôn ngữ Hán Việt, ngày nay đã mất hết chất men tinh thần – như tiếng chuông không còn mang âm hưởng dao động, như muối đã hết mặn, rượu đã hết chất men, đường không còn vị ngọt?

3. Đến những đồng cỏ Đạo mới: từ Lương Sĩ Hằng, Thanh Hải đến Osho

Từ sự phân tích sơ khởi và tổng quát trên, chúng ta có thể suy luận được nguyên nhân nào mà một số đông trí thức Phật tử Việt ở hải ngoại đang đi vào những trường phái tu học khác màu sắc Phật giáo – nhưng nhấn mạnh đến hai khái niệm Thượng Đế và linh hồn. Trường hợp của phái Vô Vi của Lương Sĩ Hằng, phái Khai Ngộ của Thanh Hải hay là những bài giảng đạo lý của Osho là những thí dụ điển hình.

Khi ông Lương Sĩ Hằng đến California vào đầu thập kỷ 1980 –1985, một hiện tượng tu học mang màu sắc Phật giáo Việt Nam xuất hiện, hấp dẫn quần chúng rộng rãi, mà rất đông là trí thức Phật tử. Đây là một hiện tượng mới ở thời gian đó: vừa trí thức vừa mê tín, nửa học thuật nửa thần quyền. Giáo lý là Phật giáo nhưng lại thuyết giảng trên cơ sở khái niệm "Thượng Đế" và "linh hồn." Cái mê tín là pháp tu "xuất hồn"; cái lý thú là sự giải thích giáo lý nhà Phật qua khái niệm Thượng Đế. Phái tu này gọi là *"Pháp lý Vô vi khoa học huyền bí Phật pháp"*. Pháp lý này nhấn mạnh đến thiền định – đi đôi với niềm tin vào Thượng Đế và giải thoát linh hồn. Đây là con đường tu học bao gồm cái ưu điểm của Phật giáo trong truyền thống thiền định của Raja Yoga và năng lực đức tin vào chủ thể *Thượng Đế* và bản sắc cá thể của *linh hồn*. "Thượng Đế" và "linh hồn" ở đây thay vào khoảng trống của "Tính Không" và "vô ngã". Nguồn trực giác về bản thể cho sự Hữu, (the ontological intuition of Being), được chất đầy bằng hai khái niệm thực hữu (affirmative concepts) là "Thượng Đế" (khách quan) và "linh hồn" (chủ quan) để giải quyết vấn nạn hữu thể mà người Phật tử hay vướng mắc. Chúng như là hai vế của một chiếc bè tạm thời, nhưng cần thiết để vượt qua dòng sông ngôn ngữ và khái niệm.

Kinh sách của phái Vô Vi nói,

"Linh hồn cá nhân là điểm linh quang của Thượng Đế cho xuống trần gian để học hỏi tiến hóa. Vì linh hồn thì rất thanh mà cõi trần thì trọng trược, nên nó phải đầu thai vào xác thân con người cho hợp với khí chất cõi trần. Khi xuống trần, vì mê trần, nhiễm trần, con người phạm tội và gây nhân tạo quả xấu từ vô số kiếp nên phải luân hồi mãi. Vì vậy mà cần phải tu hành hầu trở nên hoàn thiện, trở về hưởng phước trên Thiên Đàng, giải thoát ra khỏi luân hồi".

Hay là,

"Nếu nói diệt dục được ngay là nói láo, trên thực tế khó mà làm được. Pháp lý Vô Vi này không có khuyên hay ép buộc người tu hành diệt dục, mà hãy để cho họ, nhờ công phu luyện đạo, một ngày kia sẽ tự diệt lấy, gần như là tự động một cách dễ dàng, chứ không gò ép khổ sở". Hay, "Người tu mà không có minh sư đắc đạo dẫn dắt, chỉ dựa vào kinh sách, thì khó đạt được kết quả".

Và,

"Hỏi: Tại sao trong kinh Phật không hề nói đến 'xuất hồn' mà Pháp lý này dạy thế, vậy đây có phải là chánh pháp không? Trả lời: Trong kinh Phật thường có nói tu để được "minh tâm, kiến tánh". Tức là tu là để biết Tâm (hồn), Tánh là vía. Hồn là chủ nhơn ông, ví như ông chồng xuống trần gian, bị giam hãm nơi con tim, và Vía là phụ tá, ví như là vợ, ở nơi lỗ rún. Nếu ta tu luyện cho đến khi Hồn, Vía gặp nhau, như là chồng gặp vợ, rồi tạo nên 'Thánh thai'. Thánh thai mang nhiều tên khác nhau tùy theo Pháp môn; trong nhà Phật thì gọi là Pháp thân, hay Kim đơn, Phật tử, Xá lợi tử". (*Tôi tầm đạo*, 1980, California)

Chúng ta thấy một tập hợp ngôn ngữ vừa siêu hình, vừa biểu tượng thực dụng, nói về một lãnh vực siêu nghiệm mà người nào không chia sẻ được thì cho là mê tín. Đây chỉ là ngôn ngữ của niềm tin vào huyền bí, hơn là của lý trí nghiệm thực.

Cũng như thế, phong trào tu học của sư cô Thanh Hải, người được xưng tụng là "vô thượng sư". Thanh Hải cống hiến phép tu Quan Âm với hứa hẹn *"khai ngộ tức thì"* qua các phép thiền định, ăn chay trường, và "truyền tâm ấn" bởi chính sư phụ. Bà cũng nhấn mạnh đến khái niệm Thượng Đế và linh hồn và kết hợp giáo lý Thiên Chúa giáo với Phật giáo qua phương cách phiên giải Tân Ước và Pháp Hoa mới. Bà giảng,

"Tôi không theo đạo Phật hay Thiên Chúa. Tôi theo đạo sự Thật và rao giảng sự Thật. Bạn có thể gọi nó là Phật giáo, Công giáo, Lão giáo hay bất cứ gì bạn thích." "Bất cứ bạn phải làm gì trên thế gian này, hãy làm đi, và làm một cách nhiệt thành. Hãy sống trong tinh thần trách nhiệm và nhớ hãy tu thiền mỗi ngày. Bạn sẽ phát huy kiến thức, thêm trí tuệ, được an lành, để phục vụ chính bạn và thế gian. Đừng quên là bạn có Thượng Đế ở trong bạn. Đừng quên là Thượng Đế nằm trong thân thể bạn. Đừng quên là bạn có Thượng Đế trong tim mình".

Hay là,

"Nói về 'truyền tâm ấn' nhưng thực ra chẳng phải là tôi truyền tâm ấn gì cho bạn, mà tôi chỉ giúp bạn tự giúp lấy chính mình. Tôi không đến đây để thu nhận bạn làm đệ tử. Tôi đến để giúp bạn trở nên một thượng sư (master). Có thể gọi là "rửa tội" (baptism) hay là "quy y". (*Tài liệu của tổ chức Thanh Hải, Taipei, 2003*) [3]

Cả hai, Thanh Hải và Sĩ Hằng đều khai động cái *"Pháp Phương Tiện"* của truyền thống *Yoga Raja* nhấn mạnh thiền định qua ngôn ngữ Phật giáo Hán Việt. Pháp phương tiện này được bổ sung bằng chủ thể Thượng Đế và bản sắc cá thể linh hồn. Nó đáp ứng được hai vế của con đường tu đạo cả trí thức lẫn con tim. Người Phật tử hiểu rằng niềm tin vào một đối thể là cần thiết, nhưng chưa đủ. Phải tự thân nỗ lực để khai mở chân Tâm. Nhưng khi đi trên con lộ của chánh Pháp, đức tin vào một Hữu thể tối hậu và vững chắc, với một cái Ta cần được cứu rỗi hay giải thoát, dù với khái niệm hay lý giải nào, là điều không thể tránh khỏi.

Khi người trí thức Phật tử Việt, với năng thức tâm linh khao khát đi tìm, họ không còn chữ Trời để sống với, khi chữ Phật đã trở nên thụ động, trống rỗng, và mất hết tác dụng linh thiêng và tỉnh thức, họ sẽ phải đi theo những hệ thống ngôn từ và biểu tượng đạo giáo mới. Khi mà cái trực cảm về cái "ta" cá thể cần phải nhận diện qua khái niệm, khi mà một thực thể tuyệt đối cần phải được định danh tích cực, khi mà cá nhân bị lạc lõng, mất niềm tin vào mình, vào đời, vào khả năng chứng ngộ của rất đông tu sĩ, lạc lõng trong giáo lý truyền thống vốn đã mất hết chất men, thì họ phải bám lấy chiếc bè của ngôn ngữ biểu tượng của các giáo phái mới.

Hay hãy đọc Osho:

"Xin chào vị Phật bên trong bạn. Có thể bạn không biết điều đó. Có thể bạn chưa từng mơ tới điều đó – rằng bạn là một vị Phật, rằng bạn chỉ là bạn, mà không thể là bất kỳ cái gì khác; rằng Phật chính là cốt lõi, là trọng tâm của con người bạn, và điều đó không phải sẽ xảy ra trong tương lai, mà đã xảy ra rồi. Phật tính chính là cội nguồn từ đó mà bạn xuất phát, mà cũng chính là mục đích để bạn trở về."

Hay là,

"Thế giới này chuyển vận trong chiếc bánh xe. Một vòng quay của nó được hoàn tất trong hai mươi lăm thế kỷ. Hai mươi lăm thế kỷ sắp tới, phần cuối của thế kỷ 20 này, đang sắp trở thành có giá trị vô cùng lớn lao. Nếu chúng ta có thể tạo ra đà trong thế giới cho việc thiền, cho cuộc hành trình bên trong, cho thanh bình, cho tĩnh lặng, cho tình yêu, cho Thượng Đế. Nếu chúng ta có thể tạo ra một không gian trong hai mươi lăm năm sắp tới để cho Thượng Đế xảy ra đến với nhiều người thì nhân loại sẽ có sự sinh thành mới. Con người mới sẽ sinh ra."

Và,

"Bánh xe mà Phật đã chuyển nay đã dừng. Bánh xe phải được quay lại lần nữa. Và đó là công việc của đời tôi và các bạn. Bánh xe đó phải được quay lần nữa." Osho nói. *(Bát Nhã tâm kinh. Bản Việt ngữ của Vạn Sơn và Như Không, California, 2002 –03)*

Osho, cũng như Lương Sĩ Hằng, Thanh Hải, cũng như là Gurdjieff ở thế kỷ trước ở Âu Châu, là một trong những đạo sư gây nhiều tranh cãi trong cộng đồng báo chí ở Âu Mỹ, từ cuộc sống của họ đến phương cách và nội dung giảng dạy. Osho là một người uyên bác và chủ trương phá chấp những hình thức hay khuôn thước đạo đức truyền thống, nhất là về phương diện tình dục. Những bài giảng của ông thì trác tuyệt, nhất là khi ông bàn về đạo Phật và lý giải các kinh qua ngôn ngữ của yoga và tâm lý học Tây phương hiện đại. Phật học qua sự phiên giải của Osho trở nên đơn giản, minh bạch và hợp lý – nhất là khi các bài giảng bằng Anh ngữ đã giải phóng trí thức Việt ra khỏi gánh nặng Hán ngữ vốn được hiểu và phiên dịch lệch lạc, sai lạc, nếu không nói là nhàm chán. Ông xứng đáng là một luận sư của Phật học thời đại. Và trong nội dung với ngôn ngữ luận giải kinh Phật đó, nhiều trí thức Phật tử Việt nam đã tìm về với Osho, coi như một đạo sư (guru) cho chính họ.

4. Tại sao Phật tử Việt đến với họ?

Các yếu tố nào khiến Lương Sĩ Hằng, Thanh Hải, Osho hấp dẫn trí thức Phật tử Việt ở hải ngoại? Tóm tắt, tôi xin nêu lên vài điểm chính:

- Trình độ chứng ngộ của các vị – theo sự tin tưởng của các môn sinh. Các vị trên đều có một sức mạnh về cá tính, *charisma*, có khả năng chinh phục người theo học.

- Trình độ trí thức, uyên bác, cập nhật với thời đại, trình bày những phương án tu học phá chấp và thích hợp với mẫu người trí thức Á đông đang sống ở Âu Mỹ.

- Đặt cơ sở đạo học trên giáo lý kinh điển đạo Phật, nhưng
- Phiên giải kinh sách Phật học theo một bối cảnh tư tưởng rộng lớn hơn, không chỉ giới hạn vào Phật giáo.
- Sử dụng ngôn ngữ mới, trong sáng dễ hiểu và thông đạt được giáo lý nhà Phật, nhất là Anh ngữ, và quan trọng nhất,
- Bổ sung giáo lý đạo Phật với hai khái niệm bản thể "Thượng Đế" và "linh hồn".

5. Tin Lành hóa Phật học?

Có một số Phật tử đổ lỗi và trách cứ là đạo này đạo kia "quyến rũ" và "mê hoặc" quần chúng. Họ tố cáo các phong trào như Thanh Hải là một hiện tượng "Tin Lành hóa" giáo lý đạo Phật khi có sự "nhập cảng" Thượng Đế và linh hồn vào giáo lý nhà Phật. Tôi chia sẻ và thông cảm tại sao có sự phản ứng này. Nhưng điều này cũng cần phải được minh định.

Trước hết, đạo *Tin Lành* là gì? Tiếng Anh là "Protestantism", được dịch là đạo ***"Phản thệ"***, hay là giáo phái "Phản đối" (lại giáo hội La Mã). "Tin Lành" hay "Tin mừng" là dịch từ hai chữ ***"Good News"***. Một cách chung và rất tổng quát, đạo Tin Lành là Thiên Chúa giáo trừ đi giáo hội La Mã (Christianity minus the Roman Catholic Church). Tinh hoa của giáo lý Tin Lành là kinh Tân Ước, Thượng Đế là "Chúa Trời" của truyền thống Cựu Ước Do Thái, và Jesus là "con trai một" được đưa xuống trần thế hy sinh trên thập tự giá để cứu rỗi tội lỗi của nhân loại. Đức tin vào Jesus là cần thiết và đủ, nhằm cứu rỗi linh hồn. Nếu đạo Tin Lành là thế thì tôi không thấy đạo học của Lương Sĩ Hằng, Thanh Hải hay Osho "Tin Lành hóa" được.

Thứ hai: Chữ *Thượng Đế* (God) mà các vị trên sử dụng không có nghĩa là God (Chúa Trời) theo ngôn ngữ của truyền thống tôn giáo Abraham. Khái niệm và chữ Thượng Đế (God) có một lịch sử lâu dài và sâu rộng, từ trước khi Thiên Chúa giáo xuất hiện và không phải chỉ ở Tây phương hay Trung đông. Lịch sử Ấn giáo và triết học Hy Lạp từ Socrates đến Plotinus, từ Ba Tư đến Ai Cập, cũng là những lịch sử của khái niệm God với nhiều tên gọi và biểu tượng khác nhau – nhưng chữ God tựu chung vẫn là chữ được quy nạp chung cho khái niệm này.

Ngay cả từ **Allah** của Islam (đạo Hồi) cũng được dịch sang Anh ngữ là God. Chúng ta cũng dùng chữ God để dịch chữ *"ông Trời"* (Heaven) hay là *Đạo* (The Way). Còn chữ *Chúa Trời* là God của Thiên Chúa giáo, một đối thể tôn giáo mang tính chất con người – *a personal being*. Trong khi đó, chữ God, **Thượng Đế**, bao gồm một khái niệm rộng lớn, phổ quát và phổ thông hơn. Mỗi tôn giáo, theo tôi, chỉ là một phương cách tiếp nhận khái niệm God theo ngôn ngữ, căn cơ tâm thức quần chúng, cho mỗi bối cảnh văn minh.

Thứ ba: Các vị nói trên không đề cao điều kiện tối cần thiết và không thể thiếu của niềm tin vào vai trò cứu thế của Chúa Jesus. Và ngôn ngữ "cứu rỗi" cũng không phải là một năng lực ban phát từ Chúa Trời khách quan và ngoại thân như là một ân huệ trên cơ sở niềm tin. Jesus chỉ là một biểu tượng nhân cách trong một truyền thống tôn giáo đặc thù. Sự khác biệt giữa Jesus, một con người lịch sử, và Chúa, "Christ", một tính thể linh thiêng của con người, "a divine reality", là điều tôi nghĩ rằng các vị trên không thể bị nhầm lẫn (như là phần đông các tín đồ Thiên Chúa giáo, cả Tin Lành và Công giáo). Khi các vị đó trích Jesus từ Tân Ước, *"Thiên đường là ở ngay trong tâm bạn"* (The kingdom of God is within you) để diễn giải rằng, "Cõi Chúa Trời" (the Kingdom of God) chính là cõi Phật, và Chúa (Christ) là **Phật tính** trong tâm mỗi chúng sinh. Diễn giải như thế không có nghĩa và cũng không có gì là "Tin Lành hóa" giáo lý đạo Phật. Mà ngược lại, đó là một cách luận giải giáo lý Phật giáo theo đúng khế cơ, ngôn ngữ và kiến thức của con người thời đại – và đã biến cải được ngôn ngữ biểu tượng của Tân Ước và Cựu Ước theo ý nghĩa của Phật giáo.

B. Đến hiện tượng Tin Lành ở Việt Nam

Từ những nhận định trên về khuynh hướng tôn giáo và nhu cầu tâm linh của trí thức Phật giáo Việt ở hải ngoại, mà khuynh hướng tôn giáo của người Việt hải ngoại cũng chính là khuynh hướng của người Việt trong nước, hiện tượng Thanh Hải và Lương Sĩ Hằng rất có thể sẽ tiếp tục phát triển ở Việt Nam vì những lý do mà tôi vừa phân tích ở trên. Với quá khứ ba mươi năm của trí thức Phật tử Việt hải ngoại là một tiền đề, một dẫn nhập, thì tôi thiết nghĩ trong một tương lai không xa, như trường hợp Hàn quốc, quần chúng Việt Nam sẽ theo đạo Tin Lành rất đông đảo – có thể vượt qua cả số lượng tín đồ Phật tử và Công giáo. Khoảng trống tâm linh nếu không có đạo Phật đổ đầy thì quần chúng sẽ đi theo những đồng cỏ đạo mới. Mà đạo Tin Lành sẽ là một nguồn hấp dẫn chính.

Chúng ta thử phân tích dự phóng này, mà hiện nay nó đang xảy ra ở nhiều nơi ở Việt Nam. Có hai bình diện của hiện tượng Tin Lành này. Một là bình diện "đẩy" và kia là "kéo".

1. Trên bình diện Đẩy

a. Hiện tượng trống vắng đời sống tâm linh: Khi trình độ tâm thức của quần chúng đang thay đổi và chuyển động theo thời đại. Trong những khối quần chúng đông đảo, nhất là ở những vùng quê, xa xôi, ở Trung Bắc và Bắc, khao khát một đời sống tâm linh, các vùng xưa nay là Phật giáo nhưng thiếu chùa, thiếu sinh hoạt của Gia đình Phật tử, thiếu tăng sĩ, thiếu kinh sách. Các sinh hoạt tín ngưỡng thờ cúng ông bà, tổ tiên theo truyền thống đã trở nên một bình diện xã hội bình dân, phổ quát, không thỏa mãn được nhu cầu tôn giáo của họ.

b. Sự thiếu vắng và điểm yếu của Phật giáo: Đây là yếu tố đóng vai trò quan trọng trong yếu tố xô-đẩy này. Cho dù trong những vùng ảnh hưởng Phật giáo là sâu rộng xưa và nay, nhu cầu khao khát tâm linh này lại không được đạo Phật cung ứng cho khoảng trống này. Không phải chỉ vì yếu tố khách quan về nhân sự, cơ chế, hay tổ chức, mà vì nhiều lý do nội tại của giáo lý và đạo học:

Ngôn ngữ giáo lý, phong thái nghi lễ, hình ảnh và biểu tượng của Phật giáo đã cũ mòn hết chất men, ý chí tôn giáo đã kiệt sức, đạo lý bị khô cạn. Bánh xe Chánh pháp đã ngừng quay khi muối giáo lý đã hết chất mặn, đường của đạo hết vị ngọt; tiếng chuông của chùa hết khả năng đánh thức vì quá quen thuộc, âm thanh nay đã rè; ngôn từ kinh tụng không còn kêu gọi tâm thức.

Giới tu sĩ Phật giáo mất hết khả năng biểu tượng giá trị Phật đạo khi trình độ tu chứng, ý chí tu học, phẩm chất con người, văn hóa cá nhân và tác phong, hành vi xã hội xuống cấp.

Nghi lễ, lời kinh, phương cách thờ cúng, hình thái tổ chức, tượng Phật, những nghệ thuật Phật giáo đã không còn sức hấp dẫn hay đóng vai chức năng đạo học, không thể hiện được sự rung động tôn giáo, không còn uy lực linh thiêng, không còn quyền uy huyền bí. Ngay cả âm nhạc Phật giáo cũng khô cạn và hoàn toàn thiếu vắng chất men quyến rũ tinh thần.

Hương vị (taste) tôn giáo của quần chúng nay đã thay đổi quá nhiều, trong khi Phật giáo không cập nhật kịp theo thời đại. Con người ngày nay mang một bản chất tâm lý và nhân sinh quan quá trần tục, mang nặng ảnh hưởng vật chất Tây phương, và không còn đơn giản như ngày trước. Phật giáo nay đã trở thành một vấn đề "Bụt nhà không thiêng".

2. Bình diện Kéo:
Lý do đạo Tin Lành lôi cuốn quần chúng Việt

Sẽ có nhiều hình thái tôn giáo khác lôi kéo và hấp dẫn người Việt nói chung và Phật tử nói riêng. Ngoài các giáo phái bình dân như Cao Đài, Hòa Hảo, còn có các tôn giáo lớn như Công giáo và các hệ phái Thiên Chúa giáo, Ấn giáo, Hồi giáo, đạo Bahhai. Nhưng nói chung, đạo Tin Lành sẽ là hấp lực chính, là sức kéo mạnh nhất. Có nhiều lý do:

Các giáo phái Tin Lành rất năng động về công tác truyền đạo, *missionary*, các tín đồ coi công tác đi truyền đạo là lý tưởng sống chết của họ. Đây là một tôn giáo mang nặng bản chất *proselytism*, cải đạo người khác.

Người bình dân Việt không hề được truyền đạo đã từ lâu lắm. Khi các tâm hồn ngây thơ lần đầu tiên trong đời được chú ý đến, được kêu gọi, được an ủi, được coi trọng, thì họ sẽ đi theo bất cứ đạo nào đang mời gọi, việc mà các người rao truyền giáo lý Tin Lành được huấn luyện và trang bị kỹ thuật tâm lý rất chu đáo.

Các giáo phái này có nhân lực, thừa khả năng tài chánh lớn, tổ chức quy mô và lãnh đạo chặt chẽ, điêu luyện, chuyên nghiệp. Họ xem chuyện truyền giáo là công tác tiếp thị, mời đến với một sản phẩm đáp ứng rõ ràng cho nhu cầu của một thể loại quần chúng.

Khả năng của Tin Lành trên các lãnh vực truyền thông, chuyển tải giáo lý, hình thức đi đôi với nội dung, định chế đầy ấn tượng bằng sức mạnh tổ chức qua hình thức. Chỉ trong vòng 10 năm truyền giáo ở Nam Việt Nam trước 1975, giáo hội Tin Lành đã xây lên những ngôi thánh đường to lớn trên những con đường sang trọng bậc nhất ở các thành thị lớn, nhất là thủ đô Sài Gòn.

Nội dung giáo lý đơn giản và cương mãnh, rõ ràng, khơi mở niềm tin bằng thứ ngôn ngữ mới, thuần Việt và gợi cảm. Đây là yếu tố thành công của Tin Lành: một đức tin mới trong một hệ thống ngôn ngữ và biểu tượng mạnh mẽ, đầy xúc cảm, đơn giản, dễ hiểu. (Thay vì "Ngươi hãy thắp đuốc lên mà đi tìm Chánh pháp tự trong tâm" thì nay là *"Ngươi hãy tin Ta, và chỉ có qua Ta, ngươi mới được cứu rỗi để hòng có cuộc sống đời đời."* Thay vì, "Hãy nhìn chúng sanh với tâm từ bi" thì nay là *"Hãy bước đi trong yêu thương"*. Thay vì phúng điếu, "tiêu diêu miền cực lạc" thì nay là *"hưởng nhan thánh Chúa."* Trong khi số lượng kinh Phật có thể chứa chật không gian tòa thư viện chính của đại học Harvard thì Tân Ước chỉ cần năm chương ngắn là nói gần trọn tinh hoa của Tin Lành). [4]

Đối với những tâm hồn và đầu óc mới tỉnh thức, như của quần chúng Việt Nam hiện nay, thì ngôn ngữ và biểu tượng Tân Ước là ly nước mát, ngọt, là chiếc bè vững chắc cho cơn khát tinh thần. Tôi đã chứng kiến cảnh những người trẻ, kể cả trí thức Phật tử, sau khi đọc xong Tân Ước, đã xúc động mạnh, và chỉ với một lời an ủi, kêu gọi tình cảm từ người giảng đạo, họ đã quỳ xuống khóc "xin nhận Chúa Jesus là chúa cứu rỗi cho linh hồn tôi". Thế là từ đó, cuộc đời họ kể như làm "chiến sĩ cho vương quốc của Chúa", đi đâu cũng mang theo kinh Thánh, đến đâu cũng giảng đạo.

Tin Lành cống hiến cho người dân một đức tin vững chắc, đơn giản, với hứa hẹn thiên đàng và sự sống đời đời, đi đôi với lời đe dọa đốt cháy vĩnh cửu ở địa ngục. Theo đạo nay không những có gạo mà có cả thiên đường, có đức tin, có tổ chức, có hệ thống tín hữu, có ngôn ngữ, nghệ thuật, âm nhạc, thánh đường mới – lại tránh được địa ngục một cách dễ dàng.

Tin Lành đi theo nhịp trống của sức mạnh văn minh và văn hóa Tây Âu, từ biểu tượng đến tinh thần. Từ việc người Việt nhuộm tóc vàng, sửa mũi cao, mặc Âu phục, cho đến các hệ thống giá trị định chế, chính trị, học thuật, thẩm mỹ Tây Âu được coi là chân lý phổ quát và hoàn vũ, Tin Lành cũng chỉ là một hiện tượng văn hóa trong cao trào Tây phương hóa này.

Tin Lành đáp ứng được tâm thức quần chúng hiện nay, vốn là năng lực của trái tim – đạo này như là một sự tái khởi động niềm tin đã hoen rỉ trong con người, là một phản đề với văn minh lý tính của hiện đại.

Đối với những người thấu hiểu được nội dung và tinh hoa của Thiên Chúa giáo, và hệ phái Tin Lành, thì chất men ngôn ngữ và biểu tượng của tôn giáo này không thể hấp dẫn họ được – nếu không nói là họ sẽ dị ứng với cái tính cách đầy ngây ngô và buồn cười của hệ thống giáo điều, biểu trưng cho một chuỗi dài vô minh phát xuất từ sự hiểu lầm trầm trọng nền tảng tinh hoa của Thiên Chúa giáo nguyên thủy. Cái hiểu lầm cơ bản nhất của người Thiên Chúa giáo, tất cả các giáo phái, là họ đọc và hiểu Kinh Cựu và Tân Ước như là một chuyện kể về sự kiện lịch sử, thay vì chúng là một kết tập của ngôn từ biểu tượng. Nếu chúng ta hiểu rằng Chúa Jesus là biểu tượng của Phật tính ở trong mỗi chúng ta, thì kinh Tân Ước cũng chỉ nói lên một nội dung Đạo lý như là kinh Pháp Hoa. Nhưng điều mà chúng ta đang bàn đến liên quan đến một khối tâm thức của quần chúng Việt Nam còn đang trong giai đoạn rất sơ khai, ngây thơ, tình cảm chân chất, và của những đầu óc cùng con tim vừa mới được mở mắt, đang khao khát tâm linh qua biểu tượng và tôn giáo.

Nhưng Phật giáo – qua trí thức Phật tử – có cống hiến gì cho quần chúng đang khao khát tâm linh – hơn là "tính Không", "vô Ngã"? Nói như Osho, đạo Phật hình thành từ đức Thích Ca Mâu Ni chuyển luân hơn hai mươi lăm thế kỷ trước, thì bây giờ đây, ở cộng đồng Việt ở hải ngoại hay ở quê nhà, đang bị sựng ngừng lại. Bánh xe đạo Phật này chắc đã đi qua Tây Âu để đánh thức một khối tâm thức mới. Nhưng tại quê hương Á Châu, tại Việt Nam, nơi Phật giáo được nuôi dưỡng cả ngàn năm nay, và trong cộng đồng trí thức Phật tử Việt ở hải ngoại, ngọn đuốc này đang bị tàn lụi, mất gần hết sinh lực. Cái còn lại là những trò chơi ngôn ngữ của giới trí thức hoài niệm, chỉ muốn thảo luận một cách khô cạn và trống trải tinh thần với những khái niệm vô nghĩa, sáo rỗng...

GHI CHÚ:

[1] Về vấn đề tiếng Hán Việt và những phiên giải sai lầm các khái niệm đạo Phật, xin đọc bài của Tuệ Sĩ giới thiệu cuốn *Triết học Vasabandhu* của Lê Mạnh Thát ở trang nhà www.giaodiem.com số tháng Giêng, 2006.

[2] Bản Anh ngữ của John 10, "The Jews replied, "We are not going to stone you for any good deed, but for your blasphemy. You are a mere man, claim to be god. Jesus answered, 'Is it not written in your own law, "I said: You are gods?" Các bản Việt ngữ dịch, *"Người Jiu Đa trả lời rằng: Ấy chẳng phải vì một việc lành mà chúng ta ném đá ngươi, nhưng vì lỗi lộng ngôn: Ngươi là người, mà tự xưng là Đức Chúa Trời. Đức Chúa Jesus đáp rằng: Trong luật pháp của các ngươi há chẳng chép rằng: Ta đã phán: Các ngươi là các thần hay sao?"* Nếu không có một sự giải thích thì câu dịch Việt ngữ này hoàn toàn tối nghĩa và sai lạc. Đoạn "luật" mà Chúa Jesus nói đến là Psalm 82 có nói: "I say you are gods and all of you are the children of the most high." Tức là, *"Ta nói rằng các ngươi là thượng đế và tất cả các ngươi là con cái của đấng tối cao."* Các nhà bình luận và phiên giải kinh thánh Thiên Chúa giáo thường coi chữ "gods" này chỉ là thần thánh, hay là chánh án (judges), trong khi ý nghĩa của nó trong văn cảnh là rất rõ: *"Các ngươi cũng chính là thượng đế"* – như kinh Pháp Hoa, *"Các người là Phật sẽ thành."*

[3] Thanh Hải và Lương Sĩ Hằng cả hai là người Việt. Tôi đã có dịp tiếp xúc và làm việc với hai vị. Thanh Hải thì xuất hiện một cách có bài bản, màu mè, trang phục đa dạng như thời trang, ngôn ngữ thanh lịch, con người bản lãnh, kiến thức đa dạng và sâu rộng. Sĩ Hằng thì hùng hồn, mạnh mẽ, *charismatic*, và khó hiểu. Ông sử dụng ngôn từ đầy tính chất huyền bí theo biểu tượng của Á Đông. Cả hai là bậc thầy. Thanh Hải có quần chúng đệ tử và khán giả khắp thế giới. Ảnh hưởng của Sĩ Hằng chỉ có trong cộng đồng người Việt ở Mỹ và Pháp. Cả hai đều bị nhiều tăng sĩ Phật giáo Việt chỉ trích và lên án, nhiều lúc nặng nề và tiêu cực quá đáng, cả về phương thức hành đạo lẫn học thuật giáo lý đạo Phật.

Còn các đồ đệ Việt của Thanh Hải và Sĩ Hằng, nhiều người quá khích và thần tượng hóa hai vị này một cách cực đoan. Ví dụ, khi Thanh Hải tắm, một vài đệ tử lấy nước dơ ấy uống. Trong cuộc phỏng vấn truyền thanh trực tiếp, tôi có hỏi bà, *có thực như thế không, và nếu có thì sao bà lại cho họ làm vậy?* Thanh Hải trả lời, "Tôi trong lúc đang tắm (ở một nơi tạm thời ngoài trời?), mà họ cứ chạy tới múc lấy nước dơ đó uống, tôi can không được. Tôi đã bảo họ đó chỉ là nước dơ mà họ không thèm nghe!" Các đệ tử của Sĩ Hằng ngồi thiền rung thân mình lên như bị kinh phong; có người tuyên bố đã xuất hồn lên tầng trời này cõi thiên nọ. Họ coi Sĩ Hằng như vị Phật đại giác ngộ. Tôi nhận thấy điều này: Hình như bất cứ cái gì hay đẹp đến đâu mà dính vào cõi quần chúng Việt thì trở nên thảm kịch buồn cười cả.

[4] Ví dụ thêm, bản Việt ngữ của Tân Ước, phát hành bởi Hội Gideon ở Việt Nam, mở đầu bằng những đoạn, *"Kinh Thánh là con đường cứu rỗi, đem bình an khi lo lắng, can đảm khi sợ hãi, vơi nhẹ khi đau đớn, soi dẫn khi quyết định."* Hay, *"Kinh Thánh là mỏ vật báu, một lạc viên vinh hiển, một con sông lạc thú... Kinh Thánh gán cho ta trách nhiệm nặng nề hơn hết, thưởng cho công nghiên cứu khó nhọc hơn hết, lên án tất cả những ai coi thường nội dung thiêng liêng của Kinh Thánh."* Kinh Phật cũng hàm chứa những nội dung như thế, nhưng không bằng ngôn ngữ đầy mệnh lệnh và đoan chắc đến vậy. Sức mạnh của mỗi tôn giáo được quyết định bởi ngôn ngữ biểu tượng của nó.

Phục Sinh Chính Trị Công Giáo Việt Nam và đế chế Cộng Sản

"Trong suốt 30 năm hành trình truyền giáo [ở Á Đông] của tôi, đó chỉ là hoạt động của ơn Thánh nhằm chinh phục các linh hồn, là những chiến thắng của đức tin đối với sai lầm, sự thành lập Giáo hội Thiên Chúa ở nhiều miền đất nước xưa kia thuộc về ma quỷ." (Alexandre de Rhodes, Hành trình và Truyền giáo, 1653).

"[Nếu] các em không được diễm phúc tử đạo [như các Thánh, thì ít nhất] các em hãy bắt chước lòng can đảm khẳng khái của họ." (Tạp chí Nghĩa Binh Thánh thể, 1945)

*

Nếu có một dự phóng chính trị và cách mạng trong tương lai gần ở Việt Nam, thì chúng ta phải thấy có hai thế lực đang âm thầm trỗi dậy một cách vững chắc, hùng mạnh, và khó có thể ngăn chặn: Khối **tín đồ Công giáo** (CG) và khối ***tư bản "đỏ"*** thiên hữu. Đế chế Cộng sản (CS) hiện nay sẽ bị chuyển hóa, đào thải và chính trị quốc gia sẽ bị kiểm soát bởi hai nguồn năng lực đang trỗi lên này.

Trong khi khối tư bản đỏ có tiềm lực kinh tế nhưng không có quần chúng. Nhưng khối Công giáo có cả hai, cộng thêm đức tin nhiệt thành vào mệnh lệnh giáo hội và cơ cấu tổ chức – trong nỗi uẩn ức của kẻ ngoại cuộc chính trị quốc gia bấy lâu nay. Có thể nói rằng, tương lai chính trị Việt Nam gắn liền với sự phục sinh của khối tín đồ CG. Đảng Ta phải lắng nghe lại lời của Karl Marx: Một cảnh tượng lạ lẫm đang hiện lên trên chân trời Việt Nam – **Viễn tượng Công giáo**.

Trong khi cơn sóng Tư bản "đỏ" là đứa con nuôi khó trị và ương ngạnh trong nhà của Đảng ta, thì cộng đồng tín hữu Công giáo là một đế chế đức tin đứng im bên ngoài cửa nhà, nhưng đang đón chờ và vận động cho một vận hội mới trong niềm căm hận đối với Đảng. Một đằng thì quyền lợi kinh tế, tiền bạc của giới tài phiệt đỏ sẽ làm sụp đổ cơ sở và gia sản tinh thần của Đảng; đằng kia thì niềm tin vào cõi khác của người Công giáo nay đang chuyển hóa thành nên một sức mạnh thế gian có tổ chức và kỷ luật chính trị. Khi mà hai dòng thác quyền lực này đồng quy thì đế chế chính trị Cộng sản sẽ bị phế bỏ.

TẠI SAO CÔNG GIÁO?

Một đế chế chính trị phải mang một linh hồn hướng thượng và tinh thần hy sinh cho lý tưởng. Đảng Ta cho đến gần đây đã nuôi dưỡng được linh hồn dân tộc qua ý chí độc lập quốc gia và lý tưởng công lý. Và Hồ Chí Minh, qua bản sắc linh hồn đó, chính là Chúa Jê Su từ cõi Trời xuống trần gian cứu rỗi nhân dân. Nhưng nay thì linh hồn đó đang đi vào vũng thoái hóa từ cám dỗ vật chất, trái ngược với niềm tin chân chất nơi người Cộng sản. Tiền bạc và vật chất hiện nay đối với cán bộ Cộng sản là máu của Chúa, là nước thánh Hồ Chí Minh, mà họ đang cúi đầu đón nhận qua những màn thánh lễ rửa tội hiện kim – *baptism of money* – vốn mang đầy mặc cảm tội lỗi và lo sợ. Người Cộng sản VN nay đang là những tín đồ Công giáo nghịch đề – *the antithesis of catholicism*. Cả hai phía đều mang đức tin mãnh liệt và chắc nịch. Một đằng là tín giáo lý Thánh kinh, một đằng là chủ thuyết vô ngôn của cám dỗ và hoan lạc vật chất.

Tuy nhiên, cái khác biệt lớn giữa cán bộ CS và tín đồ Công giáo là chiều hướng đức tin. Người CG tin vào cõi trên, cõi sau khi chết; người CS nửa tin, nửa ngờ vào cõi trên, kiếp sau. Cái tâm chất đức tin mơ hồ và nửa vời của người CS đã biến họ thành những con cọp kinh tế nhưng lại là những con cừu nơi ý chí công dân. Trong khi đó, người CG, khi mang đức tin vào cõi trên, họ phủ định đế chế CS, từ chối tham dự vào xã hội công dân đương thời để biến tín lý siêu hình thành nên một ý chí thế gian thuần ước vọng trong thầm lặng.

SÓNG NGẦM CHÍNH TRỊ CÔNG GIÁO

Hiện nay, ở VN, điểm qua danh sách các trí thức bất đồng chính kiến, các nhà hoạt động xã hội dân sự chống CS, gần như hầu hết là tín đồ Công giáo (CG) và một số ít Tin Lành. Đó chỉ là mặt nổi. Có một làn sóng ngầm của quần chúng CG đang chuẩn bị tinh thần cho một biến chuyển chính trị mới. Mặc dầu các nhà hoạt động CG không nhân danh tôn giáo và đạo của họ để tham gia con đường chính trị, tuy nhiên họ cùng chia mẫu số chung khá đồng bộ và vững chắc với khối tín hữu. Đó là chiếc gươm đức tin vào tín lý. Những cán bộ tín lý CG này phủ định đế chế CS, nhằm phục vụ cho đức tin? Hay là họ vì đức tin mà chống đối lại đế chế chính trị này?

Khi người CS còn đức tin vào lý tưởng quyền lực thế gian thì chủ thuyết chính trị đó là một phản đề cho vương quốc CG. Nhưng nghịch ngẫu thay, khi người CS đã mất hết niềm tin vào chủ nghĩa Vô Sản thì tôn giáo thế tục vật chất của cán bộ CS lại càng làm cho người CG cảm thấy bất an hơn. Vì đức tin, người CG vốn cho rằng đế chế CS vô thần là của ma quỷ – như de Rhodes đã viết về các quốc gia Á châu gần bốn thế kỷ trước. Họ sẽ không tha thứ cho người CS; trong khi người CS thì không biết đối xử với thế lực CG như thế nào cho yên ổn. Tình trạng lúng túng của Đảng ta trước sức mạnh tổ chức của cộng đồng CG lại làm cho tập thể CG càng tăng thêm quyết tâm dấn thân vào dự án chính trị cho tương lai VN hậu CS.

Theo thống kê chính phủ, Việt Nam hiện có khoảng bảy triệu tín đồ Công giáo, tức hơn bảy phần trăm dân số, với 4000 linh mục, 22 ngàn tu sĩ, 2500 giáo xứ, hơn 240 dòng đạo. Đây chính thức là tôn giáo lớn nhất, đông tín đồ nhất, có tổ thức chặt chẽ, trật tự, đẳng cấp, truyền thống đức tin lâu đời – và cũng là một tập hợp chính trị ngầm mạnh hơn cả Đảng CS. Vấn đề chỉ còn là thời gian trong khi cơn sóng ngầm này sẽ trỗi dậy.

Không như phía Phật giáo với vốn liếng chính trị và năng lực nhiệt thành đã bị tiêu thụ cạn, triệt tiêu theo các phong trào quần chúng từ trước 1975, thì trái lại, cộng đồng CG vẫn còn dự trữ nguồn năng lượng chính trị vốn chưa hề được sử dụng.

Trên thế giới mạng hôm nay, và ở nơi các khu phố, họ đạo, làng xóm CG, nếu ai chịu khó quan sát tìm hiểu kỹ, sẽ thấy tín hữu CG – nhất là giới trẻ trí thức thành phố – đang ngấm ngầm hình thành những hình thái tổ chức không chính thức, nhưng với kỷ luật vững chắc, bất thành văn, không tuyên bố, những phương án cho một phong trào chính trị CG nhắm đến một cơ hội phục sinh chính trị CG hậu CS. Đây đang là một sự thật – dù bí mật kín đáo nhưng đang trở nên hiển nhiên. Sẽ có ngày, một lãnh tụ CG, cỡ như Hoàng Quỳnh hay Lê Hữu Từ, Trần Hữu Thanh trước 1975, lộ diện xuất hiện để dẫn đầu và điều hướng năng lực chính trị CG mới.

Khi đức tin huyền nhiệm mà người CG nuôi dưỡng được chuyển hóa thành ý chí chính trị thế tục thì người CS hãy coi chừng. Karl Marx sẽ lặp lại lời cảnh cáo hơn 170 năm trước về một *làn sóng cách mạng mới* – quyết liệt và dứt khoát hơn phong trào vô sản thuở trước.

Điều lạ lùng của năng lực biện chứng lịch sử nằm ở chỗ, khi ta dứt khoát phủ định một đối thể thì chính ta sẽ trở nên đối thể đó. Kẻ thù của ta chính là ta phóng thác vào cõi ngoại thân. Người CS nhân danh chống tư bản để rồi ngày nay họ là những nhà tư bản hơn cả tư bản. Cũng như thế, người CG khi phủ định nội dung và thể chế CS thì dần dần họ sẽ là những cán bộ chính trị mang đầy bản chất kỷ luật, cấu trúc tổ chức, và chắc mãn về chân lý của họ thì hệt như của người CS đã có. Cả hai phía tung –hoành này đang dần dần hoán vị nhau. Người CG sẽ là cán bộ chính thể; người CS sẽ là kẻ mất linh hồn và đi tìm cứu rỗi từ cõi khác.

BÀI HỌC TỪ ĐẾ CHẾ LA MÃ VÀ THIÊN CHÚA GIÁO

Có hai tác phẩm lừng danh về lịch sử và tôn giáo là *"Kinh thành của Chúa"* (426) của Thánh Augustine và *"Sự suy tàn và sụp đổ của đế chế La Mã"* (1776) của Edward Gibbon. Mặc dù ra đời cách nhau hơn thiên niên kỷ, nhưng hai tác phẩm mang hai cái nhìn đối nghịch về đế chế La Mã và nguồn gốc suy vong của nó.

Trong khi Augustine, một hồng y Công giáo, cho rằng chính đạo giáo đa thần Pagan là nguyên nhân của thối nát và hư hỏng cho đế quốc La Mã. Ông phủ nhận những cáo buộc đối với những quan điểm cho rằng tín lý đạo Chúa là nguyên nhân suy vong của đế chế.

Ngược lại, Gibbon tố cáo đạo Chúa rằng với tín lý hoang đường, bi quan, yếm thế, phủ định trách nhiệm công dân, đã làm suy yếu và cuối cùng dẫn đến sự sụp đổ. Theo Gibbon, Thiên Chúa giáo là một phản đề của chính trị công dân – bởi lẽ, thay vì linh động và bao dung thì đạo Chúa lại cứng ngắt, giáo điều, thay vì thực tiễn thế gian thì lại tin vào cõi khác, thay vì dựa vào lý tính lại đi tin vào những phép lạ hoang đường, thay vì tin vào "Kinh thành (City) của con người" thì lại tin vào "Kinh thành của Chúa."

Tuy nhiên, như đã nói ở trên, quy luật vận hành lịch sử lại sinh ra những điều trớ trêu. Như Immanuel Kant, triết gia Đức, đã phải viết lên những nguyên lý chính trị quốc tế với tác phẩm *"Hòa bình vĩnh cửu"* (1795) khi ông nhìn lại lịch sử Âu Châu. Chính từ giáo điều và tín lý cứng ngắt và bất dung – với ý chí phủ định trần thế – mà Thiên Chúa giáo, qua tổ chức Giáo hội Công giáo, đã là đầu mối của chiến tranh và cách mạng chính trị ở Âu châu bắt nguồn từ sự suy vong của đế chế La Mã. Hầu hết các cuộc chiến ở Âu châu từ đầu thế kỷ 17 đến cuối thế kỷ 18 đều phát xuất từ sự chia rẽ trong các cộng đồng đạo Chúa và tham vọng chính trị vương quyền của Giáo hội La Mã.

Từ tinh thần mệt mỏi và chán chường chiến tranh vì tôn giáo mà phần lớn những đại trí thức Âu châu từ cuối thế kỷ 16 cho đến gần đây đều phản biện đạo Chúa bằng học thuyết dân chủ cộng hòa. Tức là tính biện chứng của đức tin tôn giáo luôn luôn trở nên phản đề chính nó. Khi ta càng tin vào cõi khác để phủ nhận thế gian thì ta lại càng dấn thân vào cuộc cờ quyền lực thế tục. Tín đồ Phật giáo ở miền Nam trước 1975 đã cho thấy điều đó. Người CG Việt Nam cũng đang đi vào giai đoạn phản đề tín lý này. Họ đang phủ định chế độ và giáo điều CS – để rồi chính thế lực CG sẽ dấn thân rất quyết liệt vào chính trị quốc gia trong giai đoạn tới.

KHẢI HUYỀN VÀ MARX:
KHI ĐỨC TIN CỘNG VỚI NHIỆT THÀNH

Viễn tượng Công giáo đang ló dần ở chân trời VN. Trong vòng vài thập niên nữa thôi, thay vì màu đỏ và vàng của CS ốn đang tràn ngập phố phường làng xóm, thì màu đen và trắng của đạo Chúa sẽ lên ngôi. Một chiến dịch tương tự như *the Catholic Conquista* chống Hồi giáo vào cuối thế kỷ 15 ở Tây Ban Nha sẽ kéo dài nhiều thế hệ, hay một trường binh biến nổi dậy như Thái bình Thiên quốc ở Trung Hoa thời Mãn Thanh vào thế kỷ 19. Chữ Thập sẽ thay thế Búa liềm; đoàn Thanh sinh Công thay vì Thanh niên Hồ Chí Minh. Những anh hùng của đế chế CS hôm nay sẽ bị khai tử; tượng đài hoành tráng sẽ bị kéo sập. Một đoàn quân Thập Tự Chinh mới, kiêu hãnh, cực đoan hơn, sẽ làm chủ chính trường và lịch sử Việt Nam.

Có phải đã đến lúc Vương quốc Công giáo Việt Nam không chỉ muốn im lặng cứu rỗi linh hồn từng cá nhân con người – mà còn là cho cả quốc gia? Liệu đây là thời điểm mà lời Nguyền từ *Khải Huyền* đang được tác hành:

"Ôi, Ta biết lắm con đường của các ngươi: không lạnh cũng không nóng. Ước chi các ngươi hoặc là nóng, hoặc là lạnh – chứ không là nguội lạt như bây giờ, không lạnh cũng không nóng; cho nên Ta sẽ khạc nhổ các ngươi ra khỏi miệng Ta." (Khải Huyền 3)

Khi đó, Karl Marx sẽ lăn mình trăn trở trong mộ ngoái nhìn lại một lịch sử gần 200 năm qua để nhận ra rằng tôn giáo không phải là thuốc phiện cho quần chúng. Mà hơn thế, khi đức tin được nung nấu với lòng nhiệt thành, thì nó chính là niềm hưng phấn chính trị, là nồi nước sôi bỏng, là nhuệ khí cách mạng cho khối tín đồ Công giáo Việt Nam khi thời điểm đã chín muồi.

Một lịch sử đã muộn:
Về vấn đề lịch sử giữa Phật giáo và Công giáo ở Việt Nam

Karl Barth, vào năm 1957, khi viết phần giới thiệu cho cuốn "The Essence of Christanity" của Ludwig Feuerbach, đã diễn tả tính liên hệ của triết học Feuerbach với thần học Thiên Chúa giáo như là một "duyên tình không hạnh phúc". Ít ai, cũng như Feuerbach, khi suy tưởng về nguồn gốc, con người, giáo điều, về thần học, cấu trúc tổ chức giáo hội, và nhất là lịch sử bành trướng của đạo Chúa, qua dòng Công giáo, mà không đi vào một mối tương hệ "ít hơn là hạnh phúc". Nhưng nỗi niềm không vui của Fuerbach chỉ là một phản ứng triết học, một biện luận phản đề, nhằm phủ định thần học đạo Chúa. Trong những trang sách của Feuerbach đã hiện thân qua ngôn ngữ một tinh thần công phá, một ý chí của một trí thức hiện đại chối bỏ giáo điều Trung cổ, dằn vặt với chính mình và thân phận con người, muốn đem tín đồ đạo Chúa, mà theo ông, những cá thể *"nửa người, nửa thiên thần"* về lại để *"làm người, toàn diện con người"*.

Nhưng theo Barth thì càng phủ định đạo Chúa trên cơ sở triết học nhân bản, Fuerbach càng bị lún sâu vào phạm trù tín lý của đạo này – một giáo lý vốn coi con người và thế gian như một lỗi lầm, để hứa hẹn một cõi toàn hảo – lại được phản biện bằng một triết học phủ định lịch sử đương thời như là một sự sai lạc và cũng hứa hẹn một khả thể "con người toàn diện".

Đối với trí thức Việt Nam cũng thế. Khi đứng trên cơ sở dân tộc để phê phán đạo Chúa qua những hiện thân của nó, họ lại càng bị vướng mắc vào vấn đề dân tộc tính, mà ít nhiều đi nữa, đạo Công giáo cũng thể hiện được rất nhiều bản chất ước mơ siêu hình của con người Việt Nam, vốn vẫn còn là "*nửa súc vật, nửa thánh thần*". Rất có thể rằng đạo Chúa đã bị áp đặt vào dòng sống dân tộc Việt, nhưng có phải rằng sự áp đặt đó đã đến đúng lúc trong một thửa ruộng mà một mầm mống giáo lý khác cần phải được cấy vào? Lịch sử truyền đạo Chúa vào Việt Nam từ trong suốt bốn thế kỷ qua, là một hiện tượng gieo giống tâm linh vào vùng đất mới, là cả một chuỗi dài "duyên tình ít hơn hạnh phúc" giữa dân tộc và tín lý của đạo này.

Nhưng khác với Feuerbach, vốn sinh ra và lớn lên trong dòng sống của đạo Chúa, nuôi niềm bất mãn nội tại từ trong ý chí vươn thoát truyền thống của ông, người trí thức Phật giáo Việt Nam đã nẩy sinh một tinh thần hận thù đạo Công giáo, một đối tượng như là một năng thức phủ định đối với một bản sắc văn hóa mới, ngoại lai trong ý chí bảo tồn truyền thống của mình. Feuerbach đã may mắn có cơ hội và tài năng chuyển hóa niềm bất mãn nội tại thành ngôn từ triết học; nhưng trí thức Phật giáo Việt Nam chưa được có, hay không có khả năng tạo nên, cơ hội để biến niềm căm phẫn Công giáo thành ra một phản biện thuần lý luận – cho đến những năm gần đây.

Vì thế, từ hơn thập niên qua, các bài viết và công trình biên khảo phê phán đạo Chúa của Trần Chung Ngọc, Vũ Ngự Chiêu, Nguyễn Mạnh Quang, Charlie Nguyễn, Bùi Kha, Nguyễn Xuân Thọ, Hoàng Văn Giàu, ở trên nhiều trang nhà báo điện tử như Giao Điểm, Chuyển Luân, hay Sách Hiếm, hay là các bộ sách đã được xuất bản khác, là một sự nở hoa, kết trái của một thành phần không nhỏ, (tôi nhấn mạnh, không nhỏ) của trí thức Phật giáo (một số nguyên là tín đồ Công giáo) trong niềm thù hận đạo Chúa ở Việt Nam từ suốt thế kỷ qua. Tôi dùng chữ "thù hận" ở đây không phải là quá đáng. Họ là một sự tiếp nối tính chất phản ứng, không những chỉ về phương diện văn hóa dân tộc truyền thống, mà cũng là hiện thân của một thể loại phản đề chính trị, từ một nỗi nhục lịch sử trước vấn nạn thực dân Pháp, mà đạo Công giáo, nhiều hay ít, đã nhờ vào để bành trướng. Vì thế, đến một mức độ nào đó, giới trí thức Phật tử Việt Nam cảm thấy họ gần gũi với người Cộng sản trong bản chất phản đề và phủ định đế quốc Tây phương trên cơ sở dân tộc này. Cũng như người Cộng sản, họ không có vấn đề gì với tín đồ đạo Chúa, họ chỉ có thái độ đối với tín điều, lịch sử và chính sách của giáo hội Công giáo.

Nếu lịch sử trí thức Tây phương hiện đại là một quá trình phủ định Thiên Chúa giáo, khi so với những trí thức lớn của Tây Âu, từ Nietszche cho đến Onfray, vốn đã phản ứng mạnh mẽ và tiêu cực như thế nào đối với truyền thống tôn giáo của chính họ, thì phản ứng hiện nay của những trí thức Phật giáo như Trần Chung Ngọc và của tổ chức Giao Điểm ở Hoa Kỳ đối với đạo ngoại Công giáo là chưa và không đến đủ tầm mức cần thiết từ những người vốn vẫn tự coi mình bị lăng nhục trước một sức mạnh văn hóa đế quốc, mà Công giáo là hiện thân hàng đầu.

Tuy nhiên, khuyết điểm cơ bản của những trí thức Phật giáo, mà nhóm Giao Điểm là một phần nhỏ, là sự lựa chọn hay dựa vào hai tiền đề *phản biện đạo Chúa*, vốn chỉ là sự lặp lại những lý luận phủ định mà trí thức Tây Âu ngày nay không còn coi chúng có hiệu quả, nếu không nói là thiếu giá trị thuyết phục, nhất là đối với tín đồ Công giáo. Tiền đề thứ nhất là chủ nghĩa khoa học thực nghiệm hiện đại phủ nhận sự hiện hữu của một thượng đế theo khái niệm của đạo này. Tiền đề thứ hai là bản chất sai lầm của lịch sử đạo Chúa trong quá trình phát triển – trong đó có vấn đề Công giáo và dân tộc Việt thời thực dân Pháp, và sau đó ở miền Nam dưới chế độ Ngô Đình Diệm – Tại sao? - Khi tất cả các tôn giáo kể cả Phật giáo, đều đặt cơ sở tín lý vào **"bằng chứng không thể thấy"**, thì khoa học thực nghiệm trên cơ sở **bằng chứng nhìn thấy** của giác quan mà "không thể nào trở nên được" một phản đề đích thực, cùng thể loại phạm trù, đối với tôn giáo. Theo quan điểm hiện đại thì đạo giáo nào, tự nó, cũng đều là một khối **"mê tín"** cả. Chính vì **tính mê tín** quyến rũ đó mà con người ở bất cứ đâu và lúc nào, với yếu đuối như nhau, cảm thấy hấp dẫn để tìm đến.

Đối với tiền đề thứ hai, lịch sử truyền đạo của hầu hết tôn giáo là ít khi theo con lộ hòa bình hay với lý lẽ nhã nhặn thuyết phục – ngoại trừ Phật giáo – mà bằng sức mạnh võ lực chinh phục, như Jesus đã nói, *"Ta đến là để nổi lửa trên thế gian… để gây chia rẽ"* (Luke 12). Kẻ chiến thắng mang theo họ một logic của thời đại, một chính thống và hợp lý nội tại, và do đó là chân lý. Kẻ thua thì phải bị vứt bỏ bên đường để cho lịch sử tiến bước. *"Kẻ nào thắng, ta sẽ cho ngồi với ta trên ngôi ta, như chính ta đã thắng và ngồi với Cha trên ngôi Ngài"* (Khải Huyền 3). Lên án kẻ thắng vì hắn sai lầm hay tàn bạo là một hình thức ca ngợi sự yếu đuối và bất lực, tức là thiếu chân lý, của mình. Nhắc lại: Kẻ thắng bao giờ cũng tàn bạo và cho mình là đúng.

Vì thế, khuyết điểm của trí thức Phật giáo Việt Nam, mà nhóm Giao điểm là một, là sự ngây thơ đối với vấn đề tôn giáo và quyền lực. Nếu tiền đề khoa học thực nghiệm là tiêu chuẩn chân lý thời đại, nếu sức mạnh đế quốc Tây phương là chìa khóa cho lịch sử bành trướng của đạo Chúa, thì trí thức Phật giáo, trên hai tiền đề này, phải có khả năng và ý chí để nhân danh truyền thống dân tộc Việt, tạo nên một năng lực phản đề và phủ định đối với đạo Chúa một cách có hiệu năng hiện thực. Hãy gặp sức mạnh của đạo Chúa trên lãnh thổ phạm trù và sức mạnh thế tục của nó. Tôi nghĩ rằng Phật tử Việt Nam cũng đã biết đến điều này. Nhưng họ chưa có cơ hội, hay chưa tìm ra một thời điểm để nâng nhiệt độ chống đạo Chúa lên một vài nấc. Cho đến ngày hôm nay, qua sự người Công giáo Hà Nội thắp nến "cầu nguyện" để đòi lại tòa Khâm Sứ Hà Nội, thì giọt nước "phẫn uất" vốn thầm lặng của trí thức Phật giáo mới dâng trào.

Và bài viết *"Xin hãy dừng lại trước khi quá muộn"* trên talawas tuần qua của Lê Tuấn Huy đã đến đúng lúc. Bài viết này đóng góp một tiếng vang quan trọng khi đem một đề tài tương đối nhạy cảm, tế nhị và "phức tạp" lên một diễn đàn trí thức "chính dòng" – thay vì nó vẫn ở trong các trang nhà của các khối Phật tử hay chỉ trên các trang blogs cá nhân. Vết thương nhiễm độc nào cũng cần phải mổ ra mới có cơ hội chữa lành. Lê Tuấn Huy đã nói lên tâm tư và trang trải lý luận từ một người không ở đạo nào, Phật hay Công giáo, của một trí thức trẻ tuổi, không có những kinh nghiệm về mâu thuẫn tôn giáo và chính trị như thế hệ Phật tử lớn tuổi hơn, kinh qua thời Ngô Đình Diệm đã từng có. Trên bề mặt thảo luận đơn giản thì những phân tích, lập luận, và quan ngại của Lê Tuấn Huy về các vấn đề nhân danh chủ quyền của các cơ sở tôn giáo, từ chủ thể, thời hiệu, đến hoàn cảnh lịch sử và những hệ lụy liên đới thì rõ ràng, mạch lạc, và mang tính thuyết phục. Người Phật tử và Công giáo Việt Nam phải trân trọng và cám ơn tác giả.

Tuy nhiên, thay vì là bài giới thiệu mở ra cho một phiên tranh luận lâu dài mà chỉ mới bắt đầu, Lê Tuấn Huy lại chuyển tải một nội dung và thông điệp kết luận cho một vấn đề xã hội và nhân văn lớn của lịch sử Việt Nam cận đại. Tác giả khai thác sự bất cập trong hai hiện tượng đòi trả lại tòa Khâm sứ và đòi lại đất chùa Báo Thiên để không công nhận phần chính đáng của sự việc thứ hai. Vấn đề phải được nhìn kỹ hơn. Hai sự đòi hỏi dù có thể không tương đồng trên mặt pháp lý, cũng như chính danh, theo lý luận của tác giả, nhưng những đòi hỏi của Phật tử (rất nặng lời) về các cơ sở tôn giáo của họ đối với giáo hội Công giáo không thể được coi là một sự đã rồi. Khi Phật tử nêu lên nguồn gốc của các cơ sở Công giáo hàng đầu ở Việt Nam từ tháp Báo Thiên trở nên nhà thờ thánh Joseph (nhà thờ Lớn), chùa Lá Vàng trở thành thánh địa La Vang, từ một ngôi chùa "không tên" trở nên Vương Cung Thánh Đường, họ đã nêu lên và chỉ thẳng ra bằng chứng cho những tảng băng ngầm và nổi từ một lịch sử hoán chuyển mà sức mạnh Tây phương đã thay đổi những biểu tượng của truyền thống tâm linh dân tộc. Vì thế, từ bản chất bằng chứng đến tính cách nặng lời của Phật tử, đây không phải chỉ là một tranh luận pháp lý. Nó là cả một hiện tượng chủ nghĩa dân tộc, mà trí thức Phật giáo là một phần, từ cái cớ người Công giáo đòi lại tòa Khâm sứ, mà họ cho là khiêu khích, đang được biểu lộ công khai trong sinh hoạt dân sự của xã hội Việt Nam hiện nay.

Đây là, và phải là, một cáo trạng nặng nề đối với giáo hội Công giáo Việt Nam, và theo bằng chứng lịch sử, nó không phải là vô căn cứ hay thiếu biện minh. Nếu ai chịu khó nghiên cứu đến vấn đề này, sẽ thấy rằng những cáo trạng này có thừa bằng chứng, vừa pháp lý vừa lịch sử, theo tiêu chuẩn "không còn nghi ngờ gì cả", vốn đã được đưa ra gần đây, hay vẫn đang còn nằm đó trong các văn khố của giáo hội Công giáo ở Việt Nam, cũng như ở La Mã. Từ một lịch sử trong vòng một trăm năm nay, những vấn đề này vẫn còn mang tính thời sự và "hiện thực". Cáo trạng này là một hiện thực hóa lịch sử cận đại mà gia sản độc lập dân tộc trong sự mâu thuẫn giữa truyền thống và hiện đại, giữa Đông và Tây, vẫn còn đang tiếp diễn, mà tất cả chúng ta là những đứa con tinh thần của tính "hiện thực lịch sử" này. Đây lại càng không phải, và không thể là một vấn đề cổ xưa, không còn giá trị liên đới đến nội dung nhân văn của người Việt hiện đại, mà là một mạch ngầm, một luồng "sóng đáy" đang được chuyển động, mà vì bối cảnh lịch sử chưa cho phép, nó mới trở nên ngọn sóng mới trong những ngày tháng qua.

Vì thế, tinh thần và chủ nghĩa dân tộc, mà tinh thần chống đạo Chúa là một phần, dù hẹp hòi hay lỗi thời đi nữa, vốn im lặng nằm yên bấy lâu nay, nay được khơi động lên bằng chủ trương "đòi lại tòa Khâm sứ" bởi Giáo hội Công giáo. Khi trí thức Phật tử đặt vấn đề chùa Báo Thiên hay Lá Vàng, không phải là họ bênh vực (âm mưu!) chính quyền, hay lẫn lộn, hay đánh tráo vấn đề, hay mạo danh nào, mà họ đặt câu hỏi đối với vị thế chính danh và nội dung chính nghĩa, ít nhất là trên bình diện đạo đức lịch sử của người Công giáo, khi đòi lại cơ sở của họ. Giáo hội Công giáo phải trả lời cáo trạng này.

Trong truyền thống pháp chế Anh Mỹ có câu, *"Khi bạn đến tòa để xin công lý (equity), hãy nhìn hai bàn tay mình xem có sạch hay không"*. Người Phật tử Việt đang chất vấn giáo hội Công giáo như vậy. Đây là một vấn nạn đáng buồn của lịch sử Việt Nam hiện đại, mà không có vấn đề nào có thể tách biệt ra riêng để có thể hiểu được, để chúng ta phải nhìn đến nó như một tổng thể từ một vấn đề lớn hơn. Những mất mát, hơn thua, như Lê Tuấn Huy nói, cho một vài cơ sở tôn giáo, của Phật giáo hay Công giáo, chắc là không mang một tác động quan trọng về xã hội, tôn giáo, tinh thần hay kinh tế nào. Phật giáo cũng đã mất nhiều cơ sở không thờ phượng sau 1975, như các lô đất của đại học Vạn Hạnh, hay Việt Nam Quốc Tự ở Sài Gòn. Tuy nhiên có những cơ sở tôn giáo tự chúng mang tính biểu tượng quan trọng cho mâu thuẫn tôn giáo và dân tộc. Việc đòi tòa Khâm sứ, bằng thái độ nhân danh chủ quyền, pháp lý hay đạo đức, nửa trịch thượng, nửa giả vờ, của Tổng giám mục Ngô Quang Kiệt, đã bị coi như là một thách thức, tạo nên một sự khích động lớn, đối với người Phật tử. Nó khơi động lên những nội dung cáo trạng văn hóa và lịch sử khác. Khi cái hộp mở ra, châu chấu sẽ chen nhau mà cất cánh. Vì thế, trên căn bản dân tộc – đây mới là vấn đề quan yếu – thì hai vấn đề tòa Khâm sứ và tháp Báo Thiên ở Hà Nội tự thực chất chỉ là một.

Thế còn hệ quả của cách đặt vấn đề của cáo trạng tôn giáo và dân tộc như vậy? Dĩ nhiên là chúng ta, những người Việt có ý thức, đều phải quan tâm. Và cũng chính bởi lý do này, do đó, chúng phải được nêu lên. Vì Công giáo nay đã trở thành một phần máu thịt văn hóa dân tộc Việt, do đó mà không nên đem con ma "tranh chấp tôn giáo" để hòng bỏ qua, xí xóa những món nợ lớn của lịch sử. Quét rác vào chân tủ, hay thổi nó lên không trung, không phải là một cách giải quyết thể loại cáo trạng này. Người thổ dân da Đỏ ở Mỹ ngày nay vẫn còn tranh đấu cho những di tích dân tộc và tâm linh của họ sau hơn 200 năm bị xóa vết. Những tranh chấp dân sự là một thực tế không thể từ chối trong một quốc gia pháp trị. Khi đặt vấn đề một cách rõ ràng, phân định các lĩnh vực tranh chấp thành những cáo trạng minh bạch và dựa theo một tiêu chuẩn chính trị, pháp lý cũng như là học thuật công bằng và hợp lý, chúng ta có thể, và phải giải quyết những cáo trạng lịch sử và văn hóa còn đọng lại.

Vâng. Nếu có những nguyên đơn thực hữu và chính đáng, thì "tất cả các con ma đều sẽ đội mồ sống lại". Từ vấn đề dân tộc Chiêm Thành với các tháp Chàm, dân Miên ở miền Tây, đến những đòi hỏi của dân Thượng ở Cao nguyên, và còn nhiều nữa. Cho đến gần đây, món nợ lớn lao của chính quyền hiện hữu, từ chính sách đánh tư sản sau năm 1975, nạn trấn lột tài sản người Hoa ở Chợ Lớn, nạn cướp nhà của dân vượt biên ở Sài Gòn, đều phải được đem ra ánh sáng công lý. Từ chùa Lá Vàng ở Quảng Trị của hơn thế kỷ trước, đến một căn hộ ở Sài Gòn bị tước đoạt sau năm 1975, là những cáo trạng hiện thực, mang đủ tính chính đáng, mà tất cả chúng ta, chính quyền hay dân sự, Công hay Phật giáo, đều phải có khả năng và can đảm nhận diện để tìm cách giải quyết. Từ đó, và chỉ khi đó, thì cơ hội để cho tín đồ Công giáo và Phật tử, cán bộ cộng sản và không cộng sản, người thiểu số dân tộc với người Kinh, hải ngoại và trong nước, có thể thực sự, từ trong tâm tưởng, chung sống trong tinh thần tương kính và tôn trọng lẫn nhau.

Và điều này nữa. Khi các cáo trạng dân tộc và tôn giáo được mang ra ánh sáng công lý khách quan, dân tộc Việt sẽ có thể giải hóa được những dòng vô thức đầy ẩn khuất và tiêu cực, mà nếu không đương đầu, sẽ trở thành những biến chứng tranh chấp nặng nề và hủy triệt khác. Khi những cáo trạng công lý hiện thực từ lịch sử không được giải quyết, thì hệ quả lâu dài sẽ có cơ nguy kinh hoàng. Hãy nhìn đến lịch sử nội chiến giữa Tin Lành và Công giáo ở Ái Nhĩ Lan, hay là hai phe Hồi giáo Shiite và Sunni ở Trung Đông khi người đương thời không chịu đối diện với vấn đề khi vẫn còn có cơ hội giải quyết.

Câu khẩu hiệu "đoàn kết, đại đoàn kết" chỉ có thể dùng trong thời chiến tranh. Ngày nay, chúng ta cần tìm ra mâu thuẫn dân tộc để phân định rõ, nhằm đưa ra một dự án chính trị về một xã hội công lý cho Việt Nam, nhằm hóa giải những mâu thuẫn đang có. Mà công việc đầu tiên cho một dự án công lý này là sự phân định những khối quyền lợi, tình cảm, tôn giáo, địa phương ra thành từng chủ thể chính trị khác biệt, nhưng dung hợp, với những hành lý cáo trạng công lý lịch sử của họ, được điều chế trong một khung hiến pháp mới. Tương lai chính trị, và do đó, lịch sử của Việt Nam, không thể nào làm khác hơn.

Đây là một hành trình công lý hậu độc lập, mà những bước đầu tiên của dân tộc chỉ mới bắt đầu chập chững dón gót chân. Thay vì dừng lại, hãy cùng nhau tiến bước đi tới – vì lịch sử Việt Nam thực ra đã quá muộn màng.

Công Giáo và Cộng Sản:
Lý do Giáo Hoàng chưa thăm Việt Nam

"Khi một Ý niệm lớn, một Cứu cánh vĩ đại xuất hiện trên thế gian, câu hỏi phải được đặt ra: Lịch sử thách thức chất vấn rằng, Cứu cánh chúng ta là gì? Ta có dứt khoát tuyệt đối không tương nhượng, kiêu hùng – hay chỉ là những kẻ thời thượng, chỉ muốn khoan nhượng và hòa giải?"
(Salman Rushdie, *"The Satanic Verses"*).

*

Nếu có một dự phóng chính trị và cách mạng trong tương lai gần ở Việt Nam thì chúng ta phải thấy có hai thế lực đang âm thầm trỗi dậy một cách vững chắc, hùng mạnh và không thể ngăn chặn: Vương quốc Công giáo (CG) và Cộng đồng tư bản thân hữu (TB). Đế chế Cộng sản (CS) hiện nay sẽ bị chuyển hóa, đào thải và kiểm soát bởi hai nguồn năng lực đang lên này. Đảng Ta phải lắng nghe lại lời của Karl Marx: Một cảnh tượng hãi hùng đang hiện lên trên chân trời Việt Nam – Viễn tượng Công giáo.

Trong khi cơn sóng Tư bản "đỏ" là đứa con nuôi khó trị và ương ngạnh trong nhà của Đảng ta, thì cộng đồng tín hữu Công giáo là một đế chế đức tin đứng im bên ngoài cửa nhà nhưng đang đón chờ và vận động cho một vận hội mới trong niềm căm hận đối với Đảng. Một đằng thì quyền lợi kinh tế, tiền bạc của giới tài phiệt đỏ sẽ làm sụp đổ cơ sở và gia sản tinh thần của Đảng; đằng kia thì niềm tin vào cõi khác của người Công giáo nay đang chuyển hóa thành nên một sức mạnh thế gian có tổ chức và kỷ luật chính trị. Sẽ đến lúc hai dòng thác cách mạng này đồng quy và đế chế chính trị Cộng sản sẽ bị phế bỏ.

Nhìn lại bài học Ba Lan với vai trò của Giáo hội Công giáo trong sự sụp đổ của đế chế Cộng Sản ở đó cách đây hơn ba thập kỷ, Đảng CSVN rất sợ viễn tượng chính trị Công giáo nay vốn đang chỉ là tiềm năng sẽ trở thành ngòi nổ tranh đấu khi Giáo hoàng đến gián tiếp châm ngòi. Đây là lý do chính tại sao VN vẫn chưa mời Giáo Hoàng đến thăm.

Ở đây chúng ta tạm gác qua những yếu tố xã hội tôn giáo để thử phân tích viễn cảnh chính trị Công giáo Việt Nam từ góc độ triết học.

TẠI SAO CÔNG GIÁO?

Một đế chế chính trị phải mang một linh hồn hướng thượng và tinh thần hy sinh cho lý tưởng. Đảng Ta cho đến gần đây đã nuôi dưỡng được linh hồn dân tộc qua ý chí độc lập quốc gia và lý tưởng công lý. Và Hồ Chí Minh, qua bản sắc linh hồn đó, chính là Chúa Jê Su từ cõi Trời xuống trần gian cứu rỗi nhân dân. Nhưng nay thì linh hồn đó đang đi vào vũng thoái hóa từ cám dỗ vật chất trái ngược với niềm tin chân chất nơi người Cộng sản ở giữa thế kỷ trước.

Tiền bạc và vật chất hiện nay đối với cán bộ Cộng sản là máu của Chúa, là nước thánh Hồ Chí Minh mà họ đang cúi đầu đón nhận qua những màn thánh lễ rửa tội hiện kim – *baptism of money* – vốn mang đầy mặc cảm tội lỗi và lo sợ. Người Cộng sản VN nay đang là những tín đồ Công giáo nghịch đề – *the antithesis of Catholicism*. Cả hai phía đều mang đức tin mãnh liệt và chắc nịch. Một đằng là tín lý Thánh kinh, một đằng là chủ thuyết vô ngôn của cám dỗ và hoan lạc vật chất.

Tuy nhiên, cái khác biệt lớn giữa cán bộ CS và tín đồ Công giáo là chiều hướng đức tin. Người CG tin vào cõi trên, cõi sau khi chết; người CS nửa tin, nửa ngờ vào cõi trên, kiếp sau. Cái tâm chất đức tin mơ hồ và nửa vời của người CS đã biến họ thành những con cọp kinh tế nhưng lại là những con cừu nơi ý chí công dân. Trong khi đó, người CG, khi mang đức tin vào cõi trên, họ phủ định đế chế CS, từ chối tham dự vào xã hội công dân đương thời để biến tín lý siêu hình thành nên một ý chí thế gian thuần ước vọng trong thầm lặng.

SÓNG NGẦM CHÍNH TRỊ CÔNG GIÁO

Hiện nay, ở VN, hãy điểm qua danh sách các trí thức bất đồng chính kiến, các nhà hoạt động xã hội dân sự chống CS, thì gần như hầu hết là những tín đồ Công giáo và một số ít Tin Lành. Mặc dầu không nhân danh tôn giáo và đạo của họ để tham gia con đường chính trị, tuy nhiên họ cùng chia mẫu số chung khá đồng bộ và vững chắc. Đó là chiếc gươm đức tin vào tín lý. Những cán bộ tín lý CG này phủ định đế chế CS nhằm phục vụ cho đức tin? Hay là họ vì đức tin mà chống đối lại đế chế chính trị này?

Khi người CS còn đức tin vào lý tưởng quyền lực thế gian thì chủ thuyết chinh trị đó là một phản đề cho vương quốc CG. Nhưng nghịch ngẫu thay, khi người CS đã mất hết niềm tin vào chủ nghĩa vô sản thì tôn giáo thế tục vật chất của cán bộ CS lại càng làm cho người CG cảm thấy bất an hơn. Vì đức tin, người CG vốn cho rằng đế chế CS vô thần là của ma quỷ – như trong *Hành trình truyền giáo* Alexandre de Rhodes đã viết về các quốc gia Á châu gần bốn thế kỷ trước. Họ sẽ không tha thứ cho người CS; trong khi người CS thì không biết đối xử với thế lực CG như thế nào. Tình trạng lúng túng của Đảng ta trước sức mạnh tổ chức của cộng đồng CG lại làm cho tập thể CG càng quyết tâm dấn thân hơn vào dự án chính trị cho tương lai VN hậu CS.

Theo thống kê chính phủ, Việt Nam hiện có khoảng bảy triệu tín đồ Công giáo, tức khoảng bảy phần trăm dân số, với hơn 4000 linh mục, 22 ngàn tu sĩ, 2500 giáo xứ, 240 dòng. Đây chính thức là tôn giáo lớn nhất, đông tín đồ nhất, có tổ thức chặt chẽ, trật tự đẳng cấp, truyền thống đức tin lâu đời – và cũng là một tập hợp chính trị ngầm mạnh hơn cả Đảng CS. Vấn đề chỉ còn là thời gian khi cơn sóng ngầm này sẽ trỗi dậy.

Không như phía Phật giáo với vốn liếng chính trị và năng lực nhiệt thành đã bị tiêu thụ khô cạn theo các phong trào quần chúng từ trước 1975, và sau đó, Giáo Hội đã bị chi phối toàn diện bởi Đảng, thì trái lại, cộng đồng CG vẫn còn dự trữ một nguồn năng lượng chính trị vốn chưa hề được sử dụng.

Trên thế giới mạng hôm nay, và ở nơi các khu phố, họ đạo, làng xóm CG, nếu ai chịu khó quan sát và tìm hiểu kỹ, sẽ thấy tín hữu CG – nhất là giới trẻ trí thức thành phố – đang ngấm ngầm hình thành những lực lượng có tổ chức, kỷ luật vững chắc, bất thành văn, không tuyên bố, cho một phong trào chính trị CG nhằm mục tiêu giải thể chế độ CS và thay vào đó là một vương quốc CG. Đây đang là một sự thật – dù bí mật nhưng đang trở nên hiển nhiên. Khi đức tin huyền nhiệm được chuyển hóa thành ý chí chính trị thế tục thì người CS hãy coi chừng. Karl Marx sẽ lặp lại lời cảnh cáo hơn 170 năm trước về một làn sóng cách mạng mới – quyết liệt và dứt khoát hơn phong trào vô sản thuở trước.

Điều lạ lùng của năng lực biện chứng lịch sử nằm ở chỗ rằng, khi ta dứt khoát phủ định một đối thể thì chính ta sẽ trở nên đối thể đó. Kẻ thù của ta chính là ta phóng thác vào cõi ngoại thân. Người CS nhân danh chống tư bản để nay họ là những nhà tư bản hơn là tư bản. Cũng như thế, người CG khi phủ định nội dung và thể chế CS thì dần dần họ sẽ là những cán bộ chính trị mang đầy bản chất kỷ luật, cấu trúc và độc quyền chân lý như là của người CS. Cả hai phía đang dần dần hoán vị lẫn nhau. Người CG sẽ là cán bộ chính thể; người CS sẽ là kẻ mất linh hồn và đi tìm cứu rỗi từ cõi khác.

BÀI HỌC TỪ ĐẾ CHẾ LA MÃ VÀ THIÊN CHÚA GIÁO

Có hai tác phẩm lừng danh về lịch sử và tôn giáo là *"Kinh thành của Chúa"* (426 CN) của Thánh Augustine và *"Sự suy tàn và sụp đổ của đế chế La Mã"* (1776 CN) của Edward Gibbon. Mặc dù ra đời cách nhau hơn thiên niên kỷ, nhưng hai tác phẩm mang hai cái nhìn đối nghịch về đế chế La Mã và nguồn gốc suy vong của nó.

Trong khi Augustine, một hồng y Công giáo, cho rằng đạo giáo đa thần Pagan là nguyên nhân của thối nát và hư hỏng cho đế quốc La Mã. Ông phủ nhận những cáo buộc đối với những quan điểm cho rằng tín lý đạo Chúa là nguyên nhân suy vong của đế chế. Ngược lại, Gibbon tố cáo đạo Chúa rằng với tín lý hoang đường, bi quan, yếm thế, phủ định trách nhiệm công dân đã làm suy yếu và cuối cùng dẫn đến sự sụp đổ của đế chế. Theo Gibbon thì Thiên Chúa giáo là một phần để cho chính trị công dân – bởi lẽ rằng thay vì linh động và bao dung thì đạo Chúa lại cứng ngắt, giáo điều, thay vì thực tiễn thế gian thì lại tin vào cõi khác, thay vì dựa vào lý tính lại đi tin vào những phép lạ hoang đường, thay vì tin vào "Kinh thành (City) của con người" thì lại tin vào "Kinh thành của Chúa."

Tuy nhiên, như đã nói ở trên, quy luật vận hành lịch sử lại sinh ra những điều trớ trêu. Như Immanuel Kant, triết gia Đức, đã phải viết lên những nguyên lý chính trị quốc tế với tác phẩm "*Hòa bình vĩnh cửu*" (1795) khi ông nhìn lại lịch sử Âu Châu. Chính từ giáo điều và tín lý cứng ngắt và bất dung – với ý chí phủ định trần thế – mà Thiên Chúa giáo, qua tổ chức Giáo hội Công giáo, đã là đầu mối của chiến tranh và cách mạng chính trị ở Âu châu bắt nguồn từ sự suy vong của đế chế La Mã. Hầu hết các cuộc chiến ở Âu châu từ đầu thế kỷ 17 đến cuối thế kỷ 18 đều phát xuất từ sự chia rẽ trong các cộng đồng đạo Chúa và tham vọng chính trị vương quyền của Giáo hội La Mã. Từ tinh thần mệt mỏi và chán chường chiến tranh vì tôn giáo mà phần lớn những đại trí thức Âu châu từ cuối thế kỷ 16 cho đến gần đây đều phản biện đạo Chúa bằng học thuyết dân chủ cộng hòa.

Tức là tính biện chứng của đức tin tôn giáo luôn luôn trở nên phản đề chính nó. Khi ta càng tin vào cõi khác để phủ nhận thế gian thì ta lại càng dấn thân vào cuộc cờ quyền lực thế tục. Người CG Việt Nam cũng đang đi vào giai đoạn phản đề tín lý này. Họ đang phủ định chế độ và giáo điều CS – để rồi chính thế lực CG sẽ dấn thân rất quyết liệt vào chính trị quốc gia trong giai đoạn tới.

KHẢI HUYỀN VÀ MARX: KHI ĐỨC TIN CỘNG VỚI NHIỆT THÀNH

Viễn tượng Công giáo đang ló dần ở chân trời VN. Trong vòng 20 năm nữa thôi, thay vì màu đỏ và vàng của CS vốn đang tràn ngập phố phường, làng xóm, thì màu đen và trắng của đạo Chúa sẽ lên ngôi. Một chiến dịch tương tự như *the Catholic Conquista* chống Hồi giáo vào cuối thế kỷ 15 ở Tây Ban Nha sẽ kéo dài nhiều thế hệ; hay là một trường binh biến nổi dậy như Thái bình Thiên quốc ở Trung Hoa thời

Mãn Thanh. Chữ Thập sẽ thay thế Búa liềm; đoàn Thanh sinh Công thay vì Thanh niên Hồ Chí Minh. Những anh hùng của đế chế CS hôm nay sẽ bị khai tử; tượng đài hoành tráng sẽ bị kéo sập. Một đoàn quân Thập tự chinh mới, kiêu hãnh, cực đoan hơn, sẽ làm chủ chính trường và lịch sử Việt Nam.

Có phải đã đến lúc Vương quốc Công giáo Việt Nam không chỉ muốn im lặng cứu rỗi linh hồn từng cá nhân con người – mà là cho cả quốc gia? Liệu đây là thời điểm mà lời Nguyền từ *Khải Huyền* đang được tác hành:

"Ôi, Ta biết lắm con đường của các ngươi: không lạnh cũng không nóng. Ước chi các ngươi hoặc là nóng, hoặc là lạnh – chứ không là nguội lạt như bây giờ, không lạnh cũng không nóng; cho nên Ta sẽ khạc nhổ các ngươi ra khỏi miệng Ta." (Khải Huyền 3)

Khi đó, Karl Marx sẽ lăn mình trăn trở trong mộ ngoái nhìn lại một lịch sử gần 200 năm qua để nhận ra rằng tôn giáo không phải là thuốc phiện cho quần chúng. Mà hơn thế, khi đức tin được nung nấu với nhiệt thành, thì nó chính là niềm hưng phấn chính trị, là nồi nước sôi bỏng, là nhuệ khí cách mạng cho khối tín hữu Công giáo Việt Nam khi thời điểm đã chín muồi.

Hãy chờ xem.

Thích Nhất Hạnh (1926-2022) Người đánh khẽ tiếng chuông tỉnh thức cho thế giới

Trong suốt quá trình lịch sử Việt, trên bình diện triết và đạo học, trí thức Việt chỉ có giao lưu với thế giới Âu Mỹ trên con lộ một chiều. Văn hóa Việt chỉ du nhập và tiếp thu những sản phẩm tư tưởng từ Tây phương – chứ chưa hề có nhân vật nào có khả năng khai mở một dòng tri thức từ Việt Nam để đem gieo giống tư duy ra hải ngoại. Thiền sư Thích Nhất Hạnh (Nhất Hạnh) có lẽ là người đầu tiên và duy nhất đã làm được chuyện này.

Đó không phải là một đánh giá chủ quan quá cao – mà là một sự thể học thuật khách quan.

Hãy đi vào *Wikipedia*, trang tự điển bách khoa trên mạng, gõ tìm "Thich Nhat Hanh", để đọc danh sách những cuốn sách bằng Anh ngữ mà Nhất Hạnh là tác giả. Hầu hết các tác phẩm trên đều đã được chuyển ngữ ra các ngôn ngữ lớn trên thế giới.

Hãy đi vào các hiệu sách ở Âu Mỹ, trên những kệ sách về tôn giáo và triết học, để nhìn thấy hàng loạt sách Nhất Hạnh được trưng bày ngang với tầm nhìn của khách hàng.

Hãy đi vào các phòng sách giáo khoa của các đại học ở Hoa Kỳ và Âu châu để thấy những tác phẩm Nhất Hạnh là các đầu sách bắt buộc phải đọc cho sinh viên về các khoa tâm lý, triết học, tôn giáo và văn hóa.

Ở các phân khoa triết học và tôn giáo tổng hợp Đông Tây, tư tưởng Nhất Hạnh đứng vị trí cao trọng hàng đầu – có lẽ chỉ có đứng đằng sau Đức Đạt Lai Lạt Ma của Tây Tạng trong dòng triết học Phật giáo và Á Châu.

Hạt giống tư tưởng mà Nhất Hạnh gieo cho khối nhân loại Tây phương là hai ý niệm *Từ bi* và *Tỉnh thức*. Có thể nói rằng, phong trào *Chánh Niệm – Mindfulness* – vốn đang lan tỏa trên nhiều bình diện văn hóa và tâm lý hiện nay ở Âu Mỹ được khởi động và phát huy bởi Nhất Hạnh.

Đây là một hiện tượng văn hóa không mang nội dung hay hình thái tôn giáo – dù rằng gốc rễ của hai ý niệm về Tỉnh thức và Từ bi mang nội dung Phật giáo Đại thừa và truyền thống Thiền định Đông phương. Nhất Hạnh đã khai mở nền móng ý niệm Tỉnh thức từ gốc rễ Thiền của đạo Phật qua lăng kính và truyền thống Thiền của Việt Nam. Do đó, ta có thể nói rằng, tư tưởng và thực hành Chánh Niệm mà Nhất Hạnh khởi xướng và rao giảng khắp thế giới chính là tư tưởng Việt Nam.

Tính ưu việt của tư duy đạo học và triết học Chánh niệm mà Nhất Hạnh truyền bá là khả thể vươn thoát khỏi tư tưởng nhà Phật truyền thống vốn đã từng mang nhiều sắc thái tôn giáo huyền bí. Nhất Hạnh

– không những chỉ là một tu sĩ Phật giáo, mà là một triết gia Tỉnh thức – đã thành công trong việc kiến tạo một hệ thống tư tưởng tâm lý học và đạo học mới. Bằng một hệ quy chiếu và tiêu chuẩn tư duy hiện đại, với một thể loại ngôn từ cập nhật, mang bản sắc thực nghiệm, tư tưởng Nhất Hạnh đã thẩm thấu sâu sắc vào tâm lý cũng như ý thức con người Âu Mỹ hiện nay.

Chìa khóa thành công của Nhất Hạnh nằm nơi sự khai mở được lớp vỏ huyền bí của ý niệm Thiền định và tâm Từ Bi để chỉ thẳng vào trái tim Đạo lý mà trong đó đức tin thần học nay đã được chuyển hóa và nâng cao thành khả thể khai sáng cho tri thức và hành động.

Từ đó, với Nhất Hạnh, phong trào Chánh niệm đang lan tỏa ở Âu Mỹ hiện nay là cả một trào lưu Hiện sinh mới cho các tầng lớp quần chúng ưu tú và trẻ trung nơi các khối nhân loại Tây Âu. Đây là một con lộ sinh thức thực tiễn trên nền tảng **Tiếp –Hiện** (*Inter –Being*) cho một đời sống **Tinh thần không Tôn giáo** – *Spirituality without Religion*.

Khi các thế hệ trí thức trẻ cấp tiến Âu Mỹ từ bỏ tôn giáo truyền thống cha ông, họ đã đi vào một khoảng trống sâu và lớn ở năng lực Tinh thần; khi mà triết học Tây Âu nay đã khô cạn hết niềm hứng khởi siêu hình mà chỉ còn loay hoay với phân tích ngôn ngữ, thì Nhất Hạnh đã mang đến cho khối nhân loại đó – vốn đang khao khát một đời sống Tinh thần – một bát nước Chánh niệm đơn giản và tươi mát nhưng không thiếu chiều sâu về bản thể và nhận thức luận.

Nhất Hạnh không nhân danh Chân lý, không tự cho mình là bậc Thầy để trao truyền kiến thức. Mà khác đi. Như là một người đánh khẽ tiếng chuông Tỉnh thức, Nhất Hạnh chỉ là người hướng dẫn cộng đồng nhằm khơi mở một câu chuyện bình dị, bắt đầu một cuộc đối thoại đơn giản – tất cả đều nhằm nhắc nhở nhân loại rằng, mọi sự Thật hay Ảo tưởng, Giác ngộ hay Vô minh, tất cả chỉ là hiện thân cho một tầm mức khai sáng nơi trình độ Tự ý thức và bản sắc sinh hiện trong Chánh niệm của từng cá nhân.

Nếu một ngày nào đó, bạn đi về một làng quê xa xôi ở miền Trung Việt Nam, bạn có thể sẽ thấy một em bé chăn trâu, ngồi bên ngôi mộ vắng giữa cánh đồng trơ trọi, chăm chú đọc *Thả một bè lau* của Nhất Hạnh, hay bạn bước vào một tiệm sách ở phố xá đông đúc Hà Nội hay Đà Nẵng, hay Tokyo, hay Madrid, bạn sẽ thấy độc giả đang đứng nhìn từng bìa sách của Nhất Hạnh – thì bạn nên nhớ rằng, ở cùng thời điểm ấy, trong một căn hộ nhỏ ở Paris, hay nơi một ghế đá công viên ở Munich, hay là trong thư viện đại học Stanford, California, một sinh viên tâm lý học nào đó đang nghiên cứu *The Miracle of Mindfulness* (Phép lạ của Tỉnh thức), hay là một phụ nữ trung niên, một nhà giáo đã nghỉ hưu ở San Diego, Mexico City, đang đọc và thưởng thức về một bản sắc ý nghĩa của Chánh niệm với *Understanding Our Mind* ("Để hiểu về tri thức"). Khi đó, bạn sẽ thấy câu chuyện gieo hạt giống Tỉnh thức của Nhất Hạnh đã được lan truyền và phổ cập hóa trên thế giới như thế nào.

Và cũng lúc ấy, bạn cũng sẽ hiểu tại sao khối nhân loại cấp tiến tiền phong Tây phương đang đón nhận Nhất Hạnh với vòng tay lớn. Từ Jack Cornfield, nhà văn nổi tiếng, đến Jim Yong Kim, nguyên chủ tịch Ngân Hàng Thế giới, đến Marc Benioff, nhà sáng lập công ty Salesforce... là những học trò lừng danh của Nhất Hạnh. Họ không phải là những đệ tử theo truyền thống thầy –trò cũ. Họ đến với Nhất Hạnh trong tinh thần tư duy và đạo học duy lý và tỉnh thức. Như bà Elizabeth Gilbert, một nhà văn Mỹ, được trích trong *Wikipedia tiếng Việt*, đã phát biểu về Nhất Hạnh rằng:

> Nhà sư vĩ đại người Việt Nam, nhà thơ và sứ giả hòa bình, người đàn ông Việt Nam nhỏ nhắn này đã thu hút chúng tôi từng người một vào tĩnh lặng của ông. Hay có lẽ chính xác hơn nếu nói Thầy đã đưa từng người chúng tôi vào trong yên tĩnh chính mình, vào trong an tịnh mà mỗi người chúng tôi vốn đã sở đắc nhưng chưa khám phá hay khẳng định. Khả năng Thầy đã phát khởi trạng thái này trong tất cả chúng tôi, chỉ bằng sự hiện diện của Thầy – đây là một năng lực thiêng liêng. Và đấy là lý do ta tìm đến một Sư phụ: Với hy vọng là công đức của Thầy sẽ soi rạng cho ta sự cao quý khuất lấp nơi chính mình.

Đến với từng người, từng cá nhân, từng nhóm nhỏ, hay với những khóa giảng cho cả ngàn người, từ hơn nửa thế kỷ qua, Nhất Hạnh đã đi khắp địa cầu, gõ nhẹ từng tiếng chuông, gieo hạt giống Tỉnh thức cho nhân loại.

Từ nay, lịch sử tư tưởng và triết học Tây phương và Thế giới đã ghi thêm tên một triết gia quen thuộc, một nhà đạo học tiên phong – một con người đến từ Việt Nam: *Thích Nhất Hạnh.*

Tưởng niệm Tuệ Sỹ (1945-2023)
Khi cái chết trở nên huyền thoại

Một trong số ít tu sĩ mang tầm ảnh hưởng lớn trong cộng đồng Phật giáo miền Nam Việt, nhất là trong khối Phật tử thuộc Giáo Hội Thống Nhất trước 1975, thì đó là Hòa thượng Thích Tuệ Sỹ. Thầy Tuệ Sỹ (từ đây Tuệ Sỹ) là một hình ảnh biểu hiện những đức hạnh của một tăng sĩ đạo Phật – từ vóc dáng thân thể đến lập trường, quan điểm trên bình diện thế gian.

CHUẨN MỰC CHO LÃNG MẠN VÀ TƯỞNG TƯỢNG

Điều rõ ràng nhất là Tuệ Sỹ đã từng đáp ứng được trí tưởng tượng cho số đông quần chúng nhà Phật, nhất là giới trí thức, văn nghệ. Là một thi sĩ dù Thầy là một học giả ưu việt về Phật học, trước tác và dịch thuật nhiều công trình cao sâu. Chính những tác phẩm cao sâu khó hiểu, khó lãnh hội đó đã làm cho trí tưởng tượng của trí thức Phật giáo về Thầy càng gia tăng cao độ.

Thêm nữa, bản án tử hình mà Thầy đã nhận lãnh ở thế kỷ trước cho những hoạt động chính trị – cùng với Thầy Lê Mạnh Thát – đã trở nên một minh chứng cho ý lực nơi chữ Dũng của nhà Phật. Tức là Phật pháp không tách lìa khỏi thế gian. Tinh thần vô úy – không sợ hãi – của Thầy với bản án đó lại càng gia tăng cường độ ám ảnh cho giới Phật Tử về lòng can đảm trước những thử thách hiện sinh mà đã từ lâu họ cảm thấy bất lực trước thế cuộc. Tuệ Sỹ là một điểm tận cho ý chí dấn thân mà giới trí thức đã từ mấy chục năm qua hầu như mất hết mọi khung tham chiếu cho giá trị tôn giáo mà nhiều người khao khát.

Nhưng từ khi Thầy Nhất Hạnh qua đời, và nay với sự ra đi của Thầy, thì ý chí và con đường dấn thân, nhập thế của Phật giáo Việt Nam xem như chấm dứt. Con đường của tăng lữ nhà Phật đã đi vào ngõ hẹp hơn, và sợi dây liên kết giữa đạo Phật và dân tộc hình như đã bị tách rời và đứt đoạn. Chúng ta hãy chờ xem một thế hệ tăng sĩ và Phật tử có nối lại mối tương thông giữa đạo và đời nhằm đi tiếp con đường mà thế hệ Phật giáo Tiếp hiện – *Engaged Buddhism* – đã khơi nguồn.

Khởi đi từ văn hóa miền Nam trước 1975, Tuệ Sỹ xuất hiện theo cao trào Phật giáo lãng mạn mang hương vị hiện sinh trong một giai thời hỗn loạn. Trong khi ở miền Bắc nơi chủ nghĩa quốc gia lãng mạn đã hóa thành ý chí chiến tranh, thì trí thức Phật giáo miền Nam thăng hoa chữ nghĩa lên tầm mức lãng mạn hương thiền như là một phương cách vươn thoát khỏi vũng lầy hiện hữu.

Nếu phía Bắc có Tố Hữu, Chế Lan Viên thì phía Nam có Nhất Hạnh, Bùi Giáng, Phạm Thiên Thư, Trịnh Công Sơn và Tuệ Sỹ. Hai vế đối nghịch giữa hai văn hóa – chiến tranh và hòa bình – đã tạo nên một dòng sinh động âm dương phủ quyết nhau. Tuệ Sỹ nằm trong văn hóa dòng âm ở phía Nam. Đối với chiến tranh thì trí thức văn nghệ miền Nam chỉ muốn hòa bình, trong khi miền Bắc quyết tâm chiến thắng. Từ đó, và cũng vì thế, thi ca cũng như cuộc đời Tuệ Sỹ là cả một bài thơ dài nhiều cung điệu bi tráng. Phật học đối với Thầy cần hương vị văn thơ để cho tư duy được chuyển động. Đạo lý đối với Thầy cũng giống như thi văn, triết học. Những lý luận về tánh không, hư vô, hay thiền học đều ít nhiều mang nội dung thi ca. Cái khó lãnh hội thành ra một hố đen tư tưởng xuất hiện như những niềm cám dỗ cho cuộc đời đầy khổ nạn. Đạo Phật, do đó, là một con lộ vô cùng và sâu thẳm mà Thầy qua học thuật nghiêm chỉnh không muốn giáo lý cao siêu biến thành ảo vọng.

NIỀM ÁI TRỌNG NƠI CƠ THÂN

Từ góc độ cá thể, khi nhìn hình dong nhỏ nhắn, nho nhã, ốm yếu, khuôn mặt thông tuệ và khiêm cam của Tuệ Sỹ đã làm cho nhiều người vốn đang bất mãn với tình hình Phật giáo trong nước có một tiêu chuẩn thân xác cho lý tưởng và ý niệm về giá trị nhà Phật. Ý chí khổ hạnh trong hoài bão chân lý đã từ lâu là nỗi ám ảnh lớn khi hầu hết giới tăng lữ nhà Phật đã không còn theo đuổi ý hướng và ý chí pháp thân. Một trong những khó khăn của các tu sĩ nhà Phật là họ phải đáp ứng được trí tưởng tượng về một pháp thân tượng trưng cho con đường lao khổ trên đường đạo – đã là tu sĩ thì phải gầy gò, ốm yếu. Tinh thần cứu độ thế gian phải đi đôi với ý chí chiến thắng ái dục xác thân. Thầy mang hình ảnh lý tưởng đó.

Tuệ Sỹ đã như là một chiếc bè mong manh giữa biển sóng mạt pháp của nhà Phật. Khi tính ưu việt nơi giáo lý vô ngã của nhà Phật đã từ lâu trở nên một chiếc bẫy ngầm phủ định cho ý chí và tri thức, Tuệ Sỹ minh xác một năng lực ngã thức cho thế gian. Bài học tôn giáo cần phải chiêm nghiệm rằng, trong khi tu sĩ nhà Chúa hiến dâng cái ta cho Chúa, tức là hoán vị ngã thức cho ngoại thể, thì ngược lại, tu sĩ nhà Phật ôm lấy cái ngã của ta để cố gắng phủ nhận nó. Vì thế, nếu ai để tâm thì sẽ thấy tu sĩ nhà Chúa có vẻ như khiêm tốn, ít ngã mạn hơn là giới tu sĩ nhà Phật. Khi Tuệ Sỹ dâng cái ta cho trần thế, Thầy đã vươn đến cái hạnh của người con Phật.

Trí thức Phật giáo ít nhiều thường hay nhầm lẫn bình diện bản thể (ontology) của ngã thức với tính năng động tâm lý cá nhân. Biện minh vô ngã, từ đó, đối với họ đã trở nên một cáo từ cho sự bất lực, lười biếng, yếu hèn. Giới tu Phật hiểu điều đó một cách mơ hồ – để rồi xây đắp cho họ những hình ảnh siêu nhân trong những huyền thoại tự cao. Nhiều Phật tử Việt trong và ngoài nước – vốn từ lâu bất mãn với tình trạng Phật giáo đầy nghi thức dài dòng, luộm thuộm, và những sinh hoạt mang màu sắc kinh tế nơi các cơ sở, chùa chiền – đã xem Thầy Tuệ Sỹ như là một hình nhân cứu vớt cho nỗi niềm bất mãn ấy.

HÃY CỨ LÀ HUYỀN THOẠI

Người Tây Âu có nói, nếu không muốn đánh mất niềm tin tôn giáo của mình thì đừng tìm biết rõ giới tu sĩ. Khi tôn giáo – bất cứ tôn giáo nào – đã xây cho quần chúng những ngọn núi tưởng tượng đầy huyền hoặc, giới tu sĩ vô tình đã trở thành tù nhân trong con mắt thế gian. Vòng biên chế giới hạn của giới luật tu hành thay vì là một điều kiện thiết yếu cho ý chí giải thoát thì nay trở nên một năng lực phủ quyết.

Nhìn vào cuộc đời và hành trạng cũng như con người của Tuệ Sỹ thì cho những ai yêu trọng Phật giáo cảm nhận được một niềm an ủi lớn cho những nỗi băn khoăn về thế cuộc hiện nay. Có thể rằng, Thầy là một tu sĩ rất hiếm trong thời gian qua đã không mang khuyết điểm cá nhân – dù rằng ít nhiều thì giới Phật tử đã huyền thoại hóa Thầy để thỏa mãn niềm u uất trong tình huống bất lực của họ. Hy vọng là Thầy đã vượt qua chướng ngại huyền thoại mà thế gian đem đến cho Thầy – vì đối với rất đông Phật tử miền Nam thì Tuệ Sỹ nay đã là một huyền thoại.

Trong niềm suy niệm về Tuệ Sỹ khi Thầy vừa tạ thế, chúng ta hãy cùng thắp nén hương cầu nguyện cho linh thức của Người được siêu thoát.

Quận Cam, California 24 tháng 11, 2023.

Khủng hoảng Phật Giáo Việt Nam và sự suy tàn đế chế chính trị Cộng Sản

Hiện nay đang có nhiều ý kiến cho rằng ở Việt Nam, dù không chính thức, nhưng đảng Cộng Sản đã coi Phật giáo như quốc giáo. Đi theo những hiện tượng suy thoái của đạo Phật là văn hóa tôn giáo nặng về hình thức và lễ nghi, trong khi nội dung đạo học và tu chứng dần khô cạn. Tăng sĩ thì rất đông, chùa chiền lớn và nhiều, nhưng đời sống tinh thần theo giáo lý thì nông cạn và thoái hóa.

*

Đây không phải là lần đầu trong lịch sử nước nhà khi Phật giáo đi vào khủng hoảng. Cuối đời nhà Lý và Trần, hai triều đại mà Phật giáo là quốc giáo, cũng đã trải qua sự thoái trào như hiện nay. Có phải lịch sử Việt Nam đi song hành và chia chung số phận với đạo Phật?

Nhìn vào hiện tình chính trị công quyền và tôn giáo, ta phải hỏi, tại sao Phật giáo có vẻ như gần gũi với người Cộng sản và Chế độ này hơn là các tôn giáo khác, như Thiên Chúa giáo chẳng hạn? Tạm gác qua các yếu tố lịch sử, ở đây chúng ta hãy thử cùng suy nghiệm về hiện trạng đạo Phật từ góc độ tôn giáo – nhấn mạnh về bản sắc giáo lý và phương cách tiếp cận trong bối cảnh văn hóa và con người Việt Nam đương đại – nhằm tìm hiểu bản sắc quan hệ này trong những thay đổi và chuyển tiếp của Phật giáo và của Đảng Cộng sản.

Cung nhịp thay đổi và chuyển hóa tôn giáo

Mọi tôn giáo đều phải được thay đổi theo thời tính và trình độ ý thức quần chúng. Thiên Chúa giáo qua hai ngàn năm lịch sử đã trải qua nhiều giai đoạn phân hóa, cải cách, chuyển hướng. Phật giáo cũng thế. Mọi chân lý phải đi theo nhịp bước thời ý – và Chân lý, nhìn từ viễn cảnh xã hội và con người, chỉ là một bản sắc thực tại được nhận thức qua trình độ tiến hóa của *Ngã thức* (*Ego – consciousness*) và khung tham chiếu thời đại.

Ở nấc thang Tự-ý thức nào thì Chân lý sẽ hiện bày tương ứng với trình độ liên hệ. Và tôn giáo, từ hình thức đến tổ chức và nội dung giáo lý, chỉ là hiện thân cho mối tương hệ giữa ngã thể với vũ trụ khách quan.

Tinh hoa của mọi tín điều tôn giáo nói lên được ý nghĩa tương hệ giữa ta với đại thể, giữa thực nghiệm với siêu nghiệm, giữa cái *đang-là* với mệnh lệnh đạo lý *sẽ-phải-là*.

Mọi biểu tượng Thần đế hay Chúa, Phật, đều là hiện thân cho một bản sắc Ngã thức. Tôn giáo, từ chiều sâu vốn là một mệnh lệnh đạo lý siêu hình, muốn truyền trao một nội dung thông điệp khế cơ – thích ứng. Nó như một công thức toán học cao cấp trình bày bằng những biến số thích hợp cho trình độ của khối quần chúng liên hệ.

Tôn giáo nào không chuyển hóa, thay đổi, cải cách theo đúng cung nhịp và trình tự chuyển hóa của con người và thời tính sẽ bị đào thải theo chiều dài lịch sử.

Ngoại trừ ở các quốc gia đang phát triển, Thiên Chúa giáo tồn tại cho đến cuối thế kỷ 20 và đang đi vào giai đoạn tàn lụi, nhất là ở các quốc gia Tây Âu tiên tiến. Ở Nam Mỹ, ví dụ Columbia, theo những khảo sát gần đây, quốc gia này đã mất đi một nửa số lượng tín đồ Công giáo theo hệ phái La Mã.

Phật giáo khắp Á Châu cũng đang đi vào một giai thời *"Mạt pháp"* trong các quốc gia mà quần chúng Phật tử đang chuyển hóa Ngã thức theo khung tham chiếu Tây phương thuần lý tính. Hàn quốc là một thí dụ điển hình. Cách đây 50 năm, ở quốc gia ấy, Phật giáo vốn là quốc giáo, nay thì hơn nửa tín đồ Phật giáo đã cải đạo theo Thiên Chúa giáo trong các hệ phái Tin Lành.

Tuy nhiên, hiện tượng suy vong hay hưng thịnh của đạo Phật, ở Nam Hàn, Việt Nam hay trên thế giới, nhất là ở Á châu, vẫn còn dung chứa nhiều chiều hướng mâu thuẫn và đối nghịch lẫn nhau.

Ở các quốc gia Đông Nam Á, chẳng hạn, đạo Phật bị phân hóa làm hai ngã chính. Một đằng là sự bình dân hóa cho khối quần chúng mang trình độ tự ý thức thấp kém, một đằng kia thì nó trở nên một thể dạng trí thức hóa giáo lý nhà Phật thành một hệ thống triết học cao cấp dành cho tầng lớp trí thức ưu việt.

Theo nguyên lý Ấn giáo thì khối Phật giáo bình dân đi theo chiều hướng Tịnh độ, tức là *Bhakti Yoga*, nhấn mạnh đến cứu độ và sức mạnh huyền nhiệm ngoại thân.

Khối Phật giáo trí thức, trái lại, coi vấn đề nhận thức luận (*epistemology*) là điểm quan yếu. Họ xem đạo Phật chỉ như một triết lý sống, một con lộ trí tuệ cho cá nhân. Đây là con đường *Jnana Yoga* trong truyền thống Ấn giáo.

Cả hai khuynh hướng trên đang duy trì đạo Phật ở hai bình diện: Một là từ góc độ xã hội và văn hóa bình dân; Hai là về triết học cho sinh hoạt tri thức của giới trung lưu. Giới sau coi trọng việc hành Thiền như một công việc đối trọng với cuộc sống, như là phép chữa bệnh lý căng thẳng trong đời sống đô thị thời công nghệ kỹ thuật nhiều sức ép.

Phật giáo ngày nay, ở Á châu hay Việt Nam, do vậy, hiện diện trong xã hội và trong tâm tưởng con người một cách bàng bạc nhưng thiếu trật tự tổ chức cũng như là năng lực giáo lý. Nó là biểu dấu của một tôn giáo đang suy tàn, đang trở nên một nội dung văn hóa hơn là một tôn giáo như ở các tôn giáo khác. Khi trí thức, chuyên gia, giới trung lưu, không còn đến chùa; khi cơ sở chùa chiền, niệm Phật đường bị bình dân hóa với nhiều hình thức phong hóa mê tín, đạo Phật đã mất hết năng lực tinh hoa của nó để chỉ còn là những biến dạng nặng về lễ nghi và hình thức.

Đạo Phật ở Âu Mỹ: Nhược điểm cơ bản

Trong khi đó, ở các nước Âu Mỹ, nơi trình độ tự ý thức của quần chúng đã lên đến nấc thang khá cao, đức tin trong đạo Chúa đã bay dần hết hơi men, thì Phật giáo, nhất là phân nhánh Tây Tạng, lại đang được một số đông tầng lớp trí thức gia nhập – nhất là trên bình diện học thuyết nhấn mạnh năng lực lý tính, kèm theo phương pháp hành Thiền, nhằm chuyển hướng đời sống nội tâm cho cá nhân.

Hai nhân vật Phật giáo từng đóng vai trò quan yếu cho phong trào Phật giáo ở Âu Mỹ trong vòng mấy thập niên qua là vị Đạt Lai Lạt Ma 14 của Tây Tạng và Thiền sư Thích Nhất Hạnh từ Việt Nam. Sách vở và các buổi thuyết pháp của hai vị này được đón nhận đông đảo và nhiệt tình bởi khối quần chúng trí thức Âu Mỹ.

Tuy nhiên, nếu ta đọc Ken Wilber, một triết gia người Mỹ đương thời, sẽ thấy được một nhược điểm của phong trào Phật giáo ở Tây phương – nhất là ở Hoa Kỳ. Tóm tắt, Wilber lý giải rằng khối Phật tử Tây phương, trong phong trào học Phật và thực hành thiền định, đang bị nhiễm một tình trạng bất cập giữa bản sắc Ngã –thức khiêm tốn đối với một trình độ đạo học cao cấp.

Wilber gọi hiện tượng này là *Boomeritis* – sự trộn lẫn giữa tri thức cao cấp, khai phóng – *the green meme and noble pluralism* – với một năng lực Ngã thức và cảm xúc vị kỷ thô lậu – *low emotional narcissism*.

Tức là năng lực tri thức của khối tân tòng Phật giáo Âu Mỹ này chỉ sử dụng giáo lý nhà Phật như một cơ năng tác động các tầng cảm xúc ngã mạn, vị kỷ, vốn chưa được khai mở và chuyển hóa đúng mức cho học thuyết đạo Phật.

Kết quả là khối tín đồ mới này, tự bản thân là những Ngã-thể rất nhạy cảm với những khuyết điểm của văn minh Tây phương, thành thật nhìn nhận khuyết điểm trong đời sống nội tâm cá nhân, ao ước muốn chuyển hóa chính mình, để rồi dự phóng khát vọng chuyển hóa của mình ra cho thế gian. Họ mang tham vọng của một Ngã thức bị thổi phồng quá mức so với bản sắc tiến hóa của mình vốn chưa được nâng lên một trình độ cần thiết và tương xứng cho đạo lý nhà Phật.

Wilber gọi hiện tượng thổi phồng này *the heroic self –inflation* (hùng vĩ tự cao). Đây là vấn đề mà rất nhiều tín đồ Phật giáo khắp thế giới mắc phải – nhất là giới tăng sĩ, đặc biệt ở Việt Nam ngày nay. Khi Ngã thức vẫn còn non yếu, nhạy cảm, chưa trưởng thành thì khi họ tự trang bị cho mình một trình độ đạo học cao cấp, tín đồ nhà Phật thường lấy kiến thức tôn giáo làm vũ khí hay áo mão cho tự-Ngã (Ego –self). Để rồi họ trở nên những cá nhân rất tự cao, đầy ngã mạn, và phần đông mang thái độ khinh người đối với tha nhân.

Chìa khóa tôn giáo nằm ở mức trưởng thành của Ngã thể cá nhân

Đối với một Ngã-thể (*Ego –formation*) còn non yếu, nhạy cảm, dễ thương tổn, thì tín lý "tự thắp đuốc lên mà đi" của nhà Phật trở nên con dao hai lưỡi. Cá nhân không thể lấy năng lực từ một Ngã thể non yếu để chuyển hóa chính mình – cũng như chúng ta không thể lấy một đòn tre để khiêng cả tòa nhà nặng ngàn tấn.

Câu hỏi và vấn nạn ở đây cần được nêu lên: Vậy thì cá nhân với một tầm mức Ngã-thể còn chưa trưởng thành, còn non yếu, phải dựa vào đâu để cho cái ta Ngã thức được lớn dậy theo cùng trình độ tri thức?

Chúng ta thử tìm câu trả lời trong khiêm tốn. Các sách vở tâm lý học chiều sâu hiện đại, hay các tác phẩm của các chuyên gia tâm lý và học giả uy tín Âu Mỹ, với những công trình nghiên cứu công phu, nghiêm túc, khách quan, khoa học, đều đồng ý rằng phương pháp Thiền định – *nếu được hướng dẫn và thực hành đúng cách* – với thời gian, sẽ giúp Ngã-thể chuyển hóa nhanh hơn là qua sinh nghiệm đời sống. Điều này mang hiệu quả tốt đối với những cá nhân được trưởng thành và lớn lên trong một nền văn minh tiên tiến, với phong hóa cao cấp, với một trình độ quần chúng trí thức thích hợp, cộng với một đời sống thế tục trong sạch, đạo đức – đồng lúc họ cũng dấn thân tích cực và năng động vào sinh hoạt xã hội chính trị công dân.

Cần thiết hơn, họ phải mang đức tính khiêm tốn thực tình – chứ không phải khiêm tốn hình thức – và thực hành hạnh từ bi, bố thí, làm việc thiện nhằm giải hóa năng lực ngã mạn và vị kỷ.

Tại sao Phật giáo Việt Nam đang suy thoái

Tiến hóa cần thời gian và sinh nghiệm gian khổ. Mọi phương cách hành đạo nói trên vẫn chưa phải hoàn toàn hiệu năng – nếu cái ta Ngã-thể vẫn còn là hệ quả của một dòng nghiệp thức nặng nề và tiêu cực, từ một hệ di truyền sinh hóa thấp kém, lớn lên và trưởng thành trong một nền văn hóa non nớt, hoang dã, thiếu vắng yếu tố sinh hoạt tinh thần, trong một đế chế chính trị hư hỏng, một xã hội dân sự nhiễu nhương – như Việt Nam hiện nay.

Ở đất nước này, con người cầu Đạo như là một cán bộ chính thể. Với Ngã thức yếu đuối và hư hỏng, họ sẽ hiện thân như một bệnh lý. Dù có thật lòng cố gắng sửa sai, tu chỉnh họ càng vô tình mang lại những hệ quả càng tiêu cực và hư hoại hơn trước.

Đối với thể loại Ngã thức của đại đa số dân tộc Việt Nam rất non yếu ngày nay thì dòng đạo lý ngoại thân – tức là sự cứu độ đến từ bên ngoài – như Thiên Chúa giáo với hệ Công giáo, Hồi giáo, hay Phật Giáo Tịnh độ tông, sẽ thích hợp và đáp ứng nhu cầu tín ngưỡng và giúp họ trưởng thành hơn.

Khi Ngã thức còn non nớt thiếu bản lãnh nội tại, cá nhân không thể là ngọn đuốc có thể thắp sáng chính mình hay nói cách khác, mình tự bơi sang sông được. Đây có thể là nhược điểm lớn nhất của đạo lý nhà Phật khi áp dụng vào con người Việt Nam hiện nay. Cá nhân non yếu phải cần thiết được soi sáng bởi một ngọn đuốc khác nhằm tiếp dẫn nguồn sáng cứu độ khách quan từ bên ngoài. Họ phải bám vào chiếc bè ngoại thân nhằm có thể đem họ sang bên kia bờ Bỉ ngạn (giác ngộ).

Hiện trạng mở cửa tu hành quá rộng, quá dễ, để cho hầu như ai cũng có thể trở thành tăng sĩ Phật giáo, là cả một thảm họa. Bỏ qua các thành phần lợi dụng hay mưu đồ kinh tế, thì đối với các Phật tử, dù thành tâm bao nhiêu, khi đứng ra lập chùa, tự tin chính mình không cần qua quy trình tuyển chọn và huấn luyện từ các học viện giáo lý, và không được hướng dẫn hay chỉ dạy bởi tăng sĩ cao cấp hơn, thì họ sẽ trở thành nạn nhân của chính mình và hoàn cảnh thực tế. Trong bối cảnh đó, các tu sĩ non nớt, với số vốn văn hóa khiêm tốn, nhân cách chưa trưởng thành, không thể là những ngọn đuốc khai sáng cho mình và thế gian; trái lại, rất đông đã trở nên đầu mối hỏa hoạn cho làng xóm.

Nhìn về phía Công giáo

Con người Việt Nam cần phải được hướng dẫn, giáo dưỡng nghiêm mật thì mong có thể thoát bỏ bớt những căn gốc phong hóa làng xóm thô lậu và trẻ con. Phật giáo Việt Nam thiếu một truyền thống trật tự đẳng cấp, một giáo hội uy tín và hiệu năng để giáo huấn tu sĩ trong trật tự cưỡng chế với quy trình tu học nghiêm mật.

Về phía Công giáo thì gần như ngược lại. Đây là nguyên do tại sao ở trong nước những tai tiếng về giới tu sĩ hầu hết đến từ phía Phật giáo mà rất ít nghe từ phía Công giáo. Riêng về nhân cách, đối với tu sĩ Công giáo, nhờ vào trật tự đẳng cấp của Giáo hội, sự tuyển chọn và huấn luyện có quy trình nghiêm nhặt, cộng thêm vào tín lý dựa vào đức tin tới một thứ bậc cao hơn mình, nên chúng ta có thể thấy rằng – xin phép nói thẳng – các tu sĩ Công giáo nhìn chung có vẻ ít ngạo mạn, mang cung cách khiêm tốn hơn các tăng sĩ Phật giáo.

Chìa khóa Đạo học là ở chỗ này: Khi ngã thể cá nhân dâng hiến toàn diện chính mình với đức tin đến một khách thể siêu hình thì tâm chất ngã mạn sẽ có cơ hội được giải hóa. Ngoại trừ một số ít cá nhân ưu việt, không ai có thể tự mình giải thoát hay cứu độ cho chính mình. Con người vẫn không nhận thức là ta yếu đuối và dễ hư hỏng hơn ta nghĩ. Biết bao nhiêu người nghe và đi theo tiếng gọi của Đạo lý, nhưng rất ít người được chọn và đạt thành.

Mẫu số chung giữa số phận Cộng sản và Phật giáo

Trong khi nhân loại nói chung ngày càng trưởng thành hơn về năng lực Ngã thức – thì dân Việt trái lại, càng đi thụt lùi về cá tánh và nhân cách. Về mặt *quốc gia* thì sự xuống cấp ở chất lượng con người, ít nhất là về bình diện đạo đức công dân, đang tạo ra khủng hoảng chính trị lớn cho Đảng cầm quyền. Rất có thể, lịch sử nước ta sẽ lặp lại giai đoạn cuối của triều Lý cả ngàn năm trước. Sự suy tàn của Phật giáo đang bước song hành với sự suy đồi của đế chế Cộng sản. Vì tự bản sắc, nói cho cùng, mỗi cán bộ Cộng sản Việt Nam khởi đi là một Phật tử bình dân.

NHL (Trích một phần từ
"Phác thảo một triết học cho lịch sử thế giới" Chương 65.
(Sài Gòn: Domino Books, 2019).

PHẦN III
CHÍNH TRỊ

GS NGUYỄN HỮU LIÊM

Muốn tăng tốc trưởng thành cho ngã thức Việt thì phải chuyển hóa trên bốn bình diện: Ý thức cá nhân, văn hóa xã hội, cấu trúc kinh tế vật chất, và cuối cùng là thể chế chính trị.

GS **NGUYỄN HỮU LIÊM**

Làm người Cộng Sản Việt Nam có dễ không?

Ba năm trước, ngày 2 tháng 2, nhân dịp được nhận huân chương 55 tuổi đảng, Tổng Bí Thư Nguyễn Phú Trọng, trong diễn từ gởi gấm cán bộ đã tuyên bố rằng, *"Nếu là người hãy là người cộng sản."*

Đây có thể là một lời kêu gọi mang mệnh lệnh đạo đức chính trị CS cao cả, nhưng gây không ít ngạc nhiên và nhiều đàm tiếu trong nhân gian, nhất là giới kiều bào Việt hải ngoại. Có người hỏi là *ông Trọng đang ở thế kỷ nào vậy?*

Tuy nhiên, để công bằng với ông TBT, chúng ta hãy thử dùng phép biện chứng Marxist-Leninism để đánh giá lời hiệu triệu làm người đó. Chúng ta biết rằng GS Trọng là một tiến sĩ lý luận chính trị Marxist, người hơn ai hết nắm vững quy luật chuyển động của *ý chí chính trị* và *tư duy lịch sử* ở nơi con người cộng sản Việt Nam bây giờ – nhất là trong hoàn cảnh đất nước hiện nay.

TỪ NỖI CÔ ĐƠN CỔ ĐIỂN

Trước tiên, chúng ta hãy suy nghĩ về một hiện tượng kinh tế và tâm lý gần như hiển nhiên ở Việt Nam hiện nay. Đó là sự giàu có của giai tầng cán bộ cộng sản – mà nhân gian gọi là giới "tư bản Đỏ." Đây là giai cấp mới, vốn nhân danh lý tưởng vô sản để làm chủ các khối tài sản kếch sù, kể cả bất động sản, vốn là của toàn dân.

Vì dù sao thì chủ nghĩa Mác bắt nguồn từ *siêu hình học* và *biện chứng pháp* Hegel và Marx, như GS Trọng vẫn sử dụng, vậy chúng ta hãy thử đánh giá hiện tượng này qua phép biện chứng đó.

Ở đây, xin phép được mượn lời khách quan hơn từ kẻ khác. Trong cuốn *The Owl at Dawn (Con Cú Bình minh)* (1995), khi diễn tả một khúc quanh siêu hình học Hegel, theo mô thức kinh điển của *Hiện tượng luận Trí năng (Phanomenologie des Geistes)*, triết gia Mỹ Andrew Cutrofello viết về *Thời quán Duy vật Biện chứng* như là một bước chân mới của *Chân tâm – Geist* – trên hành trình Trở về chính mình. Đó là lúc ngã thức cá nhân giã từ đức tin tôn giáo và khoa học để tìm đến chân lý trong ý chí chính trị và cách mạng.

Thoạt đầu, người chiến sĩ vô sản là những con người cô độc với nhiều tâm tư.

Cutrofello viết,

> "Sự sụp đổ của tri kiến tuyệt đối – mà Hegel nhân danh qua Hiện tượng luận Trí năng – đã nhường bước cho sự rút lui của những ngã thể cô đơn. Cũng như là các *tâm hồn cao thượng* (beautiful souls), vốn không có hạnh phúc, cái ta đơn lẻ rơi xuống đáy vực tuyệt vọng để rồi hắn có thể xưng hô niềm bất hạnh của mình. Bằng cách xưng tội, hắn tự trách chính mình – vì khả thể dung hợp với đại thể tính của thời đại đã bị bỏ mất cơ hội."

Đây là giai thời khi con người tiền cộng sản chưa đối diện với cám dỗ duy vật – lúc mỗi ngã thể chỉ đối diện chính mình trong nỗi cô đơn tuyệt vọng với một vũ trụ đầy thần linh.

GỐC RỄ TÌNH ĐỒNG CHÍ CÁCH MẠNG VÔ SẢN

Lành thay, nỗi cô đơn trong phận người vô sản, nghèo khó, trong một cõi sống đầy thần linh đó, đã cho người *tiền duy vật* một niềm hạnh phúc khổ hạnh bao la. Họ là những người vô tội – hay chưa có tội – nhưng vẫn nghĩ ta có tội, với người và trời đất. Họ luôn xưng tội với Trời trong nỗi cô đơn tuyệt vọng nhưng đầy cảm lạc.

Cutrofello viết tiếp,

"Tuy nhiên, khi hành vi xưng tội này được đáp trả bởi một kẻ xưng tội cô độc khác, thì từng kẻ đó nhận ra rằng hai chúng ta cũng có khả năng thừa nhận hỗ tương cho nhau. Từ đó, nỗi niềm tuyệt vọng của cái ta cô độc nay trở thành tình đồng chí với nhau." *Nỗi niềm cô độc, vong thân của họ nay đã có người cùng chia sẻ.* "Nhưng vì bản sắc dung hợp tạm thời này mà tình đồng chí vẫn còn mơ hồ vì hai kẻ cô đơn phủ định thể tính tha hóa chung bằng cách xác định nó. Vì thế cả hai đã không hóa giải được tính vong thân như một tình thế được công nhận từ kẻ kia. Sự đi đến với nhau như là một cách chia sẻ ý thức về cái trở ngại cho tình đồng chí đó."

Từ trong vực sâu tâm tư trăn trở, các đồng chí tiền cộng sản muốn biến nỗi bất hạnh của ta thành một ước vọng chân lý. Sự tha hóa nhân vị nay trở nên ý chí phục hưng nhân cách làm người. Tuy nhiên, hình thái và cấu trúc xã hội bất công chính là chướng ngại lớn cho ước vọng làm người chân chính. Cho nên,

"Trở lực này được coi là gốc rễ của tha hóa, nhưng vì họ – các đồng chí tiền cộng sản – đến với nhau cho nên nó cứ như là không thực, mang bản sắc huyền bí, để cả hai muốn tìm hiểu. Bằng cách đi thật sâu vào tận đáy tuyệt vọng trong tính tha hóa của ta, những cái ta nửa vời đó muốn nâng cao chính mình – và tha nhân – lên tầm mức ý thức chân thật về một căn cước tính cho ta trong một số phận khắc nghiệt." Và,

"Bằng ý thức như vậy, lập trường tuyệt đối sẽ được đạt đến trong một cộng đồng mà ở đó tình đồng chí là chân thật – hơn là cái ta được định hình bằng sự khác biệt. Đây chính là bản sắc *Chân lý* và là công tác khởi nguyên cho những người mang lý tưởng cộng sản ban đầu," vẫn theo Cutrofello.

MÂU THUẪN BIỆN CHỨNG DUY VẬT: KHI NGƯỜI VÔ SẢN LÀM CHỦ BẤT ĐỘNG SẢN

Trên bình diện luân lý và đạo đức, tuy nhiên, cái ta Vô sản và Duy vật không những tự mâu thuẫn với chính ta từ góc độ bản thể, mà còn về bản sắc ý chí nội tại. Vì sao? Vì khi cách mạng vô sản đã thành công, thì thực tế vô sản từ cấu trúc xã hội bất công được san bằng. Thay vào đó là nguyên tắc tài sản tập thể và chế độ sở hữu chung. Chủ thuyết chung hữu này biến người vô sản, nhân danh nhà nước, thành chủ nhân tất cả tài sản.

Từ đó, chiến lược cai trị của con người cách mạng vừa nắm quyền là một chuyển động duy kinh tế cho tham vọng chủ nhân của họ. Việc trước tiên là chiến thuật chia chác tài sản chung như là thủ pháp phân định chức năng công tác phục vụ Đảng và nhân dân. Khẩu hiệu vô sản như tiếng súng lệnh xung phong cách mạng cộng sản ngày trước thì nay trở nên một tấm màn gian lận che đậy ước vọng làm chủ tài sản vô hạn của người cộng sản.

Không có gì chinh phục nổi cô đơn bằng phương cách trở thành giàu có. Tài sản và tiền bạc là thang thuốc vạn năng cho niềm tuyệt vọng vô sản. Vì thế, khi kẻ cùng khổ lên nắm quyền, tiếc thay, thảm kịch quyền lực vẫn y như của xã hội cũ. Giai cấp cai trị mới ngày nay cũng gian lận, tàn bạo, trơ trẽn, đầy đểu cáng và đạo đức giả như bao nhiêu chuyện con người chính trị xưa nay – nếu không nói thêm là tinh tế và gian manh hơn nhiều.

Vì khi cái ta vô sản phủ nhận thiết yếu tính vật chất cho ngã thể bằng cách từ chối tư sản và chức năng chủ nhân, nó chỉ có thể phủ nhận bằng ý thức và khẩu hiệu; trong khi thực tế, từ tổ chức Đảng cho đến từng đồng chí cộng sản, vẫn là chủ nhân *de facto* rất nhiều tài sản, nhất là bất động sản. Vì thế, ta chỉ là vô sản như một bình diện duy chính trị, còn thực tại thì ta không thể phủ nhận yếu tố chủ nhân được. Vậy nên, mỗi chiến sĩ vô sản – như ở Việt Nam ngày nay – là một con người *in bad faith* đầy giả dối với chính bản thân và xã hội, Cutrofello viết.

Theo đó thì khi người chiến sĩ Cộng sản – nay không còn đơn độc – tự cho mình là hiện thân của giai cấp vô sản, họ bỗng nhận ra mình là gian dối, đạo đức giả khi thấy được bản sắc ước vọng của ta nay lại định hình bằng năng ý phủ định và tiêu cực. Bởi vì cái ta vốn đang có nhiều tài sản trên thực tế, nhưng đứng từ quan điểm chính trị thì ta từ chối điều đó. Tính giả dối này thực chất là ở bình diện nguyên tắc khi phủ nhận quyền tư hữu nơi tư tưởng, trong khi ta đang là chủ nhân lắm tài vật nhà cửa, xe cộ, hãng sản xuất, tài khoản ngân hàng.

LẶP LẠI LỊCH SỬ CHỦ–NÔ

Cutrofello so sánh rằng, sự thể vong thân nơi con người Cộng sản gần giống như hoàn cảnh và kinh nghiệm xưa cũ của chủ nhân ông trên biện chứng Chủ–Nô. Chủ nhân bị tha hóa và xa lạ với tên nô lệ và ngay cả chính mình vì, cũng như tên nô lệ, chủ nhân ông không làm chủ những gì mình tạo ra, mà chỉ làm chủ những gì mà kẻ khác tạo ra. Ông viết,

> "Cũng như thế, cái ta vô sản cũng bị tha hóa không phải vì hắn không làm chủ tài sản, mà bởi vì trên bình diện tư duy, hắn không công nhận tài sản hắn sở hữu là tư hữu của mình. Ta ý thức ra tệ nạn thần bái vật thể của con người tiền cách mạng, nhưng ta muốn giải hóa ảo thức thần bái tài sản này trên bình diện ý thức chứ không ở thực tế."

Hay nói một cách khác, người cộng sản trên bình diện lý tưởng, khẩu hiệu thì phủ định tư sản, nhưng trên thực tế thì phủ quyết ý thức phủ định này lại bằng cách tiếp tục sở hữu chúng. Nó giống như một người đại gia giàu thường nghĩ đến làm việc từ thiện giúp đỡ kẻ nghèo khó nhưng chưa có dịp thực sự thực thi ý tưởng đó.

MỘT MÀN HÀI KỊCH DỞ DÀI VÔ TẬN

Tức là, chiến sĩ vô sản Việt Nam ngày nay là những diễn viên tấu hài không biết ngượng. Nói trắng ra, họ là kẻ biết rõ mọi chuyện chỉ là màn kịch vụng về, kéo dài lê thê – khán giả đã chán ngán tới cổ nhưng vẫn bị ép ngồi xem màn diễn bất tận đánh lận con đen.

Tuy vậy, ta có thấy trong họ vẫn là những con người Việt cũng còn có lương tâm, các diễn viên hài cộng sản đó không thoát khỏi sự giằng xé nội tâm khi đóng vai tuồng vô sản giả tạo. Vì năng lực đầy mâu thuẫn nội tại này ở nơi cán bộ cộng sản nhân danh vô sản, giữa lý tưởng cách mạng từ ý thức đối với một đời sống thực chất phản động ngược lại, trở nên bản sắc nền tảng cho phép biện chứng ngã thức mới.

Để rồi, khi họ muốn vượt qua thực trạng nội tâm đầy mâu thuẫn đạo đức giả này, người cộng sản chuyển hệ ý thức tự thân sang chủ nghĩa duy chụp giựt – như một thiết yếu tính cho tân chân lý cách mạng nhằm nắm đầu mối ưu tiên cho ngã thể thực dụng đầy lo sợ và tính toán, thay vì nuôi dưỡng một lý tưởng thuần tư duy. Đây mới chính là thách thức chính trị lớn cho GS Trọng.

NHU CẦU CÁCH MẠNG MỚI

Tóm lại, thưa ông TBT, cuộc cách mạng kế tiếp cho người Cộng sản Việt Nam – như lời kêu gọi của ông – là họ phải thật tâm làm người cộng sản chân chính. Tức là phải nhận thức được bản chất đạo đức giả của mình mà tự lật ngược biện chứng duy vật để tìm lại con đường đồng chí vô sản như thuở ban đầu cách mạng.

Nhưng đòi hỏi như thế là một yêu sách ý chí tự phủ định chính mình, điều mà con người cộng sản nay thực chất là nhà tân tư bản, không thể vươn lên được. Thế nên, khi Tổng Trọng tuyên bố, *"Nếu là người thì hãy là người cộng sản,"* thì vô hình chung, ông đưa cán bộ đảng viên vào thế tiến thoái lưỡng nan.

Nếu họ tiến tới con đường tư bản thì bị coi là chệch hướng, tự diễn biến; còn nếu rút lui về lý tưởng vô sản thì không khả thi, không tưởng. Chính GS Trọng biết rõ điều này. Nhưng những khẩu hiệu cộng sản thì ông vẫn tung hô. Vì ông biết rằng thần linh vô sản nay đã chết, thần dân không còn đức tin vào Đảng; tuy nhiên, thực tế quyền lực đòi hỏi các câu sớ cũ mèm vẫn phải dâng cúng trước đình làng, nhằm cứu vãn trật tự xóm thôn.

ĐẾ QUỐC MỸ HAY
CHÙA TAM CHÚC LÀ TÂN HỢP ĐỀ

Khi thế cờ đi vào bế tắc, biện chứng duy vật đòi hỏi năng lực thăng hóa (*Aufhebung*) mới. Về thực tại của các ẩn số chính trị và kinh tế thì GS Trọng có lẽ cũng được báo cáo mật rằng, để thoát khỏi bế tắc đạo đức chính trị này, tập thể cán bộ hầu hết đang muốn đi vào hai ngã thoát ly.

Một đằng muốn tìm đường sang Hoa Kỳ hay Canada, Âu châu, làm lại cuộc đời – cho chính họ và gia đình họ. Vì chỉ ở các xứ đó ít đạo đức giả hơn Việt Nam, họ sẽ không còn bức xúc bất an về tính vong thân từ cơ bản nội tâm cho lý tưởng vô sản nữa. Tức là họ công khai giàu có mà không sợ nhà nước và Đảng biết, và họ cũng không mang mặc cảm tội lỗi vì mình như thế. Không những vậy, họ còn công khai khoe khoang sự giàu có to tát của họ.

Đằng kia thì họ phải ở lại trong nước để đóng tiếp dài hạn vở kịch tập thể. Khi những cán bộ không đi ra nước ngoài vì không thể hay không muốn thì nay họ và gia đình họ sẽ đến chùa to miếu lớn, cầu vong, xin sớ giải hạn. Họ khấn vái ơn trên thương xót, thông cảm cho họ, cầu xin cuộc đời này của họ không bị nghiệp báo nhãn tiền, kiếp sau không trở lại làm người cộng sản Việt Nam. Điều này giải thích tại sao các chùa ở miền Bắc, như Tam Chúc, Ba Vàng, hằng cuối tuần đông kín tín đồ như thế.

Đám đông đi chùa cúng sao giải hạn thì GS Trọng đã từng chứng kiến, nhưng chuyện tư bản đỏ Việt ở Mỹ chắc ông chưa tận mắt thấy. Nếu nghi ngờ thực hư thì xin mời ông Tổng tới miền Nam California quan sát sẽ tận tường. Ví dụ, vùng New Port Coast hay Huntington Harbour chẳng hạn, nơi mỗi căn nhà giá đến hàng chục triệu đô. Ở những khu nhà giàu nơi đó, mỗi cuối tuần trong các buổi picnics hay tiệc tùng liên miên, thực khách Việt Nam hầu hết là con em cán bộ cộng sản mà nay là giai cấp tân tư bản đỏ, *the neuveau riche*, họ di cư sang Mỹ trong vòng chục năm gần đây. Thay vì bàn đến biện chứng Marxist và đạo đức Hồ Chí Minh, họ hăng say bàn chuyện làm sao để chuyển tài sản ra khỏi nước.

Và nghịch ngẫu thay, như phép biện chứng Marxist nhiều lần chứng minh qua lịch sử, trong các đám đông kiêu hãnh vui nhộn hay đầy lo toan ấy, có không ít những kẻ hậu vô sản, hậu cộng sản, bày tỏ cảm ơn một cách chân thành về sự hy sinh ngút ngàn với lý tưởng cộng sản vô sản của thế hệ cha ông thuở trước, đã cho họ ngày nay được vươn thoát cảnh ngộ lưỡng nan khi làm người Cộng sản Việt Nam.

Có phải Tô Lâm Là một Trần Thủ Độ ngày nay?

HÀ NỘI: *BBC tiếng Việt hôm 18/7/24 đưa tin: "Vào ngày 18/7, Bộ Chính trị Đảng Cộng sản Việt Nam (CSVN) đã ra thông báo về tình hình sức khỏe của Tổng Bí thư (TBT) Nguyễn Phú Trọng. Thông báo này, do Văn phòng Trung ương Đảng phát đi, cũng cho biết Bộ Chính trị đã phân công ông Tô Lâm, Ủy viên Bộ Chính trị, Chủ tịch nước, chủ trì công việc của Ban Chấp hành Trung ương Đảng, Bộ Chính trị, Ban Bí thư theo trách nhiệm, quyền hạn được Bộ Chính trị quy định."*

*

Ngày hôm sau, 19/7, TBT Trọng qua đời. Nhiều dư luận cho rằng, khi ông Trọng mang danh *"người Cộng sản cuối cùng"* mất đi, chính trường Việt Nam có thể đi vào tình trạng hỗn loạn. Điều đó đã không xảy ra. Tô Lâm không cho phép sự mất trật tự chính trị nào cho Đảng.

Hai tuần sau đám tang của TBT Trọng, ngày 3 tháng 8, Ban chấp hành trung ương Đảng bầu Tô Lâm làm TBT với tỷ số 100 phần trăm. Điều đáng chú ý là giới quan sát đã tiên liệu thế cờ quyền lực này của Tô Lâm và cũng không ai còn ngạc nhiên.

Nhiều đánh giá cho rằng rất có thể trong mười năm tới, chính trường và thể chế chính trị Việt Nam là của Tô Lâm. Người ta lo ngại một chế độ công an trị khắc nghiệt sẽ gia tăng cường độ dưới thời vị tướng công an mưu lược và bản lãnh này. Điều này có thể xảy ra không? Tôi hy vọng là không.

Đây chính là thời điểm mà tân TBT, CTN Tô Lâm hãy nắm lấy nguyên lý lãnh đạo quốc gia của Nguyễn Trãi, *"Đem đại nghĩa để thắng hung tàn. Lấy chí nhân mà thay cường bạo."*

BÀI HỌC TRẦN THỦ ĐỘ

Hãy nhìn lại lịch sử nước nhà. Đúng 800 năm trước, 1225, theo *Đại Việt sử ký toàn thư (SKTT)*, Vua Trần Thái Tông phong Trần Thủ Độ làm Quốc Thượng Phụ, như chức vị thủ tướng chính phủ hiện nay, và giao hết quyền chính sự cho ông. Ngay sau khi lên nắm chức vụ, Thủ Độ phế Thượng hoàng nhà Lý và bức tử vua Lý Huệ Tông dù đã đi tu. Chuyện kể rằng, khi Thủ Độ đi ngang chùa Chân Giáo, thấy Huệ Tông đang nhổ cỏ trước sân, bèn nói, *"Nhổ cỏ thì phải nhổ cả rễ sâu"*. Huệ Tông trả lời, *"Điều ngươi nói ta hiểu rồi."* Tối hôm ấy, tụng kinh Phật xong, Huệ Tông khấn, "Thiên hạ nhà ta đã vào tay ngươi, ngươi lại còn giết ta; Ngày nay ta chết, đến khi các con cháu ngươi cũng sẽ bị như thế." Xong ông ra vườn thắt cổ tự tử.

Năm 1232, khi hoàng tộc nhà Lý tụ tập cho lễ kỵ tổ tiên ở làng Hoa Lâm, huyện Đông Anh, Hà Nội (quê hương của TBT Trọng), Thủ Độ bèn cho đào hầm sâu, làm nhà cúng tế lên trên, đợi khi mọi người nhà Lý uống say, giật sập nhà xuống hố sâu, chôn sống tất cả. Sau đó, chưa hết, Thủ Độ ra lệnh tất cả con cháu nhà Lý phải cải tộc sang họ Nguyễn.

Trần Thủ Độ tuy học vấn không bao nhiêu nhưng theo SKTT thì *"tài lược hơn người ... được mọi người suy tôn, biết tôn trọng ý kiến kẻ dưới."* Ông là người có tầm nhìn lớn trên bình diện quốc gia, không trả thù vặt, không thiên vị người thân tộc về quyền hạn và quyền lợi trong triều đình, biết lắng nghe phản biện can gián từ thuộc cấp.

Năm 1257, quân Mông Cổ xâm lăng nước ta, thế quân giặc như nước vỡ bờ, Vua Trần Thái tông đích thân đánh giặc nhưng phải rút về sông Lô và Thiên Mạc. Vua lo lắng tham vấn Thủ Độ và được tâu, *"Đầu thần chưa rơi xuống đất, xin bệ hạ đừng lo."* Cuối năm ấy, Trần Thái Tông xua quân lên Đông Bộ Đầu, đánh bại quân Mông xâm lược, cứu được nền độc lập quốc gia. Con cháu Thủ Độ có hai đại tướng là Trần Khánh Dư và Trần Văn Lộng, đều là hai hùng tướng cứu quốc.

Nói về công và tội thì Thủ Độ đều có đủ. Về mặt đức lý gia tộc thì ông đã làm nhiều điều thất đức; với dòng họ nhà Lý thì tàn bạo; nhưng với cơ đồ đại cuộc, ở giai đoạn sống còn mong manh của quốc gia, Thủ Độ là một vị cứu tinh dân tộc.

Sử gia Lê Thành Khôi viết trong *"Lịch sử Việt Nam"* rằng, *"Sự độc ác của Trần Thủ Độ vượt mọi giới hạn của luật tự nhiên, tuy nhiên, ông lại là người kiến tạo đích thực cho sự nghiệp lớn lao của nhà Trần. Chính ông đã bình định đất nước [vốn đang] bị không biết bao nhiêu rối ren từ khi nhà Lý suy thoái gây nên tàn phá, và dựng lại một chính quyền và một quân đội có đủ sức mạnh và cố kết giúp Đại Việt đẩy lui được các cuộc xâm lược của Mông Cổ."*

NHÂN DÂN MONG GÌ Ở TBT TÔ LÂM?

Vậy, ta có mong Tô Lâm có thể là một Trần Thủ Độ ngày nay? Sự so sánh này chỉ có thể là lòng mong mỏi hơn là sự thật cá nhân. Tô Lâm đã không làm việc thất đức như Thủ Độ. Hai con người này ở hai giai đoạn xa xôi của lịch sử nước nhà rất khác nhau. Tuy nhiên, ở góc nhìn giới hạn, ta phải hỏi trong buổi giao thời này liệu lãnh tụ Tô Lâm có viễn kiến quốc sự lớn lao và bản lãnh nội trị ngang tầm Thủ Độ?

Hãy bình tâm và khách quan suy nhìn. Chế độ CSVN hiện nay đang đi vào thời kỳ nhiều vấn đề khó khăn lớn, từ cấu trúc thể chế, biện minh độc quyền, đạo đức cán bộ cho đến bản lãnh cá nhân lãnh đạo. Trên bình diện chung, xã hội ổn định và hòa bình, kinh tế dù gặp khó khăn nhiều mặt nhưng chưa đến mức khủng hoảng. Nói như TBT Trọng lúc sinh thời thì Việt Nam chưa lúc nào được như bây giờ. Đó là về mặt tích cực.

Tuy nhiên, nhìn sang mặt khác thì dù không rối loạn như cuối thời nhà Lý 800 năm trước, nhưng lòng dân và tâm tư đảng viên, cán bộ đối với chế độ CSVN bây giờ đang mang nhiều bất ổn rối ren. Nói chung, Đảng đang đi vào con đường đầy trắc trở hiểm họa. Đảng đã hoàn tất vai trò lịch sử cho nhu cầu độc lập thống nhất mà nhân dân và thời đại giao phó, và ngày nay Đảng chỉ tồn tại như một sự thể quán tính của một triều đại đang tìm lối đi mới cho chính mình.

Điều thất vọng lớn nhất là Đảng vẫn do dự và thiếu ý chí mở rộng không gian tự do cho quốc dân khi nhu cầu trật tự và ổn định chính trị xã hội đã được thiết lập.

Tình thế quốc gia đang chờ một lãnh tụ mới, một nhân vật mưu lược, với bàn tay thép dám làm điều phi thường để đưa giang sơn vào con lộ sinh mệnh mới. Nhân vật đó có thể là TBT, CTN Tô Lâm.

Câu hỏi: Liệu Tô Lâm có can đảm làm một cuộc đại cải cách mang tính lịch sử? Tôi hy vọng ông là người có tầm nhìn, khả năng, dám dấn thân, can đảm, để thực sự thực hiện được điều mong đợi như thế.

NHỮNG ĐỀ NGHỊ CẢI CÁCH KHẨN CẤP

Để bắt đầu, mong TBT, CTN Tô Lâm hãy thực thi ngay 13 điều sau đây:

1- **Ân xá** tất cả các nhân vật trí thức, nhân sỹ bất đồng chính kiến đang bị kết án, đang bị tù, hay đã thọ án, trong nước và hải ngoại, và phục hồi toàn diện quyền công dân của họ.

2- **Ngưng thi hành** các điều khoản hình luật liên quan đến các quyền ngôn luận và phản biện của công dân – nhất là điều 331 và 117 của Bộ luật Hình sự 2017.

3- **Chấm dứt** những giới hạn về ngôn luận trên không gian mạng. Tôn trọng quyền tố giác tội phạm, biểu đạt ý kiến, phê bình, phản biện về các vấn đề nhân sự và chính sách quốc gia, từ trung ương đến địa phương. Chấp nhận phản biện dù ngôn từ có tiêu cực hay nặng lời. Đó là giá trị của một thể chế văn minh, rộng lượng có khả năng chấp nhận khác biệt chính kiến.

4- **Bãi bỏ** chế độ lý lịch đối với công dân cho mọi chức vụ, ngành công quyền.

5- **Loại bỏ** chính sách "hồng hơn chuyên" cho các vị trí lãnh đạo. Bổ nhiệm lãnh đạo các bộ ngành theo trình độ chuyên môn, mở rộng cánh cửa tham chính và quản lý công quyền cho mọi khối đồng bào, đặc biệt là trí thức Việt kiều hải ngoại.

6- **Tách rời** bộ Công An ra làm hai bộ độc lập: Bộ Cảnh sát và Bộ An ninh nhằm giám sát lẫn nhau giảm thiểu sự lạm quyền của ngành công an.

7- **Cải tổ sâu rộng** cơ chế và tinh giản nhân sự hành chánh công quyền ở mọi cấp. Giải thể các tổ chức, hội đoàn ngoại vi thiếu thực chất, tốn kém ngân sách. Tăng lương bổng cho cán bộ các ngành nhằm giảm thiểu tiêu cực vì nhu cầu kinh tế.

8- **Tái tổ chức** bộ Tư pháp và đổi danh hiệu sang bộ Công lý. Bổ nhiệm Công tố viên quốc gia đóng chức năng truy tố hình sự từ trung ương đến địa phương. Đổi mới toàn diện bộ Luật Hình sự hiện nay nhằm hoàn chỉnh nhu cầu công lý trong giai đoạn mới.

9- **Gia tăng** chức năng, khả năng, vai trò giám sát quốc sự cho Quốc hội. Hãy thực thi nguyên tắc hiến pháp rằng Quốc hội là cơ quan quyền lực quốc gia tối cao.

10- **Cải cách toàn diện** bộ Giáo dục và chính sách giáo dục đào tạo. Bổ nhiệm một chuyên gia Việt kiều trong lãnh vực giáo dục làm bộ trưởng với một tầm nhìn và phương cách lãnh đạo mới từ cơ bản.

11- **Cải tổ sâu rộng** bộ Tài chính. Cải cách cơ chế quản lý và giám sát ngân hàng. Đổi mới chế độ thuế khóa vốn bất công và bất cập hiện nay trong đó người giàu không đóng đủ thuế theo khả năng của họ – nhất là ở lãnh vực bất động sản.

12- **Giải thể** bộ Tài nguyên và Môi trường để thành lập bộ Gia cư và Bất động sản nhằm giải quyết vấn đề nhà ở cho nhân dân và tái lập trật tự thương trường nhà đất.

13- **Thành lập** bộ Bảo vệ Môi trường nhằm thực thi những chính sách mạnh mẽ khẩn cấp cứu nguy môi trường giang sơn.

CHO MỘT CHƯƠNG SỬ MỚI

Còn rất nhiều điều cần phải làm. Những điều nêu trên chỉ là những bước đầu khiêm tốn, tối thiểu để dần đưa quốc gia sang một chương sử mới – như Trần Thủ Độ đã từng dấn thân xây dựng triều đại nhà Trần oai hùng và huy hoàng. Những hành động cải cách sơ khởi như thế sẽ ví như là tân TBT mạnh tay rút bỏ chùm rác vốn làm nghẽn ống cống trên đại lộ quốc gia đang ngập nước.

Lịch sử nước nhà trong giai đoạn kế tiếp đang ở trong tay TBT, CTN Tô Lâm – nhân vật có thể trở nên một anh hùng khi Việt Nam đang cần một lãnh tụ xứng tầm với mệnh lệnh thời đại.

Mong tân TBT sẽ thực hiện đạo lý trị quốc như trong lời phát biểu của ông ở buổi họp báo sau lễ nhậm chức,

"Kết hợp sức mạnh dân tộc với sức mạnh thời đại... Kiên định lập trường, quan điểm và thực hành 'dân là gốc'. Nhân dân là chủ thể, trung tâm của công cuộc đổi mới bảo đảm mọi người dân đều được thụ hưởng những thành quả của đổi mới, phát triển, được sống hạnh phúc trong môi trường an ninh, an toàn không ai bị bỏ lại phía sau."

Nhân dân đang mong chờ lãnh tụ Tô Lâm hành động.

California 3/8/2024

Giữa nơi Đại Hội Việt Kiều:
Một nỗi bình an

Đây là bài viết về Đại hội Kiều bào tại Hà Nội năm 2009 gây tranh luận và nhiều lên án đầy cảm xúc đối với tác giả.

The State is the march of God on earth (Hegel)

*

Hà Nội (2019) – Như rứa mà đã qua ba mươi lăm năm, ngày tôi rời Việt Nam. Trưa ngày 30 tháng 4, 1975, đeo đu đưa trên càng chân đáp của chiếc trực thăng cuối cùng rời phi trường Cần Thơ, trên vai vẫn đeo súng, vai kia mang túi xách, tôi đã thoát đi trong tiếng la hét hoảng sợ và cuồng nộ, bắn giết của đoàn quân đang tan vỡ.

Trong hai mươi năm qua, tôi đã bao lần về Việt Nam. Lần nào bước vào phi trường Tân Sơn Nhứt, tôi vẫn mang nỗi sợ hãi thầm kín. Không biết lần này có bị trục xuất không? Còn những ngày ở trong nước thì luôn nghĩ đến chuyện công an "mời lên làm việc". Tôi như đứa con ghẻ trên chính quê hương mình. Nhưng lần này, tôi về lại quê nhà với tâm trạng khác. Tôi được chính thức mời trở lại Việt Nam.

Tôi đã phân vân suốt cả tháng là có nên đi dự "Đại hội người Việt ở nước ngoài" hay "Đại hội Việt kiều" (Đại hội). Với tư cách chủ tịch Hiệp hội Doanh nhân Việt – Mỹ, tôi có nhiều lý do tham dự. Cùng về với tôi trên các đường bay khác là một phái đoàn gồm những thương gia và chuyên gia. Trên chuyến tàu từ San Francisco bay đến phi trường Nội Bài ngày thứ Sáu 20 tháng 11, tôi chỉ đi một mình. Tôi để ý đến các cô tiếp viên Việt Nam cố gắng cười trên môi dù có nỗi bực mình thể hiện qua hàng lông mày vì những yêu cầu của hành khách đi từ Đài Loan.

Vừa bước tới quầy thủ tục nhập cảnh ở Nội Bài, tôi được hướng dẫn vào lối dành cho đại biểu kiều bào về tham dự Đại hội. Một sĩ quan cấp tá đón tiếp tôi thân mật, vui vẻ. Viên sĩ quan nơi quầy lập tức đóng dấu vào tờ khai nhập cảnh và chào tôi với nụ cười nghiêm chỉnh. Tôi được hai nhân viên hướng dẫn đến quầy tiếp đón. Xong rồi tôi ra xe đang chờ chở về khách sạn cùng với một số đại biểu từ châu Âu. Đến khách sạn chúng tôi lại được đón tiếp thân mật. Ở đâu, trên khuôn mặt nào cũng thấy tươi nụ cười và lời chào trân trọng. Phòng trọ của chúng tôi ở khách sạn Thắng Lợi này, có lối kiến trúc do kỹ sư Cuba xây cất nằm trên mặt nước Hồ Tây. Tôi bước ra ban công nhìn xa qua bên kia bờ là đường Thanh Niên và phố Thụy Khuê. Tôi chợt nhận ra một Hà Nội mà chưa bao giờ mình biết đến – dù rằng tôi đã đến xứ Thăng Long này biết bao lần.

GS Nguyễn Hữu Liêm (cầm micro) tại Hội nghị Việt Kiều gốc Quảng Trị ở Đông Hà năm 2018.

Sau khi tắm và quần áo tươm tất, tôi xuống phòng ăn, gặp nhiều anh chị em, có người từng quen biết, có người không. Những khuôn mặt tươi vui, tay bắt mặt mừng, như cùng hát vang bài của chàng Sơn thuở nọ, *"Mặt đất bao la, anh em ta về, gặp nhau, mừng như bão táp quay cuồng. Trời rộng. Bàn tay ta nắm nối liền một vòng Việt Nam."* Trong khung cảnh hội tụ này, tôi đọc được tâm trạng không cô đơn của những con người nặng lòng với đất nước.

Tôi cảm thấy bừng vui như đứa trẻ hứng khởi – dù trong ý thức, tôi muốn chăm chú nhìn chính mình và các đại biểu Việt kiều ở góc độ khác. Tôi muốn bắt chước Edmund Husserl soi tìm một tinh hoa hiển lộ, cái thực chất của tình yêu đất nước trên cơ sở hiện tượng học, một thể dạng tình cảm quê hương thuần chất trong con người Việt Nam – cái dân tộc tính đặc thù, sau khi đã loại trừ những yếu tố kinh nghiệm cá nhân và lịch sử. Ở trong, và kinh qua, tất cả những vọng động từ sử tính, trong khổ đau, qua thể chế, với đầy cực đoan và ngu muội, thì cái thực chất tinh thần yêu nước của con người Việt Nam, như là một thực tại thuần trừu tượng của khái niệm, qua biện chứng cuộc đời, có được nâng cao lên tới một thời quán tiến hóa mới? Hay những người "phía tả" như chúng tôi vẫn là những đứa con trẻ đang lớn lên của thời tiền cách mạng, khao khát một nguyên cớ lịch sử để hy sinh chính mình nhằm tìm ra chính mình?

Chuyến đi Đại hội này – tôi an ủi và tự đánh lừa chính mình – như là một dự án về biện chứng sử tính trong hiện tượng luận của Husserl. Triết học ở đây như một chiếc áo quá rộng cho một chàng nhà quê vừa lên chợ tỉnh, hăm hở lý thuyết như con trâu đói, ngấu nghiến nhai cỏ vàng úa giữa đồng hoang.

Tôi tìm đến Husserl trong đoạn văn này.

"Cuộc đời của con người, trên cơ bản tinh hoa phổ quát của nhân loại và văn hóa bản địa, nhất thiết phải mang yếu tính lịch sử. Nhưng đối với một con người khoa học, cuộc đời như là cuộc sống của khoa học, trên chân trời của cộng đồng những khoa học gia, thì nó đã đánh dấu một sử tính mới. Nó đòi hỏi một cuộc cách mạng cơ bản về ý thức sử tính. Đó là cuộc cách mạng về *trái tim lịch sử* trong ý thức sử tính của con người."

Husserl, theo ngôn ngữ phiên giải của Derrida, viết tiếp,
"Thứ nhất, đó là một sử tính tổng quan trong sinh mệnh con người khi nhân loại hiện thân và sống trong bối cảnh tinh thần và văn hóa của truyền thống. Cái tiếp theo và cao hơn là sự thức dậy từ tính kích động của văn hóa châu Âu, để tìm đến một dự án lý thuyết và triết học. Cuối cùng là sự chuyển hóa từ triết học đến hiện tượng học. Từ đó, mỗi chặng đường chuyển hóa, được đánh dấu bởi một cuộc cách mạng nhằm phá bỏ dự án cũ, thực ra chỉ là một tổng dự án, qua khả thể vô hạn hóa sử kiện, sử dụng giác quan để điều tra đến tận cùng cái chủ ý ẩn giấu của tập thể dưới tất cả những chuyển động lịch sử."

À ha! Đây đã chính là dự án của Lý Đông A cho con người Việt Nam. Tôi xin mượn Đại hội Việt kiều, qua tinh thần Lý Đông A và phương pháp luận của Husserl, để suy tìm cho chính tôi, một nhận thức mới về *"trái tim sử tính"* của dân tộc Việt từ một trăm năm nay – từ khi truyền thống sử tính dân tộc Việt Nam bị kích động thức dậy bởi văn minh lý thuyết Tây Âu. Cái tôi muốn bước tới là cái mà Trần Đức Thảo, từ năm 1955, khi tôi vừa mới ra đời, đã từ Paris về Hà Nội, cố gắng khơi mào một cách tế nhị và gián tiếp: Một cuộc chuyển hóa về sử tính từ ý thức ôm chặt bởi văn hóa truyền thống và bản địa hạn hẹp sang đến cõi sống thuần tinh hoa lý thuyết và triết học phổ quan. Ảo tưởng trí thức – dĩ nhiên. Nhưng đây là niềm vui tự tách rời của tôi. Nhưng tôi phải tự hỏi như Lý Đông A đã từng hỏi cả gần thế kỷ trước: Tất cả những khổ đau – và nỗi nực cười bi đát – mà cả dân tộc Việt Nam kinh qua đã phải cho một mục đích – tức là chủ ý tinh thần và tinh hoa cho sử tính Việt. Nó là gì?

Nó có phải là tinh thần dân tộc độc lập – một tinh thần tự do tập thể cổ điển – đang được chuyển hóa sang ý thức tự do – một tinh thần giải phóng cá nhân? Hay rằng: Nó vẫn chỉ là một tinh thần thuần phản ứng, trên cơ sở dân tộc chủ nghĩa, được vẽ với thêm bằng giáo điều vọng tưởng, cộng thêm một võng lưới vướng mắc từ quyền lực và quyền lợi, mà Đảng Cộng sản là hiện thân, đối với tính hiện đại từ Tây Âu đem đến?

Tôi muốn dựa vào phép biện chứng quốc thể (state), tức là các hình thái tổ chức, mà Đại hội Việt kiều này là một, và chính tôi, cùng các đại biểu Việt kiều, những người mang tinh thần dân tộc trong lưu vong, tương tác – như là một tiến trình đối ứng và thông hiểu, để chuyển hóa lẫn nhau – từ các nội dung đầy kịch tính chính trị đến những nỗi hồn nhiên mang nặng tính bi hài trong những con người đại biểu như chúng tôi. Tôi biết rằng không một ai đã bước vào lịch sử mà không làm một thánh tử đạo sẽ là – và khi chết không phải làm một tên hài kịch đã là.

Sáng sớm ngày hôm sau, thứ Bảy, 21 tháng 11, phái đoàn chúng tôi lên xe buýt – có xe cảnh sát hú còi mở đường – đi về Trung tâm Hội nghị Quốc gia Mỹ Đình. Hà Nội, khi xe ra khỏi khu Ba Đình, là cả một công trường xây dựng. Các cao ốc thi nhau vươn lên. Có một cái gì đó mang ít nhiều tính bất cập, bất tương xứng giữa những con người và chế độ chính trị, và cả con người tôi thấy trên đường phố, đối với các cao ốc hiện đại đang được dựng cao. Tôi hình dung ra một tập thể nông dân thích ngắm tập tranh vẽ mây nước của Tàu đang tham dự một cuộc triển lãm hội họa đương đại. Ngôn ngữ khẩu hiệu cũng nhẹ nhàng đi. "Người Việt ở nước ngoài" thay cho "Việt kiều". Chữ "Đảng" cũng thấy và nghe nói ra rất ít. Những anh công an chính trị luôn nở nụ cười, bắt tay. Cái biện chứng tương tác của ý chí thể thức đang lôi kéo các tâm hồn thượng cổ, làng mạc bước ra không gian mới của thời đại – như các cô chiêu đãi viên hàng không Việt Nam vẫn buộc lòng cố cười tươi dù thật sự rất không muốn.

Hay quá! Chủ nghĩa *"chủ quan duy ý chí"* của một đế chế chính trị khắt khe và nhiều sai lầm – như là ý chí lịch sử Việt Nam – đang đòi hỏi các con người mang sử tính liên hệ phải thay đổi. Hôm nay, cái bụng dạ thuần phản ứng buộc phải uốn nắn theo thể thái ngôn ngữ và khuôn mặt của mình theo *"kinh tế thị trường"*. Cái đang là của thực tế cuộc đời đang uốn nắn bởi cái phải là của thời thế. Tôi nhìn rõ được một dạng thức tương tác giữa ý chí và ý thức đầy mâu thuẫn này, thậm chí đang đưa con người Việt Nam đi đúng đường, đúng hướng.

Qua đến ngày thứ hai của Đại hội. Trong các khóa hội thảo chuyên ngành, tôi tham dự phiên *"Trí thức và chuyên gia"*. Có một giáo sư kiến trúc, về từ Pháp, tôi chỉ nhớ tên là Trường, khoảng 65–70 tuổi, đã tâm sự chuyện ông về Việt Nam giảng dạy suốt nhiều năm qua. Không lương bổng, và không được trả bất cứ chi phí nào, giáo sư Trường đã kèm dạy nhiều lớp sinh viên trong ngành xây dựng và kiến trúc, cũng như khiêm tốn làm việc với các ban ngành của chính phủ về các vấn đề xây dựng và quy hoạch thành phố. Tôi tự hỏi mình có làm được như thế không? Có làm như vậy mới xứng đáng với vai trò trí thức của mình. Tôi thầm vui mừng – và hãnh diện – vì trong hàng lớp nhà giáo gốc Việt ở hải ngoại đang có nhiều anh chị em về Việt Nam âm thầm làm việc, đóng góp như vậy. Không có chức năng lịch sử nào trọng yếu và tích cực hơn vai trò khai sáng và chuyển giao ý thức. Dĩ nhiên, ý thức – mà tất cả chỉ là ý thức tự do – phải nằm trên cơ sở khoa học thực nghiệm, như Trần Đức Thảo đã dày công phân tích.

Ngày thứ ba của Đại hội, ở cuối phần bế mạc, tôi cùng đứng dậy chào cờ. Bài "Tiến quân ca" được vang cao trong cả hội trường. Lạ thật. Tôi chưa hề nghe Quốc ca Việt Nam (này) trong khung cảnh thể thức như thế. Từ ấu thơ đến bây giờ, tôi từng hát Quốc ca của miền Nam, trước năm 1963 thì cùng với bài hát buồn cười "Suy tôn Ngô Tổng thống." Ba mươi bốn năm qua là Quốc ca Hoa Kỳ xa lạ, *Star Spangled Banner*. Nay thì tôi có dịp nghe và chào Quốc ca Việt Nam và lá cờ đỏ sao vàng. Con người là con vật của biểu tượng. *Cờ in máu chiến thắng mang hồn nước*. Tôi cảm nhận được một dòng điện chạy từ đáy lưng theo xương sống lên trên cổ trên đầu giống như khoảnh khắc thức dậy và chuyển mình của năng lực Kundalini. Tôi nhìn lên phía trước, khi vừa dứt bài Quốc ca, mấy chục cô và bà đại biểu từ Pháp chạy ùa lên sân khấu, vỗ tay đồng ca bài "Như có Bác Hồ trong ngày vui đại thắng". Tôi nhìn qua các thân hữu Việt kiều từ Mỹ, và ngạc nhiên khi thấy hầu hết – kể cả những người mà tôi không ngờ – đang vỗ tay hào hứng la to, *Việt Nam! Hồ Chí Minh!* Cả hội trường, và tôi, cùng hân hoan trong tất cả (vẫn là) cái hồn nhiên mà dân tộc ta đã bước vào từ hồi thế kỷ trước.

Trong không khí vang ầm lời ca, tôi lại lắng nghe từ Paul Ricoeur, *"Đây là ý chí hồn nhiên thứ hai, khi con người đã bước ra khỏi hồn nhiên thứ nhất, trở về lại để tìm ra nó như một niềm hạnh phúc nguyên sơ."* Tôi thầm cảm thấy mình thật sự bình an khi đất nước này đã mở rộng vòng tay đón tôi trở về – dù tôi ý thức rõ ràng về sự khác biệt nhiều tương phản giữa quê hương và thể chế chính trị. Tôi biết và cảm thông được nỗi buồn vô hạn của những người trí thức từng bị trục xuất khỏi quê nhà khi về đến sân bay. Ôi tổ quốc ơi! Sao ngươi khó khăn và khắc nghiệt thế? Cho dù tôi có cố gắng khách quan hóa ý thức đầy sử tính của mình, cái tinh chất thuần ý thức mà hiện tượng luận muốn đi tìm vẫn còn là một ẩn số lớn.

Ngày hôm sau, thứ Ba, 24 tháng 11, trên suốt chuyến bay để "đi" California – không phải là "về" như bao lần – tôi thấy chính mình đang mang tiếp được nỗi bình an ngày hôm trước. Quê nhà đã đón mừng và nhận lại mình. Tôi không còn sợ tổ quốc, sợ chế độ, sợ công an, sợ cộng sản.

Bạn thấy không? Con người tôi vẫn là của thời quán thứ nhất – một anh nông dân trong làng chưa bước qua được giai thoại của một thứ dân tộc chủ nghĩa thô sơ và đầy uẩn khúc. Tôi chưa phải là con người tự do.

Xin chân thành cảm ơn tất cả.

Ôi hỡi quê hương Việt Nam. Lần này, tôi đã thực sự trở về!

(2009)

Logic Thương Tích gặp trí tuệ Nông Dân

Cần một nghị quyết mới về Việt kiều

Ngày thứ Sáu 14 tháng 10, 2022, tại tư gia của tôi ở San Jose, California, có buổi gặp gỡ giữa Uỷ ban người Việt ở nước ngoài đến từ Hà Nội và một số nhân sĩ Việt kiều. Trong suốt hơn hai giờ, cuộc trao đổi tương đối khá thẳng thắn và thực tiễn về các chính sách đối với Kiều bào.

*

Nhưng khi nói về Nghị Quyết 36 năm 2004 của Bộ Chính Trị Đảng CSVN về chính sách đối với người Việt định cư ở nước ngoài thì buổi thảo luận trở nên sôi nổi gần như là một cuộc tranh luận.

Về phía Phái đoàn ngoại giao thì đánh giá **Nghị quyết 36** là một thành công lớn, một bước ngoặc quan trọng trong chính sách của Đảng đối với Kiều bào trong tiến trình hòa giải dân tộc để cùng chung tay xây dựng đất nước, hướng về tương lai.

Phía nhân sĩ Kiều bào lại cho đó là một thất bại từ cơ bản, vì không giải hóa được hố sâu ngăn cách giữa người Việt tỵ nạn và thể chế chính trị Cộng sản Việt Nam. Chưa nói về bình diện vĩ mô, có người nói thẳng rằng, hãy nhìn xem buổi gặp mặt hôm nay tại một nhà riêng với một số nhỏ chưa tới 10 người – thay vì là một cuộc gặp gỡ công khai đông đảo thành phần người Việt và giới truyền thông tham dự – thì đây là bằng chứng rõ nhất về sự thất bại của Nghị quyết 36.

CHƯA SÒNG PHẲNG VỚI QUÁ KHỨ

Có ý kiến cho rằng chế độ chính trị CSVN đã thay đổi rất nhiều, từ bản chất cầm quyền đến trình độ nhân sự. Các chính sách thực tiễn đối với Việt kiều cũng đã rất thông thoáng và tiến bộ nhiều mặt. Tuy nhiên, hố sâu ngăn cách giữa Đảng và Kiều bào vẫn còn đó.

Tác nhân tạo ra hố sâu là Đảng CSVN. Nhưng cho đến nay, Đảng vẫn chưa nhận trách nhiệm đó, ít nhất về mặt đạo lý dân tộc. Ngôn ngữ Nghị quyết 36 không đề cập gì đến những sai lầm lớn lao và ác độc của Đảng sau 1975 đối với dân miền Nam, nhất là người dân Sài Gòn. Từ học tập cải tạo tàn ác, đến đánh tư sản cũng như đánh đuổi Hoa kiều hồi hương, chế độ quản lý lý lịch khắt khe, chính sách lùa dân thành thị đi các vùng kinh tế mới nơi rừng thiêng nước độc, xua đuổi và cướp nhà cửa, tài sản, đưa đến hậu quả khiến cho hàng trăm ngàn người dân vượt biển, vượt biên đường bộ, họ bị cường hiếp bởi hải tặc, chết khát, chết vì mìn gài chôn bên Campuchea.

Đó là chỉ nêu lên vài nét chính trong số những tội ác lịch sử mà Đảng CSVN chưa lần trực diện với chúng, sòng phẳng với quá khứ sai lầm lớn lao đó. Phần đông khối Kiều bào Việt ở Hoa Kỳ vẫn còn mang thương tích lớn từ những chính sách bất nhân đó. Họ chưa tha thứ vì Đảng chưa chịu nhận trách nhiệm trước lịch sử, trước dân tộc, trước đại khối Kiều bào hải ngoại.

TỪ TRÍ TUỆ NÔNG DÂN

Trong lúc thảo luận hôm ấy, một nhân sĩ đặt tên cho những chính sách sai lầm và kém cỏi là tác phẩm của trí tuệ nông dân. Mới nghe qua thì tên gọi này có vẻ như là một xúc phạm. Nhưng thực ra đó là một nhãn hiệu công bằng. Đảng CSVN hãnh diện là của giai cấp công nông – tức là của giới vô sản, bần cùng. Với trí tuệ và ý chí công nông, vô sản đó, họ đã làm nên lịch sử, một lịch sử bách chiến bách thắng – như ngôn ngữ lịch sử chính thống của Đảng vẫn ca ngợi. Và ai – kể cả người CS – cũng thấy rằng các tác phẩm từ trí tuệ nông dân đó cũng đã gây ra biết bao tai họa cho quốc gia, cho dân tộc.

Trí thức thiên tả thường huyền thoại hóa giai cấp bần cùng, quê mùa, vô sản. Đó là sự nhầm lẫn giữa lòng thương hại từ ý thức công lý đối với sự đánh giá khách quan về khả năng quyền lực, đạo đức ý chí chính trị khi nói về giai cấp nông dân. Ý chí chiến thắng của giới bần nông Việt Nam đã tạo nên một Điện Biên Phủ 1954 và Sài Gòn 1975, nhưng nó cũng đã mang đến Cải cách ruộng đất ở miền Bắc, đấu tố giai cấp và đánh tư sản, kinh tế mới ở miền Nam sau 1975. Đó là thể loại trí tuệ của Mao Trạch Đông khi thấy Trung Hoa thu hoạch lúa mùa kém đã đổ lỗi cho chim sẻ và ra lệnh tiêu diệt hết loài chim này. Kết quả là châu chấu và côn trùng tàn phá mùa màng, tạo nên nạn đói năm 1958– 60 trong đó hơn 30 triệu dân Tàu bị chết đói vì thiếu gạo.

KHÚC QUANH VƯƠN THOÁT

Nếu quan sát kỹ, chúng ta có thể thấy rằng Đảng CSVN đang vươn thoát khỏi những sai lầm chính sách của trí tuệ nông dân. Tuy nhiên, ngôn ngữ và tinh thần của Nghị quyết 36 vẫn còn là một tác phẩm dung chứa tư duy của tầm mức trí tuệ nông dân đó. Trên bình diện chính trị, Nghị quyết này vẫn thể hiện ý chí chiến thắng, định kiến một chiều, đánh giá không chính xác về tâm tư Kiều bào, coi họ chỉ là đối tượng nhằm chính phục chính trị và khuyến dụ kinh tế – thay vì nhằm chia sẻ và thông hiểu vết thương sâu thẳm mà Kiều bào đang còn chịu đựng. Đó là chưa nói đến ý tưởng xây dựng cộng đồng Kiều bào ở hải ngoại theo đề án của Đảng, dù là tích cực, nhưng thiếu thực tế và không cần thiết.

Công bằng mà nói, tuy vậy, Nghị quyết 36 là một cách mạng về tư duy lớn của Đảng đối với chính sách Kiều bào. Từ cáo buộc phản quốc, bắt giam, đối với người vượt biên những năm sau 1975, nay Đảng chính thức công nhận Kiều bào là một bộ phận không thể tách rời của dân tộc. Từ việc gởi Chủ tịch nước Nguyễn Minh Triết sang quận Cam, California, gặp mặt Kiều bào, cho phép cựu Phó Tổng thống VNCH Nguyễn Cao Kỳ, Nhạc sĩ Phạm Duy... về sống ở nước nhà, cho đến chính sách miễn thị thực, công nhận song tịch, vấn đề mua bán bất động sản, Đảng CSVN đã chứng tỏ những thiện chí vượt bực.

Điều đó cho thấy rằng Nghị quyết 36 mang hai bình diện song song với nhau: Đó là chính sách thực tiễn đối với tinh thần chính trị. Cộng đồng Kiều bào, người Mỹ gốc Việt nay về nước làm ăn, nghỉ hưu, du lịch ngày càng đông. Hãy xem các chuyến bay trực tiếp của Vietnam Airlines từ California về Sài Gòn không còn chỗ ngồi sẽ thấy điều đó. Đảng CSVN đã thành công trên bình diện chinh phục Kiều bào ít nhất trên bình diện thực dụng. Và Đảng cho rằng đây là một chiến thắng chính trị. Đó là nguyên nhân sâu sắc cho một số lớn, nếu không nói là đa số Kiều bào gốc VNCH, chưa chấp nhận thua cuộc trước chiến lược chính trị và nhân tâm đó của Đảng.

ĐẾN LOGIC THƯƠNG TÍCH CỦA KIỀU BÀO

Khi tôi đăng lên trang Facebook về buổi gặp mặt nói trên, tôi đã nhận được nhiều bình luận trái chiều. *"Đừng nghe những gì Cộng sản nói mà hãy nhìn kỹ những gì Cộng sản làm"*, hay, *"Cộng sản tự bản chất không bao giờ thay đổi."* Có một số bình luận hằn học hơn, cùng với nhiều lời tán thành chuyện đối thoại, gặp gỡ như thế. Tôi thông cảm và chia sẻ với tất cả ý kiến trái chiều, và tôi không xóa lời bình luận nào. Những kết án thuần chất khẩu hiệu của thời VNCH là những biểu dấu của cái logic thương tích mà chúng ta phải công nhận và thông cảm.

Thôi thì hãy bình tâm mà *"nhìn kỹ những gì Cộng sản làm"*: Từ cái thời đấu tố ruộng đất, văn kiện đầy ngôn ngữ giai cấp, ca ngợi tuyệt đối chủ nghĩa Mác Lê Nin, cho đến hôm nay, khi họ cố gắng làm hòa với Kiều bào, dù là mục tiêu chính trị, hay khi họ gia nhập toàn diện vào cộng đồng kinh tế của thế giới văn minh, tiến bộ, hay về bình diện đối nội với những thành đạt về ổn định chính trị, trật tự xã hội – dù bất công và ung thối – và phát triển kinh tế, đã tạo nên một giai tầng trung lưu, tư bản mới cho nhân dân. Những ai về nước gần đây, đi vào vùng xa, làng thôn, dù nghèo khó vẫn còn đó, nhưng đời sống chung của quần chúng đã được nâng cao rất nhiều. Nay dân chúng không còn ăn để no, mà phải ngon; mặc không chỉ đủ ấm, mà phải đẹp. Chúng ta phải công bằng cho CSVN mức điểm cộng.

CSVN CÓ THAY ĐỔI KHÔNG?

Tức là không những bản chất chế độ đã thay đổi, mà ngay cả con người CSVN cũng đã thay đổi, tiến hóa rất xa. Vâng, cái gì cũng phải thay đổi, chuyển hóa theo thời gian. Chế độ và con người CSVN đã và đang đổi thay. Lần nữa, ta phải bình tâm công nhận điều đó.

Trong chuyến về nước tháng Tám vừa qua, tôi có dịp tiếp xúc với khá nhiều cán bộ cấp trung của chế độ. Hầu hết tuổi dưới 50 và tốt nghiệp từ các trường đại học uy tín Âu Mỹ. Trong đó, một số là sinh viên cũ của tôi ở San Jose City College. Trong các bữa ăn trưa hay tiếp xúc xã giao với các cán bộ cấp thứ trưởng và vụ trưởng ở Sài Gòn và Hà Nội, tôi không thấy con người cộng sản nào ở họ, từ ngôn ngữ, nhân cách, phong thái. Ngay vị sĩ quan an ninh cấp tá hay mời tôi cà phê cũng là một con người sâu sắc, mang dáng dấp văn minh, lịch sự – chứ không như mấy chục năm trước khi tôi mới về nước đã phải làm việc với các ông an ninh chính trị răng đen mã tấu, thô kệch và hách dịch. Hiện tượng nhị nguyên nhân cách nơi cán bộ, tức là con người thể chế đối với con người thực, nay là một chuyện đang giảm bớt rất nhanh.

Khi con người thay đổi, thể chế thay đổi. Hãy nhìn vào nhân sự Bộ Chính trị hiện nay. Ở cơ chế quyền lực cao nhất này, chỉ còn một người cộng sản duy nhất: TBT Nguyễn Phú Trọng. Tôi cũng có lần gặp gỡ, quen biết một vài nhân vật trong BCT thì theo tôi họ không còn và không phải là người cộng sản. Họ chỉ coi chủ nghĩa Cộng sản là một gia sản lịch sử cho mục tiêu công lý xã hội, một khung tham chiếu cho trật tự đẳng cấp – và dĩ nhiên, cho ý chí và quyền lợi, tham vọng chính trị. Nói gọn, VN nay không phải là một quốc gia cộng sản nữa.

CẦN MỘT NGHỊ QUYẾT KIỀU BÀO MỚI: MỘT LỜI TẠ LỖI

Từ cái nhìn tích cực – và theo tôi là công bằng, vừa phải – ta phải đánh giá rằng, trên bình diện nào đó, Nghị quyết 36 đã đưa Đảng CSVN đi đúng hướng trên hành trình hòa giải dân tộc thời hậu chiến. Nhưng nó chưa đủ và còn nhiều khuyết khiếm.(*)

Tôi đề nghị BCT hãy tuyên bố một Tân Nghị quyết về người Việt ở nước ngoài. Trong Nghị quyết mới này, Đảng hãy sòng phẳng và can đảm công nhận những sai lầm chính sách đối với dân miền Nam sau 1975. Và có *một lời tạ lỗi* với họ, và đối với chung cả dân tộc.

Chỉ cần làm điều đó thì đại khối Kiều bào gốc miền Nam, vốn rộng lượng và dễ tha thứ, hy vọng sẽ quên bớt hận thù, để cùng với người Việt khắp thế giới hướng về tương lai, xây dựng quốc gia như tất cả chúng ta cùng mong mỏi.

AI và ảo vọng toàn năng: tương lai chính trị Việt Nam năm 2030

Đánh giá cơn sốt ChatGPT hiện nay từ góc độ Triết học để hình dung nước Việt Nam vào năm 2030

*

Trong cuốn *Homo Deus: A Brief History of Tomorrow,* (2017), sử gia Do thái Yuval Noah Harari viết rằng giống nòi nhân loại *Homo sapiens* như chúng ta biết, đã đi hết giai thời của nó và sẽ trở nên vô nghĩa trong tương lai. Bởi vì công nghệ điện toán thông minh nhân tạo – *Artificial Intelligence* (AI) – sẽ giải quyết hầu hết những vấn nạn mà con người thời nay đang cố tìm câu trả lời.

Theo đó, trong thế giới AI, sẽ có hai tôn giáo mới ra đời, không phải xuất phát từ sa mạc Trung Đông hay đỉnh núi tuyết Himalayas, Tây Tạng, mà từ trong các phòng thí nghiệm điện tử ở vùng Thung lũng *Sillicon* San Francisco.

Tôn giáo thứ nhất là *techno-humanism* (nhân loại kỹ thuật), thứ hai là *data religion – Dataism* (tôn giáo dữ kiện). Hai tôn giáo này sẽ tạo ra một thể loại con người thượng đế – *Homo deus* – một giống dân siêu việt kiến lập bằng hệ thống *algorithms* không có ý thức, vô đạo đức và vô cảm. Giống dân *Homo-deus* này không những sẽ là chúa tể địa cầu mà còn sẽ làm chủ ngay cả thái dương hệ – theo Harari.

Trí tuệ nhân tạo và ảo vọng siêu nhân

Thế là giấc mơ *Ubermensch* (Siêu nhân) của Nietzsche đã có cơ hội hiện thực hóa. Nếu ai đọc Nietzsche – như phong trào triết học hiện nay ở Việt Nam – sẽ nhớ đến một đoạn trong cuốn "Khoa học Hạnh phúc" (*The Gay Science*) rằng, *"Ta đi tìm Chúa! Ta kiếm Chúa!"* Thế nhưng *"Chúa đã chết. Chúa vẫn chết. Và chúng ta đã giết ngài!"* Thế thì ai sẽ thay Chúa?

Theo Nietzsche thì sau Chúa sẽ có một giống siêu nhân xuất hiện. Họ là *overman* – mẫu người đã vượt qua chính mình và giáo điều Thiên Chúa giáo. Giống siêu nhân này là thứ người cuối cùng – *the last man* – không còn bị chế ngự bởi tinh thần yếu đuối đầy sợ hãi như nhân loại đang là. Kẻ siêu nhân sẽ là chúa trời cho chính hắn. Họ là những con người toàn năng, toàn trí – *omnipotent and omniscient* – như Thiên Chúa giáo diễn tả Thượng Đế theo giáo điều cổ điển.

Ngày nay, con người toàn năng toàn trí mà Thiên Chúa giáo và Nietzsche mơ ước đang xuất hiện ở chân trời. Đó là những người sống trong thế giới AI – và bước đầu cho buổi bình minh siêu nhân đó đang được khởi động bởi *ChatGPT*.

ChatGPT là một bộ óc hoàn vũ đang được hoàn thiện, thông thạo hầu hết các thứ tiếng, mang số vốn kiến thức bao trùm mọi lãnh vực với một kỹ năng suy nghĩ nhanh như ánh sáng và có câu trả lời tức thì cho kẻ tham vấn. Đây là một cơ năng cận toàn trí – *near–omniscient* – mà nhân loại hằng mơ ước. *ChatGPT* trên nhiều bình diện còn ưu việt hơn là Chúa Trời. Nó biết lắng nghe câu chất vấn và cho câu trả lời – thay vì như thảm cảnh các tín đồ tôn giáo cầu nguyện mà không bao giờ được biết là Chúa đang nghĩ gì.

Cho những ảo vọng siêu hình tôn giáo xưa nay thì bây giờ AI qua *ChatGPT* đã biến thành khả thể thực tại. Nó là một thần đế vô tư, không thiên vị, không phân biệt đối xử, không màng bị đánh thức lúc hai giờ sáng để kiên nhẫn lắng nghe kẻ thao thức truy tìm và nhanh chóng trả lời hàng trăm câu hỏi trên nhiều lãnh vực mà phần lớn là vớ vẩn và lạc đề.

Nhân loại từ cổ chí kim luôn nuôi một ước vọng siêu hình lớn. Đó là ảo tưởng trở nên Thượng đế toàn năng, toàn trí, toàn thiện. Tôn giáo là gì nếu không phải là hiện tượng từ ảo vọng như thế. Ước mơ đó đã trở thành những dự án Chúa Trời – *the God projects*. Tuy nhiên, các dự án siêu nhiên qua thần linh, theo quan điểm của người thời nay, là một hiện tượng vô minh, thiếu hiểu biết trên cơ sở khoa học thực nghiệm.

Ngày nay, AI, bằng *ChatGPT*, sẽ thay thế thần linh đầy thiên vị bằng một Thiên Chúa vô ý thức, vô cảm, không dối trá, vượt qua luân lý đạo đức thế gian, nhằm cung ứng câu trả lời cho kẻ đi tìm kiến thức thế gian. Chúa tể kỹ thuật AI là một *Techno–deus* – một bước nhảy vọt, không những chỉ về phương diện kỹ thuật, mà là một tiến bộ tăng cấp, một khúc quanh văn minh nhân loại đang phấn khích bước vào.

LƯỜI BIẾNG LÀ ĐỊNH MỆNH

Ngoài ước vọng siêu hình, giống *Homo–sapiens* hiện nay đang mang một bệnh lý lớn. Đó là bệnh lười biếng. Vì vậy, căn bệnh này biến con người thời đại thành một hiện tượng vô minh tự áp đặt cho mình – *the self–imposed ignorance*. Thay vì gia công tìm tòi, học hỏi, tra cứu bằng nỗ lực tự thân, người thời nay chỉ ước mơ trong ảo vọng được trở nên kẻ toàn trí với kiến thức vô hạn, bao trùm. *ChatGPT* là cơ năng gần như hoàn hảo nhằm vén bức màn vô minh tự có cung cấp cho trí thức lười biếng. Kẻ trí nhàn rỗi khi sử dụng *ChatGPT* không cần chân lý vì hắn không cần biết đúng hay sai – hắn chỉ tin vào cái gì mà AI trả lời.

Trong cõi *ChatGPT*, định mệnh cá nhân không nằm nơi ý Chúa – mà ở nơi bản sắc và nội dung nghi vấn hắn tự nêu ra. Vấn đề là vậy. Khi tri thức không có khả năng đặt câu hỏi đúng cách, hắn sẽ nhận được những đáp án tương tự. Câu hỏi sai thì câu trả lời phải sai. Không có chân lý cho kẻ thiếu ý thức về sự thật. Khi kẻ chất vấn đang còn ở thể trạng vô minh thì từng câu hỏi sẽ tự nó được *ChatGPT* nhân đôi cái vô minh đó bằng đáp án.

Từ đó, kẻ lười biếng – qua *ChatGPT* – trở nên một nạn nhân của chính mình với trình độ tham vấn qua cung cách truy cứu. Cuộc đời với hắn không còn là một câu hỏi lớn, nhưng chỉ là một tổ hợp những vấn đề sai lạc vô vị mà chính hắn không hề biết. Kẻ sử dụng *ChatGPT* là một bi kịch gói kín, không những từ tình trạng vô minh tự áp đặt, mà từ thói quen lười biếng chỉ biết nằm gốc cây chờ sung rụng vào mồm.

SỰ TẺ NHẠT VÀ CÁCH MẠNG

Thêm nữa, con người phố thị ngày nay mang thêm một bệnh lý thời đại khá phổ biến. Đó là bệnh nhàm chán – *boredom*.

Francis Fukuyama, một tác giả Mỹ, trong *"The End of History and the Last Man"* (Chung cuộc lịch sử và con người tối hậu) (1992) cho rằng, có lẽ căn bệnh nhàm chán sẽ là động cơ to lớn và duy nhất cho cuộc cách mạng chính trị kế tiếp – vì nhân loại hôm nay đã tìm ra hết câu trả lời, ít nhất trên bình diện ý thức hệ.

Fukuyama phiên giải triết học Hegel và Kojève để cho rằng lịch sử đã chấm dứt vì trên đấu trường ý hệ, chủ nghĩa dân chủ đa nguyên đã thắng cuộc. Con người chỉ còn bận rộn với đời sống hằng ngày, lo toan cho khoái lạc thân xác và cảm xúc. Con người tối hậu như Nietzsche từng nói đến, không phải là những *Ubermensche* mà chỉ là những động vật trong một chuồng sở thú lớn được nuôi dưỡng bằng những thể chế chính trị và kỹ thuật bởi giai tầng ưu tú, đầy quyền lực kinh tế.

Tức là, con người ngày nay không còn như các chiến sĩ cách mạng thuở xưa khi họ còn mang ước mơ và đấu tranh cho công lý và hạnh phúc. Lịch sử đã hoàn tất chức năng tra hỏi chân lý. Tức là không ai hỏi gì và không cần truy vấn. Những câu hỏi lớn biến mất và đã trở nên vô nghĩa.

Theo Fukuyama và Kojève, công dân trong các thể chế đa nguyên cứ tưởng rằng chân lý đã trong tay họ – nhưng không ý thức được họ chỉ là những biến số dữ kiện trong một guồng máy khổng lồ. Tất cả hình thái sinh hoạt nhân gian, tự bản chất chính trị và xã hội được coi là tự do, vẫn chỉ lặp lại tình huống các thể chế phong kiến và độc tài toàn trị cổ điển. Ở đó, cá nhân đi từ số không thần dân vô nghĩa để cuối cùng chỉ đến được bến bờ của con số không lớn lao hơn trong chính trị công dân.

Có nghĩa rằng cá nhân ngày nay chỉ là một biến số thống kê – *a statistical variable* – vô nghĩa. Như những con hổ tự cao, tự huyễn trong chuồng sở thú – Fukuyama diễn tả – đến mỗi bữa ăn, chủ nhân sẽ quăng cho miếng thịt béo để lót bụng và nằm nghỉ trong lười biếng và nhàm chán. Trên nệm cỏ êm ái, kẻ trí thức dân chủ, qua vai trò công dân chính trị, nay đã bị ám thị, tự cho mình được tự do. Để rồi nhàm chán kéo họ vào thế giới ảo, đi tìm khích động qua các trang mạng tính dục hay bạo động. Họ tìm đến các *videos* tả cảnh làm tình, hay coi phim chiến tranh, băng đảng bạo hành, nhằm giải trí cho hết thời gian rảnh rỗi. Như thế, nhưng họ vẫn chưa thỏa mãn. Họ luôn cảm thấy thiếu sót cái gì đó. Ý nghĩa cuộc đời, hay quan hệ xã hội? Điều mơ ước không còn giản dị và cũng rất mơ hồ.

Khi Fukuyama và Harari viết về công nghệ điện toán và con người tương lai thì *ChatGPT* chưa hiện hữu. Bây giờ thì thiên hạ khắp nơi – nhất là ở Việt Nam – đang hối hả bước vào vũ trụ AI mới này để đùa bỡn với chính mình bằng những câu hỏi vô nghĩa. Xong rồi khoe lên mạng cái ngỗ ngẫn của nội dung sinh hoạt đối thoại đầy thử nghiệm này.

Thử hình dung về CH XHCN Việt Nam – AI 2030

Lãnh đạo Việt Nam hiện nay đang nói về '*Tầm nhìn 2045*' mà chưa có định hình gì rõ rệt.

Tôi thử hình dung có một chế độ toàn diện và thâm thúy hơn đang xuất hiện ở chân trời nước ta – và cả thế giới.

Đó là thể chế kỹ–chính trị – *the techno–politics*. Trong thể chế này, công dân không những được gắn *chip* điện tử vào thẻ căn cước, xe cộ, điện thoại – mà sẽ được cài *chip* vào trong bộ não – *chip brain–implant*.

Với kỹ thuật kiểm soát não bộ, chính quyền hiệu năng của Đảng ta sẽ không những chỉ theo dõi cá nhân trên bình diện không gian, vị trí, chữ viết, ý kiến trên mạng, sinh hoạt hằng ngày, mà còn truyền trao tư duy và cảm xúc cho họ qua công nghệ chuyển tải dữ liệu và tín hiệu bằng AI.

Ngày trước, Giáo hội tôn giáo chỉ kiểm soát linh hồn con chiên, nay Đảng ta sẽ làm chủ luôn tư duy, cảm xúc công dân. Đó là viễn cảnh về một Cộng hòa XHCN Việt Nam vào năm 2030 – như Giáo sư Trọng đang mong mỏi. Chế độ kỹ–chính trị đó sẽ tạo dựng từng cá nhân theo khuôn thức công dân gương mẫu. Vẫn là Đảng CSVN cai trị toàn diện – nhưng là một chế độ kỹ trị tân tiến.

Từ Hà Nội, hay từ một căn cứ trong hầm bí mật, trung tâm dữ liệu AI quốc gia với các chuyên gia điện toán sẽ thay thế loa phường, thay luôn các tờ báo *Nhân Dân* hay *Tuổi Trẻ*, *Thanh Niên*, thậm chí cả VTV để truyền tải chỉ đạo của Bộ Chính trị vào từng não bộ nhân dân... Cán bộ, đảng viên thực ra sẽ không còn cần thiết, vì không cần ai làm vai trò "tiên phong" dẫn dắt, tức trung gian giữa Đảng và quần chúng

Có AI của Đảng, mỗi người dân sẽ không còn phải học tập đạo đức và tư tưởng, phong thái Hồ Chí Minh – mà nay là mẫu công dân cộng sản đầy hạnh phúc, làm theo gương Bác, lắng nghe và quán triệt chấp hành ý chí và nghị quyết Đảng một cách máy móc tự nhiên, vô ý thức. Mọi nghị quyết chính trị ban hành sẽ được tải thẳng vào đầu óc công dân cả nước. Không ai phải tham dự các buổi họp dài lê thê nhằm quán triệt nội dung. Cá nhân nhận được nội dung nghị quyết Đảng như được uống cốc bia lạnh giữa trời nắng nóng. Hạnh phúc được ban phát chan hòa trên khắp các nẻo đường đất nước. Marx sẽ cười to và không còn trăn trở trong nấm mồ ở Vương quốc Anh.

Khi đó, Ta và Đảng sẽ không còn là hai thực thể tách rời. Mà trái lại, Ta và Đảng chính là Đảng–Ta. Ta là Đảng; Đảng là Ta. Cả hai chỉ là một. Cá nhân không còn bất mãn công lý, không còn đòi hỏi gì hơn. Lý tưởng chính trị dân chủ, đa nguyên trở nên vô nghĩa và không cần thiết. Đức tin vào Đảng sẽ là tuyệt đối – như kẻ tín đồ ngày xưa tin vào sự dung hóa giữa Ta và Chúa. Và lành thay, có lẽ khẩu hiệu đỏ vàng sặc sỡ hoa hòe tốn kém khắp đất nước cũng sẽ không còn cần thiết nữa.

Vào năm 2030, với thể chế kỹ–chính trị của Đảng–Ta, con người Việt Nam sẽ không còn cần đến *ChatGPT* từ công nghệ AI nữa. Vì các câu hỏi nay không cần thiết mà đã biến mất. Không những lịch sử quốc gia đã chấm dứt, mà chân lý cũng không còn.

Cá nhân công dân Việt Nam sẽ mang số phận tân thần dân kỹ trị và chính trị. Họ sẽ không còn khổ đau trăn trở hay mang cao vọng nào. Tất cả sẽ được thỏa mãn – từ kinh tế, chính trị, xã hội, đến thân xác, ý thức. Thế gian nay là thiên đàng.

Ai không tin thì hỏi ChatGPT. Amen!

(2021)

Khi Hồ Chí Minh
bước xuống thánh giá Cộng Sản

Nhân dịp lễ Noel, và trước thềm Đại hội XIII của Đảng Cộng Sản Việt Nam (CSVN), ta hãy thử suy giải một ý nghĩa tôn giáo cho bản sắc chính trị Việt Nam hiện nay. Khi người đạo Chúa đang đón chào Chúa giáng sinh thì người CSVN cũng đang cố gắng làm sống lại phong trào thần thánh hóa Hồ Chí Minh (HCM) như là một đấng Cứu thế cho dân tộc Việt.

Chúng ta hãy thử bình tâm để nhìn lại con người đặc biệt HCM trong không khí lễ hội cuối năm này.

KHAI SINH Ý CHÍ LỊCH SỬ

Ở giữa thế kỷ 19, khi người Pháp xâm chiếm và đô hộ Việt Nam, biến chuyển lịch sử này đã đánh thức một năng lực ý thức mới cho dân tộc Việt. Từ bàn cờ của biện chứng Chủ–Nô dưới ách cai trị của thực dân, cái Ta dân tộc đã bị những đòn roi oan nghiệt và nhục nhã – và từ đó, nỗi đau nhục đã đánh thức dân ta về tới vận hội lịch sử mới. Dư lực từ Dự án Khai sáng và Cách mạng Pháp 1789 khi đi vào Việt Nam, nó không những đã đem nạn Thực dân Đế quốc trên mặt trận quyền lực chính trị, Công giáo trên bình diện siêu hình mà đã gián tiếp kích động một bản sắc tự ý thức mới cho cái Ta thiếu thời dân tộc: Ý thức và Ý chí lịch sử.

Với ý thức Sử tính, Ta nhận ra rằng Ta và dân tộc Việt đã sống trong một lịch sử không ý thức về Sử tính và về chính mình. Vì không mang bình diện tri kiến về Ta và Thế giới, lịch sử lâu dài của dân tộc đã không mang giá trị tích lũy nào. Tất cả mọi biến cố đều vô nghĩa và trở nên hư không. Từ nay, Ta phải biến sự chuyển động của Thời thế thành nên một cỗ xe chuyên chở nội dung tiến hóa với khả năng tích lũy về cho ý chí Sẽ Là. Ta sẽ tự mình cầm tay lái, tự lực xô đẩy chuyến xe Sử tính về phía trước mà không nhờ đến hay tùy thuộc vào một năng lực siêu hình nào.

Từ đó, số phận nay trở nên ý chí và định mệnh là một Sử tính duy ý chí. Thay vì cầu nguyện Chúa, Phật hay ông Trời cho một số phận tốt đẹp hơn, Ta sẽ là Chúa, là Trời Phật, tự ban cho Ta một năng lực ý chí để chuyển hóa số phận cho Ta. Đây là một bản sắc cho một chủ nghĩa nhân chủ cực đoan và toàn triệt phản ứng lại và phủ nhận toàn diện quá khứ phong kiến và tình trạng nô lệ bởi Thực dân.

Khi được trang bị bởi năng động ý chí Sử tính, cái Ta dân tộc, mà hiện thân là HCM–Nguyễn Tất Thành, đột nhiên đã tìm ra con đường để khai mở một Thời Quán tự ý thức mới cho mình. Ta hãy gọi lộ trình mà HCM khai mở là Con đường thứ Ba – sau hai con đường: (1) Kháng chiến trong tuyệt vọng của nhà Nho, và (2) Chọn lựa hợp tác của giới Tân tòng với Thực dân nhằm khai dân trí nhằm chuyển hóa chính trị.

HỒ CHÍ MINH VÀ CÁI TA MỚI CHO DÂN VIỆT

Ở đây ta chọn HCM để làm khuôn thức cho năng lực tự ý thức cho cái Ta dân tộc vào đầu thế kỷ XX. Không ai xứng đáng hơn HCM khi đóng vai trò hiện thân biểu trưng và đại diện này. Đã có nhiều anh hùng chống Thực dân đã phần nào đại diện cho cái Ta dân tộc trong giai đoạn giải Thực để giải phóng đất nước. Những Nguyễn Thái Học, Phan Bội Châu, Phan Chu Trinh, hay các vị tướng của triều Nguyễn, đều đã là những ngọn lửa được thắp lên, nhưng rồi tất cả bị dập tắt để trở nên những hoài niệm anh hùng trong ký ức tập thể của người Việt – hơn là một năng lực Sử tính có ý nghĩa hiện thực.

Ta cũng không quan tâm đến những chi tiết về câu chuyện đời tư của HCM, tích cực hay tiêu cực, huyền thoại hóa hay bi kịch hóa. Thay vào đó, Ta chỉ nhìn đến con người này như một nhân vật biểu trưng, một thể tính anh hùng dân tộc, với ưu và khuyết điểm của một con người và một lãnh tụ cách mạng và chính trị vốn đã quyết định sinh mệnh Thời tính Sử lý Việt Nam suốt gần thế kỷ qua. Sai lầm của nhiều sử gia, hay người đọc sử, mang tâm chất nhà báo, ưa đánh giá anh hùng lịch sử như HCM trên bình diện đạo đức và giá trị cá nhân.

Người họ Hồ là một tính thể Sử lý vượt qua những ưu khuyết điểm của một con người bình thường – dù rằng, nếu ta biết rõ, ông đã tỏ ra một con người rất Việt Nam với những ưu khuyết điểm của một nhà cách mạng tài ba, liêm khiết, một chiến lược gia sâu sắc, một thanh niên biết kỷ luật bản thân, nhưng cũng đầy mưu mô, hiểm độc, dối trá, gian hùng. Nhưng bên trên tất cả những gì thuộc về cá nhân riêng tư, *a private person*, thì trên bình diện đại thể, HCM đại diện cho cái Ta mà ở trong nội dung Thời Ý đó – *Zeitgeist/the Spirit of the Time*. Nói lớn ra thì HCM đã mang thiết yếu tính và cứu cánh tính trên vai. Điều quan trọng nhất là ông đã thành công, dù gia sản để lại cho Việt Nam như một gia sản với đầy những lời nguyền tiêu cực và phủ định.

BIỆN CHỨNG LỊCH SỬ MỚI

Sử lý là một trường biện chứng của Đúng và Sai – và với bước chân Sử tính, cái sai hôm qua trở thành đúng hôm nay, và ngược lại. Tất cả phải tùy vào Thời tính cho mỗi Thời Quán chân lý hay sai lầm. Khi ta nay đang ở vào thời điểm bước sâu vào thế kỷ XXI, khi nhìn lại lịch sử mà HCM đã hành hoạt ở giai thời đó, xa xỉ Thời gian sẽ làm cho Ta quên đi rằng, ở mỗi giai đoạn lịch sử quốc gia, kẻ chiến thắng trở nên chân lý cho Sử tính ở Thời Quán liên hệ. Không có chân lý nào là tuyệt đối vì ý thức và khuôn mẫu kiến lập nên chân lý cũng phải được chuyển hóa để thay đổi theo Thời Ý mới.

Chức năng trọng yếu nhất mà HCM đã đóng góp cho Sử lý và tính năng tỉnh thức cho cái Ta của dân Việt trên trường biện chứng tự ý thức là vai trò của ông với tư cách một cán bộ Cộng sản quốc tế. Đã biết bao nhiêu ngàn trang sách đã dành ra để tranh cãi về câu hỏi, có phải HCM là con người Cộng sản chỉ muốn mượn chiêu bài giải phóng dân tộc khỏi ách Thực dân phục vụ cho cứu cánh và mục tiêu Cộng sản; hay ngược lại, ông trước tiên là một nhà cách mạng dân tộc và sau đó Cộng sản chỉ là một biến tố thuộc tính cho chủ nghĩa yêu nước? Ở đây ta phải thấy câu hỏi này trở nên thừa thải vô nghĩa.

HCM bao gồm hai mặt trên một cái Ta của Việt tộc vừa mới tỉnh thức trước Thời tính mới. Trước hết HCM là một cán bộ Cộng sản quốc tế trên bình diện con người phổ quát, nhìn lịch sử như một công án nhân loại cho một mẫu thức Sử tính nơi con người hoàn vũ. Nhưng ông cũng là một nhà ái quốc dân tộc khi nhìn Sử lý nước nhà từ góc độ của một con người Việt Nam trên một căn cước tính cá nhân. Cả hai là một, không có mặt nào có thể đứng riêng biệt.

HCM cũng như một tăng sĩ Phật giáo, một nhà Nho quân tử, hay một mục sư đạo Chúa. Tất cả đều mang hai bình diện ý chí cho một cái Ta lưỡng diện: của đại thể tính nơi con người phổ quát chung đối nghịch với cá thể tính từ một cá nhân có gốc gác và căn cước riêng. Hai năng lực này thường ở trong tình trạng mâu thuẫn và lôi kéo lẫn nhau. Hễ khi cái Ta đại thể chiến thắng thì Ta làm tu sĩ, hay chiến sĩ cách mạng. Nếu cái Ta cá nhân mạnh hơn thì Ta sẽ là một thường dân lo toan cuộc sống riêng tư như đa số quần chúng.

TẠI SAO CON ĐƯỜNG CỘNG SẢN?

Ta hỏi: Tại sao HCM chọn chủ nghĩa Cộng sản? Câu trả lời ngắn gọn có thể tóm tắt như vầy: Vì ông đã mất hết kiên nhẫn với Sử tính nước nhà. Đó là điều mà chủ nghĩa Cộng sản, qua học thuyết Marxism, đi vào ý thức HCM một cách thích hợp, đúng với bản sắc ý chí đại thể mà ông đang nung nấu.

Ta nên biết rằng, HCM gốc gác là một nhà Nho cổ truyền, như bao trí thức ở miền Trung thời ấy. Từ trong một văn hóa chính trị và xã hội, khi quan hệ đến ý chí cá thể, thì mệnh lệnh cao cả nhất cho kẻ sĩ Nho học là hãy kiên nhẫn. Chữ Nhẫn trở thành chân lý và luân thường cho cái Ta thời đó. Nó là một nội dung đạo lý nhân danh trí tuệ siêu việt để cho cá nhân khi nhìn vào thế cuộc trần gian không bị khổ đau và nôn nóng vì cái Thời nó chưa đến. HCM muốn phủ định chân lý chữ

Nhẫn – và ông đã gặp được Karl Marx trong một hệ ý thức phủ định giá trị chữ Nhẫn toàn triệt.

HCM nhìn lại lịch sử Việt và thấy rằng tốc độ di chuyển của các triều đại đi theo quá trình địa chất, *geographic time*, vốn rất chậm. Đã cần đến 10 thế kỷ thì nước Việt mới hoàn tất tiến trình khai sinh. Theo đó là nhà Lý kéo dài đến 216 năm, Trần 171 năm, Lê 625 năm, và Nguyễn gần 150 năm. Chỉ riêng cuộc nội chiến giữa Mạc và Trịnh, Trịnh Nguyễn đã kéo dài gần thế kỷ. Không ai nhìn vào một lịch sử với tốc độ con rùa như thế mà không mất kiên nhẫn.

Từ trong chủ nghĩa *Marxism*, những vấn nạn lý thuyết về duy vật, hay tôn giáo, hay bản thể luận hay tri thức học, phần lớn đối với HCM không quan trọng hay chỉ là vô nghĩa. Cái mà HCM muốn và lấy được từ Marx là ý chí Sử tính để giải phóng dân tộc. Ta sẽ phải làm chủ lịch sử từ nay. Hơn thế nữa. Ta phải thúc đẩy cơn chuyển bụng của Sử tính dân tộc vốn đã quá lâu dài, để nhanh chóng khai hoa nở nhụy cho đứa con Thời tính mới theo ý chí cách mạng của Ta. Ý chí tùy thuộc và nô lệ vào các đấng siêu hình như Trời, Chúa, Phật, số phận nay được thay bằng ý thức về thần đế mới. Ta là Chúa cho số phận Ta. Ta sẽ giẫm trên những đổ nát từ Thời tính Đã Là để đứng lên bừng dậy như con phượng hoàng vụt bay lên từ đống tro tàn quá khứ.

Khi nắm được chân lý về Ta như thế trên ý thức Sử tính thì HCM mất hết kiên nhẫn, cũng như Marx đã. Tất cả mọi con đường giải phóng dân tộc đều không cung cấp một khả thể giải phóng con người trên bình diện phổ quát. Và chỉ có con người bị áp bức mới xứng đáng để làm lịch sử – vì lịch sử là gì nếu không là một trường biện chứng đấu tranh giành công lý cho quần chúng nô lệ, tức là những kẻ bần cùng, khốn khổ nhất trong xã hội. Tức là giai cấp vô sản của người cùng khổ bị xích xiềng chính nó bằng một khối thuốc nổ, một tiềm năng cách mạng – nay trở thành một tiền đề cho ý thức Sử lý.

Hỡi những con người đứng bên lề Sử tính, các ngươi còn chần chờ gì mà không đứng lên phá sập ngục tù áp bức! Các ngươi còn gì để mất ngoài xiềng xích đang trói buộc các ngươi! Tâm trạng nóng ruột, nóng lòng trước vấn nạn Đế quốc Thực dân và nô lệ đã biến học thuyết

Marxist thành những dòng khải huyền của một thánh kinh chính trị. Ngọn lửa thánh linh của ý chí tôn giáo, nay là giáo điều cách mạng và lịch sử, tràn ngập tâm hồn HCM. Ôi, Ta đã tìm ra chân lý, đã nhận ra con đường, hỡi các đồng chí của Ta! Hãy hình dung ra tinh thần phấn chấn và khích động ở nơi một tín hữu tân tòng đạo Chúa khi đọc Tân Ước với lời của Chúa Jesus, *"Ta là Chân lý, là con Đường, là sự Sống."*

Trong khi Khổng giáo muốn cứu vớt con người qua nhân thể tính Thiên tử và lòng nhân mà không có ý niệm nào về tội ác, Phật giáo thì muốn cứu độ chúng sinh thoát khỏi quy luật nhân quả khắt khe bằng nỗ lực tự tu hành, đạo Chúa thì muốn cứu rỗi cá nhân ra khỏi tội lỗi của mình, thì chủ thuyết Cộng sản muốn giải phóng con người ra khỏi tội ác của kẻ khác.

KHI HỒ CHÍ MINH
LEO LÊN THÁNH GIÁ LỊCH SỬ VIỆT

Từ HCM và các cán bộ CS tiên phong mà ý chí phá bỏ xiềng xích trói chặt nhân loại vào vòng nô lệ đã trở nên một đạo lý lớn lao và bao trùm cho số phận nghiệt ngã của dân tộc Việt Nam. Không có giải pháp dân tộc riêng rẽ nào được tách rời khỏi một giải pháp lớn hơn cho con người hoàn vũ. *Marxism*, và qua học thuyết cách mạng *Leninism*, lần đầu tiên cho cái Ta của HCM một lý tưởng toàn diện và phổ quát mà không nhờ đến thần linh siêu nghiệm. Ý chí trở thành Chúa Cứu thế từ vô thức nay biến hóa thành một ý chí trở thành Chúa có ý thức cho chính mình.

HCM, nay là một Tân tòng cho giáo lý *Marxism*, đã trở thành một thừa sai cho tôn giáo chính trị mới, một chiến sĩ cho ý thức hệ hành động, một mục sư chuyển hóa linh hồn cho lịch sử Việt. Giải cứu dân tộc đồng nghĩa với giải cứu con người, và ngược lại. Cái Ta này nay đã trở nên một tín đồ ngoan đạo cuồng tín, chắc mẫm với lý tưởng *Marxism* và phương thức hiện thực hóa, vấn đề còn lại là Thời Cơ. Ta không muốn mang gánh nặng khổ đau khi vác trên vai cây Thánh giá lịch sử – mà ta sẽ bước lên trên Thánh giá, đứng ở giao điểm của thời thế để làm chủ số phận dân tộc.

Và HCM cũng thừa biết rằng, khi Thời Ý đã chuyển, thì Cơ Thời phải là một tập hợp của những điều kiện chuẩn bị sẵn sàng cho ngọn lửa cách mạng mà Ta phải kiến tạo nên, chứ không phải thụ động ngồi chờ. Với ý thức và ý chí lịch sử đó, với tấm lòng cuồng nhiệt về khả thể tính cho cuộc cách mạng giải phóng dân tộc bằng chủ nghĩa Cộng sản, HCM đã tự mình xây dựng một tập hợp yếu tố sẵn sàng cho cơ Thời lịch sử sẽ phải và trên đường đi đến. HCM là một ngọn thủy triều ập trào đến khoảng trống tự ý thức cho Sử tính Việt ở Thời Quán chuyển mình.

Người cùng khổ, vô sản, kẻ bị áp bức, bần cố nông xưa nay đã bị triều Nguyễn đến Thực dân góp tay với xã hội và hệ thống công quyền đẩy ra ngoài lề vai trò đại thể. Họ đã trở thành số không vô nghĩa. Họ chưa từng tồn tại hay là một biến số liên hệ đến sinh mệnh quốc gia. Căn cước tính của họ là một đối tượng bị phủ định bởi hệ thống, và niềm an ủi duy nhất cho họ là đức tin tôn giáo, vốn là "thuốc phiện cho đám đông." Nay người Cộng sản muốn đánh thức con số không của giai cấp vô sản này đứng dậy để trở thành tất cả.

Marxism cho người bần cố nông một bản thể chính trị, *a political ontology,* mà từ xưa đến nay họ không ý thức đến. Dù xã hội Việt Nam ở giai đoạn đó, nền kinh tế và các hình thái sản xuất chưa định hình thành một giai cấp vô sản rõ rệt – nhưng người Cộng sản sẽ kiến lập nó từ khái niệm dựa vào một số nhỏ nhân công trong các cơ sở sản xuất mới thành hình ở miền Nam.

Chủ thuyết giải phóng là của ý chí sáng thành Sử tính, nó có khả năng chuyển hóa hư cấu tiểu thuyết về xã hội sang một thực tại ý hệ cách mạng bởi tuyên truyền. Tất cả chỉ là vấn đề của ý chí. Thực tại nay được biến thể ra làm hai bình diện: hiện tượng đối với bản chất. Cái gì mà Ta thấy được là hiện tượng, những gì chưa thấy được là bản chất. Một anh nông dân chỉ có hai con trâu và một thửa ruộng nhỏ, nhưng khi đã bị mang nhãn hiệu tư sản thì anh ta là tư sản từ bản chất, tức là khuynh hướng tư duy, còn tình trạng nghèo khó của anh ta cũng chỉ là hiện tượng lâm thời.

Cái Ta Cộng sản nay là vị thừa sai cho đức tin mới. Cũng như các thừa sai Công giáo trước đó muốn cải đạo người dân Việt chuyển sang

Thiên Chúa giáo để kiến tạo và cứu vớt linh hồn, thì cán bộ Cộng sản cũng muốn sửa sai những lệch lạc về tư duy, về tính tha hóa tư tưởng, để cho những cá nhân nghèo khổ, bị áp bức giác ngộ về với chân lý cách mạng. Trong tôn giáo của ý thức hệ với ý chí Sử tính này, Chúa, Phật, Trời nay là Sử lý mà đức tin phải được điều hướng về khả thể chuyển hướng toàn diện cho *tương lai Sẽ Phải Là*. Tất cả mọi mâu thuẫn và tha hóa từ xã hội đến cá nhân sẽ được cách mạng duy vật giải hóa – bằng bạo lực nếu cần. Khi người Cộng sản đã trở thành giáo sĩ thì chân lý ở trong tay họ.

Đối với chiến sĩ Cộng sản, ngay cả mọi hành động, chủ trương chính sách bạo hành, dối trá, sát nhân, phản phúc, tiêu diệt đồng minh, để giải quyết mâu thuẫn quyền lực mở lối ý chí lịch sử được tiến bước thì cứu cánh tối hậu sẽ biện minh cho phương tiện. Máu huyết của các thánh tử đạo nay là của chiến sĩ dân tộc, và của kẻ thù, rất nhiều kẻ thù, trong lý tưởng Cộng sản. Chỉ có chân lý từ máu xương lửa khói – tất cả mọi mệnh lệnh đạo lý cho hòa bình chỉ là biểu lộ của một ý chí hèn nhát và thụ động, không mang được bản sắc Sử lý thiết yếu. Và chúng ta đã thấy, Sử tính Việt đã đổi sang chương mới từ sự du nhập của tôn giáo duy vật và Sử Ý này – mà HCM là nhà truyền giáo đầu tiên và quan trọng nhất bước về từ trời Tây. Ông giống như nhà sư Huyền Trang tân thời vượt sa mạc xa xôi qua tận xứ Phật để thỉnh kinh về đánh thức dân tộc.

TẠI SAO PHE QUỐC GIA THẤT BẠI

Dĩ nhiên đã có nhiều nhà cách mạng muốn đánh đuổi Thực dân Pháp không đi theo ý thức hệ Cộng sản mà họ ngược lại còn phản ứng, chống đối mạnh mẽ với chủ thuyết cách mạng duy vật vô sản vô thần triệt để này. Tuy nhiên, lý tưởng của giới Tân tòng, của Công giáo, hay những người mang tư tưởng dân chủ, cộng hòa của giới trí thức thành thị – phe Quốc gia – đã không bén lửa cho cái Ta dân tộc thời đó.

Ý chí độc lập ở nơi người Quốc gia trong thời quán ấy chưa đủ, vì nó vẫn còn là một thể thái ý thức về không gian và địa lý hơn là một tư tưởng cách mạng mang yếu tính Sử lý. Khi văn minh và thượng tầng khái niệm của Tây phương đã chiếm hết ý thức và linh hồn của những nhà cách mạng hay chính trị gia thành thị chống Thực dân thì khẩu hiệu "độc lập" mà họ hô hào trở nên vô nghĩa, như rượu không có chất men say, như ngọn đuốc không có lửa cháy.

Ta có thể tìm nguyên nhân thất bại của phe Quốc gia trên nhiều bình diện, từ yếu kém về tổ chức, về thiếu dứt khoát về lập trường, và nhiều lý do thực nghiệm khác. Nhưng điều quan yếu nhất là người Quốc gia – dù họ thành thật và trong sáng với thiện tâm – họ đã thiếu một ngọn đuốc đốt lửa bùng cháy rực nóng cho cao trào cách mạng mà họ dấn thân. Tức là, họ là những cá nhân muốn kiến tạo Sử tính nhưng không có một linh hồn Sử Ý bừng sáng. Họ như một kẻ thừa sai giảng đạo Chúa Cứu Thế trong khi tự trong tâm thức mang đầy nghi ngờ về Chúa. Không ai có thể làm cách mạng trong khoảng trống vắng của ngọn đuốc ý chí và niềm tin như thế được.

Con người HCM là một biểu thân đúng nghĩa cho chủ nghĩa Cộng sản. Ông là một nho sĩ kiên cường, với kỷ luật và ý chí cách mạng sắt đá, và vì thế, Sử tính cho Thời Quán ý thức mới đã trao cho ông ngọn đuốc của mệnh lệnh đại thể dân tộc. Đây là cái Ta muốn kiến tạo một hệ thức giá trị mới, trong tinh thần cộng đồng làng xã Việt Nam, nơi mà phần đông dân chúng vẫn còn mù chữ, ngây thơ, chưa có ý thức về đất nước và vai trò công dân.

KHI DÂN TỘC VIỆT MUỐN
HỒ CHÍ MINH BƯỚC XUỐNG THÁNH GIÁ

Họ Hồ và các sứ đồ Giáo hội Đảng CSVN đã thành công một vế cho lịch sử Việt – đó là độc lập dân tộc. Nhưng cho lý tưởng nhân loại đại đồng – từ chân lý duy vật – thì ngày nay nó đã biến thái trở nên một hệ quả phản bội lại với lý tưởng tự do cho dân Việt trên cơ bản con người hoàn vũ – mà Marx vốn mơ ước. Đảng CSVN hiện nay là một cơ chế giáo hội khắt khe mang tham vọng ngàn năm độc quyền định nghĩa ý niệm Tự do cho dân tộc.

HCM nay đã thành Chúa Jesus cho tín đồ Cộng sản Việt – như con người lịch sử Jesus hơn hai ngàn năm trước đã thành Chúa Cứu thế (Christ). Ngày nay, định chế giáo hội nhà nước và đảng CSVN tung hô tôn thờ và vinh danh biểu tượng thần thánh ở nơi Chúa HCM.

Mọi buổi lễ, họp mặt, mọi nghi thức, mọi không gian, từ trong nhà ra ngoài ngõ, đều có hình ảnh HCM chiếm ngự, từ nhân danh đạo đức nội tâm đến hình thức nghi lễ. Chế độ CSVN lặp khuôn y hệt người Công giáo Việt Nam trong mùa Noel – đèn hoa, biểu ngữ, hình thái biểu tượng và âm thanh nghi lễ tràn ngập mọi nẻo đường đất nước. Cả hai phía đã tạo cho những người ngoài cuộc hay ngoại đạo một cảm giác bị áp bức bởi hình thức hoa hòe tràn ngập ảo tưởng.

Triết gia gốc Nga Nicholas Berdyaev, trong *Ý nghĩa Lịch sử*, có trích một câu của học giả Pháp Leon Bloy khi viết về dân Do Thái rằng, *"Dân Do Thái sẽ chuyển hóa chỉ khi nào Chúa bước xuống từ Thánh giá, và Chúa có thể bước xuống từ Thánh giá chỉ khi nào dân Do Thái đã chuyển hóa."* Câu nói này rất có thể được áp dụng cho trường hợp Việt Nam hiện thời. Tôi nghĩ rằng nhân dân Việt Nam đã được phần nào chuyển hóa. Vế còn lại là đệ tử của Chúa HCM.

Vì khi Chúa thượng tôn HCM còn đứng trên Thánh giá huy hoàng của người CSVN thì gia sản độc lập dân tộc vẫn còn chưa trả hết món nợ Tự do trên cơ bản con người. Công dân Việt Nam đã đến lúc đòi hỏi HCM phải bước xuống từ ngôi vị Thánh giá linh thiêng vốn đã lỗi thời, để cho nhân dân được tiếp tục chuyển hóa – nếu không thì cây Thánh giá Cộng sản sẽ bị nhân dân hạ xuống đất cùng với xác chết vô hồn của Đấng Tối cao.

Nỗi lòng Ức Trai và Tố Như: Tâm tư TBT Nguyễn Phú Trọng ngày Ba tháng Hai

TÌM NƠI QUỐC ÂM THI TẬP

HÀ NỘI: Thử hình dung Tổng Bí Thư Nguyễn Phú Trọng trong thư phòng trước giờ đi ngủ – sau một ngày lễ lạc bận rộn công việc của Đảng. Trên bàn viết là hai tập sách ông ưng ý nhất: *"Nguyễn Trãi Toàn tập"* và *"Kim Vân Kiều."* Ông thường mở hai cuốn đó đọc ít dòng trước khi tắt đèn đi nghỉ tối.

Hôm nay, ông đọc *"Quân trung từ mệnh"* của cụ Trãi trước. Cuốn này ông đã đọc nhiều lần. Ông chỉ lướt qua các hàng có gạch dưới. *"Đánh kẻ có tội cứu vớt nhân dân là thánh nhân làm việc đại nghĩa."* Ông cảm thấy một niềm khẳng khái dâng lên trong buồng ngực. Ông lật tiếp thêm vài trang, *"Trời và người không ưa, vận hưng thịnh gần hết…"* ông cảm thấy bức xúc bồn chồn tự hỏi có thể nào câu này của cụ Trãi viết trả lời Vương Thông nêu lên những nhược điểm của quân nhà Minh, và cái ý tưởng này có thể nói về tình thế của Đảng ta hay không?

Ông nhìn qua tấm gương ở góc phòng và thấy chính mình qua câu thơ trong "Quốc Âm thi tập": *"Tuổi cao tóc bạc cái râu bạc; Nhà ngặt đèn xanh con mắt xanh. Ở thế đẳng nào là của trọng?"* Tự nhiên ông run tay khi đọc đến chữ *"trọng."* Tự nhủ lòng với kỳ công chính trị cho đến tuổi này, ông nhớ đến câu Kiều khi Từ Hải xưng vương,

"Thừa cơ trúc chẻ, ngói tan; Binh uy từ đấy sấm ran trong ngoài. Triều đình riêng một góc trời. Gồm hai văn võ, rạch đôi sơn hà." Ông ngồi xuống ghế suy nghĩ mênh mang. *"Nay ta đã đến khúc này. Bước đi kế tiếp phải hay cỡ nào!"*

BƯỚC CHUYỂN CHO VÁN CỜ LƯỠNG NAN

Thế cờ chiến lược của Tổng Trọng đang đi vào hồi nguy khó khi kịch tính cao độ của chính trường đang chuyển động trong câu chuyện mà ông đã tự tay tạo tác. Ông đang giở từng trang giấy ông đã viết lên những đoản khúc chiến thuật cho chân lý vương triều của Đảng – mà không và chưa thể hình dung được một lối thoát chiến lược cho đoạn kết phải đến cho tổ chức và của chính con người ông. Chỉ trong một thời gian ngắn, rất ngắn, có thể ngay cả chưa đến một năm tới đây, ông sẽ phải dừng bút cho vở kịch lôi cuốn này.

Tổng Trọng không muốn Đảng sẽ phải như Từ Hải với một kết cuộc bi đát của một anh hùng đầy bi lụy. Ai là kẻ có năng lực, ý chí lớn với viễn kiến cao xa, uy tín cá nhân để lèo lái con thuyền của Đảng trong thời gian tới? Ông biết rằng mình là người cộng sản trung kiên cuối cùng trong cái tổ chức mang danh cộng sản nhưng tự bản chất rất chống cộng sản này. Khối đảng viên thực chất chỉ là những kẻ mang tâm ý phản bội lý tưởng Đảng.

Hai nhân tố, *con người* với *phẩm chất cách mạng vô sản*, ông biết, đang là hai phản đề đối nghịch lẫn nhau trong chính trường quyền lực và chức vụ đang xảy ra. Ông không muốn buông tay trước bản chất hời hợt chính trị của tập thể lãnh đạo hiện nay – để rồi tất cả sẽ rơi vào tay những con khủng long quyền lực chỉ biết đến quyền lợi bè phái, nhân danh lòng ái quốc mà không còn yếu tố cộng sản.

Ông không muốn con đường chân lý Hồ Chí Minh trở nên lạc lối và lạc đề trong thế hệ lãnh đạo mà ông đang phải trao truyền. Là một học trò nghiêm túc, chân thành của biện chứng Mác xít, ông thấy được cái nguy cơ phủ định trật tự quốc gia càng ngày càng lớn hơn ý chí xác định của ông và các đồng chí tuổi già. Vận nước và Đảng từng là Một từ thuở cụ Hồ của ta đi tìm đường cứu nước và dấn thân cách mạng; nay định mệnh quốc gia đang từng ngày bỏ rơi số phận Đảng trong bản sắc mâu thuẫn giữa con người đảng viên đối nghịch lại lòng dân. Làm sao thể hiện trách nhiệm công dân mà ngoài quyền lực đảng viên ra, bản thân cũng không làm loãng đi tính trong sáng ý thức hệ? Tổng Trọng băn khoăn trong thế cờ tiến thoái lưỡng nan này.

Tổng Trọng nhớ đến câu viết của Nguyễn Trãi, *"Tướng là người giữ vận mệnh của quân."* Và nhất là, *"Thời có thịnh suy, quan hệ ở vận trời. Thế có kẻ mạnh, kẻ yếu; cũng là lẽ trời lòng người, thuận hay nghịch, hướng theo hay trái nghịch."* Ông băn khoăn lo rằng lòng dân đang đi về hướng đối nghịch. Đảng ta sẽ không nên như là một cây cổ thụ già bứng từ rừng hoang về chôn rễ nơi phố xá cho quan chức đảng viên làm lễ trồng cây qua bình nước lã.

Ông rất ghét hình thức hoa hòe nặng phần lễ nghi của đảng viên đầy tính kệch cỡm và tốn kém. Nhưng nói mãi bọn chúng không nghe. Vẫn những lẵng hoa phủ mặt các diễn giả lùn đứng sau bục giảng đọc những bài sớ tụng quen thuộc xưa nay. Cái nét phong hóa cung cách sớ cầu đó vừa cùng lúc gìn giữ giềng mối trật tự cho làng xóm và cũng gây bao nhiêu phiền toái chịu đựng cho thần dân. Ông mơ hồ thấy rằng cái cung cách thô kệch và hợm hĩnh của đảng viên chính là những phấn bụi gây dị ứng cho thế hệ đảng viên mới. Ngày nay, bọn đảng viên trẻ đi họp chỉ chờ xong diễn văn là kéo nhau ra quán nhậu được chu cấp bởi ngân sách công tác. Có phải Đảng ta đang tiếp nước cho cây cổ thụ phong hóa nông dân nhân danh lý tưởng bần cố nông của người cộng sản? Ông biết mình là bậc tướng lãnh đang giữ vận mệnh của hằng muôn vạn quân nhưng bất lực nhìn đám dưới trướng không biết lo cho số phận của chuyến tàu chung.

TRANG SÁCH NGƯỜI XƯA DẪN LỐI CHO ĐẢNG

Về đối ngoại, Tổng Trọng thấy hài lòng. Chuyến đi Trung Quốc vừa qua gặp Tập Cận Bình thật tốt đẹp. Trong buổi yến tiệc chiêu đãi ông ở cấm thành Bắc Kinh, ở phần phát biểu cảm tạ, ông trích lời Mạnh Tử rằng, *"Chỉ có người nhân giả là có thể mình là nước lớn mà đi lại tốt với nước nhỏ; người trí giả là có thể mình là nước nhỏ mà hòa hảo với nước lớn. Nước lớn mà đi lại với nước nhỏ chính là biết vui theo đạo trời."* Ông Tập gật đầu vỗ tay khi nghe biểu ý đó. Ta phải khôn khéo đi với cọp dữ. Gữa cảnh long tranh hổ đấu của Mỹ và Trung, ta phải biết uyển chuyển tìm thế cân bằng, trung dung. Quan hệ mật thiết với Tập là củ cà rốt to ngăn ngừa tham vọng bá quyền lãnh thổ của nhà Trung. Chắc Tập sẽ sợ mất lòng ta và Đảng mà giữ thái độ chiến lược ôn hòa – ít nhất là khi ta đang tại vị. Thế nước nhỏ của ta là đi nước cờ phòng thủ vững vàng với nỗi lo sợ cùng lúc bắt tay giao thiệp với thế giới và láng giềng bằng niềm hy vọng. Tổng Trọng hài lòng với kết quả ngoại giao đạt được.

Mỗi thời đại chính trị và số phận quốc gia được ảnh hưởng bởi cuốn sách mà lãnh tụ đọc. Của thời Tổng Trọng hôm nay là hai sách cổ xưa của cụ Trãi và cụ Du; Tập Cận Bình thì *Chiến Tranh và Hòa Bình* của Tolstoy và *Nghệ thuật chiến tranh* của Tôn Tử. Trước đó, Mao Trạch Đông say mê *Hồng Lâu Mộng* của Tào Tuyết Cần và *Quân Vương* của Machiavelli; Hitler thì có *Ý chí quyền lực* của Nietzsche; Winston Churchill ngâm nga *King Lear* của Shakespeare. Xa xưa thì có Alexander Đại Đế luôn cặp tay *The Illiad* trên đường chinh chiến; John Adams của Mỹ thì của Thucydides với *Cuộc chiến Peloponnesia*; Abraham Lincoln thì gối đầu với tập thơ *Lá Cỏ* của Whitman.

Văn chương dẫn lối cho định mệnh đất nước bằng ngôn từ khẩu hiệu ngầm chứa ý chí, qua số phận con người ở buổi giao thời. Tổng Trọng say mê Kiều nhưng đồng thời ngán ngẩm cái hướng đi bi đát của phận người mà cụ Tố Như diễn tả. Chính Kiều đã giam hãm ý chí giải phóng số phận con người để rồi hệ quả là một sự cám dỗ yếu đuối mời gọi thực dân đế quốc đến. Từ bối cảnh đó, Đảng ta đã vươn dậy từ Kiều để chuyển hóa ý chí nhân dân qua sức mạnh tổ chức và trí tuệ tập thể. Cơ đồ chuyển hóa đó vẫn đang còn tiếp tục. Lò lửa thiêu đốt tham nhũng hiện nay đang cung cấp năng lực đủ mạnh cho sự thanh lọc ý chí lịch sử Đảng – tức là lịch sử Việt Nam – ông nghĩ thế.

Tổng Trọng tâm tư tiếp. Từ Kiều mà Đảng ta xác định được căn cước tính quốc gia bằng ý chí phủ quyết quá khứ để làm lại từ đầu. Đảng – nói theo lời Mác – chính là Thượng đế mới giẫm lên đống gạch vụn để chuyển hóa ý thức nhân quần. Đảng đã nhiều lúc sai lầm; nhưng con đường vinh quang là đại lộ chính. Ta không muốn đưa Đảng này đi vào ngõ hẹp của một tập thể nhân dân thiếu ý thức chính trị quốc gia và đạo đức cá nhân. Ta không muốn những sai lầm thối nát của tập thể cán bộ bây giờ quyết định số phận của Đảng. Đây là cơ đồ phục hưng quốc gia bằng chính sách phục sinh đạo lý cho đảng viên. Không còn con lộ nào hơn. Đây chính là số mệnh mà ta phải hoàn tất cho nàng Kiều Việt Nam – nếu không thì con sông Tiền Đường sẽ dậy sóng nhận chìm tương lai Đảng. Không lẽ sau ta sẽ là trận hồng thủy!?

NHẤT TÂM VỀ MỘT CON ĐƯỜNG

Không, không thể được. Cách mạng mang tên Hồ Chí Minh chính là cách mạng đạo đức con người. Tổng Trọng nói đến nguyên lý sinh học *"ontogeny recapitulates phylogeny"* – phát huy cá nhân sẽ thâu gặt sinh mệnh giống nòi. Bác Hồ đã nhìn ra chủ nghĩa cộng sản là đại lộ dân tộc vốn mang lý tưởng phục sinh đạo đức cá nhân. Nhưng cơ đồ chân lý đó đang bị khối đảng viên thiếu căn cơ làm suy thoái và hư hỏng từ nội hàm ý thức hệ. Không lẽ ta bó tay và rút lui lúc này!

Thao thức mãi, Tổng Trọng không ngủ được. Ông ra lại thư phòng, lần nữa cầm đến sách Nguyễn Trãi. Ông mang kiếng vào, đọc lại mấy vần thơ trong Ức Trai Thi Tập:

Chiêm bao nước thẳm non càng ngái,
Lìa cách thư không nhạn biệt tăm.
Đêm khách thức chong dồn thắc mắc,
Thì thanh trung há phải âm thầm!
Nam châu bạn cũ như ai hỏi,
Nhờ bảo rằng ta vẫn nhất tâm.

Và từ câu thơ nhất tâm ấy, Tổng Trọng nhìn thấy con lộ điêu tàn Đảng Cộng Sản Việt Nam sẽ được tái hiện thành một xa lộ hiện đại.

Trung quốc 75 năm và bài học cho Việt Nam

Nhân dịp Trung Quốc kỷ niệm 75 năm (1949–2024) thành lập nước Cộng hòa Nhân dân Trung Hoa, hãy nhìn lại lịch sử Trung quốc từ góc độ triết học, và thử nêu bài học cho Việt Nam.

*

Câu hỏi căn bản: *Tại sao Khoa Học Thực Nghiệm không khởi sinh ở Trung Quốc?*

Một chút lịch sử. Chuyện kể rằng Trung Hoa thời nhà Minh ở thế kỷ 15, có một học giả nổi tiếng tên Vương Dương Minh (Wang Yangming) bỏ ra bảy ngày đêm quan sát, tập trung vào một bụi măng tre nhằm hiểu ra đạo lý về nó. Cuối cùng ông bị ngã bệnh, và tuyên bố sự nghiên cứu nhằm thông hiểu về thế giới khách quan chỉ có thể đạt được khi cá nhân trở về quán chiếu đời sống nội tâm.

Một sử gia thiên nhiên của triều đại nhà Thanh, Liu Xianting (Lưu Hiển Đình), cũng viết trong tinh thần tương tự,

> "Ta có nghe nói rằng một miếng sắt có thể ngăn cản một khúc nam châm khỏi hấp lực một miếng sắt khác, và ta đã bày ra thử nghiệm để xác nhận điều này. Tuy nhiên, đó là việc không cần thiết, bởi vì những khảo nghiệm như thế chỉ đưa đến những sự thật nhỏ nhoi. Ta cũng nghe rằng củ tỏi có thể ngăn cản cục

nam châm khỏi hấp lực một miếng sắt, nhưng ta chưa hề thử nghiệm điều này."

Đây có thể là những chuyện nhỏ bên lề của lịch sử khoa học Trung Hoa, nhưng chúng nói lên một thảm kịch lớn của tinh thần trí thức người Tàu, vốn nằm ngủ trong học thuyết và truyền thống Khổng Mạnh, để rồi bỏ lỡ nhiều cơ hội cách mạng khoa học cho nền văn minh cổ đại lớn lao này. Đối với người Trung Hoa thời đó, mọi quy trình **thực nghiệm** (empirical experimentation) đều vô ích. Vì thế, khoa học của người Tàu cho đến cuối thế kỷ 20 vẫn còn giậm chân ở trình độ thủ công và thực dụng, không có nền tảng bằng chứng thực nghiệm để vươn lên tới chiều cao lý thuyết.

VÌ SAO KHOA HỌC CẤT CÁNH Ở ÂU CHÂU?

Cũng trong thời gian đó, cuối thế kỷ 15, ở Âu Châu cuộc cách mạng khoa học trỗi dậy như cơn thủy triều. Khi Dương Vương Minh ngồi quán chiếu cây măng tre, thì ở Ý, Leonardo da Vinci (1452–1519) đang vẽ nàng Mona Lisa với nụ cười bí mật, đồng thời thực hiện những thí nghiệm phẫu thuật về cơ thể con người, và sáng chế thiết kế những máy móc gia dụng khác. Da Vinci tuyên bố rằng khoa học chỉ là vô dụng và đầy những phi lý nếu nó không được minh xác bằng con đường thực nghiệm.

Đó là quan điểm chung của giới trí thức khoa học Âu Châu đương thời – một lập trường tri kiến phát xuất từ siêu hình học Aristotle. Cùng lúc này, Ferdinand Magellan vừa hoàn tất chuyến viễn hành vòng quanh địa cầu lần đầu tiên, Paracelsus khám phá ra hóa học y khoa, còn Copernicus và Vesalius đã đem một cách mạng mới về vũ trụ quan và khoa học – thuyết *"Thái dương tâm luận"* (Heliocentrism) – để thay thế "Địa cầu tâm luận (*Geocentrism*), với hai đại tác phẩm *De revolutionibus Coelestium* và *De humani corporis fabrica*.

Ngoài sự khác biệt về vũ trụ quan và nhân sinh quan, còn có một sự phân định quan trọng cho lý do tại sao cuộc cách mạng khoa học được khởi sinh ở Âu Châu thay vì ở Trung Hoa: Sự độc tài chuyên chế của các cơ chế xã hội của người Tàu.

Sở dĩ khoa học được tung cánh ở Âu Châu vào thời đó là nhờ sự xuống dốc của quyền lực giáo hội Thiên Chúa La Mã – vốn đã đè nén năng lực trí thức Tây Âu suốt mười lăm thế kỷ mà sử ký gọi là "Thời đại Bóng tối" (*the Dark Age*). Cho đến khi sự độc tôn trí thức bởi giáo quyền đi vào thoái trào, thì cây cổ thụ khoa học của nhân loại vươn lên ngay ở Âu Châu.

Trong khi đó, ở Trung Hoa, dù trí thức không bị áp chế bởi một giáo hội tôn giáo, nhưng họ lại bị nghiêm trị bởi các cơ chế chính trị vương quyền. Mọi triết học và lý thuyết khoa học đều nhấn mạnh đến sự biện minh cho chính thống tính của Thiên tử và trật tự vương quốc liên hệ. *The Dark Age* của chính trị Trung Hoa trên nhiều bình diện vẫn còn tiếp diễn cho đến ngày hôm nay.

TRUNG QUỐC: GÁNH NẶNG VŨ TRỤ LUẬN MƠ HỒ VÀ VĂN HÓA BẢO THỦ

Trên phương diện khác, Trung Hoa mang gánh nợ trí thức thứ hai không kém nặng nề và phản tiến bộ. Đó là một truyền thống bản thể luận thiếu minh bạch. Trong lúc khoa học Tây phương vươn mình lên không gian bao la thì người Tàu vẫn còn bị mắc mưu chằng chịt vào một hệ thống *vật luận* (metaphysics) huyền bí và mơ hồ.

Khâu Nhân Tông (Quin Renzong), giáo sư triết ở Bắc Kinh, đã viết,

> "Các hiện tượng đa dạng của vũ trụ đã chỉ được hiểu (bởi người Tàu) với những hệ thức (schemes) như là Âm-Dương, Nhu-Cương... Trong khung thức Âm-Dương, Nhu-Cương, những hệ thống vũ trụ luận đại thể (holistic cosmic systems) được thiết lập, mà trong đó, sự phân biệt giữa hiện tượng thiên nhiên và những vấn đề xã hội vốn trở nên rất lu mờ. Hai hệ thống đại thể Âm-Dương và Nhu-Cương này được coi là nền tảng của thiên văn học và là một bí thuật, không thể bị chứng minh là sai – do vậy mà không được thay đổi cả hàng ngàn năm."

Hãy tưởng tượng một Hy Lạp mà siêu hình học bị dừng lại ở Plato – và Aristotle không bao giờ xuất hiện. Đó là trường hợp của Trung Hoa. Sau Khổng Tử – mà triết học rất gần với Plato – không còn có một triết gia tầm cỡ nào phủ định và vượt qua ông cả. Từ đó, nền tảng bản thể học và vũ trụ luận của người Tàu bị đông lạnh. Chúng trở nên cơ sở biện minh cho chính thống chính trị vương quyền Trung Quốc suốt cả chiều dài lịch sử của họ – cho đến ngày người Cộng sản đứng lên làm lịch sử với biện minh nhân dân và giai cấp mới.

Tuy nhiên, dù Marx hay không Marx, bản chất đế quyền của người Tàu vẫn không hề thay đổi: khép kín, độc tài, cưỡng chế, bạo lực. Chính trị Cộng sản chỉ là một chiếc bình mới cho một chất rượu văn hóa chính trị cổ đại mà người Tàu cho đến bây giờ vẫn còn đang bị đóng khung.

Con người và văn hóa Trung Hoa mang nặng tính bảo thủ, cố chấp, và bản địa. Tính dân tộc của họ rất cao – nhiều khi đến độ không cần thiết. Thế hệ người Hoa thứ hai, thứ ba, sinh ra ở các quốc gia khác, như ở Mỹ hay Việt Nam, vẫn coi Trung Hoa là "mẫu quốc" và vẫn tự hào cho mình là người Hoa.

Có thể nói rằng vì tinh thần văn hóa này mà người Hoa đã kiến lập một vũ trụ luận sai lầm. Khi Alexander de Rhodes đến truyền giáo ở Trung Hoa vào những thập niên đầu của thế kỷ 17, ông đã có lần viết,

> "Người Trung Hoa tưởng đất nước của họ là tất cả những gì đẹp nhất cõi đất. Họ bỡ ngỡ khi nhìn vào bản đồ của ta (Pháp), cho thấy nước họ chỉ nhỏ bé so với toàn quả địa cầu. Họ có bản đồ của họ, họ vẽ trái đất vuông, Trung Quốc ở giữa (vì thế mà gọi là Trung Quốc), biển ở dưới với mấy đảo nhỏ, một đảo là Âu Châu, đảo khác là châu Phi, đảo khác nữa là Nhật Bản. Do đó, chúng tôi cho họ biết họ chẳng thông thái gì hơn chúng tôi."

Đã mấy ngàn năm, trong vòng ảnh hưởng của văn hóa chính trị trưởng thượng với một vũ trụ luận giới hạn và thuần bản địa của người Tàu mà lịch sử Việt Nam quay theo. Dân tộc và lịch sử Việt chỉ như một chiếc bóng xoay vần theo một cái trục lớn chắc nịch, đầy thành kiến của ý thức và tâm hồn của người Tàu. Con người và văn hóa Việt Nam chỉ là những mẫu sao chép thiếu khả năng và vụng về từ các nguyên bản Trung Hoa.

MỘT KHÔNG GIAN MỚI CHO TRUNG QUỐC

Tháng 10, 2003, Trung quốc lần đầu trong lịch sử thành công phóng tên lửa đưa phi hành gia lên quỹ đạo trái đất. Đây là bước ngoặt quan trọng như một minh chứng cho thấy năng lực khoa học ngày càng tăng của nước này trong lĩnh vực không gian.

Trên phương diện biểu tượng, thì đó là lúc văn minh Trung Hoa vươn thoát khỏi chính mình – vươn ra khỏi vòng kiềm tỏa của tính dân tộc, tính bản địa, tính lịch sử và nhân sinh quan cổ đại. Vũ trụ luận Trung Quốc nay đang được bùng vỡ. Vỏ trứng gà văn hóa thượng cổ đang mất dần sức mạnh biện minh vốn từng nuôi dưỡng một chính thống tính chính trị đã nghịch thời.

Ta hãy nhìn sự kiện phóng vệ tinh năm 2003 trên ý nghĩa biểu tượng chính trị. Sau khi hỏa tiễn Trường Chinh 2F (Chính thể) đẩy Thần Châu (Ý thức và Tinh thần) lên vào được không trung, thì hỏa tiễn Trường Chinh bị phế bỏ ngay sau đó. Đây là một biểu tượng ngoạn mục – và bất ngờ – cho năng lực đào thải thể chế chính trị bằng sự vươn lên của tinh thần và ý thức, dù là thể chế đó đã huy động được nhân tài và vật lực cho chuyến tàu không gian này.

Người Hoa từ sự kiện không gian ấy bắt đầu nhận thức ra một thế giới phổ quát và một vũ trụ luận tương xứng với thời đại. Cơ năng *internet*, ý thức pháp luật, phong trào dân chủ và nhân quyền, khoa học và công nghệ Tây phương – với những ưu và khuyết điểm của chúng – đang góp phần đưa con tàu ù lỳ Trung Hoa vào thế kỷ mới. Đây mới là "bước nhảy vọt" văn hóa đích thực – dù quá trễ – cho người Tàu.

Mấy giờ đồng hồ sau khi phi thuyền Thần Châu vào quỹ đạo ngoài trái đất, nhìn xuống quả địa cầu tròn trịa và một nước Trung Hoa tương đối nhỏ bé so với vũ trụ và không gian, phi hành gia Dương Lợi Vỹ đã phải thốt lên, *"Hảo thị, hảo thị."* Không biết có phải người không gian – *taikonaut* – này đã nhận thức ra rằng đến lúc văn minh và tâm thức Trung Hoa thực sự đang được giải phóng?

BÀI HỌC NHÂN DỤNG TRUNG QUỐC CHO VIỆT NAM

Và nếu Trung Hoa đang vươn thoát ra khỏi quỹ đạo văn minh giới hạn của họ, liệu Việt Nam chúng ta nay đã đến lúc tung mình ra khỏi quỹ đạo Trung Hoa – và giải phóng ngay cả cái vòng kềm tỏa văn hóa dân tộc và chính trị đầy bóng tối quá khứ của chính mình?

Câu hỏi ở đây là, tại sao cũng một thể loại thể chế chính trị, cũng độc tài toàn trị, cùng văn hóa bảo thủ, mà Trung Quốc có thể đi vào không gian, vươn mình theo quỹ đạo lớn hơn, nhưng Việt Nam lại không thể làm được?

Câu trả lời cho sự thành công khoa học kỹ thuật Trung quốc trong nửa thế kỷ qua nằm ở chính sách sử dụng nhân tài Hoa kiều, nhất là đội ngũ chuyên gia cao cấp. Đảng CSTQ đã phát động một chiến lược toàn diện để quy phục nhân tài gốc Hoa trên thế giới về nước phục vụ tổ quốc. Họ không làm nửa vời hay do dự với biện minh an ninh chính trị. Trong khi đó, đảng CSVN vẫn chưa thực tâm, không có chiến lược lớn để thu dụng nhân tài Việt kiều.

Có nhiều lý do, từ văn hóa đến ý chí thể chế. Dẫu sao, Việt Nam vẫn là một nước nhỏ lại mang nặng tâm thức nhược tiểu. Cho đến nay dân ta vẫn chỉ nuôi giấc mơ "ra biển lớn" chứ chưa tưởng tượng đến không gian vô tận. Hơn nữa, cuộc chiến 1955–75 đã làm cho Việt Nam kiệt sức, và phong trào di cư ra hải ngoại sau 1975 đã là một lỗ hổng lớn cho hồ nước nhân tài quốc gia. Cả hai vế mất mát – tinh thần và nhân lực – vẫn chưa được hồi phục vì đảng CSVN vẫn còn những khuyết điểm lớn trong việc kêu gọi và thu phục nhân tài kiều bào trở về nước, lấy lại nguồn chất xám nguyên khí đã thoát ly.

Ít nhất từ thế kỷ 15, Trung Quốc đã có những Vương Dương Minh, dám viết ra điều mình tin tưởng và suy nghĩ, để rồi con cháu của truyền thống Khổng Mạnh đến thế kỷ 20 tỉnh thức rằng cha ông họ đã sai lầm và lạc hậu như thế nào.

Còn Việt Nam ta, tầng lớp lãnh đạo vẫn ngủ yên trong giáo điều văn hóa chính trị từ hơn thế kỷ trước, không biết mình sai lầm ở đâu, và vẫn mang tự ái nhược tiểu để không có can đảm và viễn kiến nhìn nhận khuyết điểm từ quá khứ.

Việt Nam chỉ có thể chinh phục biển lớn và bước vào không gian bao la như Trung quốc khi nào chế độ chính trị hiện nay biết nhìn lại mình, sửa sai khuyết điểm vĩ mô của hệ thống cơ bản công quyền, vượt qua tinh thần bảo thủ cố chấp, biết tưởng tượng đến một tương lai lớn hơn cho dân tộc.

Từ bài học Đảng CS Trung quốc sử dụng nhân tài Hoa kiều trên thế giới để chinh phục không gian, đảng CSVN phải biết vượt lên và sửa sai những chính sách nhân dụng giả vờ, nửa vời, nặng bản chất chính trị hiện nay đối với Việt kiều.

Một không gian mới cho Việt Nam phải được rộng mở. Đó là một không gian bao gồm, chung tay, nhằm thu phục những bộ óc khoa học gốc Việt lớn trên thế giới quay về nước để cùng góp tay chế tạo một tàu không gian Thần Châu/Phù Đổng cho vận mệnh quốc gia.

Tham khảo:

Time, Science, and Society in China and the West. Fraser, Lawrence and Haber (Ed.), MIT Press, (1986).

Bi Hài Kịch
Việt Nam Hậu Cộng Sản

*"Sự phá sản và suy đồi của tư tưởng Marx
đã tạo ra một xã hội thuần là những con vật kinh tế."*

*

Thuở nhân loại còn lý tưởng siêu hình:
*"Từ thuở Tiên đi, sầu cũng nhỏ
Nhân gian thôi nhớ chuyện trên trời."*

Đó là hai câu thơ của Huy Cận trong Lời mở đầu của Bùi Văn Nam Sơn cho bản dịch *"Hiện Tượng Học Tinh Thần"* của G. W. F. Hegel (Văn Học–2006). Khi trích dẫn hai câu thơ này, chàng học giả họ Bùi muốn nói đến một không khí triết học đã trở nên trống vắng và không còn mang cao vọng lớn lao sau tác phẩm lừng danh này của Hegel.

"Tiên" ở đây không phải là nàng tiên, hay là tiên sinh, mà là một nhà tiên tri cho thời đại và nhân loại. Khi nhà tiên tri đã ra đi, con người trần gian không còn màng đến việc tẩy trời. Họ chỉ còn biết chuyện thực dụng trên trái đất, làm giàu và hưởng thụ một cuộc sống thuần kinh tế vật chất.

Nhìn lại lịch sử thế giới trong một trăm năm qua, từ "duy tâm luận" của Hegel, nhân loại hăm hở chạy theo "duy vật chủ nghĩa" của

Marx để rồi hệ quả là con người lún sâu vào cõi vật thể. Không còn ai nhìn lên cao để "nhớ chuyện trên trời." Ngay cả nỗi sầu muôn năm, nay cũng chỉ còn rất nhỏ.

Khi con người bỏ lại sau lưng hai thời quán giáo điều của tôn giáo và ý thức hệ từ chủ thuyết chính trị thì hắn không còn gì siêu hình để tin vào, không còn lý tưởng vượt trần gian để sống và chết cho. Lịch sử nay đã không còn cứu cánh tính; cuộc đời cá nhân không còn cưu mang nội dung bản thể – hắn cũng mất luôn niềm xác tín vào ý nghĩa hiện hữu. Đây là thời điểm mà hắn bỏ rơi tôn giáo và chính trị để ra đi. Bi kịch là hắn không biết đi về đâu.

Khi thoát khỏi thần linh và ý hệ, ở giai đoạn đầu, con người cảm thấy bị chấn thương và bơ vơ. Nhưng nay, nỗi cô đơn cũng đã không còn – khi ý thức lịch sử đã biến mất. Tất cả nhân loại này, từ đông sang tây, từ giàu đến nghèo, nay trở nên những chiếc máy thuần kinh tế. Tiền bạc, vật chất là cứu cánh duy nhất, mối bận tâm tối hậu cho cuộc đời.

CÒN ĐÂU LÝ TƯỞNG TINH THẦN?

Hãy nhìn vào đội ngũ đồng chí cách mạng Cộng Sản Việt Nam ngày nay. Những con người cách mạng oai hùng và huy hoàng thế kỷ trước nay chỉ còn loay hoay với ván bài tiền của. Họ đã bỏ quên trời đất ngoài kia để chỉ còn say sưa kiêu ngạo trong bóng tối với chính mình. Đó là những đứa con của Karl Marx bị lịch sử bỏ rơi, thậm chí đang tha hóa. Cả bao thế hệ đi theo lãnh tụ Hô Chí Minh cho lý tưởng độc lập, công lý và nhân phẩm dân tộc và tổ quốc, nay không ít họ sẵn sàng bỏ nước ra đi vì không còn chấp nhận tình trạng tha hóa cùng cực của xã hội và tổ chức cộng sản Việt Nam hiện tại.

Căn nguyên từ đâu? Gần hai thế kỷ trước, khi Marx đọc cuốn *"Hiện Tượng Tinh Thần"* của Hegel, chàng ta muốn chuyển ngược biện chứng Tinh thần thành ra quy luật kinh tế. Gốc rễ của con người, thước đo cho nhân loại, không phải đến từ trời cao hay thần linh, mà chính là con người hắn. Marx muốn mang nhân gian này ra khỏi "vương quốc thiết yếu," vốn chỉ biết bận tâm về nhu cầu vật chất, đến với "cõi tự do" nơi cá nhân và tập thể được dung thông hòa hợp giữa nhu cầu và khả năng. Marx muốn giải phóng con người ra khỏi *"vọng tưởng duy tâm"* của

Hegel, vốn là "thượng tầng cấu trúc" của thực tế vật chất, để đem nhân loại trở về với thực tại trần đời, để làm người thế gian thuần kinh tế. Nhân loại hãy thôi hoang phí năng lực vào ước vọng siêu hình để đem hết sức mình lo chuyện áo cơm bằng phương trình lịch sử.

Và như ai cũng biết rồi. Cơn mơ nào cũng phải tỉnh thức. Chủ nghĩa Marx đã tàn lụi như một lý tưởng lịch sử và chính trị. Nhưng Marx đã tiên tri đúng về thân phận con người thế gian, nhất là đối với cán bộ viên chức còn đứng trong Đảng Cộng sản VN. Tất cả đảng viên nay chỉ là những **con vật kinh tế** (nghĩa triết học: 'man as an economic animal') – và tham vọng quyền lực cũng duy chỉ cho cứu cánh vật chất. Không còn ai tin vào ngôn từ khẩu hiệu của Đảng nữa. Năng lực hướng thượng cho đời sống Tinh thần đã biến mất – dù nạn mê tín thần linh cho nhu cầu vật chất và quyền lực tràn ngập. Trời cao không còn. Lý tưởng đã chết. Cái điều nghịch ngẫu nằm ở chỗ dù cho cán bộ Cộng sản Việt Nam hôm nay, trên bình diện lý thuyết chính trị, họ không còn tin Marx, nhưng trên bình diện kinh tế, họ là những đứa con ngoan của Marx (xem thêm các luận thuyết về *kinh tế học Marxist và phần động vật trong con người*).

HAI NHÀ TIÊN TRI MÂU THUẪN

Hãy đọc lại Hegel. Lịch sử là sự *"khai mở Tinh thần vào thời gian,"* cũng như *"Vũ trụ là sự khai mở Tinh thần vào không gian."* Thế giới, theo Hegel, là một hiện tượng Tinh thần, mà trong đó, cá nhân tính chỉ là một hình thái tha hóa đang vươn mình tìm về lại chân lý vốn đang chờ đón ở cuối hành trình lịch sử. Cứu cánh tính của lịch sử và nhân loại là Tự do. *"Lịch sử thế giới là một tiến trình trong ý thức Tự do,"* Hegel tuyên bố. Trên cơ bản cá nhân, Tự do là sự giác ngộ về "bản lai diện mục." Trên cơ bản nhân loại, Tự do là sự dung thông của ý chí cá thể với thực tế lịch sử. Đây là một con đường đầy gian truân, "một xa lộ đầy bi kịch," mà Tinh thần tạo hóa, như một nhà đạo diễn đầy thủ đoạn – *the cunning of Reason* – nhưng với thiện ý, đày đọa nhân gian giống như những trừng phạt của cha mẹ dành cho con cháu trong nhà, nhằm cho chúng mở mắt ra để trưởng thành lớn lên mà biết đường về.

Đối với Hegel thì bản chất tha hóa từ năng thức Tinh thần tuyệt đối nơi ý thức con người, là nguyên nhân cho địa ngục trần gian. Trong khi đó, Marx cho rằng sự tha hóa của con người là hệ quả từ bản chất cấu trúc kinh tế vật chất có sẵn của xã hội. Marx muốn xem thế gian và lịch sử là đối tượng để chinh phục và đổi mới. *"Chính ta sẽ giẫm trên đống gạch vụn lịch sử để đứng lên như là một thượng đế mới,"* Marx viết. Con người và lịch sử như một tiền đề và phản đề, soi gương lẫn nhau để chuyển hóa và biến thái lẫn nhau.

Một nửa nhân loại của thế giới, trong suốt hầu hết thế kỷ 20, đã nghe lời Marx như thế, để mang ý chí thay đổi lịch sử nhằm chuyển hóa con người. Hạnh phúc con người chỉ có từ cơ bản kinh tế khi cấu trúc xã hội sẽ phải được tái kiến tạo nhằm giải quyết nhu cầu thiết yếu vật chất. Những con chiên Marxists không còn phải chỉ lo về chính mình. Mà trái lại. Hắn muốn hy sinh đời sống riêng tư bằng ý chí tự phủ định cho cứu cánh lịch sử.

Từ đó, lịch sử là chủ thể của ý chí mà cá nhân phải phục tòng. Con người từ giã tính tha hóa cá nhân bằng cách hòa mình vào ý chí tập thể trong cứu cánh tính tự do. Muốn được giải phóng, hắn phải trước hết tự trói chặt chính mình vào cơ năng tổ chức. Chỉ còn có con người lịch sử chứ không còn cá thể riêng tư. Và thảm họa phát xuất từ đó.

KHI "ĐẢNG TA" NUỐT LẤY CÁI TA CÁ THỂ VIỆT

Và người Cộng Sản Việt đã hiến mình vào mắt xích tập thể cho lý tưởng lịch sử duy ý chí đó. "Đảng ta" nay đã thay thế cho cái ta cá nhân Việt. Vì thế, bản chất mâu thuẫn chính trị hiện nay ở Việt Nam nằm ở khi mà ý chí vươn lên của cái ta cá nhân Việt muốn thoát khỏi xiềng xích tập thể của "Đảng ta".

Nay nhìn đâu cũng thấy con người Việt Nam chỉ còn những sự xuống cấp, tan rã của thần linh, của tiên tri, của giáo điều, chủ nghĩa, của tổ chức, của Đảng ta. Mọi thứ đều rất rẻ, dễ mua, dễ bỏ.

Theo tôi, dân tộc Việt nay chỉ còn đi theo tinh thần thời đại duy vật chất, hết mơ mộng nói chuyện trên trời.

Những ngày mùa đông cuối năm 2020, khắp nơi trên thế giới cũng như ở đất nước Việt Nam, tất cả là một trường nhân gian tất bật lo lắng thuần kinh tế và thân xác. Trong hơi men tàn cuộc của cơn say lý tưởng từ thế kỷ trước, có cái gì đó trong tâm tư nhiều người Việt thấy rằng đây là một hoạt cảnh loay hoay nhàm chán của một khối nhân loại không còn lý tưởng, không còn chân lý và sự thật, không còn ý chí lịch sử.

Khi Hegel bị lãng quên, Marx rớt vào sọt rác, thì nay là lúc người Cộng Sản Việt đã kiệt sức lý tưởng và ý chí cao thượng.

Các hiện tượng quậy phá, làm dáng của một số trí thức, văn nghệ sĩ, của người giàu có tại Việt Nam hiện nay xét ra là tấn bi hài kịch của nỗ lực muốn thoát ra khỏi xiềng xích 'tính Đảng'. Các cố gắng du nhập tư tưởng tiến bộ, hiện đại từ bên ngoài vào Việt Nam, công việc chỉnh sửa giáo dục, sách giáo khoa, phát triển mạng XH... luôn có nguy cơ hoặc bị đè bẹp, hoặc bị biến dạng, hội nhập vào dòng tha hóa.

Ngay cả thi ca, âm nhạc và văn chương Việt hiện nay đa phần trở nên trống rỗng nhàm chán khi đã hết chất men tinh thần thời kháng chiến. Không còn ai xứng đáng là kẻ tiên tri cho thời đại. Những đứa con rơi thuần duy vật của Marx ở Việt Nam nay đã mất hồn lịch sử. Mối sầu kim cổ lớn lao của nhân loại đi đâu mất rồi! Hãy đọc tiếp hai câu thơ Huy Cận:

Đại bàng vỗ cánh muôn năm trước
Đâu biết trời kia rộng mấy khơi.

Khi tượng đài mất linh hồn từ góc độ Triết học

Một triều đại chính trị bắt đầu bằng lý tưởng và chấm dứt bởi tượng đài – phải chăng là sấm ngôn linh thiêng cho quy luật lịch sử?

*

Sự tồn hữu của tượng đá luôn cần có một linh hồn mà nó hiện thân. Dĩ nhiên đền đài tưởng niệm tự nó không có linh hồn – vì nó chỉ thuần là vật thể sỏi đá. Trái lại, linh hồn của nó là một hình thái hoán chuyển cảm thức từ kẻ xây dựng và quán sát. Nó không phải là hình thức vay mượn cảm quan hay đến từ sự áp đặt từ bên ngoài. Hồn của đền tượng được kiến lập bởi cái Ta thời đại khi ý thức về chính ta đã bị ngoại thể hóa – một *năng động xuất nhượng* (divestitute/Entauferung) linh hồn tập thể vào cõi thể thái vật chất vô hồn, vô cảm.

Trong cuốn *"Hiện tượng luận Tinh thần,"* khi bàn về giai thời chuyển hóa tâm thức nhân loại qua lịch sử tôn giáo Tây Âu ở thời đại đế quốc La Mã hai ngàn năm trước, Hegel viết,

> *"Lòng tin vào những quy luật vĩnh hằng ở thần linh đã tan mất cùng lúc những sấm ngôn về đạo làm người trong thế gian nay đều câm bặt. Những pho tượng nay chỉ là những xác chết vô hồn, khi thánh nhạc chỉ là âm thanh thiếu đức tin. Trên bàn thờ*

cúng nay không còn thức ăn, đồ uống cho tinh thần, và những lễ hội không còn khả năng khơi dậy năng lực hòa nhập giữa cá nhân và thần linh nữa." (Dịch bởi Bùi Văn Nam Sơn, có chỉnh sửa).

Đó là lúc, theo Hegel, khi bước tiến hóa của đời sống tinh thần nhân loại đang trải qua thời quán tôn giáo, khi tâm hồn cá nhân đang mang hai năng động đầy mâu thuẫn – nhưng lại hỗ tương khi nhìn vào thế cuộc. Đó là niềm bất hạnh, thất vọng, trộn lẫn với nỗi cay đắng bi hài tự trong tâm khảm. Đây là lúc mà linh hồn tập thể của đế chế không còn sự sống. Nó đã xuất nhượng chiều sâu lịch sử mà nó kiến lập ra bên ngoài – và trả lại vai trò chủ nhân linh hồn như là kẻ vô tâm. Đây là lúc ý chí lịch sử của đế chế tự thoát ly chính nó để đi vào thời quán thuần ước vọng – và trở thành thi sĩ cuồng say hay là tên vô lại thiếu ý thức.

Khi chủ thể triều đại tự đánh mất linh hồn cao thượng, ngấm ngầm nuôi dưỡng niềm bất hạnh đầy mỉa mai – cho người và cho cả riêng ta – trong cảm nhận vô vọng cùng tận thì lúc sự trống rỗng nội tâm xách hành lý xuất hành xuống bình diện vật chất, sỏi đá. Nội dung hãnh tiến về quá khứ nay đã từ bỏ chủ thể kiến tạo để trở nên tượng đài vô hồn – và được đón nhận bởi nhân gian bằng cái nhìn tiêu cực, thuần phủ định.

Và đó là chuyện đang xảy ra ở Việt Nam với phong trào xây tượng đài tôn vinh giá trị lịch sử hiện đại của Đảng CSVN.

TỪ HAI GÓC NHÌN THỰC TẾ NHÂN GIAN

Phản ứng phủ định từ phía trí thức thành thị cho đến giờ này chỉ bao gồm những sự lên án cho động cơ thuần dục vọng, tham lam, hay cao hơn là những chỉ trích về giá trị thẩm mỹ. Nhưng từ chiều sâu – xin phép nói như thế – thì vấn đề không nằm trên bề mặt hiện tượng tiền bạc, thối nát, hay thiếu trình độ nghệ thuật.

Ta hãy nhìn sâu hơn. Nói theo Hegel thì tượng đài không chỉ là hiện thân của lòng tham, vô cảm, hay ích kỷ. Nó cũng không thuần là niềm hãnh tiến vô vọng về quá khứ. Mà từ bản sắc, đây là một năng lực chuyển hóa tâm thức khi giá trị nội tại của triều đại đang bước xuống nấc thang tinh thần để ngoại thân hóa chính mình thành bia đá tưởng niệm trong hoài vọng, bằng những biểu tượng anh hùng vì quá khứ, cho quá khứ – khi niềm hạnh phúc và an lạc cho hiện tại đã không còn.

Tuy nhiên – theo thiển ý của tôi – giới trí thức đang đồng loạt ồn ào lên án chuyện tượng đài hãy bình tâm và lắng nghe, tìm hiểu những gì thầm lặng của nhân dân trong hiện tượng thần linh hóa anh hùng lịch sử – nhằm thấu hiểu và cảm thông cho hiện tượng tượng đài hiện nay.

CÂU CHUYỆN ĐẠI NAM, PHẬT THÍCH CA VÀ CHÚA JESUS

Nếu ai có lần vào khu du lịch Đại Nam ở Bình Dương, sẽ thấy hiện tượng thần linh hóa anh hùng lịch sử như thế nào. Trên bàn thờ hoành tráng của ngôi chùa rất lớn ở đó, có "Tam ngôi nhất thể": Trên hết là Phật Thích Ca, xuống tiếp là Vua Hùng Vương, và dưới cùng là Chủ tịch Hồ Chí Minh. Đó là đẳng cấp linh thiêng của ba vị cứu thế cho dân tộc. Theo tôi biết, trật tự Tam ngôi này đã được thờ phượng nhiều nơi, nhất là ở miền Bắc. Nếu ta vội vàng phê phán trình độ vị chủ nhân thiết lập nên trật tự thờ phụng này thì ta đã phủ nhận lòng tin – mà tôi nghĩ là thành thật – của chủ thể kiến lập. Ta có thể chê họ mê tín, dị đoan. Vâng, có lẽ như thế. Nhưng lịch sử nhân loại phải chăng là sự chuyển động của những giai thời và nấc thang mê tín, dị đoan khác nhau.

Hay các bạn đi vào nhà của tín đồ các làng đạo Công giáo ở vùng quê miền Trung Việt – để thấy người Công giáo thờ chân dung HCM ngay bên dưới tượng Chúa Jesus. Họ bị áp lực từ chính quyền chăng. Có thể. Nhưng rất nhiều trường hợp tôi từng trao đổi thì HCM nay đã là thần đế, và chân dung ông thể hiện một niềm tin thành thật và đơn sơ trong tình ái quốc – như họ đang thờ ngài Trần Hưng Đạo, hay Tả quân Lê Văn Duyệt.

Đối với giới quần chúng này – con số rất đông – thì tượng đài cho các anh hùng lịch sử của Đảng CSVN không phải là điều không thể chấp nhận. Đối với họ, vấn đề là thời điểm và ngân sách. Trong khi dịch bệnh hoành hành, khi chính phủ kêu gọi đóng góp cho quỹ vác–

xin chống dịch, thì lúc dầu sôi lửa bỏng, thiếu hụt nguồn lực quốc gia, mà chi dùng ngân sách nhà nước, tức tiền của dân, vào chuyện không khẩn thiết, hoàn toàn mang tính biểu tượng, là cả một điều hoàn toàn thiếu nhạy cảm, vô tâm, phản chính trị.

Hãy nhìn kỹ. Cho những người như chủ nhân của Đại Nam, hay những dân quê nghèo ở xứ Quảng, thì họ chỉ là những cá thể bên lề lịch sử. Họ được coi là chủ nhân đất nước, nhưng hồn cá nhân của họ đã bị tước đoạt, hay được ký gởi vào linh hồn tập thể trong Ý chí Đảng Ta.

Đối với họ, câu chuyện này đơn giản hơn. Một tượng đài nơi làng quê của họ từ cái nhìn của giới học thức thì không phải cái gì đẹp nhất – nhưng nó đáp ứng được trình độ thẩm mỹ của dân quê. Chắc là nó phải đẹp hơn, hoành tráng hơn các lăng mộ hay nhà cấp bốn trong làng. Nó là nơi có sân xi măng bằng phẳng, có bóng cây in cho trẻ con đùa chơi trong buổi nắng gắt, có bậc thang cho bác nhà nông ngồi nghỉ chân sau việc đồng áng – và thỉnh thoảng, vào ngày rằm hay lễ lạc, họ đem con gà, đầu heo ra đó cúng vái thần linh, các chư vị tử vì nước, khẩn mời họ về thưởng thức món ăn dân dã và lắng nghe lời vái cầu bình dân đơn sơ.

TƯỢNG ĐÀI NHƯ SẤM NGÔN SUY THOÁI CHÍNH THỂ

Một đồng tiền kim loại dù mỏng bao nhiêu cũng có hai mặt. Một bên là cái nhìn về chuyện xây dựng tượng đài theo phê phán và lên án của giới trí thức thành thị – vốn cho là chí lý công bằng. Không ai phủ nhận điều họ nêu lên, trái lại phải ghi công. Nhưng mặt kia là cái nhìn hay cảm nhận từ nấc thang và trình độ tiến hóa tâm thức của quần chúng bình dân số đông. Đừng quên rằng Đảng CSVN đang làm chủ và chỉ đạo, cũng như đang sống với, tồn tại bởi, số đông bình dân này. Đảng muốn hành hoạt theo nấc thang tiến hóa đó – dĩ nhiên, ở từng trường hợp, họ thêm vào gia vị "chấm mút" theo phần ngân sách và hợp đồng xây dựng.

Từ cái nhìn như vậy, ta có thể – và nên – bước khỏi giới hạn hai mặt đồng tiền đó, nhằm có cái nhìn sâu sắc hơn vào hiện tượng này. Và không triết gia nào nói lên được hiện tượng chính quyền và tượng đài ở nước ta – qua luận giải về hiện tượng tinh thần – như Hegel.

Có lẽ đây là lúc những môn đồ của Marx và Lenin nên đọc lại Hegel để thấy ra phải chăng linh hồn Đảng Ta đang bước vào thời quán khủng hoảng lớn. Nó không phải chỉ là vấn đề ưu tiên ngân sách hay giá trị thẩm mỹ, cũng không phải sự thiếu nhạy cảm chính trị, hay sự thần linh hóa vô lý cho những anh hùng của Đảng.

Mà hơn thế. Những tượng đài đang được xây dựng là những biểu trưng và hiện thân của tập thể chính trị đang đánh mất linh hồn vào cõi vật chất. Khi cả một tập thể công quyền nuôi dưỡng vô số cán bộ quan chức theo chân Ngọc Trinh bước xuống vũng thấp cạp đất ăn thì nhân phẩm và liêm sỉ là xa xỉ phẩm. Ta phải hỏi, bao nhiêu tượng đài có thể cứu vớt linh hồn họ – hay chỉ làm cho Đảng ta càng trống rỗng tinh thần hơn.

Và rất có thể lời sấm triết học chính trị ở đầu bài này đang trở nên hiện thực: Lịch sử Đảng CSVN bắt đầu bằng Tinh thần HCM và đang được kết thúc bởi các tượng đài vinh danh Bác.

Vẫy tay gọi nhau làm Người:
Về những bản án chính trị gần đây ở Việt Nam

HÀ NỘI, 22021: *Phạm Đoan Trang: Chín năm; Trịnh Bá Phương: 10 năm; Nguyễn Thị Tâm: Sáu năm. Và còn Cấn Thị Thiêu, Trịnh Bá Tư, Trịnh Bá Phương. Và còn nhiều nữa. Những bản án chính trị khắc nghiệt và bất hợp hiến vẫn tiếp tục.*

*

Thế giới và nhân dân Việt Nam đồng loạt lên án chính sách áp chế chính trị bằng pháp luật. Đang có nhiều phân tích về câu hỏi tại sao chế độ này vẫn gia tăng đàn áp tiếng nói của giới trí thức bất đồng chính kiến.

Luật sư Lê Quốc Quân viết trên BBC tiếng Việt rằng, *"Việt Nam còn gắn nhân quyền với các khái niệm về quyền tập thể của quốc gia. Trong khi trên thế giới, nói đến nhân quyền là hướng đến quyền đương nhiên của từng cá nhân cụ thể trong xã hội loài người và không một quốc gia nào có thể 'ngầm diễn dịch để phá hoại các quyền đó', theo Điều 30, Tuyên ngôn Nhân quyền của Liên Hiệp Quốc năm 1948."* (16/12/2021). Tức là khi nói đến đề tài nhân quyền thì thế giới và Hà Nội diễn giải theo cách khác nhau, theo LS Quân, *"ông nói gà bà nói vịt về một con 'gia cầm'"*.

Nhận xét của LS Quân tinh tế nêu lên bản chất của vấn đề. Về phía Việt Nam, sự phiên giải về khái niệm **quyền con người** chỉ là một thủ thuật chính trị đối với cộng đồng thế giới, nhằm né tránh những khiếm khuyết trầm trọng về mặt tôn trọng quyền công dân – như báo chí, ngôn luận, tham gia chính trường, hội đoàn.

Phải công bình để nói rằng, về phương diện quốc gia, Đảng CSVN đã thành công trên mặt tích cực, xây dựng một quốc gia vững mạnh về cấu trúc và ổn định xã hội, lèo lái đất nước này tránh khỏi nguy cơ đưa một quốc gia đến thất bại – *a failed state*. Và cộng đồng thế giới chỉ mong được như thế.

Đã từ lâu, thế giới chấp nhận tình trạng chậm trễ về sự tôn trọng quyền tự do theo nhu cầu chiến lược an ninh và ổn định toàn cầu – như là một cáo lỗi, một biện minh cho sự bất lực của chính trị ngoại giao. Có lần ông Pete Peterson, lúc đương kim là đại sứ Mỹ ở Việt Nam, nói với một nhóm nhà báo gốc Việt ở California, đại ý rằng, cứ nhìn đến Saudi Arabia, A Phú Hãn, Ai Cập, cả thế giới Ả Rập, Phi Châu, và hầu hết Á Châu thì Việt Nam không tệ lắm. Tức là, thế giới chỉ mong ước nhà nước Việt Nam đừng trở thành một chế độ tồi tàn, – chứ không kỳ vọng nó trở nên một thể chế tốt đẹp.

Trên nhiều bình diện, Việt Nam đã thành công lớn về mặt dân sinh, ổn định xã hội, nâng tầm mức kinh tế quốc gia lên tầng cao chưa từng có trong lịch sử. Tức là nói theo Thủ tướng Phạm Minh Chính gần đây, đối với quốc dân trong một nước nghèo như Việt Nam thì **dân sinh** trước, sau mới đến **tự do cá nhân** và cuối cùng là **mưu cầu hạnh phúc** – như tiêu chuẩn *Life, Liberty, and the pursuit of Happiness* – mà Tuyên ngôn Độc lập Hoa Kỳ đặt cơ sở.

Tuy nhiên, chúng ta phải đặt câu hỏi với Thủ tướng rằng, vâng, cho dù chúng ta đồng ý thứ tự ưu tiên cần thiết nêu trên – tức là nâng cao đời sống kinh tế cho nhân dân trước, sau đó mới nói đến tự do cá nhân – điều đó không đồng nghĩa với chính sách triệt tiêu những tiếng nói công dân nhắc nhở đến tình trạng khiếm khuyết tự do trên bình diện cá nhân.

Cũng như TBT Nguyễn Phú Trọng và Thủ tướng có lần nhắc nhở gần đây, rằng năng động văn hóa nước nhà – văn chương, chính trị học, triết học, và các bình diện xã hội dân sự – phải phát huy đồng bộ với phát triển kinh tế. Vậy thì xin hỏi GS Trọng và Thủ tướng Chính tại sao Đảng không mở rộng một không gian tự do cho công dân được có quyền thực thi tự do ngôn luận, phê phán chế độ, đề nghị những khả thể chính trị khác cho quốc gia?

Thưa hai Ngài, những bản án chính trị gần đây là những cái tát vào mặt quốc dân, là những phản đề của tiêu chí văn hóa và văn minh mà Đảng và các Ngài muốn nhân dân theo đuổi.

NẠN NHÂN CỦA CHẾ ĐỘ CỘNG SẢN CHÍNH LÀ CÁC ĐẢNG VIÊN

Cho đến hôm nay, Việt Nam vẫn là một quốc gia đang cố gắng trưởng thành, và chế độ Đảng trị hiện nay được thế giới công nhận và tôn trọng trên bình diện chính danh và chính thống. Duy chỉ có một điều, từ phương diện nhân dân, đế chế chính trị này đang từng ngày dần đánh mất tính biện minh quyền lực.

Tức là, vì lý do địa lý chính trị đối với Trung Hoa và sự bất lực ngoại giao, cộng đồng quốc tế văn minh buộc phải chấp nhận một Việt Nam đang là; nhưng về đối nội thì ngược lại, người dân Việt Nam càng ngày càng ghê sợ và khinh thường Đảng và chế độ.

Hãy đọc những lời của Phạm Đoan Trang trong phiên tòa của cô ở Hà Nội tuần trước:

> "Ngày hôm nay, các anh, chị kết án tôi, có thể bỏ tù tôi nhiều năm nhưng không sao cả bởi vì như nhân vật Nguyễn Trãi trong vở kịch "Bí mật vườn Lệ Chi" đã nói: "Con thú có thể cắn chết con người nhưng vẫn là con thú. Con người mang trong mình lẽ phải có thể bị sát hại vì lẽ phải, nhưng bảo vệ lẽ phải mãi mãi vẫn là thiên chức của con người. Những bản án càng dài thì càng chứng tỏ bản chất độc tài, phi dân chủ, phản dân chủ của Nhà nước Cộng hòa xã hội chủ nghĩa Việt Nam. Các anh, các chị có thể bỏ tù tôi và hả hê đắc thắng vì đã xóa bỏ được một cái gai trong mắt các anh chị nhiều năm nay, nhưng mãi mãi các anh chị không xóa bỏ được tiếng xấu, độc tài, phi dân chủ, phản dân chủ. Vì con thú mãi mãi là con thú, nó không bao giờ có thể trở thành người được."

Chưa từng có một tuyên bố từ tòa án bởi một bị cáo chính trị nào mạnh bạo và tàn khốc như vậy. Khi một phụ nữ trí thức Hà Thành mang thái độ khinh thường, dám coi chế độ và quan tòa như một loài thú, thì Đảng và Nhà nước phải bình tâm nhìn lại chính mình, phải soi xét lại phương cách hành xử công lý pháp chế quốc gia.

Trên bình diện công tâm, câu tuyên bố trên của cô Trang thực ra quá nặng và quá đáng. *"Các anh, chị kết án tôi"* là những công chức nhà nước, làm việc, xử và tuyên án theo chỉ thị của Đảng. Họ không có thẩm quyền tư pháp hay công lý độc lập khỏi mệnh lệnh chính trị. Khi nghe, hay đọc những dòng trên của cô Trang chắc họ phải đau lòng và bị thương tổn nặng. Bởi vì, các quan tòa, hay nhân viên công tố, đều là những cá nhân lưỡng diện. Họ làm việc theo lệnh thượng cấp – và chính họ cũng thấy bất mãn, bất đồng với bản chất của vụ án. Họ không phải là những con thú. Họ là những con người hành xử chức năng công chức trong biên độ hành chánh và nhu cầu chính thể cho phép. Họ không có chọn lựa khả thi nào khác trong hoàn cảnh của họ.

Tuy nhiên, từ góc độ đạo đức chính trị thì Phạm Đoan Trang đã đúng khi có thái độ này. Niềm đau khổ lớn của công dân Việt là phải đóng vai lưỡng diện – khi làm cán bộ tập thể thì khác với con người thật của mình. Chính chế độ của Đảng, vì nhân danh giá trị tập thể, đã làm cho đảng viên tự đánh mất nhân cách và lương tâm.

Đảng đang trị nước, đối xử với công dân khác biệt chính kiến, như một ông bố khắc nghiệt, độc đoán, thiếu hiểu biết, bất lương, phong kiến. Phương cách cha chú của Đảng mãi coi thường nhân dân là một khối trẻ con. Đảng vẫn tự cho mình là chân lý. Và ý chí quốc gia là duy ý chí tập thể Đảng.

Khi những công dân có tinh thần trách nhiệm như Phạm Đoan Trang, Trịnh Bá Tư bàn chuyện quốc gia thì Đảng như một ông cha già phong kiến, bệnh hoạn, liền tức giận mắng to và tát mạnh vào mặt họ, *"Mày bố láo, dám nhìn thẳng vào mặt tao mà cãi lại sao!"* Cái phong hóa cha chú, hách dịch này đang tồn tại như một thể loại vô thức tập thể của dân tộc – nay hiện nguyên hình qua thể chế chính trị Đảng ta.

Phong hóa chính trị cha ông này là một năng lực thống trị, chuyên chế và kiểm soát từ một ý chí quyền lực thô thiển ở nấc thang rất thấp trong thứ bậc tiến hóa trong sinh mệnh làm người. Vì thế, chính thể chế Đảng đang hủy hoại nhân cách công dân, ngay chính ở nơi những đảng viên công tâm và có ý thức.

Đảng đã biến nhân dân và tập thể cán bộ, đồng chí thành những công dân không được xứng đáng làm người đúng nghĩa. Tức là, tập thể đảng viên, vì không được làm người, họ đang bị nhận chìm lương tâm xuống hàng thú vật bởi bản năng thú tính đầy bóng tối từ văn hóa tập thể Đảng.

Nhân dân Việt Nam mong ước đến một con đường, một tia sáng hướng thiện cho tập thể và từng cá nhân đảng viên. Đó là điều mà cố nhà văn Phan Huy Đường từng nói đến, hãy *"Vẫy tay gọi nhau làm người."*

12/12/1974: Trận Phước Long khởi đầu một cứu rỗi mới

Cách đây đúng 45 năm, tuần này, Quân đội Nhân Dân (QĐND) miền Bắc, dưới sự chỉ huy của tướng Hoàng Cầm, mở màn trận đánh tỉnh ly Phước Long, chỉ cách Sài Gòn khoảng 120 cây số phía Tây Bắc. Tướng miền Nam là Dư Quốc Đống chỉ huy quân đội Việt Nam Cộng Hòa (VNCH) chống trả trong một hoàn cảnh rất khó khăn. Hơn ba tuần sau, ngày 6 tháng 1, 1975, Phước Long thất thủ.

*

Bộ Chính Trị đảng Cộng sản Việt Nam (CSVN) muốn đánh thử trận này để xem phản ứng của Hoa Kỳ như thế nào. Như ai cũng biết, Mỹ hoàn toàn không can thiệp, không có một hành động chính trị hay ngoại giao nào đáng kể nhằm khuyến cáo miền Bắc vi phạm Hiệp định Paris khi chưa ráo mực chữ ký. Vài tuần sau, QĐND phát động tổng tấn công từ Quảng Trị đến đồng bằng Cửu Long. Chỉ trong vòng ba tháng sau, ngày 30 tháng 4, miền Nam đầu hàng. Chiến tranh chấm dứt. Đất nước thống nhất.

ĐỊNH MỆNH LỊCH SỬ

Trận Phước Long này, cũng như nhiều trận khác trong cuộc chiến Quốc-Cộng vừa qua trước đó, hãy cùng chia sẻ một mẫu số chung về bản sắc và tính chất nhân văn của hai miền Nam Bắc, giữa Quân đội VNCH và QĐND. Mặc dầu hai phía trong chiến tranh đều là quân nhân người Việt Nam, nhưng bản sắc của người lính QĐND được trang bị nhiều ưu thế, từ vũ khí, chiến thuật, lãnh đạo, chính trị và thời thế. Số phận VNCH đã được an bày – không phải như là một mục tiêu chính sách – nhưng mà là một định mệnh lịch sử.

Bỏ qua những yếu tố chính trị, lãnh đạo, hay quân sự, phía miền Bắc có cả một chiều dài lịch sử sau lưng họ. Đó là ý chí độc lập, thống nhất đất nước. Miền Bắc phải hoàn tất thiết yếu tính cho một bản sắc sử mệnh mà thời đại đã giao cho họ.

Còn phía miền Nam thì bị lịch sử bỏ rơi. Nó tiếp nối một gia sản chính trị và tâm lý từ vai trò lệ thuộc vào ngoại bang. Họ thụ động chiến đấu – mà không hề mang một ý chí hay ý thức về sử mệnh chiến tranh cho mình. Người dân miền Nam, và cả quân đội VNCH, đã giao hoán lòng yêu nước cho đối phương và vì thế đánh mất luôn hồn ái quốc. Chiến tranh đối với họ chỉ là một chuyện cực chẳng đã, một phản ứng tự vệ cho qua chuyện. Và chính vì điểm hời hợt và thụ động đó, miền Nam đã vô tình mang một bản sắc chính nghĩa vượt làn ranh Quốc Cộng. Vì sao?

Trái với miền Bắc dưới sự lãnh đạo của Đảng CSVN vốn tập trung hoàn toàn năng lực quốc gia cho mục tiêu chiến tranh, VNCH, trái lại, từ chính quyền cho đến quần chúng, là hiện thân của một ý chí tự do và nhân bản trên cơ sở cá nhân. Dù trong thời chiến, nhưng văn chương, âm nhạc, thi ca của miền Nam vẫn chỉ nói về tình yêu, về con người và số phận – chứ gần như không hề đề cập đến mối hiểm nguy nô lệ mà họ đang phải đối đầu. Dù bộ máy tâm lý chiến VNCH có cố gắng nhắc nhở về hiểm họa độc tài cộng sản, dân miền Nam vẫn không thèm nghe – vì họ coi chuyện đó là một thể loại tuyên truyền hạ đẳng. Dân miền Nam, qua tâm chất ôn hòa và thông thoáng, biểu lộ tinh thần tự do qua tâm lý chán ngấy và nghi ngờ chiến tranh. Và đó là điểm yếu sinh tử cho họ khi phải đối đầu với một đối phương như là Đảng CSVN. Trong khi dân miền Nam chỉ có mục tiêu là *hòa bình*, thì miền Bắc là *chiến thắng*.

SO SÁNH VĂN HÓA NAM BẮC:
TÂM HỒN HY LẠP ĐỐI VỚI KHÍ CHẤT DO THÁI

Hiệp định Geneve 1954, chia cắt Việt Nam thành hai phía Nam Bắc rõ rệt trên bình diện chính trị. Nhưng chính trị ở đây là sự thể hiện và kết thành từ một định mệnh văn hóa. Nó phát xuất từ tâm chất và bản sắc tâm lý của dân hai miền, vốn rất khác biệt nhau.

Chiến tranh Quốc–Cộng, bỏ đi yếu tố ngoại bang, là một biểu lộ cho mâu thuẫn văn hóa và con người Nam–Bắc – mà sử mệnh Việt Nam phải đến lúc cần phải được tiêu hóa và hóa giải. Trận Phước Long cuối năm 1974 và bốn tháng binh lửa sau đó chỉ là một hồi kịch cuối vốn đã được viết sẵn từ trong bản sắc xung đột văn hóa Bắc Nam. Như một tuồng cải lương bi tráng, nó đến hồi kết thúc, xả hơi, ngay cả phe thua trận cũng thở phào nhẹ nhõm.

Ta có thể suy rộng ra rằng, trên sân khấu chiến tranh Bắc Nam thuở đó, phe miền Nam mang bản sắc tâm hồn văn minh Hy Lạp cổ đại, vốn thoải mái với ý chí thẩm mỹ, hài hòa, trật tự, và họ chỉ biết sống với hiện tại kéo dài gần như vô tận. Tức là, chiến tranh đối với họ không cho một mục đích nào cả. Họ chiến đấu để duy trì đời sống yên lành và yên ổn – mong ước cao nhất chỉ là chấm dứt chiến tranh. Dân miền Nam hoàn toàn không mang ý chí lịch sử – vì sử hồn của dân tộc đã bị miền Bắc chiếm hữu. Trong khi miền Bắc mang linh hồn tập thể, thì miền Nam chỉ có tâm hồn cá nhân.

Dân Nam bộ muốn vĩnh cửu hóa hiện tại – như một bác xích lô sau khi kiếm được cuốc xe, mua xị đế, đến gốc cây lề đường, ngủ một giấc an lành, không sợ trộm cắp, không màng chi ngày mai. Họ chỉ muốn biến cái hiện tại thuần thưởng ngoạn thành ra một vòng tròn vĩnh cửu bất tận cho đời sống tự nhiên, vô tư của mình. Có nghĩa rằng, họ không mang ý chí hay suy nghĩ về tương lai – dù họ đang mê muội bước dần đến một tương lai kinh hoàng.

Trong khi đó, miền Bắc là hiện thân của một bản sắc từ văn minh Do Thái giáo và Thiên Chúa giáo khi họ đặt cứu cánh chiến tranh thành chân lý. Chiến thắng là chủ đích lịch sử. Dân Bắc bộ thì muốn xóa hiện tại bằng viễn cảnh tương lai – và chỉ mong cho thời gian phải chấm dứt bằng ý chí chinh phục thế gian.

Miền Bắc thấy ở cuối đường binh biến là một khả thể và cơ hội cứu rỗi khi đất nước thống nhất, tổ quốc sạch bóng quân xâm lược, nhân dân sẽ sống ấm no hạnh phúc trong một trật tự thiên đường mới, lãnh đạo bởi đấng cứu thế Hồ Chí Minh và giáo hội Đảng CSVN.

CHUYỂN HÓA SUY THỨC KHÔNG GIAN LÊN VỚI THỜI GIAN

Trước chiến tranh, người miền Nam nhìn qua người khác nơi ngõ làng chỉ thấy là những anh chị hàng xóm, thân cận với ta. *"Bán anh em xa, mua láng giềng gần"* là thế. Họ suy nghĩ trên bình diện không gian.

Người Cộng sản miền Bắc thì khác. Họ muốn nâng cái nhìn không gian của dân Nam lên phạm trù thời gian. Anh hàng xóm không còn là người cạnh nhà – mà nay hắn là vô sản hay địa chủ hay phản động. Tức là, người Cộng sản khái niệm hóa cái nhìn mang tâm chất nông dân lên tầm mức ý niệm theo thời gian.

Vì thế, bản sắc siêu hình sâu xa của cuộc chiến vừa qua là cả một trường biện chứng đối nghịch và tiến hóa giữa hai phạm trù không gian và thời gian.

Miền Nam là không gian; miền Bắc là thời gian. Khi người CS miền Bắc tiên phong đi trước nhân dân miền Nam, nắm được ý chí lịch sử với một cơ đồ khái niệm mới qua nghi lễ rửa tội bằng nước thánh ý thức hệ, họ cương quyết phá vỡ lề lối suy nghĩ thuần không gian (bờ cõi, thân xác) của nhân dân. Vì thế, làn ranh chia cắt Bắc Nam phải được xóa bỏ. Theo đó, dự án lịch sử qua chân lý chiến thắng phải được hoàn tất nhằm thỏa mãn cơn khát khái niệm theo thời gian của những cán bộ nay đã say men ý thức hệ.

MỘT ĐỨC TIN CỨU RỖI MỚI

Có nghĩa rằng đối với người CSVN thì chủ nghĩa Mác–Lê là một thể loại ***cứu rỗi luận*** – *eschatology* – vốn điều hướng tâm ý nhân gian về một biến cố lịch sử mang tính chất đồng quy của tất cả ước mong bằng một phát xét cuối cùng.

Điều nghịch ngẫu cao độ ở đây là điều, khi chủ thuyết Cộng Sản phủ nhận toàn triệt gia tài và giá trị Thiên Chúa giáo – và người CS hãnh diện tự coi mình đã tiêu diệt hết thần linh – thì chính họ lại hăng say hiện thực hóa bản sắc cứu rỗi luận của Thiên Chúa giáo vốn nay đã không còn hiệu năng. Vì vậy, thành công và chiến thắng của miền Bắc vừa qua là một chiến thắng tôn giáo tự bản chất.

Nhưng sau 1975, lịch sử hậu chiến theo thời gian biến hóa và hoán chuyển vai trò Bắc Nam một cách ngoạn mục. Khi người Bắc chiến thắng vào tiếp quản miền Nam, kẻ mang niềm tin ý thức hệ và chân lý chiến tranh nay được trung hòa và khai mở bởi cái bản sắc vô chân lý, vô sử tính, không giáo điều của dân Nam.

Một câu chuyện thời chiến kể rằng, có mấy anh bộ đội xung kích mang súng AK và B40, đầu đội nón cối, đi lạc vào con hẻm ở một thành phố miền Nam, mấy bà Nam bộ ra chỉ đường cho họ để đến đánh căn cứ quân sự VNCH nơi mà chồng con, anh em của họ đang đồn trú. Cái hiện tại không cứu cánh của người miền Nam là lý do thất bại; nhưng với cái tâm ý thuần vô tư đó nó đã trở thành nước thánh mới đang rắc lên tâm hồn dân Bắc như một ý nguyện cứu rỗi lại cho những người CS kiên cường khắc nghiệt đã chiến thắng bằng niềm tin cứu rỗi.

Như di sản văn minh Hy Lạp đã khai hóa văn minh Thiên Chúa giáo thời Trung cổ ở Tây Âu bằng cái đẹp, cái đúng vĩnh cửu, thì bản sắc tâm hồn an nhiên tự tại của dân Nam khai hóa khí chất hung hăng và hãnh tiến của người CS Bắc Việt. Miền Bắc đã chiến thắng miền Nam bằng chính trị và quân sự, nhưng miền Nam lại dung hóa và khai thông miền Bắc với tâm hồn chân thật và nhân hậu. Người Bắc nhận ra được giá trị và cứu cánh cuộc đời nơi dân Nam.

Có lẽ rằng về lâu dài, cái mẫu người và văn hóa miền Bắc sẽ là phiên bản của tâm chất người Nam. Đó là một niềm tin mới – một đức tin, một hoài vọng về khả năng cứu rỗi từ văn hóa cho dân tộc hai miền – khi tất cả những di sản đau thương của chiến tranh Bắc Nam vừa qua chỉ còn là ký ức nhẹ nhàng đi vào quên lãng.

Nhìn lại thập niên 1980-1990 và phong trào Kháng Chiến Phục Quốc Hải Ngoại

SAN JOSE. Một ngày cuối tháng Chín, 2006, vào trang web của *Calitoday*, đọc bài *"Chuyện Dài Kháng Chiến"* của *Dân Sinh News* do Vũ Văn Lộc chủ trương, tôi lại liên tưởng đến chuyện hơn hai mươi năm trước. Bài của *Dân Sinh* kể chuyện ba người bạn trẻ Việt Nam tên Thọ, Tùng và Quang, năm 1983, gặp nhau trong trại tỵ nạn Sikiw ở Thái Lan. Thọ đi định cư ở Mỹ, còn Tùng và Quang vào chiến khu tham gia kháng chiến phục quốc. Bây giờ Thọ đang ở San Jose, có tên Mỹ là Peter, còn Quang mất tích, Tùng lưu lạc làm dân di cư ở lậu bên Cam Bốt. Câu chuyện trong bài báo này, qua lời Thọ kể, rất ngắn gọn, rõ ràng và mang nhiều chi tiết về một số thanh niên nhiệt tình tham gia phong trào kháng chiến thuở ấy, cái lúc mà cả cộng đồng hải ngoại ai cũng chỉ muốn đứng lên *"phục quốc."* Tôi lạnh mình nhớ lại khoảng thời gian này, vì chính tôi cũng nằm trong vùng nước xoáy đó.

Tôi mong các nhân vật từng tham gia vào phong trào kháng chiến phục quốc những năm này hãy để dành thời gian viết lại những gì đã thực sự xảy ra. Tôi muốn nhắn với anh Vũ Văn Lộc – một người đáng kính trong cộng đồng Việt Nam ở vùng Bắc California – hãy kêu gọi một dự án viết lại những trang sử, một loại lịch sử qua chuyện kể, *an oral history from the first hand accounts*, nói ra từ miệng những người đã tham dự vào phong trào kháng chiến phục quốc thuở ấy – mà hơn ba mươi năm qua, nay họ đã có thời gian chín muồi, thanh thản nhìn lại những đau thương, bi đát, nhục nhằn lẫn vinh dự và thống thiết của nguyên một thế hệ thanh niên hải ngoại nhức nhối nhiệt tình muốn làm gì đó cho Việt Nam.

Tôi nói "nguyên cả một thế hệ thanh niên hải ngoại" không phải là điều quá đáng. Giai đoạn của thập niên 1980–90, không những chỉ các cựu binh lính miền Nam, hay các nhóm hữu khuynh muốn "kháng chiến" – mà phần đông các giới trí thức thiên tả cũng muốn dấy động một phong trào "cứu nước." Tôi có nhiều dịp cùng tham dự hay biết đến phong trào này, từ hữu sang tả, từ lúc tôi tham dự các buổi họp mặt ở Oklahoma có Hoàng Cơ Minh tham dự, đến các buổi gặp gỡ riêng ở California với Võ Đại Tôn, hay với Trương Như Tảng từ Pháp sang, cũng như tiếp xúc với Bùi Tín, Vương Văn Đông ở Paris, Thái Quang Trung từ Singapore, hay các sinh viên Việt Nam trong nhóm *Tia Sáng* ở Đông Âu.

Trong mùa hè năm 1983, một tổ chức chính trị người Việt ở Đông Nam Á họp mặt ở California, trong đó có nhiều nhân vật tả phái uy tín trong đảng Nhân Dân Hành Động – mô hình theo Đảng cầm quyền ở Singapore thời đó. Tôi được yêu cầu soạn thảo bản tuyên ngôn và cương lĩnh chính trị cho tổ chức này. Đây không phải lần đầu tôi làm chuyện lý thuyết. Tôi đưa ra chủ thuyết, ***Kinh tế chuyển hóa chính trị*** để mở đường cho một khả thể cứu nước mà mọi người đang nao nức mong chờ. Tôi chủ trương rằng cuộc cách mạng kế tiếp cho dân tộc sẽ phải do những người cộng sản Việt Nam chủ động – họ phải tự ý thức được những sai lầm đang đi qua và thay đổi chính mình, chọn hướng đi mới.

Tôi nhấn mạnh rằng, về phía người Việt hải ngoại, chúng ta hãy kêu gọi Mỹ và thế giới bỏ cấm vận Việt Nam, bang giao bình thường để tạo cơ hội chuyển hóa kinh tế và dân trí cho một tiến trình giải hóa sự lạc hậu của con người và cơ chế chính trị cộng sản. Việt Nam như một góc bóng tối của nhân loại và lịch sử. Hãy mở cửa và đem ánh sáng vào. Đó là con đường khả thi nhất. Mọi nỗ lực "kháng chiến" bằng vũ lực đều là vô lý, chỉ là ảo vọng và vô trách nhiệm.

Tuy nhiên, khi bản thảo tuyên ngôn và cương lĩnh của tôi đưa đến tay các lãnh tụ của tổ chức thì bị phản bác mạnh mẽ – vì lập trường như thế là "thiên tả," là "thân cộng," là "ngây thơ." Nên nhớ rằng, chuyện này xảy ra vào những năm 1983–84. Ngay các anh chàng trí thức tả phái nhất hồi ấy cũng muốn cách mạng vũ lực để cứu Việt Nam vì tình thế đất nước quá đen tối. Trong ngày họp đầu tiên của tổ chức này, tôi nhất quyết chống đối con đường vũ trang kháng chiến.

Qua đến ngày thứ hai, tôi bị trục xuất ra khỏi phòng họp. Khi chia tay, có hai anh trong hàng ngũ lãnh đạo chạy ra xe bắt tay, có anh phát khóc lên. Tôi một mình đi về, buồn vô hạn. May mà chuyện này xảy ra ở Mỹ; nếu ở trong rừng Thái Lan hay Cam Bốt thì tôi đã bị xử bắn, như một vài anh em đã bị sau này. Có lúc tôi muốn thay đổi lập trường để đi theo cơn sóng tinh thần cực đoan của thời thế – nhưng có cái gì đó giữ tôi lại. Con đường kháng chiến bạo lực là vô vọng và vô trách nhiệm – nếu không nói là ngu xuẩn. Tôi nhất quyết giữ lập trường "kinh tế chuyển hóa chính trị," chia tay với các "chí hữu cứu nước," về ghi danh đi học luật. Thời gian sẽ chứng minh tôi đúng, tôi tự tin như vậy.

Hai năm sau, 1985, khi đang học luật ở Hastings, trong căn phòng nội trú đại học chật hẹp, tôi đón một phái đoàn các vị lãnh đạo chính trị Kháng chiến từ Đông Nam Á đến thăm. Họ chính thức yêu cầu tôi bỏ việc học luật, về Đông Nam Á đảm trách vai trò ủy viên chính trị trung ương cho một đảng chính trị vừa mới thành lập. Có anh bảo tôi câu này, "Trời ơi, giờ này mà anh còn đi học làm gì. Đất nước đang vùng lên, chuyển mình, cơ hội đã đến." Lần nữa tôi từ chối. Lập trường của tôi rất rõ: Hãy để cho người Cộng sản Việt Nam tỉnh thức và thay đổi chính họ. Không ai khác hơn sẽ làm cuộc cách mạng dân chủ cho dân tộc Việt Nam.

Năm 1989, khi tôi đang làm phó biện lý ở Santa Cruz, California, theo lời đề nghị của một người bạn, tôi bỏ việc và ra mở văn phòng luật sư riêng. Một ngày nọ, có hai nhân vật chính trị đến thăm và mời tôi làm luật sư cố vấn đi Paris dự hội nghị với ngoại trưởng Nguyễn Cơ Thạch. Lần nữa, tôi viết một bài luận thuyết cho tổ chức mới này. Tôi đề nghị tên gọi, *"Phong trào Dân Chủ và Phú Cường cho Việt Nam."*

Tôi lặp lại quan điểm *"Kinh tế chuyển hóa chính trị"* và đưa thêm một luận điểm khác, *"Đi tìm một đồng thuận mới cho dân tộc."*

Lần này thì tổ chức này đồng ý gần như hoàn toàn với quan điểm của tôi. Và bài diễn văn tôi soạn cho trưởng phái đoàn tổ chức đọc khi họp với Nguyễn Cơ Thạch ở Paris được giữ gần như y nguyên.

Nhưng khi vào họp với phái đoàn Việt Nam, tôi mới vỡ lẽ là mình đúng là ngây thơ, làm trò cười cho thiên hạ. Ngoại trưởng Thạch và đại sứ Bình ở Pháp đón chúng tôi chỉ như buổi gặp gỡ những khách Việt kiều xã giao. Có thế thôi. Vậy mà phía chúng tôi lại làm to lên như một hội nghị "cao cấp" của chính phủ Cộng Sản Việt Nam và đại diện người Việt hải ngoại để đi tìm một "đồng thuận mới cho dân tộc." Tôi tự cười vào lỗ mũi của mình. Suốt buổi gặp mặt, tôi không nói được một lời.

Nhưng cái gì nó cũng xảy ra không như mình nghĩ. Dư luận hải ngoại làm ầm ĩ lên về cuộc gặp này. Một số các vị trong "Phong trào" đi đây đó, họp báo tuyên bố như thể họ sắp lên nắm chính quyền. Có người còn cho rằng ngoại trưởng Thạch sau đó bị mất chức trong Bộ chính trị vì sự cố này. Tôi nghĩ lại mà thấy chuyện như trò trẻ con.

Đúng là, nói theo Shakespeare, *"một cơn bão trong tách trà."* Nhưng ôi thôi, có người lại chết chìm trong thứ bão tố nhỏ nhoi loại này. Sau đó, khi về lại Mỹ, tôi bị de dọa ám sát. Văn phòng luật sư của tôi phải dời đi nơi khác vì bị dọa đặt bom. Tất cả chỉ vì tôi là "tên chủ trương đồng thuận với Cộng sản."

Thời gian trôi qua. Đến khoảng năm 2000, hầu hết các tổ chức "phục quốc" và "cứu nước" của thập niên 1980's đều tan rã. Họ chia ra thành nhiều phe phái, đánh phá, kiện tụng, chỉ trích, lên án lẫn nhau, với một mức độ hận thù còn hơn đối với chế độ Cộng sản mà họ muốn chống lại. Một số anh em về "chiến khu" thì hầu hết đều bỏ cuộc, dang dở cuộc sống, bất mãn. Một số không nhỏ hy sinh ở Lào trong các trận đánh hay bị thủ tiêu bởi đồng đội của mình. Một số khác bây giờ về Việt Nam làm ăn, sinh sống, thề không bao giờ dính dáng đến chính trị. Cơn sốt thanh niên yêu nước đã mất đi nhiệt độ tinh thần của thời tính.

Nói như Gurdjieff, *"Hãy cẩn thận. Cái tổ chức mà mình bỏ cả cuộc đời niên thiếu để xây dựng và củng cố thì khi đến tuổi về chiều mình sẽ bỏ hết năng lực tâm trí để hủy bỏ nó."* Con người, tóm lại, hoàn toàn bất lực trước lịch sử – vì hắn chỉ là một con số không. Những gì hắn làm cuối cùng đều trở nên trò cười cho chính bản thân và cho thiên hạ.

***

Một hôm vào năm 1999, có lần tôi đi ăn trưa với người bạn ở tiệm ăn Việt trên đường Berryessa, San Jose, thì chuyện xưa lại trở về. Số là tôi và anh bạn cùng chọn cơm dĩa sườn heo. Nhưng khi cơm đem ra, tôi ngạc nhiên thấy dĩa của tôi có hai miếng thịt, còn của người bạn chỉ có một. Tôi nhờ người hầu bàn nhắn lời cám ơn người soạn cơm trong bếp đã ưu đãi.

Khi ăn vừa xong, có người đàn ông khoảng trên 50 ra chào tôi. "Luật sư Liêm! Chắc anh không biết tôi, nhưng tôi biết rõ về anh." Anh chìa tay bắt và nói tiếp, "Tôi là Q., mới ở tù về từ Việt Nam vì tội âm mưu đặt bom tượng Hồ Chí Minh ở Sài Gòn. Mười mấy năm trước, tôi ở trong tổ định "làm thịt" anh đấy." Anh kéo chiếc ghế ngồi vào bàn và nói tiếp, "Nhưng chúng tôi nghĩ lại thì anh không phải Cộng sản, mà chỉ thiên tả thôi. Nếu không thì anh đã bị bắn rồi." Tôi lắng nghe anh nói tiếp, "Nay tôi mời anh một miếng thịt để hòa giải chuyện xưa." Anh Q. kết luận, "Hồi đó ai cũng cực đoan cả. Anh thông cảm!"

Tôi cười to và cám ơn anh Q. về miếng sườn nướng – nhất là điều ở thập niên trước anh đã quyết định "không thịt" tôi. "Đồng ý với anh," tôi nói với anh Q., "Hồi đó hình như ai cũng cực đoan theo kiểu vũ lực bạo hành như thế cả."

Chiến tranh là da thịt Lịch sử

Cộng hòa Liên bang Nga dưới sự chỉ đạo của Vladimir Putin đã chính thức xâm lăng Ukraine. Chiến tranh bùng nổ. Âu châu sau nhiều thập niên hòa bình, nay cung nhịp lịch sử chuyển hướng. Chuyện bất bình thường – của xâm lược, chiến trường đẫm máu, hủy hoại tang thương, chết chóc bi thảm – hôm nay trở lại khung trời Âu châu.

*

CHIẾN TRANH LÀ BẤT THƯỜNG?

Thực ra, hòa bình mới là bất thường. Carl von Clausewitz (1780 – 1831), chiến lược gia gốc Phổ (Prussia) trong cuốn *Bàn về Chiến Tranh*, viết, "Chiến tranh không phải là một hiện tượng khác lạ, chỉ là sự tiếp nối chính trị bằng phương tiện khác mà thôi." Ông viết tiếp, "Người tử tế thường nghĩ làm sao để có một phương cách hay ho nhằm đánh bại kẻ thù mà không tốn nhiều máu xương – và như vậy mới là nghệ thuật chiến tranh. Nhưng với lối suy tư như thế, dù tốt lành, đó chỉ là ngụy biện. Chiến tranh là chuyện tối nguy hiểm. Sai lầm tệ hại nhất thường xảy ra từ những trái tim nhân hậu khi suy tư như thế." Và ông kết luận, "Muốn có hòa bình thì hãy chuẩn bị cho chiến tranh."

Thế giới ngày nay, tất cả lãnh thổ và biên giới quốc gia được định hình bởi chiến tranh. Từ Trung quốc đến Ba Tư, đến Phi châu, Châu Mỹ, Hoa Kỳ, sự ra đời của các quốc gia tân thời đã được quyết định bởi xung đột vũ khí – là kết quả từ xương thịt trên chiến trường. Bản đồ phân định dân tộc và biên cương, đế chế lên ngôi hay suy tàn, những trang sử nhân loại không phải được in bằng mực tím – mà được vẽ và viết bằng máu đỏ.

Bản đồ Âu Châu hiện tại được vẽ bằng máu từ thuở xa xưa. Riêng đầu thế kỷ 17, Cuộc chiến Ba Mươi Năm, (1618–1648), giữa các lãnh chúa và Giáo hội Thiên Chúa đã góp phần cho sự hình thành một ý thức chính trị công quyền hiện đại. Đó là ý niệm Cộng hòa – quyền hạn chính trị đến từ quần chúng thay vì của vương quyền hay Giáo hội. Sau cuộc chiến 30 năm đó là các cuộc chiến liên miên của vua Louis XIV, của cuộc chiến ly khai Tây Ban Nha (1702–1714), Chiến tranh Anh quốc với Hòa Lan, tiếp theo là cuộc xâm lăng Ba Lan bởi Nga hoàng, chiến tranh của người Thổ Nhĩ Kỳ, và Chiến tranh Bảy năm (1756–1763).

Riêng trong thế kỷ 20 gần đây, hai Thế Chiến cách nhau chỉ hơn hai thập niên – nhưng cả hai cuộc đại chiến tang thương ngút ngàn ấy chỉ là một cuộc chiến kéo dài lẫn nhau. Tâm lý uẩn ức của dân Đức sau khi bị đánh bại từ cuộc chiến trước đã tạo nên nhân vật Hitler.

Cũng như thế, nỗi uẩn ức của dân Nga sau sự sụp đổ của Liên bang Sô Viết đã dựng nên Putin bây giờ. Cũng như tự ái nhục nhã của Trung hoa từ hai trăm năm qua đối với Tây phương đã dựng nên Tập Cận Bình.

Từ Hitler, đến Putin, đến Tập, họ là những lãnh tụ đế chế muốn làm sống lại huyền thoại huy hoàng dân tộc từ quá khứ, mà theo họ, đã bị tước đoạt gần đây. Họ là những *"revanchists"* – những anh hùng quốc gia muốn khôi phục thời hoàng kim đã mất. Khi huyền thoại đế chế đã mất, cả một dân tộc mang chấn thương tâm lý từ lịch sử, tạo nên một dòng vô thức ngấm ngầm để chờ cơ hội nổi dậy.

Ở Trung quốc, khởi đi từ huyền thoại nước Đại Yên ở Bắc Trung quốc, nhân vật Mộ Dung Toàn đã sinh ra biết bao nhiêu những người hùng khác nối tiếp trong huyền thoại lịch sử người Tàu. Từ Tần Thủy Hoàng đến Lý Tự Thành, đến Hồng Tú Tài (với cuộc nội chiến Thái Bình Thiên quốc nhân danh Thiên Chúa đã giết gần một phần tư dân số Trung Hoa thời Mãn Thanh). Ở đế quốc đó, những anh hùng huyền thoại phục quốc là những đứa con rơi từ máu huyết đầy căm phẫn của những nỗi uẩn khuất lưu vong, mất tổ quốc, một chuỗi dài bất tận về huyền thoại quốc gia và chế độ, là khởi điểm của bao nhiêu chiến cuộc ngút ngàn.

TẠI SAO CÓ CHIẾN TRANH?

Về nguyên nhân siêu hình và xa xôi, theo George Gurdjieff, một huyền nhân gốc Amernia ở đầu thế kỷ 20, thì chiến tranh không phải do con người gây nên. Ông nói rằng, con người không làm được chi cả. Họ – những Hitler, Bush, Hussein, Putin hay Tập – chỉ là những con *robots* phản ứng theo cung nhịp chuyển động và vị trí của các hành tinh – *planetary allignment*. Khi sao Hỏa ở vào một vị thế nào đó đối với các hành tinh khác thì nó sẽ tác động chiến tranh trên địa cầu. Cứ mỗi bảy năm thì chiến tranh nhỏ xảy ra; 30 năm thì chiến tranh lớn bắt đầu.

Riêng với Việt Nam, cung nhịp 7–30 năm chiến tranh đã được lặp đi lặp lại nhiều lần. Từ năm 1620, khi sông Gianh được làm biên giới Nam–Bắc của hai dòng Trịnh–Nguyễn cho đến 1945 và cuối cùng là 1975, cứ từng bảy năm là có chiến tranh. Riêng dưới triều Nguyễn, từ 1802 đến 1945, cũng theo cung nhịp 7–30 năm, đã có hơn 400 chiến tranh nhỏ từ những vụ nổi dậy khắp giang sơn, từ Bắc vô Nam, bởi các thế lực, khuynh hướng, phe nhóm khác nhau.

Kinh tế thế giới cũng đi theo cung nhịp 7–30 đó. Từ năm 2001 khi thị trường chứng khoán sụp đổ toàn cầu đến nay, cứ mỗi bảy năm thì chu kỳ vẫn lặp lại: 2001, 2008, 2015, 2022.

Theo Gurdjieff, không lãnh tụ nào chịu trách nhiệm chiến tranh hay bất ổn cả. Hay nói theo tín lý nhà Phật, chiến tranh là hệ quả từ những chuỗi duyên nghiệp trùng trùng mà không một nhân vật nào, quốc gia, hay đảng phái, tôn giáo nào có thể chủ động hay ngăn cản được.

Putin rất có thể là một "thằng điên" – như thế giới đang lên án – hay chỉ là nạn nhân của một huyền thoại đế quốc mà cả dân tộc Nga vẫn ấm ức theo đuổi cả mấy thế kỷ qua.

PUTIN, UKRAINE, ÂU–MỸ: YÊU CHUỘNG HÒA BÌNH CHỈ MỜI GỌI CHIẾN TRANH

Tuy nhiên, khi nói đến nguyên nhân siêu hình, huyền hoặc xa xôi, chúng ta chỉ mơ hồ biết đến. Chiến tranh bao giờ cũng bắt đầu bởi chuyện gần hơn. Sở dĩ Putin kéo quân qua Ukraine hôm nay vì khối

Europe Union (EU) bất lực, Hoa Kỳ thụ động vì nội bộ bị chia rẽ trầm trọng. Thêm vào đó, dân chúng Tây phương hiện giờ mang tâm lý sợ hãi chiến tranh và muốn có hòa bình bằng mọi giá – dù trong nô lệ. Khi một nền văn minh đem con người lên tầm mức lý tính ôn hòa, dân chúng sẽ sợ hãi xung đột, sợ mất mát, sợ chết, thì văn minh ấy sẽ bị tiêu diệt bởi những luồng năng lực đến từ các dân tộc hung hãn, không sợ chiến tranh, sẵn sàng gây hấn, xâm lược, chịu hy sinh thân xác và tất cả cho tham vọng đế chế riêng.

Biểu dấu của yếu kém, nhu nhược chính là lòng yêu chuộng hòa bình. Bồ câu luôn là thức ăn của diều hâu. Khi khối văn minh Âu–Mỹ do dự thì Putin lấn tới. Biden có lẽ như đã lặp lại vai trò của Neville Chamberlain, Thủ tướng Anh, trước thềm Thế chiến Hai, trong tinh thần cầu hòa, nhân nhượng khi đối đầu với Hitler.

Bài học lịch sử là vậy: Lý tưởng hòa bình phải được cân bằng bởi thực tiễn chiến chinh. Từ Thucydides, Tôn Tử, đến Washington, Hamilton đều nhắc nhở như vậy. Đối với một kẻ độc tài, hung hãn thì chỉ có một phương cách đối trị. Đó là dĩ độc trị độc. Ta sẵn sàng chết và sẽ giết ngươi nếu nhà ngươi không biết điều. Ta không sợ chiến tranh. Mầy sẽ bị hủy diệt nếu gây chiến. Đó là thông điệp duy nhất – vâng, duy nhất – mà những kẻ như Putin hay Tập lắng nghe.

Ở gần cuối tác phẩm kinh điển *"Bàn về Chiến tranh,"* Von Clausewitz viết, *"Hung hăng mù quáng [của kẻ xâm lược] sẽ tự hủy hoại đòn tấn công – chứ không vì phòng chống của đối phương."* Von Clausewitz nếu ở bối cảnh hiện nay chắc là biết lão Đại đế Nga hoàng Putin đương thời không dại gì đem nước Nga vào một cuộc chiến nguyên tử toàn diện với Âu-Mỹ – mà ông ta chỉ theo đuổi một cuộc chiến rất giới hạn.

Nhưng, lần nữa, thế giới phải phản ứng quyết liệt, phải sẵn sàng hy sinh tất cả, từ bỏ tâm lý yếu hèn, chuộng hòa bình, để cho những kẻ cuồng như Putin hay Tập một bài học cảnh cáo nghiêm khắc.

Rằng kẻ vung gươm đao sẽ chết bởi gươm đao. Kẻ gây chiến sẽ phải bị hủy diệt.

(2022)

PHẦN IV
TRIẾT HỌC

TS Nguyễn Hữu Liêm là giáo sư triết tại San Jose City College. Ảnh: Viettimes

CÂU CHUYỆN CỦA GS NGUYỄN HỮU LIÊM:
Từ chàng trai bốc gạch đến triết gia danh tiếng

GS.TS Nguyễn Hữu Liêm là một học giả uyên bác với nền tảng giáo dục đa dạng và kinh nghiệm giảng dạy phong phú. Ông hiểu biết sâu rộng về nhiều vấn đề từ giao thoa văn hóa Đông - Tây, triết học siêu hình học đến đạo Phật, văn hóa Việt Nam. Ông có những đóng góp quan trọng về triết học phương Tây, đặc biệt là văn hóa Việt Nam.

Nội dung: **Lê Thọ Bình** Ảnh: **Nhân vật cung cấp**

Suy nghĩ về Trần Đức Thảo

Ở tiền bán thế kỷ 20, khi trí thức tả phái trên thế giới tham dự vào duy vật biện chứng của Marx, đi đôi với năng lực phủ định triết học Hegel một cách cuồng nhiệt, không ngạc nhiên khi những con người thuộc những khối lịch sử mới thời đó đã bị cuốn vào trận cuồng phong tư tưởng này.

Trong đó có những con người lịch sử Việt Nam – nổi bật nhất là Trần Đức Thảo. Trên bình diện triết học, Trần Đức Thảo là một triết gia xứng đáng để tiếp nhận Marxism như một chủ thuyết hành động praxis, cho vấn nạn lịch sử dân tộc ở giai đoạn lịch sử đó.

Khởi đi từ Hegel và Husserl, Thảo (xin phép được gọi tên) cho rằng chỉ có Marxism là có khả năng giải quyết những vấn đề mà hiện tượng luận Husserl nêu lên. *"Chân lý phải được minh định trong tiến trình trở nên, vốn không phải là sự chuyển động của Ý niệm (Idea), mà là của một thời tại tính sinh thực (actually lived temporarity)."*[1]

Đây là điểm mà Hegel cũng đã nhấn mạnh trong suốt các công trình triết học chính trị.

---

1. Trần Đức Thảo, *Phenomenology and Dialectical Materialism*. Bản Anh ngữ bởi D. Herman và D. Morano. D. Reidel Pblishing, 1986. Bản Việt ngữ, *Hiện Tượng Luận và Chủ Nghĩa Duy Vật Biện Chứng*, dịch giả Đinh Chân (Nxb Đại Học Quốc Gia Hà Nội, 2004). Nội dung tác phẩm này phản ảnh đúng cuộc đời ông: nửa phần đầu là của trí tuệ và nhiệt tâm; nửa phần cuối nông cạn và thất vọng.

Nhưng Thảo, theo chân Marx, chuyển hướng ý thức sinh nghiệm, không vì cứu cánh của ý thức, mà là một giải pháp đối với thực trạng xã hội vốn là nguyên nhân cho tất cả khổ đau. Thảo kêu gọi những con người lịch sử phải nhận ra rằng, *"Cái thể thức áp chế chính là chiếc chìa khóa cho tính huyền bí của tiên nghiệm."*[2]

Nắm rõ được hành trang tư tưởng của Hegel qua cơ sở biện chứng duy vật của Marx và phương pháp luận của Husserl, Thảo tin tưởng mình đã tìm ra được con lộ tư tưởng và hành động cho những con người lịch sử mới của Việt Nam.

Trở về Hà Nội với sinh khí cách mạng độc lập và vô sản đang lên của dân tộc, Thảo bắt đầu thuyết giảng về lịch sử triết học Tây phương vào đầu năm 1955 bằng một tiền đề chủ nghĩa chắc nịch:

"Theo chủ nghĩa duy vật biện chứng và duy vật lịch sử, tư tưởng là phát xuất từ đời sống xã hội trong đó căn bản là quan hệ sản xuất – và sức sản xuất của xã hội. Ý thức là thuộc thượng tầng kiến trúc xây dựng trên cơ sở là chế độ kinh tế của xã hội. ... Chúng ta nghiên cứu lịch sử tư tưởng là để cụ thể hóa và chứng minh một cách có hệ thống mệnh đề căn bản của chủ nghĩa duy vật biện chứng và duy vật lịch sử trên đây, tức là chứng minh rằng tư tưởng của con người xuất phát từ thực tế và nó có một vai trò thiết thực trong đời sống thực tế. Chúng ta không chứng minh mệnh đề đó một cách hoàn toàn khách quan mà sẽ chứng minh trong phạm vi lịch sử của chủ nghĩa duy vật."[3]

Từ Marx, Thảo xác định một lập trường triết học rõ ràng, không nghi ngờ, rằng **duy vật biện chứng** là một chủ nghĩa, một *"biểu hiện lập trường vô sản cách mạng xuất hiện trong quá trình đấu tranh giai cấp lịch sử,"* và nó là *"một công cụ tinh thần, để chúng ta nắm vững nội dung giai cấp và xã hội của nó"* (sđd). Triết học không phải "vì óc tò mò" cho kiến thức, mà ngược lại, nhằm để chứng minh một tiền đề triết học nay đã trở thành một mệnh đề lịch sử vốn phát xuất từ một chọn lựa chắc mãn cho một lập trường chính trị. Thảo muốn lặp lại

---

2. Sđd.
3. Trần Đức Thảo, *Lịch Sử Tư Tưởng Trước Marx*. Phạm Hoàng Gia và Đức Mộc ghi lại từ các bài giảng ở Hà Nội, 1955-1956 (Nxb Khoa Học Xã Hội, 1995).

một lần nữa tiền đề của Marx, rằng triết học không phải để hiểu lịch sử mà phải cho mục tiêu thay đổi lịch sử. Chủ quan tính qua ý chí lịch sử, biện minh bằng triết học, sẽ kiến tạo một sự thể lịch sử thực nghiệm làm bản thể luận mới cho năng động ý thức.

Thảo là một thành tố trong dòng sống của lập trường tư tưởng cho một tập thể cách mạng và chính trị dân tộc trong một giai thời mà con người trong cuộc mang đầy nhiệt huyết của tự tin và tự mãn. Không gì hạnh phúc cho bằng là chiến sĩ cách mạng vô sản dân tộc thời đó. Mọi yếu tố và điều kiện khách quan và chủ quan đồng quy về một mối. Mọi việc, mỗi ngọn lửa, từng ngọn gió, từng cơn thủy triều có vẻ như là theo ý chí của mình – hay ngược lại, ý chí của mình được minh xác bởi hiện tượng sử tính nghiệm thực.

Ở đó, triết học không cần mệnh danh cái gọi là "khách quan tính"; tất cả là chọn lựa cho một chủ đích chính trị có tầm vóc lịch sử mà nội dung và chủ hướng của sự chọn lựa này đã được chọn sẵn và dọn lên mâm cỗ tuyển lọc từ thời quán chuyển mình của dân tộc. Tự do triết học, mà Thảo đang hành hoạt, là sự minh giải cho chu vi chọn lựa đó: đi tìm gốc rễ cho mệnh đề giá trị mà con người ở giai đoạn đó đã quyết định dấn thân.

Và đâu là cái Đạo Lý lịch sử trong biện chứng sinh hữu cho dân tộc Việt Nam? Của những năm sau chiến thắng Điện Biên Phủ, ít nhất là cho một nửa nước, nửa dân tộc, thì thần đế của con người lịch sử mới ở đó là ý thức hệ Marxism trên thực thể vững chắc của Đảng Cộng Sản Việt Nam – đó là khi cái Đạo làm người Việt trở nên làm theo ý chí của Đảng. Sự chắc mãn của lịch sử biến thành chắc mãn của tập thể tổ chức – và sứ mệnh trở nên là biến số của chủ quan duy ý chí. Ở đó, triết học của Thảo là tiếng trống phụ thêm cho cuộc diễn hành ngoạn mục của thế hệ dân tộc bước đi theo tiếng gọi chắc mãn của ý thức và ý chí sứ mệnh này.

Câu hỏi: Cái chắc mãn trong ý thức về Ta đối với sứ mệnh dân tộc này đến từ đâu?

Thảo, trong quá trình phê phán **hiện tượng luận** của Husserl, đã có câu trả lời từ trước: Không có cái ý thức tiên nghiệm (eidetic) về Ta thuần trừu tượng và độc lập bởi chính nó để có thể quy giảm (epoche) thành một đối tượng quán sát. Cái Ta này không có gì huyền bí cả, vì tất cả nội dung ý nghĩa về cái ta này *"không gì hơn nhưng chỉ là một sự hoán vị biểu tượng của tính vận hành vật thể của quan hệ sản xuất vào trong một hệ thống vận hành chủ ý để từ đó chủ thể tiếp nhập khách thể một cách duy ý tưởng trong sự tái sản xuất ra nó tự trong ý thức của chính mình. Đó là lý do chân thực cho cái Ta tự-ngã này, vốn đang là trong thế gian, kiến lập thế gian trong nội tính của những hành vi sinh động của mình."*[4]

Tức là, sự chắc mãn về cái Ta trong lịch sử dân tộc là trong năng động giải phóng của dân tộc, trên căn bản sinh nghiệm khách quan, ta tiếp nhập để rồi tự tái kiến tạo cho ta qua kinh nghiệm sống bởi ý thức của ta. Và cái Ta này là cái Ta của dân tộc, và dân tộc như là một cấu trúc liên hệ sản xuất thuần kinh tế, là nguồn gốc của cái Ta trừu tượng. Ta chỉ là một hoán thể của một thời quán cách mạng đầy chắc mãn về chính mình và về cứu cánh của sinh hữu.

Đó là niềm hạnh phúc của Thảo; nhưng cũng là nỗi khổ đau cho ông và cho cả dân tộc Việt Nam. Vì thực thể khách quan trong thực chất chỉ có một chế độ chính trị đang tự mãn, tự tin và kiêu cường, mà Thảo nhận diện chính mình, ít nhất trên phương diện tâm lý, cho Thảo một căn bản tự mãn cho triết học của mình. Khi triết học trở nên chắc mãn thì nó không còn là cuộc tìm. Tất cả các vấn nạn, nghi vấn, dằn vặt trên cơ sở tiền đề trở thành những mệnh đề đầy tính chất kết luận – chúng là những phán quyết về giá trị trên cơ sở chủ đích của ý chí chủ quan, không cần quy nạp dữ kiện cho tiến trình biện chứng trong chu vi tự do của cái Ta đầy ý thức.

Cái khung thức và thể cách triết luận của Thảo là nỗ lực biện chính một chiều: bản chất sự thể khách quan lịch sử quyết định nội dung ý thức cá nhân liên hệ. Cái khung thức này càng được Thảo giải lý nó càng trở nên cứng ngắt. Những quy trình biện chứng duy vật làm bậc thang cho ý chí chính trị nay trở nên một chiếc thuyền bị đắm trong cái đập nước do chính phương pháp luận này dựng lên.

---

4. Trần Đức Thảo, *Phenomenology and Dialectical Materialism.*

Khi triết học nhân danh một tiền đề giá trị như một mệnh lệnh tối cao cho biện minh chính trị và tổ chức thì đó là khởi điểm sự suy tàn của biện chứng – và lúc lịch sử đã đánh mất đi nội dung Tự Do của khả thể tự ý thức để đi vào ngõ cụt của nô lệ và áp bức.

Sự chuyển hướng của Thảo, từ triết gia thuần văn ngữ trở nên một chiến sĩ cách mạng vô sản Việt Nam, trên bình diện khái niệm, là song song với sự hoán vị của bản thể luận Hegel qua duy vật luận của Marx. Marxism là một phương pháp luận của sự việc lấy cái thường nghiệm giải thích cái siêu nghiệm.

Còn sự dấn thân cho lý tưởng cách mạng dân tộc của Thảo là một nỗ lực lấy sinh nghiệm để minh xác cho những mệnh đề tư tưởng về ý thức.[5] Cả Marx và Thảo đều rơi vào cái sai lầm lớn của Tây Âu trong hai thế kỷ 19 và 20 là mở cửa tầng dưới thấp – đồng lúc đóng cửa tầng lầu trên – của căn nhà hữu thể để coi con người ngang hàng với thú vật và năng động lịch sử như là một hiện tượng thuần sử kiện.

Marx đánh đổ cái huyền bí luận của Hegel bằng cách phủ nhận toàn triệt mọi tham chiếu của bản thể luận về với một cơ sở tinh thần cao hơn là sự thể nghiệm thực của sinh hữu.

Con người từ đó có thể nhìn thấy góc cạnh đen tối của chính mình – nhưng đổi lại, hắn mất nhiều hơn, khi tầng trên lầu của ánh sáng Đạo Lý và những sự thể siêu hình hoàn toàn bị đóng kín bởi ý chí duy chủ quan và thuần nghiệm thực.

---

5. Theo Nguyễn Văn Trung, có hai Trần Đức Thảo: một "TĐT tiếng Pháp" là triết gia; và một "TĐT tiếng Việt" là cán bộ Marxist thuần khẩu hiệu. (Đối Thoại, California, 1994). TĐT sẽ còn là đề tài ngoạn mục và hấp dẫn cho trí thức Việt, không những trên bình diện triết học, vốn thỏa mãn ít nhiều tự ái dân tộc và mặc cảm trí thức đối với Tây Âu, mà còn là cái tính chất bi thảm của một trí thức lớn khi về lại Hà Nội. Nếu thiếu vắng một năng thức Đạo Lý thì không ai bước vào cõi Việt Nam mà không bị thoái hóa.

Đọc và phản biện Kant: Sao sáng trên trời & quy luật đạo đức trong ta

Kỷ niệm 300 năm sinh nhật Immanel Kant (4/1724 – 4/2024)

"Có hai điều luôn chất đầy mới lạ và ngưỡng mộ trong tâm trí tôi: bầu trời đầy sao phía trên và quy luật đạo đức bên trong." (Kant: Phê phán Lý tính Thực hành).

*

Tháng Tư năm nay, 2024, đánh dấu 300 năm ngày sinh của Immanuel Kant (4/1724 - 4/2024) một đệ nhất triết gia Âu châu thời cận đại. Thế giới triết học, vốn mang ảnh hưởng văn minh và học thuật Tây Âu, đặc biệt trong các phân khoa triết, đang có sự kiện đánh dấu ngày sinh của nhân vật trí thức lớn này. Riêng ở Việt Nam, theo chúng tôi biết, Đại học Thái Bình Dương ở Nha Trang chuẩn bị tổ chức một hội thảo toàn quốc về Kant vào cuối hè năm nay. Một tập kỷ yếu về Kant được một nhóm triết học gốc Việt chủ biên với sự điều phối của Tiến sỹ Nguyễn Xuân Xanh ở Thành phố Hồ Chí Minh.

KANT TIẾNG VIỆT – VẪN CHỈ MỚI BẮT ĐẦU

Triết học Kant đã đến với Việt Nam từ giữa thế kỷ 20 với sách của các giáo sư triết học ở miền Nam cũng như miền Bắc. Nhưng cho đến gần đây, các tác phẩm kinh điển của Kant mới được chính thức phiên dịch bởi dịch giả lừng danh Bùi Văn Nam Sơn (BVNS).

Văn của Kant rất khó đọc và khô khan, từ thể thức trình bày đến nội dung lý luận. Những ai không quen với triết học Tây phương, nhất là với các triết gia hiện đại từ Descartes đến Locke hay Hume, thì khó hiểu Kant.

Đọc Kant gần như học toán cao cấp. Nó cho người học một niềm hoan lạc thuần lý, không vướng mắc cảm xúc hay tính thời sự hay sử tính. Có lẽ vì thế giới trí thức, văn chương ở miền Nam Việt Nam trước 1975 không tiếp nhận Kant nồng nhiệt như với Nietzsche hay Heidegger. Khó thấy dòng chữ nào viết về Kant từ các cây bút đầy cảm xúc thi ca như Bùi Giáng hay Phạm Công Thiện; ngay cả giới học thuật hàn lâm như Nguyễn Văn Trung hay Lê Tôn Nghiêm, Đặng Phùng Quân, cũng chỉ viết về Kant một cách rất đơn giản.

Có thể rằng văn hóa và khuynh hướng học thuật của trí thức Việt – vốn nặng về cảm xúc văn chương thi phú – vẫn chưa vươn đến tầm mức lý tính thuần túy để có thể lãnh hội và thưởng ngoạn chiều sâu và thẩm mỹ trong triết học Kant.

Ngay mấy năm gần đây, các tác phẩm của Ludwig Wittgenstein và Friederich Nietzsche hay ngay cả các triết gia xa lạ hơn như Gottlob Frege, Saul Kripke cũng đã được phiên dịch sang tiếng Việt. Nhưng Kant – là triết gia quan trọng và nền tảng bậc nhất cho môn triết – thì vẫn còn xa lạ, ngoại trừ các bản dịch công phu và hàn lâm của BVNS. Tuy nhiên, các bản dịch của anh Sơn quá đồ sộ, dày cộm để có thể đọc suốt. Riêng tác phẩm cơ bản *Phê phán Lý tính thuần túy*, bản Việt ngữ, đã dày hơn 1260 trang.[6] (Có câu đùa rằng, nếu ta mang sách Kant bản tiếng Việt của BVNS: *Nếu ra đường lỡ bị té ngã, sẽ không thể đứng dậy nổi khi cuốn sách đó nằm trên người*). Với ngôn ngữ thuần chuyên triết, nặng Hán ngữ, chua theo tiếng Đức, đối với các tác phẩm của Kant tiếng Việt qua bản dịch của BVNS, hầu hết người mua sách chỉ để làm sản phẩm trang trí trong tủ sách hơn là chất liệu học thuật phổ dụng.

---

6 Immanuel Kant, *Phê phán Lý tính Thuần túy*. Dịch và chú giải bởi Bùi Văn Nam Sơn. NXB Văn Học (2004).

NHÂN THÂN VÀ HÀNH TRẠNG

Kant sinh ra và lớn lên ở Konigsberg, một thành phố nhỏ ở miền đông nước Phổ (Prussia) nay là Kaliningrad, Nga. Là một giáo sư triết, Kant không đi ra khỏi thành phố, độc thân suốt đời, hằng ngày lặp lại những thói quen chính xác. Cư dân địa phương nói rằng, người ta có thể điều chỉnh đồng hồ theo thời điểm đi dạo phố của ông. Là một con người bình dị, đơn giản, gắn chặt với địa phương, nhưng tư tưởng triết học của ông bay xa lan tỏa khắp địa cầu. Đời riêng của Kant trầm lặng, ít biến cố trong thời quán chuyển động đầy sự cố lịch sử Âu châu – cuộc chiến Bảy năm giữa Phổ và Nga, Cách mạng Pháp, và sự xuất hiện của Napoleon. Ông được đào tạo bởi trường phái Cơ đốc Pietism (Kiền thành), và những truyền nhân của các triết gia Đức như Gottfried Leibniz, Christian Wolff. Kant đã chịu ảnh hưởng của Isaac Newton (Anh) và J.J. Russeau (Pháp).

Cho đến gần tuổi 60, Kant chỉ viết một số bài vở và vài sách nhỏ không quan trọng. Tác phẩm quan trọng nhất, *"Phê phán Lý tính thuần túy"* (Critique of Pure Reason)[7] hoàn tất vào năm 1781, lúc ông 57 tuổi. Ông nói ông đã suy nghĩ về nội dung cơ bản cho cuốn này trên thập kỷ, nhưng chỉ mất chưa đầy sáu tháng để viết nó. Sau đó, ông tiếp tục hoàn tất bộ *"Tam mạch thư"* (trilogy) cho triết luận phê phán, bao gồm *"Phê phán Lý tính Thực hành* (1788) và *Phê phán Năng lực Phán đoán* (1790). Các tác phẩm khác về tôn giáo, logic, và lịch sử thì không được tôn vinh như bộ Tam mạch thư Phê phán trên.[8]

Triết học Kant nhấn mạnh đến yếu tố phê phán (critique) trên cơ sở lý tính. Nó là một tập hợp những quy tắc lý luận cơ bản nhằm soi xét các vấn đề nền tảng triết học Tây phương, từ siêu hình đến tri thức, đạo đức và thẩm mỹ. Tôn chỉ triết học của Kant là tôn vinh lý trí. Châm ngôn của ông là *"Sapere aude – Hãy can đảm sử dụng lý trí*

---

7 Kritik der reinen Vernunft – Critique of Pure Reason. Bản Anh ngữ bởi Werner S. Pluhar (Hackett Pub. Co., 1996).

8 Ví dụ, các tác phẩm hay tiểu luận khác của Kant như "Tôn giáo trong giới hạn của lý tính mà thôi" (1793), "Các yếu tố siêu hình của Công lý" (1797), Logic (1800), "Ý niệm về một Lịch sử phổ quát quan phương án chính trị hoàn vũ (1784), "Hòa bình vĩnh cửu" (1795) … đã không được đánh giá quan trọng như ba công trình "phê phán".

của mình." Đây là khẩu hiệu xung trận theo tiếng còi Khai sáng của Tây Âu, theo đó, *"Khai sáng là nỗ lực thoát ly khỏi tình trạng u tối mà lỗi do cá nhân con người."*[9]

Cơ đồ triết lý của Kant mở lối cho nguyên lý và lý tưởng Tự do trên cơ sở lý tính. Con người phải đối diện với cái *vô cùng* và *hữu hạn* từ biên độ khả thể tư duy thực tiễn. Tự do là điều kiện tiên quyết, là nền tảng cho Đạo đức. Tức là, Tự do Ý chí là tiền đề cho năng ý Đạo đức. Con người, trên cơ sở từng cá nhân, trong mệnh lệnh đức lý của mình, phải hành động theo nguyên ủy *lý tính* nhằm có thể có *tự do*. Cái "phải là" của mệnh lệnh đạo đức là quy tắc hoàn vũ mà chân lý của nó như một công thức khoa học, khách quan, nhằm tôn trọng chân lý nhân bản con người. Chân lý đạo đức là tuyệt đối cho con người, từng cá nhân, và không vì một chân lý ngoại thân. Cá nhân không thể hy sinh cho một nhu cầu khách quan, chân lý, hay lịch sử nào. Con người, tự chính họ, là chân lý tối hậu. Do đó, cái *"Phải như thế"* đồng nghĩa với cái *"Có thể là như thế."* Kant gọi nó là *"Mệnh lệnh Tuyệt đối – Categorical Imperative."*[10]

CƠ BẢN TRIẾT HỌC KANT: TỪ CẢM NGHIỆM ĐẾN SIÊU NGHIỆM

Cái gì làm nên một đối thể tư duy? Câu hỏi này tuy đơn giản nhưng chứa đựng tinh túy tri thức học Tây Âu. Kant là người đưa ra một hệ thống quy chuẩn khá hoàn chỉnh để tra cứu câu hỏi cơ bản này.

Nhưng muốn hiểu Kant và những gì ông viết về vấn đề này thì ta phải trở về và có thể bắt đầu từ triết gia Pháp Rene Descartes (1596-1650) và John Locke (Anh, 1632-1704). Descartes muốn chứng minh thế gian, vật thể khách quan là có thật bằng công thức *"Ta tư duy nên ta hiện hữu,"* và Thượng đế tồn tại vì Ngài toàn hảo và tính toàn hảo đòi hỏi, như là mệnh đề logic, phải có *tính tồn hữu*. Từ đó, thế giới có

---

9 *Saupere aude:* Tiếng Latin. *"Hãy can đảm dùng lý trí của mình,"* trong tiểu luận *"Khai sáng là gì?"* (1784). Kant trích lại câu của Horace, thi sĩ Roman, trong tác phẩm *"First Book of Letters"* (20 B.C.E).

10 *Saupere aude:* Tiếng Latin. *"Hãy can đảm dùng lý trí của mình,"* trong tiểu luận *"Khai sáng là gì?"* (1784). Kant trích lại câu của Horace, thi sĩ Roman, trong tác phẩm *"First Book of Letters"* (20 B.C.E).

thật vì Thượng đế không nỡ đánh lừa giác quan con người đối với sự thể tồn tại khách quan.

Trong khi đó, Locke cho rằng đối thể tư duy, ví dụ, con thỏ, tồn tại vì nó cho ta những cảm nhận (ideas/ sensations) về sắc, thanh, hương, vị, xúc – như nhà Phật nói đến. Nhưng lý thuyết của Locke quá thô thiển. Nói như George Berkeley, triết gia Ái Nhĩ Lan (1685-1753), ta chỉ có kinh nghiệm một đối thể vật chất qua cảm quan, do đó, đối thể khách quan mà ta cảm nhận qua giác quan vẫn là một cái gì bí ẩn. Theo Berkeley thì tất cả chỉ là cảm nhận, hay là ý tưởng. Và thế giới, vũ trụ, kể cả thân ta hay tư duy chủ quan, chỉ là một phần của trí năng Thượng đế. Tức là, *Thượng đế tư duy nên ta hiện hữu*. Đến David Hume (Anh, 1711-1776) ông nghi ngờ tất cả. Khi phân tích kỹ càng, theo Hume, những gì ta có thể suy nghĩ đến chỉ là cảm nhận giác quan. Những nguyên lý hay khái niệm về cái **Ta** (Self), **Nhân quả** (Causation), hay **Quy luật khoa học tự nhiên** (Natural Laws) đều là những suy diễn quy nạp của tư duy, vốn chỉ là cảm nhận.

Đứng trước hai ngã đường của Locke với thuyết nghi ngờ toàn diện, hay của Berkeley với *Duy tâm thần luận* (Theo-Idealism), Kant đưa ra thuyết **"Siêu nghiệm luận"** (Transcendental argument) rằng cảm nhận mà ta có được từ khách thể không thể tự chúng làm nên kinh nghiệm, mà chúng phải được tổ chức, trung tâm hóa, thống nhất lại, khái niệm hóa bằng cơ năng bẩm sinh của trí óc. Kant gọi cơ năng này là **trực giác**. Trực giác của ta kiến lập qua các thể thức **tiên thiên** – à priori – để cho ta thế giới khách thể. Ví dụ, ta có kinh nghiệm thời và không gian, cái ta, hay nhân quả, không phải từ giác quan, mà từ trực giác siêu nghiệm. Một cánh cửa tự động mở khi ta đến gần nhưng nó không có một kinh nghiệm về đối thể đi ngang qua nó. Tức là kinh nghiệm đến, nhưng không có nguồn gốc, từ cảm nhận giác quan. Kant nói, *"Khái niệm mà không có trực giác là trống rỗng; trực giác không có khái niệm là mù lòa."* Hãy hình dung chiếc phi cơ: trực giác là động cơ, hai cánh là khái niệm. Trí năng được đánh thức bởi kinh nghiệm nhưng không đến từ kinh nghiệm. Như vậy, thế giới này là một kiến lập hai vế, nội tại và khách quan – *một cấu trúc kiến lập của những thuộc tính* – a predicative-structured reality. Vì thế, ta chỉ biết đến khách thể qua *hiện tượng* (phenomena) nhưng *vật tự nó* (noumena) thì ta không thể biết đến. Nhị nguyên luận này của Kant là điều mà nhiều triết gia sau đó chỉ trích mạnh mẽ, đặc biệt là trường phái duy tâm tuyệt đối của Georg W. F. Hegel (1770-1831).

Dĩ nhiên, trong phạm vi bài viết này, ta khó đi vào chi tiết về trí thức luận của Kant, vốn rất phức tạp. Đây chỉ là khái quát hóa hết mức tối thiểu có thể.

Kant đã, theo ông, hóa giải những khó khăn và mâu thuẫn mà những triết gia tiền nhiệm vướng phải. Ông tự cho triết học tri thức của mình là một *"Cách mạng Corpernicus cho triết học"* (Corpernicus – Ba Lan, 1473-1543 – nhà thiên văn chứng minh trái đất không là trung tâm vũ trụ, đảo ngược kiến thức thiên hà thời đó).

TRIẾT HỌC ĐẠO ĐỨC VÀ TÔN GIÁO

Kant cho rằng lý trí có khả năng kiến lập quy tắc vĩnh hằng cho đạo đức – vốn là về lãnh vực quy ước mang tính mệnh lệnh. *Nguyên lý khoa học thực nghiệm* có thể có ngoại lệ với từng bước đi tiến bộ từ bằng chứng, nhưng quy luật đạo đức là nguyên lý vĩnh cửu, không có biệt lệ. Tra tấn hay giết một nạn nhân vô tội là vô đạo đức trong bất cứ không gian, thời gian hay hoàn cảnh nào. Quy luật đạo đức là tối thượng, là hoàn vũ và nghiêm ngặt. *"Hãy luôn hành động trên nguyên tắc rằng ta muốn nó có thể trở nên là quy luật hoàn vũ."* Kant gọi nguyên lý đạo đức này là *Mệnh lệnh Tuyệt đối* – Categerical Imperative. Khi ta hành động, cơ sở đạo lý của hành vi phải từ chủ ý thiện tâm. Ta hành động vì nó đúng, chứ không vì nghĩ đến hậu quả hay đo lường tính toán hơn thiệt, lợi hại như trường phái thực dụng vẫn chủ trương. Làm sao ta biết được cái gì là đúng? Kant trả lời: *Hãy dùng lý trí.*

Khi bàn đến Thượng đế, Kant là một triết gia thực dụng. Ta phải tin vào một Chúa Trời vì ta là một nhân thể có lý tính, sử dụng tư duy như một mệnh lệnh đạo đức tối hậu – gần với lý luận của nhà thần học Thomas Aquinas (Ý, ?-1274). Ta không thể dùng lý luận để chứng minh Chúa tồn tại như một đối thể tư duy qua bản thể luận.

Niềm tin vào Thượng đế là một *giả định lý tính cần thiết* – rationally justified postulate – dù rằng ta không thể lý luận hay chứng minh có Chúa Trời. Ta tin Chúa vì ta là con người thực tế, lý tính và đạo đức[11]. Niềm tin này là cơ sở cho chân lý đúng sai, là điểm tựa cho niềm hạnh phước sinh hữu.

PHÊ PHÁN KANT: NHỮNG LỖ HỔNG TRIẾT HỌC

Triết học của Kant là một cơ đồ phê bình, phản biện. Ta học được từ Kant không phải là giáo điều mang chân lý đúng sai – mà là tinh thần và ý chí phản biện – *critical understanding* – đối với tất cả những tín điều hay học thuyết. Ngay cả những nguyên lý tưởng như bất khả phủ nhận của khoa học thực nghiệm cũng dần trở thành lỗi thời. Ta mang nợ Kant ở tinh thần phê phán – và cũng từ tinh thần đó, ta phải có ý chí phản biện lại triết học Kant.

Không có triết học nào là hoàn tất. Tư duy luôn bị giới hạn vào bản sắc thời tính, hay lịch sử và ngôn ngữ cá biệt. Vậy, những điều mà ta, ở thời điểm này, có thể lên giọng cho là những bất cập trong học thuyết Kant? Một vài điểm quan yếu ta có thể nêu lên đây.

1. Về trí thức luận, Kant duy trì một tầm nhìn *nhị nguyên* (dualism) giữa cái ta có thể biết và cái bí ẩn ta không thể biết. Điều này làm cho con người triết học khao khát kiến thức không thỏa mãn và tiếp tục đi tìm nhằm khai mở bức màn bí ẩn đằng sau cái màn che của cảm nhận với biên độ cảm quan và lý tính. Hệ quả của nhị nguyên và bí ẩn này là tôn giáo siêu nghiệm, các cứ điểm của thần linh, và tệ hơn, là những cao trào tín ngưỡng huyễn hoặc và mê tín. Dĩ nhiên Kant không là kẻ duy nhất duy trì điều bí ẩn đó, hay triết học của ông là một nguyên nhân. Dù Kant đã cảnh cáo về thói lười biếng và thiếu ý chí sử dụng lý trí, tuy nhiên, vì biên giới Kant dựng nên làm cho những gì đằng sau hiện tượng luận vẫn luôn là món mồi ngon đầy cám dỗ.

2. Dù đặt cơ sở lý tính làm nền tảng tư duy, triết học Kant là một hình thức lý luận cực đoan. Nó thuần về thể thức – bao gồm những quy tắc, nguyên lý, công thức, từ siêu hình đến đạo đức, tôn

---

[11] Kategorischer Imperativ trong *"Cơ bản Siêu hình học về Đạo đức"* (1785).

giáo. Kant quy giảm tất cả những đa dạng tính của thế gian về lại một mặt phẳng lý tính thuần nhất. Không ai có thể chấp nhận tính thuần nhất như một chân lý mặt bằng thống nhất. Tính đa nguyên của tri thức, của phản tư, tư biện, của bản thể học, từ nội dung đến thể thức, không thể được cào vớt về một khung thức như một paradigm tuyệt đối. Khi Kant khai mở những điều *đối nghịch bất khả hóa giải* – the antinomies – để chứng minh lý tính tự nó không thể vượt qua những giới hạn hiển nhiên, thì chính triết học của ông, như là một hệ thống tri thức luận, lại hàm chứa nội dung đầy mâu thuẫn.[12] Kant nhầm lẫn và bỏ qua sự đối nghịch giữa thực tại và cái phải là, cái có thể và cái phải như vậy. Khi bản thể luận chưa được kiến lập vững chắc nhưng Kant đã nhảy vọt sang mệnh lệnh đạo đức tuyệt đối. Đây là một tham vọng siêu hình sai lầm. Đây là tư duy và ý chí của một giáo sĩ vốn tin vào đức tin lý tính của ta như một niềm tin tôn giáo tuyệt đối. Ta phê phán những mâu thuẫn bất khả hóa giải của thế gian nhưng không ý thức đến nền móng tư duy đầy đối nghịch tự bản chất. Chính đây mới là bài học khi ta nghiên cứu Kant. Một cơ đồ lý thuyết huy hoàng vô tình mở ra cho ta một cánh cửa đi ngược. Nó chính là một ánh sáng bất chợt bừng lên khi ta vội tin rằng Kant đã giải quyết được những vấn đề cơ bản của siêu hình và nhận thức.

3. Thiếu vắng một triết luận về vai trò ngôn ngữ. Khi Kant tuyên bố rằng tri kiến khởi đi từ, tức là được đánh thức bởi, kinh nghiệm chứ không phải có gốc gác từ kinh nghiệm, ở một tầm mức cao hơn, Kant đã lặp lại sai lầm của Locke vốn cho rằng cảm quan là nguồn gốc của kinh nghiệm. Trong lý thuyết về sự kiến lập của tri kiến và kinh nghiệm, nhà Phật có thêm *"pháp"* (tư duy) tiếp theo sắc, thanh, hương, vị, xúc, nhằm hoàn tất khả thể thực nghiệm. Cấu trúc tư duy tiên nghiệm và tiên thiên của Kant cũng chính là "pháp." Nhưng Kant

---

12 Theo thiển ý của tôi, the antinomies – *những đối nghịch bất hóa giải* – mà Kant nêu lên, đặc biệt là hai đối nghịch về Thời Không và Nguyên tử, bị vướng vào hai khuyết điểm lý luận thể thức. Thứ nhất là Kant lấy suy thức thuộc phạm trù Không gian để suy luận cho phạm trù Thời gian, điều mà Henri Bergson có bàn đến nhưng không giải lý cặn kẽ. Thứ hai là Kant nhầm lẫn giữa hai phạm trù *Khả thể* (Potentiality) đối với *Thực thể* (Actuality) mà Aristotle bàn đến từ thời trước Công nguyên. Theo tôi, những mâu thuẫn lý tính mà Kant nêu lên đã được Hegel hóa giải bằng lý thuyết *Tinh thần tuyệt đối*.

bỏ quên, rằng khái niệm vốn khai mở cho trực giác cần phải dựa trên ngôn từ. Công thức của Kant phải được cộng thêm, *"Ngôn từ không khái niệm là vô nghĩa; Khái niệm thiếu ngôn từ là u tối."* Từ Hy Lạp, Ấn Độ, từ Phật Thích Ca, Thế Thân (Vasubandu) đến Plato đều có bàn đến vai trò ngôn ngữ trong kinh nghiệm và tri thức. Kant hoàn toàn bỏ qua. Đây là lỗ hổng lớn kéo dài theo sau Kant cho đến gần đây, phong trào triết học ngôn ngữ ở Anh Mỹ mới điền vào khoảng trống đó.

4. Đâu là sử tính trong triết học Kant? Ở đó, hoàn toàn không có sự hiện diện của thời tính, của nhịp điệu biến cố trong thời thế, của những con người lịch sử, và cả những điều thông hiểu về những ngu dốt sai lầm của nhân loại. Không như Hegel muốn kiến tạo một thiên bi sử cho dòng ý thức nhân loại qua văn minh và thời đại để biện minh cho một tinh thần thế giới qua thời gian; thì trái lại, Kant đứng yên một nơi, nhìn xem và đánh giá thế gian như là quang cảnh đơn sơ của khu phố nhỏ của mình. Sai lầm cơ bản của Kant là tách rời ý thức ra khỏi bối cảnh không và thời gian để tuyệt đối hóa lý tính thành một chân lý vĩnh hằng cho tất cả. Kant viết, *"Ta không thể thông hiểu bản sắc thực tế thiết yếu vô điều kiện của mệnh lệnh đạo đức; nhưng ta vẫn có thể suy thức cái không thể nhận thức được – vì đây là một triết học về lý tính với những giới hạn của nó."* (Phê phán Lý tính Thực tiễn)[13]. Có phải đạo đức luận của Kant muốn tách rời thực tại thế gian ra khỏi biên độ lý thuyết vì ông ta biết rằng nó không thể áp dụng được? Nó cũng tương tự như một nhân thể đứng trong bóng tối rao giảng về ánh sáng phải có. Theo Kant, cái sẽ phải là của sử tính thế giới như là một mệnh đề cứu cánh luận không nằm ở tính phổ quát mà nơi mỗi cá nhân. Đó là ưu điểm tối thượng của Kant và cùng lúc là khuyết điểm trầm trọng nhất. Đây là lý do vì sao, những thế hệ triết học Âu châu kế tiếp đi theo những con lộ khác, từ Hegel đến Kierkegaard đến Nietzsche hay Marx, đều mang sử tính và yếu tố đa dạng của nhân loại và lịch sử vào khuôn thức lý thuyết.

5. Có phải con người có thể có năng lực Tự do Ý chí, dù chỉ là lý thuyết? Kant trả lời theo thể xác định. Vì thế, Kant bỏ qua yếu tố nhân quả trong hành vi để đòi hỏi cá nhân tuân theo mệnh lệnh vô điều kiện. Jean Paul Sartre (Pháp, 1905-1980) lặp lại giả thuyết

---

13 *"Phê phán Lý tính Thực hành"* Anh ngữ bởi L.W. Beck (Chicago, 1949), p. 117.

không thực tế này. Karl Marx (Đức, 1818-1883) là triết gia khai mở đến cực đoan tính điều kiện bởi trật tự xã hội cho ý chí. Giữa hai đối cực ý chí, giữa điều kiện hóa toàn thể và tự do tuyệt đối, Kant nhận thức điều mâu thuẫn đó, nhưng không hóa giải hai đối cực bằng một lý thuyết khả thi. Kant nhầm lẫn giữa con người toàn hảo về bình diện lý thuyết, vốn là một Noumenon, một nhân thể tự-chính-nó mà ta không thể thông hiểu, trái nghịch với con người hiện thân mà ta kinh nghiệm ở đời thường. Vậy thì mệnh lệnh đạo lý làm người sẽ áp dụng cho ai đây? Hãy xét lại công thức đạo đức cơ bản của Kant: *Hãy hành động trên nguyên tắc như thể nó phải là đạo lý hoàn vũ.* Thử hỏi, một kẻ vô minh, đầy tham lam, vô đạo đức – vốn là đa số nhân loại – muốn áp dụng nguyên tắc hành động của mình cho thế gian thì hệ quả sẽ ra sao?

6. Kant đề ra những công thức mệnh lệnh cho cá nhân, nhưng không bàn gì đến một lý tưởng cho nhân loại. Triết học lịch sử và chính trị của Kant tập hợp những công thức gần như toán học cho những ý niệm về hòa bình, về xã hội dân sự – nhưng không phác họa một chân lý tối hậu cho sử tính. Điều này chính là ưu và khuyết điểm của Kant. Triết học phải biết giới hạn chính nó như lý tính phải biết điều đó. Tuy nhiên, cho những triết nhân thao thức đi tìm con lộ giải thoát cho nhân loại thì Kant chỉ là một tiếng kèn tỉnh thức để soi chiếu chính tự thân chứ không trả lời những vấn nạn khúc mắc thế gian.

7. Nói chung, triết học Kant là một khối giáo điều nhân danh lý tính tuyệt đối. Nó chứa đựng quá nhiều điều bí ẩn không được khai mở. Đâu là tương quan nhân quả giữa cấu trúc tiên thiên và kinh nghiệm? Đâu là mối quan hệ thiết yếu giữa tiên và hậu nghiệm? Làm sao để minh xác chân lý đúng sai cho những mệnh đề trí thức luận khi bàn về bình diện **tiên thiên** (à *priori*).[14] Đọc Kant, ta sẽ không

---

14 Theo thiển ý của tôi, the antinomies – *những đối nghịch bất hóa giải* – mà Kant nêu lên, đặc biệt là hai đối nghịch về Thời Không và Nguyên tử, bị vướng vào hai khuyết điểm lý luận thể thức. Thứ nhất là Kant lấy suy thức thuộc phạm trù Không gian để suy luận cho phạm trù Thời gian, điều mà Henri Bergson có bàn đến nhưng không giải lý cặn kẽ. Thứ hai là Kant nhầm lẫn giữa hai phạm trù Khả thể (Potentiality) đối với Thực thể (Actuality) mà Aristotle bàn đến từ thời trước Công nguyên. Theo tôi, những mâu thuẫn lý tính mà Kant nêu lên đã được Hegel hóa giải bằng lý thuyết Tinh thần tuyệt đối.

có một hứng khởi cảm xúc nào về thế gian, về lịch sử, về con người, về cuộc sống gian khổ – dù may ra ta chỉ tìm được niềm hoan lạc tri thức thuần lý. Cầm sách Kant trên tay, ta chỉ muốn hiểu hết, đọc đến trang cuối cho xong. Chỉ có những giáo sư chuyên ngành về Kant mới cần đến chúng cho nhu cầu giáo khoa. Sách của Kant, như các bản Việt ngữ của BVNS, dù là công trình dịch thuật tuyệt hảo, vẫn còn là công án cho ý chí học hỏi, điều mà giới trẻ trí thức thời nay ít ai kham nổi.

**

Kỷ niệm 300 năm sinh nhật Kant, tôi xin nghiêng mình trước một nhân cách lớn, một triết gia vĩ đại và một triết học thiết yếu. Gia sản Kant chính là tinh thần phê phán – mà khi ta đọc và muốn hiểu Kant, điều mà Kant muốn có lẽ là, ta phải phê bình Kant như Kant đã tạo ra truyền thống Critique cho triết học vậy.

Cái chết của Triết gia tiếng Việt

Thư Chủ Nhiệm Tạp Chí Triết
(tapchitriet.com)

Đầu tiên là lời xin lỗi cùng quý độc giả vì TRIẾT số 10 đã không lên mạng đúng thời hạn vào đầu năm nay. Lý do chắc bạn đọc cũng biết: thiếu bài vở.

Nếu đổ lỗi thì nó như vầy. Đây là vấn đề đơn giản – nhưng nó là một cơn bệnh kinh niên của thời đại và thế hệ. Không còn ai để tâm vào chuyện học thuật công phu nữa. Thế hệ viết triết bằng tiếng Việt ở hải ngoại đang dần dần ra đi. Thế hệ trẻ hơn thì chỉ bận tâm với các dự án ngôn ngữ bên ngoài lãnh vực triết học và tư tưởng. TRIẾT như một cụ bà 90 tuổi cố níu hoàng hôn ngôn từ vào chặng cuối đời mình.

*

Không lẽ nào thế hệ say mê chữ nghĩa trên bình diện tư tưởng đầu hàng trước làn sóng thông minh nhân tạo AI, để rồi cơn chuyển bụng tư duy đớn đau trong hoan lạc mà chúng ta từng đau đáu chuyên cần, trao trả cho thế giới kỹ thuật? Không lẽ chúng ta, những triết gia tiếng Việt, không còn sáng tác như những dấu ấn cá nhân, của những nỗ lực cô độc, để rồi tất cả phải bị rơi vào không gian mạng, để bị trung bình hóa, tập thể hóa, vô hình hóa tất cả những gì chúng ta từng quý trọng cho đến hôm nay?

Ước mơ chúng ta vốn hướng về cá thể tính cho sinh hữu, nay đang bị xóa nhòa bởi chủ nghĩa *dữ kiện*. Lý tưởng tự do trên nền tảng cá nhân nay bị vô hình hóa vào bình diện đại thể – để rồi mỗi chúng ta nay chỉ còn là những biến tố vô nghĩa trong những đám mây tin tức khổng lồ ở nơi các kho dữ liệu của các đại công ty liên quốc.

Nói một cách phóng đại thì đây là một viễn cảnh kinh hoàng hơn tất cả mọi thảm họa siêu hình mà nhân loại đang phải đương đầu. Cá nhân tính của triết gia đang bị phủ định bởi binary logic. Mọi ý nghĩa và giá trị cá thể nay chỉ còn là phiên bản kỹ thuật số vô nghĩa. Khi ChatGPT có thể viết một luận văn triết học hạng A về bất cứ đề tài nào, thì nhân loại đã thực sự đi vào kỉ nguyên hậu chân lý, hậu giá trị.

Chuông báo động sai? Hay chúng ta hãy nhìn tới viễn cảnh từ góc độ tích cực hơn. Ta thử xem câu chuyện AI như một cơ hội giải phóng – hay giải thoát – cho nỗ lực cá nhân trên con lộ đi tìm cá thể tính bằng sự công nhận từ tha nhân. Với ChatGPT, chúng ta sẽ có một tập san triết học chất lượng cao, bài vở tràn ngập từ nhiều tác giả vô danh, mà ở đó, mỗi bài nghiên cứu đều được trang bị bởi trên ngàn cước chú, chú thích, trích dẫn. Hay thêm một bước nữa, ta sẽ chuyển tải vào hệ não thức trong giấc ngủ những tập trí kiến khổng lồ, sâu rộng, để rồi mỗi lần thức dậy vào buổi sáng, là lúc mỗi chúng ta có thêm một doctor of philosophy từ hiểu biết, trí nhớ, mang khả năng tương xứng về phán đoán, phản biện, phê bình. Ai cần chi đến chuyện đọc, chuyện trăn trở, chuyện nỗ lực thông hiểu một đề tài, một vấn nạn, một công án trí tuệ nào.

Câu chuyện của những tác giả trên TRIẾT đang đi vào buổi chiều thế hệ trong niềm hân hoan, hân hạnh được độc giả từng đọc và suy ngẫm cùng chúng tôi trên từng chữ viết. Ban Biên Tập tin tưởng và hy vọng rằng TRIẾT sẽ còn sống mãi với lịch sử tiếng Việt và trong ký ức của các thế hệ mới, khi họ nhìn lại khoảng thời gian này với tất cả những gì quý mến và trân trọng.

Với chừng ấy tâm tình, xin mời bạn đọc bước vào số TRIẾT 10 – đang được cập nhật thêm bài vở trong các tuần lễ kế tiếp.

Giữa Thực và Ảo:
Thực tại núi rừng Khe Sanh
và thế giới Internet

LAO BẢO, QUẢNG TRỊ: Hôm nay ngày mồng bốn Tết (25 tháng 1, 2023) tôi đang ở một thị trấn nhỏ gần biên giới Lào-Việt, gần Khe Sanh. Bên dòng sông thượng nguồn Thạch Hãn và giữa trang trại trà trên núi, trong căn cốc nhỏ có đủ tiện nghi hiện đại, tôi ngồi bên máy vi tính để "bước vào" thư viện đại học online. Chọn cuốn mới nhất (2022) của triết gia Mỹ nổi tiếng hiện nay, David J. Chalmers, "Reality Plus: Virtual Reality and the Problems of Philosophy" (*Thực tại Cộng: Thế giới gần như thực và các vấn đề triết học*).

Cuốn sách hiện lên trên màn ảnh vi tính như hình thể thực tế cuốn sách bên ngoài. Tôi "giở" từng trang và đọc chương đầu. Tôi "gấp" sách lại và nhìn qua cửa sổ. Bên ngoài, cơn nắng vàng cao nguyên Việt Nam chiếu xuống thung lũng xanh rờn bên kia đồi. Tôi thấy chính mình đối diện với hai cõi thực tại: một thực tại của "virtual reality" (gần như thực) qua kỹ thuật điện tử, và đối lại là thực tại của tổng thể thân xác trong môi trường mà tôi đang hiện diện trong đó. Tôi tự hỏi, thực tại nào là "thực"? Biên giới giữa "thực" và "ảo" nằm ở đâu?

THẾ GIỚI ẢO LÀ GÌ?

Trong thực tại gần như thực của "virtual reality," thế giới của không gian điện tử, cyberspace, là một tổng thể hiện hữu khác: một cõi vượt thời gian và không gian mà tất cả chỉ còn là tín hiệu của một trật tự điện toán vượt ra khỏi biên độ thế giới vật thể. Ở đó, bạn có thể lướt qua hàng trăm đề mục thư viện với tốc độ của ánh sáng. Bạn chọn lựa tin tức và dữ kiện trên tầm mức hàng ngang – mọi thứ đều được sắp xếp như nhau, chỉ cần một nút bấm là bạn có thể bước vào gần như mọi cửa ngõ tin tức.

Đây là "hypertext," nơi bản chất liên hệ giữa các đơn vị hiện hữu được đặt trên căn bản "nodal order" – không có tính lịch sử từ những nội dung thực nghiệm. Tất cả đều nằm trên một vĩ tuyến hàng ngang gần như tuyệt đối mà sự di động tâm ý của kẻ đi tìm (searcher) có thể vượt qua hằng triệu biên giới vô hình trong khoảnh khắc. Một cõi hiện hữu chỉ là *một màn ảnh* của những "digital beings": hữu thể (being) và hư không (nothingness) biến dạng và tương giao qua dạng thức 1-0 để tạo nên một thế giới đầy "thực tế" cho kẻ đối diện – nếu hắn muốn đi tìm. Kẻ vượt sóng Internet, online surfer, không còn là thân xác hiện thể vượt non sông nữa – mà là của chủ ý vận hành qua "cursor" và con chuột (mouse) di động trong một khoảng mặt bằng không quá vài phân tây.

Trong không gian điện toán của Internet và liên mạng toàn cầu, sinh hiện là của tín hiệu – một dòng sống của ý thức và thân xác được cấu thành từ một gốc rễ bản thể hoàn toàn trừu tượng và vượt qua thực nghiệm. Paul Tipler, trong tác phẩm về vật lý học nổi tiếng, "The Physics of Immortality" *(Vật lý học về tính Bất tử)*, (1994), đã định nghĩa sự sống (life) bằng khái niệm "sinh thể" (living being) rằng,

> "Một sinh thể là bất cứ đơn thể nào vốn ấn ký tín hiệu, để từ đó ấn ký tín hiệu này được tồn giữ bởi sự đãi lọc tự nhiên. Do đó, 'đời sống' là một thể thức vận hành tín hiệu, và đầu óc nhân loại – và linh hồn con người – là một chương liệu điện toán rất phức tạp." (A "living being" is any entity which codes information with the information coded being preserved by natural selection. Thus "life" is a form of information processing, and the human mind – and the human soul – is a very complex computer program).

Từ đó, theo Tipler, con người có thể trở nên bất tử và sẽ sống lại ở một điểm tối hậu – the Omega Point. Đây là điểm khi tất cả những sinh nghiệm thể xác và linh hồn của cá nhân qua tất cả các kiếp sống luân hồi đều được dữ kiện hóa trên cơ sở dữ kiện và được giả động (simulated) lại ở thời điểm cuối cùng này. Mỗi chúng ta sẽ sống vĩnh cửu trên cõi sinh động này bằng chương trình điện toán. Đời sống, vì thế, hoàn toàn mang bản chất kỹ thuật điện tử. Cảm nhận và kinh nghiệm vui sướng, đau khổ đều có thể *"simulated" tạo hình* theo ý muốn bằng dữ kiện trên căn bản "digital beings." Và "linh hồn" chỉ là một thảo chương điện toán (computer program) hoàn toàn được tự do và thuần chủ quan.

BI KỊCH THỜI ĐẠI

Vì vậy, lịch sử chỉ là thuần biểu tượng. Nói như Nietzsche thì lịch sử chỉ là một tiến trình sinh nở, tiếp nối những lỗi lầm của khái niệm và tín hiệu. Chủ nghĩa tiến hóa của Darwin, "tồn hữu của kẻ thích ứng" (survival of the fittest), nay không còn áp dụng ở bình diện sinh vật, mà của thế giới điện toán vì bản chất tiến hóa và đáp ứng quá nhanh và quá thực. Tất cả những gì đang bận tâm các chuyên gia kỹ thuật ở vùng Thung lũng Điện tử ở California đều chỉ mới được phát minh trong vòng hai năm qua – và sẽ hoàn toàn biến mất trong vòng hai năm tới.

Đời sống chỉ còn là những nỗ lực hoàn chỉnh hệ thống trật tự dữ kiện hàng ngang. Con người bị tràn ngập với dữ kiện để tất cả không còn cái gì là quan trọng và không quan trọng. Tất cả chỉ là con số. Cái "thực" và "không thực" sinh hiện theo chừng phút chốc của tâm ý bất định của kẻ ngồi trước màn ảnh vi tính. Như trong những chúng ta cầm cái "remote control" liên tục bấm cả trăm băng tầng truyền hình nhưng không có gì đáng để coi mà dừng lại. Đây là thảm kịch của sự dư thừa. Chúng ta không còn suy nghĩ, không còn thao thức với sách vở như người xưa. Chúng ta có quá nhiều nhưng không có gì cả.

Trong thế giới của Internet, đời sống không còn thuộc về bình diện *sinh nghiệm dục thức* (sensual immediacy). Chúng ta rơi vào cõi thực tại mới mà tất cả những kinh nghiệm bản thân và tri thức chỉ là những hệ quả của một trật tự logic. Như W. V. Quine, một triết gia lừng danh của Mỹ, quan niệm rằng con người thực tại, cá thể như tôi và anh, không có một thực tính (reality) khác chi hay cao hơn; mỗi cá thể chỉ là một giá trị của từng biến số (to be the value of a variable).

Hay nói theo Michael Heim, trong *"Siêu Hình Học về Cõi Gần Như Thực"* (The Metaphysics of Virtual Reality), (1993), thì trong thế giới "gần như thực" cá nhân sinh động trên cõi thuần thể thức và tách biệt trừu tượng (pure formality and abstract detachment). Heim trích dẫn triết gia Nhật Kitaro Nishida về *"Logic của tính Không"* rằng, sự Hữu thì toàn phương và vô thể (Being is omnidirectional and formless). Cá nhân trở nên hư không và tất cả: hắn chỉ là một đơn vị tín hiệu kết hợp qua tâm ý từ các phạm trù khái niệm. Thế là lịch sử trở nên một cuộc đời của *Khái niệm* (Concept) muốn phô diễn để đi tìm chính mình – như là G. F. Hegel đã viết hai trăm năm trước.

NHỮNG THỰC TẠI KHỔ ĐAU KHÔNG THỂ TRÁNH ĐƯỢC

Và để rồi kẻ đi tìm đánh mất chính mình trong không gian gần như thực? Không. Thân xác của tôi trong căn lều bé nhỏ giữa rừng núi biên cương trung phần Việt Nam vẫn ngồi bên cửa sổ căn nhà tranh. Tôi bỗng nghe giữa núi đồi hoang dã có tiếng rao bán bánh mì báo hiệu màn đêm đang đến. Tôi bước ra con đường nhỏ thấy một em bé bảy tám tuổi xanh xao vác bao bánh mì nặng trĩu trên vai bước thong thả rao lên *"bánh mì nóng đây!"* trong sương lạnh núi rừng. Tiếng rao vang làm tôi tỉnh thức. Tôi hình dung đứa bé là con hay cháu gái của mình.

Và tôi phải đối diện với một thực tính cuộc đời – một cõi sống bi đát vì trình độ sinh nghiệm chúng sanh vẫn còn ở nấc thang mà nghiệp thức tổng thể chưa được nâng lên đến cõi khái niệm. Cái đau khổ của con người Việt Nam là bản chất bi thảm nơi một cộng đồng nhân loại vẫn còn chưa đến nơi chốn mà cái ý và lý cao hơn cái thân và cái tình.

Tôi gọi em bé đến để mua một ổ mì nóng. Cầm ổ bánh mì ấm trong tay, tôi cảm thức với cuộc đời, với gian lao cuộc sống mà đôi mắt em bé toát ra trước mặt đánh thức tận đáy sâu tâm hồn tôi.

Tôi tự nhủ, ta chỉ muốn ngồi ẩn trong túp lều tranh giữa rừng xanh để nghiền ngẫm cổ thư, để giao tác với cộng đồng thế giới ảo, cho chặng cuối đời người, để tìm ra được ý nghĩa của sự Hữu (Being) chỉ để khích động cơn say chữ nghĩa, tin tức, hay tính dục – hơn là ta sống bên ngoài màn ảnh vi tính như một con người chung đụng và chia sẻ với tất cả những gì chung quanh, ở đây, ở xứ Lao Bảo, Khe Sanh, Việt Nam. Lối sống nào cho tôi chọn lựa?

Thế giới ngày nay đang bị chia thành hai cõi: Cõi của không gian điện toán, cyberspace, nơi thực tính chỉ là "gần như thực" mà giá trị sinh hiện chỉ là một hệ thống tín hiệu của digital logic; cõi còn lại là của phần lớn những con người thực hữu đầy khổ đau.

Họ là em bé bán bánh mì buổi sáng, bà mẹ bảy mươi tuổi vẫn phải lặn lội giữa nương tranh núi rừng đào tìm khoai sắn, hay của anh phu xe đói khát, vật vã với cuộc sống cay nghiệt trên phố thị, của cô sinh viên bán thân tủi nhục bên đường biên giới – của tất cả chúng ta, đang sinh hữu trong một cảm nhận về giá trị thuần dấu trừ, của cái mất dần nhiều hơn cái hy vọng được có.

Chúng ta bước vào không gian điện toán nhưng chúng ta không quên cái Ta thực tại dính liền với khổ đau của con người Việt Nam hiện nay.

A VISIO DEI?

Bạn có cảm được với tôi đôi khi rằng, như có một Thần đế đứng trên cao nhìn xuống cuộc đời và thấy con người chỉ thuần là dữ kiện – *a set of statistical variables?* Kiến thức qua thị giác trong không gian Internet, mượn từ của G. W. Leibnitz, có trở nên một ảo giác *visio dei* – một thứ "tri thức toàn năng": *an omniscient cognition of the deity?*

Liệu rằng cái ảo vọng tri thức toàn năng đó – qua mỗi chúng ta – có còn cảm nhận được nỗi khổ đau của em bé nghèo khổ Việt Nam ngoài kia?

Từ Marx đến Mill:
Niềm Cám Dỗ của Tự Do

The principle of freedom cannot require that he should be free not to be free. It is not freedom to be allowed to alienate his freedom. (JSM)[15]

*

Năm 2023 đánh dấu 175 năm sau sự ra đời của *Tuyên Ngôn đảng Cộng sản* của Marx và Engels và 165 năm sau của *Bàn về Tự do* của Mill. Chúng ta hãy thử so sánh và đánh giá lại hai tác phẩm chính trị quan trọng này.

On Liberty, Tự do luận, hay Bàn về Tự do, của John Stuart Mill (1859), xuất hiện khoảng một thập niên sau *Tuyên Ngôn Đảng Cộng Sản* của Karl Marx và Friedrich Engels (1848). Cả hai thiên khảo luận này nói về **Tự do** như là một thiết yếu tính đối với nhân loại.

Trong khi Marx và Engels hướng đến chủ đề Tự do bằng trái tim, thì Mill dùng đầu óc để biện luận về nó. Marx-Engels tuyên bố về Tự do qua mô thức Cộng sản như một đấng tiên tri tuyên phán về viễn cảnh kinh hoàng đang xuất hiện ở chân trời Âu châu, thì Mill thong thả đi vào vấn đề như một giáo sư chính trị học.

---

15 Nguyên lý tự do không thể đòi hỏi cá nhân được tự do đánh mất tự do của mình. Nó không là tự do khi cho phép cá nhân từ bỏ tự do của mình. (Chương V)

Trong khi Marx-Engels nói về Lịch sử như một chuỗi dài đấu tranh giai cấp, thì Mill nói về cuộc vật lộn giữa Tự do và Quyền lực. Khi Marx-Engels hô hào cho cứu cánh Đại thể, thì Mill lý luận về vị trí con người Cá nhân. Khi Marx-Engels cổ võ cho một năng lực Cách mạng dựa trên giá trị tập thể, thì Mill biện hộ cho quyền hạn cá thể độc lập và đặc thù.

HAI KHUYNH HƯỚNG Ý CHÍ LỊCH SỬ

Nếu đã đọc *Tuyên ngôn* của Marx-Engels thì phải đọc *Tự do* của Mill, và ngược lại. Và hai văn kiện này, nếu có thể gọi được như thế, là một thể loại văn chương chính trị của một Thời quán chuyển hóa Ý thức con người sang một nấc thang Tiến hóa mới. Trong khi ngôn ngữ Cộng sản là tiếng kèn xung trận cho Đại thể tính; văn chương trí thức Anh quốc là tiếng còi cảnh tỉnh xã hội về vai trò và giá trị cá nhân. Hai bộ chữ này đại diện cho hai khuynh hướng Ý chí: Ngôn từ Cộng sản là năng lực hướng ngoại, chủ động giao hoán Ngã thức cá thể cho nhu cầu Sử lý; văn chương của Mill thuộc dạng thụ động, muốn bảo toàn cho cá nhân một không gian làm người trong phạm vi riêng tư và tự chủ.

Khi Năng lực Thời Ý chuyển động, phong trào Cộng sản xuất hiện như một Ý chí tích cực và duy phủ định cho một viễn cảnh Tự do ở từ dưới lên; còn của những trí thức Anh quốc như Bentham và Mill là một dòng ánh sáng Lý tính từ tầng trên dọi xuống cõi dưới.

Trên chiếc thập tự Sử tính ở nửa sau thế kỷ 19, hai năng lực Tự do này, một từ dưới lên của giai cấp Vô sản, hai là từ trên xuống của giai tầng ưu tú Tây Âu, chúng gặp nhau ở giao điểm ngã tư đường để phân hóa nhân loại thành hai thể trạng Ý chí: Một vế là Tự do như một cứu cánh thế gian – nhân danh chức năng Đại thể – cho khối nhân loại bị vong thân và áp chế bấy lâu nay; vế kia là một thể trạng Tự do trên cơ bản Cá thể chủ quan, nhân danh con người, từng con người một, như mỗi Thượng đế toàn năng và toàn thiện ở nơi chính họ.

Sự va chạm giữa hai khuynh hướng Ý chí Lịch sử đối nghịch ở ngã tư thánh giá này đã xô đẩy nhân loại ra hai phía trên cánh trục hàng ngang: Một đằng đi về phía trái, cánh tả, theo Marx-Engels; một bên đi theo Mill, Bentham về phía bên phải, cánh hữu. Từ hai khối ngôn ngữ Ý chí này của Marx-Engels và Mill-Bentham – như là đại diện cho khúc rẽ Lịch sử ở Thời điểm đó – để rồi Thế giới bước vào thế kỷ 20 như một chuỗi dài những ứng nghiệm của những gì đã được tiên tri bởi Marx-Engels và Mill-Bentham.

TIẾNG CÒI CHO BÌNH MINH MỚI

Vì thế, bài học được rút tỉa từ Sử tính Ý thức: Hãy lắng nghe những gì giới trí thức chân chính đã nói và viết. Ngôn từ của họ là bước đi tiên phong, là tiếng kèn hiệu xuất quân, là tiếng còi tàu chuyển bánh, hú vang báo hiệu một Thời Ý mới mà trước hay sau, nhanh hay chậm, cũng sẽ xuất hiện nơi chân trời Sử tính.

Đã có rất nhiều phân tích, phê bình, hoặc ủng hộ hoặc chống đối, lý giải khách quan, về cuốn *Bàn về Tự do* này của Mill. Quá nhiều là khác. Nhưng tất cả, theo những gì tôi đã từng đọc được, vẫn chưa nói lên được nội hàm tinh hoa xét trên bình diện siêu hình, của thiên khảo luận ngắn này đối với sự chuyển hướng của năng thức Sử tính của nhân loại. Nếu nói theo cách diễn đạt của Hegel, rằng Lịch sử tự bản sắc là một hành trình của ý thức Tự do, thì tác phẩm của Mill, hay của Marx-Engels, hay của nhiều những tác giả trước và sau Mill, như Rousseau, Montesquieu, Locke, Bentham đều là những lời tiên tri về một khả thể Sử tính Sẽ-phải-là.

Khi một con lộ Hữu thể đang được hiện bày và mời gọi, Tự do xuất hiện như một Cám dỗ lớn, giới trí thức tiên phong đã – và sẽ còn – viết văn như bị con ma Thời Ý ám ảnh, và cùng nhau lên đồng, xả thân vào từng trang giấy, từng dòng viết, để mỗi cây bút đều có thể hành hoạt như một cơ năng Thời Ý muốn thực tại hóa nội dung Ý chí nhân loại vào tim óc mỗi cá nhân. Mỗi Thời đại sẽ được khiến phái và dẫn hướng bởi một khối Lịch sử mới, mà ở đó, năng thức lý tưởng sẽ đi kèm với Ý chí hủy diệt, bước chân xác định cũng là bàn chân phủ định, cái mới sẽ là cái cũ được tái định nghĩa, cái đúng trở thành cái sai theo một viễn kiến từ góc độ khác, và ngược lại.

Cơ năng tri kiến, như những gì Mill viết trong cuốn sách này, chỉ đóng vai trò khiêm tốn, nhỏ nhoi trên bước chân Sử Ý của Thời đại – bởi lẽ chúng ta không nên quên rằng, từ cá nhân đến tập thể, điều xô đẩy chúng ta đi tới và tác hành theo thể dạng này hay chiều hướng khác, hầu hết đều phát xuất từ năng lực tiềm thức cá nhân, từ vô thức cộng đồng, trong tổng thể của võng lưới nghiệp duyên trùng trùng muôn lớp.

Nếu ai nói rằng một hay vài cá nhân nào đã, hay có thể, chủ động được sinh mệnh của chính mình, hay của quốc gia, của dân tộc, thì người ấy chưa biết mình đang nói gì. Con người – mỗi cá nhân – tựu chung chỉ là một con cờ gần như vô nghĩa trên bàn cờ Sử tính – nơi mà cơ năng Tiến hóa chuyển động theo một cơ trình mà tất cả chúng ta đều sẽ phải bị trôi dạt theo dòng Sử lý ngút ngàn đó.

CÁ THỂ ĐỐI VỚI ĐẠI THỂ: NIỀM CÁM DỖ VÔ VỌNG

Tư tưởng của Mill trong cuốn *Bàn về Tự do*, nhìn từ góc độ siêu hình học, là một ý chí xác định cho chức năng Cá thể một biên độ giới hạn đối với năng lực Đại thể – *Individuality versus Universality* – khi cái Ta từ nội hàm Ngã thể cá nhân – *the Individual Selfhood* – nắm được cứu cánh Lịch sử qua ý thức Tự do cho chính mình.

Tức là khi cái Ta cá thể đã vào tuổi trưởng thành, sẽ tự nhận lấy trách nhiệm cho chính mình, trên cơ sở tự chủ, độc lập, nhằm hiện thực hóa giá trị Đại thể từ chính mỗi đơn vị Ngã thức. Đó là hành trình chuyển hóa con người từ bình diện thuần Đại thể sang góc độ Cá thể, để cả hai năng lực được dung hóa thành Một. Ở đây, tôi gọi là "Nhân thức Đại thể" – *the Individuated Universal*. Đây là lúc mà Ta, qua ngôn từ của Mill, tuyên bố rằng, *"Nếu cả nhân loại, trừ một cá nhân, có cùng chung ý kiến, và chỉ có một cá nhân mang ý kiến trái ngược, thì nhân loại sẽ không có lý do để bắt cá nhân đó im lặng, cũng như cá nhân đó, nếu có quyền lực, sẽ không có lý do gì bắt cả nhân loại phải im lặng."* (Chương Hai).

Tức là, trên bàn cờ Sử tính xuất hiện hai bản sắc Ý chí – Đại thể và Cá thể – nay được dung hóa thành một thể trạng Ý chí mà ở đó Tự do trở nên một bản sắc tinh hoa cho Ngã thức. Ta sẽ chỉ hy sinh đời sống, sinh mệnh, gia đình, hạnh phúc bản thân cho lý tưởng quốc gia, dân tộc khi lý tưởng Đại thể đó dung hóa và đồng chia bản sắc Tự do như cứu cánh cho chính ta. Từ đó, hễ ngày nào cái Ta cá nhân còn nhìn đến nhu cầu Đại thể nơi quốc gia và dân tộc như một thể tính tha hóa và đối nghịch với lý tưởng cá nhân, thì lúc đó, Tự do chỉ tồn tại thuần túy ở bình diện duy lý tưởng – một niềm Cám dỗ vô vọng.

Hễ còn lý tưởng thì thế giới còn biến động, còn mâu thuẫn, còn đấu tranh, còn tang thương. Quá trình Lịch sử như Marx-Engels nhìn nhận như lịch sử của đấu tranh giai cấp, là một diện mạo phản ảnh thể trạng bất cập giữa lý tưởng và thực tại của nhu cầu cá nhân đối với Đại thể.

Đã gần hai thế kỷ qua, kể từ lúc Mill viết những dòng chữ cho lý tưởng Tự do cá nhân, Marx-Engels viết cho ý chí Đại đồng, đã có biết bao chiến sĩ mang lý tưởng Tự do, cả cộng sản lẫn dân chủ tư sản, đã bị treo lên thánh giá Sử lý, đóng đinh rỉ máu để phải la lên, *Eli, Eli, lema sabachthani!* – "Hỡi Đại thể Ngài ơi, sao lại bỏ ta như thế này?" – rồi gục chết đau đớn trong cơn khát lý tưởng cao vời. Lịch sử, từ xưa đến nay, nói như Hegel, là một lò mổ, một xa lộ bi vọng, mà ở đó, đừng mong có hạnh phước, bình an. Khi cá nhân chỉ là con chốt cho năng thức Đại thể, thì Sử lý vẫn là một cối xay thịt xương tang tóc.

Đối với Marx-Engels, sự đụng chạm, xung đột bạo hành đấu tranh giai cấp là quy trình dung giải giữa Ta và Xã hội để xóa bỏ hố sâu vong thân giữa Ta và khách thể. Trong khi đó, theo Mill, thì sự va chạm, tranh biện giữa những khối tư duy nhân văn, giữa cá nhân và xã hội, chính là nguồn mạch Chân lý. Tự do của Marx-Engels là Tự do tập thể – *Collective Liberty* – trong Cứu cánh luận mang tính Sử lý – *Historical Teleology*; trong khi Tự do của Mill là thể trạng tiêu cực – *Negative Freedom* – đối với nhu cầu cứu vãn cá nhân ra khỏi sự áp chế của số đông hay bởi truyền thống, tập quán.

Theo Mill thì cá nhân sẽ được học hỏi và trưởng thành nhiều hơn và nhanh chóng hơn khi họ có cơ hội va chạm với tha nhân, với quần chúng, với số đông. Tha nhân, theo Mill, nếu biết tôn trọng và để dành một không gian vừa đủ cho cá nhân, thì sẽ không phải là địa ngục – mà là nguồn cứu rỗi cho Ta, ít nhất cũng trên bình diện Ý thức và tri kiến. Theo đó, sự phát huy bản sắc và trình độ cá nhân là điều kiện không thể thiếu đối với một xã hội trưởng thành và Tự do. Tức là cá thể khi giao thoa với Đại thể để đem bản sắc giới hạn và cục bộ của họ ra biển lớn nhân loại để chuyển hóa chính mình.[16]

KHI NGÃ THỨC CÁ NHÂN CHƯA TRƯỞNG THÀNH

Điều mà Mill đã không đề cập đến là nhu cầu phát huy Ý chí Ngã thể – *the Self-Will* – vốn phải cùng nằm trên nấc thang chuyển hóa cho cá nhân khi đối diện với thử thách từ tha nhân và xã hội. Tri thức dù có phát huy rộng lớn bao nhiêu nhưng khi Ý chí Ngã thể vẫn chưa trưởng thành, vẫn còn non trẻ, yếu hèn, thì con khủng long Đại thể, nhân danh giá trị hoàn vũ và tập thể, sẽ tiếp tục cắn xé, nuốt chửng cá nhân.

Lịch sử Việt Nam trong suốt chiều dài dựng nước giữ nước, nhất là trong vòng một trăm năm qua, biểu trưng cho tình trạng thiếu niên và yếu đuối nơi Ý chí Ngã thể cá nhân. Tang thương dân tộc Việt là tấn bi kịch lớn lao và dài lâu mà nguyên nhân là thể trạng bất quân bình và bất cập giữa cán cân Ngã thể cá nhân trong mối tương quan với năng lực và nhu cầu Đại thể. Bi kịch Sử tính dân tộc như thế sẽ không thoát khỏi vòng kiềm tỏa của chủ nghĩa và ý thức tập thể nếu Ngã thức cá nhân vẫn còn nuôi mãi bản sắc thiếu niên chưa trưởng thành.[17]

Theo Mill thì cá nhân phải được có cơ hội phát huy chính mình – và cá nhân khi được trưởng thành sẽ là nền móng vững chắc cho một xã hội Tự do. Đây là điều không gì mới mẻ khác lạ. Mill nhấn mạnh đến Tự do tư tưởng, tự do ngôn luận, tự do biểu đạt, tự do lập hội như những quyền hạn cơ bản – nhất là đối với Tư duy cá nhân thì gần như là những quyền hạn cơ bản tuyệt đối.

---

16 Theo Rousseau thì, như Allan Bloom đã diễn giải, "Tất cả toàn bộ vấn đề chính trị có thể nói là để thiết lập mối quan hệ thích ứng giữa Ý lực cá nhân đặc thù và Ý chí Đại thể tổng quan. Sự chuyển hóa con người từ thể trạng thiên nhiên sang đời sống dân sự và năng lực khai mở Ý chí Tự do là một biến cố quan trọng đối với họ, và nhiệm vụ quan yếu nhất mà vốn là mối bận tâm của các chính khách là bảo đảm rằng sự chuyển hóa đó được duy trì." (Strauss and Cropsey, Ed., History of Political Philosophy).

17 Có lẽ điều không cần phải nói lên rằng chủ thuyết (về Tự do) này chỉ có thể áp dụng cho những con người trưởng thành... Chúng ta chắc phải loại bỏ việc áp dụng nó vào các xã hội man khai nơi giống dân vẫn được coi là còn thiếu tuổi. (Dẫn nhập)

HIỂM HỌA PHONG HÓA XÃ HỘI

Về hiểm họa đối với Tự do cá nhân, Mill nhấn mạnh nó sẽ không đến từ chính quyền hay chế độ chính trị – mà từ truyền thống, từ quần chúng đám đông, từ phong tục tập quán xã hội. Mill lặp lại điều mà Tocqueville đã từng cho là hiểm họa xuất phát từ tính chuyên chế đa số – *the tyrany of the majority* – còn nguy hiểm hơn độc tài chính trị.

Đối với Mill, trường hợp Trung Hoa là ví dụ đặc sắc. Đó là một nền văn minh lớn lao, từng rực rỡ qua nhiều thời đại – ở thời điểm khi Âu châu vẫn còn rờ rẫm trong bóng tối lạc hậu. Từ khi văn minh người Hoa trở thành một hệ thống hóa thạch, đóng khung trì trệ, sức nặng bảo thủ và chuyên chế từ bản chất phong hóa ù lỳ trở thành một năng lực trì trệ cứng ngắt, khổng lồ, thì Trung Hoa trở nên một khối văn minh lạc hậu và bảo thủ – cho đến thời gian gần đây, từ thế kỷ trước, khi người Cộng sản đem một năng ý Lịch sử mới về nước hòng lay chuyển khối đá tảng chuyên chế khổng lồ của phong hóa truyền thống.

Cái khác biệt giữa Âu châu và Trung Hoa khi đối diện với tình trạng văn minh hóa thạch là khi người Âu chuyển hóa bằng năng lực cá thể, bằng sự cổ võ cho tính đa dạng và đa nguyên văn hóa, bằng khả năng của những cá nhân thiên tài, thì Á châu, nhất là Trung Hoa, ngược lại, hoàn toàn dựa vào năng lực và giá trị tập thể để đồng nhất hóa tính khác biệt cá nhân với một mẫu số chung tập thể. Bởi thế, Tự do đối với người Hoa là hiện thân của một vị Hoàng đế, là nhân thế duy nhất được có chủ quyền đối với mình và đối với quốc gia. Và cá thể người Hoa chỉ là những khối thần dân mà linh hồn của họ đã bị tước đoạt bởi năng thức nòi giống và chủng tộc.

Nếu ta định nghĩa linh hồn cá nhân, như Aristotle đã, là một Nguyên lý năng động đối với Ý chí, thì các dân tộc Á đông chưa có linh hồn cá nhân – vì Nguyên lý Ý chí của họ đã bị tước đoạt bởi năng lực Đại thể. Nói theo Rudolf Steiner, một đạo sĩ Âu châu vào đầu thế kỷ 20, ở các quốc gia nơi cá nhân chưa phát huy được năng lực tự-Ngã một cách trưởng thành độc lập, thì linh hồn họ vẫn còn nằm ở bình diện tập thể, nơi linh hồn quốc gia, bản sắc dân tộc nòi giống – cũng giống như linh hồn muông thú vẫn còn nằm ở cõi ngoại thân, tức là ở cấp độ giống loại, species, bởi vì thú vật chưa phát triển đầy đủ linh hồn cá thể.

Bởi thế, quốc gia hay dân tộc nào vinh danh và tôn thờ Chân lý tập thể như một giá trị tuyệt đối, có nghĩa là chính thể quốc gia đó đã tước đoạt hết bản sắc linh hồn cá nhân. Từ đó, mặc dù Mill không nói đến một cách cụ thể, nhưng hễ dân tộc nào khai mở và vinh danh năng thức Ngã thể cá nhân, thì ở đó, cá nhân đã định tính hóa được bản sắc linh hồn cho chính mình qua Ý chí Chính trị Công dân.

Trong tổng thể vận hành của Ngã thức như là linh hồn cá thể, thì văn chương triết học chính trị của Mill là tiếng trống khai thức năng lực nội tại nơi cá nhân – đồng thời xua đuổi và đòi hỏi con ma tập thể phải nhường chỗ và tôn trọng linh hồn của cái Ta cá nhân đang được hình thành và lớn dậy.

Và trong gần hai thế kỷ qua, nhân loại đã từng được nghe hai văn bản sứ điệp khác nhau trước bàn thờ Tự do: Marx-Engels khấn lễ trong chiếc áo rộng của Đại thể tính từ Sử lý; trong khi đó, Mill lại tuyên đọc một văn sớ khích động linh hồn cá thể bằng chiếc áo Lý giải khá khiêm nhường. Một đằng nhân danh Tự do qua bình diện cấu trúc vật chất, kinh tế; một đằng vinh danh Tự do qua sự lớn dậy của nội thức tự-Ngã. Chân lý của duy vật biện chứng nằm ở bình diện Sử tính ngoại thân; còn đối với Mill thì chân lý chính trị nằm ở cá nhân con người khi được để yên.

CÂU CHUYỆN VIỆT NAM

Chúng ta hãy thử đem lý thuyết *Tự do* của Mill áp dụng cho Sử tính và con người Việt Nam. Nói theo George Gurdjieff, một huyền nhân gốc Armenia ở đầu thế kỷ 20, thì tri thức và Ý chí cá nhân chỉ có thể vươn cao và phát triển đến tầm mức bản sắc Hữu thể – Being – của họ mà thôi – và không thể cao hơn được nữa. Mill cũng viết, *"Không phải vì ái dục cá nhân quá mạnh khiến cho họ hành động sai lầm, mà chỉ vì lương tâm họ yếu đuối."* Tức là khi Ngã thức, tức năng lực cá thể – là lương tâm và là thuộc tính của Being – Hữu Thể – của con người Việt Nam chưa được phát huy và trưởng thành vững chắc thì từ cá nhân cho đến tập thể, tất cả đều sẽ đi từ sai lầm này đến sai lầm khác.

Khi nấc thang Tiến hóa cho cả dân tộc Việt chỉ mới ở vào tuổi mười lăm, mười sáu, dù có nhân danh giá trị nào đi nữa thì mọi tác hành đều sẽ chỉ đưa đến những hệ quả tiêu cực và sai lầm. Hãy đừng trách cứ một người nào, một hệ phái nào, một tổ chức hay phong trào nào, đã đưa dân tộc Việt Nam vào những sai lầm và khủng hoảng lớn. Tất cả đều là kết quả tất yếu của một tầm mức lương tâm và tánh khí còn non trẻ ở nơi mỗi một con người Việt Nam – cho dù trên bình diện trí thức, học vấn, chức vụ, tôn giáo, chính trị, công quyền, giáo dục, khoa bảng, cho đến văn học, nghệ thuật, cho dù họ có đạt đến đỉnh cao lý trí bao nhiêu chăng nữa thì hầu hết đều vẫn là những nhân cách thiếu niên còn nặng bản sắc bồng bột, chưa chín chắn xét trên bình diện năng thức Ngã thể. Nếu ai đã từng có kinh nghiệm tiếp xúc, làm việc, giao thoa với các tầng lớp, giai cấp con người Việt hiện nay, từ trong nước ra đến hải ngoại đều nên thành thật nhận chân điều đó.[18]

Cho nên, giá như những gì nêu lên trong Bàn về Tự do của Mill đến sớm ngay từ đầu thế kỷ 20 và giá như đã trở thành kinh điển đối với ý thức chính trị Việt Nam – nghĩa là thiết yếu tính của Tự do Cá nhân là điều kiện tiên quyết nhằm chuyển hóa Sử tính dân tộc – thì Sử tính Việt chắc đã không trải qua một quá trình mà trong đó, con khủng long tập thể nhân danh Chân lý Đại thể ăn sống nuốt tươi và tiêu hóa hết khả thể chuyển hóa Ngã thức cá nhân của con người Việt.

THÀ TRỄ CÒN HƠN KHÔNG

Thà chậm còn hơn không. Sự ra đời bản Việt ngữ tác phẩm **Bàn Về Tự Do**, chuyển ngữ bởi Đặng Đức Hiệp, tiếp theo bản dịch trước và khác của Nguyễn Văn Trọng, 18 năm trước, thêm lần nữa minh định nhu cầu chuyển hướng cần thiết cho mũi tên tâm thức Việt: Rằng đã đến lúc mà cá nhân Việt Nam cần đứng dậy để lớn lao và trưởng thành cho lý tưởng Tự do của mình. Và cũng trong tinh thần đó, ngược lại, quốc gia và dân tộc phải biết tôn trọng và khoan nhượng một không gian Tự do cho từng cá nhân Việt.[19]

---

18 Chính Tản Đà Nguyễn Khắc Hiếu (1888-1939), con người "đã đi qua giữa hỗn độn của xã hội Việt Nam đầu thế kỷ 20 với tấm lòng bình thản của một người thời trước" cũng phải bật kêu lên, *"Dân hai nhăm triệu ai người lớn; Nước bốn ngàn năm vẫn trẻ con"*. (Chú thích bởi Dịch giả Đặng Đức Hiệp).

19 *Giá trị Quốc gia* – trong chiều dài – là giá trị của những cá nhân gầy dựng nên nó. Quốc gia nào trì hoãn quyền hạn được phát huy và trì hoãn nâng cao trí thức, mà

Khi các tầng lớp trí thức Việt tìm đọc những tác phẩm vinh danh Tự do cá nhân, như cuốn *Bàn về Tự do* này của Mill, thì đó là lúc khuông thức tư duy dân tộc đang chuyển hướng. Từ lề lối suy thức Không gian – trong truyền thống bận tâm về giang sơn, lãnh thổ, thân mạng, nòi giống – ngày nay tâm thức Việt đang bước sang khung thức Thời tính – với các phạm trù, khái niệm về Tự do, nhân phẩm, cá nhân, Hữu thể – đây có thể là bước ngoặt chuyển hóa đối với cái Ta cá thể Việt Nam. Để từ đó, Tự do – trên bình diện cá nhân – không thể mãi cứ nằm trong thể trạng ước mong duy lý tưởng, hay chỉ là một niềm Cám dỗ mong manh, mà phải là một Thực tại chân hữu cho từng Ngã thể Việt Nam.

(2018)

---

chỉ nhắm vào khả năng quản lý của họ tương tự như tài nghệ trên thương trường – thì sẽ thấy rằng, những con người nhỏ nhen không thể kiến tạo được gì lớn lao. Một Quốc gia chèn ép người dân trở nên tay sai ngoan ngoãn cho những chỉ tiêu ích lợi sự cai trị, cho sự toàn hảo của bộ máy hành chính, mà bắt họ phải hy sinh tất cả, thì cuối cùng giá trị quốc gia đó sẽ không đạt được gì, bởi vì nguyên khí quốc gia đã bị đánh mất để cho guồng máy công quyền chạy trơn tru. (Chương V)

Freud và huyền thoại Vô Thức:
Một ngữ nghiệp về tham chiếu và biểu đạt

Nhân dịp NXB Tri Thức ở VN cho ra mắt bản dịch tác phẩm kinh điển của Karl Popper, "The of Scientific Discovery" (Lôgic của khám phá khoa học) do Nguyễn Trung Kiên chuyển ngữ, chúng ta hãy sử dụng nguyên lý "falsifiability" (khả thể chứng minh sai) mà Popper đưa ra, cũng như lý thuyết "Trò chơi ngôn ngữ" (the language game) của Wittgenstein, nhằm phê phán thuyết vô thức của Sigmund Freud.

*

Nếu Friedrich Nietzsche là cha đẻ của ***"giải cấu luận"*** (deconstructionism) mở màn một phương cách suy tưởng mới cho giai đoạn hậu hiện đại (post-modernity) ở cuối Thế kỷ 19, thì Freud, cùng với Karl Marx và Charles Darwin, mở ra một cánh cửa ý thức mới về con người, đánh đổ cái truyền thống giả định về giá trị nhân bản vốn là nền tảng của thời đại Khai Sáng của Âu châu. Cái gia sản trí thức lớn của Freud là cống hiến một phạm trù tư tưởng, một tiền đề lý thuyết, một hệ thống phương pháp luận mới nhằm giúp con người Tây phương tái định nghĩa và định vị lại chính mình trên căn bản ý thức. Cũng như Marx trên tiền đề **Kinh tế và Giai cấp**, Freud với tiền đề **Vô thức** (the Unconscious), muốn đem ra ánh sáng cái cơ sở năng lực nội tại con người – và từ đó, năng tố quyết định cho lịch sử, văn minh – vốn còn nằm trong bóng tối mà tư tưởng Tây phương mãi đến cuối thế kỷ thứ 19 vẫn chưa công nhận. Nếu Marx đã thay đổi được lịch sử nhân loại trong suốt thế kỷ qua, thì cũng trong thời gian này, Freud thay đổi được con người Tây phương trên chiều hướng tự biết về chính mình.[20]

Freud muốn đánh đổ cái huyền thoại bản thể luận về con người vốn mang đầy màu sắc thánh linh của Âu châu bằng một huyền thoại mới. Đó là Huyền thoại Vô Thức – the Myth of the Unconscious. Trên cơ sở mới của biện minh khoa học thực nghiệm, cái Huyền thoại về Vô thức sử dụng toàn bộ hệ thống khái niệm và phương pháp luận của khoa học để mang cho mình một chính thống tính cho thời đại. Và từ đó, Freud khai sinh ra một "khoa học" mới: **phân tâm học** (psychoanalysis). Phân tâm học và phân tâm học trị liệu (psychotherapy) là một nỗ lực đem ánh sáng ý thức vào góc tối của ẩn ức vô thức nhằm khai thông những nguồn mạch của ý chí và động cơ, nhằm điều chỉnh và giải hóa những hiện tượng tâm thần tiêu cực cho con người. Đây không phải là lần đầu. Phật giáo là một hệ thống phân tâm học đồ sộ với một nền tảng bản thể luận và siêu hình học khác.[21] Nhưng đối với Tây phương, xa lạ với Phật học, thì Freud là một giáo hoàng mới mang chiếc áo khoa học lộng lẫy và cũng là cô dâu tươi trẻ với ngôn ngữ xác thịt đầy quyến rũ làm say mê biết bao thế hệ trí thức Âu Mỹ muốn giải phóng năng ý tính dục cho mình.

Tuy nhiên, trên góc độ triết học thì Freud và Huyền thoại Vô thức đã cống hiến một *tri thức luận mới* – a new epistemology. Thay vì ý thức quyết định sự hữu của con người với công thức của Descartes, *cogito ergo sum*, thì đối với Freud, vô thức là nền tảng cho ý thức và sự hữu của cá nhân. *Tri thức* (the mind) không thống nhất và toàn bộ như Descartes đã đưa ra. Với vô thức, tri thức là căn nhà bị chia hai: tầng trên với ánh sáng của ý thức và tầng dưới đất (basement) còn nằm trong bóng tối.

---

20 Cho một phân tích rộng lớn hơn về một lịch sử tư tưởng Tây phương trên cơ sở logic và tinh thần triết học, xin đọc Nguyễn Hữu Liêm, "Từ Thế Giới đến Việt Nam: Kiểm thảo và Đề nghị." Tạp chí Hợp Lưu, số 76, tháng 4 & 5, 2004.
21 Đây là một nhận định quá tổng quan mà khuôn khổ bài viết này – vốn chỉ là một triết luận, chứ không phải là một nghiên cứu – không cho phép đi vào chi tiết. Xin đọc Manly Hall, "Buddhism and Psychotherapy," Los Angeles, 1979.

Đời sống ý thức chỉ là khối tảng băng nổi trên mặt biển – *vô thức* là phần ở dưới nước không thấy được và to gấp muôn lần và nó vốn quyết định tất cả những sinh hoạt và nội dung ý thức. Cái góc tối của vô thức chứa những năng lực đầy khả năng kiểm soát – mà năng lực lớn nhất là libido: năng lực *tính dục* ẩn ức, muốn thỏa mãn bằng mọi giá và mọi phương diện.

Từ đó, nhị thể luận Descartes giữa thân (body) đối với thức (mind) được Freud chuyển qua libido (dục) đối với ego (ngã), eros (tình) đối với thanatos (tử). Với tiền đề vô thức và động cơ tính dục, Freud giải thích tất cả hiện tượng ý chí, suy tưởng, tâm lý, và các biến dạng tiêu cực của chúng bằng libido và eros. Từ mặc cảm Oediphus mang năng thức dục tính đối với cha mẹ, đến hội chứng penis envy (ganh tỵ dương vật) quyết định tính chất cảm thụ về đối thể, nghệ thuật giữa trai và gái, hành vi nút ngón nắm tay của trẻ sơ sinh, tất cả đều được Freud cống hiến cho con người Tây phương, một quần chúng nạn nhân mới, mà trong đó, tất cả những gì con người ham muốn và nuôi ý hành động đều có thể được giải thích (explained away) bằng ngôn ngữ tính dục.

Ngay cả giấc mơ cũng mang nội dung vô thức khác: cái năng ý thỏa mãn ước muốn ngấm ngầm được biểu lộ hóa qua màn ảnh ý thức trong lúc ngủ say. Từ đó, văn minh và lịch sử con người chỉ là màn bi kịch lớn diễn lộ, khai mở nỗi uẩn ức dục tính – chứ không phải của năng ý Tinh thần, Thượng đế, hay của đấu tranh giai cấp.

Những thượng tầng kiến trúc của tư duy như văn chương, nghệ thuật, đạo đức hay tôn giáo đều được phát xuất từ năng lực dồn nén và nội tại hóa tính dục. Và khi sự dồn nén này không còn khoảng trống, nó trở nên ý chí tự phủ định: lòng hiếu chiến đối với thế giới khách quan chỉ là sự ngoại thân hóa cái bản năng muốn chết (death instinct). Con người và lịch sử, do vậy, là một trường chiến cuộc liên miên giữa ý thức và vô thức, giữa lý tính và vô lý tính, giữa bản năng và phản bản năng.

Karl Popper với sai lầm của Freud

Tuy nhiên cái bản án tử hình đón chờ Freud và đứa con pseudo-science *phân tâm học* đang nằm trên bàn cân phạm trù nhân-quả (categorical causality): chiếc cầu tương tác giữa vô thức và ý thức chỉ là những giả định về khái niệm tùy thuộc vào vận hành lý luận (logical operation) hơn là được kiểm chứng và minh xác bởi phương pháp và chứng cớ thực nghiệm.

Freud hiểu lầm và trộn lẫn giữa hai phạm trù của bằng chứng lý tính (rational proofs) đối với chứng cớ thực nghiệm (empirical evidence). Bằng chứng lý tính chỉ biện minh được tính hợp lý của logic (logical validity) chứ không phải là cơ sở biện minh cho liên hệ nhân-quả giữa hai định thể tách biệt.

Nhị thể luận (ontological dualism) Descartes bị sụp đổ vì liên hệ nhân-quả giữa mind (thức) và body (thân) đã không được giải thích.[22] nay bị lặp lại bởi Freud với tiền đề "vô thức" versus "ý thức" – tất cả là những giả định thuần lý thuyết, mang bản chất văn chương hoang tưởng, hơn là có cơ sở khoa học có giá trị thực nghiệm.

Đây chính là điều mà Sebastiano Timpanaro, dựa theo Karl Popper, có nói, "Cái thực chất phản khoa học của một lý thuyết nằm ở chỗ nó có khả năng trốn tránh – bằng ngụy biện – tất cả mọi khả năng chứng minh sai lầm".[23] Theo Popper thì nguyên lý khoa học chỉ có giá trị khi nó có thể bị chứng minh là sai – tức là falsifiability. Phân tâm học của Freud có thể phán giảng về một thể loại ẩn ức nhằm giải thích nội dung một giấc mơ bằng nhiều loại dồn nén vô thức khác nhau – mà cái nào cũng có lý như tất cả mọi cái khác trong khi không thể trưng dẫn chứng cớ trị liệu (clinical evidence) cho tính liên hệ nhân quả từ ẩn ức vô thức đến nội dung giấc mơ. Tức là không có một khung tham chiếu về nguyên lý hay bằng chứng để có thể chứng minh rằng thuyết vô thức của Freud là sai lầm.

---

22 Vấn đề căn bản của nhị thể luận giữa "thức" (mind) và "thân" (body) nằm ở trên phương diện tương tác nhân quả (casual relationship): Nếu thức và thân là hai cơ sở khác biệt và tách rời (distinct and seperate) thì tại sao ý thức có thể cử động chân tay?

23 Nguyên văn: "The actual non-scientificity of the theory resides precisely in its capacity to elude – by way of sophistry – every possibility of falsification." Sebastiano Timpanara, "The Freudian Slip." Bản dịch tiếng Anh của Kate Soper, New Jersey, 1976. (Trích từ Bouveresse, "Wittgenstein Reads Freud").

Lý thuyết như là Ngữ nghiệp

Đây là điều mà các tiêu chuẩn khoa học từ Aristotle đến Bacon đã cảnh giác: cái khuyết điểm của đưa lên lý thuyết trước rồi tìm bằng chứng biện minh sau – để rồi tất cả bằng chứng đều được giải thích từ lý thuyết đã có sẵn với chứng cớ thực nghiệm không vững chắc.

Theo triết luận của Wittgenstein thì cơ đồ lý thuyết và phân tâm học của Freud là một trận đồ ngôn ngữ mà trong đó quy pháp diễn đạt được quy hoạch cố định trước và từ đó tất cả mọi giải thích trên cơ sở bằng chứng đều không thoát khỏi cái khung cửa hẹp của quy tắc diễn đạt vốn bị bắt buộc.[24] Wittgenstein so sánh thuyết vô thức của Freud với triết học logic của chính ông,

> *"Cái ác ôn của Russell's logic và của tôi trong Tractatus (Logico-Philosophicus) là ở chỗ khi một mệnh đề được củng cố bằng một vài trường hợp điển hình thì (chúng tôi) đã vội cho rằng nó đã được thấu hiểu (và biện minh) hoàn toàn trên bình diện phổ quát."*[25]

Wittgenstein nói đến cái bệnh say máu trong ngôn từ và khái niệm của giới trí thức ưa lý thuyết hóa mọi sự để rồi tưởng tượng trong mê hoặc rằng lý thuyết của mình đã được lên ngôi vua chúa chân lý cho một vương quốc khoa học thực nghiệm khách quan.

Từ đó, tiền đề vô thức với gia sản phân tâm học của Freud – nhất là trên lý thuyết về giấc mơ và phương pháp luận diễn giải về nó – phần lớn chỉ là một loại khoa học tiếm danh, a pseudo-science, đầy lừa dối và thiếu lương thiện trí thức.[26]

---

24 Jacques Bouveresse, "Wittgenstein Reads Freud: The Myth of The Unconscious." Bản dịch Anh Ngữ của Carol Cosman. Princeton, 1995. Để thông hiểu hơn những vấn đề ở đây, xin đọc Ludwig Wittgenstein's "Philosophical Investigations."

25 Sđd, tr. 50. Nguyên văn: "The basic evil of Russell's logic, as also of mine in the Tractatus, is that what a proposition is is illustrated by a few common place examples, and then presupposed as understood in full generality"). Xin đọc Wittgenstein's "Tractatus Logico-Philosophicus."

26 Về những xảo thuật và gian lận về bằng chứng cho lý thuyết của Freud, xin đọc, J. M. Masson, "Freud: The Assault on Truth – Freud's Suppression of the Seduction Theory." New York, 1984.

Thế nhưng, thế giới triết học và tâm lý học Tây phương sau Freud bị choáng ngợp bởi cái màu sắc dục tính, cái cơ đồ lộng lẫy đầy bóng tối, đầy bệnh hoạn, đã hồ hởi chụp lấy cái trò chơi ngôn ngữ, cái quy pháp diễn tả, nhảy lên chuyến tàu khái niệm mới của Freud để vừa giải trí cho đầu óc, vừa đánh lận con đen lường gạt và làm tiền đám quần chúng thành thị ngây thơ và trưởng giả Tây Âu trong một thời đại và những xã hội đầy nhàm chán và bức bối. Khi bệnh lý vô thức được thay thế cho ý chí tội lỗi chính là lúc Freud tìm ra chiếc ghế nằm (couch) êm ái để bệnh nhân tâm thần thoải mái kể lể tâm sự cho bác sĩ phân tâm học phân tích (với một giá tiền thời gian đắt như vàng), là một phương cách nhằm thay thế phép quỳ gối xưng tội với giáo sĩ trong nhà thờ.

Trí thức lớn thì sai lầm lớn

Sai lầm của Freud là sai lầm lớn của một trí thức lớn – nhưng là một thứ sai lầm, nói theo Wittgenstein, của **khôn ngoan** (cleverness) chứ không phải là của **trí tuệ** (wisdom)[27] – một thứ sai lầm từ một ý chí ưa diễn đạt và một bệnh lý đi tìm khoái lạc qua ngôn ngữ và khái niệm.

Khi đám tang của Freud đang tiến hành (tháng 9 năm 1939), thi sĩ W. H. Auden của Anh quốc, viết,

If often he was wrong and, at times, absurd
to us he is no more a person
now but a whole climate of opinion
under whom we conduct our diffrent lives.

"Nếu ông ta đã từng sai, nhiều khi đến độ nực cười
với chúng ta, con người đó nay không còn nữa
nhưng giờ đây, dưới cả một bầu trời quan điểm
chúng ta nay hành hoạt với những cuộc đời đã khác xưa."[28]

Những cuộc đời mới của trí thức Âu châu mà Freud đã gián tiếp đẻ ra là những Marcuse, Lacan, Foucault, Deleuze và những cơn say lý thuyết triền miên của trí thức Âu Châu, nhất là Pháp.[29] Nhưng những

---

27 Jacques Bouveresse, sđd, tr. 14.
28 W. H. Auden, "In Memory of Sigmund Freud, 1939."
29 Jacques Lacan có thể là trường hợp chính xác hơn cho những phê bình về phân tâm học trên cơ sở triết ngữ. Tôi xin mượn lời T. K. Seung của Đại Học Texas để gọi những lý thuyết của triết học Âu Châu từ Cấu trúc luận, Giải cấu luận, Thông

cơn say này nay đã đi qua. Cái còn lại của Freud và *Vô thức luận* chỉ là một thể loại *tự kiểm thảo* (self-critique) – một phương pháp luận mang bản chất *giả thuyết* và *suy lý* (theoretical speculation), nhằm nhắc nhở con người thuần lý của thời đại ngày nay rằng, lý tính không phải là cơ sở duy nhất cho sự hữu (being) của con người.

Và trí thức của thế giới ngoài Âu Mỹ – nhất là ở Việt Nam hiện nay – cũng phải ý thức đến điều này: Freud, cũng như Marx, chỉ là một hiện tượng lý thuyết phát xuất từ ý chí tự kiểm thảo, tự điều chỉnh trong truyền thống trí thức Tây phương – vốn chỉ có giá trị nội tại trong luồng văn minh đó mà thôi.[30] Và vì thế, hãy đừng có bắt chước ngôn từ, khái niệm của Freud – hay của Foucault, hay Marx – như là một thứ thời thượng mang chân lý khoa học – một thứ khoa học phù thủy, một trò giễu cợt sâu sắc và quyến rũ – vốn đã giãy chết từ lâu trên quê hương của chúng.[31]

(2013)

---

diễn luận (Hermeneutics)... là "the karma of reference and representation." ("một thứ ngữ nghiệp về tham chiếu và biểu đạt." (Seung, "Structuralism and Hermeneutics." Columbia, 1982). Vấn đề còn đi xa hơn. Đó là vấn đề của "cám dỗ của khái niệm và ngôn từ" mà trí thức văn bản thường bị rơi vào mê hồn trận. Sau cơn say Hegel, hầu hết triết học của Pháp đã biến thành văn chương.

30 Cho một phân tích về tiền đề này, xin đọc, Ashis Nandy, "The Savage Freud and other Essays on Possible and Retrievable Selves." Princeton, 1995 và Harvie Ferguson, "The Lure of Dreams: Sigmund Freud and the Construction of Modernity." London, 1996.

31 Khi đang trên giường bệnh và sắp lìa đời vào năm 1951, Wittgenstein có nói với người bạn thân, "Tất cả những triết học của tôi đều là những mẩu chuyện hài ước. Tiếc rằng tôi viết hài ước hơi bị dở." (Xem phim "Wittgenstein, A Life"). Ở đoạn áp chót của "Tractatus" (6.54), Wittgenstein viết, "Ai hiểu được tôi thì cuối cùng đều nhận ra rằng những gì tôi nói ra đều chỉ là vô nghĩa (senseless)." Tinh thần này cũng phải nên áp dụng cho trường hợp của Freud.

Hãy cẩn trọng khi đọc Triết:
Trường hợp Nietzsche và Wittgenstein

Đôi dòng tâm sự: *Cá nhân tôi, trong chuyến về nước hồi tháng trước (3/2022) đã nhận thấy sự quan tâm cao độ đến triết học và tư tưởng, nhất là trong giới trẻ. Ngay cả trong thành phần chuyên môn, những nhân vật khoa bảng trong các lãnh vực khoa học và xã hội nhân văn cũng tham gia những buổi nói chuyện về các đề tài triết học. Có người đã mời giáo sư triết học về nhà giảng dạy riêng về môn triết cho họ. Giới trí thức nay nhận ra rằng, khi ta suy nghĩ đề tài nào đó, tối hậu cũng phải đi vào các nguyên lý triết học. Nhất là giới viết văn làm thơ, muốn trình bày những câu chuyện vượt qua tầm mức và trình độ mô tả, kể chuyện, hay than văn, lên án – nhằm khai mở chân trời triết lý cho câu chuyện của tác phẩm. Không ai có thể thoát tránh được triết học. Minh triết là nguồn sáng cho trí tuệ, ý chí, cho nhân ái, từ bi – và cũng là căn nguyên cho hạnh phúc.*

*

Khi tham dự vào câu chuyện triết học là chúng ta chia sẻ vào Chân Thức, nơi Sat-Chit-Ananda khởi nguồn. Có nghĩa rằng, khi đọc và suy niệm triết học, ta tham dự vào nguồn căn nguyên của sự *Hữu, Ý thức, Hoan lạc* – Being, Consciousness, Bliss. Đó là methexis mà Plato nói đến. Khi ta tồn tại, có ý thức, được hạnh phước hay chịu khổ đau, tất cả tùy vào mức độ cá nhân ta chia sẻ và tham dự vào Chân Nguyên Satchitananda.

Đó là *siêu hình* học. Một lối suy thức cổ điển mà trí thức ngày nay không muốn tham dự vào. Triết học Tây phương nay tự cho nó đã thoát khỏi vòng mê ảo của huyền thoại chân lý mang màu sắc huyền bí và thần linh. Thay vào đó, triết học ngày nay là nàng dâu của khoa học thực nghiệm – tức là chia sẻ dự án đi tìm nguyên lý và quy luật vũ trụ bằng cơ năng thân xác trong tư thế cá nhân, xã hội và sử tính. Con người thời đại không còn niềm tin vào siêu hình học và tôn giáo vì cho rằng khoa học thực nghiệm đóng vai trò truy cứu chân lý không cần đến huyền thoại. Triết học, trong trào lưu đó, chỉ là công việc khai sáng những mệnh đề về thực tại, cung cấp bởi giới khoa học. Khoa học gia là giai cấp giáo sĩ mới đầy thẩm quyền, độc quyền chân lý, cho tôn giáo thực nghiệm.

Qua chuyến đi, tôi nhận thấy giới trí thức Việt ngữ bắt đầu tham dự vào triết học rất hào hứng – nhưng có vẻ còn thiếu cơ bản học thuật. Họ vẫn mơ màng trong cơn say chữ nghĩa mang chất liệu thi ca huyền hoặc của giới văn chương Sài Gòn trước 1975. Và phong trào đọc Nietzsche lên cao hiện nay như biểu dấu của ý chí phủ quyết cái thực trạng xã hội và giá trị lịch sử, mà theo họ, đang nhấn chìm bản thân cá nhân và quốc gia.

Đó là điều hay và đáng ghi nhận – với ít nhiều quan tâm. Nietzsche là một triết gia phủ quyết, kẻ đánh thức bằng cách đánh đổ huyền thoại quá khứ gần kề – trong khi tôn sùng dĩ vãng vàng son thượng cổ Hy Lạp, hay như kẻ sĩ Trung Hoa mơ về thời đại Nghiêu Thuấn. Muốn hiểu Nietzsche ta cần phải hiểu cơ bản lịch sử triết học và tôn giáo Tây Âu. Nếu không nắm được cơ bản học thuật đó, ta sẽ bị mê hoặc vào những câu văn mơ hồ, huyền hoặc, mang tính chất thần chú nặng mùi thi ca – hơn là minh triết trên cơ sở lý tính. Đọc Nietzsche nếu không tỉnh táo ta dễ bị rơi hút vào mê hồn trận thi ca, giống như đọc Bùi Giáng hay Phạm Công Thiện thuở xưa, khi mà trí thức Việt ngữ còn ở một thời quán hỗn mang ngây ngô.

Tức là, nói theo Karl Jaspers, lẽ lối suy tư của Nietzsche phát xuất từ một giai thời chuyển động của sử tính khi căn nguyên văn minh Tây Âu đang bị chối từ– rồi để chỉ đưa Nietzsche vào ngõ cụt. *"Nietzsche không biết tính trong sáng của tình yêu, nhưng nói nhiều về khả năng làm ngu muội của nó; không nhận thức được tình thương, từ bi trong liên hệ đến thể tính siêu nghiệm, mà chỉ nói đến tình yêu như niềm khao khát, đam mê, chỉ là động cơ thuần tâm lý. Nietzsche không biết đến niềm hoan lạc đến từ căn nguyên sử tính mà chỉ thấy đâu đâu cũng chỉ là hiện thân cho ý chí quyền lực, không biết đến niềm hạnh phước mà từ bi mang lại, coi đó chỉ như là nguồn gốc cho khả thể sáng tạo"* – Jaspers nhận xét. Theo Jaspers thì ***It takes love to know love – muốn hiểu tình yêu phải biết yêu***. Đọc Nietzsche phải cảnh giác khả năng cám dỗ vào hố đen thuần phủ định, cay đắng, hàm hồ và hoang tưởng. Nếu Nietzsche là cha đẻ của cái gọi là "hậu hiện đại" hay "giải cấu trúc" thì những đứa con rơi của ông ta là một lũ thiếu niên mang lửa đi quậy phá đốt bỏ những đền thờ linh thiêng nơi gìn giữ giềng mối trật tự và hạnh phúc cho xóm làng.

Văn minh và văn hóa Việt có rất nhiều điều cũng cần ta phủ định và vươn thoát – nhưng không theo cách tinh thần hoang tưởng, vĩ cuồng, đầy tiêu cực – dù xuất thần – như của Nietzsche. Vậy, muốn đọc Nietzsche ta phải khởi đi từ tư tưởng triết học cơ bản và nắm vững cơ sở logic và tư duy phê phán. Nếu không, chúng ta cứ lặp lại phong trào văn triết hoang đường và ngây ngô thuở trước – vốn chỉ dành cho tuổi thiếu niên chưa trưởng thành tính khí cũng như tri thức. Đó chưa nói đến nạn hoang tưởng và vĩ cuồng, nửa tỉnh nửa mê, nửa trí thức nửa u muội, của một vài doanh nhân và trí thức Việt hiện nay.

Và Wittgenstein. À ha! Vâng, triết gia gốc Áo này hiện nay cũng đang được đọc ở Việt Nam – nhờ công lao phiên dịch của Trần Đình Thắng. Cả giới triết học Anh Mỹ có thời tôn sùng Wittgenstein quá mức – như giới trí thức lục địa Âu châu từng tôn thờ Karl Marx. Nhưng cũng như với Nietzsche, dù nội dung rất khác nhau, chàng Wittgenstein này cũng đóng vai phủ định như Marx và Neitzsche vậy. Theo Wittgenstein thì tất cả chỉ là trò chơi ngôn ngữ. Nhân loại hoàn toàn không có nan đề triết học – mà chỉ là sự lạm dụng ngôn ngữ. Để rồi chàng ta đem những công án logic và ngôn ngữ ra khêu ghẹo giới trí thức nhàm chán Tây phương. Từ Tractatus đến Investigations chỉ có hai câu hỏi. Làm thế nào để ngôn ngữ tiếp xúc được với thực tại? Làm thế nào để giải ảo triết học bằng sử dụng ngôn từ? Wittgenstein là một triết gia khá quan trọng nhưng được đánh giá quá cao – overrated. Đọc Wittgenstein ta học được kỹ năng phân tích, phản biện, giải cấu – nhưng không có nội dung chất lượng minh triết về thực tại, về sử tính, về các câu hỏi siêu hình, vốn là những giá trị triết học không thể bỏ qua bằng cách phân tích ngôn ngữ.

Trong một lần bàn chuyện gần đây ở Sài Gòn với một trí thức đại học, anh nói từ khi đọc Wittgenstein, anh đã bỏ qua hết triết học Tây phương. Đây là câu nói nêu lên cái nan đề triết học mà tôi nói ở trên: Tinh thần phủ định giá trị từ các triết gia phủ định tạo tác cho trí thức một thái độ đầy dấu trừ trống rỗng, một tinh thần phế bỏ tất cả, để làm hành trang sinh hữu cho sứ mệnh tri kiến – giống như một chú tiểu mới đi tu mà cứ cho rằng vạn sự đều là "không." Đó là chưa nói đến thói tật lười biếng đọc và suy tư, để rồi tự nghĩ rằng triết học có chi mô mà phải mất công nghiên cứu. Wittgenstein cũng như Nietzsche là hai triết gia lừng danh – nhưng đọc mà tin hết vào họ thì thà không đọc họ. Ta phải đọc các triết gia thể loại này với đầu óc phê phán, phản biện, và phải biết đặt họ trong bối cảnh lịch sử, thời đại, ngôn ngữ và truyền thống triết học Tây phương. Nếu không, ta sẽ như một thiếu niên mới bắt đầu học võ, đứng tấn chưa vững và đi bài quyền cơ bản chưa xong đã đòi bay đá song phi hay đấm vỡ gạch thẻ ở trình độ đai đen.

Nhưng cái gì cũng có hai mặt. Biết đâu, cái vĩ cuồng điên loạn của Nietzsche, cái tinh thần phế bỏ siêu hình học bằng phân tích ngôn từ của Wittgenstein, ít ra cũng đang tạo một niềm hứng thú, quyến dụ người đọc tiếng Việt đi vào thế giới chữ nghĩa. Ở đây, tôi chỉ muốn nhắc nhở nhẹ nhàng.

*

Nhân tiện, tôi đề nghị với các bạn đọc triết chuyên môn, nếu muốn cập nhật về triết học thì có ba triết gia đương thời cần phải đọc. Về siêu hình tổng hợp có triết gia Mỹ Ken Wilber với cuốn Sex, Ecology, Sprituality – The spirit of evolution (Shambhala: 2000). Về triết học ý thức (consciousness) thì David J. Chalmers với cuốn *The Character of Conciousness* (Oxford: 2010) và cuốn mới nhất *Reality – virtual worlds and the problems of philosophy* (Norton: 2022).

Về triết học khoa học có Sabine Hossenfelder với *Existential Physics – a scientist's guide to life's biggest questions* (Viking: 2022).

Cũng xin nói thêm, khi đã nắm vững và quen đọc triết thì khi đọc các tác giả ở tầm mức học giả và sử gia như Francis Fukuyama, Yuval Noah Harari… các bạn sẽ thấy không đủ "đô", vì các tác phẩm của họ dù chứa đựng nhiều kiến thức bổ ích, nhưng rất thiếu vắng bình diện khái niệm và nguyên lý.

PHẦN V
ĐIỂM SÁCH

Cám Dỗ Tự Do

*Giới thiệu bản Việt ngữ **Bàn Về Tự Do** của John Stuart Mill, Đặng Đức Hiệp dịch*

The principle of freedom cannot require that he should be free not to be free. It is not freedom tobe allowed to alienate his freedom. (JSM)[1]

*

On Liberty, Tự do luận, hay **Bàn về Tự do,** của John Stuart Mill (1859), xuất hiện khoảng một thập niên sau Tuyên Ngôn Đảng Cộng Sản của Karl Marx và Friedrich Engels (1848). Cả hai thiên khảo luận này đều nói về *Tự do* như là một thiết yếu tính đối với nhân loại. Trong khi Marx và Engels hướng đến chủ đề Tự do bằng trái tim, thì Mill dùng đầu óc để biện luận về nó. Trong khi Marx–Engels tuyên bố về Tự do qua mô thức *Cộng sản* như là một đấng tiên tri tuyên phán về một viễn cảnh kinh hoàng đang xuất hiện ở chân trời Âu châu, thì Mill nhẹ nhàng thong thả đi vào vấn đề như một giáo sư chính trị học. Trong khi Marx–Engels nói về Lịch sử như một chuỗi dài đấu tranh giai cấp; thì Mill nói về cuộc vật lộn giữa *Tự do* và *Quyền lực.* Trong khi Marx–Engels hô hào cho cứu cánh *Đại thể*; thì Mill lý luận về vị trí Con người *Cá nhân.*

---

[1] Nguyên lý tự do không thể đòi hỏi rằng cá nhân được tự do đánh mất tự do của mình. Nó không là tự do khi cho phép cá nhân từ bỏ tự do của mình. (Chương V)

Trong khi Marx–Engels cổ võ cho một năng lực *Cách mạng* dựa trên giá trị tập thể, thì Mill biện hộ cho quyền hạn *cá thể độc lập* và đặc thù.

Nếu đã đọc *Tuyên ngôn đảng Cộng sản* của Marx–Engels thì phải đọc *Bàn về Tự do* của Mill, và ngược lại. Và hai văn kiện này, nếu có thể gọi thế, là một thể loại văn chương chính trị của một Thời quán chuyển hóa Ý thức con người sang nấc thang Tiến hóa mới. Trong khi ngôn ngữ Cộng sản là tiếng kèn xung trận cho Đại thể tính; thì văn chương trí thức Anh quốc là tiếng còi cảnh tỉnh xã hội về vai trò và giá trị cá nhân. Hai bộ chữ này đại diện cho hai khuynh hướng Ý chí trái ngược: Ngôn từ Cộng sản là năng lực hướng ngoại, chủ động giao hoán Ngã thức cá thể cho nhu cầu Sử lý; còn văn chương của Mill thuộc dạng thụ động, muốn bảo toàn cho cá nhân một không gian riêng tư làm người trong phạm vi tự chủ.

Khi Năng lực Thời Ý chuyển động, phong trào Cộng sản xuất hiện như một Ý chí tích cực duy phủ định để cho một viễn cảnh Tự do ở từ dưới vươn lên; còn của trí thức Anh quốc như Bentham và Mill, thì là dòng ánh sáng Lý tính từ tầng trên dọi xuống cõi dưới. Trên chiếc thập tự Sử tính ở nửa sau thế kỷ 19, hai năng lực Tự do này, một từ dưới phóng lên của giai cấp Vô sản, hai từ trên soi xuống của giai tầng ưu tú Tây Âu, chúng va nhau ở giao điểm ngã tư đường để phân hóa nhân loại thành hai thể trạng Ý chí: Một vế là Tự do như một cứu cánh thế gian – nhân danh chức năng Đại thể – chuyển hóa cho khối nhân loại bị vong thân và áp chế bấy lâu nay; vế kia là một thể trạng Tự do trên cơ bản Cá thể chủ quan, nhân danh con người, từng con người một, như mỗi Thượng đế toàn năng và toàn thiện tự xưng ở nơi chính họ.

Sự va chạm nghịch chiều trên trục tung của hai khuynh hướng Ý chí Lịch sử ở trung tâm ngã tư thánh giá này như một lực húc nhau dữ dội tách nhân loại vẹt ra hai phía trên trục hoành: Một đằng rẽ bên trái theo Marx-Engels thành cánh tả; một đằng rẽ bên phải theo Mill, Bentham thành cánh hữu. Hai khối ngôn ngữ Ý chí này của Marx-Engels và Mill-Bentham như đại diện cho khúc rẽ Lịch sử ở Thời điểm đó, để rồi Thế giới bước vào thế kỷ 20 như một chuỗi dài ứng nghiệm những gì được tiên tri bởi Marx-Engels và Mill-Bentham. Vì thế, bài học được rút tỉa từ Sử tính Ý thức là: Hãy lắng nghe những gì giới trí thức chân chính đã nói và viết. Ngôn từ của họ là cất bước tiên phong, là tiếng kèn giục giã xuất quân, tiếng còi hú vang tàu chuyển bánh, báo hiệu một Tân-Thời-Ý, và dù trước hay sau, nhanh hay chậm, nó cũng sẽ hiện ra nơi chân trời Sử tính.

Đã có quá nhiều những phân tích, phê bình, ủng hộ hoặc chống đối, hoặc lý giải khách quan về cuốn *Bàn về Tự do* của Mill. Nhưng theo tất cả những gì tôi đã đọc qua, vẫn chưa nói lên được nội hàm tinh hoa xét trên bình diện siêu hình đối với sự chuyển hướng năng thức Sử tính của nhân loại, như được trình bày trong thiên khảo luận ngắn này.

Nếu nói theo cách diễn đạt của Hegel rằng Lịch sử tự bản sắc là một hành trình của ý thức Tự do, thì tác phẩm của Mill hay của Marx–Engels, hay của những tác giả trước và sau Mill như Rousseau, Montesquieu, Locke, Bentham đều là những lời tiên tri về một khả thể **Sử tính Sẽ-phải-là**.

Một khi con lộ Hữu thể đang hiện bày và mời gọi, *Tự do* xuất hiện như *Cám dỗ lớn*, khiến giới trí thức tiên phong đã – và sẽ còn – viết văn như bị con ma Thời Ý ám ảnh, họ cùng nhau lên đồng, xả thân viết từng dòng, từng trang giấy, để mỗi cây bút có thể hành hoạt như một cơ năng Thời Ý muốn thực tại hóa nội dung *Ý chí nhân loại* nhập vào tim óc mỗi cá nhân. Mỗi Thời đại sẽ được khiển phái và dẫn hướng bởi một khối Lịch sử mới, mà ở đó, năng thức lý tưởng sẽ đi kèm cùng Ý chí hủy diệt như là bước chân xác định và cũng là bàn chân phủ định, cái mới sẽ là cái cũ được tái định nghĩa, cái đúng trở thành cái sai theo một viễn kiến từ góc độ khác, và ngược lại.

Cơ năng tri kiến, như những gì Mill viết trong cuốn sách này, chỉ đóng một vai trò khiêm tốn nhỏ nhoi trên bước chân Sử Ý của Thời đại, bởi lẽ chúng ta không nên quên rằng, từ cá nhân đến tập thể, điều xô đẩy chúng ta đi tới và tác hành theo thể dạng này hay chiều hướng khác, hầu hết đều phát xuất từ năng lực tiềm thức cá nhân, từ vô thức cộng đồng, trong tổng thể của võng lưới nghiệp duyên trùng trùng muôn lớp. Nếu ai nói rằng một hay vài cá nhân nào đã, hay có thể, chủ động được sinh mệnh chính mình, hay của quốc gia, của dân tộc, thì người ấy chưa biết mình đang nói gì. Con người – mỗi cá nhân – tựu chung chỉ là một con cờ gần như vô nghĩa trên bàn cờ Sử tính – nơi cơ năngTiến hóa chuyển động theo một cơ trình mà tất cả chúng ta đều phải bị trôi dạt theo dòng Sử lý ngút ngàn.

Tư tưởng của Mill trong cuốn *Bàn về Tự do*, nhìn từ góc độ siêu hình học, là một ý chí xác định cho chức năng Cá thể một biên độ giới hạn đối với *năng lực Đại thể – Individuality versus Universality–* khi cái Ta từ nội hàm Ngã thể cá nhân *–the Individual Selfhood –* nắm được cứu cánh Lịch sử qua ý thức *Tự do* cho chính mình. Tức là khi cái Ta cá thể đã vào tuổi trưởng thành, sẽ tự nhận lấy trách nhiệm cho chính mình trên cơ sở tự chủ, độc lập, nhằm hiện thực hóa giá trị Đại thể từ chính mỗi đơn vị Ngã thức. Đó là hành trình chuyển hóa con người từ bình diện thuần Đại thể sang góc độ Cá thể để cả hai năng lực được dung hóa thành Một. Ở đây, tôi gọi là *Nhân thức Đại thể – the Individuated Universal*. Đây là lúc Ta, qua ngôn từ của Mill, tuyên bố rằng, *"Nếu cả nhân loại, trừ ra một cá nhân, có cùng chung một ý kiến, và chỉ có một cá nhân mang ý kiến trái ngược thì nhân loại sẽ không có lý do bắt cá nhân đó im lặng, cũng như cá nhân đó nếu có quyền lực, sẽ không có lý do gì để bắt cả nhân loại phải im lặng."* (Chương Hai).

Tức là trên bàn cờ Sử tính, xuất hiện hai bản sắc Ý chí – ***Đại thể*** và ***Cá nhân*** – nay được dung hóa thành một thể trạng Ý chí mà ở đó ***Tự do*** trở nên một bản sắc tinh hoa cho Ngã thức. Ta sẽ chỉ hy sinh đời sống, sinh mệnh, gia đình, hạnh phúc bản thân cho lý tưởng quốc gia dân tộc khi lý tưởng Đại thể đó dung hóa và đồng chia bản sắc Tự do như cứu cánh cho chính ta. Từ đó, hễ ngày nào cái Ta cá nhân còn nhìn đến nhu cầu Đại thể nơi quốc gia và dân tộc như một thể tính tha hóa và đối nghịch với lý tưởng cá nhân, thì lúc đó, *Tự do* vẫn chỉ tồn tại thuần túy ở bình diện duy lý tưởng – một niềm Cám dỗ vô vọng. Hễ còn lý tưởng thì thế giới vẫn còn biến động, còn mâu thuẫn, còn đấu tranh, còn tang thương.

Quá trình Lịch sử, như Marx–Engels đã nhìn nhận như là lịch sử của đấu tranh giai cấp, là một diện mạo phản ánh thể trạng bất cập giữa lý tưởng và thực tại của nhu cầu cá nhân đối với Đại thể. Đã gần hai thế kỷ qua, kể từ lúc Mill viết những dòng chữ cho lý tưởng ***Tự do cá nhân***, Marx–Engels viết cho ***ý chí Đại đồng***, thì đã có biết bao chiến sĩ mang lý tưởng Tự do, cả cộng sản, lẫn dân chủ tư sản, đã phải bị treo lên thánh giá Sử lý, đóng đinh rỉ máu, để phải la lên, *Eli, Eli, lema sabachthani!*– *"Hỡi Đại thể Ngài ơi, sao lại bỏ ta như thế này?"* – rồi gục chết đau đớn trong cơn khát khao lý tưởng cao vời. Lịch sử từ xưa đến nay, nói như Hegel, là một lò mổ, một xa lộ bi vọng, mà ở đó đừng mong gì có hạnh phước, bình an. Khi cá nhân chỉ là con chốt cho năng thức Đại thể, thì Sử lý vẫn là một cối xay thịt xương tang tóc.

Đối với Marx–Engels, sự va chạm xung đột bạo hành đấu tranh giai cấp là quy trình dung giải giữa **Ta** và **Xã hội** để xóa bỏ hố sâu vong thân giữa Ta và khách thể. Trong khi đó theo Mill, thì sự va chạm, tranh biện giữa những khối tư duy nhân văn, giữa cá nhân và xã hội, chính là nguồn mạch **Chân lý**. **Tự do** của Marx–Engels là **Tự do tập thể** – *Collective Liberty* – đem đối lại với **Cứu cánh luận** mang tính Sử lý – *Historical Teleology*; trong khi **Tự do** của Mill là thể trạng **tiêu cực** –*Negative Freedom* – đối với nhu cầu cứu vãn cá nhân ra khỏi sự áp chế của số đông hay truyền thống, tập quán.

Theo Mill thì cá nhân sẽ được học hỏi và trưởng thành nhiều hơn và nhanh hơn khi họ có cơ hội va chạm với tha nhân, với quần chúng, với số đông. Tha nhân, theo Mill, nếu biết tôn trọng và để dành một không gian vừa đủ cho cá nhân, thì sẽ không phải là địa ngục – mà là nguồn cứu rỗi cho Ta, ít nhất cũng trên bình diện Ý thức và tri kiến. Theo đó, thì sự phát huy bản sắc và trình độ cá nhân là một điều kiện không thể thiếu đối với một xã hội trưởng thành và Tự do. Tức là, cá thể khi giao thoa với Đại thể để đem bản sắc giới hạn và cục bộ của họ ra hòa vào với biển lớn nhân loại để chuyển hóa chính mình.[2]

Điều mà Mill đã không đề cập đến là nhu cầu phát huy **Ý chí Ngã thể** – *the Self-Will* – vốn phải cùng nằm trên nấc thang chuyển hóa cho cá nhân khi đối diện với thử thách từ tha nhân và xã hội. Tri thức dù có phát huy rộng lớn bao nhiêu nhưng khi Ý chí Ngã thể chưa trưởng thành,

---

2 Theo Rousseau thì, như Allan Bloom đã diễn giải, "Tất cả toàn bộ vấn đề chính trị có thể nói là để thiết lập mối quan hệ thích ứng giữa Ý lực cá nhân đặc thù và Ý chí Đại thể tổng quan. Sự chuyển hóa con người từ thể trạng thiên nhiên sang đời sống dân sự và năng lực khai mở Ý chí Tự do là một biến cố quan trọng đối với họ, và nhiệm vụ quan yếu nhất mà vốn là mối bận tâm của các chính khách là bảo đảm rằng sự chuyển hóa đó được duy trì." (Strauss and Cropsey, Ed., History of Political Philosophy).

vẫn còn non trẻ, yếu hèn, thì con khủng long Đại thể, nhân danh giá trị hoàn vũ và tập thể, sẽ tiếp tục cắn xé nuốt chửng cá nhân.

Lịch sử Việt Nam trải suốt chiều dài dựng nước giữ nước, nhất là trong vòng trăm năm qua, là biểu trưng cho tình trạng thiếu niên và yếu đuối nơi Ý chí Ngã thể cá nhân. Tang thương dân tộc Việt là tấn bi kịch lớn lao và dài lâu mà nguyên nhân là thể trạng bất quân bình và bất cập giữa cán cân Ngã thể cá nhân trong mối tương quan với năng lực và nhu cầu Đại thể. Bi kịch Sử tính dân tộc như thế không thoát ra khỏi vòng kiềm tỏa của chủ nghĩa và ý thức tập thể, và sẽ tiếp tục nếu Ngã thức cá nhân vẫn còn nuôi mãi bản sắc thiếu niên chưa trưởng thành.[3]

Theo Mill thì cá nhân phải được có cơ hội để phát huy chính mình – và cá nhân khi được trưởng thành sẽ là nền móng vững chắc cho một xã hội *Tự do*. Đây là điều không có gì mới mẻ cả. Mill nhấn mạnh đến Tự do tư tưởng, tự do ngôn luận, tự do biểu đạt, tự do lập hội… như những quyền hạn cơ bản – nhất là đối với Tư duy cá nhân thì gần như là những quyền hạn cơ bản tuyệt đối.

Về hiểm họa đối với *Tự do cá nhân*, Mill không nhấn mạnh nó sẽ đến từ chính quyền – mà từ truyền thống, từ quần chúng đám đông, từ phong tục tập quán xã hội. Mill lặp lại điều Tocqueville đã từng cho là hiểm họa xuất phát từ tính *chuyên chế đa số – the tyrany of the majority* – còn nguy hiểm hơn độc tài chính trị. Đối với Mill, trường hợp Trung Hoa là một ví dụ đặc sắc.

Đó là một nền văn minh lớn lao ở phương đông từng rực rỡ qua nhiều thời đại – ở thời điểm khi Âu châu vẫn còn rờ rẫm trong bóng tối lạc hậu. Từ khi văn minh người Hoa trở thành một hệ thống hóa thạch, đóng khung trì trệ, sức nặng bảo thủ và chuyên chế từ bản chất phong hóa ù lỳ trở thành một năng lực khổng lồ trì trệ cứng ngắt, thì Trung Hoa trở thành một khối văn minh lạc hậu và bảo thủ – mãi cho đến sau đầu thế kỷ trước, những người Cộng sản đem một năng ý Lịch sử mới

---

3 Có lẽ điều không cần phải nói lên rằng chủ thuyết (về Tự do) này chỉ có thể áp dụng cho những con người trưởng thành… Chúng ta chắc phải loại bỏ việc áp dụng nó vào các xã hội man khai nơi mà giống dân vẫn được coi là còn thiếu tuổi. (Dẫn nhập)

về nước Trung Hoa hòng lay chuyển khối đá tảng chuyên chế khổng lồ của phong hóa truyền thống.

Cái khác biệt giữa Âu châu và Trung Hoa khi đối diện tình trạng văn minh hóa thạch là khi người Âu chuyển hóa bằng năng lực *cá thể*, bằng sự cổ võ cho tính đa dạng và đa nguyên văn hóa, bằng khả năng của những cá nhân thiên tài, thì Á châu, nhất là Trung Hoa, ngược lại hoàn toàn, họ dựa vào năng lực và giá trị *tập thể* để đồng nhất hóa tính khác biệt cá nhân với một mẫu số chung tập thể. Bởi thế, *Tự do* đối với người Hoa là hiện thân của một vị Hoàng đế, là nhân thể duy nhất được có chủ quyền đối với mình và đối với quốc gia. Và cá thể người Hoa chỉ là những khối thần dân mà linh hồn của "thiên hạ" đó đã bị tước đoạt bởi năng thức nòi giống và chủng tộc.

Nếu ta định nghĩa *linh hồn cá nhân*, như Aristotle đã, là một Nguyên lý năng động đối với Ý chí, thì các dân tộc Á đông chưa có linh hồn cá nhân, bởi vì *Nguyên lý Ý chí* của họ đã bị tước đoạt bởi *năng lực Đại thể*. Nói theo Rudolf Steiner, một đạo sĩ Âu châu vào đầu thế kỷ 20, tại các quốc gia nơi mà cá nhân chưa phát huy được năng lực tự-ngã một cách trưởng thành và độc lập, thì linh hồn của họ vẫn còn nằm ở bình diện tập thể, nơi linh hồn quốc gia, bản sắc dân tộc nòi giống – cũng giống như linh hồn muông thú vẫn còn nằm ở cõi ngoại thân, tức là ở cấp độ *giống loại*, *species*, bởi vì thú vật chưa phát triển đầy đủ linh hồn cá thể như loài người.

Bởi thế, quốc gia nào hay dân tộc nào mà vinh danh và tôn thờ *Chân lý tập thể* như là giá trị tuyệt đối, thì có nghĩa là chính thể quốc gia đó đã tước đoạt hết bản sắc linh hồn cá nhân. Từ đó, mặc dù Mill không nói một cách cụ thể, nhưng hễ dân tộc nào mà khai mở và vinh danh năng thức *Ngã thể cá nhân* thì ở đó, cá nhân đã định tính hóa được bản sắc linh hồn cho chính mình qua Ý chí Chính trị Công dân.

Trong tổng thể vận hành của Ngã thức như linh hồn cá thể, triết học Chính trị của Mill là tiếng trống khai thức năng lực nội tại nơi cá nhân – đồng thời xua đuổi và đòi hỏi con ma tập thể nhường chỗ và tôn trọng linh hồn của cái Ta cá nhân đang được hình thành lớn dậy.

Và trong gần hai thế kỷ qua, nhân loại đã được nghe hai văn bản sứ điệp khác nhau trước bàn thờ Tự do: Marx–Engels khấn lễ trong chiếc áo thụng của Đại *thể tính* từ Sử lý; còn Mill ngược lại tuyên đọc một văn sớ khích động *linh hồn cá thể* bằng chiếc áo Lý giải khá khiêm nhường. Một đằng nhân danh **Tự do** qua bình diện cấu trúc vật chất, kinh tế; một đằng vinh danh Tự do qua sự lớn dậy của nội thức tự-ngã. Chân lý của duy vật biện chứng nằm ở bình diện Sử tính ngoại thân, còn đối với Mill thì chân lý chính trị nằm ở nơi cá nhân con người khi được để yên.

Chúng ta hãy thử đem lý thuyết Tự do của Mill áp dụng cho Sử tính và con người Việt Nam. Nói theo George Gurdjieff, một huyền nhân gốc Armenia đầu thế kỷ 20, thì tri thức và Ý chí cá nhân chỉ có thể vươn cao phát triển đến tầm mức bản sắc *Hữu thể – Being* – của họ mà thôi – và không thể cao hơn được nữa. Mill cũng viết, *"Không phải vì ái dục cá nhân quá mạnh khiến cho họ hành động sai lầm, mà chỉ vì lương tâm họ yếu đuối."* Tức là, khi Ngã thức tức là năng lực cá thể – là lương tâm và là một thuộc tính của *Being* – Hữu thể – của con người Việt Nam chưa được phát huy và trưởng thành vững chắc, thì từ cá nhân cho đến tập thể, tất cả đều sẽ đi từ sai lầm này đến sai lầm khác.

Khi nấc thang Tiến hóa cho dân tộc Việt chỉ mới ở vào tuổi mười lăm mười sáu, thì dù có nhân danh giá trị nào đi nữa, tất cả mọi tác hành đều sẽ chỉ đưa đến những hệ quả tiêu cực và sai lầm. Xin đừng trách cứ một con người nào, một hệ phái nào, một tổ chức nào hay một phong trào nào, đã đưa dân tộc Việt Nam vào những sai lầm và khủng hoảng bi thảm. Tất cả đều là kết quả tất yếu của một tầm mức lương tâm và tánh khí còn non trẻ của mỗi một con người Việt Nam – dù là trên bình diện trí thức, học vấn, chức vụ, tôn giáo, chính trị, công quyền, giáo dục, khoa bảng, cho đến văn học, nghệ thuật, cho dù họ có đạt đến đỉnh cao lý trí bao nhiêu chăng nữa, vẫn hầu hết là những nhân cách thiếu niên còn nặng bản sắc bồng bột chưa chín chắn, xét trên bình diện năng thức Ngã thể. Nếu ai đã từng có kinh nghiệm tiếp xúc, làm việc, giao thoa với các tầng lớp, giai cấp con người Việt hiện nay, từ trong nước ra đến hải ngoại, chắc đều phải thành thật nhận chân điều vấn nạn đó.[4]

---

4 Chính Tản Đà Nguyễn Khắc Hiếu (1888-1939), con người mà "đã đi qua giữa cái hỗn độn của xã hội Việt Nam đầu thế kỷ hai mươi với tấm lòng bình thản của một người thời trước" cũng phải bật kêu lên: *"Dân hai nhăm triệu ai người lớn; Nước bốn nghìn năm vẫn trẻ con"*. (Chú thích bởi Dịch giả Đặng Đức Hiệp).

Vì thế cho nên, giá như những gì được nêu lên trong *Bàn về Tự do* của Mill đến nước Việt sớm hơn – ngay từ đầu thế kỷ 20 – và giá như sự khơi dậy ấy đã trở thành kinh điển đối với ý thức chính trị Việt Nam – nghĩa là *thiết yếu tính Tự do* đối với cá nhân là điều kiện tiên quyết nhằm chuyển hóa Sử tính dân tộc – thì Sử tính Việt chắc đã không phải trải qua một quá trình mà trong đó, con khủng long tập thể nhân danh *Chân lý Đại thể* ăn sống nuốt tươi và tiêu hóa trọn vẹn khả thể chuyển hóa của *Ngã thức cá nhân Việt*.

Thà chậm còn hơn không. Sự ra đời bản Việt ngữ tác phẩm *Bàn Về Tự Do* chuyển ngữ bởi Đặng Đức Hiệp, tiếp theo bản dịch trước và khác của Nguyễn Văn Trọng cách nay gần 15 năm, thêm một lần nữa minh định nhu cầu chuyển hướng cần thiết cho mũi tên tâm thức Việt, rằng đã đến lúc *cá nhân Việt Nam* cần phải đứng dậy để trưởng thành cho lý tưởng Tự do của mình. Và cũng trong tinh thần đó, ngược lại, quốc gia và dân tộc phải tôn trọng và khoan nhượng một không gian Tự do cho từng cá nhân Việt.[5](*****).

Khi các tầng lớp trí thức Việt đang tìm đọc những tác phẩm vinh danh *Tự do cá nhân*, như cuốn *Bàn về Tự do* của Mill, thì đó là lúc khuông thức tư duy dân tộc đang chuyển hướng. Từ lề lối suy thức Không gian – trong truyền thống bận tâm về giang sơn lãnh thổ, thân mạng nòi giống – ngày nay tâm thức Việt đang bước sang khung thức *Thời tính* – với các phạm trù, khái niệm về *Tự do, nhân phẩm, cá nhân, Hữu thể* – thì đây có thể là bước ngoặt chuyển hóa đối với cái Ta cá thể Việt Nam. Để từ đó, Tự do – trên bình diện cá nhân – không thể mãi cứ nằm trong thể trạng ước mong duy lý tưởng, hay chỉ là một niềm Cám dỗ mong manh, mà phải là một *Thực tại chân hữu* cho từng Ngã thể Việt Nam.

---

5 *Giá trị Quốc gia*, trong chiều dài, là giá trị của những cá nhân làm nên nó; và Quốc gia nào trì hoãn quyền hạn phát huy và nâng cao trí thức mà chỉ nhắm vào khả năng quản lý của họ tương tự như những tài nghệ trên thương trường; một Quốc gia chèn ép nhân dân để trở nên tay sai ngoan ngoãn dù ngay cả cho những chỉ tiêu ích lợi – sẽ thấy rằng với những con người nhỏ nhen thì không có thể kiến tạo được gì lớn lao; và chỉ vì sự toàn hảo của bộ máy hành chính mà họ đã phải hy sinh tất cả, thì cuối cùng sẽ không đạt được gì khi nguyên khí quốc gia bị đánh mất để cho guồng máy công quyền chạy trơn tru. (Chương V)

Đọc và phản biện Tuệ Sỹ: Tổng Quan Về Nghiệp

Tuệ Sỹ, *"Tổng Quan về Nghiệp"* *(Hội Đồng Hoàng Pháp [Việt Nam Hải Ngoại], 2021/22).*

Thế gian bị vận chuyển bởi nghiệp. Chúng sinh bị vận chuyển bởi nghiệp. Chúng sinh bị buộc chặt vào nghiệp như trục xe quay theo bánh xe. (Nghiệp: 143)

Bạch Cù–đàm, do nhân gì, do duyên gì, chúng sanh kia đều thọ thân người mà có người cao kẻ thấp, có người đẹp kẻ xấu… Có kẻ sống lâu, người chết yểu, có kẻ nhiều bệnh, người ít bệnh; lại có kẻ thân hình đoan chánh…Có kẻ giàu có, có người nghèo hèn…" Phật trả lời: "Chúng sanh kia do nơi hành nghiệp, y nơi nghiệp, tùy theo nơi nghiệp xứ có cao thấp mà chúng sinh có tốt đẹp hay không tốt đẹp. (Nghiệp 113–14)

We now consider Desire and find that it is a stern attraction, like an eternal elevation or motion. For it draws itself into itself, and makes itself pregnant, so that from the thin *freedom where there is nothing a darkness is produced, for the Desiring–Will becomes by the drawing–in thick and full, although there is nothing but darkness. Jacob Boehme, "Six Theosophic Points" (1620).*

*

Xuất bản bởi Hội Đồng Hoàng Pháp (Việt Nam, Hải Ngoại) năm 2021, **Tổng Quan về Nghiệp** (*N*) dày 384 trang, chia thành sáu chương, thêm hai phần Phụ Luận và Phụ lục Văn bản. Hình thức trang nhã, đúng như khuôn mẫu cho các tác phẩm tư tưởng (như sách của Lá Bối và An Tiêm ở Sài Gòn trước 1975). Đáng ca ngợi nhất là phần chú thích ở cuối từng trang đã được biên tập công phu theo đúng chuẩn mực học thuật. Văn bản gần như không có sai lỗi đánh máy, ngoại trừ vài chi tiết nhỏ không đáng kể. Đây là một tác phẩm từ hình thức đến nội dung đạt chuẩn mực học thuật chuyên môn cao nhất, theo tiêu chuẩn đại học Âu Mỹ.

ĐỂ BƯỚC VÀO TÁC PHẨM

Để vào bài viết này, xin các bạn hãy tưởng tượng rằng tất cả chúng sinh hữu tình đang hiện hữu trong một thực tại vô thời gian, vô không gian. Vậy thì *chúng ta là những gì và thực tại ấy (đối với ta) sẽ như thế nào?* Dĩ nhiên, không ai có thể trả lời câu hỏi này. Đó là một cõi vượt qua khả năng tư duy thấu hiểu của trí năng thường nghiệm. Các phạm trù nhận thức vốn phải dựa vào quy ước ngôn ngữ và ý niệm không thể giúp chúng ta vượt qua biên độ tri kiến bằng giác quan. Võng lưới Không-Thời trói chặt tư duy con người vào những phạm trù căn bản, giống như một tù nhân bị giam trong căn phòng kín mít muốn biết bên ngoài bức tường của tri kiến thường nghiệm như thế nào.

Tình trạng bị giam vào phòng tù bít bùng tối tăm không những là một sự kiện tri thức – mà là một định mệnh từ Nghiệp căn con người phải chịu đựng. Nỗ lực của các tù nhân đó muốn được vươn thoát khỏi nhà tù của Nghiệp, chính là tín lý và lý tưởng của nhà Phật. Trong đó có Tuệ Sỹ (TS), người muốn khai giải cho độc giả tầm nhìn rõ ràng hơn về tín lý về một ý niệm cơ bản trong giáo lý đạo Phật – **Nghiệp**;

và cơ sở thực hành song song với tín lý, tức là một phương trình hành động nhằm vượt thoát khỏi bối cảnh tù đày đó: **Thiền Định** – là đề tài cho một tác phẩm khác của TS.

Tổng quan về Nghiệp là tác phẩm quan trọng cho những ai muốn hiểu giáo lý nhà Phật – nếu không nói là cuốn sách phải đọc cho Phật tử và cho giới trí giả muốn tìm hiểu sâu hơn về đạo Phật. TS vừa là một tu sĩ, thi sĩ, nhà đạo học, một triết gia Phật giáo, người có đủ thẩm quyền tri thức và trí tuệ để dẫn dắt độc giả vào hai ý niệm quan yếu, căn bản và mang tính quyết định của nhà Phật. *Nghiệp* như là Thiên Chúa, *Thiền* như là Jesus bên Thiên Chúa Giáo. Một đằng là Chân lý thường hằng và năng lực tạo tác, một đằng là năng lực và con đường cứu độ cho chúng sanh đang khổ đau trong nhà tù trần gian.

NGHIỆP LÀ GÌ?

Chúng ta hãy đi theo dòng suy tưởng và phân tích của tác giả.

Chương I trình bày lịch sử cơ bản *"Nghiệp Đông, nghiệp Tây"* của từ *karma*, vốn bắt nguồn từ Ấn, *"là tín lý căn bản trong Ấn Độ giáo, Phật giáo cũng như Kỳ-na giáo (Jainism), và cả đến đạo Sikh."* Trung Hoa dịch là **nghiệp** để rồi qua lịch sử phát triển của đạo Phật ở Trung Hoa và Á Đông, ý niệm về Nghiệp *"đã ghi đậm trong tâm thức quảng đại quần chúng khi cần hỏi đến những nỗi khổ trong đời sống mà họ phải gánh chịu."* Khi Nghiệp trở nên một quy ước về thân phận con người, nó đóng chức năng giáo huấn về đạo đức cho cá nhân bằng sự khuyến cáo về hành động để không gây hậu quả xấu cho mình và tha nhân, khuyến khích nỗ lực cải tạo bằng ý chí tự do hành động. Nghiệp đứng song hành với niềm tin vào định mệnh, hay số phận, không phải do một đấng tối cao nào quyết định, mà là hậu quả từ hành vi chính ta gieo từ quá khứ. Nó *"cũng là niềm an ủi"* để *"chấp nhận số phận,"* cũng như *"hứa hẹn đời sau tốt đẹp hơn theo luật đền bù nhân quả."* Nghiệp là một tín lý nhân gian, thẳm sâu vào văn hóa tín ngưỡng bình dân, vừa bi quan, vừa lạc quan để tạo nên một nhân sinh quan căn bản cho các nền văn hóa dưới ảnh hưởng đạo Phật. (*N*: 17)

TS dẫn dắt độc giả vào một lịch sử của ý niệm Nghiệp trong văn hóa, triết học, ngay cả âm nhạc Tây phương, khi tương tác với Ý niệm này.

Về bình diện triết học, TS viết, *"Thiếu sót nghiêm trọng của những triết gia phương Tây này [từ Schopenhauer đến Nietzsche] hầu như không biết gì đến thuyết lý về nghiệp, nền tảng của đạo đức học Phật giáo."* (Nghiệp: 19) TS cũng lược qua lịch sử Giáo hội Thiên Chúa La Mã khi đương đầu với Ý niệm Nghiệp và những nỗ lực phủ định tín lý này – vì lý do cơ bản, nếu Nghiệp được chấp nhận như là một tín lý – tức là Nghiệp là một cơ năng công lý độc lập, vượt qua khỏi Ý chí Thiên Chúa. Nó sẽ đánh mất phần giáo lý nhấn mạnh tuyệt đối đến đức tin vào Thiên Chúa toàn năng. TS nhắc đến Helena Blavasky và Henry Olcott với Hội Thông Thiên Học (Theosophy Society) vốn đã mang Ý niệm Nghiệp trên cơ sở *bí truyền* (esotericism) đến cho giới trí thức phương Tây.

Blavasky, theo TS, đã nêu lên tính tương đồng giữa quy luật của Nghiệp với vật lý học cổ điển và tân vật lý. Tức là giữa hai cõi siêu hình và thường nghiệm, quy luật của Nghiệp đi song song với quy luật vật lý cổ điển. Đó là hệ quy chế tuyệt đối vĩnh hằng, một thiết yếu tính nhằm điều hòa vũ trụ, thống nhất tính thế, cân bằng nguyên nhân và hậu quả. Nghiệp là định luật bảo tồn năng lượng trong một hệ thống vũ trụ "khép kín," mà ở đó, năng lượng không tăng, không giảm, mà chỉ biến thái theo tình trạng bị tác động. TS nhắc ta rằng, từ *karma*, nguyên nghĩa gốc là **hành động**. Mà hành động thì phải có phản động, theo ba định luật vật lý Newton. Nghiệp là *"luật quân bình, nó điều hòa những xung đột vốn là bản chất của tồn tại, cân bằng những bất đẳng, đền bù những khiếm khuyết, để dẫn tiến hóa đến toàn thiện."* (*Nghiệp*: 29).

Tuy nhiên, TS cho rằng, phương Tây – qua các tác phẩm của Blavasky – *"chỉ hiểu ý nghĩa về Nghiệp trong phạm vi hạn hẹp rồi gán cho nó một tầm mức phổ quát, nâng lên thành luật của Thượng đế, luật công bằng vũ trụ."* Vấn đề ở đây, theo TS, là bản chất và quy trình nhân quả. Có phải nhân nào thì quả nấy? Vấn đề thời gian và các yếu tố can thiệp qua thời gian đóng vai trò nào khi gieo tác nhân cho đến khi gặt quả? Ta có thể bắn viên đạn vào mục tiêu trước mặt, nhưng sự can thiệp của gió, trọng lực có thể làm sai lệch hướng và tốc độ của viên đạn, do đó, làm tăng hay giảm tác lực của quả. Đó là quá trình *dị thục* (*vipaka*) – quá trình nấu chín, hay đơm bông kết trái từ hạt nhân được gieo vào lòng đất.

Khi bàn về Ý niệm Nghiệp từ góc độ *cơ học lượng tử* (*quantum mechanics*), TS nhắc đến các tên tuổi vật lý lượng tử lớn như Neils Bohr, Schrodinger, Heisenberg, Oppenheimer. Sau đó là các tác phẩm của Capra, Zukav. TS viết, *"[Riêng về] Schrodinger hiểu karma như thế nào, chúng ta không có cơ sở để suy đoán. Ông quả có đọc Phật giáo, Vedanta và Samkhya, tổng số tác phẩm liên hệ chưa quá 10 đầu sách, và tất cả đều được viết cuối thế kỷ 19..."* (*Nghiệp*: 33) (Xin nói ở đây là Karl Jaspers, trong tác phẩm *The Great Philosophers*, khi viết về Nagarjuna (Long Thọ) đã chỉ đọc duy nhất hai cuốn sách về đề tài đó). Khi Schrodinger, TS trích Walter J. More, *"thực hiện khám phá vĩ đại về cơ học sóng (wave mechanics) và tìm thấy thực tại của vật lý học trong những chuyển động sóng, và cả về sau này khi ông thấy rằng* **thực tại này, [là] một nhất thể của tâm nằm bên dưới.**" (*Nghiệp*: 35). (Nhấn mạnh bởi NHL)

Ta phải hỏi, **tâm** ở đây phải là *consciousness* – là bản thể thường hằng và là sự thật bất biến, duy nhất. Tâm là giao điểm gặp gỡ giữa tân vật lý lượng tử và Phật giáo – sự giao thoa giữa hai tầm tư duy, giữa quy ước luận và siêu hình học?

TS viết, căn cứ vào văn bản trong Duy thức học, rằng

> *"Biển tâm thức là khối tích tụ các hạt giống bởi nghiệp hay của nghiệp. Hạt giống hay chủng tử (bija) là nói theo hình ảnh quy ước. Cái tồn tại được tích lũy chính là công năng (sati-samartha). Đó là nguồn năng lượng tồn tại trong hạt giống."* (*Nghiệp*: 36).

Tuy nhiên, ta sẽ hiểu sai nghĩa của Tâm nếu cho nó là một sự thể thường hằng, bất biến, vì tâm, theo TS, *"tâm và sắc chỉ tồn tại trong một sát–na, vừa sinh liền diệt... Do bởi tính chất của sát-na, nên thực tế không có sự dịch chuyển của một vật thể từ* **điểm** *này sang* **điểm** *khác."* (*N*: 37) Ở đây, ta có thể thấy vấn đề mà TS nêu ra. Sự trộn lẫn giữa tư duy hình ảnh và thực tại vượt khả thể tư duy – nó tạo nên những sai lầm cơ bản về triết học khi ta cố gắng nắm bắt chân lý bất khả diễn đạt bằng phương cách diễn tả qua tỉ dụ – *analogy/allegory*. Tôi gọi nó là sự nhầm lẫn cơ bản của tư duy khi đem phạm trù **không gian** (vật thể, khoảng cách, hình ảnh) vào phạm trù **thời gian** (ý niệm).

Tức là như TS nhắc nhở rằng, *"Các nhà Duy thức, cũng như các nhà Trung quán, kể luôn các luận sư A-tì-đạt-ma, đều cho rằng nhận thức của chúng ta về thế giới không hề là thực tại chân lý, mà chỉ là chân lý ước lệ."* (*N*:39) Tức là ta phải phân biệt và nắm vững sự phân định giữa "tục đế," vốn giới hạn vào nhận thức qua giác quan, với "thắng nghĩa đế" hay "đệ nhất nghĩa đế", vốn vượt qua lý tính và kinh nghiệm "tục thức." (*N*: 39). Đây là sự phân định nhị nguyên cơ bản trong siêu hình học của Immanuel Kant: tục đế là nhận thức qua *hiện tượng* (*phenomena*) khác với *chân lý siêu việt* (*noumena*) mà ta không thể vươn tới qua tư duy quy ước.

Ta không để dòng suy tưởng về Nghiệp đi lạc đề. Câu hỏi cơ bản vẫn, **Nghiệp là gì?** Hạt giống (nếu có) tồn tại qua thời gian nằm ở đâu khi chỉ có Nghiệp, có tác Nghiệp, có thọ Nghiệp – nhưng như Phật Thích Ca nói – không có một tự-ngã, một cá thể thường hữu tác Nghiệp hay thọ Nghiệp? Tức là không ai gây Nghiệp, không ai nhận hậu quả của Nghiệp? Tức là Nghiệp là một Nguyên lý tồn tại. *"Có hành vi thiện hay bất thiện và có kết quả khổ hay lạc của những hành vi này trong đời này và trong nhiều đời sau, nhưng không có con người làm, không có con người chịu."* (*N*: 275). TS phải thốt lên, *"Đây là một nguyên lý cực kỳ nghịch lý."* (*Ibid.*)

Ở đây ta phải kiên nhẫn cùng với TS nhằm đi theo dòng lịch sử nhân loại khi sử dụng tư duy quy ước trong tục đế để khai mở một nguyên lý rất nghịch lý này. Câu hỏi từ góc độ tục đế: Cái nhân, cái hạt giống của Nghiệp tồn tại qua thời gian ở đâu, trong thân thể cá nhân tác nghiệp, trong một không gian, một cõi nào để đi vào cá nhân thọ nghiệp? Nếu ta nói rằng, theo chân đế, không có tác giả của Nghiệp thì do đâu mà Nghiệp khởi sinh? Do đâu mà có thọ giả chịu khổ đau hay hoan lạc? Tức là ta vẫn lẫn lộn mờ ảo giữa hai cõi nguyên lý. Đây cũng chính là lý do mà Phật luôn nhắc nhở các đệ tử về sự vô ích của những tranh luận qua lý lẽ quy ước thường nghiệm.

TS tiếp tục chương Một trong nỗ lực khai phá nguyên lý nghịch lý trên với tâm phân học và khoa học não với những khám phá về não bộ và tư duy qua các công trình nghiên cứu khoa học hay lâm sàng (*clinical studies*) từ Sigmund Freud, Carl G. Jung, đến R. Adam Engle, Francisco J. Valera, Sharon Begley, Richard Davidson. Một chú thích đáng chú ý, là trong một hội thảo về Thiền và Não bộ tại Washington D.C. năm 2005 có sự tham dự của Dalai Lama 14, thì đã có hơn 500 khoa học gia lên tiếng phản đối vì *"lẫn lộn giữa tôn giáo (mê tín) và khoa học."* Điều đáng nói là "hầu hết các nhà khoa học phản đối này đều gốc Hoa" khi họ tố cáo động cơ của Davidson và Dalai Lama là "đáng nghi ngờ (hậu ý chính trị)." (*N*:50).

TS cho ta thấy rằng, công trình đi tìm chủ thể của ý chí, hay là vị trí duy trì trí nhớ trong thân thể cá nhân là một hành trình vô vọng. Hành trình đi tìm chủ thể, cái ta của tác hành, của cảm quan như là đi bắt một con ma vốn chỉ được kiến lập từ ngộ nhận về quy ước thường nghiệm. Tự-ngã, cái Ta như là chủ thể cho tư duy, ý chí, tác Nghiệp hay thọ Nghiệp, cũng giống như là nguyên lý về thời gian. Tức là, khi ta cố gắng nắm bắt nó vào thực tại tư duy thì nó biến mất. Cái Ta là một tác phẩm của tư duy thường nghiệm – nó chỉ có thể *trực nghiệm từ nội tại*, như Descartes và Kant đề nghị – *the internal intuition* – chứ không thể được lý giải qua phạm trù khái niệm vốn đặt trên quy ước ngôn ngữ bị chất đầy với phạm trù không gian.

Thế còn Tự do Ý chí? TS trình bày qua tiểu mục *"Tư Nghiệp: Ý chí tự do."* Theo đó, từ *mano* hay *manas* thường được dịch là *mind*, Hán dịch là *tâm*. Trong thuyết lý về Nghiệp, *mind* cũng là *ý*. Nó là ý chí tác hành có ý thức, là khởi nguyên của Nghiệp. Ý tác khởi hành động qua chức năng của *tư* (*cetana*), tức là *volition*. TS dịch *volition* là ý chí hay ý chí tự do, *free will*. Theo đó, *"Hầu như khó tìm thấy từ ngữ nào ở Trung Hoa hay Ấn Độ mang nội hàm tương đương chính xác với từ 'ý chí tự do' trong các ngôn ngữ phương Tây."* Theo tác giả, từ ngữ và ý nghĩa nội hàm của "ý chí tự do' xuất phát từ thần học Thiên Chúa giáo khi giải thích về quyền năng Thiên Chúa và trách nhiệm đạo đức cá nhân. Tức là, Chúa quyết định tất cả, một sợi tóc rơi cũng do ý Chúa. Nhưng sở dĩ con người vẫn mang tội, tức là tạo Nghiệp xấu, theo từ ngữ nhà Phật, vì Chúa cho hắn tự do ý chí. Chúa dẫn dắt con người qua một đoạn dây thừng đi quanh co trong cõi sống. Hắn có thể chạy ngang dọc trong ý chí tự do hữu hạn nhưng không thể đi quá xa vượt chiều dài của dây thừng đó. Con người chia sẻ ý chí tuyệt đối tự do của Chúa đến một mức độ nào đó. Tính mâu thuẫn giữa tiền định đối với bất định, *predeterminism vs.*

indeterminism, trên bình diện siêu hình và lý luận, đã là một đề tài tranh luận suốt chiều dài lịch sử triết học và thần học. Thiên Chúa giáo và các đạo độc thần, *monotheism*, ký thác nguyên nhân đầu tiên và cuối cùng cho một chủ thể tối cao với khái niệm Thượng Đế mà Aristotle đã khai mở. Thượng Đế, hay Allah, hay Chúa Trời, là tòa kháng án cao nhất cho mọi trăn trở, lý luận về các vấn đề siêu hình. Khi ta không còn ngôn từ hay khái niệm để giải thích thì ta chỉ nói rằng Chúa muốn như thế, là xong. Nhưng sở dĩ các luận sư nhà Phật tranh cãi nhau cao độ vì từ khi Phật Thích Ca qua đời, không còn một tòa kháng án tối cao nào để giải quyết những tranh chấp trong truyền thống Nhân minh luận Phật giáo.

Ngày nay, triết học hay tâm lý học đều cùng quan điểm rằng cá nhân hoàn toàn không có tự do ý chí tuyệt đối. Con người sinh ra là đã bị điều kiện hóa. Giới tính, dân tộc, lãnh thổ, các yếu tố di truyền sinh học quyết định phần nào, điều mà nhà Phật cho rằng Nghiệp kiếp trước đã đưa ta vào võng lưới của tình huống sinh hiện cá nhân – *the given individual situatedness*. Dù bị điều kiện hóa gì đi nữa, ta vẫn có thể sử dụng ý chí tự do có được, đến một mức độ nào đó, vươn thoát võng lưới số phận và tính điều kiện của cuộc đời. Ở tầm mức tiến hóa thấp kém, hay vì nghiệp căn còn thấp, cá nhân khó mà tìm ra ý chí tự do cho hành động vì năng lực ái dục cám dỗ và màn vô minh ảo vọng chi phối chọn lựa. Người tốt sẽ làm chuyện tốt, tạo nghiệp tốt; kẻ xấu làm việc hư hỏng, tạo nghiệp xấu. TS cho rằng các vị Bồ tát hay A La Hán luôn tự tại, tự chủ, không làm việc ác *"không phải là sự lựa chọn mà là tự nhiên không làm."* (N: 57) Vậy thì ta chỉ tạo nghiệp khi ta hành động có ý thức về thiện ác, về hậu quả. Kẻ ngu, kẻ vô minh, nên hành động thất đức, sai lầm. Không ai có thể làm việc ác có ý thức, như Socrates nói. Nhưng, theo giáo lý nhà Phật, dù kẻ ác hành động trong vô minh, bị điều kiện hóa bởi căn nghiệp từ kiếp kiếp, vẫn phải chịu trách nhiệm cho hành vi tạo tác của hắn. Quy luật đạo đức của Nghiệp, lần nữa, phủ nhận quan điểm đạo đức cá nhân để bắt hắn chịu nghiệp quả theo tiêu chuẩn khách quan thường hằng. Trách nhiệm cá nhân là phải nâng mình lên bằng ý thức và ý chí gần đến với quy luật luân thường của hiện hữu – như người học lái xe, phải biết luật giao thông, phải có ý chí tuân hành luật pháp trong bối cảnh mà mình đang đối diện. Nếu bất cẩn, hay vi phạm luật pháp, hay không biết lái xe, thì tai nạn xảy ra, hay bị bắt phạt bởi cảnh sát.

TS đưa độc giả vào những phân tích rất chi li và thấu đáo xưa nay về đề tài trách nhiệm đạo đức cá nhân trong nền tảng bản thể luận Phật giáo vốn phủ định tác giả cũng như thọ giả của hành động. Câu hỏi cơ bản về đạo đức, tâm lý học, hay triết học cơ bản vẫn chưa được giải quyết là, *Ý thức* – *Consciousness* – là gì? Ý thức có phải chỉ là một hiện tượng hoạt sinh của não – *an epi–phenomenon* – hay là theo nhà Phật, nó là một thực tại độc lập với thân xác cá nhân, một tánh biết thường hằng, hay theo Descartes là một linh hồn ban cho từ Chúa? Sau khi chết, cái khó của lý luận nhà Phật là cái gì tồn tại theo thời gian để thọ nghiệp. Rõ ràng là phải có "một cái gì" đi từ kiếp này sang kiếp khác, đi từ nhân đến quả, cho dù cái tồn tại ấy, theo nhà Phật, không mang tính chất một đơn vị thường hằng. TS trích lời Phật nhằm giải thích vấn nạn khởi nguyên của ý thức, *"Sau khi duyên đến các sắc và nhãn căn, nhãn thức xuất hiện... cho đến, sau khi duyên đến các pháp, ý thức xuất hiện."* (N: 64). Theo đó thì, *"ý thức xuất hiện khi nào có sự giao tiếp giữa căn và cảnh."* (Ibid.). Tức là, không có một tính thể ý thức hay ý chí, hay tâm thức, mà không có căn và cảnh. Ý thức là một hiện tượng tương tác giữa duyên, căn, pháp, và thân. Công thức này cũng đã từng đưa ra bởi John Locke, triết gia người Anh ở thế kỷ 17, với giả thuyết rằng một đối thể được nhận thức khi một tập hợp của những phẩm tố (qualities) nơi đối tượng của nhãn thức tác động lên các cơ năng ý thức và thân thể kẻ quán sát. *Nihil in intellectu quod prius non fuerit – không có gì hiện hữu mà không bắt đầu từ cảm quan.* Lý thuyết của Locke mang nhiều khiếm khuyết lớn về góc độ nhận thức luận, nhưng nó mở đầu cho những bước kế tiếp với lý thuyết của George Berkeley, David Hume và lên đỉnh cao là Immanuel Kant.

Ta hãy tiếp tục đi theo dòng suy giải về Thức và Tâm của TS,

> Sự giao tiếp này, giữa căn và cảnh, liên tiếp không hề gián đoạn trong từng sát–na suốt cả một đời. Ít nhất là hai xúc: xúc bởi thân và bởi ý. Với sinh vật chỉ có hai căn là mạng (nguyên lý sinh tồn) và thân căn, thân thường tiếp xúc với nóng, lạnh, di động

các thứ, khởi thân thức. Nhưng không có ý thức. Thức, gồm sáu thức kể cả ý, về cơ bản có tự thể là dị thục (vipaka), tức kết quả của nghiệp quá khứ trong nhiều đời sống trước, kể từ vô thủy. Nghiệp được tích lũy gọi là tâm. Tồn tại của nó y trên sắc của thân đời này. Khi sắc này rã, nó lập tức xuất hiện nơi sắc khác thích hợp làm sở y để tồn tại.... Ý thức có khi xuất hiện có khi không, nhưng thức thể như là nghiệp tích lũy thành tâm tích tập thường trực có mặt trong sự kết hợp với sắc thành nhất thể. Tâm thức như vậy không phải là tự ngã. Trong tồn tại cũng như trong các hoạt động của nó không tồn tại một thực thể khả dĩ nói là tự ngã hay là linh hồn. Đây có thể là cách lý giải lời Phật nói: *Có tác nghiệp và quả dị thục của nghiệp nhưng không có tác giả và thọ giả.* (*N*: 65–6) (Nhấn mạnh bởi NHL).

Nghiệp Và Luân Hồi Là Hai Ý Niệm Nguyên Thủy Của Phật Giáo Vốn Chưa Có Trong Triết Học Tôn Giáo Ấn Độ

Theo TS, Nghiệp là trọng điểm tư tưởng trong Ấn giáo, Phật giáo, Kỳ na giáo, đạo Sikh, trong hệ chính truyền của Veda như *Chính lý luận* (Nyaya), *Thắng luận* (Vaisesika), *Số luận* (Samkhya), *Du già* (Yoga), *Di man tát* (Mimamsa), và *Phệ đàn đà* (Vedanta). (*N*:67). Tuy nhiên, chỉ đến thời Phật Thích Ca thì hai ý niệm *Nghiệp* và *Luân hồi* mới được khai nghĩa và đưa về cho truyền thống Veda. Chúng ta hãy nghe TS giải thích.

> Truyền thống Veda là "tín ngưỡng tế tự" trong đó *"sự sáng tạo vũ tụ được thông hiểu qua lễ nghi vốn thường hằng, và do đó, Nghiệp là quy luật vĩnh hằng, bất biến của vũ trụ."* (N: 68)

Thế nhưng, theo TS, ý niệm về Nghiệp qua tái sinh luân hồi và giải thoát khỏi vòng sinh tử chưa hề có trong *Veda* – dù rằng trong ngôn ngữ ẩn mật của *Veda*, cũng như của đạo Chúa, tùy theo góc độ phiên giải, có hàm chứa ý tưởng tái sinh sau khi chết. Ý niệm tái sinh luân hồi trong các văn sớ *Veda* không mang ý nghĩa rõ ràng về ý niệm quan yếu này. Trái lại, nếu có, là sản phẩm "tưởng tượng" từ những nỗ lực phiên giải Veda của những triết gia Ấn giáo trong thế kỷ 19 và 20. (*N*: 69–70). Theo TS thì "cho đến khi xuất hiện các *Upanishads* – một phần hậu thân của *Veda* – dưới dạng tập thành, ý niệm về **nghiệp** mới được xác lập như một học thuyết liên hệ đến tái sinh và giải thoát." Mà *Upanishad* và *Mimamsa* chỉ xuất hiện sau thời Phật Thích Ca nhiều thế kỷ, do đó, rất có thể, các khái niệm về nghiệp quả và luân hồi đã chịu ảnh hưởng từ Phật giáo, chứ chúng không mang nguồn gốc từ *Veda* của Ấn giáo như các học giả và đạo gia Ấn Độ luôn tuyên bố.

Riêng về trường phái *Mimamsa*, vì nó phủ nhận một Thượng đế sáng thế, nên đã dựa vào nguyên lý Nghiệp để giải lý cho quy luật vận hành vũ trụ và nhân sinh. Ở đó, *Karma* là *Dharma*, là Pháp, là nguyên lý vũ trụ thường hằng, bất biến, không thay đổi, không sinh, không diệt. Như đã nói, nó giống như ý niệm Thể tính – *Ideas/the Forms* – của Plato. Theo đó, theo TS, thì hai triết gia lớn của *Vedanta* (*Veda* thời cuối) *Kumarila* và *Sankara* đã phiên giải hai ý niệm *moksa* (giải thoát) và *samsara* (luân hồi) theo ý nghĩa giáo lý nhà Phật – tức là chuyển hóa ý nghĩa của hai ý niệm này từ nội hàm tế tự và nghi thức cúng vái thành ra bình diện phạm trù triết học qua dạng thức bản thể luận. Chính hai đại triết gia Ấn giáo này phần nào đã đóng góp cho sự tàn lụi của Phật giáo ở Ấn Độ khi họ khai sáng tín lý *Veda* dưới một nhãn thức đương thời nhằm khôi phục lại giáo lý giai tầng xã hội (caste system) của người Ấn. (*N*: 81–82).

Chỉ trong các Upanisad mới bắt đầu tìm thấy khái niệm **giải thoát**. Ý niệm về giải thoát như được hiểu sau này liên hệ đến ý tưởng nghiệp quả và luân hồi; cả hai đều khá mơ hồ ngay cả trong các Upanisad. Gán những khái niệm này vào Veda và Upanishad chỉ do các thế hệ sau này. Cho nên [Wilhelm] Halbfass [học giả gốc Đức về Ấn Độ] phát biểu một câu khá lạ lùng: '*Lý thuyết về nghiệp và luân hồi không phải là, và chắc chắn không phải luôn luôn là, phong cách tư duy của Ấn Độ.*' (*N*: 84).

TS sẽ dắt độc giả đi tiếp trong vai trò thám tử gia nhìn lại lịch sử tư tưởng của các trường phái Ấn Độ đương thời với Phật thích Ca. Phần *"Lục Sư Ngoại Đạo"* (theo cách gọi của đệ tử Phật đối với các giáo phái khác) bao gồm 1. *Purana Kassapa* (Phú Lâu Na Ca Diếp) với thuyết *vô tác* (akriya–vada), 2. *Makkhali Gosala* (Mạt già lê cù xá lợi), với thuyết *Luân hồi tịnh hóa* (samsarasuddhi–vada), 3. *Ajita*

Kesakambala với thuyết *phủ định luân hồi và nghiệp*, 4. *Pakudha Kaccayana*, chủ nghĩa duy vật cổ đại Ấn 5. *Nigantha Nataputta* (Ni kiền thân tử) là giáo tổ của Kỳ na giáo, và 6. *Sanjaya Belatthaputta* (Tán nhã di từ la lê tử), một nhà biện luận theo kiểu những nhà hùng biện *sophists* của Hy Lạp cổ.

Riêng về trường phái Lục đạo thứ 2 kể trên là Makkhali Gosala với thuyết *Luân hồi tịnh hóa*, lý luận của ông nghe giống như của thuyết lý *Kenosis* trong vài trường phái thần học Thiên Chúa giáo cộng thêm gia vị tâm lý học tiến hóa và chút bi quan hiện sinh luận giữa thế kỷ 20. Theo TS, thì nhóm này chủ trương rằng,

> Sự giải thoát luân hồi diệt tận khổ đau của mọi loài là quá trình tiến hóa tự nhiên, không do bất cứ hành vi hay nghiệp báo gì. Không có nhân, không có duyên cho sự nhiễm ô hay thanh tịnh của các loài hữu tình. Ta không phải là tác giả, cái khác không phải là tác giả, con người không phải là tác giả. Không có cái gọi là lực, là nỗ lực, năng lực con người. Hết thảy chúng sanh, hết thảy mọi sinh hoạt, hết thảy mọi sinh vật, hết thảy loài có sự sống tất cả đều không tự chủ, bất lực, yếu đuối; chúng là sự tụ hội của **định mệnh**, bị chi phối bởi định mệnh, biến chuyển theo định mệnh (*niyatisangatibhav–paraninata*) ... bất luận kẻ ngu hay bậc trí, sau khi lưu chuyển luân hồi, sẽ tận cùng dứt khổ... Khổ và lạc đã được đong đầy, luân hồi đã được vạch giới hạn, không có gì để thêm hay bớt, không có gì hơn hay kém. Như cuộn chỉ được ném ra, nó bung ra trong khi lăn; cũng vậy, ngu hay trí sau khi lưu chuyển luân hồi sẽ tận cùng dứt khổ. (*N*: 94–5).

Phần cuối của chương Hai tác giả trình bày cặn kẽ và công phu về Ni Kiến Thân Tử và Kỳ Na giáo về hai đề tài *Nghiệp* và *Luân hồi*. Lôi cuốn là khi TS bàn về khái niệm *"thân phạt"* trong kinh *Tiểu khổ uẩn* (*Culadukkhandha–sutta*). Trong kinh, Phật nêu lên sự nguy hại của *Dục* (kama) và mẩu đối thoại với các Ni–kiền tử tại núi Linh thứu, thành Vương xá. Khi Phật Thích Ca hỏi về phép tu khổ hạnh, luôn đứng thẳng người, không ngồi hay nằm, chịu đựng những việc hành hạ thân xác do chính họ gây ra, thì họ trả lời,

"Ngài [Ni Kiền thân tử] dạy rằng, những nghiệp ác mà chúng tôi đã làm trước kia sẽ do những khổ hành những nhức nhối kịch liệt này mà bị tiêu diệt. Do không tạo nghiệp mới mà có vô lậu trong vị lai. Do vô lậu vị lai mà nghiệp diệt tận. Do nghiệp diệt tận mà khổ diệt tận. Do khổ diệt tận mà cảm thọ cũng diệt tận. Do thọ diệt tận mà toàn bộ khổ bị diệt trừ." (*N*: 105).

Nghe quen quá! Âm hưởng, khi chưa bàn đến ý nghĩa nội hàm, nghe như lời kinh Bát Nhã mà Phật tử (và tôi) vẫn đọc từ thuở nhỏ. Lý thuyết khổ hành này tương tự như giáo phái *Opus Dei* (Công việc của Chúa) ở New York City mà ở đó, các tín đồ tự hành hạ thân xác mình nhắm lấy sự đau đớn thân thể trong mục đích giảm thiểu đau đớn mà họ tin rằng Chúa Jesus vẫn còn chịu đau vì bị đóng đinh trên thánh giá.

Tác giả cho rằng hệ thống kinh điển *Veda* phản ảnh và biểu hiện tâm thức của *"giai cấp thống trị, vì họ chỉ biết sinh ra để hưởng thụ từ những khổ lụy của hạng người mà họ xem là bần cùng nô lệ."* Cả Mahavira của Kỳ na giáo và Phật Thích Ca cùng chia sẻ vài mẫu số chung về nhân thân, về con đường diệt dục và lý tưởng giải thoát. Cả hai đều chối bỏ đặc quyền của giai cấp mình và với thuyết lý Nghiệp và Luân hồi là con đường giải phóng giai tầng cùng khổ. Một trong những lý do chính mà Phật giáo bị đánh bật ra khỏi Ấn Độ, theo TS, là vì chủ trương xóa bỏ đẳng cấp xã hội với chủ trương chúng sanh đều bình đẳng của Phật Thích Ca. Xã hội Ấn Độ xưa nay vẫn tràn đầy khối quần chúng cùng khổ, bất lực trước bất công xã hội, mang nhiều phong hóa mê tín, dị đoan. *"Thế nhưng, ý thức về nỗi khổ triền miên từ đời này sang đời khác đã trở thành ý tưởng về chuỗi luân hồi bất tận; điều này tất nhiên hàm chứa chân lý không được thấy trong các hệ tư tưởng chính thống Veda."* (N: 109). Theo đó, hai ý niệm Nghiệp và Luân hồi là nền tảng cơ bản trong giáo lý Kỳ Na và Phật giáo. Tuy nhiên, chúng không phát xuất từ truyền thống Ấn giáo, như *Veda* như là các triết gia Ấn giáo hiện đại chủ trương, như ta thấy từ các tác phẩm của Vivekananda, Aurobondo, Gandhi [hay Coomaraswamy], chẳng hạn.

Trường hợp của Ananda K. Coomaraswamy là điển hình. Trong cuốn sách chưa đầy trăm trang, *Hinduism and Buddhism*, ông viết,

"Những ai nghiên cứu sơ sài về Phật giáo thì thấy nó khác biệt với Ấn giáo (Brahmanism) vốn là gốc gác của đạo Phật; nhưng khi nghiên cứu sâu hơn thì khó mà phân biệt giữa hai, hay tìm ra bình diện nào, nếu có, khi cho rằng Phật giáo là *unorthodox* – đi ngược với truyền thống Ấn giáo." (Coormaraswamy: 45).

Ngay cả Karl Jaspers, trong *The Great Philosophers*, cũng viết,

"Không có gì đặc thù là mới trong giáo lý của Phật, từ học thuyết, ngôn từ, hình thức tư duy, ý niệm hay hành động… Tất cả tín lý nhà Phật có vẻ như là một sự hoàn thiện một hình thái sinh hoạt Ấn giáo đặt trên nền tảng huyền nhiệm, một sự tích lũy của triết học Ấn giáo." (Jaspers: V. I, 43)

Ở đây, trái lại, TS cho chúng ta một tầm nhìn chu đáo và khác biệt. Tác giả nhấn mạnh rằng, các học giả gốc Ấn mang *"thành kiến đảo ngược lịch sử."* Thay vì hai ý niệm cơ bản này phát xuất từ Phật giáo, họ lại cho là Phật giáo vay mượn hay cải chế chúng từ Ấn giáo. *"Sự thực lịch sử dứt khoát,"* TS nói,

"trong *Veda* không có dấu vết của ý tưởng *nghiệp* và *luân hồi* như phổ thông được hiểu ngày nay [ngay] cả trong Ấn giáo. Ý nghĩa nghiệp và luân hồi, giải thoát là trọng điểm giáo nghĩa Phật. Những người phục hồi tôn giáo *Veda* để xây dựng Ấn giáo không thể cưỡng lại xu thế lịch sử tư tưởng, nên bắt buộc phải lượm nhặt những điểm giáo lý của Phật với cải biến thích hợp theo tập quán giai cấp như Kumarila và Sankara đã làm." (*Ibid.*).

CƠ BẢN GIÁO LÝ NHÀ PHẬT VỀ NGHIỆP

Chương III là tâm điểm của Ý niệm Nghiệp của Phật giáo. Thứ nhất là Giáo Nghĩa A–hàm – *Nikaya* với các kinh văn Tì bà sa và Câu xá. Chúng liên quan đến bản thể và bản chất cũng như phân loại, tác động và hậu quả của Nghiệp.

Ta hãy cùng với TS đọc ***Trung A–hàm**, 170 Kinh Anh Vũ:*

Khi Anh Vũ hỏi,

Bạch Cù Đàm [Phật Thích Ca], do nhân gì, do duyên gì, chúng sanh kia đều thọ thân người mà có người cao kẻ thấp, có người đẹp kẻ xấu. Vì sao vậy? ... kẻ sống lâu, người chết yểu; có kẻ nhiều bệnh, người ít bệnh; lại thấy có kẻ thân hình đoan chánh, có người không đoan chánh; lại thấy có kẻ có oai đức, người không oai đức; lại thấy có kẻ sinh nhằm dòng dõi tôn quý, có người sinh nhằm dòng dõi ti tiện; lại thấy có kẻ giàu có, có người nghèo hèn; lại thấy có kẻ thiện trí, có kẻ ác trí?

Phật trả lời,

"Chúng sanh kia do nơi hành nghiệp của chính mình, nhân bởi nghiệp mà thọ báo, duyên vào nghiệp, y nơi nghiệp, tùy theo nơi nghiệp xứ có cao thấp mà chúng sanh có tốt đẹp hay không tốt đẹp." Tức là, "Chúng sanh là sở hữu chủ của nghiệp, là kẻ thừa tự của nghiệp, là thai sanh của nghiệp, lấy nghiệp làm quyến thuộc, nghiệp làm sở y. Nghiệp phân biệt chúng sanh thành cao quý hay hạ liệt."

Sau đó, Phật giải thích chi tiết hơn về tác động của nghiệp. Kẻ làm ác sẽ thọ nghiệp khi chết, sanh vào địa ngục, tái sanh vào nhân gian, tuổi thọ rất ngắn. Kẻ bỏ việc ác, xa lìa nghiệp sát, mang tâm từ bi, khi chết sanh vào cõi trời, mãn kiếp cõi trời thì sanh vào nhân gian, thọ mạng rất dài. Cũng như thế về tật bệnh, thân hình đoan chính hay thô kệch, sanh vào dòng dõi ti tiện hay tôn quý, giàu có hay nghèo khó, ngu dốt hay thông minh. Tất cả những mệnh đề về nghiệp báo tập hợp thành một hệ tín lý bao gồm những lời răn khuyên về tư tưởng, ngôn ngữ và hành vi đạo đức. Hai cõi, trời và địa ngục, luôn sẵn chờ kẻ tác nghiệp, lành hay ác. Cái khó lãnh hội là sự tương tác và tính liên đới giữa nghiệp, tác hành và gặt hái dù rằng Phật đã nói là không có kẻ tác nghiệp, không có ai thọ nghiệp, không có linh hồn, không có cái ta tự-ngã để đi từ sát na này sang sát na kia, từ thân mạng này sang thân mạng khác, làm người kiếp này, sa vào địa ngục, hay lên cõi trờ sau khi chết, hay đi đầu thai vào thân mạng khác vào kiếp sau.

Trong một xã hội sơ khai, chưa có hệ thống định chế luật pháp và công lý thế tục nhằm răn đe hay trừng phạt cho hành vi bất thiện thì tín lý nhà Phật như là một hệ đức tin nhằm đem yếu tố công lý vũ trụ – *cosmic justice* – điền vào khoảng trống. Ở đây, người theo đạo Phật, hay tin vào lời Phật, phải dựa vào thẩm quyền huyền nhiệm của Phật để chấp nhận những ý niệm về Nghiệp quả hay Luân hồi là đúng và có giá trị. Trong những vấn đề khoa học cao cấp, như vật lý lượng tử, hay sinh học, di truyền, y khoa, những lãnh vực mà ta tin là có giá trị và đúng cũng chỉ vì ta tin vào thẩm quyền khoa học nơi các khoa học gia.

Khi các vị đã tu chứng đến một nấc thang tiến hóa nào đó thì họ có thể chứng nghiệm để minh xác những ý niệm về Nghiệp và Luân hồi. Còn con người bình thường, bị giới hạn trong biên độ tri thức thường nghiệm, thì niềm tin mang tính chất tôn giáo là nền tảng tiên khởi để chấp nhận. *Faith is the evidence of the unseen – đức tin là bằng chứng cho những điều ta không thấy được* – như các tín đồ đạo Chúa luôn được nghe giảng.

Khi đọc những trang về *Giáo nghĩa và Bộ phái*, TS đã kiên nhẫn trích lại những đoạn kinh khá dài, lặp lại nhiều lần những tiền đề đạo đức như là những mệnh đề thực tại luận – *ethical premises as the ontological affirmations*. Người đọc kinh, cũng như những trang này của TS, phải có một đức hạnh về tâm tánh, nhất là kiên nhẫn, trí óc phải tập trung, để đi theo chúng như là những điệp khúc cho một đề tài luân lý trang nghiêm. Vì vậy, đối với Phật tử, khi đến chùa tụng kinh, những dòng chữ trong kinh được xướng tụng như văn số. *"Ta nghe như thế này…"* là một thể loại diễn ngôn huyền bí mà ý nghĩa không những nằm ở ý tưởng mà câu kinh truyền đạt, mà hơn thế, thái độ và cung cách, phương tiện chuyển đạt câu chuyện trong lời kể hay ý niệm của kinh văn là một phần không thể thiếu nhằm khai mở tâm thức kẻ đọc, kẻ nghe, nhằm tự khai thị chân lý huyền nhiệm đó cho một cánh cửa tâm hồn của họ. Tùy vào khoảng không gian nơi cánh cửa tâm hồn của kẻ đọc kinh, như là một tín đồ, không thắc mắc, cúi đầu tiếp nhận trong im lặng, như là đang tiếp nhận một ân huệ từ cõi cao hơn, tùy theo khung cửa mở rộng hay hẹp, hay đóng chặt. Nếu ta là một kẻ trí, Phật yêu cầu ta mở mắt to, lắng tai nghe thật rõ, cố hiểu từng từ ngữ, từng câu văn, từng khái niệm, để tiếp nhận trong chừng mực mà trình độ trí thức có thể lãnh hội. Nhà Phật gọi đó là **Duyên**. Sanh làm người là khó, là phước lớn; gặp được Pháp là duyên lớn, là đại phước – như lời Phật nói.

Chúng ta hãy đọc vài câu kinh văn,

> Này Ma Nạp, do nhân gì, duyên gì mà kẻ nam hay người nữ có trí tuệ kém cõi? Nếu có kẻ nam hay người nữ nào không thường đến nơi kia hỏi việc, Nếu có Sa Môn, Bà la môn danh đức, người ấy không thường đến nơi đó hỏi đạo nghĩa, rằng, 'Thưa Chư Tôn, thế nào là thiện, thế nào là bất thiện? Thế nào là tội, thế nào là không tội? Thế nào là vi diệu, thế nào là không vi diệu? Thế nào là trắng, thế nào là đen? Trắng đen từ đâu sanh ra? Ý nghĩa của quả báo hiện tại như thế nào? Ý nghĩa của quả báo vị lai như thế nào? Ý nghĩa quả báo hậu thế như thế nào?' Giả sử có hỏi nhưng không chịu thực hành. Người ấy thọ nghiệp này, tác thành đầy đủ rồi, đến khi thân hoại mạng chung chắc chắn đưa đến chỗ ác, *sanh vào trong địa ngục*. Mãn kiếp địa ngục lại sanh vào nhân gian, có trí tuệ kém cỏi. Vì sao vậy? Vì con đường này đưa đến thọ báo trí tuệ kém cỏi, nghĩa là kẻ nam hay người nữ ấy không có thường đến nơi kia hỏi việc. Ma–nạp nên biết, **nghiệp này có quả báo như vậy**. (*N*: 119) (NHL nhấn mạnh).

Nếu ta đứng từ vị thế một kẻ trí Tây Âu trung bình thời nay, không mang đức tin tôn giáo nào, khi đọc những đoạn kinh văn trên cũng phải kinh ngạc vì sự răn đe kinh khủng mà Phật nêu lên. Hình như mỗi lần Phật thuyết giảng là lúc cánh cửa địa ngục đâu đó rung chuông lên cảnh báo. Chỉ chất vấn, đặt câu hỏi về các vấn đề đạo đức hay tín lý mà không chịu thực hành, thì sẽ bị sanh vào địa ngục sao! Mệnh lệnh đạo đức luôn kèm theo lời hăm dọa hay khuyến dụ cho một viễn cảnh sau khi chết. Đời sống cá nhân, trong tất cả những quan hệ phức tạp, những đòi hỏi tác hành muôn mặt, đa đoan, nếu ta không cẩn thận từng giây phút, từng bước đi, từng hành vi, từng câu nói, từng suy nghĩ, từng ý tác, ta sẽ rơi vào địa ngục sau khi chết, sau đó lại thọ mạng làm người với một khả năng bẩm sinh kém hay tốt tùy theo những gì ta đã làm hay không làm ở kiếp trước! Tức là đệ tử nhà Phật sinh hữu như đi qua cuộc đời trên một dây thừng giăng ngang qua thung lũng sâu thẳm. Chỉ cần một phút bất cẩn vì thân ta yếu đuối, hay vì một yếu tố, điều kiện ngoại thân, thì ta sẽ bị rơi xuống vực triền núi sâu thẳm kia.

Biên độ tự do ý chí, hay xác suất bị đọa địa ngục không còn là khả thể chọn lựa cho hắn.

Chính Phật đã cảnh giác rằng, *"[Những ai cho rằng] tất cả những gì người ta tri giác được đều là nhân đã được tạo từ trước [thì đó là quan điểm sai lầm vì] đó là bỏ việc thực tế ở thế gian mà nói theo sự nhận thấy hư vọng của chính mình."* (*N*: 132). "Việc thực tế ở thế gian" mà Phật nói đến chính là điều kiện khách quan xã hội mà cá nhân ở trong đó bị chi phối gần như toàn triệt. Có lẽ Phật đã tuyệt đối hóa quy chuẩn đạo đức – ý, ngữ, thân – thành trung tâm vũ trụ đạo lý để gán ghép trách nhiệm luân thường lên vai từng cá thể mà không bàn đến cái võng lưới xã hội, thời thế khách quan. Có lẽ đây là khuyết điểm lớn của Phật giáo: Sự lãng quên, ý chí bỏ qua bình diện liên đới trong môi trường xã hội và lịch sử để chỉ tập trung tất cả mọi nỗ lực cá nhân cho con đường tu tập giải thoát bằng phương thức khắt khe bằng ý chí phủ định tính thể khách quan bên ngoài ta.

Nhưng ta phải dừng nơi đây để tự vấn. [What if] Nếu những gì Phật nói là **thực tại**, là như thế? Tức là, chuyện nghiệp quả, luân hồi, chuyện cõi trời, cõi địa ngục là thật. Khi ta tác nghiệp xấu, ta sẽ sinh vào địa ngục rồi sinh làm người thấp kém, thân thể khiếm khuyết, thọ mạng ngắn số. *What if all that were ontologically true?* Người tin Phật sẽ tin những mệnh đề đạo lý như thế, vì đó là sự thật, là **chân lý vĩnh hằng**. Với tầm mức tín lý khắc nghiệt và chặt chẽ, tuyệt đối như thế, ta phải thấy rằng, làm một con người tin Phật đúng mức thì thật là khó khăn, nếu không nói đó là một khả thể hiện sinh không tưởng.

Ta nên nhớ rằng Phật Thích Ca và các đệ tử của Ngài đều đến từ giai cấp Bà La Môn ưu việt, là tầng lớp tinh hoa cao nhất của văn minh cổ đại Ấn, vốn xuất phát từ dân tộc Aryan của văn minh Trung Á. Giáo lý nhà Phật, do đó, là của và cho thành phần ưu tú, cả về đức hạnh lẫn tri thức, trong xã hội. Giới bình dân thì sẽ không có khả năng thông hiểu, mà chỉ biết tiếp nhận tín lý nhà Phật như các khối tín đồ của các tôn giáo Địa Trung Hải khác. Đối với khối đại chúng thì những ý niệm về bản thể, về thực tại, về vũ trụ, về cứu cánh sinh hiện, không còn là lý thuyết, hay là mệnh đề triết học hay thần học, mà là một nguồn *khải thị – revelations* – từ một nguồn ánh sáng huyền nhiệm trên cao ban xuống. Trong khi đó, giới trung cấp, với năng lực tri thức cũng như đạo đức trung bình, thì giáo lý nhà Phật, với tất cả những phức tạp, khó hiểu, bao la, vi diệu, đã trở nên một mối thử thách, hay một khối kiến thức cao cấp không dám đụng chạm đến, hay để mà học hỏi ít nhiều trong nhân duyên thích hợp, tương xứng với tâm ý làm người vừa phải, làm cư sĩ tại gia biết tiết độ thân tâm ý trong một biên độ khả dĩ chấp nhận được, hay là một trang điểm tri thức nhằm trang bị cho mình một số ngôn từ và kiến thức làm vũ khí tự vệ cho tự ngã, như là áo mão trang điểm trong tương tác với xã hội trí thức bình dân.

VỀ TIỀN ĐỀ VÔ NGÃ

Đến phần *Nghiệp & Vô Ngã* thì TS đi vào tâm điểm của vấn đề triết học Phật giáo. Từ *Tạp A–hàm*, kinh số 104.

> Bấy giờ, trong chúng lại có một vị Tỳ–kheo khác căn trí đần độn, không hiểu biết, vì vô minh che lấp, nên khởi tà kiến ác, nghĩ rằng: 'Nếu vô ngã, tạo nghiệp vô ngã, vậy ai là người sẽ chịu quả báo trong đời vị lai?' Bấy giờ, đức Thế Tôn biết những ý nghĩ trong tâm của vị Tỳ–kheo kia, liền bảo các Tỳ–kheo: 'Ở trong chúng này, có người ngu si, vô trí, vô minh nghĩ rằng: 'Nếu sắc là vô ngã, thọ, tưởng, hành, thức là vô ngã, tạo nghiệp vô ngã, thì ai là người sẽ nhận quả báo?'" Tiếp theo Phật vấn đáp với các Tỳ–kheo nhấn mạnh rằng, sắc là vô thường, vô thường là khổ. "Vô thường, khổ là pháp biến dịch, vậy đa văn Thánh đệ tử có thấy là ngã, khác ngã, ở trong nhau không?" "Không." "Đối với thọ, tưởng, hành, thức cũng lại như vậy. Cho nên này các Tỳ-kheo, những gì thuộc về sắc, hoặc quá khứ, hoặc hiện tại, hoặc vị lai; hoặc trong, hoặc ngoài; hoặc thô, hoặc tế; hoặc tốt, hoặc xấu; hoặc xa, hoặc gần; tất cả chúng đều chẳng phải là ngã, chẳng phải những gì thuộc về ngã; người thấy như vậy được gọi là thấy đúng. Đối với thọ, tưởng, hành, thức, cũng như vậy. Đa văn Thánh đệ tử quán như vậy, thì liền tu tập tâm nhàm chán. Đã nhàm chán rồi, thì ly dục. Do ly dục mà giải thoát, giải thoát tri kiến, biết rằng, 'Ta, sự sanh đã dứt, phạm hạnh đã lập, những điều cần làm đã làm xong, không còn tái sanh đời sau nữa. (N: 133).

Tiếp theo, *Tạp A–hàm*, Việt, kinh số 299,

> Này các Tỳ–kheo, khi mắt sanh thì nó không có chỗ đến; lúc diệt thì nó không có chỗ đi. Như vậy mắt chẳng thật sanh, sanh rồi diệt mất; có nghiệp báo mà không tác giả. Uẩn này diệt rồi, uẩn khác tương tục, trừ pháp tục số. Đối với ta, mũi, lưỡi, thân, ý cũng nói như vậy, trừ pháp tục số. (*N*: 136). *(Tôi không hiểu "pháp tục số" ở đây nghĩa là gì. TS không có giải thích).*

Từ những đoạn vấn đáp về **Nghiệp, Vô–ngã, Khổ** mà trên 20 bộ phái phát sinh nhằm khai giải tiền đề tín lý khó khăn và vi diệu đó. TS đi vào chi tiết từng bộ phái, chủ trương và luận lý về các tiền đề cơ bản mà Phật đưa ra. Người đọc phải chú tâm và không khỏi kinh ngạc trong ngưỡng mộ tác giả về công trình và trình độ học thuật. Từng học thuyết, từ *Nhiếp nghĩa luận, Luận sự, Dị bộ, Xá–lợi phất A–tì–đàm*, đến *Thành thật luận* được tác giả phân loại, trình bày tư tưởng chính, nêu lên từng điểm khác biệt.

THỂ TÍNH CỦA NGHIỆP

TS đặt công thức truy vấn cho **chương IV**.

> Vậy, nghiệp là gì? Nhận thức phổ thông và căn bản nói rằng, đó là hành vi nhất định dẫn đến kết quả báo ứng tương xứng. Từ nhân cho đến quả, qua một thời gian và không gian, cái gì tồn tại liên tục để từ nhân chuyển thành quả? ... Nếu không thừa nhận tồn tại một quyền lực tối thượng để giám sát và thưởng phạt các hành vi thiện hay ác của con người, vậy sau khi hành động hoàn tất và thân hành động cũng hủy hoại, cái gì tồn tại để đời sau cho ra kết quả? Cũng như nếu không có một công năng tồn tại liên tục không gián đoạn trong hạt thóc giống, chắc chắn sẽ không có kết quả là cây lúa phát sinh. Vấn đề có thể giải quyết nếu thể của nghiệp được xác định. Tự thể của nghiệp là gì? Nó là tâm hay là vật? (*N*: 156).

Từ công thức tra vấn như thế, TS đưa dẫn người đọc vào một trường thiên phân tích, lý giải và biện luận vốn là nội dung sử tính trọng yếu cho truyền thống đạo học nhà Phật. Đây là một lịch sử đạo học kéo dài nhiều thế kỷ, tới luôn cho đến hôm nay. Từ Asanga (Vô Trước) đến Vasubandu (Thế Thân), Dignaga (Trần Na), Dharmakirti (Pháp Xứng), đến Nagarjuna (Long Thọ) – không theo thứ tự thời gian – đã biết bao nhiêu phân bộ, trường phái, các triết gia, học giả Phật giáo liên tục cố gắng tranh luận nhằm mở cánh cửa lý giải cho một công thức siêu hình mở, một **công án** đầy *nghịch lý – an open riddle–* thử thách khả thể logic trên bình diện ngôn ngữ quy ước thường nghiệm.

Đọc chương về *thể tính của nghiệp* nhằm suy giải công thức mở đó – *that open question* – ta có cảm giác như đi vào một lãnh thổ chập chùng, to lớn, sâu rộng, bao gồm nhiều không gian núi đồi, thung lũng, các rừng cây, hồ nước, sông ngòi, các cộng đồng làng xã cư dân khác biệt. TS cung cấp một thiên trường sử với đầy đủ chi tiết thông tin về các luận giả và các tác phẩm của các trường phái và truyền thống đa dạng, đặc sắc. Chú ý nhất là khả năng học thuật của TS về bình diện ngôn ngữ, từ tiếng Hán, đến Anh văn, đến tiếng Phạn, Pali, tất cả đều được phiên giải, phiên dịch, chú thích chu đáo theo đúng tiêu chuẩn học thuật của một luận án tiến sĩ ở một phân khoa Phật học hàng đầu ở Âu Mỹ.

Vừa thưởng ngoạn những dòng văn nhà Phật của TS, vừa theo sát câu chuyện của lịch sử học thuật Phật giáo, ta không thể không liên tưởng đến câu chuyện triết học Tây phương khi các triết gia Hoa Kỳ dùng triết học phân tích và ngôn ngữ để chẻ tóc chi li triết học đại lục Âu châu, từ Hegel đến Heidegger, để đi đến kết luận rằng các hệ tư tưởng siêu hình học lục địa Âu châu là *vô nghĩa (nonsense)*, mặc dù chúng mang ý nghĩa *quy ước (meaning)*.

Những chương tiếp theo, TS trình bày tiếp về Nghiệp và Nghiệp quả, thêm phần Phụ luận về **Ký ức** và **Nghiệp**, chương Giới thiệu "Đại thừa thành nghiệp luận," và cuối cùng là Phụ lục Văn bản ***"Đại thừa thành nghiệp luận"*** của Thế Thân. (Lưu ý độc giả nào muốn nghiên cứu thêm về Thế Thân bằng Việt ngữ xin đọc ***"Triết học Vasubandu"*** nguyên là luận án tiến sĩ của Lê Mạnh Thát tại đại học Illinois, Hoa Kỳ).

PHẢN BIỆN LUẬN VỚI 10 VẤN LÝ

Ta hãy dừng đọc sách ở đây vì như thế tương đối đủ để ta có thể nhận ra giá trị nội dung của tác phẩm lớn này của TS. Bây giờ, ta hãy cố gắng phân tích bằng phương pháp *phê phán – critique* – những tiền đề mà TS nêu lên về đề tài **Nghiệp**. Những gì – trong khiêm nhường và kính trọng tác giả – tôi sẽ đặt vấn đề ở đây từ góc độ triết học phân tích và ngôn ngữ nhằm làm sáng tỏ các vấn lý siêu hình học mà TS nêu lên. Và tôi cũng không lý luận từ vị thế của một Phật tử – mà chỉ trên tư cách là một người nghiên cứu triết học độc lập – và *chỉ phản biện dựa trên những gì được trình bày bởi TS trong tác phẩm này.*

Ta hãy thử phân tích vấn đề của lịch sử tư tưởng của các phái bộ và các luận sư Phật giáo. Trong nhà Phật, *Luận* là một trong ba ngôi báu sau Kinh và Luật. Kinh là Phật, Pháp là Luật, Luận là Tăng. Ta có thể so sánh chúng với thuyết ba ngôi của đạo Chúa: Chúa Cha là Phật, Chúa Con là Tăng, và Thánh linh là Pháp. Nhưng ở đây ta thử không coi Luận là linh thiêng – mà chỉ là một tập hợp các học thuật về giáo lý đạo Phật nhằm khai giải những vấn đề mà Phật Thích Ca đã nêu lên từ trong kinh sách.

Vấn lý thứ Nhất: Trộn lẫn hai phạm trù Không và Thời gian.

Đầu tiên, các luận sư Phật giáo pha trộn, hay là nhầm lẫn, giữa hai phạm trù **Không gian** và *Thời tính*. Đây không phải chỉ có các luận sư Phật giáo mắc phải – mà suốt cả truyền thống triết học siêu hình cũng như lý luận Tây phương hầu hết cũng ít nhiều vướng vào một cách không ý thức. Sự trộn lẫn giữa hai phạm trù Không và Thời này lần đầu tiên được nhắc đến bởi Henri Bergson, triết gia Pháp vào cuối thế kỷ 18, trong "Lời nói đầu" cho tác phẩm *"Time and Freewill (Thời gian và Tự do Ý chí)"* rằng,

> Vấn đề mà tôi chọn viết là thường gặp phải trong siêu hình học và tâm lý học, đó là vấn đề tự do ý chí. Cái mà tôi muốn chứng minh rằng những tranh luận giữa các nhà hữu định luận (determinists) và các trường phái đối nghịch đã ngầm chỉ ra một sự nhầm lẫn từ trước: giữa *thời hạn* (duration) với *quảng tính* (extensity), giữa *liên tục* (succession) với *đồng thời* (simultaneity), giữa *phẩm chất* (quality) với *số lượng* (quantity). Khi mà sự nhầm lẫn này đã được giải hóa thì ta sẽ

thấy rằng những phản biện chống [ý niệm] tự do ý chí cũng biến mất. (Bergson: xix–xx).

Vậy, ta có thể thấy các luận sư nhà Phật bị vướng vào lỗi lý luận cơ bản này không? Ta hãy đọc vài đoạn văn TS trích dẫn và phiên giải.

Ví dụ, TS trình bày rằng

"Hữu bộ bác bỏ sự di động xuất hiện như là đối tượng của nhận thức bởi mắt. Nghĩa là, sự chuyển dịch bởi thân chỉ là hư cấu của ý thức." (N:162). "Kinh bộ [thì] bác bỏ tính thực hữu của nhận thức đối tượng hình học [này]. Nhận thức độ dài hay ngắn nơi một đối tượng chỉ là nhận thức quy ước. Đối tượng thực hữu để mắt tiếp thu không phải là độ dài hay ngắn, mà là những điểm cực vi… Đường thẳng được thấy chỉ là sự diễn dịch của ý thức… Vả lại, Kinh bộ cũng không thừa nhận cực vi tồn tại. Cực vi chỉ là khái niệm quy ước. Do giả huệ tưởng, trí năng nhận thức bằng giả tưởng hay giả thiết, người quan sát phân tích khối vật chất thành những điểm cực nhỏ đến độ không thể phân tích được nữa, gọi nó là cực vi. *Đó không phải là giới hạn cuối cùng của vật chất, mà chính là giới hạn cuối cùng của nhận thức.*" (*N*: 163). (NHL nhấn mạnh).

Sau khi phân tích tính tương tác giữa **thân** và **ý** trên quá trình tạo **Nghiệp**, TS đã phải chỉ trích một luận điểm của Thế Thân (Vasubandu) trong Câu–xá rằng,

"[Khi bàn về sự tác động của ý lên thân} nên cần có quán sát cụ thể bằng thực nghiệm, y như nhà khoa học quan sát hiện tượng vật lý, hoặc như nhà thần kinh học đo đạc não vậy. Vì không phải là vấn đề triết học siêu hình để suy luận viễn vông. Các vị Phật học nhiều khi, hoặc đa phần, phạm lỗi này." (*N*: 165).

TS cho rằng những biện luận này có vẻ "tế toái" vì khuynh hướng ưa phân tích chi li, dẫn đến những chuyện chẻ tóc, vụn vặt. (*Ibid*). Đây là điều mà ở đây ta có thể mượn ý tưởng của Ludwig Wittgenstein, triết gia gốc Áo, với hình ảnh bình ruồi, rằng các luận giả Phật giáo đã bị ngôn ngữ đánh lừa để rồi bị mắc kẹt vào võng lưới tư duy giống như bầy ruồi bị kẹt trong chiếc bình, cứ liên tục đâm đầu vào thành kiếng trong suốt nhằm tìm lối ra, cuối cùng tất cả đều bị kiệt sức chết.

Đọc các câu văn trên mà TS trích dẫn, ta sẽ thấy rằng các luận sư có vẻ như mắc phải một nhầm lẫn cơ bản về logic khi trộn lẫn giữa hai quy ước Không gian và Thời gian. Trường hợp tương tự cũng đã xảy ra ở Anh quốc khi David Hume cố gắng phân tích những quy ước về ngã (self), nhân quả (causation) và quy luật thiên nhiên (natural laws). Hume cho rằng, khi ta, ví dụ, nhìn vào khái niệm nhân-quả, ta không thể nhận ra bằng giác quan về tính tác động từ nhân qua quả, mà chỉ thấy nhân A đụng đến B sinh ra quả C như sự tiếp nối liên tục trên phạm trù không gian, còn ý nhiệm hay nguyên lý nhân quả là sự kiến lập của ý thức và ngôn ngữ. Hume – dù không biết gì đến các thuyết nhân quả hay luận giải của nhà Phật – cũng dùng phương pháp phân tích trên phạm trù không gian nhằm phủ định sự hiện hữu của cái Ta tự Ngã. Sai lầm cơ bản của Hume là sự trộn lẫn giữa chuyển động của bình diện Thời với chuyển dịch ở bình diện Không. Hume kết luận những phân tích của mình để đưa ra thuyết *quy nạp luận – Humean Inductivism* – nhằm phủ quyết các khái niệm cơ bản. Hume đã vô tình lặp lại sai lỗi của các luận sư nhà Phật.

Như TS đã nhận xét khi bàn đến những phân tích về Nghiệp của Kinh bộ, rằng khi ta đem khả năng giới hạn của nhận thức, tức là tác năng ý niệm, vốn thuộc về bình diện Thời gian, để đo lường biên độ vật thể, của cõi sắc và tướng, tức là bình diện không gian, ta vướng vào lỗi luận lý cơ bản và sơ đẳng. Ta không thể lấy tư duy thường nghiệm để lần theo từng tấc không gian nhằm dò xem tốc độ ánh sáng đi nhanh như thế nào – vì bản sắc hai thể thái tốc độ nằm ở hai phạm trù khác nhau. Do đó, ta không thể lấy giới hạn của ý thức qua quy ước thường nghiệm để gán ghép về tính đơn vị cực vi hay cực đại để mong nhận diện thể tướng của ý niệm Nghiệp.

Vấn lý thứ Hai: Nhầm lẫn giữa Tiềm năng với Thực tại.

Kế đến, các luận sư nhà Phật bị nhầm lẫn giữa hai phạm trù *khả thể* (possibility) hay *tiềm năng* (potentiality) với *thực thể* (reality), hay *thực tại* (actuality).

Từ thuở khai sinh triết học Hy Lạp trước Công nguyên, khi các nhà biện luận *sophists* đưa ra mẫu nghịch đề *Zeno Paradox* vốn đã thách thức các nhà hiền triết đương thời. Nghịch đề này tương đối giản dị. Nếu ta muốn đi từ A đến B thì ta phải đi qua ½ khoảng cách đó, ngắn hay dài. Muốn đi hết ½ đó thì phải đi qua ½ của ½ đó. Như thế thì ta không thể đi từ A đến B dù ngắn cỡ nào. Thực ra, nghịch đề này chứng minh rằng *di động là không thể* – *motion is impossible*. Các nhà biện luận thời ấy tìm không ra kẽ hở về lý luận nào của nghịch đề Zeno – cho đến thời Aristotle khoảng hai thế kỷ sau. Aristotle chỉ ra rằng nghịch đề này bị nhầm lẫn giữa hai ý niệm *Khả thể* đối với *Thực thể* – *potentiality vs. actuality*. Khả thể là vô giới hạn và vô cùng, *limitless and infinite*, nhưng thực thể thì giới hạn bởi biên độ của vật chất và khả năng ý thức thường nghiệm. Cũng như thế, khi các luận sư Phật giáo cố gắng giải lý ý niệm Nghiệp để đi tìm quy ước thực nghiệm nhằm nắm chắc một tính thể tồn tại qua thời gian và không gian – chủng tử của Nghiệp – thì họ vướng vào lề lối suy nghĩ trên bình diện Không gian vốn hữu hạn, vì khả năng ý thức để khai mở ý niệm Nghiệp vốn là của Thời gian, thì vô hạn. Tức là, họ lấy cái khả thể tính của Nghiệp như là một thực thể hữu hạn nhằm đưa vào thực thể Không gian qua hình ảnh hạt giống vốn nhất thiết phải chạy theo Thời và Không gian, từ sát na này sang sát na kế tiếp, từ kiếp này sang kiếp sau.

Ta hãy lấy tỉ dụ sau. Có một cơn địa chấn xảy ra ở biển Đông Nhật Bản và còi hú báo động trỗi lên ở bờ biển Honolulu của Hawaii tận bên kia Thái bình dương nhằm khuyến cáo nguy cơ sóng thần *tsunami*. Cái gì đi từ Nhật sang Hawaii? Nó không là nước biển, cũng không là sóng biển, mà là năng lượng, *energy*, hay năng lực chuyển tiếp, *momentum*, của sóng đi từ nơi phát xuất sóng thần đến bờ biển xa ngàn dặm. Nếu ta đi tìm một đơn vị thực thể để mong nắm biết về một "cái gì" tồn tại di chuyển từ nơi này đến nơi khác là ta vướng vào sai lầm khi đem đơn vị tính thể vật chất nhằm kiến lập một thể thái hữu hình cho tiềm năng khả thể tính của năng lực chuyển tiếp – *the energy momentum*.

Sai lỗi cơ bản này, tức là sự pha trộn giữa các phạm trù hữu thể – *the ontological categories of being* – đã là đầu mối cho bao nhiêu tranh biện giữa các trường phái Phật giáo, cũng như của triết và thần học Tây phương, như Bergson đã chỉ ra. Ta không thể lấy cái tưởng tượng để làm cái thực tại. Giá trị của một ý niệm, ví dụ Nghiệp, chỉ có thể hiểu qua bình diện khái niệm, như là một khả thể tính của tư duy. Nghiệp là một *transcendental categories* – phạm trù siêu nghiệm – như Immanuel Kant chỉ ra. Tính siêu nghiệm ở đây không phải là tính huyền nhiệm hay huyền bí – mà là nền tảng điều kiện nhằm cho khả thể ý niệm được khởi sinh trên bình diện tư duy. Nó là cơ sở điều kiện tiên khởi cho khả thể kinh nghiệm và tri kiến – *the pre-conditioning for the possibility of experience and knowledge*. Vì thế, ta không thể phân tích theo kiểu của các luận sư nhà Phật để tìm ra manh mối cho "cái gì đó" vốn chuyên chở Nghiệp qua thời gian và không gian.

Tuy nhiên, ở đây khi nêu lên khuyết điểm lý luận của các trường phái Phật học không có nghĩa ta phủ nhận giá trị các công trình nghị luận của các luận sư. Ta phải đọc họ để biết rằng đâu là giới hạn của tư duy, đâu là biên độ của phân tích. Đọc họ như việc theo đuổi một công án thiền. Ta suy tưởng để ta tự khai mở. Chân lý và kiến thức, nói như Plato, không phải đến từ bên ngoài, mà là sự bừng tỉnh, sự nhớ lại cái bản thể chân thức – *anamnesis* – mà từ lâu vô minh và ái dục đã che mờ chúng.

Vấn lý thứ Ba: Sử dụng ngôn ngữ quy ước thường nghiệm nhằm giải thích thực tại siêu nghiệm.

Điều sai lầm này được Phật Thích Ca và các luận giả – cũng như là TS – nhắc nhở nhiều lần. Những gì Phật thuyết giảng về Niết bàn, về Luân hồi, về Nghiệp báo, là những mệnh đề về một trật tự chân lý – *as facts* – ở một tầm mức siêu nghiệm vốn chỉ có thể chứng nghiệm trực tiếp khi đã có đạt được một trình độ tu chứng, đạt thành chánh quả cần thiết. Khi ta sử dụng ngôn ngữ quy ước, với những khái niệm quy nạp từ kinh nghiệm giác quan cũng như suy lý thông thường, nó trở thành một nan đề cả về ngôn ngữ lẫn khả thể tri kiến. Mỗi cộng đồng tôn giáo hay triết học, đạo học đều phải có một thể loại ngôn ngữ cá biệt thích hợp cho một nhu cầu truyền thông và biểu đạt ý nghĩa vốn chỉ có giá trị trong biên độ chấp nhận. Ở đó, không có một ngôn ngữ vượt qua biên giới ý nghĩa, không có cơ năng diễn giải hay thông dịch từ cõi này cho cõi kia.

Tức là, khi ngôn ngữ không tiếp xúc được với đối tượng của mệnh đề đưa ra thì, nói theo Vasubandu, tất cả chỉ là tên gọi vô nghĩa.

Ta thấy các bộ phái sử dụng ngôn từ diễn tả với những mệnh đề tưởng như nói về một thực tại giác quan – trong khi các đề tài và đối tượng các vị suy luận hay đề nghị chỉ là những giả định lý thuyết hoàn toàn thiếu cơ sở giá trị cả về logic lẫn thực tại. Rất có thể các vị luận sư, ví dụ Hữu Bộ, muốn phủ định tính chất huyền bí của các mệnh đề về thực tại các Pháp mà Phật đưa ra nhằm khai mở khả năng thông hiểu qua ngôn ngữ quy ước trên bình diện thực nghiệm. Lấy giả thiết về Tâm chẳng hạn. TS nói, các vị trong Hữu Bộ muốn nhận diện nó như một loại sắc. *"Nếu theo tin tưởng thần bí, năng lực của tâm và thức là vô hạn, không bị hạn chế bởi không gian và thời gian, thì khả năng tác động như vậy khỏi phải biện luận."* (*N*: 176). Khi sử dụng ngôn ngữ nói về vật thể, vốn nằm trong Không và Thời, để bàn về một đối thể, ví dụ, Nghiệp hay Tâm, thì vấn đề ý nghĩa không thể giải quyết thỏa đáng được.

Trong các luận sư lớn, có lẽ chỉ có Vasubandu dành nhiều nỗ lực suy giải cho vấn đề ngôn ngữ và pháp tưởng. Theo Lê Mạnh Thát trong "Triết học Vasubandu", tính tương tác giữa mệnh đề với đối tượng, nhất là nói về Thức hay Tâm, là một trọng điểm quan yếu của triết học Phật giáo. Đó cũng chính là những khúc mắc mà triết học phân tích và ngôn ngữ hiện đại ở Tây phương, nhất là Anh và Mỹ, phải bận tâm.

Vấn lý thứ Tư: Đặt để cơ sở lý luận trên nhiều tiền đề thuần giả định được xem là chân lý phải chấp nhận và không nghi vấn

Mỗi mệnh đề triết học, nhất là trong đạo hay thần học, luôn được đặt cơ sở trên một số giả định cần thiết. Những giả định này thường được chấp nhận, không nghi vấn, không nghi ngờ, và phần lớn không ý thức đến việc có những giả định ngầm như thế. Giống như một người bước vào phòng khách, họ không cần thiết ý thức là phòng khách có sàn nhà hay không sàn. Đây là vấn đề khó khăn cho công nghệ *robot* vì những giả định về bối cảnh được con người giải quyết qua thói quen đáp ứng, qua sự thẩm thấu phong hóa thường nhật, nhưng với trí khôn nhân tạo, nó phải phân định và giải quyết tất cả những giả định, ví dụ, có sàn nhà hay không, trước khi bước chân vào. Cũng như thế, thần học Thiên Chúa giáo thường lấy giả định về một đấng Thiên Chúa và bỏ qua câu hỏi về sự hiện hữu của giả định đó.

Khi bàn về Sinh, Lão, Bệnh, Khổ, chẳng hạn, các luận sư thường chấp nhận giả định cơ bản của đạo Phật về ý niệm Khổ. Đồng ý rằng, lão và bệnh thì khổ. Ở đây, ta hãy thảo luận từ góc độ thường nghiệm – dù có vẻ như là thiếu nghiêm chỉnh – nhưng vì đây là giả định cơ bản của nhà Phật nên chúng ta thử phân tích. Tại sao sinh và tử là khổ? Dĩ nhiên khi sinh người mẹ chịu đựng đau đớn thân thể với niềm hạnh phúc làm mẹ, nhưng đứa bé có khổ? Khi chết thì kẻ chết có khổ? Người còn sống thì khổ, buồn vì luyến ái, nhưng kẻ ra đi thì ta không biết điều gì sẽ xảy ra cho họ, ngoại trừ chúng ta chấp nhận những gì mà Phật nói về sự thể sau khi chết, về địa ngục, cõi trời, về tái sinh vào thân mạng ở kiếp khác. Tức là ý niệm Khổ không phải là một kinh nghiệm cá nhân mà là một sự thể thực tại siêu nghiệm – *a transcendental ontology*. Hay nói cách khác, có Khổ nhưng không có ai là khổ, không có cá nhân nào chịu khổ, vướng vào khổ, hay dứt đoạn khổ.

Có phải khi ta sinh ra đời, sự thể siêu nghiệm về Khổ là một bản sắc tồn tại của vũ trụ pháp tướng mà trong đó, dòng cảm thọ, tâm lý, ý thức, bị nhiễm vào trạng thể khổ đau đó. Khổ ở đây được xem như một thể tính phủ định, như bóng tối là phủ định ánh sáng, sai lầm là sự vắng bóng sự thật. Sinh là khổ vì cái ta tự ngã – vốn là một cảm nghiệm từ vô minh – đã cấu thành trong võng lưới trở nên vô thường của cuộc đời. Sinh là do ái dục. Vậy sinh là sự tiếp nối ái dục. Ái dục dẫn đến khổ đau vì ta không thể thỏa mãn ái dục, vốn vô bờ. Vì không thỏa mãn nên càng chạy theo dục, càng thêm khổ. Ở đây, nhà Phật thường trộn lẫn hay nhầm lẫn giữa hai phạm trù khái niệm, của *thường nghiệm* đối với *siêu nghiệm*. Vấn đề không những của siêu hình học mà của logic nữa.

Chữ **Khổ** của nhà Phật không phải là một khái niệm quy nạp từ kinh nghiệm cá nhân. Nếu như thế thì ta chỉ cần nêu ra sự thể phần lớn dân Âu Mỹ ngày nay, hay một số không ít nhà giàu ở Việt Nam hôm nay, đâu có bị khổ, để phủ nhận tiền đề này. Sự quy nạp thường nghiệm về khổ chỉ có thể xảy ra từ những xã hội nghèo khổ, chậm tiến, bất công, như Ấn Độ, hay Trung Hoa, Việt Nam xưa nay. Nhìn đâu cũng thấy bất công, tang tóc, gian nan. Cá nhân trong các xã hội như thế tự nhiên mang cảm thức tội nghiệp cho người và cho ta, để quy nạp kinh nghiệm xã hội và cá nhân thành ra một ý niệm bản thể về sự sống. Nhưng đó không phải là bản sắc của Khổ như là một ý tưởng tiên nghiệm.

Nếu ta nhìn vào ngọn sóng vươn lên, tan vỡ vào mặt biển, liên tục không ngừng nghỉ, ta cảm nhận được tính vô thường của sóng. Đó là thường nghiệm, và ý niệm vô thường là của logic quy nạp căn cứ trên quan sát và suy tưởng cá nhân. Cũng như thế với chữ Khổ. Nó không phải của cõi hiện tượng – mà là Chân đế của thực tại. Sóng là hiện tượng, vô thường là thực tại tiên nghiệm mà sự phát sinh và tan vỡ nơi từng ngọn sóng chỉ là sự tham dự của lớp sóng biển vào tính vô thường của hiện tượng mà thôi. Đây là một lý giải theo trường phái Plato và Aquinas trong lý thuyết *tham dự*, hay *chia sẻ* – *participatory theory*. Theo thuyết *methexis* của Plato thì bông hoa đẹp vì nó chia sẻ thường tính thẩm mỹ của vũ trụ. Cái đẹp là vĩnh hằng, dù từng cánh hoa có thể sinh ra và tàn lụi. Cũng như thế, chân lý mà ta tiếp nhận được chỉ là một mức độ chia sẻ vào sự thật tối thượng vốn bất biến và thường hằng, tuyệt đối. Khi ta sinh ra thì giống như cơn sóng kia trồi lên từ biển lặng, để rồi tan biến vào đại dương bao la. Khi chào đời, ta tham dự vào cái Khổ, vào sự Khổ thường hằng. Sự chia sẻ vào bản thể vô thường hay Khổ chỉ là một sự thật bản thể thực tại – chứ không phải là một hiện tượng tâm lý hay cảm thức cá nhân.

Đối với các luận sư, hình như Khổ – vốn là một tiền đề siêu hình – nay trở nên một mệnh đề mô tả – *a descriptive proposition* – nhằm diễn đạt một sự thật thường nghiệm. Như thế, cái khó khăn của giáo lý nhà Phật là biến Khổ trở thành một thể loại tục đế, một giả định thường nghiệm không cần chứng minh hay bàn luận – vì ai sinh ra làm người ở các xã hội nghèo khó, chậm tiến cũng chấp nhận Khổ như là một giả định chân lý không cần phải khai giải.

Vấn lý thứ Năm: Lấy ý niệm kiến lập bởi tư duy – *epistemology* – **như là chân lý bản thể thực tại** – *ontological truths.*

Điều này trong triết học Tây phương cho là *naïve realism* – ngây thơ về thực tại khách quan. Đối với người bình thường, không mang tư duy triết học, thì thực tại khách quan không hề được đặt câu hỏi. Khi họ thấy sông núi, họ chỉ biết là có sông có núi, ngoài kia, độc lập với tư duy, cảm nhận, hay kiến lập tư duy. Một số khác thì ý thức rằng ta đang nhìn sông núi nhưng vẫn mang một giả định vô ý thức rằng sông núi là một thực thể khách quan. Giám mục George Berkeley của Ái Nhĩ Lan từ thế kỷ 18, với thuyết *duy ý thức cảm quan, sense–realism*, đã phải kinh ngạc vì giả định thực tại luận này. Ông thắc mắc tại sao có người vẫn còn cho rằng sông núi hiện hữu độc lập với tư duy. Tuy nhiên, Berkeley không phân định rõ ràng nguồn gốc của giả định đó phát xuất từ nhận thức luận thay vì là bản thể luận. Sau này, Immanuel Kant mới học được bài học của Berkeley và Hume để kiến lập chủ thuyết *siêu nghiệm luận* rằng sông núi được kiến lập như là một tiến trình tương tác giữa ý thức và ngoại cảnh. Ta chỉ thấy sông núi như là một hiện tượng từ cảm quan, nhưng bản chất đích thực tự chính nó thì ta không thể biết đến được. Tiền đề của Kant chỉ ra rằng thực tại của *bản thể luận* chỉ là một hình thái cấu thành của *nhận thức luận*. Tức là cấu trúc tư duy kiến tạo nên đối thể khách quan. *Ontological reality is epistemologically construct.* Sông núi hiện hữu ngoại thân, vâng, nhưng sông núi mà ta nhìn thấy hay kinh nghiệm được không phải là hoàn toàn chính bản chất của sông núi mà là một cấu trúc cảm nghiệm và tư duy mà ta có được.

Cũng như thế, các ý niệm về Nghiệp hay Luân hồi không phải là những đối thể thực tại khách quan độc lập với tư duy mà là kết quả của kiến lập trong tương tác giữa ý thức với ngoại cảnh. Như đã phân tích trong các trang trước, ta có thể coi rằng Nghiệp là một dạng thức *Ideas/Eidos*, vốn vĩnh hằng. Và cá nhân khi tạo nghiệp là tham dự vào, *participate*, hay chia sẻ – *methexis* – tính chất vĩnh hằng của Nghiệp tùy theo bản chất và mức độ tạo nghiệp. Tuy nhiên khi cố gắng khai giải bản sắc, tác năng, ký ức, hậu quả, định thể về tâm và lực của Nghiệp, các luận giả Phật giáo một cách tự nhiên chấp nhận sự thể độc lập của thời và không gian và tác ý như là những đơn vị vật thể có thực, hay khi nói về ký ức thì cứ cố tìm cho ra một "cái gì" hay một "chỗ nào" để cho trí nhớ tồn tại và duy trì theo không và thời gian nhằm chuyên chở Nghiệp đi theo.

Khi tranh luận về bản chất của Nghiệp, về các khái niệm *vô biểu sắc* hay *vô biểu nghiệp*, phái Hữu bộ nhầm lẫn giữa căn cước tính (identity) của *sắc* và *thức* như là những thực thể khách quan để rồi phủ định chúng. Sắc có biểu, nhưng thức thì không, vì theo đó, thức không là sắc. Tức là lấy phủ định làm căn cước tính cho thức từ việc bàn đến sắc. Các vị Hữu bộ thâu gom tất cả các phạm trù thực tại như là "như thế," độc lập khách quan, mà không phân định sắc và thức là sự kiến lập bởi tư duy – tức là bản chất *hiện hữu của sắc và thức có từ sự cấu thành tri thức – Form and Consciousness are the epistemologically contructs*.

Ta phải hiểu rằng các luận sư đang gặp khó khăn trong nỗ lực giải bày bản thể luận của những giả định siêu hình qua ngôn ngữ quy ước thường nghiệm. Khi họ nói Sắc không phải là đối tượng của thị giác, ví dụ, nhằm nói rằng năng lực của Nghiệp là vô biểu sắc. Cũng như khi nói về ý niệm Không – *Sunyata* – các luận sư nhà Phật lý luận như rằng có một đơn vị bản thể – *ontological identiy* – gọi là "tính không" vốn hiện hữu trong vũ trụ. Tức là, nói theo triết học Tây phương, như lý thuyết về căn cước tính – *theory of identity* – của Gottlob Frege, hay lý thuyết về ngôn ngữ và định danh của Vasubandu, thì giới luận giả nhầm lẫn giữa cái biểu dấu, *sense/signifier/name*, với cái đối tượng của biểu dấu, *signified/reference*. Chân lý không phải là ngón tay chỉ mặt trăng, như Phật đã nói. Nhưng càng suy luận, giải bày thì Phật học càng về sau càng lún sâu vào sự nhầm lẫn giữa ngón tay và mặt trăng, giữa tính tương tác của ý thức với ngoại cảnh chính nó, hay là các phạm trù khái niệm cấu thành từ ngôn ngữ trở nên những định thể thực sự tồn tại khách quan.

**Vấn lý thứ Sáu: Không phân biệt
giữa quy luật nhân quả và liên hệ nhân quả.**

Tuy rất bận tâm về cấu trúc của ý niệm và những thành tố của Nghiệp, nhất là khi các luận giả vướng vào các phạm trù sắc, tướng, Không và Thời như là những con ruồi Wittgenstein bị giam trong lọ kiếng ngôn ngữ, để rồi họ bỏ qua, hoặc thảo luận rất ít, nếu không nói là sơ sài, về yếu tố điều kiện của Nghiệp.

Trong triết học phân tích hiện đại, một trong những vấn lý cơ bản của quy luật nhân quả là tính liên hệ giữa quy luật **nhân quả** – *causal* *laws* – với tính tương tác, hay quan hệ, giữa nhân và quả – *causal relations*. Có hai cách nhìn về vấn lý này. Một là phủ nhận hoàn toàn quy luật nhân quả, như David Hume đã, để cho rằng nhân quả chỉ là một quy ước khái niệm đến từ năng thức quy nạp của tư duy. Hai, rằng nhân quả tự nó là một quy luật vĩnh hằng, một *Platonic Idea*, một giả thiết cần phải chấp nhận như là một chân lý định đề – *a postulate* – nhằm quy giảm từ định đề thường hằng đó vào cõi thường nghiệm để lý giải quy luật nhân quả. Tức là con lộ của Hume là *posteriori*, hậu nghiệm; và của Plato, là *à priori*, tiên nghiệm. Thuyết tiên nghiệm là một thể dạng *realism*, tồn tại khách quan; trong khi thuyết hậu nghiệm là tồn tại thuần tư duy.

Các luận giả Phật giáo hình như không phân biệt hai góc độ lý thuyết này, giữa tiên nghiệm với hậu nghiệm, cũng như không nhận thấy rằng quy luật nhân quả là khác với và vượt qua quan hệ nhân quả, hay cả hai chỉ là một. Hầu hết các trường phái Phật giáo có khuynh hướng Plato, họ là những *realists*. Chính từ chấp nhận giả thiết Nghiệp và Nhân quả như là chân lý vĩnh hằng, họ đem khả năng luận lý bằng phương pháp suy giải – *reductionist approach* – nhằm chứng minh rằng Nghiệp và Luân Hồi là những đối tượng vượt qua và bên ngoài biên giới lý thuyết. Nghiệp là thực hữu tồn tại trong cơ sự làm người ở thế gian. Hầu hết không bàn về khả thể lý thuyết vốn chỉ coi nó như là một kết quả quy nạp – mà chỉ chú tâm vào chiều đi từ trên xuống – từ quy luật thường hằng xuống bình diện quy ước thường nghiệm. Vấn đề bắt nguồn từ tinh thần tôn giáo. Các luận sư không phải là các triết gia độc lập, mà là tín đồ trong một giáo phái, mà ở đó, công việc và các công trình lý giải chỉ nhằm phục vụ cho tín lý vốn không thể nghi vấn hay phản biện. Đó không phải là chuyện riêng nơi các luận sư Phật giáo mà là điều đương nhiên xưa nay ở các tôn giáo khác. Giả định về Nghiệp như là quy luật thường hằng – không có cá nhân tác hay thọ – được chấp nhận như thế mà không cần thắc mắc. Lần nữa, đức tin chính là bằng chứng cho những gì ta không thấy được.

Ta có thể nhìn qua lãnh vực lý thuyết chính trị khi các triết gia bàn về thẩm quyền, tính chính thống và chính đáng của tư cách hay chính danh cho lãnh đạo đế chế hay vương quốc, quốc gia. Cho đến Thomas

Hobbes và Jean J. Rousseau, thì chưa triết gia, lý thuyết gia nào đặt câu hỏi về nguồn gốc cho thẩm quyền của hoàng đế hay ngai vua. Giả định về phụng mạng thiên tử, hay Chúa Trời ban phát, luôn là một giả định hiển nhiên không bị chất vấn hay nghi ngờ. Ý dân có là ý Trời hay không cũng chỉ là một *reductionist approach* nhằm biện minh cho các cuộc nổi loạn, tranh chấp quyền lực. Thuyết lý ý chí nhân dân – *the people's will* – hay khế ước xã hội – *the social contract* – là khởi đầu cho giai thời khai mở khả thể *inductivist approach* nhằm vận động cho hướng đi từ dưới lên – tức là từ ý chí quần chúng tạo nên thẩm quyền, chính thống và chính đáng tính cho lãnh đạo đế chế, thay vì là phụng mạng Thượng đế. Thiên tử phải được thay thế bằng dân tử.

Lý thuyết suy giảm từ chân lý vĩnh hằng là chuyện cũ, là quá khứ tập quyền và độc đoán; con đường quy nạp, ngược lại, là chân lý dân chủ cộng hòa trong lý thuyết chính trị. Không ai – kể cả các luận sư, các vị Bồ tát nhà Phật – có thể vượt qua năng lực thời tính, *the zeitgeist*, của bối cảnh thời đại và xã hội mà họ sinh ra.

Bài học ở đây: Vũ trụ này là một hiện thực được cấu trúc bằng quy luật logic. *The universe is a logically–structured reality.* **Vạn pháp do Tâm** – mà nhà Phật nhấn mạnh – chính là một ý niệm siêu hình hiện thân qua cấu trúc tư duy lý tính. Khi ta thay đổi khuynh hướng và phương pháp suy luận, thế giới sẽ thay đổi theo ta.

Vấn lý thứ Bảy: Đặt để hay định danh phẩm tố đạo đức (moral properties) trở nên những thành tố nhân quả.

Khi bàn về Nghiệp, nhân quả, hay luân hồi, ngoài vấn đề vướng vấp ý niệm vào võng lưới không và thời gian, các luận sư nhà Phật thường bỏ qua những vấn đề lý luận vi tế vì họ quá bận tâm vào những yếu tố bản thể khác. Có phải nhân tố của tác hành là một biến cố – *an event* – được đưa vào phương trình đạo đức – *moral properties* – trong tương tác giữa nhân và quả? Nếu thế thì đây là một di động sơ hở về biện luận – *a false logical move*. Vấn đề nằm ở chỗ rằng, khi ta chủ ý tác năng thì Nghiệp khởi sinh. Phật nhắc nhở rằng Ý nghiệp là quan yếu, sau đó là Thân, và nữa là Ngữ. Phẩm tố đạo đức ở đó như là một sự thể thường hằng vốn tồn hữu như là tiềm năng chờ được hiện thực qua ý và hành. Vậy thì thực tại thường hằng – *the substantial ontology*

– của vũ trụ này là gì? Nếu là Tâm, như nhà Phật thường nói, thì hành vi tác nghiệp là một hiện thực tính qua chủ ý của ta. Nhưng các luận giả không khai giải điều đó – mà chỉ chú tâm phiên giải về tính đơn vị cơ hữu của Nghiệp – *the mechanical dimension* – từ khởi động ý chí đến sự tác thành nơi biến cố thọ nghiệp.

Nếu ta tác hành một nghiệp ác, ví dụ, giết người, nhưng cho một cứu cánh lớn hơn, ví dụ, cứu trăm người, thì liệu rằng phẩm tố đạo đức trong ý tưởng cứu người của ta sẽ hành hoạt như thế nào khi Nghiệp đi vào phương trình nhân-quả? Ví dụ kẻ bị ta giết là kẻ ác và những kẻ ta cứu là thiện, liệu phẩm tố đạo đức đó được đưa vào cán cân tác thọ? Trường phái *Utilitarianism* (thuyết Phúc lợi thực tiễn) của Tây phương gần đây cũng cố gắng đưa ra một phương kế đạo đức mà trong đó hành động mang tính luân thường, tức là xét về bình diện xã hội, phải được cân đo, tính toán, nhằm tác hành cũng như để đánh giá hành vi. Trong *Utarianism* không có khái niệm Ý nghiệp mà nó chỉ phân tích tác động và hệ quả – *consequentialism*. Nhà Phật thì trái lại. Nghiệp phát xuất từ Tâm. Tâm bất chánh tạo nghiệp nặng hơn hành vi. Theo hình luật Tây phương thì Tâm (Intent), Hành (Action) và Quả (Consequence) là ba yếu tố cần thiết tạo thành hành vi phạm pháp. Nhưng Tâm trong luật hình sự không mang tính thuần đạo đức– mà chỉ cần tính biện minh trên bình diện luân lý xã hội – *social ethics* – chứ không là đạo đức cá nhân – *personal morality*. Khi nhà Phật – ít nhất là qua những gì mà các luận sư bàn đến trong sách của TS – không phân biệt giữa đạo đức cá nhân, đạo lý hoàn vũ, và luân thường xã hội thì lý luận về Nghiệp trở nên thiếu sót và khập khểnh.

Vấn lý thứ Tám: Đâu là yếu tố Công lý trong nhà Phật?

Nói ngắn gọn thì Công lý là năng lực hoàn trả, làm nguyên trạng về một thể tính bị hư hỏng bởi tác hành của tha nhân. Nó như là sự quân bình của một đòn cân vốn cần phải tái lập lại sự cân bằng. Khi ta bị giết, kẻ giết người phải trả nợ đó. Khi ta bị oan, nỗi oan phải được điều chỉnh. Tiêu cực thì đó là phục thù – phục hồi cái sai; tích cực là hoàn chỉnh – *make whole* – nguyên trạng. Nhà Phật nhìn công lý từ chiều kích siêu hình từ một ý niệm không mang tính xã hội và vượt ra ngoài thế gian. Công lý ở đó là công lý vũ trụ – *the cosmic justice*.

Ai tác nghiệp xấu, hay thiện, sẽ được trả lại tương xứng. Ác sẽ thọ ác; lành sẽ thọ lành. Nhưng thọ nghiệp thường thì không phải trong hiện tại – dù có khi là quả báo hiện tiền – nhưng hầu hết là qua đời sau, hay con cháu, hay kiếp khác. Kẻ giết người thì sẽ bị đọa vào địa ngục, kiếp sau sinh làm ngạ quỷ, súc sanh. Nhưng kẻ thọ nghiệp kiếp sau không những không biết là hắn đang thọ nghiệp xấu từ kiếp trước, mà hắn lại thưởng thức cái lối sống như ngạ quỷ, súc sanh, thì sao? Kẻ nghiện ngập ma túy thường tìm ra rất nhiều khoái lạc mà họ cho là cứu cánh cuộc đời. Vậy thì công lý vũ trụ là công lý siêu hình và siêu nghiệm – khi cán cân công lý tiên thiên sẽ tác động theo một phương trình hay công thức, cán cân nào đó, vượt qua tri kiến thường nghiệm. Và kẻ thọ nghiệp xấu, vì hắn xấu xa, nên không biết là mình đang bị đày đọa như là để trả nợ. Hắn cũng không cảm nhận khổ đau, mà nhiều khi hưởng thụ hoan lạc trong đẳng cấp sinh hiện của hắn. Thế thì cán cân công lý vũ trụ không nằm nơi cá nhân – dù rằng phẩm tố đạo đức cá nhân là thước đo cho Nghiệp – mà là của kẻ phán xét. Ai phán xét hay nhận thấy khổ nạn của kẻ thọ nghiệp ác khi không có một Thượng Đế, một chủ thể Thiên Chúa, hay Brahman, Allah nào làm chánh án cho phiên tòa công lý siêu hình?

Thực ra khi ta đòi hỏi Phật giáo phải hoàn tất chức năng xã hội, tức là phải giải quyết cán cân công lý thế gian, để cứu khổ, là ta không công bằng với tôn giáo, và bị ôm đồm về mặt lý luận. Nhưng sở dĩ vấn đề công lý phải được nêu lên vì đạo Phật nhấn mạnh đến cái sự thể khổ đau của cuộc sống thường nghiệm cá nhân. Những bất công trong đời sống hằng ngày, từ thân xác, quan hệ xã hội, chính trị kinh tế, đều là nguồn gốc khổ đau lớn lao cho thân phận làm người. Khổ đau về bất công xã hội còn sâu sắc hơn khổ về lão, về bệnh. Chính ý thức về bất công mà bao người sẵn sàng hy sinh thân mạng, hạnh phúc gia đình nhằm chiến đấu cho công lý. Xin mạn phép hỏi, nếu thành phần ưu tú xã hội, như Ấn Độ, thay vì đi tìm giải thoát cho mình, trái lại, dấn thân vào con đường tục đế, tung thân vào lý tưởng thế gian qua ý thức lý tính, tranh đấu cho một xã hội công lý thì có phải họ đã cứu khổ cho bao nhiêu chúng sanh?

Vấn lý thứ Chín: Bẫy nhị nguyên của đôi bờ chân lý.

Phật giáo luôn phân định hai thể tính chân lý, giữa chân đế đối với tục đế, giữa sự thật thường nghiệm với siêu nghiệm, giữa diễn ngôn quy ước đối với trực nghiệm tiên thiên. Truyền thống triết học vĩ đại của đạo Phật có thể nói gọn rằng là một nỗ lực bắc cầu nối liền hai bờ sông nhị nguyên này.

Hai cõi của bản thể luận này gần như được chấp nhận hiển nhiên để rồi khi ta lý luận một điều gì mà bị vướng víu về logic hay nội dung ý nghĩa, ta dùng biện minh của cõi khác nhằm vượt qua khó khăn ở cõi này. Những tiền đề như "bất khả tư nghị" trở thành lối thoát cho bế tắc tư tưởng, là tòa kháng án tối cao cho lý luận và bằng chứng – như là ý niệm về Chúa Trời của thần học đạo Chúa. Mặc dù hai bờ nhị nguyên của nhà Phật và ý niệm Thiên Chúa có nhiều điểm khác biệt, nhưng cả hai phía đều chia sẻ một mẫu số chung về lý luận, rằng, tri thức bình thường của ta không thể vươn lên tới cõi siêu nghiệm ngoại trừ đã tu chứng tới tầm mức cần thiết hay là do ân sủng từ chủ thể tối cao. Khi so với thể trạng nhị nguyên về bản thể luận của Kant vốn nói lên biên độ của tri kiến được quyết định bởi nhận thức luận, ở đó, ta chỉ có thể biết đến được đối thể tư duy qua hiện tượng, *phenomena*, chứ không thể vượt qua giới hạn tri kiến để biết đếm bản sắc tự chúng nó, *noumena*. Trong khi đó, triết giáo nhà Phật cho ta một khả thể thông hiểu và nhận chân ra bản sắc của đối thể vượt qua ranh giới hiện tượng. Ta có thể vượt qua dòng sông nhị nguyên bằng nỗ lực chính mình, bằng con đường tu học, thoát ly thế gian, từ chối năng lực của bản ngã và nhục thân, để đi theo Bát Chánh Đạo. Ta sẽ ngộ ra khi ta đã định, khi tuệ đã mở, thì bản sắc của thế gian và vũ trụ sẽ được ta nhận thức ra nguyên thể tướng của chúng. Ở tầm mức chứng quả, cái Đẹp, cái Thiện và cái Đúng là một. Ta không cần phải mang ý chí làm việc thiện hay tránh việc ác thì cái ta lúc ấy là cái ta hoàn thiện. Chiếc cầu từ *phenomena* đến *noumena* đã bắc ngang sông, và khi ta bước qua bên kia bờ bỉ ngạn, thì đôi bờ chỉ là vọng kiến của vô minh.

Georg F. Hegel của Đức từ đầu thế kỷ 19 cũng đã phê phán bản thể luận nhị nguyên của Kant bằng chủ thuyết *Absolute Idealism* rằng, Hữu thể – *Being* – là một hiện tượng Trí năng/Tinh thần – *Geist/Spirit*. Từ đó, không có sự phân chia giữa hiện tượng và bản chất khi Trí năng là tất cả. Khi Trí năng trương mở vào Không gian thì đó là vũ trụ thiên nhiên và vật chất; khi khai mở vào Thời gian thì đó là lịch sử. Từ đó, lịch sử và thiên nhiên là hành trình gian khổ để Trí năng đi tìm lại chính nó trong vô minh và dục vọng. Phật giáo cũng có nhiều điểm tương tự như triết học Hegel. Hành trình tu chứng là một chuỗi dài mà nỗ lực cá nhân là tất cả nhằm đi tìm lại bản thể chân nguyên trong sáng của ta – vì cái ta cá thể hiện nay chỉ là một vọng niệm từ vô minh. Tức ta chỉ tìm ra chính mình khi ta không còn là ta. Phật giáo không nhìn vào lịch sử, thế gian, xã hội có mang cứu cánh tính. Trong khi đó, Hegel coi lịch sử thế giới là một thiên trường kịch nhằm giải hóa vô minh, để khai mở trí huệ tuyệt đối vốn chính là ta. Theo Hegel thì căn nhà của tinh thần, của hữu thể, chính là thế gian. Phật giáo thì từ chối thế gian vì nó chỉ là khổ đau. Dù với bao lần các thế hệ luận sư nhà Phật muốn khai mở một con đường đạo Phật dấn thân vào xã hội, cho một triết lý Phật pháp bất ly thế gian, nhưng mà căn nguyên phủ định tính trong giáo lý nhà Phật như mãi là một *paradigm* không thể vượt qua. Sự hấp dẫn của đạo Phật hình như là nằm ở triết lý phủ định thế gian.

Giữa Kant, Hegel và Phật giáo là ba khuynh hướng bản thể luận. Kant chia hữu thể thành hai bình diện, giữa hiện tượng và bản chất; Hegel không chấp nhận tính thể nhị nguyên mà coi tất cả là một; trong khi Phật giáo chấp nhận nhị nguyên tính như là của vô minh và hứa hẹn giải thoát khỏi sự chia đôi nhị nguyên này bằng nỗ lực tu chứng cá nhân. Nếu nói rằng Phật giáo là con đường phủ định cái ta sẽ tạo ra nhiều hiểu lầm. Phủ định ở đây mang bản sắc cứu cánh đạo đức về bản thể cá nhân. Ta không từ chối chính mình – mà ta chỉ phủ nhận cái ta đang–là như là một cái gì cần vượt qua. Do đó, tu chứng là con đường chuyển hóa ngã thức bằng năng lực sẽ–phải–là nhằm vượt qua cái ta đã–là và đang–là.

Từ đó, nhà Phật luôn phải đối diện một võng lưới nhị nguyên thường trực: giữa thường nghiệm với siêu nghiệm, giữa đôi bờ bỉ ngạn, giữa vô minh và giác ngộ, giữa chân đế và tục đế, giữa ý chí hành động và khả thể tác nghiệp, giữa nhục thân và ý chí tu học; giữa ái dục và thoát ly, giữa cái ta đang-là với cái ta sẽ-phải-là. Đây là một thể trạng khó vượt qua nếu không có duyên nghiệp tốt lành và lớn lao. Nhưng trên hết, tính thể nhị nguyên của nhà Phật là một cái bẫy siêu hình và là một cám dỗ vi diệu mà biết bao nhiêu những cá nhân ưu việt cả hơn hai ngàn năm qua đã bỏ suốt cả đời đi theo tiếng gọi đầy hứa hẹn vượt qua biển sinh tử luân hồi.

Vấn lý thứ Mười: Không phân định trật tự sự kiện (factual orders) trong cấu trúc của Nghiệp.

Như đã trình bày trong các phần trước, từ vướng mắc nhị nguyên luận đến nhầm lẫn khái niệm và sử dụng ngôn từ, các luận sư nhà Phật đã bỏ sót không phân định thể loại, hay cấu trúc cho một hệ thống trật tự đạo đức mang tính đẳng cấp cho sự thể – *the missing dimension of the hierachical structure of moral facts*. Nói rõ ra là vậy. Khi nhà Phật nói về Nghiệp như là một quy luật vũ trụ siêu nghiệm và tiên thiên thì đó là một mệnh đề bản thể vốn đòi hỏi một tổng hợp những sự thể cao cấp – *a set of higher–ordered factuals* – vượt qua thường nghiệm, nhằm bổ sung cho ý niệm Nghiệp. Vì sao có một nhu cầu phân định đó? Bởi vì, Phật pháp bất ly thế gian pháp. Nghiệp là bản sắc công lý của vũ trụ, là bản thể thường hằng, nhưng nó phải áp dụng vào hành vi con người thế gian. Khi có tác nghiệp thì tác năng của ý niệm thường hằng đó suy giảm – *collapse* – hay hiện thân – *incantiate* – vào hành vi cá thể. Điều này có nghĩa rằng, bản sắc của Nghiệp khi không hay chưa đi vào ý tác hay hành vi cá nhân thì nó là một thể tính thường hằng – với những tố chất sự thể – trong một trật tự huyền bí sẽ được đưa vào khuôn khổ sự kiện tác và thọ nghiệp. Các luận giả nhà Phật, với trí tuệ siêu việt, đã không dẫn lối cho khả thể suy lý này. Thay vào đó, các vị lại quá bận tâm vào lý giải thường nghiệm qua thói quen sử dụng phạm trù Không gian cho các phạm trù siêu nghiệm vốn là Thời tính.

Thực ra nếu các luận giả Phật giáo đang sống trong thế giới hôm nay, khi nghiên cứu những vấn đề đạo đức học trong các trường phái triết học phân tích, nhất là Anh–Mỹ, các vị chắc sẽ thường ngoạn nhiều công trình đó và sẽ được khai mở ra nhiều vấn nạn về Nhân quả, về Nghiệp. Khuyết điểm của các trường phái triết học đạo đức Âu–Mỹ hiện nay là tính cách chi li, muốn chẻ sợi tóc làm nhiều mảnh, để rồi như cậu bé bận tâm thắt sợi dây giày mà không chịu bước đi ra khỏi tiểu tiết lý luận, như con rắn *ouroboros* nuốt lấy đuôi của mình mà chết. Triết gia ngày nay thiếu sự chứng ngộ của trí huệ từ định – như nhà Phật chỉ ra – vì họ phủ định khả thể cao cấp về tuệ khả nơi nhà Phật. Trái lại, nhà Phật thì quá thiên kiến về khả thể huyền nhiệm để đánh giá không đúng mức sức mạnh của thường nghiệm và thiết yếu tính của thế gian trong công việc giảm thiểu khổ đau cho chúng sanh.

PHẬT GIÁO ĐANG CẦN MỘT CHUYỂN LUÂN LẦN THỨ NĂM

Theo những quan điểm về Phật giáo hiện nay thì đạo lý nhà Phật cần phải có một cuộc cách mạng giáo lý. Ví dụ, Ken Wilber, một triết gia lớn đương thời ở Hoa Kỳ hiện nay, cho rằng lịch sử Phật giáo đã trải qua ba hay bốn lần chuyển pháp luân – *the Dharma Turnings of the Wheel*.

Trong tác phẩm *"The Religion of Tomorrow"* (2017), Wilber cho rằng, Phật giáo là tôn giáo của ngày mai cho nhân loại và đã trải qua ba cuộc chuyển Pháp luân – tức là Cách mạng tư tưởng. Lần thứ nhất là Phật giáo nguyên thủy, tức là *Theravada Buddhism*, khi Phật Thích Ca giảng pháp ở thời Trục, thế kỷ thứ sáu trước Công nguyên. Chuyển luân thứ nhì là vào thế kỷ thứ hai sau Công nguyên với sự xuất hiện của Long Thọ (Nagarjuna) với *Trung Quán tông* (Madhyamaka). Lần thứ ba là tông phái *Duy thức* (Yogachara) vào thế kỷ thứ tư sau Công nguyên của hai anh em Vô Trước (Asanga) và Thế Thân (Vasubandu). Gần thế kỷ qua, với sự tiến bộ và phát triển của khoa học thực nghiệm, của tâm lý học chiều sâu, khoa học não và ý thức, hay thuyết tiến hóa, Phật giáo cần phải có một cuộc cách mạng về tư tưởng mới. Tức là, Phật giáo vẫn đang được chuyển hóa và khai mở – *unfolding* – theo trình tự tiến hóa của con người và lịch sử. Cuộc chuyển luân thứ Tư vẫn gìn giữ những nguyên lý cơ bản – nhưng phải khai mở thêm và cập nhật hóa bằng những gì mà nhân loại đã đạt được suốt mấy thế kỷ qua. Nó như là một sự hóa thân từ một đạo Phật truyền thống nhằm thăng hóa chính nó sang một cấp độ nhận thức mới, cao hơn, bao gồm cái nguyên lý cơ bản, nhưng được nhận thức và phiên giải theo ánh sáng văn minh và con người thời nay.

Tuy nhiên, theo thiển ý của tôi, đây chỉ là những cuộc chuyển luân trên bình diện tư tưởng, nặng về lý thuyết. Ngoại trừ một số ít học giả nhà Phật, ít ai biết đến, ví dụ, học thuyết *Trung quán* hay *Duy thức*. Phật giáo vốn là những trường phái đạo học phát xuất từ tầng lớp ưu tú của văn minh Á Đông vốn mang ưu điểm về trí tuệ. Nhưng cái ưu điểm về trí thức này trở thành một truyền thống triết học quá nhấn mạnh đến vai trò tư duy – đặc biệt là các cuộc chuyển luân sau thời Phật Thích Ca.

Hãy nhắc lại lời Phật khi nói đến Pháp của Ngài:

Pháp mà ta đã chứng đắc này thật là sâu thẳm, khó thấy, khó biết, là pháp tịch tĩnh, vi diệu, siêu việt tư duy biện, thâm áo, duy chỉ có bậc trí mới cảm nghiệm được. Còn chúng sinh này yêu thích sở tàng, vui đắm sở tàng, hoan hỷ sở tàng. Vì vậy, pháp này thực sự khó thấy đối với chúng: đó là, y tha duyên tính duyên khởi pháp. (*N*: 282–3, chú thích).

Vâng, và hệ quả – như ta đã thấy – là các trường tranh biện hay Kinh biện bất tận giữa các phái bộ khác nhau nhằm khai mở, lãnh hội tính vi diệu, thâm áo của giáo lý Phật. Với tất cả những gì ưu việt, thâm sâu, tín lý đạo Phật mang một hạt giống tiêu cực cơ bản. Đạo Phật – đối với quần chúng trung bình – đã trở thành một hay nhiều trường phái triết học, hơn là một con đường đạo học tín ngưỡng. Nó là tôn giáo nhưng mang một màu sắc phản tôn giáo. Nó nói đến đức tin nhưng lại phủ nhận đức tin. Nó nói về *Pháp* nhưng nhấn vào điểm *Hư vô*. Nó bị trí thức hóa quá mức – *over–intellectualized*. Người học Phật như đi vào sa mạc khô cằn nơi năng lực trái tim khi mà đức tin vào tín lý thì rất mong manh và thường xuyên bị phủ định bởi ý thức. Nó dung chứa quá nhiều mâu thuẫn và nghịch đề từ bình diện thường nghiệm. Lắm lúc cho nhiều người, cái triết lý *sắc, không, vô thường* trở nên một biện minh cho vô hành, thụ động, cho sự yếu đuối của ý chí trước khó khăn của cuộc sống hay bất công xã hội.

Cũng có thể rằng rất nhiều tu sĩ Phật giáo đã chứng đắc và đã trực nghiệm niềm hoan lạc, hương vị ngọt bùi từ giọt mật giáo lý. Nhưng đó chỉ là số ít. Có phải đạo Phật là cánh cửa rất hẹp, con đường ít ai đi, và nó chỉ dành cho một số đệ tử rất hiếm hoi?

Xin phép hỏi Phật

Xin phép nói thêm. Nếu chúng ta muốn hỏi thêm Phật về tiền đề *vô–ngã* thì ta phải xin Phật khai mở thêm nguyên lý cơ bản đệ nhất của đạo Phật. Đó là *Khổ đế*. Vì sao khổ? Vì vạn pháp là vô thường. Nhưng tại sao vô thường là khổ? Từ trong bối cảnh xã hội nghèo khổ tang tóc tận cùng của người Ấn, từ thời Phật đến nay, ta không thể không nhận thức rằng đời là khổ. Khổ đế như là chân lý khách quan và thường hằng mà con người vướng vào mà không thể thoát ra hay cải tạo được. Cái sự thể khổ đau của nhân loại làm cho kẻ trí, kẻ tâm xót xa, cho ta và cho chúng sanh. Phật cho chúng ta một tầm nhìn lớn lao và kỳ vĩ. Rằng, chúng sanh vì vô minh và ái dục mà tạo nghiệp rồi bị tái sinh vào địa ngục, vào đời sau, tiếp tục du hành trong u mê, kiếp này, sang kiếp khác, chịu đựng muôn vàn hình thái khổ đau dường như bất tận. Phật thấy hết chiều sâu thực tại khổ đau đó mà thương cho chúng sanh lạc loài trong các kiếp luân hồi, để rồi thuyết pháp nhằm chỉ lối vượt thoát ra khỏi vòng luân hồi bất tận đó. Nguyên nhân từ đâu? Từ vô thủy, Phật nói. *Vô minh là nguồn gốc cho tất cả khổ đau.* Socrates cũng nói thế, Khổng tử cũng đồng ý. *Minh tâm kiến tánh* là mệnh lệnh làm người cao nhất. Từ vô minh mà Nghiệp phát sinh, từ Nghiệp mà ý thức khởi động, từ ý thức mà sắc và tướng phát sinh, từ sắc tướng mà có năm giác quan, và tiếp theo là thọ, tưởng, hành, mà sinh ái dục, ái dục rồi đưa đến sinh, lão, bệnh, rồi chết, rồi tái sinh, rồi cứ như thế, vòng luân hồi kéo dài vô tận, mãi mãi, không ngừng nghỉ – ngoại trừ ta phải biết đến bốn nguyên lý *Tứ Diệu Đế* về Khổ và thoát khổ nhằm thực hành *Bát Chánh Đạo* để thoát vòng sinh tử luân hồi.

Những ai là Phật tử đều chắc là đã nghe và biết cơ bản giáo lý nhà Phật là như thế.

Tuy nhiên ta cũng phải hỏi thêm, tại sao vô thường lại khổ? Nếu đời sống, nếu làm người là khó khăn, là gian khổ thì vô thường có thể là một sự thể khách quan cứu vớt ta. Vạn pháp là vô thường thì khổ đau cũng phải vô thường. Cái ta này là vô thường thì khổ đau chỉ là một vọng kiến từ vô minh. Tại sao ta không nhìn cuộc đời từ một góc độ, quan điểm khác? Thay vì đời là bể khổ thì ta nói khác đi. Hãy xem đời là một vở cuộc hý trường vô nghĩa mà ta hãy tham gia vở kịch vô thường này một cách nhiệt thành, chấp nhận cái khó khăn, gian lao của sinh hiện như là một thứ gia vị cay đắng đầy hương vị cho sự sống. Vì khi vạn pháp đều là không, ta cũng không, tự-ngã cũng không, thì khổ đau cũng phải là không. Tại sao ta không chấp nhận khổ đau để không còn phải bị khổ đau? Từ nguyên lý của Khổ mà ta đi tìm giải thoát bằng cách phủ định thế gian và tất cả những hệ lụy của nó thì đạo Phật là một con lộ phủ định – như là quan điểm của Tây Âu bấy lâu nay.

Không ít trí giả phương Tây đặt câu hỏi về chuỗi nhân quả – từ vô minh đến nghiệp, đến thức, đến giác quan, đến sự hữu, đến sinh, lão, bệnh, tử, đến luân hồi – mà Phật đưa ra từ nguyên lý Khổ đế. Karl Jaspers nói, *"Chuỗi nhân quả này có vẻ như rất lạ lùng đối với chúng ta (Tây phương)."* Có thực là chuỗi nhân quả đó là quy trình thiết yếu và bất biến. Thế còn **Ý chí Tự do** có cho phép ta chấm dứt cá nhân bằng năng lực Khát sống và Hiếu thắng nhằm chinh phục sự sống, vượt qua gian khổ, để tìm hoan lạc ngay trong gian lao, vô nghĩa của cuộc đời? Thế còn vai trò sử tính, năng lực tiến hóa, khai mở tâm thức qua chiều dài lịch sử? Dĩ nhiên, Phật còn thuyết giảng nhiều hơn về nhiều lãnh vực, kể cả vũ trụ quan, bản sắc vật thể, nhân sinh quan. Giới trí thức nhà Phật ngày nay vẫn thường đem khoa học thực nghiệm Tây phương hiện đại để biện minh cho giáo lý nhà Phật – một chuyện không cần thiết. Nhưng ở đây ta chỉ nghi vấn giá trị thực tiễn về sinh hữu trong khuôn khổ giới hạn về chuỗi nhân quả của hai ý niệm về Nghiệp và Khổ này.

Vạn pháp là vô thường. Hecraclitus của Hy Lạp cũng nói thế. Ai có suy nghiệm về sự vật, về thế gian đều cũng thấy như thế. Nhưng nói rằng thể trạng vô thường là nguyên nhân của khổ đau thì ta phải nghi vấn. Vô thường ở đây có phải là tiến trình trở nên bất tận, liên tục, không ngừng nghỉ – *the process of perpetual ceaseless becoming*. Nhưng bản sắc vô thường của trở nên phải cho một mục đích – nếu ta nhìn vào vũ trụ và lịch sử con người để gán cho nó một nguyên lý cứu cánh. Trong khi đó, nhà Phật có lẽ vì quá bận tâm với khổ đau và giải thoát mà bỏ quên thế gian và lịch sử.

Ta phải hỏi thêm, nếu vô thường là bản sắc, là thuộc tính cho vạn pháp, thì có cái gì là thường hằng nhằm duy trì tính vô thường của các pháp? Thuyết vô ngã của nhà Phật như là một mồi câu khuyến dụ – nó thách thức tư duy, tranh luận, phản biện. Mặc dù Phật đã bao lần khuyến cáo rằng ta không thể lấy tư duy thường nghiệm với những phạm trù khái niệm thuần quy ước và ý nghĩa giới hạn của ngôn ngữ để tra vấn những vấn đề siêu hình. Những câu hỏi về Thượng đế, về Thời gian, Không gian, về nguồn gốc Vô minh, về sáng thành vũ trụ đều gặp sự im lặng của Phật. Hãy nhổ ngay mũi tên đau khổ đang cắm trên lưng ngươi nhằm chữa lành vết thương, thay vì tra vấn vô ích về nguồn gốc của kẻ bắn tên, của cánh cung, của mũi tên. Đạo Phật là con đường thoát khổ – chứ không là một khóa thảo luận về siêu hình học suy lý mang tính tư biện nhằm thỏa mãn óc tò mò trí thức.

Biết vậy, nhưng ta vẫn hỏi tiếp. Vì người học Phật là người tự do – một thể loại Tự do giả định có điều kiện và bị điều kiện hóa. Ta tra vấn: Thuyết nhân quả mà Phật đưa ra rằng, Nghiệp phát xuất từ vô minh. Vậy nguyên nhân đầu tiên của vô minh là gì? Những ai biết đến triết và thần học Tây phương đều đã kinh qua câu hỏi này. Nguyên nhân đầu tiên và cuối cùng, tính hữu hạn và vô hạn, tồn tại và hữu thể, hư không và trở nên. Có phải vô minh phát xuất từ một sự tha hóa, xuống cấp của sự Sáng, hay cái ô nhiễm ở nơi "Tánh biết thường hằng"? Ta có thể tìm thấy trong Thiên Chúa giáo một câu trả lời dễ dàng: Mọi sự do ý – hay được cho phép – của Thiên Chúa, kể cả bóng tối vô minh đầu tiên. Bóng tối vô minh này chính là nguồn gốc của tội lỗi mà con người không thể cứu chuộc chính hắn, mà phải nhờ đến ân sủng từ Chúa. Hay là thuyết *Kenosis* cho rằng vạn sự, các pháp, từ cực vi đến vĩ đại, đều là từ Thiên Chúa hiến hóa chính mình vào Không và Thời gian. Hay nói theo luận thuyết *Hegelianism* thì Trí Năng tuyệt đối (Geist) khai mở – *unfold* – chính Nó vào Không và Thời để chính năng lực hiện thân của Nó chính là vũ trụ thiên nhiên và lịch sử thế gian. Có nghĩa rằng, vô minh chỉ là một tầm mức trở nên của Tinh thần tuyệt đối, của *Logos*, của Đạo, trên hành trình xuất nhượng chính mình – *self-externalization* – ra khỏi chính mình nhằm đi tìm lại chính mình trong chính mình. Nhưng Phật giáo không sử dụng những ý niệm về chủ thể sáng tạo, không nói đến khả thể trở nên, không đề cập đến cứu cánh tính của vũ trụ và thế gian hay thiết yếu tính trong lịch sử.

Ta phải công nhận rằng, thực tại hiện hữu mang thiết yếu tính đẳng cấp, từ thấp lên cao, từ tối đến sáng, từ ngu đến thông, từ thô lậu đến vi diệu, từ xấu xa đến thanh đẹp, từ ác đến thiện. Thế giới vật thể cũng thế. Vũ trụ bao gồm nhiều cõi theo trật tự đẳng cấp. Như sự phân định của Aristotle thì vũ trụ đi từ các cõi vô cơ, đến hữu cơ, đến thực vật, đến động vật, rồi đến con người, mà trong đó, từ khi vươn lên đến cõi thực vật, thì cá nhân tính xuất hiện với một bản sắc linh hồn riêng cho từng cõi. Linh hồn con người chính là lý tính. Và sẽ còn có bao nhiêu thứ bậc khác cao hơn con người mà nhà Phật có nói đến. Vũ trụ không mang bản chất đồng đẳng tính mà là của thứ bậc và trình độ. *The cosmos is a hiarerchically–structured reality*. Vậy thì vô minh mà Phật nói đến phải có trình độ và tầm mức của Vô minh. Càng vô minh thì càng khổ đau – vì khổ đau đánh thức chúng sinh tiến bước theo nhu cầu tiến hóa nhằm khai sáng chính mình. Ở các cõi thực và động vật, tiến hóa đi theo quy luật tự nhiên, không có chủ động từ ý chí cá thể. Riêng ở cõi người thì hắn mang trách vụ nặng nề – ta phải trở nên cái không-là-ta như đang-là. Tức là con người đi từ Vô minh đầu tiên để tiến về Vô minh cuối cùng, tức là đi từ cái Nguyên nhân đầu tiên để đi hết đến cái năng lực tiếp nối – *the momentum of ignorance* – là chuyển tiếp lâu dài trong các cõi – *samsara* – để thoát ra khỏi thể tính u tối vốn khởi đi từ ánh sáng tuyệt đối đầu tiên và cuối cùng.

Tín lý nhà Phật là một hệ nguyên lý với chủ đích khai mở tư duy cá nhân nhằm thông hiểu thực tại tính sinh hữu cho cứu cánh thoát ly vòng kiềm hãm trong nô lệ bởi bóng tối Vô minh. Cái khó và nghịch lý của giáo lý này là sự giả định về thế đứng cá nhân trên bình diện trách nhiệm giải thoát từ cơ bản đạo đức – nhưng lại phủ định cái ta chân hữu như là một tiền đề mang thiết yếu tính cho logic tư duy. Tính nghịch lý mang đầy mâu thuẫn trên bình diện quy ước của các ý niệm về tự ngã và các pháp vô thường với nguyên lý tính Không đều mang bản sắc biện chứng pháp cao cấp và vi diệu – mà sau này Nagarjuna đưa lên tột đỉnh với lý luận phủ định toàn triệt.

Và đó cũng chính là vấn đề học thuật của Phật giáo. Nhà Phật khăng khăng xác định những ý niệm vốn không thể minh xác bằng khái niệm – ví dụ, tính Không, Niết bàn. Từ ý chí thoát ly thế gian đau khổ, từ tâm thức nhạy cảm trước đau thương của nhân loại mà người Ấn thuở đó chỉ muốn chối bỏ trần thế và cuộc đời bằng năng ý phủ định cái ta tự ngã, phủ định hữu thể thường hằng, phủ định thường nghiệm trần thế – và phủ định ngay cả sự phủ định. Ý chí tự do của nhà Phật trở nên một phạm trù *tự do phủ định toàn triệt*. Ta chỉ có thể tự do tuyệt đối bằng con đường phủ định gần như tất cả, kể cả chính ta và vũ trụ thường nghiệm này, để đem hệ quy ước của biện chứng phủ định nhằm đi tìm cái không-còn-là. Cái đang-là không được nắm lấy như là phương tiện đưa tới cứu cánh sẽ-phải-là ở thế gian; ta chỉ sử dụng lý luận quy ước nhằm vượt thoát võng lưới quy ước. Pháp Phật chỉ là chiếc bè gỗ sang sông – và chuyến bè vượt sông nhất thiết cần phải đi theo quy trình phủ định khoảng cách không gian. Bước đi tới là phủ định nơi ta đang đứng. Ở đây, phủ định cái phủ định không là xác định mà là năng lực tự thăng hóa lên trên tầm mức đã bị phủ định. Nó là vòng quay trôn ốc của phép biện chứng nhằm nhận thức ra tính không thật của các pháp ở tầm mức đang-là. Có nghĩa rằng các pháp hiện hữu cần phải được vươn thoát bằng ý chí phủ định trong điều kiện tự do giới hạn mà ta có.

PHẬT GIÁO CẦN KHAI MỞ THÊM KHẢ THỂ BÀN THỂ LUẬN

Từ tinh thần tự do của một người học hỏi và nghiên cứu lý thuyết nhà Phật, cũng như các hệ triết học, tư tưởng nhân loại, ta hãy tạm đứng ngoài những vướng víu tình cảm tôn giáo của mình nhằm trong khiêm tốn nhưng thẳng thắn trình bày suy tưởng của ta về cơ bản triết học Phật giáo.

Mặc dù TS không giải thích bình diện *bản thể* (ontology) của Nghiệp trên quan điểm Phật giáo hay đưa ra quan điểm của tác giả, mà chỉ bàn qua nơi những quan điểm của các học giả Tây phương, nhưng qua tác phẩm này, từ những trích dẫn của Phật Thích Ca, đến các phân tích, lý luận của các luận sư trong truyền thống nhà Phật, chúng ta hãy suy luận sâu rộng ra.

Rằng, *Nghiệp là một giả định* – unstated assumpsion – cho một giải thích về thực tại nhân sinh, là một hệ quy luật Tạo hóa, vô thủy vô chung, nó như thế, không do ai sáng tạo, đặt để, sáng thành hay điều khiển. Nghiệp là Pháp tánh, *Dharma*, là *Logos*, là năng động vũ trụ như là hiện thực chân lý của hệ phương trình toán học. Nghiệp là sự vận hành của Ý niệm, *Platonic Ideas, Eidos*. Nghiệp là quy chế thường hằng nhằm duy trì tính quân bình và cân bằng yếu tính công lý vũ trụ – *the cosmic justice actualized through the domains of livings*. Nghiệp không mang bản sắc *cơ lượng* (*mechanics*). Trái lại, nó là hiện thân hay tác động của hệ chân lý quy chiếu trên những nguyên lý đạo đức, luân thường, phải trái, đúng sai, hoàn toàn khách quan và mang tính hoàn vũ, vượt Không và Thời gian. Nghiệp cũng đặt cơ sở trên ý niệm *Tự do ý chí* (*free–will*). Không đấng nào tưởng thưởng cho hành động tốt, hay trừng phạt vì làm điều xấu. Đạo đức và Tự do là nền tảng của Nghiệp.

Như thế là ưu điểm của Phật giáo. Ta không cần dựng lên một vị Chúa hay Thần đế để biện minh cho vũ trụ, cho đạo đức, cho hạnh phước hay khổ đau. Nhưng câu hỏi về Nghiệp và Nhân quả từ Nghiệp vẫn còn quá nhiều vướng mắc tế toái. Những vướng mắc này phát xuất từ trình độ nhận thức của giới trí giả trên bình diện tục đế. Ta chấp nhận như thế. Ta phải lặp lại câu hỏi cơ bản mà đã được nêu trong các vấn lý ở các trang trước.

Rằng có phải phẩm tố Đạo đức là nội dung của Nghiệp? Nếu thế thì ta phải vượt qua cái bẫy nhị nguyên luận bằng sự tham khảo vào triết học siêu hình và bản thể của Ann Conway và Benedictus Spinoza ở vào thế kỷ 17. Rằng, Vũ trụ (Kosmos) là một cấu trúc đạo đức, một thực tại nơi mà quy luật đạo đức còn tuyệt đối, chính xác và cương mãnh hơn cả quy luật vật lý. *The Kosmos/Universe is a morally-structured reality wherein the moral laws are more exact, stronger and absolute than the laws of physics.* Vì thế nên mọi tác ý, tác thân, tác ngữ đều là những tác động thực tại mang nội dung luân lý. Mọi tác hành hay biến cố, kể cả bình diện sự thể – *facts* – đều là một hiện thể của Đạo đức. Dĩ nhiên, cả Spinoza hay Conway không hề nói gì về Nghiệp. Nhưng chúng ta có thể lấy siêu hình học của họ nhằm làm khung tham chiếu cho một lối ra cho lý thuyết về Nghiệp.

Nó là vầy. Thân và Tâm, vật chất và tinh thần, *mind and body*, không phải chúng nằm hai bên bờ bỉ ngạn; mà trái lại, chúng chỉ là hai bình diện hay trình độ cảm quan khi ta thể nghiệm xâu chuỗi hiện hữu – *a continuum of being, the Jacob's ladder* – đi từ cõi thấp nhất đến cõi cao nhất, từ địa ngục, tuyệt đối ác xấu, tuyệt đối vô minh, đến tuyệt đối thiện lành, tuyệt đối trí tuệ. Bởi thế, như Phật nói, có Nghiệp, có tác nghiệp, có thọ nghiệp, có nhân quả, luân hồi, nhưng không có ai tác nghiệp, không có cá nhân thọ nghiệp. Có Khổ nhưng chẳng có ai khổ; có dứt khổ nhưng không có cái ta hết khổ. Khi ta đứng từ góc độ suy lý mới theo công thức của Spinoza nói trên, có thể rằng chân lý về Khổ và Nghiệp đã được thông lý. Và rất có lẽ rằng, giáo lý nhà Phật cần một thể dạng tư duy và tưởng tượng mới và khác.

CHO MỘT TINH THẦN PHẬT GIÁO MỚI

Cái cần thiết hiện nay là sự xung thực một nội dung Tinh thần tích cực và năng động vào giáo lý nhà Phật để thoát ly và chuyển hướng bản sắc phủ định và bi quan mà đạo lý nhà Phật bị thâm nhiễm bấy lâu nay. Phật giáo cần có một cuộc cách mạng tinh thần nhắm khai mở trái tim hướng thượng, tác năng trong ý chí hành thiện, dấn thân vào thế gian, tung thân vào cuộc mệnh, đem giáo lý ưu việt của nhà Phật vào thế gian, đấu tranh cho đời ta, cho gia đình ta, tổ quốc ta, cho lý tưởng công lý và an sinh xã hội, thăng tiến về tâm thức cũng như đời sống vật chất cho chúng sanh. Ta sẽ không phủ định thế gian, không từ chối ngã thể, không nhìn cuộc đời với con mắt bi ai, không quan niệm rằng đời là bể khổ. Đạo Phật không phải là nơi đến cho kẻ thất bại, thất vọng với cuộc sống. Đạo Phật cũng không dành cho đám tang đầy lễ nghi phức tạp, phiền toái. Đạo Phật là con đường sống như ta chỉ sống một lần bằng hết ý chí Khát sống và lòng Hiếu thắng.

Phải nhớ rằng chữ Nghiệp là *karma*, nguyên nghĩa là hành động. Ta tham dự vào Ý niệm Nghiệp chỉ bằng hành động trong Tự do Ý chí, và ta chấp nhận trách nhiệm bằng hậu quả tác hành trong ý thức. Ta sẽ vun bồi tự-ngã cho chính mình, vì ta là thật, chứ không là một giả tưởng hay vọng tưởng từ Vô minh. Ái dục – Khát sống, Hiếu thắng – là động cơ cho tiến trình Trở nên cho ta. Ta phải trưởng thành qua sự tham dự vào sinh mệnh làm người một cách tràn đầy, trọn vẹn, trong lý tưởng đại hùng, đại lực, đại từ bi, với ý chí vô úy, ta sẵn sàng đi vào địa ngục cho một lý tưởng nhân gian đang chờ. Cái ta tự-ngã, dù nó chỉ là một kiến lập từ góc độ phân tích, nhưng ta trực nghiệm được nó như là một chủ thể chắc mãn cho ý chí hành động và thọ hữu hệ quả. Ta không sợ thất bại, không sợ phán xét bởi tha nhân. Ta sẽ mở mắt nhìn vào cái chết như một bóng ma không thật. Địa ngục hay cõi trời nằm nơi ý chí sinh hữu trong ta.

Trong *"Thời tính, Hữu thể, Ý chí – Một luận đề siêu hình học* (2018), tôi đã trình bày một dự phóng về nguyên lý cho sự Hữu – *Being as Becoming* – rằng,

> *Nguyên nhân* và *hậu quả* không được nối liền nhau bằng một tinh hoa vĩnh cửu như truyền thống triết học và tôn giáo Ấn Độ từng quan niệm; trái lại, nguyên nhân không bao giờ đi xa hơn khỏi chính nó và hệ quả không bao giờ là một thực tính trong Thời Ý. Tất cả đều xảy ra vô nguyên cớ, không hậu quả và không điều kiện. Tất cả chỉ là năng động của khả thể tính Hữu đối chọi với Vô. Hiện Hữu mãi mãi chỉ là một nguyên nhân và mãi mãi chỉ là một sự bắt đầu. Cái Có và Không có của hữu thể không theo một quy luật nào cả ngoại trừ quy tắc của xác suất để Hư Không và Hiện Hữu quấn quít vật lộn nhau. Nếu chúng ta tìm một biểu trưng cho cõi tồn hữu của Hữu Thể thì hãy coi tất cả những gì đang có là những "hạt bụi" của sự tranh vật giữa Hữu và Vô nầy. Năng lực Thời Ý, vì vậy, là ý chí nắm được cơ hội tồn hữu trong trường xác suất để duy trì cái Hữu theo Thời Thể. Cơ Thời mở cửa khi Thời Ý đưa ý chí Khát sống của chính mình lên đến mức độ cực điểm, tối hậu thì Hiện Hữu là sự vỡ tung của xác suất để hiện thân lên thành thực hữu. Tất cả những sự khởi đi của một Hữu Thể phát xuất từ một sự vỡ tung của xác suất vì trạng thái cũ đã bị thử thách đến cực cùng của khả năng tồn hữu tự tại. Từ vũ trụ cho đến tâm thức, từ thế giới hiện thân của những đơn vị *subatomics* đến con người, lịch sử, văn minh, tư tưởng, vũ trụ đều là những sự vỡ tung của xác suất vì Thời Ý đã nung nấu trạng thể Hiện Hữu đến mức độ mà cánh cửa Cơ Thời của sự Hữu phải được mở. Hiện Hữu đến như con bài thắng lớn vì kẻ đánh bạc cứ gieo hoài hột xác suất giữa bàn cờ Hữu/Vô một cách vô cùng và liên tục cho đến khi khả thể tính được hiện thành.

Từ cơ bản tư tưởng đó, đối với tín lý đó thì các quy luật hằng hữu của Nghiệp và Nhân quả cũng cần phải được tái kiến lập. Nguyên nhân không nằm trong quá khứ để hiện tại là trường tác hiện của Nghiệp; mà trái lại, Nhân nằm trong tương lai và Quả là hiện tại. Khi ta hướng về tương lai bất định, ta mang Ý chí Tự do để quyết định nó sẽ-phải-là như thế để ta hành động. Ta sẽ biến bản chất vô thường của cái chưa-là đầy xác suất bất định thành nên một trường hiện thực của ý chí nhằm giảm thiểu bản chất tình cờ của sinh hữu. Ta sẽ coi cuộc mệnh làm người như một trò chơi sinh tử lớn mà ta hân hoan chấp nhận mọi sự thành bại sẽ phải đến. Ý chí sẽ-phải-là chính là động cơ – và quan trọng hơn – nó là nguyên nhân mà hệ quả là bước chân hành động tiên khởi cho hành trình sáng tạo cái chưa-là. Đối với kẻ yếu đuối, bất trí, thì tương lai chỉ là một cõi chưa-là. Vì thế, họ là nạn nhân của bóng tối bất thường của cái sắp xảy ra theo xác suất tình cờ và duyên nghiệp ngoại thân. Vậy nên, ta sẽ biến cái chưa-là trong hư không của Tương lai thành ra cái hữu thể cho Ý chí – tức là cuộc đời ta là một cuộc mệnh sinh tử theo Ý chí sẽ-phải-là. Tội lỗi thay cho những kẻ không có ý chí tương lai vì họ là nạn nhân của Hư vô, của yếu đuối, bi quan. Họ sẽ bị cuộc mệnh tình cờ bất định nhận chìm trong đau khổ.

Tức là chân lý Tứ Diệu Đế và Bát Chánh Đạo ta vẫn gìn giữ – nhưng ta sẽ tiếp cận và lãnh hội chúng bằng một góc độ tinh thần khác. Tứ Khổ Đế ta sẽ khai mở khả thể hạnh phúc trong biển sống. Khổ là một chân đế vĩnh hằng – nhưng ta sẽ chinh phục khổ đau nhằm vượt qua nó bằng năng lực Khát sống và ý chí Hiếu thắng đối với cuộc đời này. Ta sẽ tung thân vào cuộc mệnh thế gian và tìm vui trong tất cả những gì mà thế gian hay nhà Phật vẫn cho là khổ. Khổ chỉ là một thái độ mà ta không chấp nhận nó. Ta sẽ không sợ chết, không ngại thất bại. Ta sẽ hành động theo ánh sáng lý tính, dưới sự hướng dẫn bởi nhận thức thường nghiệm, trong biên độ vừa phải của một công dân có ý thức trách nhiệm trong hoàn cảnh mà ta sinh ra và lớn lên. Ta biết rằng sự thể mà ta bị ném vào cuộc đời, trong thân xác này, trong gia cảnh này, trong xã hội, thời đại này – *the personal situatedness of existence* – chính là kết quả tựu thành từ duyên nghiệp. Vâng, đó là tinh hoa đạo Phật. Đúng và giá trị – vì nó cho ta một về trả lời cho những câu hỏi siêu hình về chính ta và nhân loại. Nhưng ta không quá bận tâm về số mệnh, về nghiệp báo, về duyên phận làm người. Ta chỉ nỗ lực hết sức mình nhằm khai mở con lộ làm người tràn đầy tinh thần tích cực cho đời ta. Ta chỉ biết ta chi có đời này để sống. Nếu có kiếp sau, rất có thể là có, ta sẽ là một cái ta khác. Điều đó không là quan yếu và ta sẽ không quan tâm.

Đó chính là tinh hoa Tinh thần cho cuộc Chuyển Luân thứ Năm.

(2022)

(Xin trân trọng cảm tạ tác giả Tuệ Sỹ, anh Văn Công Tuấn, chị Trần Thị Nguyệt Mai, đã tạo cơ hội cho tôi được đọc và nêu một số ý kiến với tác phẩm lớn đầy ý nghĩa này).

Chỉ có Công Lý khi có Tự Do

Giới thiệu Lý Thuyết Công Lý của John Rawls[6]

A. Dẫn nhập

Chúng tôi xin trân trọng giới thiệu bản dịch của A Theory of Justice – Một Lý Thuyết về Công Lý – của John Rawls do Phạm Quốc Việt chuyển ngữ. Nhiều nhà xuất bản sách tiếng Việt đã mong muốn có một bản dịch Việt ngữ cho độc giả về công trình lớn lao và ảnh hưởng này, nhưng vì chiều dầy cả về số trang và tư tưởng của nó đã khiến cho sự ra đời bản dịch đã không thể làm được cho đến hôm nay.

*

John Rawls, cựu giáo sư triết học tại Harvard, được xem là triết gia Tây phương về triết học chính trị hàng đầu trong thế kỷ 20. Từ khi ra đời từ năm 1971, cuốn sách này đã được công nhận là một công trình triết học về luật pháp, chính trị và đạo đức ảnh hưởng nhất ở Âu Mỹ trong vòng một trăm năm qua.

---

[6] "Theory" có thể được dịch là "Luận thuyết" thay vì "Lý thuyết" hay "Học thuyết." Luận thuyết mang tính chất thảo luận, bàn cãi (discourse) hơn là một tiền đề lý giải (lý thuyết) hay là một chủ trương học thuật (học thuyết). Hai tác phẩm sử dụng cho bài này là John Rawls, A Theory of Justice (Cambridge: Harvard University Press, 1971) và xem CHÚ THÍCH (7).

Một Lý Thuyết về Công Lý (Lý Thuyết) là một tác phẩm đồ sộ, đòi hỏi người đọc phải dày công tâm ý nhằm nắm được tinh yếu triết học mà tác giả đề ra. Để giúp độc giả tiếng Việt có một bản đồ hướng dẫn cơ bản cho công trình lý thuyết rất trừu tượng và sâu sắc này, trong bài Giới Thiệu này, chúng tôi sẽ phác họa những nét chính của luận thuyết về công lý của Rawls đã được ông cập nhật trong suốt bốn thập kỷ qua.[7] Ở đây, chúng tôi không phân tích cũng không đưa ra những phê phán về nó – mặc dù nội dung của những luận đề cơ bản và ảnh hưởng của tác phẩm này đã được tranh luận và mổ xẻ ròng rã và sâu rộng bởi các triết gia hàng đầu của Tây phương trên cả bốn mươi năm qua.[8] Đây là một đề án lý thuyết cơ bản cho vấn nạn công lý cho nhân loại. Vì thế, nó cần phải được đọc. Không ai được xem là nắm rõ được tinh hoa triết học chính trị Tây Âu mà không thông hiểu tác phẩm này. Có thể nói rằng, khi đối diện với tình trạng bất công mà giới cùng khổ của nhân loại phải trải qua, công trình triết học này của Rawls đứng ngang hàng với hệ tư tưởng của Marx, nhằm giải quyết rốt ráo vấn nạn bất công chính trị, xã hội và kinh tế.

B. Một tuyên ngôn chính trị

Đây là một tuyên ngôn chính trị trên cơ sở giá trị của tự do. Rawls quan niệm rằng chỉ có công lý khi mỗi con người là một công dân tự do và được bình đẳng trên bình diện chính trị. Vì thế, công lý khởi đi bằng tự do chính trị. Nếu bước đi tiên khởi này không được giải quyết, công lý chỉ là ảo tưởng. Từ đó, Lý Thuyết là một nỗ lực xây dựng một nền

---

7 John Rawls, *Justice as Fairness. A Restatement* (Cambridge: Harvard University Press, 2001)

8 Do số lượng quá lớn của sách và những bài viết trên các tạp chí chuyên ngành về kinh tế, chính trị, triết học, luật pháp và xã hội học về *Lý Thuyết* của Rawls trong suốt ba mươi năm qua không cho phép chúng tôi trích dẫn được. Trong khuôn khổ bài này, chúng tôi chỉ muốn giới thiệu sơ lược về *Lý Thuyết* mà không thể bàn sâu hơn. Dù rằng *Lý Thuyết* đã được dịch ra trên ba mươi thứ tiếng trên thế giới, nhưng theo chỗ tôi biết thì chưa có bản dịch Việt ngữ cho tác phẩm này. Tác phẩm đối trọng quan yếu nhất đối với *Luận Thuyết* là của Robert Nozick, *Anarchy, State, and Utopia* (1974), trong đó Nozick đưa ra một trường phái triết học chính trị của phía *libertarianism* (cổ võ cho một vai trò tối thiểu của chính quyền) chấp nhận kết quả bất công của xã hội nếu sự phân phối quyền lợi được làm nên bởi những con người trưởng thành, trên cơ bản tự nguyện và được khởi đi từ một điểm công bằng.

tảng triết học chính trị cho ý niệm công lý. Nó bao gồm một nền tảng lý thuyết cho dự án về một nền móng định chế cơ bản nhằm kiến tạo, bảo tồn và phát huy công lý trên bình diện xã hội và tự do trên cơ sở cá nhân.

Rawls viết,

> Công lý là đức hạnh thứ nhất cho các định chế xã hội, cũng như chân lý là của các hệ thống tư tưởng. Một lý thuyết dù có lộng lẫy hay tiết độ gì đi nữa, nhưng mà nếu nó sai thì phải bị bác bỏ; cũng như thế, luật pháp và định chế dù có hiệu năng hay hoàn chỉnh đến đâu cũng cần phải được cải tổ hay dẹp bỏ nếu chúng là bất công.

Tình trạng bất công, nếu có, chỉ có thể được chấp nhận đến mức cần thiết để tránh một thứ bất công khác to lớn hơn. Từ đó, chỉ tiêu của công lý là cấu trúc cơ bản của xã hội trên một hệ thức chính trị (political scheme), mà trong đó, nội dung và quy trình công lý tùy thuộc vào phương cách mà các quyền hạn tự do căn bản và trách nhiệm công dân được phân định song song với cơ hội tiến thân kinh tế và quyền lực được chia sẻ công bằng và hợp lý.

Công lý phải được đặt cơ sở trên quyền cơ bản của con người. Rawls viết tiếp,

> Mỗi người đều có quyền bất khả xâm phạm trên nền tảng công lý cho dù quyền lợi của cả xã hội cũng không thể bị phủ quyết. Vì lý do đó, công lý từ chối sự phủ nhận tự do của một số người có thể được bù trừ bởi lợi ích của kẻ khác... Cho nên, trong một xã hội công bằng, quyền tự do bình đẳng của công dân là chuyện phải được chấp nhận; những quyền hạn bảo đảm được bởi công lý không thể được gia giảm vì lý do chính trị hay là về những tính toán cho lợi ích xã hội.... Khi là những đức hạnh hàng đầu của sinh hoạt con người, chân lý và công lý là hai điều không thể được nhân nhượng.

C. Luận thuyết về Công lý

1. Từ bối cảnh và truyền thống triết học Tây phương, Rawls muốn dựng lên một triết thuyết mới. Trong Lời nói đầu, Rawls giải thích mục đích của tác phẩm rằng,

Trong hầu hết các triết thuyết về đạo đức cận đại thì các hệ thuyết đều có nội dung chủ nghĩa *"hữu dụng"* (utilitarianism).[9] Một trong những lý do là "hữu dụng luận' đã được cổ võ bởi nhiều triết gia lừng danh với một dòng tư tưởng đáng nể phục trên cả tầm mức lẫn phẩm chất. Có lúc chúng ta cũng đã quên rằng những lý thuyết gia theo trường phái hữu dụng như Hume, Adam Smith, Bentham và Mill[10] đã là những nhà lý thuyết về xã hội học và kinh tế học hàng đầu; và chủ thuyết mà họ đưa ra đã dành cho nhu cầu rộng lớn hơn trong một cơ đồ lý thuyết phổ quát. Những chỉ trích về thuyết hữu dụng đều chỉ nằm ở mức độ giới hạn khi nhắm đến tính chất mơ hồ của tính hữu dụng và sự mâu thuẫn và không tương đồng giữa chủ thuyết hữu dụng với những hệ quả từ nó cũng như là cảm nhận đạo đức (tự nhiên) của chúng ta. Tôi tin rằng họ (những người chống hữu dụng luận) đã không kiến tạo được một ý niệm đạo đức khả thi mang tính hệ thống để đối đầu với hữu dụng luận. Từ đó, chúng ta thường bị bắt buộc chọn lựa giữa hai vế của *hữu dụng luận* và *trực giác luận* (intuitionism).[11] (1971: vii–viii)

Lý Thuyết của Rawls là một con đường khác, tránh được sự kẹt lối đạo đức của hữu dụng luận và tính mơ hồ của trực giác luận. Hữu dụng luận quan niệm rằng công lý được quyết định bằng công thức, "Cái

---

9   Về một định nghĩa cho chủ thuyết "hữu dụng" (utilitarianism): Xem CT (6).
10 **David Hume** (1711–76): Triết gia gốc Scotland (Tô Cách Lan). Mặc dù Hume chưa thực sự nêu rõ thuyết hữu dụng một cách có hệ thống, nhưng những lý luận cơ bản về giá trị và đạo đức theo cơ bản *tri thức luận* của ông đã tạo nên truyền thống *hữu dụng luận* tiếp theo. Hai tác phẩm ảnh hưởng lớn đến hữu dụng luận của Hume là *An Inquiryconcerning the Principles of Morals* (1751) và *Essays: Morals, Political and Literary* (1741). **Adam Smith** (1723–90): Triết gia gốc Tô Cách Lan, tác giả của hai tác phẩm mang ảnh hưởng lớn về đạo đức và kinh tế, *The Theory of Moral Sentiments* (1759) và *Wealth of Nations* (1776). **Jemery Bentham** (1748–1832): Triết gia Anh về chính trị và đạo đức, cùng với Mill, là cha đẻ của thuyết hữu dụng cổ điển. Tác phẩm chính, *An Introduction to the Principles of Morals and Legistration* (1789). **John Stuart Mill** (1806–73): triết gia phiên giải nền tảng của hữu dụng luận có hệ thống trong tác phẩm *Utilitarianism* (1861). Tác phẩm khác lừng danh khác của Mill là *On Liberty* (1860).
11 *"Trực giác luận"* (Intuitionism) chủ trương rằng, về phương diện đạo đức, con người có khả năng tự nhiên nhận ra cái đúng và sai mà không cần đặt trên cơ sở lý luận, cảm giác, suy tưởng, hay trí nhớ. Tức là, đức hạnh là những sự thật hiển nhiên (self-evident truths) như những định đề toán học cơ bản mà đã là con người sẽ phải nhận thức ra chúng khi đối diện với vấn đề của luân lý.

tổng kết thỏa đáng nhất cho tổng số cá nhân tham dự" (The greastest net balance of satisfaction summed over all the individuals belonging to it). Điều này có nghĩa là công lý phải bảo đảm việc tạo ra lợi ích (thỏa mãn) tổng hợp lớn nhất cho cộng đồng, mà lợi ích tổng hợp lớn nhất này là lợi ích của mọi cá nhân tham dự cộng lại, dù trong đó, sự thỏa mãn cho mỗi cá nhân không đồng đều, ngay cả tăng lên hay giảm xuống. Trong khi đó *trực giác luận* nhấn mạnh đến khả năng cảm nhận đạo đức và giá trị trong mỗi hoàn cảnh mà lý tính không có khả năng biện minh qua sự phán đoán hay tính toán lợi hại được.

Tuy nhiên, Lý Thuyết của Rawls vẫn nằm trong truyền thống khế ước xã hội vốn đã được khai phá bởi nhiều triết gia Tây phương xưa nay từ Locke, Rousseau đến Kant.[12] Trong suốt tập sách gần 600 trang, Rawls đề cập đến Marx rất ít, chỉ nói phớt sơ qua chỉ có một câu, và còn lại là một vài chú thích ngắn.[13] Trong cuốn *Restatement* thì Rawls coi Marxism là một chủ nghĩa thuần lý tưởng mà trên bình diện lý thuyết đã vượt qua biên độ của nguyên tắc công lý và quyền hạn khi những nhu cầu này đã không còn là những vấn nạn; và trong cuốn Restatement cũng có đưa ra những trả lời cho những chỉ trích từ cơ sở chủ thuyết Marxism.

2. Luận đề căn bản của Rawls là "Công lý là công bằng,"
(Justice as fairness). Mục tiêu nhằm xây dựng một cơ sở nguyên tắc

---

12 - **John Locke** (1632–1704): Triết gia Anh, nổi tiếng là cha đẻ của trường phái *Empiricism* (Thực nghiệm luận). Tác phẩm quan yếu: *Essay concerning Human Understanding* (1869) và *Second Treaty of Government* (1869).
- **Jean–Jacques Rousseau** (1712–78): Triết gia Pháp, cùng với Locke và Hobbes, được xem là cha đẻ của thuyết *"Khế ước xã hội"* (Social contract). Hai tác phẩm quan trọng là *Discourse on the Origin and Foundation of Inequality among Mankind* (1755) và *The Social Contract or Principles of Political Rights* (1762).
- **Immanuel Kant** (1724-1804): Một trong những triết gia người Đức quan trọng nhất của triết học tây phương trong vai trò nâng cao vai trò lý tính trong siêu hình học và đạo đức. Tác phẩm quan trọng nhất là *Crtique of Pure Reason* (1781) (Xem *Phế phán Lý tính Thuần túy* (2004), bản dịch Việt ngữ của Bùi Văn Nam Sơn, NXB Văn Học, Hà Nội). Sau đó là một loạt sách về *Phê phán đạo đức và luân lý*, trong đó có *Critique of Practical Reason* (1788) và *Metaphysics of Morals* (1797).

13 **Xem # 42** về các trả lời của Rawls đối với những chỉ trích trên cơ sở Marxism đối với *Luận Thuyết*.

công lý nhằm cai quản một trật tự xã hội ổn định và đa nguyên lý. Nguyên tắc công lý này được đặt trên nền tảng những cá nhân tự do và bình đẳng (free and equal persons) với quyền hạn và trách nhiệm, quyền tự do chính trị và quyền tự do cá nhân (personal and political liberties) và quyền bình đẳng cơ hội trong một cơ chế xã hội muốn xếp đặt quyền lợi và cơ hội thăng tiến cho mọi người, đặc biệt là những thành phần ít lợi thế nhất (the least advantaged).

3. Rawls bắt đầu **hệ thống luận thuyết** của mình từ nền tảng một *cá thể thuần lý thuyết* (a theoretical person) bị bao phủ bởi một "màn che vô minh", veil of ignorance, muốn phác họa một xã hội công lý trong khi không biết thế đứng hay *địa vị xã hội* (social status) của mình. Từ vị thế khách quan này, cá thể xây dựng định chế công lý cho xã hội mà không bị quyền lợi và tính chủ quan đánh mất tính khả thi, hợp lý và công minh cho hệ thống mà mình muốn xây dựng lên cho toàn thể xã hội đa nguyên lý cho nhiều thế hệ. Rawls gọi bước đi từ vô minh này là "vị thế nguyên khởi" (original position) để từ đó, con người lý thuyết qua tiến trình có *tính thủ tục thuần túy* (pure procedural process) có thể tạo dựng một tập hợp các nguyên tắc công lý cho mọi người, nhất là giới thấp nhất và kém lợi thế nhất.

4. Luận thuyết công lý này mang bản chất khế ước xã hội mà trong đó cá thể đồng ý dựng nên định chế cho mình, cho xã hội, và đồng ý bị cai chế (regulate) bằng hệ thống định chế này – cho dù trên cơ sở đặc thù cá nhân, họ có thể sẽ không được hưởng những quyền hạn và quyền lợi tối đa nếu tuân thủ theo. Đây là một ý niệm liên đới (associational conception) trong mối tương quan giữa những hội viên của một tập hợp đa dạng và đa nguyên lý. Quan niệm liên đới này mang bản sắc chính trị trên cơ sở quốc thể hiện đại (modern nation–state). Quốc thể (nhà nước–quốc gia) này là một đơn vị xã hội, *"một hệ thống công bằng trên sự hợp tác bình đẳng qua thời gian, từ thế hệ này sang thế hệ khác."* Tính liên đới này là của những công dân trong một định chế cấu trúc cơ bản của xã hội (basic structure of society) mà họ "bước vào bằng sinh và bước ra với tử."

5. Bởi vì đây là một quan niệm chính trị, "công lý trên cơ sở công bằng" không phải là một hệ thống lý thuyết toàn diện (comprehensive doctrine)[14] về đạo đức, triết học hay là siêu hình. Một luận thuyết về công lý nếu mang tham vọng toàn diện, comprehensive, sẽ tự nó mang tính mâu thuẩn nội tại trên bình diện logic và nội dung. Trong điều kiện chính trị và xã hội của các định chế tự do, vấn đề đương nhiên phải chấp nhận là sự hiện diện đồng thời những hệ thống giá trị và chủ thuyết khác nhau, bất tương đồng, mà không ít chủ thuyết trong số này mang tính chất quá khích và thiếu lý tính. Ý tưởng này là cột trụ chính trong tác phẩm *Political Liberalism* (Chính trị cấp tiến) (1993)[15] mà trong đó, Rawls tái trình bày và sửa chữa lại những gì đã đưa ra trong Luận Thuyết. Chính trị cấp tiến công nhận và đương đầu với sự thể đa nguyên hợp lý/vừa phải (the fact of reasonable pluralism) bằng cách chứng tỏ rằng một tư tưởng chính trị có thể thích hợp với sự kiện đa nguyên lý của thực tế tư tưởng và ý thức hệ trong một xã hội. Điều này chính là sự "thỏa thuận chồng chéo" (overlapping consensus) giữa những luận thuyết công lý toàn diện. Tuy nhiên, ý niệm công lý trên cơ bản chính trị không cho phép nó nhân danh tính phổ cập và toàn cầu trên cơ sở giá trị và chân lý – vì nó không phải là một tư tưởng siêu hình hay tôn giáo. Ví dụ không thể minh định bản thể luận về con người hay là sự tốt đẹp tuyệt đối bằng một luận thuyết chính trị được.

6. Một quan niệm chính trị về công lý (a political conception of justice) có ba yếu tố: ***Thứ nhất***, nó là một quan niệm đạo đức đặc thù cho các mục tiêu và điều hành của các định chế chính trị, xã hội và kinh tế. Rawls gọi những định chế này là cấu trúc căn bản (basic structure), mà trong đó, tất cả những cơ chế và định chế kết hợp lẫn nhau thành một hệ thống điều hợp xã hội từ thế hệ này qua thế hệ khác. ***Thứ hai***, quan niệm này không dựa trên hay bắt nguồn từ một chủ thuyết toàn diện nào,

---

14 *"Hệ thống lý thuyết toàn diện"* hay *"chủ thuyết toàn diện"* (comprehensive doctrine) đòi giải quyết tất cả mọi phương diện của chính trị và xã hội, kể cả vấn đề bản thể luận và siêu hình. Chủ thuyết Hegel, Marxism hay các giáo điều tôn giáo, điển hình, là những chủ thuyết toàn diện. Rawls nhấn mạnh rằng *Luận Thuyết* là một "luận thuyết mỏng" (thin theory) hay là một "quan điểm đứng tự do" (free-standing view) vốn chỉ nhìn công lý trên cơ bản chính trị (justice as fairness as a political conception). *Luận Thuyết* không khẳng định hay phủ nhận các chủ thuyết toàn diện mà nó chỉ cổ võ cho một tình trạng đa nguyên giá trị vừa phải và hợp lý bằng nguyên tắc "thỏa thuận chồng chéo" (overlapping consensus).
15 **John Rawls**, *Political Liberalism* (New York: Columbia University Press, 1996)

mặc dù nó có thể mang bản sắc của một hệ thống khái niệm và lý luận và cũng có thể được biện minh từ một hệ thống tư tưởng toàn diện khác. *Thứ ba*, nó cũng đặt cơ sở trên một bối cảnh *văn hóa chính trị công cộng* (public political culture) trong một xã hội dân chủ.

7. Bốn vai trò cho triết học chính trị:

Điều quan yếu nhất vẫn là nhu cầu giải quyết vấn nạn trật tự nhằm đi đến một đồng thuận chính trị – mà trong đó, **thứ nhất** là sự *hóa giải mâu thuẫn về tư tưởng*. Hãy thử nhìn những mâu thuẫn của siêu hình học trên cơ sở tôn giáo trong lịch sử Tây Âu vốn đã đặt ra những vấn nạn lớn cho triết học chính trị – và là nguồn gốc của *chủ nghĩa cấp tiến* (liberalism) trên nguyên tắc *dung thứ* (toleration) của Locke, Montesquieu, Hobbes.[16] Muốn giải quyết mâu thuẫn tư tưởng thì phải tìm ra một cơ sở rộng lớn hơn để có thể đem những phương diện nhỏ của những yếu tố mâu thuẫn về lại với nhau. Trường hợp mâu thuẫn tư tưởng giữa tự do và công bằng là một đặc trưng. Sự khác biệt căn bản về hai ý niệm chính trị này đã tạo ra những mâu thuẫn của định chế chính trị, kể cả chiến tranh. Ngay trong ý niệm quyền tự do (liberties) cũng có những mâu thuẫn về sự phân định về quyền hạn, giữa cái gọi là "tự do của người xưa" (liberties of the ancients) bao gồm sự bình đẳng về quyền tự do chính trị và giá trị của đời sống công cộng (equal political liberties and values of public life), đối với "tự do của người đời nay" (moderns) bao gồm tự do tư tưởng, niềm tin, lương tâm, tự do về tài sản và thân thể, và quy tắc pháp chế.

Vai trò thứ hai của triết học chính trị là đóng góp *một cơ sở tư tưởng cho cá nhân* trong xã hội đang *suy nghĩ về vấn đề quốc gia đại sự* (từ cơ bản công dân) như là một vấn đề chung, vượt qua góc độ cá

---

16 - **Thomas Hobbes** (1588-1679): Triết gia người Anh vốn đã ảnh hưởng lớn đến các lý thuyết dân chủ Tây phương, đặc biệt là dân chủ Hoa Kỳ. Tác phẩm quan yếu là *Leviathan* (1651). Quan điểm nổi tiếng của Hobbes là, "Cái gì là công lý hay bất công được quyết định bởi luật pháp quốc gia, chứ không phải là đạo đức hay vô đạo đức." ("What is just or unjust is determined by the laws of the state, what is moral and immoral is not").

- **Baron de La Brede et de Montesquieu** (Chức danh của *Charles-Louis de Secondat*) (1689-1755): Triết gia chính trị Pháp, được coi là tiếng nói lương tâm chính trị của Âu Châu cho phong trào Khai Sáng. Tác phẩm quan trọng, *L'Esprit des lois* (1748) đặt nền tảng triết luận cho một chính thể cộng hòa với nguyên tắc tam quyền, lập, hành và tư pháp, được phân lập và tách biệt.

nhân riêng biệt và riêng tư. Đây là vai trò "hướng đạo" (orientation) mà trong không gian khái niệm, lý tính và suy tưởng sẽ hướng dẫn con người về với những mục tiêu vừa phải, hợp lý (reasonable and rational ends) trong một khung định chế thống hợp và hòa giải được nhiều góc độ của truyền thống, lịch sử và giá trị khác nhau của công dân.

Vai trò thứ ba là sự *hòa giải* (reconcilliation) – một ý niệm của Hegel trong cuốn "Triết học về Pháp quyền." Triết học chính trị *"cố gắng làm dịu những bực bội và giận dữ của công dân đối với xã hội và lịch sử bằng cách chỉ ra phương cách nhận thức để thấy rằng những định chế xã hội tự chúng là hợp lý và sẽ tiến hóa theo chiều hướng của lý tính."* Đây chính là yếu tính của câu nói lừng danh của Hegel, *"Khi chúng ta nhìn về thế giới một cách hợp lý thì thế giới cũng sẽ nhìn lại ta một cách hợp lý."*[17] Tức là chúng ta phải tiếp cận với định chế xã hội, dù là với nhiều khiếm khuyết, một cách tích cực và với lý tính, chứ không phải chỉ tiêu cực và thụ động chấp nhận.

Theo đó thì một xã hội dân chủ không là, và không thể là, một cộng đồng (community) hay là một hội đoàn (association) – nếu như cộng đồng hay hội đoàn được hiểu là một tập hợp tự nguyện của những cá nhân cùng chia sẻ những quan điểm sâu rộng về một vấn đề trên cơ sở của một chủ thuyết toàn diện. Trái lại, xã hội dân chủ phải là "đa nguyên hợp lý" (reasonable pluralism) mà trong đó, dù có những khác biệt và mâu thuẫn sâu sắc vẫn có thể chia sẻ cùng nhau về một hệ thống định chế chính trị và quy tắc. Khi mâu thuẫn tư tưởng và giá trị

---

17 **Georg W. F. Hegel** (1770-1831): Triết gia Đức, cha đẻ của "Duy tâm tuyệt đối luận". Tác phẩm chính, *Phanomenology des Geists*, (Hiện tượng luận về Tinh thần) (1807). Bản Việt ngữ của Bùi Văn Nam Sơn, *Hiện tượng học tinh thần*, NXB Văn Học, 2006). Ở đây, Rawls trích câu này từ *Rechtsphilosophie* (Triết học Pháp quyền) (1820) trong đó Hegel nói thêm về ý nghĩa hòa giải (reconcilliation) giữa triết học và thực tại như vậy, "Khi công nhận trí năng (reason) như là một bông hồng trên thập tự giá của hiện tại để mà thưởng ngoạn được hiện tại, đó chính là khi trực nghiệm lý tính (rational insight) cho phép chúng ta hóa giải được với thực tại (the actual), một thứ hòa giải mà triết học cho phép những ai có một tiếng gọi từ bên trong muốn thấu hiểu được vấn đề." *(Lời Nói Đầu)*. Xem Nguyễn Hữu Liêm, *Tự do và đạo lý: Một khai giải về triết học pháp quyền của Hegel* (NXB Biển Mới, California, 1993), cho một phiên giải bằng Việt ngữ của tác phẩm *Triết học pháp quyền* của Hegel.

quá sâu rộng và không thể hòa giải trên cơ sở ý niệm và giá trị thì định chế chính trị dân chủ và pháp chế sẽ giải quyết bằng phương cách thủ tục (pure procedural reconcilliation).[18]

Vai trò thứ tư của triết học chính trị mang bản chất ***lý tưởng thực tế*** (realistic utopian): Công việc thăm dò biên độ có thể đạt được trên thực tế của chính trị với niềm tin rằng xã hội con người, cho dù dưới hoàn cảnh nào, cũng sẽ có chỗ đứng và cơ hội cho một trật tự chính trị vừa phải, công bằng và dân chủ. Chúng ta phải hỏi: Một xã hội dân chủ công lý sẽ như thế nào, dù là nó không được toàn hảo? Những lý tưởng và nguyên tắc nào mà xã hội dân chủ này có thể hiện thực được trong hoàn cảnh con người và truyền thống, lịch sử cho phép? Các khả thể chính trị và công lý luôn luôn phải đối diện và giải quyết bản chất vốn luôn là khó khăn của thực trạng xã hội.

Và cuối cùng, triết học chính trị, dù là một cơ năng tri thức cho nhu cầu hòa giải, không có nghĩa là nó phải dung túng và biện minh cho những chế độ chính trị ung thối, hay ý thức hệ giáo điều bất công, độc tài và áp bức. Cho nên, chính Rawls cũng đặt nghi vấn đến lý thuyết công lý của mình rằng nó có khả năng trở nên một loại giáo điều hay không nhằm điều chỉnh nó.

D. Con người Công lý
8. Hai Năng lực Đạo đức của mẫu người Công dân:

Mỗi công dân, trước hết và trên hết là một con người (person), là những ***con người tự do và bình đẳng*** (free and equal). Con người này là mẫu người xã hội trên cơ bản công dân, dấn thân vào việc nước và xã hội một cách tích cực và tự nguyện và có khả năng làm chuyện đó. Con người ở đây là một khái niệm chính trị mang tính quy ước (normative) hơn là siêu hình hay tâm lý. Mỗi công dân cần có hai năng lực đạo đức:

---

18 Công lý có hai phương diện: *Nội dung* (substantive) và *quy trình* (thủ tục) (procedural). Rawls đưa ra một thí dụ về công lý quy trình nhằm bảo đảm công lý trên căn bản thường nghiệm: Một số người (ví dụ 10) đồng muốn cắt chia một chiếc bánh. Muốn công bằng thì hãy để cho người cầm dao quyết định cắt bánh như thế nào là người cuối cùng lấy phần của mình. (1971:85) Công lý quy trình không bảo đảm kết quả, mà chỉ bảo đảm tính khách quan, vô tư và công minh cho luật chơi.

Thứ nhất: *Khả năng cảm nhận được công lý* (capacity for a sense of justice): Khả năng thông hiểu, ý chí áp dụng và hành động trên cơ bản nguyên tắc của công lý chính trị vốn phân định điều kiện công bằng cho sự hợp tác trong xã hội.

Thứ hai: *Khả năng cho một quan niệm về điều tốt lành* (capacity for a conception of the good): Khả năng để có được, cải tiến, và theo đuổi mục tiêu thiện lành một cách hợp lý. Quan niệm thiện lành là một tập hợp của những chủ đích và mục tiêu về giá trị cuộc sống, và của những gì đáng để sống cho. Đây là một hệ thống phân định giá trị hiện hữu trong mối tương quan với tha nhân và xã hội, thế giới, được đặt trên cơ sở rộng lớn hơn của triết học, tôn giáo và đạo đức.

9. Những công dân hợp lý:

Người công dân là *hợp lý/vừa phải* (reasonable) khi họ, trong quan điểm tôn trọng lẫn nhau như là những cá thể tự do và bình đẳng, sẵn sàng cống hiến cho nhau những điều kiện công bằng cho sự hợp tác xã hội để rồi sẵn sàng hành động từ những điều kiện đó, dù cho rằng chúng có thể đem đến bất lợi cho chính mình. Đây là "tiêu chỉ hỗ tương" (criterion of reciprocity). Một phương diện khác cho một công dân hợp lý là "sự công nhận và sẵn sàng chấp nhận hệ quả của gánh nặng bị phán xét" (The burden of judgment). Họ phải ý thức được rằng những con người vừa phải và hợp lý có thể bất đồng ý kiến nhưng không đến nỗi là kỳ thị, thiên kiến hay quá ích kỷ, vụ lợi quá mức. Đây là nguyên tắc của "đồng ý về tình trạng không đồng ý." Gánh nặng của phán xét từ sự bất đồng giữa người và người có từ bản chất của nhân loại, tính không hoàn tất của bằng chứng, mức độ quan trọng của mỗi vấn đề theo quan điểm từng người và từng nhóm, khái niệm mơ hồ, kinh nghiệm khác nhau, tiêu chuẩn quy ước đa dạng, và bản chất của cơ chế xã hội nhấn mạnh giá trị này, hay giảm nhẹ giá trị khác theo thời gian và hoàn cảnh khác nhau.

10. Phân biệt giữa con người hợp lý (reasonable) đối với con người lý tính (rational):

Con người hợp lý là con người vừa phải, biết điều, chấp nhận luật chơi, dù có bị thua. Họ là con người công lý (just) và công bằng (fair). Còn con người lý tính là con người có thể vừa hợp lý hay vô lý (unreasonable), khi họ có thể lợi dụng cơ chế chưa toàn hảo của xã hội để làm hại người khác và làm lợi tối đa cho chính mình. Một con người hay một chế độ chính trị độc tài cũng rất có thể mang bản chất lý tính, dù rằng nó là vô công lý. Vô lý và hợp lý, do đó, nói về cảm nhận và khả năng đạo lý con người đối với tha nhân và xã hội, trong khi lý tính nói về khả năng hành xử trên cơ sở tri kiến.

**11. Ba giai đoạn phát triển
cho đạo đức chính trị của công dân:**

(i) **Thứ nhất** là sự chấp nhận và tôn trọng tính đạo đức của thẩm quyền (morality of authority);

(ii) **Thứ hai** là phát huy tính đạo đức của đoàn thể (morality of association);

(iii) **Thứ ba** là tiếp nhận đạo đức của nguyên tắc (morality of principles);

Từ lúc còn là trẻ con trong khuôn khổ gia đình, thẩm quyền phải được học từ cha mẹ, anh chị, đến khi vào xã hội thì đạo đức đoàn thể được tiếp nhận và phát huy để đem cá nhân ra với tha nhân và tập thể. Đi đến giai đoạn chính trị quốc gia thì cá nhân nay là công dân trưởng thành với đạo đức chính trị trên hệ thống nguyên tắc chính trị công dân và công lý. Khi trở nên một công dân trên cơ sở chính trị quốc gia, thì cá nhân đóng đúng vai trò của mình trên nền tảng công lý như là lý tưởng xã hội mà họ phải tham dự vào và chia sẻ trách nhiệm cũng như hệ quả của các nguyên tắc định chế liên hệ.

E. Một Xã hội Công lý

12. Xã hội như là một hệ thống công bằng cho sự hợp tác (a fair system of cooperation) từ thế hệ này sang thế hệ khác, chứ không là nhất thời hay bất thường. Hợp tác xã hội không phải là sự làm việc có điều hợp, (coordinated activities), vì cái sau có thể do bị bắt buộc từ một cơ chế tập quyền. Hợp tác xã hội phải được hướng dẫn bởi quy luật và thủ tục phổ biến (publicly recognized rules and procedures), căn cứ trên điều kiện bình đẳng hỗ tương cho mọi người tham dự trên một tiêu chuẩn hợp lý và được đồng thuận cho mục tiêu hợp lý của họ.

Vai trò của những nguyên tắc công lý là để quy định những điều lệ cho sự hợp tác hỗ tương của xã hội. Những nguyên tắc này liệt kê quyền hạn và nghĩa vụ căn bản mà định chế của xã hội và chính trị quy định cho công dân, cũng như cai chế sự chia sẻ quyền lợi và gánh nặng trách nhiệm nhằm duy trì cán cân công lý chung. Do đó, ý niệm công lý trên cơ bản chính trị cũng chính là công lý dân chủ.

13. Quan niệm về một xã hội trật tự tốt đẹp (a well-ordered society):

Là một xã hội được cai quản một cách hiệu năng bởi một quan niệm công lý công cộng (public conception of justice) nhắm đến ba điểm: **Thứ nhất**, mọi người đều chấp nhận, và biết rằng người khác cũng chấp nhận, về một quan niệm công lý chung. **Thứ hai**, định chế chính trị và xã hội cơ bản thỏa mãn được những nguyên tắc công lý này. Và **thứ ba** là công dân đều có một cảm nhận công lý hiệu năng, có khả năng áp dụng sự hiểu biết và cảm nhận công lý trong tổng thể quyền hạn và trách nhiệm của mình.

14. Ý niệm về cấu trúc cơ bản (basic structure):

Công bằng (fairness) trong ý niệm công lý khởi đi bằng cơ chế căn bản xã hội được cai chế bởi nguyên tắc công lý – nhưng điều này không có nghĩa là nguyên tắc công lý sẽ cai chế trực tiếp các vấn đề nội bộ của những tổ chức riêng hay là hội đoàn xã hội. Nguyên tắc công lý trên cơ sở công bằng chỉ cung cấp một bối cảnh (background) của công bằng và hợp lý để giới hạn biên độ tự chủ của các định chế riêng biệt trong xã hội dân chủ đa nguyên lý. Ví dụ, giáo hội Công giáo có thể rút phép thông công của tín đồ nhưng không có quyền thiêu đốt họ. Do đó, đây là một thể loại công lý chính trị, chứ không phải là công lý toàn diện, ví dụ như công lý nhân quả, siêu hình. Rawls liệt kê ba tầm mức công lý: **Công lý địa phương**, dành cho định chế và hội đoàn; **công lý nội địa** dành cho cấu trúc cơ bản của xã hội; và **công lý hoàn cầu** dành cho công pháp quốc tế.

15. Lần nữa, đây là một lý thuyết công lý mang bản sắc khế ước xã hội:

Tiếp tục truyền thống của triết học khế ước mà trong đó nhấn mạnh đến ba yếu tố cơ bản: **Thứ nhất** là điều kiện tiền chính trị (pre-political condition).[19] **Thứ hai** là khi một trật tự chính trị đang được xây dựng vừa khi con người bước ra khỏi thời kỳ tiền chính trị. **Thứ ba**, thực tế của hệ thống trật tự chính trị và xã hội với những khuyết điểm của nó mà chúng ta đang phải sống với. Cả ba điều kiện này đan quyện lẫn nhau để cho chúng ta có thể đánh giá và biểu lộ được một trật tự như thế nào, trong bối cảnh lý tưởng khả thi, có thể chấp nhận được là công bằng và hợp lý cho mọi người. Trên cơ sở khế ước xã hội, mà các pháp nhân đều có cơ bản quyền hạn, ý muốn và kiến thức ngang nhau đều được công nhận hỗ tương, sẽ đi vào một sự dàn xếp trên cơ sở hợp đồng để chung sống trong hòa bình.

F. Ý niệm về Vị thế Nguyên thủy (The Original Position)

16. "Vị thế Nguyên thủy" là một khí cụ diễn đạt, một phương tiện cho tư tưởng, nhằm giúp chúng ta hiểu thấu ý tưởng công lý trên cơ bản chính trị. Nó cũng giống như ý niệm *"tình trạng thiên nhiên"* về con người của Rousseau,[20] hay là *tình trạng tiền chính trị* của nhân loại với Hobbes và Locke.[21] Chúng ta thử hỏi: Con người xã hội như thế nào và sống với nhau làm sao trước khi định chế xã hội và chính trị được kiến tạo? Ý niệm về vị thế nguyên thủy của Rawls nhằm đến một cơ sở luận thuyết đi từ vị thế nguyên thủy của con người như là một sự tưởng tượng nhằm quy định một trật tự xã hội trên một cấu trúc căn

---

19 *"Tình trạng tiền chính trị"* (Pre–political condition): Một giả định về tình trạng tâm lý và xã hội của con người trước khi sống trên tư cách công dân của một quốc gia với hệ thống chính trị, luật pháp và công quyền. Đây là giả định lý thuyết của Hobbes và Locke như là giả định về "Màn Vô minh" từ vị thế nguyên thủy cho Hai Nguyên tắc công lý của Rawls.

20 *"Tình trạng thiên nhiên"* của Rousseau nói về một mẫu người nguyên trạng với cá thể chính mình trong "ý chí đặc thù" (particular will) khi họ còn chưa bị cai chế bởi định chế chính trị và giá trị cộng đồng, tức là "ý chí phổ quát" (general will), thông qua sự tham dự vào một "khế ước xã hội" giữa công dân và quốc gia..

21 *Hai Nguyên Tắc Công Lý* được Rawls thay đổi ít nhiều, phần lớn là về hình thức và hành văn, từ lúc chúng được đưa ra năm 1971 cho đến 2001. Ở đây, tôi chọn văn bản được cập nhật năm 2001 trong cuốn *Restatement*.

bản nhằm thỏa mãn hai Nguyên tắc Công lý (dưới đây) để giải quyết những vấn đề của xã hội thực sự đang là.

17. Từ vị thế nguyên thủy, con người đại diện (representative persons) sẽ chọn những nguyên tắc công lý để cai chế cấu trúc cơ bản cho một trật tự xã hội công bằng và công lý. Mỗi con người thực hữu trong một trật tự xã hội công lý có một đại biểu trong vị thế nguyên thủy. Những đại biểu này là những tín nhân (trustees) và là người bảo hộ (guardians) đại diện cho tất cả những cá nhân trong tập thể chính trị của những con người tự do và bình đẳng.

Những đại biểu này có ba yếu tố thể hiện được hai năng lực đạo đức. Họ là những con người lý tính (rational persons) trong nỗ lực thực thi nguyện vọng của những người mà họ đại diện nhằm đạt được những nhu cầu công lý. Yếu tố này công nhận rằng mỗi cá nhân mà họ đại diện có một tập hợp quyền lợi riêng mà họ muốn hiện thực hóa. Những quyền lợi này gắn liền với năng lực đạo đức cá nhân để mà theo đuổi, thực thi và điều chỉnh một ý niệm về thiện lành cho cuộc đời.

Vị thế nguyên thủy là thế đứng cần thiết của lý thuyết mà ở đó, sự đồng thuận về một nội dung công lý chỉ là giả thuyết và không mang sử tính (nonhistorical). Sự đồng thuận này thể hiện một quá trình phân tích lý trí và đạt được một sự quân bình từ suy tưởng (reflective equilibrium).

18. Ý niệm về "Màn Vô Minh" (The Veil of Ignorance)

Những con người đại biểu này đứng sau cái mà Rawls gọi là "Màn Vô Minh" vốn che lấp họ đối với những kiến thức về những con người mà họ đại diện như là giới tính, chủng tộc, điều kiện cơ thể, tôn giáo, giai cấp hay là về ý niệm của thiện lành của những người này. Màn vô minh này là hình ảnh giả tưởng cho sự giới hạn của kiến thức cần thiết cho một lý thuyết trung hòa vượt qua các yếu tố đặc thù của con người thực sự trong sử tính. Đây là một khí cụ phân tích, biểu đạt, một "device of representation", cho chủ đích lý luận trừu tượng và tự phối kiểm trong lý thuyết. Từ đằng sau cái màn vô minh này, không ai có thể lợi dụng kẻ khác vì bối cảnh và vị thế đặc quyền của mình, hay là vì sự yếu kém của kẻ khác. Mỗi đại biểu là một "con người vừa phải" (reasonable person) và hợp lý trong tư thế chí công, vô tư, không có yếu tố và điều kiện cá thể, nhằm đưa ra một công cụ lý thuyết trung hòa và hiệu năng để mọi người có thể chấp nhận được.

Nhưng điều này không có nghĩa các đại biểu này hoàn toàn không biết gì về tình trạng tổng quát của xã hội và nhân sinh quan. Họ hiểu một cách rất tổng quát, trên cơ sở trừu tượng và phổ cập, vượt qua yếu tố đặc thù và tạm thời, về bản chất và khả năng con người – hắn muốn gì, biết lo lắng điều chi, ích kỷ làm sao, và theo đuổi cuộc sống như thế nào cho quyền lợi của hắn. Điều quan yếu nhất là các đại biểu biết rằng con người hợp lý có hai năng lực đạo đức về công lý, về thiện lành.

Nếu không có cái màn vô minh này thì các đại biểu lý thuyết sẽ chọn lựa một mô thức công lý có lợi cho mình – chưa kể đến vấn đề kỳ thị hay đối xử phân biệt cho mô thức định chế xã hội. Do đó, màn vô minh này sẽ kiến tạo một môi trường trong sáng và trung hòa cho một luận thuyết về công lý trên cơ sở **quy trình** (pure procedural justice) nhằm kiến tạo một thể chế cho một nền **công lý nội dung** (substantial political justice).

G. Hai Nguyên Tắc Công Lý

19. Nguyên Tắc Thứ Nhất:

Mỗi người đều có quyền hạn không thể bị xóa bỏ trong một hệ thống bảo đảm toàn diện các quyền tự do căn bản tương xứng với quyền tự do cho tất cả (Each person has the same right (indefeasible claim) to a fully adequate scheme of equal basic liberties, which scheme is compatible with the same scheme of liberties for all); và

20. Nguyên tắc Thứ Hai:

Những bất bình đẳng xã hội và kinh tế phải thỏa mãn hai điều kiện: **thứ nhất**, những bất bình đẳng này gắn liền với chức vụ và vị thế vốn được mở rộng cho mọi người trên cơ sở bình đẳng và công bằng cơ hội; và **thứ hai**, chúng phải vì lợi ích cao nhất cho những thành phần chịu nhiều bất lợi nhất trong xã hội (Social and economic inequalities are to satisfy two conditions: first, they are to be attached to offices and positions open to all under conditions of fair equality of opportunity; and second, they are to be to the greatest benefit of the least–advantaged members of society). Rawls gọi phần thứ nhì (vì lợi ích của giới bất lợi nhất) của nguyên tắc thứ Hai là nguyên tắc phân biệt (the difference principle).

Nguyên tắc thứ nhất là ưu tiên, được gọi là **"nguyên tắc bình đẳng tự do"** (the equal liberty principle) nhấn mạnh đến quyền hạn tư do cơ bản là tối cao. Nguyên tắc thứ hai nhấn mạnh đến *bình đẳng cơ hội* tiến thân là ưu tiên – so với nguyên tắc *phân biệt* (the difference principle). Bình đẳng trên cơ hội tiến thân ở đây không chỉ nhắm đến một thể loại *bình đẳng thể thức* (formal equality), nhưng là một *bình đẳng công bằng* (fair equality) trong khả thể và khả năng tiến thân mà định chế và chính sách xã hội cho phép.

21. Tự Do Cơ Bản

Bao gồm các quyền: Tự do tư tưởng (freedom of thought), quyền hạn về niềm tin (liberty conscience), quyền tự do chính trị (ứng cử, bầu cử), quyền tự do tham gia hội đoàn và lập hội, quyền cá nhân con người được tôn trọng (integrity, physical and psychological, of the person), quyền tài sản, và cuối cùng là các tự do và quyền hạn này được bảo vệ bởi pháp chế (the rule of law).

Các quyền tự do cơ bản này là các quyền chính trị. Tất cả các phạm trù của nó, cả về freedom, **tự do** mang bản sắc giá trị và điều kiện, và liberties, **tự do** như là quyền hạn, cả hai đều mang bản sắc chính trị. Từ đó, Lý Thuyết về Công Lý là một tuyên ngôn chính trị về các **quyền tự do căn bản** của con người. Nó bao gồm các quyền về tự do tư tưởng, báo chí, hội đoàn, tôn giáo, triết học, đạo đức, tín ngưỡng. Tự do chính trị bao gồm tự do tham chính, bầu cử, quyền được đại diện bởi cơ chế và định chế dân chủ, tự do hội họp, biểu tình ôn hòa, tự do không bị khám xét cơ thể và gia cư vô lý, tự do đi lại, cư trú, nghề nghiệp và không bị cưỡng bách lao động và nô lệ. Tất cả các quyền hạn và tự do phải được bảo vệ có thực chất và hiệu năng, công bằng pháp chế, phát xuất từ một chế độ chính trị dân chủ đại diện và qua cơ chế của quy trình nghị trường và kiểm soát lẫn nhau, bảo đảm sự tham dự và đóng góp vào tiến trình làm luật của quốc dân với quốc hội, hành pháp, áp dụng, phiên giải và giới hạn bởi một tư pháp độc lập, hiệu năng.

22. Một chế độ chính trị trên mô thức của hai Nguyên tắc Công lý đặt ưu tiên quyền hạn (right) lên trên cái tốt lành (good) – dù rằng cái gì là tốt được định nghĩa quá các quyền hạn tự do và dân quyền căn bản. Rawls gọi một khái niệm chính trị như vậy về tốt lành là "lý thuyết mỏng" (the thin theory) nhằm tránh bàn đến những vấn đề luận lý và nội dung của một chủ thuyết dành ưu tiên cái tốt lên trên quyền hạn, như tôn giáo chẳng hạn.

23. Tự do được định nghĩa bởi quyền hạn trong nghĩa vụ

Công lý trên cơ sở công bằng dành ưu tiên cho các quyền tự do căn bản – và công lý là một hiện thân của năng lực tự do. Khi cấu trúc cơ bản là công lý, các định chế xã hội là công minh, người công dân tự do là người có trách nhiệm hỗ tương trên chức năng xã hội của mình. Đây là nền tảng của trách nhiệm (duty) – nghĩa vụ từ vị thế công dân tự do, hợp lý, và công bằng, (responsibility) – nghĩa vụ từ hoàn cảnh đặc thù, mà nếu không làm một cách tự nguyện thì ta phải mắc món nợ xã hội. Vì thế, nếu định chế và cấu trúc xã hội mà bất công thì công dân không phải là công dân đúng nghĩa, do đó, họ không có nghĩa vụ. Khi chế độ chính trị bất công, vô lý thì đó chỉ là một hình thức khủng bố, bạo lực, và áp chế. Nghĩa vụ và trách nhiệm công dân chỉ đến khi quyền tự do cơ bản và công dân được tôn trọng như là những cá thể có thẩm quyền chính trị, bình đẳng và có nhân phẩm.

24. Bổn phận chấp hành luật pháp bất công: Quy tắc Maximin

Tuy nhiên, luật pháp bất công không phải là biện minh đủ để cho công dân có quyền bất tuân, bất chấp luật pháp; và ngược lại, một đạo luật hợp hiến chưa hẳn là lý do đủ để nó phải được tôn trọng. Trong một xã hội "gần công lý" (near–just society), vấn đề bất tuân luật pháp là một sự đánh giá trên cơ sở tự do và dân quyền căn bản. Hiến pháp quốc gia có tôn trọng quyền tự do cơ bản? Hệ thống định chế công quyền có công bằng và hợp lý? Đến mức độ nào thì một bộ luật bất công vi phạm quyền công dân cơ bản? Và nếu phản đối, bất tuân thủ luật pháp thì theo hình thức nào? Các chọn lựa từ nhẹ đến nặng là tùy theo mức độ và bối cảnh bất công của chế độ chính trị: Biểu tình bất bạo động, bất hợp tác, từ chối trả thuế hay không tham gia bầu cử, hay là sẵn sàng bị bắt, đi tù, để tranh đấu.

Bởi vì nếu không có một sự cân bằng vừa phải và hợp lý, thì tình trạng bất tuân luật pháp sẽ tạo ra những bất ổn chính trị và xã hội lớn hơn, làm cho tổng thể tự do và dân quyền càng bị suy thoái hơn – ngoại trừ sự bất ổn đó được chọn lựa như là một khả thể tối ưu, nhưng cần thiết, dù là không phải là tốt đẹp nếu có chọn lựa khác tốt hơn. Đây là biện minh chọn lựa chính trị theo *"quy tắc Maximin"* (chọn con đường nào mà kết quả tồi tệ nhất của nó sẽ là tốt đẹp hơn là tất cả các kết quả tồi tệ của các con đường khác)[22] để bãi bỏ một hệ thống cấu trúc cơ bản quá bất công, vô lý và áp chế không còn khả thi cải tổ.

25. Nguyên tắc Công lý là công bằng, Justice as Fairness, vì thế, là một công lý trên cơ sở cá nhân với nền tảng giá trị ưu tiên cho quyền tự do chính trị. Luật pháp chỉ có thể giới hạn tự do khi nào sự giới hạn đó sẽ đem đến một tự do và quyền hạn rộng lớn hơn cho tất cả – nhất là cho thành phần yếu kém trong xã hội. Do đó, tùy trường hợp mà ưu tiên tự do cá nhân phải được hy sinh cho cơ hội của những kẻ bị thất thế. Tự do cơ bản của nguyên tắc thứ nhất là tối thượng và chỉ có thể bị giới hạn cho một mục tiêu tự do phổ quát hơn. Ví dụ, một đại học có thể đối xử phân biệt trên cơ sở da màu vì muốn gia tăng sự hiện diện của một thiểu số chủng tộc nào đó, khi sự phân biệt này làm cho tự do của tất cả mọi người được gia tăng. Giới hạn tự do trong quân đội đối với binh sĩ phải được biện minh bởi nhu cầu ưu tiên vì tự do của quốc dân. Mục tiêu hiệu năng của chính sách nhỏ, như là gia tăng sản xuất cho một kỹ nghệ quốc doanh, không thể là một biện minh để có chính sách giới hạn tự do kinh tế của mọi người.

26. Các quyền này đến từ đâu?

Có hai nguồn gốc của các quyền tự do căn bản. Một là lịch sử; hai là qua suy tưởng của phân tích. Chúng ta hãy thử hỏi, "Tự do và quyền hạn nào là những điều kiện xã hội cần thiết cho sự phát triển có hiệu năng và sự thực thi tốt đẹp cho hai năng lực đạo đức, công lý và thiện lành, cho con người trong suốt cuộc đời của họ?" Từ câu hỏi này,

---

22 Quy tắc chọn lựa *Maximin* (*Maximum–minimorum*): "To identify the worse outcome of each available alternative and then to adopt the alternative whose worst outcome is better than the worst outcomes of all the other alternatives." (2001: 97)

chúng ta nhìn lại lịch sử, phân tích bản chất con người và xã hội, nhận định điều kiện và hoàn cảnh đương thời nhằm tìm ra những quyền tự do cần thiết với những điều kiện và giới hạn của chúng trên cơ sở cá nhân sống với xã hội. Ví dụ, quyền tư tưởng hay tín ngưỡng, bao gồm quyền được sai lầm, quyền không tin tưởng, và khả năng tôn trọng quyền như vậy của tha nhân.

Làm thế nào để bảo đảm được các quyền tự do chính trị cơ bản không bị tập trung vào một thiểu số (?) là vấn nạn của cán cân công lý mà điều kiện "công bằng cơ hội" và "công bằng giá trị" của quyền hạn và tự do phải được bảo đảm bởi pháp chế và điều kiện xã hội mà trong đó, cơ hội chính trị và kinh tế, giáo dục là tối cần thiết song song với công lý của quy trình và thủ tục, political and legal due process, phải được công minh và hợp lý.

Rawls quan niệm rằng đối với các quyền như quyền thừa hưởng gia tài, quyền kiểm soát phương tiện kinh tế hay đặc sản thiên nhiên thì không thể gọi là quyền tự do cơ bản.

27. Giải thích thêm về nguyên tắc thứ hai, tức là "nguyên tắc phân biệt" (the difference principle):

Một trật tự xã hội công lý có quyền phân biệt đối xử nếu làm như vậy sẽ tạo cơ hội và thực tế tiến thân và làm tốt đẹp hơn cho các thành phần yếu kém bây giờ. Ví dụ, trong một đại học, lương của giáo sư là cao hơn lương của anh thư ký hành chánh, với điều kiện là cơ hội của chức vụ giáo sư được mở rộng đồng đều và công bằng cho anh thư ký và sự khác biệt về tiền lương là hợp lý (công việc đòi hỏi tài năng cao, giáo dục nhiều và lâu dài) cho một tổng thể quyền hạn và tự do cho mọi người tham dự. Nhưng một chính sách chỉ làm giàu thêm cho kẻ đã giàu, ví dụ giảm thuế cho chủ nhân các công ty lớn vì muốn khuyến khích đầu tư, trong khi gia tăng thuế cho kẻ lao động, thì sẽ không chấp nhận được trên cán cân của công lý nếu kết quả của chính sách này chỉ tạo thêm những khiếm khuyết về cơ hội và quyền hạn kinh tế chính trị cho kẻ thất cơ, yếu thế trong cộng đồng kinh tế liên đới. Nguyên tắc công lý thứ hai mang nhiều màu sắc xã hội chủ nghĩa và không ít thì nhiều mang bản sắc hữu dụng.

28. Công lý theo thể loại nào?

Nguyên tắc thứ nhất nhấn mạnh và ưu tiên hóa gần như tuyệt đối các quyền tự do cơ bản mang bản sắc công lý tự do chính trị; trong khi, nguyên tắc thứ hai nhấn mạnh đến công lý phân phối (distributive justice). Đây không phải là công lý có sẵn đem phân bổ (allocative), vốn chỉ đương đầu với một số lượng công lý có sẵn, hay là công lý "đòi nợ" (retributive), vốn dựa trên vấn đề lịch sử. Và đây cũng không phải là một loại công lý siêu hình trên cơ sở toàn diện và tuyệt đối.

Công lý phân phối là phương thức cho vấn nạn này:

Làm thế nào để những định chế của cấu trúc cơ bản có thể là khí cụ và được cai chế trong một hệ thống thống nhất để cho sự hợp tác của xã hội có thể được thực thi một cách công bằng, hiệu năng và có kết quả từ thế hệ này sang thế hệ kế tiếp? Như vậy, nguyên tắc công lý phân hành phải là thứ yếu theo trật tự ưu tiên công lý của tự do sau khi cấu trúc xã hội đã được vượt qua những giai đoạn chuyển hóa và lột bỏ màn vô minh cho con người (bàn dưới đây), mà việc tiên quyết là thiết lập một định chế chính trị và cấu trúc nền tảng bằng một hiến pháp như là bộ luật tối thượng của quốc gia nhằm bảo đảm và thực thi được các quyền tự do chính trị căn bản.

29. Bốn giai đoạn thực thi cho hai Nguyên tắc Công lý

Màn vô minh sẽ được tháo gỡ theo tiến trình hiện thực hóa công lý chính trị bao gồm bốn giai đoạn.

– **Thứ nhất:** Từ đằng sau màn vô minh, các đại biểu chấp nhận hai Nguyên tắc Công lý;

– **Tiếp theo** đó là sự tiến hành trong ba giai đoạn từ từ tháo bỏ cái màn vô minh nhằm thực thi toàn bộ và hiệu quả hai nguyên tắc;

– **Công tác căn bản thứ hai** là triệu tập một hội nghị lập hiến (constitutional convention) nhằm thiết lập các định chế chính trị và luật pháp cơ bản quốc gia qua ba phân ngành tách biệt với những điều khoản về dân quyền và công dân quyền được công nhận và quy định;

– **Thứ ba**, là khi quốc hội và hành pháp cùng chính thức đưa ra những đạo luật nhằm thực thi các yếu tố cần thiết cho quyền tự do chính trị cơ bản;

– **Giai đoạn cuối, thứ tư**, là khi các đạo luật được thực thi bởi các cơ chế công quyền, qua quy trình và pháp quy hành chánh, trong khi các mâu thuẫn về thực tế và sự kiện cũng như sự phiên giải và áp dụng vào đời sống sẽ là vai trò chính của ngành tư pháp (judiciary).

30. Chỉ tiêu của công lý là ở cấu trúc cơ bản

Lý do thứ nhất:

Thực tế lịch sử, xã hội và kinh tế không cho phép chúng ta cái xa xỉ bỏ qua tất cả những bất công hiện thời để rồi có thể thiết lập một tiến trình chính sách cho công lý mà không thiết lập lại một điều kiện bối cảnh công bằng (fair background conditions) cho lý tưởng công lý. Để có được một bối cảnh công bằng, định chế quốc gia, tức hiến pháp và các bộ luật cơ bản, phải bảo đảm được chức năng bảo vệ và phát huy quyền tự do chính trị và làm người cơ bản, đồng lúc bảo đảm một hệ trình tiến bộ trong công lý xã hội và kinh tế vốn cần thời gian và sự gia tăng trình độ dân trí. Đây là phần vụ quan yếu của cái mà Rawls gọi là *"quy luật về tiến trình, thủ tục thuần túy cho bối cảnh công lý"* (the rules of pure procedural background justice). Quy luật về tiến trình này bao gồm hai phương diện: Một là về vĩ mô đối với các định chế cơ bản về quyền hạn và tự do; hai là về vi mô đối với các tương quan giữa cá nhân và các tổ chức trong xã hội dân sự và kinh tế.

Lý do thứ hai:

Công lý trên cơ sở công bằng chỉ có thể thực thi bởi định chế và cấu trúc chính trị cơ bản – mà nếu không có, thì công lý không thể có được. Con người trong một xã hội phải là công dân của quốc gia, và vì thế, họ phải chịu sự cai chế và ảnh hưởng nặng nề bởi định chế công quyền cơ bản. Mỗi công dân sinh ra trong một quốc gia, sống, và rồi đi ra khỏi bằng cái chết. Và xã hội đó bao giờ cũng chứa đầy bất công và bất bình đẳng. Bởi thế hai Nguyên tắc Công lý như là công bằng phải giải quyết những bất công qua định chế của cấu trúc cơ bản nhằm giảm thiểu những phân phối không đồng đều của con người trong hoàn cảnh cá nhân của họ vì nhiều lý do từ giai cấp, thừa kế, khả năng bẩm sinh, hay là may rủi trong suốt cả cuộc đời. Công lý chính trị và xã hội phải đưa cơ hội thăng tiến đến cho triển vọng cuộc đời (life–prospects) cho mọi công dân trong cuộc.

31. Những giá trị và quyền hạn cơ bản (primary goods)

Để minh định những kẻ yếu thế là ai thì điều cần thiết là minh xác những giá trị và quyền hạn cơ bản sau:

i. Quyền hạn và tự do cơ bản: Tự do tư tưởng và tự do lương tâm – vốn tối cần cho sự phát huy hai năng lực đạo đức công lý của cá nhân.

ii. Tự do đi lại, nghề nghiệp và cơ hội thăng tiến trong xã hội.

iii. Quyền hạn và trách nhiệm của vị thế và chức năng công quyền và xã hội.

iv. Lợi tức và của cải.

v. Cơ sở xã hội để phát huy nhân cách hay tinh thần tự trọng (social bases of self–respect) mà trong đó con người tôn trọng chính mình vì định chế xã hội tôn trọng nhân phẩm của mình – khác với tự trọng (self–respect) trên cơ bản từng cá nhân.

Muốn là một công dân đúng nghĩa, tức là một con người có khả năng tham dự cuộc chơi xã hội, họ phải có những giá trị và quyền hạn căn bản trên. Các quyền này là những gì cấu tạo nên một ý niệm tổng thể cho nhu cầu công lý trong một bối cảnh quốc gia và xã hội bao gồm nhiều hệ ý thức hay triết học, niềm tin, giá trị hay tôn giáo khác biệt và đối nghịch nhau. Các sản phẩm cơ bản "primary goods" là các yếu tố nền tảng cho một cơ chế quốc gia có thể tồn tại và sinh động có hiệu năng và giá trị. Mục tiêu của một chế độ công lý là nâng cao số lượng và phẩm chất của những "primary goods" này. Những ai có ít số lượng và phẩm chất của chúng là những kẻ "yếu kém" cần phải được chú trọng trong định chế và chính sách thăng tiến cho họ.

32. Công dân có thể mong mỏi được quyền lợi nào?

Nguyên tắc công lý phân phối đặt cơ sở trên tiêu chuẩn đòi hỏi hợp lý (legitimate claims) và được hưởng những gì mình xứng đáng (earned entitlements). Họ tôn trọng luật chơi và mong mỏi trò chơi sẽ công bằng dù họ có bị thua. Vấn đề là quy luật phải công minh, rõ ràng, không thiên vị và không bất công khi áp dụng. Khẩu hiệu ở đây là: *"Những gì cá nhân làm tùy thuộc vào những gì mà quy luật và khế ước xã hội đồng ý họ sẽ được hưởng; những gì họ được hưởng tùy vào những gì họ làm."* (So với Marx trong Phê phán chương trình Gotha: "Mỗi người lao động theo khả năng, và được hưởng theo nhu cầu")

Cá nhân trong bối cảnh quyền hạn và nghĩa vụ sẽ không được phán xét trên cơ sở đạo đức hay theo giá trị tôn giáo siêu hình vì mỗi con người là một công dân trong một tập hợp xã hội đa nguyên và đa dạng mà nhiều nguyên tắc đạo đức siêu hình có thể mâu thuẫn và đối nghịch lẫn nhau. Những gì mà công dân có quyền hưởng tùy vào sự đóng góp vào hệ trình chung của cơ đồ công lý. Đây là điều kiện "có qua, có lại" trên cơ sở trách nhiệm và quyền lợi hỗ tương. Không ai có quyền thừa hưởng trên cơ sở đạo đức chỉ vì họ làm người (moral desert); nhưng họ có quyền lợi, từ trong một xã hội công lý và công bằng, đóng vai trò công dân theo khả năng và hoàn cảnh, do đó, họ phải được hưởng những quyền hạn và quyền lợi như thế (just entitlement).

33. Ý niệm về "Lý lẽ Công" (the Idea of Public Reason) trên một cơ sở biện minh công khai (Public Basis of Justification)

Nếu chúng ta muốn hai Nguyên tắc Công lý có thể được chấp nhận phổ cập và có hiệu năng, thì phải có một cơ sở biện minh công khai, một quy chế cho đồng thuận, cho tiến trình nghi vấn, tìm hiểu, thắc mắc cho quần chúng. Quy chế này phải có một tiêu chuẩn thủ tục, tiêu chuẩn bằng chứng, nhằm gia tăng hiệu năng tham dự của công dân trong các vấn đề tranh luận chính trị. Vì thế, khế ước nguyên thủy cho hai Nguyên tắc Công lý phải bao gồm hai phần:

– Đồng thuận về những nguyên tắc công lý chính trị cho cấu trúc cơ bản; và

– Đồng thuận về những nguyên tắc lý luận (lý lẽ thông thường) và quy chế bằng chứng (tiêu chuẩn khoa học khách quan) cho việc quyết định sự áp dụng của hai Nguyên tắc Công lý, áp dụng đến mức độ nào, và luật pháp và chính sách nào là thích ứng cho nhu cầu công lý đương thời. Trên phương diện đạo đức công dân, tinh thần vừa phải, ôn hòa, công bằng cũng là một phần của giá trị biện minh công khai nhằm đạt được một nội dung chính trị công dân trên cơ bản tôn trọng lẫn nhau như là những con người vừa phải, hợp lý và lý tính. Đây là giá trị của văn minh công vụ (public civility) nhằm bảo đảm được một biên độ quy tắc và định chế vừa phải cho những khác biệt chính kiến – tránh được các nạn khẩu hiệu tình cảm, giáo điều về tư tưởng chính trị và niềm tin.

Từ đó, lý lẽ biện minh công khai sẽ là một giá trị chính trị thứ nhì sau những giá trị chính trị của các quyền hạn và tự do căn bản. Theo Rawls, chúng ta quan tâm đến lý tính (reason), chứ không phải chỉ về sự thảo luận (discourse).

H. Lý luận về cấu trúc cơ bản

34. Một cách để xếp loại thì có năm loại chế độ cho các hệ thống xã hội:

(a) Tư bản phóng nhiệm laissez–faire; (b) Tư bản công lợi (welfare–sate capitalism); (c) xã hội chủ nghĩa quốc gia với kinh tế chỉ đạo (state socialism with a command economy); (d) dân chủ tư hữu (property–owning democracy); và (e) xã hội (dân chủ) cấp tiến (liberal (democratic) socialism).

Có bốn câu hỏi cơ bản cho một chọn lựa chế độ:

(a) **Về quyền hạn:** Hệ thống định chế của nó có công lý và đúng cách (just and right)? (b) **Về thiết kế chính quyền:** Định chế của chế độ có thể kiến tạo một cách có hiệu năng nhằm thực thi những tiêu chí đề ra? (c) **Thái độ công dân:** Liệu rằng, trong tất cả những quyền lợi và chủ đích của họ được đề ra bởi hệ thống cấu trúc cơ bản, có thể tuân thủ theo quy luật của định chế trong mọi bối cảnh sinh hoạt? Và (d) **Khả năng và chức năng:** Liệu những công tác đề ra cho các cơ chế trở nên quá khó khăn cho nhân sự tham dự thực thi được chính sách cho mục tiêu chọn lựa?

35. Chế độ dân chủ tư hữu là tối ưu trên cơ sở của hai Nguyên tắc Công lý.

Trước hết, hãy phân tích khuyết điểm của các chế độ khác: Chế độ tư bản laissez–faire chỉ bảo đảm được một thể loại *bình đẳng hình thức* (formal equality) trong khi chống lại giá trị công bằng của các quyền hạn tự do và *bình đẳng chính trị* (fair value of the equal political liberties) và công bằng của *bình đẳng cơ hội* (fair equality of opportunity). Chủ đích của chế độ này là phát triển kinh tế trong khi những mầm mống bất công chỉ được cai chế bởi một quy chuẩn xã hội tối thiểu.

Chế độ tư bản công lợi cũng chống lại các quyền hạn tự do và bình đẳng chính trị, và dù là nó quan tâm một ít đến bình đẳng cơ hội, nó không có mang một tính chất thiết yếu chính trị nhằm thực thi nó trong những ưu tiên khác. Nó cho phép sự tồn tại của bất bình đẳng trong bất động sản và tập trung quyền lực kinh tế và chính trị vào tay một thiểu số. Hơn nữa, dù cho có chính sách công lợi rộng rãi, nguyên tắc hỗ tương (principle of reciprocity) trong nỗ lực cai chế sự bất bình đẳng kinh tế và xã hội không được công nhận.

Chế độ xã hội chủ nghĩa với nền kinh tế chỉ huy và độc đảng trung ương tập quyền thì vi phạm các quyền bình đẳng quyền hạn và tự do và không tôn trọng ngay cả giá trị cơ bản của chúng. Trong nền kinh tế trung ương chỉ đạo này, giá trị dân chủ của cơ chế thị trường và những tiến trình điều chỉnh khuyết điểm của nó cũng bị thiếu sót trầm trọng.

Chế độ dân chủ tư hữu và xã hội cấp tiến cả hai đều bảo đảm quyền tự do cơ bản và công bằng cơ hội bằng hiến pháp dân chủ, trong khi điều chế công bằng kinh tế bởi nguyên tắc phân biệt (the difference principle). Cho dù dưới chủ nghĩa xã hội cấp tiến, phương tiện sản xuất được làm chủ bởi tập thể, nhưng được phân tán mỏng ra một cách rộng rãi và quân bình, song song với quyền hành chính trị và công quyền nhằm bảo đảm được sự vận hành hiệu năng và hợp lý của kinh tế thị trường tự do.

36. Một chế độ dân chủ tư hữu

Sẽ thực hiện được lý tưởng của hai Nguyên tắc Công lý một cách có hiệu năng hơn khi bối cảnh của hệ thống định chế cơ bản sẽ phân tán cơ năng và quyền lực kinh tế rộng rãi hơn cho nhiều thành phần và giai tầng trong xã hội – nhất là phương tiện sản xuất kinh tế. Thêm vào đó, chế độ dân chủ tư hữu sẽ đặt ưu tiên cho sự bình đẳng cơ hội thăng tiến cho mọi người, nhất là thành phần yếu thế. Chủ đích của bình đẳng cơ hội trong chế độ tư hữu là đưa mọi người đến một sân chơi bằng phẳng của cơ hội và luật chơi, chứ không bảo đảm kết quả của trò chơi. Đối tượng của chính sách công bằng cơ hội không nhằm đến các thành phần rủi ro, thiếu may mắn. Trong nguyên tắc phân biệt của công lý, thành phần yếu thế (the least advantaged) không phải là kẻ sa cơ thất thế tạm thời. Xã hội mắc nợ thành phần yếu thế trên lý do của nguyên tắc hỗ tương (reciprocity), trách nhiệm hai chiều (mutuality) từ cán cân công lý chính trị vì họ là những con người bình đẳng và tự do – chứ không vì lòng từ bi hay vì tội nghiệp cho họ (mặc dù sẽ có những chính sách an sinh xã hội, trợ cấp thất nghiệp, tàn tật, y tế xã hội).

I. Ý niệm về Thiện/Tốt (the Good) trong cán cân công lý

37. Hai Nguyên tắc Công lý cần phải dựa trên hai nội dung giá trị của quyền hạn và thiện lành.

Một hệ thống định chế công lý hay là những đức hạnh chính trị sẽ không phục vụ được điều gì – ngoại trừ những định chế và đức hạnh chính trị giúp công dân duy trì lý tưởng thiện lành trong tổng thể giá trị toàn diện mà họ sống với. Theo Rawls thì một ý niệm về công lý chính trị phải tự nó dung chứa đủ một không gian cho tinh thần ngưỡng vọng trong đức tin về con người và cứu cánh xã hội của công dân. Nếu không thì hệ thống chính trị tự do sẽ không quân bình theo chiều dài thời gian. Theo đó thì, *"Cái Công lý phân định giới hạn; cái Tốt chỉ ra cứu cánh"* (The Just draws the limit; the Good shows the point).

38. Nhưng cái Tốt là gì? Có thể đưa ra sáu ý niệm về "cái Tốt" trong lý tưởng công lý:

Cái tốt là của lý tính (*the good as rationality*) mà trong đó con người trong cuộc, trên cơ sở công dân, có được một trực giác về dự án cho đời sống của họ để theo đó, họ theo đuổi bằng lý trí, ý chí, nỗ lực thành đạt theo cảm nhận đó.

1- Cái tốt bao hàm những chỉ tiêu chính trị cơ bản của những quyền chính trị của những cá thể tự do và bình đẳng.

2- Cái tốt là cái được thừa nhận phổ quát cho tiêu chí công lý xã hội đến từ một bối cảnh rộng lớn hơn từ nhiều chủ thuyết toàn diện về giá trị nhân văn, bao gồm, cả những chủ thuyết mang tính cực đoan, tuyệt đối, nhất là về siêu hình hay tôn giáo. Do đó, ý niệm và quyền hạn là cái phải rõ ràng, phân định trong quyền hỗ tương trên cơ sở xã hội, chứ không có quyền hạn tuyệt đối (ví dụ, xử tử những kẻ bỏ đạo).

3- Cái tốt là của đức hạnh chính trị bao gồm khả năng nhân nhượng, vừa phải, khách quan, chấp nhận sự bất đồng chính kiến, tôn trọng tiến trình và quy tắc thủ tục, chấp nhận quy tắc chung cuộc, ví dụ, đa số thắng thiểu số trong bầu cử.

4- Cái tốt của một trật tự xã hội tốt đẹp (*well–ordered society*) kiến tạo bởi hai Nguyên tắc Công lý.

5- Và cái tốt trong một xã hội như là một tập hợp của những xã hội nhỏ trong một xã hội lớn.

Như vậy, khởi đi từ ý niệm của tốt lành như là lý tính (*goodness as rationality*) kết hợp với ý niệm chính trị về con người, về sự thể của đời sống, và cấu trúc tổng quan về những dự án cho một cuộc đời hợp lý, chúng ta có những giá trị tốt đẹp của *sản phẩm cơ bản* (*the primary goods*). Từ những sản phẩm cơ bản này, để tìm ra chủ đích của những ai tham dự vào vị thế *nguyên thủy của luận thuyết, the theoretical original position*, chúng ta kiến tạo nên hai Nguyên tắc Công lý. Từ đó, cái gì là "tốt" tùy theo tính liên hệ chấp nhận được trong phạm vi của hai Nguyên tắc Công lý này. Sau đó là vai trò của đức hạnh chính trị của công dân, vốn cần thiết để bảo đảm sự tồn tại và phát huy của một cấu trúc chính trị cơ bản qua thời gian.

K. Định chế cho Công lý

39. Phân biệt giữa "Nhân bản công dân" (*Civic humanism*) đối với "Cộng hòa cổ điển" (*classical republicanism*)

Hai Nguyên tắc Công lý trên cơ bản chính trị và công bằng thích hợp với nền chính trị cộng hòa cổ điển, nhưng phản nghịch với chính trị nhân bản công dân. Nhân bản công dân là một thể loại chính trị trong truyền thống triết học Aristotle với quan niệm rằng công dân là những "con vật chính trị" trong một xã hội dân chủ mà sự tham gia vào việc chung là phổ biến, rộng rãi, tích cực như là một khuôn mặt chính yếu và cần thiết của cuộc đời.[23] Sự tham gia tích cực vào việc chính trị là điều kiện cần thiết nhằm bảo vệ các quyền tự do căn bản và cũng là một cơ sở giá trị định nghĩa cho cái gì là tốt đẹp toàn diện cho con người. Nhưng như vậy, theo Rawls, thì loại chính trị dấn thân này đã trở nên một *chủ thuyết toàn diện* (*a comprehensive doctrine*) vốn không phù hợp với hai nguyên tắc công lý đưa ra ở đây. Trong các xã hội dân chủ hiện đại ở Tây phương – không như chính trị của Athens hồi trước – sinh hoạt và tham gia chính trị không phải là điều kiện phải có và là nhu cầu tối cao của công dân, dù điều đó rất là hữu ích và mang giá trị lớn. Bởi vì tham gia và hoạt động chính trị như là một điều kiện cho công dân được hưởng quyền tự do căn bản thì các thành phần bất lợi và yếu thế sẽ không được hưởng quyền hạn và tự do cơ bản xứng đáng trong lý tưởng công lý ở đây.

Nền cộng hòa cổ điển cũng rất coi trọng sự tham gia và dấn thân tích cực, rộng rãi vào việc nước và chính trị ở khắp mọi tầng lớp và mọi phương diện như là điều kiện quan trọng cho sự tồn vong của chính trị dân chủ và một xã hội công lý – nhưng nó không coi sự tham dự chính trị như là một đức hạnh, một phạm trù tốt đẹp, thiện lành trong một chủ thuyết toàn diện cho giá trị con người. Vì vậy, sự khác biệt giữa hai nền chính trị này thực ra chỉ ở mức độ tham gia của công dân trong sự liên hệ đến giá trị toàn diện và tuyệt đối của các cá thể công dân. Cả hai nền chế độ đều lên án chủ trương rút lui về đời sống tư nhân, riêng biệt, không màng gì đến chính trị hay là việc nước của công dân – vì như thế là tạo cơ hội cho các thành phần năng động và quyền lực tập trung được quyền hành trong tay họ, tạo ra sự bất công từ đó.

40. Phân biệt giữa Dân chủ Hiến pháp đối với Dân chủ Quy trình (*Constitutional versus Procedural Democaracies*)

Sự phân biệt căn bản là ở vai trò của hiến pháp (thành văn hay bất thành văn). Trong chế độ dân chủ tư hữu, hiến pháp phải quy định và

---

23 Aristotle (384-322 B.C.): Triết gia hàng đầu của Hy lạp, là học trò của Plato (427-347 B.C.). Hai tác phẩm quan trọng về triết học chính trị là *Politics* và *Nicomachean Ethics*.

đặt ưu tiên giá trị tự do và quyền hạn căn bản được nêu lên ở Nguyên tắc Công lý thứ nhất. Quan trọng nhất là một tập hợp những *điều khoản về dân quyền* (*bill of rights*) liệt kê những quyền tự do của con người, vai trò của luật pháp và tòa án bảo vệ các dân quyền, và sự giới hạn thẩm quyền của đa số và quyền lập pháp không được vi phạm các quyền căn bản của thiểu số. Ví dụ, lập pháp, dù là với đa số lớn lao, không thể làm luật không cho người thiểu số theo đuổi một nghề nghiệp, vì đạo luật này sẽ vi phạm nguyên tắc bình đẳng của mọi người.

Trong khi đó, trong một nền dân chủ quy trình, hiến pháp không đóng chức năng giới hạn thẩm quyền của lập pháp và đa số. Quyền hạn cơ bản của thiểu số, hay là của thành phần bất lợi thế trong xã hội, có thể bị vi phạm qua tiến trình dân chủ bằng những đạo luật làm nên bởi lập pháp và hành pháp đại diện cho *đa số* (*majority*) hay là *số nhiều* (*plurality*) của thành phần xã hội. Do đó, chính trị dân chủ qua giá trị của quy trình, dù khách quan và công minh, cũng không thể là một chế độ chính trị hiệu năng cho hai Nguyên tắc Công lý.

Tùy vào mỗi văn hóa và truyền thống chính trị dân chủ mà nền chính trị hiến pháp là có công lý hơn hay là cũng giống như nền dân chủ quy trình. Nếu trong một xã hội mà văn hóa chính trị và ý thức công dân cao, thì vai trò hiến pháp thành văn không còn là tối quan trọng – như trường hợp của Anh quốc vốn không có hiến pháp thành văn với các điều khoản dân quyền như các nước khác nhưng đó là một nền chính trị dân chủ rất gần với hai Nguyên tắc Công lý. Văn kiện và chữ viết mà không có gì khác hơn thì chỉ là tờ giấy với ngôn ngữ thuần ước vọng vô nghĩa hay chỉ là khí cụ tuyên truyền, như trường hợp các quốc gia độc tài chuyên chế luôn luôn có các hiến pháp đầy đủ các điều khoản dân quyền.

Tuy nhiên, chúng ta không thể coi thường vai trò giáo hóa và giáo dục chính trị, cũng như vai trò chính đáng của luật pháp cho các nhà đấu tranh công lý, đối với văn kiện hiến pháp với các quyền cơ bản được nêu lên thành văn bản chính thức trong một truyền thống văn hóa chính trị dân chủ chưa trưởng thành. Hiến pháp và đạo luật trong nhiều hoàn cảnh lịch sử và xã hội, nhân văn, đóng vai trò giáo dục chính trị nhiều hơn chức năng cưỡng bách pháp chế. Ở đây, khi mà hai Nguyên tắc Công lý phải đi đôi với ý niệm "Lý luận công khai và minh bạch" (*public reason*), thì vai trò giáo dục chính trị của hiến pháp thành văn không thể bị chối cãi. Bởi vì dân chủ bao giờ cũng là thuộc về chính trị nghị trường và thảo luận, một quy trình sinh hoạt và tranh luận để đi đến một kết quả quân bình và qua suy tưởng bao giờ cũng là điều kiện cần thiết – cái mà Rawls và Ronald Dworkin gọi là "nguyên tắc diễn đàn công chúng" (*the public forum principle*).

41. Phân biệt giữa Cấp tiến chính trị và Cấp tiến Toàn diện (*Political versus Comprehensive Liberalism*)

Cấp tiến Toàn diện là sự dung thứ cho tất cả mọi giá trị dù cực đoan hay độc tôn được phát huy và chủ động chính trị và xã hội. Trong khi đó, Cấp tiến Chính trị mở rộng không gian công lý cho một mẫu người chính trị vừa phải, hợp lý, công bằng và tôn trọng quy luật hỗ tương. Vì vậy, cấp tiến chính trị không chấp nhận một giá trị cấp tiến toàn diện vì cái sau cho phép những chủ thuyết hay niềm tin tuyệt đối, nhiều khi không bao dung, như là các phong trào cộng sản toàn trị, hay các chủ thuyết tôn giáo cực đoan như Hồi giáo cực đoan, được đóng vai trò chủ động chính trị. Bởi vậy, một chế độ chính trị công lý phải bao gồm những giá trị tuyệt đối nhưng phải không đến mức chúng vi phạm Nguyên tắc thứ Nhất về tự do và quyền hạn cơ bản. Thực ra, một nền công lý hiệu năng phải tìm cách hóa giải bớt tác động của các chủ thuyết cực đoan mà không phải loại trừ chúng. Ví dụ, các trẻ em sinh ra trong các giáo phái cực kỳ bảo thủ, không muốn cho con em được học hành theo chế độ giáo dục quốc gia, không cho phép các em bé được chữa bệnh theo tiêu chuẩn y khoa đương thời, hay cho phép các tín đồ được đa thê, như ở Hoa Kỳ với giáo phái Mormon, thì một chế độ Cấp tiến Chính trị sẽ phải có pháp luật cưỡng chế giáo dục hay y tế và hôn nhân theo tiêu chuẩn "quyền lợi tối cao" của quốc gia (*compelling state interests*) đồng lúc tạo cơ hội cho trẻ em liên hệ có cơ hội chọn lựa trong sự hiểu biết vượt qua vòng giới hạn giáo điều của gia đình và cộng đồng giáo phái của chúng.

42. Vai trò Gia đình

Hai Nguyên tắc Công lý bao gồm cả vai trò của gia đình trong cái vế liên tục từ thế hệ này sang thế hệ kế tiếp của con người trong một xã hội công lý. Từ cơ bản gia đình, con người được nuôi dưỡng, giáo hóa, để đến khi có đủ khả năng, bước vào hệ thống hợp tác với xã hội để cùng dấn thân và chia sẻ, cộng hưởng và phát triển tất cả những gì mà xã hội đó cống hiến. Từ đó, cơ chế gia đình là một đơn vị trong nhiều đơn vị khác hỗ tương lẫn nhau trong cùng một hệ thống mà lý tưởng hai Nguyên tắc Công lý sẽ được áp dụng trực tiếp, nhưng không can thiệp vào nội bộ của đời sống riêng tư của từng gia đình cho đến mức những gì tư riêng của gia phong không ảnh hưởng và đi ngược với nguyên tắc cơ bản của công lý và pháp luật quốc gia và xã hội. Ví dụ, vai trò của vợ chồng trong gia đình tùy vào cá nhân trong gia đình đó xếp đặt, nhưng người chồng, chẳng hạn, không được quyền vi phạm nhân phẩm, hành hạ hay bạo hành với người vợ, hay cha mẹ không được lạm dụng và hành hạ con cái.

L. Trả lời những chỉ trích từ Marx đối với chủ nghĩa Cấp tiến

43. Về các chỉ trích cơ bản:

(a) *Các quyền hạn và tự do căn bản (Marx gọi là "tự do của người đời nay") chỉ để diễn đạt và bảo vệ tính chất ngã mạn của công dân trong xã hội tư bản.* Trả lời: Trong một chế độ dân chủ tư hữu có hiệu năng, các quyền căn bản này sẽ bảo vệ những quyền lợi cấp cao của công dân như những cá thể tự do và bình đẳng. Dù rằng quyền tư hữu cho mục tiêu sản xuất kinh tế được công nhận nhưng không phải là quyền cơ bản.

(b) *Các quyền căn bản trong một chế độ dân chủ hiến pháp chẳng qua là quyền theo hình thức.* Trả lời: Bằng giá trị công bằng của các quyền tự do chính trị, tất cả mọi công dân, dù trong vị thế hay hoàn cảnh nào, đều có cơ hội hợp lý nhằm ảnh hưởng đến việc nước.

(c) *Trong chế độ hiến pháp công nhận quyền tư hữu thì các quyền tự do chỉ là tự do tiêu cực (negative liberties).* Trả lời: Trong các định chế bối cảnh (background institutions) của nền dân chủ tư hữu với nguyên tắc bình đẳng cơ hội của Nguyên tắc Công lý thứ Hai, Nguyên tắc Phân biệt, (the Difference Principle), sẽ bảo vệ được hiệu năng các quyền tự do tích cực (positive liberties).

(d) *Về sự phân cấp lao động bất công trong chế độ tư bản.* Trả lời: Các quyền cơ bản về con người và quy luật lao động trong bình đẳng cơ hội thăng tiến giáo dục và kinh tế sẽ có khả năng giải quyết vấn đề bất công lao động.

44. Lý tưởng "cộng sản" toàn diện đối với một xã hội "Gần công lý" *(Near–just society)*

Rawls nhấn mạnh rằng, hai Nguyên tắc Công lý không thể nào so sánh với một viễn tượng xã hội được cộng sản hóa toàn diện vì một xã hội cộng sản lý tưởng thì các vấn nạn công lý không còn nữa khi mà các vấn đề công lý phân phối đã được vượt qua và công dân không phải đương đầu với thực tế hay hoàn cảnh bất công nữa. Nhưng đây là điều không tưởng – như ai cũng biết đến điều này. Công lý ở đây phải thừa nhận và khởi đi từ thực tế xã hội, lịch sử, con người trong các chế độ dân chủ – gọi là các "xã hội gần công lý" (near–just societies). Trong các "xã hội gần công lý", thực tế tâm lý con người và hoàn cảnh khiếm khuyết khách quan không thể được đuổi đi bằng ước mơ và lý tưởng. Lý tưởng công lý toàn diện để vượt qua vấn nạn công lý một cách tuyệt đối để không còn là vấn đề chính trị nữa mà chỉ là ảo tưởng trong một chủ nghĩa toàn diện, điều mà chính trị công lý không thể cho phép hay đáng để cho con người ước mơ.

M. Vấn nạn Ổn định

45. Một luận thuyết chính trị, như là hai Nguyên tắc Công lý ở đây, sẽ không hoàn tất nếu nó không giải quyết khả năng mất quân bình cho xã hội và đưa đến sự bất ổn định theo thời gian, dù cho công lý có được gia tăng. Rawls đặt vấn đề ổn định chính trị trên bình diện quan hệ chính trị giữa công dân và hệ thống định chế cấu trúc cơ bản của xã hội. Theo đó, bản chất liên đới chính trị này có hai khuôn mặt:

a). Con người không có tự do để đi vào hay đi ra khỏi một cấu trúc chính trị cơ bản, như là một hội đoàn hay một tôn giáo. Mỗi công dân là một đơn vị chính trị, dù muốn hay không. Họ bước vào chính trị từ lúc sinh ra đời, và chỉ bước ra khi họ chết. Chính trị là một hệ thống kín cửa.

b). Quyền lực chính trị mang theo nó là quyền cưỡng chế, nhân danh thẩm quyền luật pháp hay là bạo lực.

Từ hai khuôn mặt của tính liên đới giữa công dân và định chế xã hội, con người chính trị là công dân, được công nhận trên giá trị công lý chính trị, độc lập với các hệ thống giá trị toàn diện, dù không phủ nhận chúng (Rawls gọi vị thế này là "quan điểm đứng riêng" (*free standing view*). Con người chính trị như là công dân có khả năng và đức hạnh chính trị để có thể chấp nhận và dung thứ nhiều giá trị và nhu cầu không chính trị trong giới hạn tương đối rộng rãi và bao gồm của Hai Nguyên tắc Công lý. Đây là nguyên tắc "Đồng thuận chồng chéo" (*overlapping consensus*) để cho tất cả những năng động giá trị và đòi hỏi của xã hội được hòa hợp, sống chung và hòa giải, qua giá trị chính trị và năng động dân chủ quy trình.

Trong một chế độ dân chủ tư hữu mang nội dung cấp tiến được kiến tạo bằng hai Nguyên tắc Công lý này, với một định chế hiến pháp hợp lý và có khả năng, thì các mâu thuẫn tự nhiên về giá trị và ước vọng khác nhau sẽ được giải hóa trên cơ sở đa nguyên tính của bản sắc chính trị công lý này. Khi con người sống trong một nền dân chủ với định chế công lý này, khi họ là những công dân vừa phải, có lý tính, chấp nhận tính tương đối của thực tế con người và tập thể, họ dần dần sẽ về gần với giá trị trung hòa của quốc gia qua sự thăng tiến về cơ hội và ý thức mà Hai Nguyên tắc Công lý sẽ tạo nên. Khi họ chấp nhận và đồng thuận với cuộc chơi chính trị, khi mà dân chủ quy trình và nghị luận qua định chế lập pháp, khi mà chức năng hành pháp và tư pháp đóng đúng vai trò hiệu năng vừa phải, theo một nhịp độ tiến hóa theo môi trường dân trí và điều kiện kinh tế và nhân văn, thì nền chính trị công lý này sẽ có khả năng ổn định và bền vững lâu dài. Đây là điều mà Rawls gọi là một khả năng của "quân bình phản quy" (*reflective equilibrium*) trên cơ sở đồng thuận hợp lý của những con người lý tính và tốt lành với hai năng lực đạo đức cho nhu cầu công lý.

46. Công lý này có thể trở nên một thể loại chính trị sai lầm và tạo ra một xã hội bất ổn định?

Khi mô thức công lý chính trị đem con người từ bình diện giá trị toàn diện về tới cá thể công dân trên giá trị chính trị độc lập, nó có thể mang một nguy cơ: Mệnh lệnh công lý có khả năng đem xã hội vào một nội dung chính trị sai lầm. Hãy nhìn lịch sử chính trị thế giới trong thế kỷ Hai mươi khi chủ nghĩa Marxism hứa hẹn một giải pháp toàn diện cho vấn nạn công lý xã hội và kinh tế.

Trả lời: Theo mô thức công lý trên Hai Nguyên Tắc đề ra, và tất cả những phạm trù giá trị đi kèm theo, nhất là tiêu chuẩn "đồng thuận chồng chéo", và nguyên tắc "Biện minh công khai" và "dân chủ quy trình," mô thức công lý chính trị sẽ bảo đảm được sự chọn lựa hợp lý, về gần cũng như lâu dài, vì khả năng tự điều chỉnh, tự học hỏi của hệ thống dân chủ quy trình và nghị luận, suy tưởng. Lỗi lầm của công lý chính trị Marxism sẽ chỉ bị vướng vào khi một thiểu số ưu tú và năng động quyền lực chiếm thời cơ chính trị và độc đoán, độc quyền bảo hộ hết tất cả các giá trị công lý và chính trị cho quốc dân. Một định chế dân chủ tư hữu cấp tiến với một cấu trúc cơ bản công minh và công bằng, một hệ thống định chế dân chủ có thực chất qua một quy trình lập pháp hiệu năng với một nền tư pháp độc lập và có thẩm quyền tối cao thì ổn định chính trị có thể được duy trì theo khả năng ứng biến và điều chỉnh linh động trên nguyên tắc hợp lý và có khả năng công lý. Một xã hội bất công là một xã hội bất ổn.

47. Sáu lý do vì sao mô thức công lý chính trị này phù hợp với tâm lý chính trị của con người.

Có sáu lý do trên cơ sở tâm lý quần chúng và cá thể để biện minh rằng Hai Nguyên tắc Công lý sẽ kiến tạo được một xã hội ổn định và tiến hóa quân bình lâu dài.

    (i) Trên cơ bản của một con người chính trị với hai năng lực đạo đức (xem #8), công dân sẽ có khả năng về một ý niệm về thiện lành và khả năng tiếp nhận những ý niệm công lý để mà hành xử theo ý niệm này. Tức là, họ có khả năng cả về vừa phải và hợp lý.

(ii) Khi họ cảm thấy và tin rằng các định chế xã hội là công bằng và công lý, và tha nhân cũng sẽ thấy như vậy, công dân sẽ sẵn sàng tham dự vào việc nước theo cung cách và khả năng của mình một cách tích cực để duy trì và phát huy công lý từ đó.

(iii) Khi công dân có chủ đích thực hữu để đóng góp vào cơ chế mà họ tin vào thì sự tin tưởng này sẽ gia tăng cả hai chiều, từ cá thể đến định chế và ngược lại, cũng như giữa con người và con người trong xã hội. Từ đó, tổng lượng của chữ tín sẽ gia tăng và khả năng hòa giải cho những xung đột và mâu thuẫn cũng trở nên dễ dàng hơn.

(iv) Khi khả năng đạo đức công dân gia tăng với mức độ và số vốn chữ tín trong xã hội cũng phát triển vừa đủ, thì sự hợp tác giữa xã hội và công dân ngày càng bền vững và sâu rộng, lâu dài, và tự do, cũng như quyền hạn công dân được bảo đảm, gia tăng và phát huy.

(v) Công dân sẽ đến lúc công nhận những điều kiện khách quan và có sẵn của hiện trạng xã hội từ một bối cảnh truyền thống và lịch sử cho một xã hội dân chủ hiện nay: (a) nó phải là *đa nguyên hợp lý (reasonable pluralism)*; (b) nó là trường cửu, ngoại trừ, (c) tính đa nguyên này bị phá bỏ và vi phạm bởi một chế độ chuyên chính, độc tài; (d) công dân sẽ tham dự vào và chấp nhận gánh nặng phát xét lẫn nhau trong xã hội dân chủ đa nguyên.

(vi) Từ trong thực tế khan hiếm của cơ hội và thực tế cạnh tranh khó khăn cho đời sống, công dân sẽ chấp nhận luật chơi công bình và công lý trong một xã hội có cấu trúc cơ bản và định chế công lý sòng phẳng, minh bạch, hiệu năng, hợp lý và tình.

**

48. Trong đoạn văn cuối cùng của *Luận Thuyết*, trong nỗ lực biện minh cho ý niệm "vị thế nguyên thủy" của học thuyết công lý này, Rawls viết về tính trung hòa và không lịch sử, vượt thời gian của những con người tự nơi mình có lý tưởng và khả năng công lý đi tìm công lý cho tất cả, như là một giả thuyết cần thiết, rằng,

Cái viễn cảnh về vĩnh cửu (trên quan điểm công lý) không phải là từ quan điểm của một nơi vượt qua khỏi thế gian này, hay là từ một tính thể siêu nghiệm – mà là một thể thức tư duy và cảm nhận mà con người lý trí có thể chấp nhận được trong bối cảnh thế giới này. Và khi đã làm được như vậy, họ có thể, dù ở bất cứ thế hệ nào, đem tất cả cá nhân về lại chung qua sự đồng thuận về một hệ thức bao gồm nhiều quan điểm, để từ đó, thiết lập nên những nguyên tắc cai quản lẫn nhau vốn được chấp nhận bởi mọi người khi họ sống với những nguyên tắc này tùy theo quan điểm của từng cá nhân. Sự trong lành của trái tim, nếu đạt được như thế, bao gồm một viễn kiến minh bạch để con người có thể tác hành và sinh động từ quan điểm này trong trang trọng và có chủ đích.

49. Đối với người Việt Nam hiện nay, ở mọi nơi, trong và ngoài nước, thuộc nhiều thế hệ, với những niềm tin và lịch sử cá nhân khác nhau, nhiều lúc mâu thuẫn, đối nghịch, khi đứng nhìn tới cơ đồ dân tộc Việt, khởi đi từ một nội dung chính trị trang trọng và văn minh nhưng chính trực và cương quyết của những con người có nhân phẩm, cùng nhau muốn kiến tạo một nền tảng chính trị công lý cho quốc gia, vượt lên trên tất cả các nhu cầu và điều kiện thực nghiệm đặc thù, thì trước hết, chúng ta hãy cùng đi đến một đồng thuận cơ bản: *Điều kiện tối thượng tiên quyết cho một xã hội công lý là quốc dân Việt Nam phải được tự do.*

Tương Lai của Tự Do
Fareed Zakaria

Lịch sử là một hành trình của ý thức Tự Do (Hegel)

*

Chúng tôi xin giới thiệu **Tương Lai của Tự Do** *chuyển sang Việt ngữ bởi* **Nguyễn Thành Nhân**, *một dịch giả uy tín hiện nay.*

Tương Lai của Tự Do của Fareed Zakaria là cuốn sách phải đọc dành cho những ai quan tâm đến hiện trạng và tương lai chính trị Việt Nam – nhất là các người tranh đấu cho dân chủ. Khi đã nắm vững nội dung của cuốn sách này, hy vọng người đọc sẽ không còn suy nghĩ về chính trị, về tự do và dân chủ như trước kia khi chưa đọc nó. Tư duy chính trị của phần lớn các thành phần năng động của người Việt thường đi theo thói quen suy nghĩ với những mệnh đề mang nặng tính khẩu hiệu, thuần mơ ước và thiếu cơ sở bằng chứng. **Tương Lai của Tự Do** sẽ chấn chỉnh lại nề nếp suy tư lỗi thời đó.

Ở đây, chúng tôi muốn tóm tắt những luận đề chính của Zakaria và từ đó cố gắng đặt những luận cứ lịch sử và chính trị của cuốn sách vào bối cảnh Việt Nam hiện nay. Zakaria muốn nói gì?

Nhân loại đang cùng nhau bước vào thời đại dân chủ. Ai ai ở đâu cũng biết đến điều này. Dân chủ là ước vọng hoàn vũ và phổ quát, là lý tưởng và cứu cánh của một nền văn minh. Thế kỷ 20 đã được đánh dấu bằng cao trào dân chủ chống lại và chiến thắng các học thuyết chính trị khác. Ngay cả những nhà lãnh đạo độc tài, những chế độ hà khắc cũng nhân danh dân chủ nhằm biện minh cho chính sách và đường lối của họ. Khi nói đến dân chủ, chúng ta hầu hết đều nghĩ đến những khái niệm quen thuộc như quyền lực thuộc về nhân dân, chính quyền do dân và vì dân, và những điều kiện cơ bản như đa số quyết định, phổ thông đầu phiếu. Đó là những tiền đề chính trị. Thế giới không những chỉ vươn lên theo cao trào dân chủ như là một định hướng chính trị, mà hơn nữa, dân chủ đã phát huy cao rộng hơn là các định chế công quyền. Dân chủ là một văn hóa xã hội, bao gồm hết mọi phương diện sinh hoạt của nhân loại.

Tuy nhiên, Zakaria nhấn mạnh, *dân chủ không phải là tự do*. Dân chủ là một trong những điều kiện cho tự do. Tự do mới là cứu cánh của chính trị và văn minh. Dân chủ chỉ là phương thức để đạt được cứu cánh này. Dân chủ và tự do tương tác lẫn nhau. Tự do là nội dung; dân chủ là thể thức. Tự do cần có dân chủ; nhưng dân chủ có thể tước đoạt tự do. Và không như quan điểm phổ thông về vấn đề này vốn cho rằng dân chủ là điều kiện cần có trước khi có tự do; trái lại, tự do mới là điều kiện thiết yếu và cần có cho một nền chính trị dân chủ bền vững và hữu hiệu. Nói khác đi, tự do thiết lập nền tảng khả thi cho dân chủ. Lịch sử trong suốt thế kỷ qua đã chứng minh rằng đã có những lúc cao trào dân chủ đã đem đến đàn áp, truy bức, chiến tranh và nhiều thảm họa khác. Dân chủ là con dao hai lưỡi. Từ dân chủ đẻ non của lãnh thổ Gaza của dân Palestinian ở đầu thế kỷ 21 này đến dân chủ trong bối cảnh tâm lý cuồng nộ của xã hội Đức ở thập niên 1930–40, hai trường hợp điển hình, đã đem hai dân tộc đó vào những khúc quanh đầy thảm họa với hậu quả khôn lường. Và đây là thông điệp chính của Tương Lai của Tự Do mà Fareed Zakaria muốn chuyển đạt.

Tương Lai của Tự Do là một cuốn sách quan trọng. Trên lãnh vực lý thuyết, Zakaria đã phân định rõ rệt để người đọc không nhầm lẫn giữa hai phạm trù cơ bản: dân chủ đối lại tự do. **Tự do** (liberty) là tinh hoa, là yếu tính của **dân chủ** (democracy). Có những quốc gia thiếu dân chủ, ví dụ Singapore, nhưng nhân dân được sống trong mức độ tự do cao hơn một vài quốc gia dân chủ khác, ví dụ Ấn Độ. Vậy tự do, theo Zakaria là gì? Tự do là một sự kết hợp giữa thể thức bầu cử tự do, trong sạch dựa trên nền tảng pháp trị (the rule of law), chế độ tam quyền phân lập, tự do đảng phái, hội đoàn, ngôn luận, báo chí, tôn giáo, tài sản tư nhân, tôn trọng quyền cơ bản của thiểu số, nhân quyền và dân quyền, và sự trưởng thành của xã hội dân sự. Tất cả những yếu tố tự do này kết hợp nên một nền *dân chủ hiến pháp tự do* gọi là "constitutional liberalism," tạm dịch là "tự do hiến định." Tự do hiến định hay lập hiến, theo Zakaria, không phải là nội dung thiết yếu của dân chủ. Hai vế này không hẳn luôn cùng đồng hành. Nhìn lại trường hợp Hitler đã được bầu làm quốc trưởng (chancellor) của Đức quốc từ một cuộc bầu cử tự do. Về phía Tây phương trong suốt nửa thế kỷ qua, tự do và dân chủ đã được đồng quy trong thể chế gọi là "liberal democracy" ("dân chủ tự do" hay "dân chủ cấp tiến"), nhưng cho đến hôm nay, khi nhân loại bước vào thập niên thứ hai của thế kỷ 21, tự do và dân chủ đang tự phân rẽ và tách rời nhau. Dân chủ đang đi lên; tự do đang đi xuống.

Điều này có nghĩa là gì? Zakaria nhấn mạnh rằng "tự do lập hiến" đi xa hơn là dân chủ. Trong khi dân chủ nhằm vào thể thức thiết lập chế độ chính trị và thể chế chính quyền, tự do lập hiến là mục tiêu và cứu cánh của thể chế. Đây là một trạng thể tự do, vốn là một truyền thống lâu đời của văn minh phương Tây, nhằm bảo vệ nhân phẩm con người trên cơ sở cá nhân đặc thù chống lại sự áp chế từ xã hội, từ quốc gia, thể chế, tôn giáo đa số. Tự do lập hiến bao gồm hai vế: (1) tự do cá nhân (liberal hay individual liberty) vốn bắt nguồn từ ý tưởng triết học chính trị của Hy Lạp và Roman, và (2) "lập hiến" vì nguyên tắc thượng tôn luật pháp là tâm điểm và nền tảng cho thể chế chính trị. Nó nhấn mạnh đến các nguyên tắc phân quyền, kiểm soát quyền lực, bình đẳng trước pháp luật, tư pháp độc lập và vô tư, và sự tách rời giữa tôn giáo và chính trị. Vì thế, các thể chế chính trị tiến bộ của Tây Âu và Bắc Mỹ không phải là dân chủ, mà là tự do lập hiến. Theo đó thì mô hình lý tưởng của thể chế chính quyền Tây Âu không phải là sự bầu cử của đám đông mà của một nền pháp chế công bằng và vô tư. Zakaria nêu lên trường hợp Hồng Kông trong suốt nhiều thập niên qua: tự do không tùy thuộc vào dân chủ. Dân chúng Hồng Kông được hưởng một mức độ rất cao về tự do lập hiến (liberty) – tư pháp công bằng, hữu hiệu, hành chánh trong sạch, trong suốt – trong khi dân chủ chính trị gần như hoàn toàn thiếu vắng. Trong khi đó, hai thập niên trước, Yasser Arafat của lãnh thổ Palestine đã được bầu lên từ một cuộc bầu cử tương đối tự do. Nhưng dân Palestine, dù có dân chủ trong quy trình bầu cử để chọn lãnh đạo, vì không có những định chế của lập hiến, pháp trị và nhiều chức năng xã hội cũng như chính quyền khác, nên đã không hề được tự do. Ngay cả ở Hoa Kỳ, dù với một nền dân chủ rất trưởng thành về mọi mặt, nhưng cho đến thập niên 1950–60, người dân da đen vẫn bị kỳ thị, đối xử phân biệt, không có đủ dân quyền bởi cơ chế dân chủ cấp tiểu bang và địa phương. Về vấn đề kỳ thị chủng tộc nói trên, Zakaria tuyên bố, *"Trong bi kịch lớn nhất này của nước Mỹ, tự do và dân chủ đã bao nhiêu lần đối nghịch nhau."*

Từ bối cảnh lý thuyết và lịch sử thực tế, Zakaria đưa ra một khái niệm phản đề: "the illiberal democracy" ("dân chủ phi tự do"). Các chế độ dân chủ thiếu tự do này nói đến tình trạng các chính quyền được bầu cử qua thể thức dân chủ, thể hiện nguyện vọng của đa số đương thời. Nhưng khi đã nắm quyền, thì các chính quyền này lợi dụng tính chính danh của dân chủ để vi phạm tự do của quốc dân. Đây là hiện tượng khá phổ cập, từ Peru, Venezuela của châu Mỹ La tinh đến Palestine hay Bosnia và các quốc gia mới được tái dựng nên sau khi tách rời khỏi Liên Bang Sô Viết. Ở các quốc gia này, thể chế và quy trình dân chủ qua bầu cử để tuyển chọn lãnh đạo bởi nhân dân đã không kèm theo những định chế quân bình, cân bằng, kiểm soát và giới hạn quyền lực của đa số nhằm bảo vệ thiểu số và quyền hạn cá nhân khỏi điều mà Alexis de Tocqueville gọi là "tính chuyên chế của đa số" (the tyranny of the majority"). Hãy nhìn vào quốc gia Ả Rập đa số người Hồi giáo. Khi có cơ chế dân chủ để chọn lựa thể chế chính trị thì nhiều nơi đã chọn mô hình Hồi giáo bảo thủ, nhiều lúc cực đoan, và loại bỏ những dân quyền căn bản đối với phụ nữ, các khối thiểu số tôn giáo khác. Đây là khi dân chủ trở nên một thảm họa. Do đó, một thể chế dân chủ tự do, "liberal democracy", hay tự do hiến định, "constitutional liberalism", phải bao gồm những yếu tố không dân chủ như hệ thống tư pháp, tòa án độc lập và hiệu năng nhằm bảo vệ những nguyên lý dân quyền và nhân quyền cho thiểu số và cá nhân. Khi một nền dân chủ thiếu vắng những yếu tố trên, thì đây chỉ là một nền dân chủ què quặt, thiếu biện minh, thiếu tự do – "the illiberal democracy."

Tương Lai của Tự Do, theo Zakaria, là một luận cứ kêu gọi tinh thần và nguyên tắc tự chế cho dân chủ. Đây không phải là luận cứ chống dân chủ, mà là một khuyến cáo về tính cần thiết cho tính quân bình giữa tự do và dân chủ. Dân chủ quá độ cũng nguy hiểm, và nhiều lúc còn tàn tệ hơn thiếu dân chủ. Tinh hoa của dân chủ tự do tùy thuộc vào sự kiến tạo một trật tự xã hội đa dạng, phức tạp, nhiều tầng lớp, nhiều phương diện – chứ không phải chỉ nêu cao ngọn cờ dân chủ đa số từ một lý tưởng chính trị đơn thuần.

Điều gây ấn tượng và thuyết phục nhất cho luận đề tự do đối nghịch với dân chủ này của Zakaria đến từ những tiền đề lịch sử trên cơ sở lý luận cho khái niệm tự do. Câu chuyện bắt đầu từ năm 324 sau Công nguyên khi hoàng đế La Mã Constantine dời đô từ Rome đến Constantinople của xứ Byzantium, một thuộc địa cũ của Hy Lạp. Khi dời đô, Constantine đem theo cả một cơ đồ vật thể, nhân sự, cơ chế về đất mới. Duy chỉ có một nhân vật quan yếu ông ta để lại: Vị Hồng Y của Rome. Theo Zakaria, đây là sự chia tay định mệnh mà từ nó đưa đến những hệ quả tốt đẹp cho lịch sử nhân loại trên bình diện ý thức hệ chính trị: sự khởi thủy của nguyên lý tách biệt giữa giáo hội tôn giáo và chính trị công quyền – *the seperation of the church and the state*. Lịch sử tự do bắt đầu từ sự chia tay giữa một hoàng đế và một giáo hoàng. Kết quả đầu tiên của cuộc chia tay này là ở phía Đông (Byzantium) của đế quốc La Mã nằm dưới quyền kiểm soát thống trị của quốc gia (state), còn phía Tây (Rome) nằm dưới Giáo hội. Từ đó là một di sản tranh quyền liên tục suốt 1500 năm cho đến gần đây giữa hai thế lực – giữa chính quyền quốc gia thế tục đối lại với giáo quyền của Giáo hội La Mã. Zakaria tuyên bố, *"Từ những tia chớp của quá trình tranh đấu này mà ngọn lửa tự do của nhân loại đã được bắt đầu."*

Tự do đến trước, dân chủ theo sau

Zakaria, cũng như Hegel và Kojève trước đó, cho rằng Thiên Chúa giáo đã đặt nền tảng cơ bản đầu tiên cho lịch sử tự do. Theo Hegel, Thiên Chúa giáo khởi đi với tiền đề bình đẳng của tất cả mọi người, bất kể điều kiện và tình trạng phân định nào, trước mắt Thiên Chúa. Tiền đề này phủ nhận những định chế phân chia chủ-nô hay giai cấp của văn minh Hy Lạp và La Mã. Thiên Chúa giáo, qua truyền thống Công giáo (Catholicism) là cả một hiện tượng đầy mâu thuẫn và nghịch lý đối với giá trị tự do. Một đằng thì đây là một tôn giáo độc thần, đầy thứ bậc đẳng cấp, khắt khe trong chủ thuyết, và đã bao lần chủ trương chiến tranh tiêu diệt các khối dân tộc khác – hãy nhìn thí dụ của Spanish Inquisition hay lịch sử Nam Mỹ Latin. Tuy nhiên, lịch sử phát triển của giáo hội Công giáo là cả một tiến trình đấu tranh giữa giáo quyền và thế quyền, từ đó, không vì chủ ý tự do, nhưng từ lịch sử chống bạo quyền này mà không gian tự do cho cá nhân Tây phương được phát triển. Ở Tây Âu, tự do đã được phát huy cả hàng thế kỷ trước khi có phong trào dân chủ. Ngắn gọn: Tự do dẫn đến dân chủ, chứ không phải là ngược lại. Tự do, trong bối cảnh lịch sử Tây Âu đồng nghĩa với sự trưởng thành của phạm vi và ý thức tự do cá nhân và cộng đồng đối nghịch với quyền lực chính trị quốc gia. Trong quá trình hiện thực hóa tự do này, Giáo hội Công giáo là một cơ chế phản đề và cân bằng tương quan quyền lực giữa xã hội dân sự đối với quyền lực đế chế.

Đối với Hy Lạp thì khái niệm tự do đồng nghĩa với độc lập và được giải phóng ra khỏi ách thống trị của ngoại bang – tương tự như lý luận tự do và nhân quyền của đảng Cộng Sản Việt Nam sau chiến tranh. Tuy nhiên, theo tiêu chuẩn đó, thì nhân dân Bắc Hàn (Triều Tiên) hiện nay đang được hưởng tự do. Tuy nhiên, tự do, theo khái niệm cổ điển, libertas, thì được khởi đi từ đế quốc La Mã nơi mà trên nguyên tắc tất cả công dân đều được đối xử công bằng dưới luật pháp, tam quyền phân lập, giới hạn nhiệm kỳ của chính khách. Những khái niệm cơ bản của chính trị công quyền Tây phương hầu hết đều đến từ La Mã: thượng viện, hiến pháp, cộng hòa... Và món quà lớn nhất cho lịch sử tự do của nhân loại đến từ Rome: hệ thống định chế pháp luật.

Cũng trong lịch sử tự do này, sau khi đế quốc La Mã đã tan rã, thì quá trình tranh đấu quyền lực giữa giai cấp điền chủ, vọng tộc đối với triều đình đã đóng góp rất nhiều cho sự phát huy tự do và xã hội dân sự. Ở Anh quốc, giai tầng quý tộc và điền chủ là một thế lực độc lập mạnh nhất. Kết quả của lịch sử đấu tranh quyền lực này là bản Hiến chương Magna Carta ký vào năm 1215 giữa triều đình nhà vua và giai cấp quý tộc Anh quốc thời đó. Đây có thể là bản hiến pháp tự do thành văn đầu tiên trong lịch sử nhân loại – nhấn mạnh và làm rõ quyền hạn của giai tầng địa chủ, tự do giáo quyền, và độc lập, tự chủ cho lãnh địa đối với quyền lực của đế chế vương quyền.

Bước tiến kế tiếp cho không gian tự do cá nhân là quá trình mâu thuẫn giữa hai khối Tin Lành và Công Giáo. Khởi đi từ sự bất mãn của nhà tu Martin Luther đối với giáo quyền thối nát và các định chế độc đoán của Giáo Hội La Mã. Đây là bước khởi đi của một cuộc cách mạng giáo quyền lâu dài, *the Reformation* ("Thời Cải Cách"). Chỉ trong vòng hơn một thế kỷ rưỡi, gần một nửa tín đồ Thiên Chúa Âu châu đã trở thành tín hữu Tin Lành. Tuy nhiên, theo Zakaria, Luther không phải là nhà cải cách trong ý thức tự do cá nhân, mà trái lại. Ông ta là một nhà bảo thủ muốn chống lại sự buông thả quá đà của giới tăng lữ Công Giáo. *"Theo đó thì cuộc đấu tranh giữa Công Giáo và Tin Lành cho ta thấy rằng tự do tôn giáo là kết quả của hai thế lực phản động, bảo thủ cực đoan kình nghịch nhau để kết quả là họ tự tương đồng hủy diệt."* Tiến trình mâu thuẫn này vô tình cũng phát huy một cao trào mới: tinh thần phản biện, khoa học thực nghiệm, tự học hỏi giáo lý, thử thách giáo điều. Đây là lúc ý thức tự do và độc lập, tự chủ cá nhân, đã bắt đầu trưởng thành trong lịch sử Âu Châu.

Tư Bản và Tự Do: Dân giàu trước, tự do và dân chủ sẽ theo sau

"Nếu quá trình tranh đấu giữa giáo hội và nhà nước, giữa giai cấp quý tộc, lãnh chúa và đế vương, giữa Công Giáo và Tin Lành đã mở cửa cho tự do cá nhân thì tư bản đã hoàn toàn phá vỡ bức tường áp bức." Ở đầu thế kỷ 18, khi năng lực tư bản phát sinh thì hệ thống trật tự chính trị vương quyền, xã hội phong kiến, kinh tế địa chủ bắt đầu thay đổi đến tận gốc. Một giai tầng mới của thời đại phát sinh: giới thương gia. Đây là một khối kinh tế độc lập không tùy thuộc vào ơn huệ của nhà nước. Từ thương gia đến tư hữu, quyền hạn kinh tế phát huy, tự do cá nhân mở rộng thêm nữa. Một giai tầng mới xuất hiện: giới trung lưu. Tức là, *"No bourgeoisie, no democracy."* ("Không có giai cấp tiểu tư sản thì không có dân chủ.") Giai tầng trung lưu là nền tảng cần thiết cho tự do, và từ đó là các định chế dân chủ. Người ta thường nói, "Dân giàu thì nước mạnh." Tuy nhiên điều cần biết hơn là: dân có giàu thì xã hội mới có tự

do, và từ tự do mà dân chủ được thiết kế. Đó là quy trình của kinh tế và chính trị mà lịch sử – ít nhất là của phương Tây – đã chứng minh.

Một quốc gia càng phú cường thì dân chủ sẽ bền vững hơn. Đây là kết quả của một nghiên cứu công phu vào năm 1959 của nhà khoa học xã hội Seymour Martin Lipset. Luận cứ này của Lipset là tiền đề cho bao nhiêu nghiên cứu khác, bao nhiêu phản biện và chứng minh, phản chứng minh. Tuy nhiên, sau suốt 40 năm nghiên cứu, luận cứ này vẫn còn đứng vững. Theo đó, khi lợi tức bình quân mỗi cá nhân chuyển động từ 3000 USD trở lên thì dân chủ có khả năng tồn tại lâu hơn. Trên 6000 USD thì dân chủ sẽ trở nên bền vững. Khi vượt bức tường 9000 USD thì dân chủ gần như thành trường cửu. Một nghiên cứu khác, trong vòng luận cứ này, cho thấy rằng một quốc gia có cơ hội khả quan để chuyển hướng sang dân chủ khi mà GDP mỗi đầu người từ 3000 đến 6000 USD. (Ghi chú: Việt Nam GDP per capita vào năm 2014 là 2000 USD.)

Tuy nhiên, giàu có không phải lúc nào, hay loại nào, cũng giống nhau. Nếu lợi tức đến từ các nguồn tài nguyên thiên nhiên của đất nước, như dầu hỏa, quặng mỏ, thì tự do và dân chủ khó phát huy. Đây là trường hợp của Saudi Arabia hay Nga Sô và Venezuela. Thịnh vượng phải đến từ lao động, kinh doanh và sáng tạo thì tự do sẽ phát huy nhanh hơn và bền vững hơn. Đây là trường hợp của Nam Hàn, Đài Loan, hay Hồng Kông. Khi tài nguyên thiên nhiên là nguồn lợi tức chính cho quốc gia thì chính quyền trở nên thối nát và họ không mắc nợ gì từ nhân dân, ví dụ đánh thuế. Đây là sự đổi chác qua lại: Khi dân chúng đóng thuế, họ đòi hỏi chính quyền phải xứng đáng với đồng tiền của họ. Nếu không thì chính quyền không đáp ứng với mong mỏi của quốc dân. Như trường hợp của Saudi Arabia, chính quyền nói với dân, "Nhà nước không đòi hỏi từ dân về kinh tế và nhà nước cũng chẳng cho dân gì cả về chính trị." Bài học lịch sử rõ ràng là từ Mexico, đến Á Đông, Zakaria nhấn mạnh, *"Cải tổ kinh tế trước, sau đó là cải tổ chính trị."* Dĩ nhiên, Zakaria cũng nhắc nhở rằng còn nhiều yếu tố khác để dẫn đến dân chủ, như là ý chí chính trị và đạo đức của lãnh đạo phong trào, may mắn, và vai trò của tôn giáo, như trường hợp của Ba Lan. Khó mà tiên đoán lúc nào thì một quốc gia sẽ có sự chuyển mình sang dân chủ dù khi những yếu tố tự do kinh tế và luật pháp đã chín muồi.

Mỗi quốc gia có một số phận riêng tùy theo hoàn cảnh và muôn vàn yếu tố cùng điều kiện khác. Tuy nhiên, lịch sử cho thấy lợi tức và giàu có của nhân dân (wealth) là yếu tố và là điều kiện quan trọng nhất.

Zakaria nêu hai trường hợp đáng chú ý về câu hỏi, *kinh tế trước hay dân chủ trước?* Đó là Nga Sô và Trung Quốc. Nga cải tổ chính trị trước và sau đó là kinh tế. Ngược lại thì Trung Quốc cải tổ kinh tế trước, chính trị sau. Hiện nay (2003–2010) Nga Sô là quốc gia tự do hơn Trung Quốc. Dân Nga được hưởng nhiều hơn về tự do cá nhân, quyền tư hữu, báo chí. Trong khi đó, Trung Quốc vẫn còn là quốc gia độc tài, khép kín. Tuy nhiên, những năm gần đây (2011–2015), Nga Sô đang dần đi vào con đường độc tài và dân chúng đang mất đi những quyền hạn kinh tế, tư tưởng, báo chí cơ bản từ chính quyền độc đoán của Putin. Dù là độc tài và khép kín, nhưng Trung Quốc đang mở rộng từ từ cánh cửa tự do trên nhiều bình diện, nhất là quyền tư hữu và kinh doanh. Quốc gia nào, Trung Quốc hay là Nga Sô, đang đi đúng hướng về phía tự do, dân chủ? Zakaria cho rằng, nếu phát triển kinh tế trước, xây dựng tầng lớp trung lưu vững chắc để sau đó mới mở rộng dân chủ thì Trung Quốc đang đi đúng hướng. Nga Sô là một trường hợp điển hình của một "illiberal democracy" – một nền dân chủ thiếu tự do. Trung Quốc là một trường hợp không dân chủ, thiếu tự do ("illiberal anti–democracy"?). Zakaria cho rằng, với chiều hướng hiện nay, nếu Trung Quốc tiếp tục con đường tự do hóa kinh tế, phát huy nhà nước pháp quyền, xã hội pháp trị, xây dựng tầng lớp tư sản trung lưu, và sau đó khai phóng chính trị thì nó sẽ đi đến một quốc gia dân chủ thật sự.

Học giả thế giới trong nhiều thập niên qua đã nghiên cứu về câu hỏi, **dân chủ có giúp đỡ hay là trở ngại cho phát triển kinh tế?** Câu trả lời là không dứt khoát (inconclusive). Zakaria trích dẫn hai nguồn dữ kiện và nghiên cứu chính: Thứ nhất của Liên Hiệp Quốc trong báo cáo Human Development Report 2002: *Deepening Democracy in a Fragmented World* (New York: Oxford University Press, 2002) và của Przeworski, Alvarez và Cheibub, *Democracy and Development: Political Institutions and Well–Being in the World*, 1950–1990 (New York: Cambridge University Press, 2000). Tất cả các nghiên cứu nghiêm chỉnh đều cho thấy mối quan hệ nhân quả giữa dân chủ và phát triển kinh tế vẫn chưa có câu trả lời rõ rệt. Tuy nhiên, Zakaria nhấn mạnh, trong suốt 50 năm qua, gần như những cuộc chuyển hóa sang tự do dân chủ thành công đều phát xuất từ những quốc gia có nền độc tài thoáng và tiến bộ ("liberal authoritarianism") – ví dụ như Đài Loan và Nam Hàn. Những ai đòi hỏi *dân chủ trước, kinh tế sau*, nên nhìn lại tiền đề chính trị này.

Dân chủ và chiến tranh:
Hòa bình trong tự do, chiến tranh từ dân chủ

Quan điểm thông thường cho rằng các chế độ dân chủ thì yêu chuộng hòa bình và ít hiếu chiến hơn các chế độ độc tài. Sai! Lịch sử gần đây cho thấy ngược lại. Các chế độ dân chủ non hay chưa trưởng thành *"thường hiếu chiến, phát động chiến tranh nhiều hơn và cực đoan hơn là các chế độ khác."* Theo đó thì hòa bình chỉ được bền vững hơn đối với các chế độ dân chủ tự do: "the democratic peace is actually the liberal peace." Zakaria nêu lên nhiều trường hợp chiến tranh được phát động bởi các chế độ dân chủ nhằm thỏa mãn cao trào chủng tộc, yêu nước hay dân tộc cực đoan. Trường hợp Slobodan Milosevic của Nam Tư của 1995–96, Adolf Hitler những năm 1930–40, hay gần đây Bosnia, Azerbaijan, Armenia, Georgia, Zambia... là những thí dụ điển hình. Hai nhà khoa học chính trị Jack Snyder và Edward Mansfield, sau khi nghiên cứu dữ kiện lịch sử cẩn thận, đã đi đến kết luận rằng

> "Suốt hơn 200 năm qua, những quốc gia đang được dân chủ hóa (democratizing states) gây chiến tranh nhiều hơn là các quốc gia độc tài hay dân chủ tự do. Trong những quốc gia chưa có một nền chính trị trưởng thành theo mô hình tự do lập hiến (constitutional liberalism), cao trào dân chủ thường mang theo hệ lụy của chủ nghĩa dân tộc, tôn giáo cực đoan và hiếu chiến. Các lãnh tụ lợi dụng các cao trào cực đoan này để tiếm quyền và gây chiến nhằm thỏa mãn tình cảm dân chúng đương thời. Từ Napoleon III của Pháp, Wilhelmine của Đức, Taisho của Nhật hay là Milosevic của Yugoslavia... đều cho ta thấy điều này."

Zakaria nói, *"Hòa bình trong dân chủ là có thật, nhưng thực ra hòa bình không phải có từ dân chủ."* ("The democratic peace is real, but it turns out to have little to do with democracy").

Trường hợp của khối Hồi Giáo Ả Rập:
Chìa khóa là chính trị, không phải là tôn giáo hay văn hóa.

Đối với thế giới Hồi giáo, dân chủ hóa nhanh chóng đã đưa đến nhiều thảm họa, hủy diệt tự do và nguồn gốc của chiến tranh và áp bức. Ở các quốc gia Hồi Giáo trong khối Ả Rập, từ Ai Cập đến Saudi Arabia, hay Jordan, hay lãnh thổ Palestinine, nếu có bầu cử dân chủ tự do thì các phe Hồi giáo cực đoan theo kiểu Taliban sẽ lên nắm quyền. Các chế độ Ả Rập hiện nay là thối nát, áp bức, vâng, nhưng các lực lượng thay thế họ bằng dân chủ đầu phiếu sẽ còn tồi tệ hơn bao nhiêu lần. Mấy năm trước, khi lãnh tụ của Kuwait, với sự khuyến cáo của Hoa Kỳ, đã đề nghị cho phụ nữ ở đó được quyền bỏ phiếu. Nhưng quốc hội của Kuwait, đa số là của khối Hồi Giáo bảo thủ, đã từ chối dứt khoát. Tương tự như thế. Khi hoàng tử Abdullah của Saudi Arabia đề nghị cho phụ nữ Saudi được quyền lái xe, các phe bảo thủ đã vận động dân chúng chống lại, và cuối cùng dự kiến đó phải bị hủy bỏ. Không như ở Tây phương, tự do phát huy dân chủ và dân chủ xây đắp tự do (liberalism produced democracy and democracy fueled liberalism); đối với khối Ả rập Hồi giáo thì ngược lại, cao trào dân chủ dẫn đến chiến tranh, áp bức, độc tài và nhiều thảm họa khác. Vấn đề ở đây không hẳn chỉ vì tôn giáo. Trường hợp của Indonesia hay Malaysia chẳng hạn. Các quốc gia này cũng là Hồi giáo nhưng lại có dân chủ và một mức độ tự do khá thành công.

Nguồn gốc của các cao trào Hồi giáo cực đoan thì phức tạp. Từ văn hóa, tôn giáo, con người, địa dư, một lịch sử quan hệ phức tạp và đầy mâu thuẫn với Tây Âu. Từ đó đã phát xuất rất nhiều nguyên cớ chống Tây phương của người Ả Rập. Tuy nhiên, trên bình diện tự do cho chính người Hồi Giáo, thì nguyên nhân quan yếu là chính trị – hơn là kinh tế. Nên nhớ rằng Osama bin Laden đến các lãnh tụ khủng bố Hồi Giáo khác đều xuất thân từ các gia đình thượng lưu giàu có ở Saudi Arabia và Ai Cập. Theo Zakaria, vấn đề là sự thiếu cải tổ về hướng tự do của các đế chế cầm quyền Ả Rập. Các chế độ Ả Rập, dựa vào nguồn tài nguyên dầu hỏa, để tiếp tục củng cố các đế chế lỗi thời, thay vì cải cách chính trị và các quy trình tự do khác khi mà ý thức về thời đại và tự do của các khối quần chúng Ả Rập đang lên cao. Các dự án xã hội chủ nghĩa các quốc gia Ả Rập thử nghiệm đều càng làm cho đất nước chậm phát triển, chính quyền thêm thối nát và thiếu hiệu năng. Zakaria cho rằng nếu các chế độ Hồi Giáo Ả Rập hiện nay từ từ mở rộng không gian tự do thì phong trào Hồi Giáo cực đoan sẽ không còn hấp dẫn quần chúng nữa. Cái chìa khóa là những phát huy tiệm tiến con đường dân chủ hóa để không cho các phong trào cực đoan lợi dụng dân chủ để nắm chính quyền – nhưng đồng lúc thỏa mãn ý nguyện tự do và phát triển, hiện đại hóa của quần chúng. Con lộ dẫn đến tự do và dân chủ đòi hỏi kiên nhẫn, khôn khéo, ý chí quyết tâm. Ở đây, văn hóa không phải là trở ngại cho quá trình này. Zakaria cho rằng khi chính quyền theo đuổi những dự án kinh tế, xã hội và chính trị đúng đắn và hợp thời, hợp lòng người thì văn hóa và tôn giáo sẽ thay đổi và đáp ứng theo. Văn hóa và tôn giáo không phải là một định tính bất di dịch. Văn hóa, và ngay cả tôn giáo, ở một tầm mức nào đó, chỉ là một sản phẩm của chính trị và kinh tế.

Trường Hợp Hoa Kỳ: Thảm trạng của dân chủ quá mức

Nếu giàu có là chỉ số của hạnh phúc thì đáng ra dân chúng Mỹ phải hạnh phúc hơn ai cả. Nhưng dù trong suốt một phần tư thế kỷ qua, nền kinh tế Mỹ đã đem đến thêm năm ngàn tỷ Mỹ kim cho dân chúng, thế mà các cuộc thăm dò cho thấy rằng dân Mỹ không cảm thấy hạnh phúc hơn gì cả trong suốt thời gian qua. Ngược lại, nhiều chỉ số tâm lý khác cho thấy là dân chúng Mỹ càng bất mãn hơn về kinh tế, chính trị, xã hội và văn hóa nhiều so với mấy thập niên khác. Tại sao? Nguyên nhân chính là cao trào dân chủ phổ thông kiểu Mỹ đã làm cho nền chính trị công quyền bị tê liệt, mất hiệu năng, và trên nhiều phương diện, càng ngày càng trở nên phản dân chủ. Nguyên lý dân chủ đa số của Hoa Kỳ được cân bằng bởi những nguyên tắc hiến pháp nhằm tôn trọng quyền cơ bản của thiểu số. Ý tưởng cơ bản là sự quân bình giữa tự do và dân chủ. Tuy nhiên, khi nguyên tắc dân chủ đa số đã trở nên cao trào lớn thì hệ quả của nó là sự suy tàn của những định chế truyền thống, những giá trị văn hóa xã hội có thẩm quyền, và từ đó vai trò của các nhóm đặc quyền, đặc lợi nắm hầu hết các diễn đàn chính trị, và chính sách của quốc gia. Hoa Kỳ ngày nay, theo Zakaria, là một quốc gia thiếu quân bình: rất dân chủ nhưng thiếu tự do.

Vấn đề ở chỗ chính giới Mỹ hiện nay "chẳng làm gì cả" ngoài chuyện chạy theo dư luận nhất thời của quần chúng. Kết quả của thăm dò dư luận trở nên chìa khóa định hướng cho chính sách. Mà dư luận quần chúng thì bất thường, ích kỷ, và thiển cận. Vì thế các vấn đề lớn như an sinh xã hội, tiền hưu, bảo hiểm y tế... cả hành pháp lẫn lập pháp đều không dám đụng đến để cải cách lâu dài và cơ bản. Một số những chính sách khác thì bị kiểm soát bởi một thiểu số đặc quyền năng động – như chính sách ngoại giao của Mỹ với Cuba và Do Thái bị kiểm soát bởi các khối dân Mỹ gốc Do Thái và Cuba, hay chính sách trợ giúp nông nghiệp vô lý bị giới nông dân nắm chặt diễn đàn. Còn chính giới dân cử? Từ tổng thống cho đến nghị viên, thống đốc... ai nấy suốt ngày lo vận động gây quỹ tranh cử cho mình hay cho đảng mình. Không khi nào mà tiền bạc trở nên máu thịt cho chính trị Hoa Kỳ như hiện nay. Dân chủ Mỹ là dân chủ của kẻ có tiền. Nền chính trị bầu cử của Mỹ đã trở nên một thị trường bỏ phiếu – tranh cử chính trị nay đã trở nên tiếp thị quyền lợi. Hệ quả là không có một tầng lớp lãnh đạo có thẩm quyền đạo đức và viễn kiến, tách rời khỏi đám đông thiển cận và nhất thời, ích kỷ để lãnh đạo quốc gia. Dân chủ Mỹ là của một đám đông ồn ào, đầy xúc cảm, chỉ biết quyền lợi của mình – và đây là nguyên nhân cho những bế tắc chính sách dẫn đến sự xuống dốc của thế lực và vai trò lãnh đạo của Hoa Kỳ trên trường thế giới.

Thêm một yếu tố văn hóa khác đang làm cho xương sống chính trị và xã hội Mỹ xuống dốc: đó là cái mà Zakaria gọi là sự biến mất của thẩm quyền ("the death of authority"). Dân chủ Mỹ đạt được một tầm mức tự do cao độ là nhờ vào nền tảng xã hội dân sự, sự trưởng thành của báo chí, hội đoàn, giáo dục, địa phương tự quản. Điều này Alexis Tocqueville đã viết rất rõ trong cuốn *Democracy in America*. Ngày nay, các khối thẩm quyền đã dần dần biến mất. Giới luật sư và bác sĩ, chẳng hạn, thay vì đóng vai trò nhân tố lãnh đạo chính trị và công quyền và dân sự từ trung ương đến địa phương, nay chỉ lo phần kinh tế. Xã hội Mỹ không còn các khối ưu tú, the elites, để đóng vai trò hướng đạo, cân bằng xã hội và chính trị với trí tuệ và tâm khí trưởng thành. Kết quả là một nền dân chủ năng động như một tập thể thiếu niên không được điều hướng và tiết chế bởi những người lớn khôn khéo và trưởng thành.

Zakaria nêu lên trường hợp điển hình của quan điểm xã hội Mỹ đối với giới ưu tú. Trong cuốn phim ăn khách Titanic, khi tàu đang chìm xuống, phim chiếu cảnh các hành khách khoang hạng nhất, first class, giành lên phao cứu hộ với phụ nữ. Phải nhờ đến các thủy thủ dùng súng uy hiếp thì khi đó phụ nữ và trẻ em mới giành được các phao cứu sống họ. Tuy nhiên, hình ảnh trong phim trái ngược với câu chuyện đã xảy ra. Cảnh phim đã bị nhà sản xuất thay đổi nhằm thể hiện và đáp ứng một sự chống đối elites của khán giả hiện nay mà thôi. Câu chuyện thực thì hoàn toàn trái lại. Những người còn sống đã kể lại câu chuyện hoàn toàn khác. Ở khoang hạng nhất, tỷ lệ phụ nữ được cứu sống cao nhất so với các khoang trung bình hay phổ thông. Của toa hạng nhất, 70 phần trăm đàn ông bị chết, trong khi tất cả trẻ em được cứu và chỉ có 5 phụ nữ bị chết (3 phụ nữ tình nguyện chết theo chồng khi chồng không chịu lên phao) và 144 được cứu. Ở khoang hạng nhì 90 phần trăm đàn ông bị chết, trong khi 80 phần trăm phụ nữ được cứu. Tức là, giới giàu có thượng lưu (của first và second class cabins) tuân thủ cao độ nguyên tắc đạo lý phao cấp cứu khi tàu đắm: phụ nữ và trẻ em ưu tiên. John Jacob Astor, người giàu có hàng đầu nước Mỹ thời ấy, lúc tàu Titanic chìm, đã giành bơi đến một tàu nhỏ cứu hộ, bỏ vợ ông vào khoang, xong rồi không chịu lên tàu cứu hộ với vợ, nhường chỗ cho trẻ em và phụ nữ khác, vẫy tay chào và chìm xuống biển đông lạnh mà chết. Benjamin Guggenheim, một đại gia Mỹ khác, cũng hành xử như thế. Ông nhường chỗ trên phao cứu nạn cho một phụ nữ khác, trước khi chìm xuống biển, nhờ người phụ nữ kia nhắn lại, "Nói với vợ tôi... Ta đã chơi đẹp cho đến phút cuối cùng... Ta không phải là một kẻ hèn để cho một phụ nữ nào bị chết vì ta." Giới thượng lưu, giàu có của xã hội Mỹ thời đó đã sống và hành xử theo một đạo lý danh dự cao, *the unwritten code of honor*, cho dù có dẫn đến một cái chết chắc chắn. Họ là những cột trụ và xương sống của một nền dân chủ tự do. Ngày nay, giới thượng lưu đầy danh dự này không còn nữa. Đây là một trong những nguyên nhân cho sự xuống dốc của xã hội Hoa Kỳ.

Chìa khóa cho tự do là một chính phủ hiệu năng

Thực tế trên thế giới suốt nửa thế kỷ qua đã cho chúng ta thấy rằng dân chủ không phải là giải pháp quan yếu cho các quốc gia nghèo đói, áp bức và hỗn loạn. Vấn nạn đối với các quốc gia đang phát triển, theo Zakaria, không phải là thiếu dân chủ mà bất hiệu năng trong quản lý. Từ

Iraq cho đến Palestine, đến Haiti, đây là một căn bệnh ung thư – tham nhũng, thối nát, bất lực – đang hủy hoại đời sống của con người. Hầu hết cả thế giới ngày nay, thử thách lớn lao là mâu thuẫn dân sự, nghèo đói, bệnh tật, phong trào dân tộc và tôn giáo cực đoan. Những căn bệnh này không những hủy hoại mầm móng dân chủ hay tự do, chúng không cho một trật tự xã hội nào được kiến tạo. Ngay cả Phi Châu, nơi mà nhiều người nhìn với con mắt bi quan, thì thập niên này đã có những bước tiến khả quan về hướng dân chủ, tự do, với bầu cử hiệu năng và những chính thể rộng mở. Thử thách cho các nền dân chủ non đẻ không phải là chính trị dân chủ mà là tự do – tức là một chính quyền hiệu năng với những dự án chính trị kinh tế tiệm tiến và hợp lý, hợp lòng người và thời đại. Zakaria trích lới của James Madison từ The Federalist Papers rằng, *"Khi thiết kế một chính quyền để cho con người cai quản con người, cái khó khăn là ở chỗ: thứ nhất là chính quyền có khả năng kiểm soát quần chúng, và bước kế tiếp là chính quyền phải biết tự chế chính mình." Trật tự trước, tự do sau.* (Đây là tiền đề chính mà tôi đã phác họa trong "Dân Chủ Pháp trị: Công lý, Tự do và Trật tự Xã hội," 1996)

Bài học cho Việt Nam

Với những luận đề trên của Zakaria từ *Tương Lai của Tự Do*, người Việt hiện nay có tìm ra được một luận chứng cơ bản nào khả dĩ áp dụng cho lý tưởng dân chủ, tự do cho nước nhà?

Việt Nam có phải là một "illiberal democracy"? Theo định nghĩa và tiêu chuẩn của Zakaria – ***"dân chủ phi tự do"*** phải có bầu cử lãnh đạo quốc gia công bằng mà kết quả thể hiện ước muốn của đa số – thì Việt Nam không phải hay chưa phải là một nền dân chủ phi tự do. Việt Nam hiện nay, dưới chế độ độc đảng Cộng Sản, là một quốc gia độc tài đang trên chiều hướng khai mở. Tức là Việt Nam đang đi từ một chế độ độc tài toàn trị, totalitarianism, đến một thể chế độc đoán, authoritarianism. Nhân dân đang dần được sống trong một không gian kinh tế thông thoáng hơn, thịnh vượng hơn, chính trị ngày càng bớt khắt khe. Tuy rằng về các phương diện như báo chí, hội đoàn thì về chính sách ngày càng bị giới hạn và kiểm chế – dù internet đã làm cho mọi chính sách về tư tưởng và thông tin, báo chí của Đảng trở nên vô hiệu. Độc tài của Việt Nam là một thể loại độc tôn chủ nghĩa trong định chế đảng trị, cộng với một guồng máy công quyền và nhân sự thiếu hiệu năng và thối nát. Nó không như các thể loại độc tài cá nhân hay quân phiệt như Nam Hàn hay Singapore trước đây vốn đã xây dựng những định chế cần thiết cho không gian tự do nhằm tạo cơ hội tiến đến dân chủ pháp trị.

Việt Nam có thể chuyển hóa từ độc tài đảng trị sang một độc tài pháp trị? Nên nhớ rằng các nền dân chủ lớn như India và Mexico cho đến gần đây vẫn là những quốc gia dân chủ độc đảng. Nếu đảng Cộng Sản Việt Nam có thể

(1) **Từ bỏ** nội dung và hình thái chủ nghĩa Mác–Lenin,

(2) **Mở rộng** không gian tự do bằng con đường xây dựng những định chế pháp trị và pháp quyền khách quan với một hệ thống tư pháp và tòa án vô tư, độc lập, hiệu quả,

(3) **Đặt ưu tiên** vào kinh tế thị trường, giảm thiểu vai trò quốc doanh thiếu hiệu năng,

(4) **Tôn trọng** quyền tư hữu ruộng đất và bất động sản chính thức bằng hiến pháp,

(5) **Cải tổ** bộ máy hành chánh công quyền trở nên hiệu năng, trong sạch, minh bạch,

(6) **Xây đắp** một đội ngũ công chức, cán bộ và lãnh đạo địa phương xứng đáng,

(7) **Cải tổ sâu rộng** cơ chế và chính sách giáo dục,... thì độc quyền độc đảng không phải là một khuyết điểm bất trị.

Singapore là một mô hình độc đảng hiệu năng khi họ đã theo đuổi một định hướng tự do như vậy. Khi thịnh vượng quốc gia chưa đạt đến mức chuyển hóa chính trị, như Zakaria biện luận, thì chìa khóa cho sự chuyển hóa này không phải chỉ là ý thức tự do – mà nhân dân Việt Nam có đủ – mà là ý chí tự do và cách mạng thể chế của một khối quần chúng quyết định, *the critical mass*, hay một vài lãnh đạo có ý lực đạo đức cho tự do, *the moral will to liberty*, nhằm thuyết phục, thúc đẩy, thực thi cải cách toàn diện cho cả một bộ máy lỗi thời, ù lỳ và phản tiến bộ của đảng Cộng Sản Việt Nam hiện giờ. Với tình hình hiện nay, ý thức và nhu cầu cách mạng thể chế đã chín muồi – và chỉ có người cộng sản Việt Nam, đang nắm vai trò trọng yếu trong thể chế, đương quyền, "có tâm, có tầm," mới có khả năng làm chủ được cuộc thay đổi này.

Nếu dân chủ hóa thì Việt Nam sẽ đi vào hỗn loạn không? Câu trả lời phải là không, hay là với một khả năng rất thấp. Chúng ta phải công nhận rằng, trên trường quốc tế, khách quan nhận xét, về phương diện nội trị, để thiết lập một thể chế chính trị ổn cố, một trật tự công quyền và an ninh vững chắc, thì Việt Nam đã và đi một bước thành công khá xa – dù cho nội dung trật tự, bản sắc công lý, mức độ trong sạch, minh bạch trong một không gian tự do, pháp trị đã không đạt được một tầm mức mà phần đông dân chúng mong muốn. Từ một trật tự ổn cố nhưng chưa đạt được một nội dung thể chế xứng đáng, Việt Nam đang có nhiều cơ hội và khả năng chuyển hóa sang con lộ dân chủ bằng phương thức khai mở các định chế tự do pháp chế (constitutional liberalism).

Nhắc lại tiền đề lịch sử mà Zakaria nêu lên trong cuốn sách này: Tự do trước, dân chủ sau. Đây là quy trình đáng tin cậy dẫn đến một nền dân chủ vững bền và có thực chất. Không như các quốc gia khác, ở Việt Nam thì mâu thuẫn địa phương, chủng tộc, hay các yếu tố phân biệt không sâu đậm hay chưa có một lịch sử chia rẽ khó hàn gắn. Ngay cả mâu thuẫn tôn giáo ở Việt Nam cũng rất thấp. Một tổng thống dân chủ của một Việt Nam dân chủ có thể tấn công dàn khoan Trung quốc ở biển Đông để xoa dịu và my dân trước cao trào bài Trung, khai mào một cuộc chiến mới đầy tai hại với Trung Quốc. Hay các sắc dân thiểu số gốc Miên ở Tây Nam bộ, hay gốc Thái, Nùng ở cực Bắc có thể nổi lên phong trào tự chủ; hay một khối quần chúng ở Sài Gòn tranh đấu cho những giá trị hay biểu tượng cũ của Việt Nam Cộng Hòa. Nhưng đây là những nguy cơ tương đối thấp vốn có thể giải quyết bằng những phương thức đối thoại và hòa giải khôn khéo bởi lãnh đạo quốc gia. Phải nên nhớ rằng, dù dân chủ hay không, hay dưới bất cứ chế độ, thể chế hay nhân sự lãnh đạo nào, toàn bộ cơ chế quân đội, công an và hành chánh Việt Nam hiện nay phải được giữ nguyên – dĩ nhiên là phải được cải cách toàn diện, độc lập khỏi đảng phái, trong sạch hóa, chuyên môn hóa, và pháp chế hóa.

Sai lầm của Hoa Kỳ khi lật đổ Sadam Hussein ở Iraq vào năm 2003 là giải thể quân đội và guồng máy chính thể của đảng Baath, tạo nên một khoảng trống công quyền và hành chánh, dẫn đến hỗn loạn không chữa trị được. Trong lúc đó, khi Nelson Mandela của Nam Phi, vị tổng thống da đen đắc cử, đã giữ nguyên hệ thống hành chánh công quyền của người da trắng, tạo nên một sự chuyển quyền êm đẹp, tiếp tục cải cách xã hội một cách đầy trật tự và hiệu năng.

Người Cộng Sản Việt Nam (CSVN) có thể tự tiến hành một cuộc cách mạng thể chế hay không? Không ai có thể lường trước được cái gì có thể xảy ra và như thế nào cho tương lai. Chúng ta hãy bình tâm nhìn lại: Từ khi đi theo khúc quanh đổi mới, suốt phần tư thế kỷ qua, đảng CSVN đã đạt được những thành công về kinh tế, xã hội, ngoại giao đầy ấn tượng, không gian tự do cá nhân và xã hội cũng được mở rộng ra nhiều – dù không được như là lòng dân và thời đại đòi hỏi. Nếu chấm bảng điểm thì họ đã đạt được điểm C+ hay là C−, vừa đủ để đỗ, nhưng chưa đến mức thành công. Nhưng cho đến nay thì con đường đổi mới của đảng CSVN đang đi đến tận cùng hết mức khả thể và khả thi của nó.

Chính thể và guồng máy công quyền Việt Nam, từ định chế quy tắc đến phẩm chất nhân sự, đang đi vào con lộ băng hoại, thối nát, thiếu hiệu năng, chuyên quyền và bất công trên hầu hết mọi phương diện. Hãy nhìn vào sinh hoạt giáo dục ở học đường. Không có quốc gia nào mà chúng ta biết được, có nạn "phong bì" hối lộ ngang nhiên và mất nhân phẩm giữa học trò và thầy cô như ở Việt Nam hiện nay. Nhìn đâu cũng thấy tham nhũng, thối nát, từ trung ương đến địa phương, từ giáo dục đến quân đội, công an, hay thương trường. Tham nhũng, đút lót nay đã trở thành quy luật phổ biến chứ không còn là ngoại lệ. Đảng CSVN phải chịu trách nhiệm trước quốc nạn này. Như Zakaria đã nêu lên, văn hóa tham nhũng khởi đi từ văn hóa chính trị, văn hóa chính trị khởi đi từ thể chế và chính sách sai lầm của lãnh đạo. Không thể trách rằng nhân dân chấp nhận văn hóa tham nhũng được. Thối nát xã hội Việt Nam hiện nay bắt nguồn từ thối nát chính trị và công quyền.

Công bằng mà nói, trên thế giới hiện nay, như Ấn Độ, Cam Bốt, Venezuala, Indonesia, nạn thối nát, tham nhũng công quyền không thua kém gì ở Việt Nam. Những ai đã đi qua Ấn Độ, một nền dân chủ từ 1947, thì sẽ thấy công an giao thông ở đó tống tiền tài xế còn trắng trợn hơn ở Việt Nam nhiều. Tuy nhiên, sai lầm của kẻ khác không phải là biện minh hay làm lý do tha thứ hay chấp nhận cho sai lỗi của mình. Chúng ta phải hỏi, tại sao Singapore hay Đài Loan, vốn chưa phải những quốc gia dân chủ tự do đúng nghĩa, nhưng lại có một nền hành chánh công quyền hiệu năng, trong sạch và minh bạch? Tất cả đều có nguyên nhân từ lãnh đạo thể chế chính trị. Việt Nam xứng đáng để có một thể chế chính trị tốt đẹp hơn hiện nay. Tuy nhiên, với một chính chế và quy trình đang có để tuyển lọc nhân sự lãnh đạo của đảng CSVN, khó mà có một hay vài cá nhân có khả năng vượt qua được tính ù lỳ, bảo thủ của cơ chế. Những ai có ý chí cải cách mạnh đều bị loại ra khỏi guồng máy để rồi trở nên những tiếng nói bất mãn, vô hiệu quả. Rốt cuộc, mọi người muốn tham dự vào đế chế phải tuân thủ và nói theo một luận điệu có sẵn như các bô lão đọc sớ cúng ở đình làng theo đúng nghi thức.

Tình hình hiện nay đòi hỏi một nhân vật gần như phi thường, đầy mưu lược, vận dụng nhiều mưu kế khác nhau, trong viễn kiến cải tổ thể chế toàn triệt, giành được quyền hạn quyết định để tiến hành một cuộc thay đổi lớn cho lý tưởng dân chủ tự do. Nhưng đây chỉ là ước mơ, ít có khả năng thành hiện thực. Cái còn lại với xác suất cao hơn là một Bộ Chính Trị mới và có tâm, có tầm nhìn chiến lược cho quốc dân, vượt qua quyền lợi cá nhân và phe phái, tiệm tiến cải tổ sâu rộng và từng phần cho bộ máy chính trị và công quyền hiện nay. Tức là, tự do trước, dân chủ sau. Nếu không có những yếu tố bất định trong chính trị quốc gia và thế giới, hay sự khởi động của một cao trào quần chúng trong một năng lực ý chí và ý thức tự do mới – thì liệu đây có phải là định mệnh cho Việt Nam trong vòng hai ba thập niên tới?

Dựa trên những bài học lịch sử dân chủ hóa trên toàn thế giới gần đây, và trên nguyên tắc lý thuyết của *Tương Lai của Tự Do* mà Zakaria đưa ra, thì Việt Nam – ít nhất là trong vài thập niên tới – sẽ rất khó có được một thể chế chính trị dân chủ như nhiều người mong muốn. Tương lai cho tự do và dân chủ ở Việt Nam sẽ còn là một con lộ nhiều thử thách, cay nghiệt và đầy bi vọng.

California tháng 11, 2015

PHẦN VI
CÁC BÀI VIẾT VỀ NGUYỄN HỮU LIÊM

Cố vấn học thuật:
Nguyễn Hữu Liêm JD, PhD, Esq.,
(nguyên giáo sư chủ nhiệm khoa triết)

GS.TS Nguyễn Hữu Liêm là chủ nhiệm **Tạp chí TRIẾT**: Tập san triết học và tư tưởng, xuất bản tại California từ 1995.

Các tác phẩm về triết học và luật học của ông bao gồm:

Dân chủ pháp trị: Luật pháp, Công lý, Tự do và Trật tự xã hội (1991),

Tự do và Đạo lý: Khai giải triết học pháp quyền của Hegel (1993),

Thời tính, Hữu thể và Ý chí: Một luận đề siêu hình học (2018),

Sử tính và Ý thức: Một triết học về sử Việt (2018), Phác thảo một triết học về lịch sử thế giới (2020), Cám dỗ Việt Nam (2018).

Thư Hiên Dịch Trường

Đọc Thời Lý & Hiện Hữu của Nguyễn Hữu Liêm

NGÔ VĂN TAO

"Ôi, Phật Giáo là một sai lầm huy hoàng"
(NHL)

*

Nguyễn Hữu Liêm, một trung niên luật sư Việt kiều ở San–Jose, California, năm 1995 phát hành ra một quyển Triết: *Thời Lý và Hiện Hữu*, dầy 550 trang, gồm 12 chương, 996 đoản tiết. Trên mặt bìa sau có những lời tự giới thiệu như sau:

> *"Trong tinh thần và truyền thống triết học hệ thống và suy lý của Plotinus với Enneads, Hegel với Encyclopedia và Whitehead với Process and Reality, Nguyễn Hữu Liêm cho ra đời Magnum Opus của ông: THỜI LÝ và HIỆN HỮU. Đây là một đề án siêu hình học nhằm kiến tạo một cấu trúc phạm trù cho triết học về chữ Thời và sự Hữu – mà trong đó những tiên đề về Tự Ngã, Ý Thức, Hư Không, Nhân Quả, Khổ Đau, Lịch Sử, Tự Do được tác giả tái phối trí và lý giải trên nền tảng bản thể luận của chữ Thời.*
>
> *Như một thử nghiệm triết học bằng Việt Ngữ trong nỗ lực tiếp cận với tinh hoa của thời đại và con người, THỜI LÝ và HIỆN*

> *HỮU tiếp nối dòng sinh lực lịch sử triết học nhân loại để đặt lại câu hỏi, đưa lên những phương cách suy tưởng mới, tái giả định một nội dung ý nghĩa hiện đại cho những phạm trù khái niệm vốn làm bận tâm triết học xưa và nay"*

Những thức giả đã tự nói: "Với những lời tự giới thiệu rộn ràng và hoành tráng như vậy, Nguyễn Hữu Liêm có thể nói được gì?" Riêng tôi thì tự hỏi, tìm hiểu và có những nhận xét như sau.

Thời Lý?

Con người có trực giác *tiền niệm* (a–priori), trực giác về vũ trụ hiện tượng, vật chất xung quanh: *không gian và thời gian*. Vũ trụ mà trong đó con người hiện hữu (hiện hữu như quả núi, như cây thông, như chim hót…). Vũ trụ bốn chiều: *chiều dài, chiều rộng, chiều cao và chiều thời*. Dĩ nhiên sau thực nghiệm (nghiệm có nghĩa là *suy tư* nữa) chúng ta đều biết những *chiều* đó chỉ là tương đối: nếu ta đi trên chuyến tàu bay từ Sài Gòn đi Paris, ba chiều của không gian là ba chiều của toa tàu bay, còn chiều *thời*: khi toa tàu vừa hạ cánh ta biết *"bây giờ là 12 giờ trưa"*, khi chiếc đồng hồ ta chỉ 6 giờ chiều mà ta vội vàng đổi lại, và như thế *tương đối* trong một *sát na* ta sống lại sáu giờ của cuộc đời…

Theo Platon, ngoài trực giác về *vũ trụ hiện tượng*, con người còn có trực giác về *thế giới lý niệm* nữa, vũ trụ nội tâm của tâm tư và ý thức; theo Platon, *thế giới lý niệm* mới **thật** là thế giới của con người (Schopenhauer còn nói đối với chúng ta, vũ trụ hiện tượng vật chất chỉ là phản ảnh của thế giới **thật** này, *le monde comme représentation*). Về *thế giới lý niệm* này, các triết gia như đồng nghĩ rằng con người cũng có trực giác tiền niệm, trực giác về **Thời,** tức là mang sẵn những *phạm trù tiền niệm* (*phạm trù* nếu ta dịch, như các triết gia Trung Hoa, chữ *catégorie* lôgic tiền niệm trong ngôn ngữ của Kant) về sự hiện tại, sự đổi thay, nguyên nhân và kết cấu… Những *phạm trù* đó, hay nói một cách khác những cơ bản *khái niệm* (*Begriff* trong ngôn ngữ của Hegel), mà nếu không có chúng ta không cách gì suy nghiệm về sự *hiện hữu* của *ngã* (chính ta) và những *hiện vật đối tượng* xung quanh.

Vũ trụ hiện tượng và thế giới lý niệm cùng chung một khái niệm căn bản: **Thời** (Zeit, trong tiếng Đức, ngôn ngữ của những triết gia lớn cận đại). Trong vũ trụ hiện tượng, không có một vật thể nào bất động (trái đất quay, thì quả núi cũng quay), mà di động tức là mỗi từng vật đều có *thời tuyến* (time–line theo nghĩa của Einstein), quỹ đạo của nó trong vũ trụ hiện tượng "không gian và thời gian". Còn nói về thế giới lý niệm, tức là nói về sự "hiện hữu" của *Người*, thì chúng ta có mệnh đề của Descartes: "cogito ergo sum" (je pense donc je suis), triết học Trung Hoa thường dịch là: "Ngã tư cố ngã tại"; đó là mệnh đề hình nhi thượng học (métaphysique) đặt ngay hiện hữu của con người trong *"phạm trù của sinh vật có tư duy"*, của *ngã* suy tư và tồn tại, tiến triển và đổi thay, của *ngã* với *thời mệnh*. Tất cả những triết luận bản thể học, từ xưa tới nay (luận về *Người*: *ngã* là gì, chủ thể hay khách thể… *ngã* đến từ đâu đi về đâu…) đều luận trong chủ đề: *ngã* và *thời gian*, với quá khứ, hiện tại và tương lai.

Triết luận đồ sộ và nổi danh ở thế kỷ thứ hai mươi là tác phẩm: *Sein und Zeit* của triết gia người Đức M. Heidegger. Bùi Giáng đã từng dịch nhan đề là: *Hiện hữu và Thời gian*. Triết gia trung hoa Vương Vi Lý thì dịch nhan đề là: *Tồn tại dữ thời gian*. Heidegger triết luận trong tác phẩm bản thể học đó về sự hiện hữu lẫn sự tồn tại của con người, của *ngã* (cái *ta*) trong dòng thời gian. Tác phẩm của Nguyễn Hữu Liêm với nhan đề *Thời Lý và Hiện Hữu*, người ta phải tưởng có đây một triết luận bản thể học về *người*, về *ngã* trong dòng thời gian. Nhưng sự thật là Nguyễn Hữu Liêm với hai chữ *Thời Lý* không *triết luận* về **Thời**, mà đưa ra một **thuyết**.

Hãy đọc sau đây lời lẽ của Nguyễn Hữu Liêm (đoạn tiết số 838):

"Nếu chúng ta có (*nếu cần phải có để truyền bá triết học Thời Lý – NVT mạn hiểu*) một thánh kinh cho triết học *thời lý*, thì nó sẽ được bắt đầu: Tự khởi thủy, không có gì cả, không có Thời Thế, không có không gian, ngay cả Hư Không cũng vắng mặt. Ở đó, tất cả chỉ là một năng động thuần xác suất, bất động, vô tính, vô thể trong tính lý Ngẫu Nhiên. Xác suất này vận hành trong bóng tối bất định, vô hạn – cho đến một sự tình cờ muôn một, sự Hữu khởi sinh. Đây là sự Sáng đầu tiên cho Hiện Hữu để từ đó, Thời thế và không gian bắt đầu. Khi sự Hữu khởi sinh thì Hư Không cũng bắt đầu như một đối tính của sự Hữu – chiếc bóng nội tại cho cái Có. Sự Hữu khởi đi từ Thời Ý khi Thời thể khởi sinh. Hiện thân của sự Hữu trong Thời Ý là Thời tính. Thời tính là Pháp tính của Thời Ý mà động cơ chuyển biến được phân định qua từng đơn vị tự-ngã, trong đó có con người. Cá nhân không gì hơn mà là một đơn vị sinh động của ý chí. Từ đó Tự Do là khả thể Đồng Thời của năng động tự-ngã đối với thiết yếu tính khách quan của Thời Ý. Ta có được Tự Do nếu tự-ngã có thể Sẽ Là theo trình độ khả thể của Thời Ý. Từ đó, Tự Do là tinh hoa trong cứu cánh Trở Nên cho tự-ngã."

Những lời lẽ đã là của một *"thánh Kinh"*, của *một thuyết,* chúng ta không nên bàn cãi nó có trong suốt hay không, tự nó hàm chứa mâu thuẫn hay không. Chúng ta hãy tìm hiểu Nguyễn Hữu Liêm muốn nói gì với *Thời Lý* trong cái nghĩa nhân sinh quan, vũ trụ quan để Nguyễn Hữu Liêm đặt lại vấn đề, phê phán mọi triết lý mọi tôn giáo... Chúng ta hãy theo Nguyễn Hữu Liêm coi *Thời Lý và Hiện Hữu* như một triết luận về *"Triết học Thời Lý"*, một triết học với một số mệnh đề sau đây:

*"**Being** chỉ là thuộc tính, predicate, của **Becoming***"(đoạn tiết số 800).

Câu này, Nguyễn hữu Liêm đã giảng rất dài dòng cái nghĩa của nó: Vì chúng ta *trở nên,* chúng ta mới *hiện hữu.*

*"**Hiện Hữu = Khát sống**"* (đoạn tiết số 52).

Con người – *"tự-ngã"* – hiện hữu, tức là có *"ý lực Khát Sống"*. Tự-ngã là ý chí khát sống. Khát sống cũng là ý thức bản thể của tự-ngã, *Trở nên;* và ý lực *Khát Sống* là ý lực đưa tự-ngã vào tương lai. Tương lai thường chỉ là một *"bàn cờ xác suất Hữu/Vô"* – tương lai là bất định: ta có thể sẽ thất bại, ta có thể sẽ ốm đau... *"Chân lý"* của tự-ngã là lòng *"Chiến thắng"* để kiến tạo cho tương lai *"tính trạng Đồng Thời cho tự-ngã"*: tương lai không còn bất định nữa, *Sẽ Là* tiếp tục cái gì mà tự-ngã *Đang là.* Nên chúng ta có phương trình:

*"**Chân Lý = Quyết thắng**"* (đoạn tiết số 63).

Với những mệnh đề trên, *"triết học Thời Lý mang cứu cánh này: đánh thức nhân loại về với thực tại Đang Là trong bản chất sinh hữu* thường nghiệm nhằm nhắc nhở nhân sinh vươn về Thời Tính Sẽ Là bằng cách Chiến Thắng cõi sống đầy khó khăn, bất thường và xác suất bất định. Tất cả những giá trị lâu dài đều chỉ phát xuất từ ý lực Chiến thắng trong sự sống Đang Là thực tại." (đoản tiết số 33)

Triết học Thời Lý đặt toàn triệt trọng tâm Nhân Sinh Triết Lý vào *"năng lực khát sống"* và *"ý chí Chiến Thắng"*. Với năng lực khát sống, ta không được vọng về *quá khứ* nữa, vì quá khứ chỉ là cõi của tất cả những gì đã đi qua, đã *chết*. Ta phải tuyệt đối hướng về *tương lai* (cõi của Trở Nên), nhất là tương lai mà chúng ta chinh phục với ý chí Chiến Thắng, một tương lai không còn đau khổ, không còn phiền não vì với ý chí Chiến Thắng, ta biến nó thành "chiều dài sinh động của cái cõi ta Đang Là". *Con người không lo sợ hay* (có) *hy vọng là con người đã biến* (bằng ý chí Chiến Thắng) *Hiện Tại thành Tương Lai hay là đã biến Tương Lai vào trong sinh động tính của năng lực ý chí Đang Là*" (đoản tiết số 463). Con người – tất cả chúng ta – đều phải như chú học trò với (tương lai) *"thời tính chưa–hoàn–tất của mình"*. *"…Chú bé học trò được điểm cao trong mùa thi cuối năm. Chú bé sinh hiện thưởng thức hương vị Hiện Hữu nhờ vào sự thể chưa–hoàn–tất của chương trình mà chú đang theo đuổi. Chú tranh đấu để hoàn tất cái Sẽ Là của học vấn… Hạnh phúc thay cho chú học trò…, với cái chưa–hoàn–tất tự hữu và nội tại trong động cơ chuyển bánh của ý chí Khát Sống mà chú đang có."* (đoản tiết số 820)

Giá Trị của Triết Học Thời Lý

Trước khi đánh giá triết học Thời Lý của Nguyễn Hữu Liêm, tôi cảm thấy phải minh giải, theo chính tôi được hiểu, một ý nghĩ căn bản của Thời Lý: *"...biến Tương Lai vào trong sinh động tính của năng lực ý chí Đang Là"*. Với câu văn vẻ đượm Triết, Nguyễn Hữu Liêm đụng tới vấn đề "tương đối của thời gian". Đối với chú bé học trò, mà Nguyễn Hữu Liêm nói tới trên, một năm học qua thật như không qua vì tất cả tâm trí của chú là lo học thuộc bài, nhớ kỹ những đồ án để giải đáp những bài thi cuối năm…; suốt trong năm, chú không lo chơi, không biết bố mẹ mình tuần này buồn hay vui: một năm qua, ngày hôm nay rồi tới ngày hôm sau, tất cả đều ngừng lại, toàn vẹn trong một sự Đang Là, thuộc kỹ những bài học, nhớ kỹ những đồ án. Tuy nhiên đặt một vấn đề sâu xa như vậy, nói tới năng lực *Khát Sống* và ý chí *Chiến Thắng*, đem ra điển hình ở một chú bé học trò chăm chỉ học hành, có lẽ còn đang bị thầy giáo nhồi sọ và lo học như con vẹt nữa, thật có một điều gì bất ổn. Riêng tôi, tôi tự nghĩ nếu muốn điển hình cho năng lực *Khát Sống* và ý chí *Chiến Thắng* của *triết học Thời Lý*, Nguyễn Hữu Liêm đáng lẽ phải nghĩ tới một ví dụ khác thích đáng hơn, chẳng hạn như chuyện thật của một ông già ăn mày ở New York. Có một ông già ăn mày ở New York, ông sinh thời có ý chí *Chiến Thắng* nhất định trở nên giàu có – có nhiều tiền theo tư duy thông thường của những người *thật là Mỹ*. Mỗi ngày ông xin bố thí được một xu nào, ông đều bỏ rọ; cần ăn cần mặc, ông biết tìm ra ở chỗ người ta bỏ thừa, hay ở những hội từ thiện. Ông không biết đau, không biết khổ, không biết cô đơn. Ông là hiện sinh của *Thời Ý* (time–will, từ của NHL), thời gian của ông chỉ có một *Thời Tính* (time–content), tương lai không bất định, quá khứ cũng không còn, tất cả *Thời Thể* (time–form) chỉ hiển hiện trong một *Thời Quán* (a moment): *sự trở nên Đang Là*, đồng tiền của ông mỗi ngày một lớn dần. Rồi một ngày nào cũng phải tới, người ta thấy ông bình thản chết, để xác dưới một gậm cầu, nằm trên một đống giẻ rách mà trong đó ông đã giấu kỹ hàng trăm ngàn *dollars Mỹ*! Theo *triết học Thời Lý*, ông ăn mày New York đã sống trọn vẹn đời ông, với một ý chí *Chiến thắng*, toại nguyện ôm một đống tiền.

Triết học Thời Lý đưa lên như thế một nhân sinh triết lý, một lý thuyết bình phàm bách tính. Nguyễn Hữu Liêm không đặt vấn đề *xã hội nhân sinh đạo lý* (éthique), và cũng không đặt những câu hỏi *hình nhi thượng học* (métaphysique), mà các triết gia thường động tới: *thế nào mới thật là sống (hiện hữu)?...trở nên cái gì và để làm gì…* Một điều chúng ta nên trách nhất có lẽ là điều, dù theo thư mục của *Thời Lý và Hiện Hữu*, một thư mục gồm hơn 200 tài liệu Tôn Giáo, Triết Lý, Khoa Học, Văn Học kim cổ đông tây, Nguyễn Hữu Liêm không nghĩ viết ra một *đề án*, một triết luận nghiêm túc của kiến thức và học vấn. *Sức mạnh động cơ của Khát Sống* và *Ý chí Chiến Thắng*, từ xưa vẫn là vấn đề ám ảnh những kẻ bình phàm, nhưng cũng là luận đề bận tâm của những triết gia xưa và nay. Đó chính là chủ đề của hai triết gia lớn: Nietzsche (1844–1900) và Sartre (1905–1980) có ảnh hưởng sâu rộng trong văn hóa nhân loại đến tận ngày hôm nay. Nếu nghiêm túc, Nguyễn Hữu Liêm ít nhất phải tìm hiểu và đối chiếu lý thuyết của mình với tư tưởng của hai triết gia này.

Nietzsche không nói tới *Ý chí Chiến Thắng* mà nêu ra ý niệm: *Quyền Lực Ý Chí* (the will to power). Nhưng đây là ý chí đi tìm quyền lực để tự giải thoát cho chính mình, đi đến *Thượng Nhân* (Übermensch). Khi nhân loại đang tự đại chúng hóa (ai cũng bình thường như ai), vô hồn chìm đắm trong máy móc khoa học và kỹ thuật, *Thượng Nhân* tự cá biệt và thức tỉnh trong cô đơn, tự hỏi những câu hỏi thăng hoa sinh phận làm người. Khi nhân loại càng ngày càng làm chủ thiên nhiên – trên vị hành tinh này, chúa tể của rừng núi, của những con sông, của tất cả những sinh vật xung quanh, chúng ta *"đã giết thượng đế rồi"*, chúng ta có bao giờ tự hỏi chúng ta có xứng đáng với trách nhiệm đó hay không, hay chỉ là chúng ta đã mất ý thức về cái huyền diệu linh thiêng của sự sống; *Thượng nhân* biết từ cao nói chúng ta phải nên luôn luôn chờ đón *sự Trở Về* (the eternal recurrence), để mỗi người chúng ta đặt lại những vấn đề, đi lại cuộc hành trình, hồn nhiên chập chững ra đi, sống những rung cảm mới như những buổi ban đầu, thức tỉnh cao xa hơn nữa, để tất cả là một vòng tròn nhưng mỗi lần một lớn rộng ra với những ước vọng và những hoài bão của một kẻ đã từng trải và đã sống rồi... (Nguyễn Hữu Liêm cũng có nói *thời thể*, the time–form, của *tự-ngã* phải là một vòng tròn vô thủy vô chung, nhưng tôi đã không tìm hiểu nổi ý triết học của Nguyễn Hữu Liêm ở trong hình ảnh này.)

Triết học *Thuyết Hiện Sinh* (existentialisme) của Sartre, nếu không nói tới *năng lực Khát Sống* và *ý chí Chiến thắng* thì cũng nói tới *tự do tuyệt đối* của con người sống đời mình: "nên đời mình là trách nhiệm của riêng ta và ta sẽ *chinh phục* mọi đối tượng để thực hiện đời mình". Thuyết Hiện Sinh dĩ nhiên có chiều sâu, mà triết học *Thời Lý* không có; thuyết Hiện Sinh không giản dị đứng lại ở mệnh đề, mà suy luận những hệ quả của nó. Như ta có tự do chọn đời ta, ta cũng có tự do nhìn dưới một khía cạnh xoi mói độc đáo nào đó tất cả những hiện tượng của sự sống xung quanh, và như thế ta có tự do nên ta có trách nhiệm... Thật sự, tự do tuyệt đối là một gánh nặng bắt ta không ngừng suy tư, mà suy tư thì từ cái hạn hẹp, cái thiếu thốn của chính bản thân, ta chỉ càng thấy Đời là bất thường, vô định, giả dối và phi lý. Chính vì vậy, mà nhân vật Roquentin, trong *Nausée* (*Buồn nôn*), tiểu thuyết triết lý đầu tay của Sartre, sống những trạng huống hoang mang buồn nôn. Hay một mặt khác, vì ta muốn sống (không đơn thuần như ông ăn mày ở New York), ta nhất định lại muốn là một cái gì: một nhân sĩ trong xã hội, một triết gia, một nhà thơ..., dưới cái nhìn của chính ta và dưới cái nhìn của kẻ khác, nghĩa là ta phải tự chinh phục ta và chinh phục kẻ khác. Tự chinh phục và chinh phục kẻ khác thường mang đến *"mauvaise foi"* – sự bất chân thành với chính mình và tà ý trong đối xử. Ở khía cạnh này, Sartre còn đi sâu hơn nữa để nhận định rằng khi ta muốn chinh phục kẻ khác, họ như vậy cũng muốn chinh phục lại ta, nhìn ta như kẻ thù, như đối tượng phải hạ xuống và phỉ báng; đây chính là địa ngục (*"L'enfer, c'est les autres"* – "Địa ngục là kẻ khác", đề tài của *Huis Clos* – *Phòng Kín*, một vở kịch nổi danh của Sartre).

Tư duy và ngôn ngữ trong "Thời Lý và Hiện Hữu"

Nhắc tới Nietzsche và Sartre như vậy, tôi thật không dám nghĩ chúng ta phải chờ đợi *Thời Lý và Hiện Hữu* có một chiều sâu nào để chúng ta tất cả phải suy tư; nhưng đã bàn đến *Hiện Hữu* của bản ngã (*tự-ngã*, trong ngôn ngữ của Nguyễn Hữu Liêm), triết học *Thời Lý* ít nhất phải có một hai câu hỏi thế nào là sống, là hiện hữu trong *«phạm trù của nhân sinh»*. *Ý Chí Chiến Thắng* không phải là chỉ đưa chúng ta đi vào tương lai, trở nên cái gì *mà chúng ta muốn chúng ta sẽ là*. *Sẽ là* một con người phàm phu trong một thế giới nhỏ bé như cậu học trò cuối năm thi đỗ, hay ông ăn mày giờ đây cũng như trong tương lai nằm trên đống giẻ giấu kỹ một số tiền mỗi ngày một lớn?

Tuy nhiên, Nguyễn Hữu Liêm cũng có nói tới sự thành tựu của *Ý Chí Chiến Thắng* trong khoa học. Phải! *"Tất cả những giá trị... đều chỉ phát xuất từ ý lực Chiến thắng..."* (đoạn tiết số 33). Nhân loại có khoa học như ngày nay, là vì chúng ta có ý chí tìm hiểu, ý chí chinh phục thiên nhiên, ý chí chiến thắng những bệnh tật. Vì chúng ta muốn chiến thắng cả cái *Chết*, nên chúng ta có khoa học để rồi đây kéo dài "trăm năm một đời người" ra thành "hai trăm năm một đời người".

Triết học *Thời Lý* đặt trọng tâm vào *Ý Chí Chiến Thắng,* nên có những luận đề căn cơ rất khoa học! Theo Nguyễn Hữu Liêm, người ta phải hiểu thuyết "Big Bang" của tinh–cầu–vũ–trụ–khoa–học gia Hawking, (Astrophysique théoricien Hawking) thì mới thật hiểu *"lời thánh kinh của triết học Thời Lý"* (xem ở trên); người ta phải biết "xác suất toán pháp" (probability calculus), người ta mới thật hiểu những lời lẽ sau đây: *"Hiện Hữu là một mức độ rung cảm của Thời Ý mà hiện thân của nó là trường năng lượng trong cơ thời tạo thành trên bàn cờ xác suất Hữu/Vô"* (đoạn tiết số 459). Những lời đó làm tôi nhớ những trường hợp khác sau đây. Có một người nói trước mặt tôi rằng, đối với anh tất cả nghệ thuật, văn thơ là tương đối, mà những ai muốn hiểu anh nói gì, phải biết thế nào là thuyết tương đối (relativity theory) của Einstein. Rồi cũng có những triết gia Việt Nam của xã hội chủ nghĩa đã từng nói rằng: "Muốn biết cái vĩ đại của vĩ nhân dân tộc mà chúng ta có, thì phải biết triết lý xã hội chủ nghĩa Marx–Lenin".

Nếu ta hỏi kỹ, thì hóa ra nhà tương–đối–lý–thuyết gia của chúng ta không có một chút kiến thức toán học nào để mà biết một cách sơ bộ thôi thuyết tương đối của Einstein! Nhưng nếu ta hỏi lại những triết gia xã hội chủ nghĩa trên, thì họ sẵn sàng đưa ra hàng trăm văn bản của họ ca ngợi từng cử chỉ, từng câu tuyên ngôn, từng ý thơ… của bậc vĩ nhân, sáo luận trong một tư duy "xã hội chủ nghĩa ý thức hệ". Nguyễn Hữu Liêm viết *Thời Lý và Hiện Hữu* trên 500 trang sách, một phần để dài dòng tô điểm cho thuyết *Thời Lý*, một phần để nhận định về các tôn giáo, triết học, học thuyết cổ kim đông tây. Tất cả trong cái nhìn *khoa học,* lý luận của triết học *Thời Lý*! Ở Nguyễn Hữu Liêm cũng có một tư duy đơn phương, tư duy của nền văn hóa "ý chí thành công, nhất định phải làm một cái gì" ở Mỹ Châu Hiệp Chủng Quốc; toàn bộ *Thời Lý và Hiện Hữu* là những đoạn văn bay bổng như thao thao bất tuyệt, về những đề tài có thể nhắc đi và nhắc lại, nhưng đoạn sau không làm sáng tỏ hay mang gì mới cho đoạn trước, một *triết luận* không có hệ thống, um tùm như để tỏ cho chính mình và cho người khác cái khả năng lý thuyết và cái học thức rộng lớn của ta, triết gia có tầm cỡ.

Có một tư duy như vậy, kèm theo cái nhìn một chiều của triết học *Thời Lý*, Nguyễn Hữu Liêm phê phán tất cả những tôn giáo và những lý thuyết khác (vì không khoa học thực tiễn, vì không có có triết học *Thời Lý: Khát Sống và Chiến Thắng*), cùng với những kết luận hạn hẹp, có khi sai lệch nữa, mà chúng ta không thể chấp nhận được. Tôi trong bài bình luận này không có cách gì – và dù có làm nữa, cũng chỉ là một nỗ lực không ích lợi gì cho ai – đem ra từng nhận định một của Nguyễn Hữu Liêm về Cơ Đốc Giáo, về Ấn Độ giáo, về Hegel, về Schelling…, để phân tích và phê phán. Tôi chỉ đưa ra hai tỉ dụ mà người Việt Nam chúng ta, chắc ai cũng cảm nhận được vấn đề.

1. Phật giáo

Đối với Phật giáo, tôn giáo của người Á Đông mà văn minh và văn hóa chưa bao giờ đặt trọng yếu trên nền tảng khoa học *Ý Chí Chiến Thắng,* Nguyễn Hữu Liêm có những nhận định sau đây (đoạn tiết số 759–60–61–62) mà tôi chỉ có thể trích trong khuôn khổ của bài bình luận này, nhưng tôi dám tin rằng dù như thế tôi đã không xuyên tạc tác giả và trái lại giúp cho chính tôi và những độc giả nhận rõ Nguyễn Hữu Liêm muốn nói gì:

> "*Năng động tự ngã* (ý chí chiến thắng) *của nhân loại, nhất là của con người Á Đông, bị đày đọa bởi gánh nặng của lịch sử Đã Là… Sinh nghiệm và lo sợ từ Quá Khứ Đã Là là nguồn gốc của tác hành…*
>
> *Triết học Phật Giáo* (tôn giáo của người Á Đông) *khởi đi từ sự phủ nhận năng động và thực tính tự-ngã… Đây là vũng lầy của truyền thống triết học Ấn Độ mà Phật Giáo là hậu thân, là cao điểm của lịch sử phủ định luận… Sinh hiện, từ đó, là mối đe doạ hãi hùng vì khả thể cấu tạo nghiệp căn quá cao* (Sống là tạo nghiệp quả, theo Phật Giáo). *Chỉ một thời khắc vọng tâm* (quên mình để chìm đắm trong cuộc sống) *mà*

> cá nhân phải trải qua bao ngàn kiếp luân hồi nhằm trả nợ vọng động đó…
>
> *Phật Giáo khởi đi bằng bước chân lộn ngược trên căn bản Thời Tính: khả thể giải thoát được quyết định bằng năng ý phủ nhận Quá Khứ Đã Là…*
>
> (Theo triết học Phật Giáo) *Ta chỉ có thể là Ta nếu ta bây giờ và trong quá khứ được giải hóa nhằm tìm về cái không thể nghĩ bàn – cái Không–Ta. Cái không còn ta nay trở nên chủ đích cho sinh hiện. Năng thức Khát Sống và Chiến Thắng chỉ là gốc rễ tiêu cực cho căn nghiệp.*
>
> *Phật giáo, chung lại, là một truyền thống triết học vĩ đại như/vì là một sai lầm vĩ đại. Ôi, Phật Giáo là một sai lầm huy hoàng".*

Nguyễn Hữu Liêm thật ra còn dài dòng gấp mười mấy lần nữa để phân tích chỉ trích Phật giáo và đi đến kết luận bằng những triết ngôn trên. Gần như toàn bộ viết ra dựa trên những lời bình luận của những triết gia Âu Mỹ, những lời bình luận của những đầu óc trí thức, nhưng cũng là của những người có thể chưa bao giờ tham quan một cảnh chùa, đọc một lời kinh hay suy tư một công án của Thiền, và chỉ đứng vòng ngoài, không thật tìm hiểu tâm linh Á Đông với bản thể học, nhân sinh nghiệp…trong Đạo lý Phật giáo.

2. Nguyễn Du và lịch sử Việt Nam

Ở đây nữa, tôi không có cách gì nhắc lại từng chi tiết những nhận định của Nguyễn Hữu Liêm về Nguyễn Du và lịch sử văn hóa Việt Nam (quan niệm tự do, *năng lực Khát Sống*, chữ thời và chữ mệnh trong truyện Kiều vv.) Nhưng dù sao chỉ trích lại những lời lẽ *văn vẻ bay bổng*, tổng kết sau đây, theo tôi nghĩ chúng ta đã có thể dựa trên đó nghiêm khắc nghĩ gì về những suy luận đó.

> *"Với cấu trúc ngôn ngữ, vần điệu và nội dung ý nghĩa của truyện Kiều, Nguyễn Du xô ý chí Khát Sống của dân tộc Việt té nhào vào thể vần "bằng" liệt sức của thể thơ lục bát… Ngôn ngữ là nguyên nhân kiến tạo nên văn hóa, văn minh, và lịch sử bằng chức năng kiến tạo ý chí tự-ngã cho cá nhân…*

(Và nội dung của Truyện Kiều là) Kiều không có ý lực kiến tạo Thời tính Sẽ Là vào Tương Lai vì Tương Lai của Kiều là Quá Khứ Nghiệp Căn – cái đã là đầy bóng tối; (Kiều) không hề chủ ý,"will", sáng tạo Sinh Mệnh trong khả thể tự do cho chính mình... Từ nội dung câu chuyện như thế, ngôn ngữ thi ca Truyện Kiều, nhất là với vần lục bát, Nguyễn Du đã bịt mắt ý chí dân Việt như là một cách thế đi đến với khách quan và Tương Lai bằng cách tự xé nát trái tim mình để khóc trong tiếng ca đầu hàng bi ai, tủi thân, tội nghiệp.

Lịch sử Việt Nam từ Nguyễn Du đó bắt đầu bằng tiếng khóc.

Từ Truyện Kiều, Việt Nam bị lún sâu vào vũng lầy tiêu cực, tự phủ định cùng với Phật Giáo – để rồi hệ quả là những phương diện tích cực trong tinh hoa triết học Phật Giáo, dù hiếm hoi, cũng bị bỏ rơi. Tất cả rồi cũng bị phủ định, kể cả Phật Giáo, Khổng Giáo, văn hóa bình dân của nông thôn Việt Nam, khi năng lực sinh tồn của dân tộc được khởi đi từ ý chí bi ai.

Từ khoảng trống đầy Hư Không đó..., hậu quả... là bệnh lý Tây Phương bước vào, Thiên chúa Giáo La Mã, một năng lực tiêu cực, nô lệ tính... và thực dân bạo lực Pháp, một bệnh lý khác... Với bản chất bi thảm của Kiều đã trở nên nền tảng cho năng lực ý chí của dân tộc thì bệnh lý thực dân bạo lực và Thiên Chúa Giáo La mã đã trở thành một hệ quả đầy thiết yếu tính – những đòn roi đánh thức những con người mang nặng ảnh hưởng triết học "Vô Ngã", "Vô Vi", Tánh Không", "Nghiệp Căn", "Định Mệnh". Thà là chuyển giao năng lực tự-ngã cho một đối thể ngoại thân, nhưng vững chắc, như là khái niệm "Đức Chúa Trời", còn hơn là phủ định chính mình để tìm ra cõi Không nội tại hư ảo! ..." (trích từ đoản tiết số 914–923)

Như tôi đã nghĩ, tôi để độc giả tự suy xét phê phán tư tưởng và hình thức của những lời lẽ trên. Thêm ra, tôi có một cảm nghĩ, rằng Nguyễn Hữu Liêm như không có khái niệm gì về nghệ thuật, đặc biệt về *"khả tính"* tích cực thăng hoa của những tác phẩm chân chính nghệ thuật nói chung hay văn nghệ nói riêng, thăng hoa và giải thoát con người dù tác phẩm có mang hình thức cổ điển (như thể lục bát của Truyện Kiều hay màu sắc *đơn thuần nghèo nàn* của những bức sơn dầu Bùi Xuân Phái), với những đề tài dù bi thảm tối đen. Đặc biệt nữa, Nguyễn Hữu Liêm nhấn mạnh về ngôn ngữ của Truyện Kiều, nhưng tôi tự hỏi Nguyễn Hữu Liêm bây giờ, tám năm sau khi phát hành *Thời Lý và Hiện Hữu*, có can đảm không suy nghiệm lại ngôn ngữ của mình trong tất cả những lời văn mà tôi đã trích, hay nói rộng ra, toàn diện ngôn ngữ trong *Magnum opus: Thời Lý và Hiện Hữu* này. Đó chính là vấn đề để tôi đưa ra vài nhận xét dưới đây.

Chính Nguyễn Hữu Liêm nhận định: *"Nói theo tinh thần triết học ngôn ngữ của Merleau–Ponty thì ngôn ngữ là một cách thế tách rời một nội dung ý nghĩa đặc thù ra khỏi một tổng thể bất phân định"* (đoạn tiết số 916). Một lời chính xác nhưng không nói gì hơn là ngôn ngữ là phương tiện để trình bày tư tưởng. Mà tư tưởng là phản ảnh toàn diện tác giả, tư duy, kiến thức và học vấn. Ngôn ngữ cũng sẽ phản ảnh như vậy và có lẽ còn hơn nữa trong cái tính cách bề ngoài vô tư của nó.

Nhưng ở trong ngôn ngữ lại có vấn đề tài nghệ nữa. Những triết gia lớn như Nietzsche, Heidegger đều là những văn sĩ đại tài. Tài nghệ trong ngôn ngữ của *Truyện Kiều* thể hiện ngay ở trong những câu thơ lục bát bình thường, phảng phất bình dân ca dao; không khác gì những nét vẽ của những họa sĩ bậc thầy như Nguyễn Gia Trí, Nguyễn Sáng mang nặng một sức mạnh ẩn kín, nhưng những nét vẽ đấy cũng có thể có trên bức họa của một họa sĩ non nớt, dù chìm đắm trong màu sắc hay đề tài giật gân, thời thượng cũng chỉ phản ảnh cái chưa đạt của họa sĩ này.

Tài nghệ, nội dung tư tưởng là thành quả của một sự hun đúc lâu dài. Một sự tận tụy suy tư, một quá trình học hỏi, tìm hiểu, nghi vấn… Cho đến nỗi một câu, một chữ viết ra, là viết ra từ sự thấu triệt của tư duy, từ đáy lòng, từ tiềm thức; nếu như vậy độc giả sẽ biết, mà nếu không như vậy độc giả rồi cũng sẽ biết. Kant, triết gia người Đức (1724–1804), sau mấy chục năm suy tư, giảng dạy triết học, năm 57 tuổi mới ra magnum opus của ông "Kritik der reinen Vernunft ", một triết luận về lý thức của con người, mở cửa cả một chân trời mới cho triết học.

Chuyện "thần đồng của thi ca", chuyện "nhà thơ *trẻ* lớn" thường là những chuyện phù phiếm; còn nói gì nữa về chuyện "thần đồng của triết học" bỗng đưa ra một lý thuyết định làm chấn động nhân loại... Ở đây, tôi chỉ đặt vấn đề Nguyễn Hữu Liêm có đủ từ ngữ Việt Nam hay không để đưa ra những vấn đề cao siêu như *"Thời Ý"* (tiềm lực của *Hiện Hữu và tự-ngã*), *"Hiện Hữu và Bản Thể của tự-ngã"*..., nhất là khi trên 200 tài liệu trong thư mục của *Thời Lý và Hiện Hữu* gần như toàn là bằng tiếng Anh, ngay cả Kim Vân Kiều cũng là bản dịch ra Anh ngữ, chỉ vỏn vẹn có bốn hay năm tài liệu bằng Việt ngữ, với duy nhất một tư liệu: *Chữ Thời* của Kim Định, *"phác họa sơ lược những vấn đề triết học liên quan đến Thời tính"* (Lời nói đầu của *Thời Lý và Hiện Hữu*).

Tôi phải công nhận Nguyễn Hữu Liêm là *"người đọc sách"*, có một gánh học vấn trí thức, có khả năng lý luận. Nhưng với bối cảnh văn học Việt Nam, rất sơ bộ – trong cái nghĩa suy tưởng và ngôn ngữ – về những vấn đề triết học ở ngoài vòng Tam Giáo Khổng–Lão–Phật, Nguyễn Hữu Liêm đã phải tự tạo cho mình trong tiếng Việt một ngôn ngữ triết học. Với một hành trang Hán Việt thiếu sót, Nguyễn Hữu Liêm làm sao thành công được! *Thời Lý và Hiện Hữu* chỉ là cảnh múa kiếm chém nước. Tôi tiếc rằng giá Nguyễn Hữu Liêm biết tự dừng lại ở một hai điểm như *"quan điểm Siêu nhân của Phật Giáo"* hay *"Ý thức Tự Do trong Schelling"* (những vấn đề đặt ra trong *Thời Lý và Hiện Hữu*) suy tư sâu xa hơn nữa, dựa trên những bàn luận của người và đi tận cùng lý thức của mình, để viết những tản văn (essay) lý luận thận trọng nghiêm túc, thì Nguyễn Hữu Liêm sẽ đóng góp không nhỏ vào việc xây dựng một lâu đài ngôn ngữ Việt Nam trong triết học, cũng như để sửa soạn cho chính mình viết rồi đây một công trình lý thuyết *Thời Lý và Hiện Hữu* thật có ý nghĩa.

Để cụ thể hóa những nhận định của tôi, những nhận định có tính cách phê phán về sự thiếu sót và cầu kỳ lệch lạc trong ngôn ngữ của Nguyễn Hữu Liêm, tôi chỉ đưa ra đây hai tỉ dụ tương đối chủ chốt.

1) từ: *Phạm Trù*

Phạm trù là chữ, đầu tiên ở Trung Văn, sau rồi cũng nằm trong Hán Việt, để dịch chữ *Catégorie* của Pháp ngữ, nhưng thật của chung tất cả các tiếng Âu Mỹ, vì nó chỉ là chữ phiên âm từ một từ Hy Lạp (của Aristote?) với cái nghĩa rõ ràng là: *căn bản khái niệm*. Kant dùng chữ *catégorie* khi nói đến mười hai *căn bản khái niệm* lôgic trong lý thuyết của mình, như nguyên nhân–kết cấu, đa dạng, phủ định... Tuy nhiên các triết gia gần đây, ngay cả Hegel, mà trọng tâm triết lý là vấn đề "khái niệm" trong lý thức của con người, tránh dùng đến chữ catégorie với nghĩa trên (căn bản khái niệm).

Nhưng trong ngôn ngữ thông thường, trong triết học và đặc biệt trong toán học, chữ *catégorie (phạm trù)* vẫn luôn luôn dùng (trong cái nghĩa hàng loại). Ví dụ một câu này rất *triết*: "bàn tới Người là suy luận tới phạm trù của những sinh vật biết suy tư". Triết gia đã nghĩ rằng nói "tập hợp của tất cả những sinh vật biết suy tư" có một cái gì bất ổn. Toán học lại còn rõ ràng nữa, toán học chứng minh rằng câu này *"Tập hợp của tất cả những đầu óc (bộ máy) biết phân biệt phải và trái"*, thật cũng không khác gì nói *"tập hợp của tất cả những tập hợp có hai phần tử trắng và đen"*, tức là dùng đến câu *"tập hợp của tất cả những tập hợp"* sẽ đưa đến mâu thuẫn trong lôgic thông thường, nên người ta chỉ có quyền nói *"Phạm trù của tất cả những đầu óc biết phân biệt phải và trái"*.

Nguyễn Hữu Liêm trái lại luôn luôn dùng chữ *phạm trù* trong rất nhiều trường hợp, có thể nói một cách lạm phát nữa, trong những từ ngữ như: *cõi phạm trù, cấu trúc phạm trù, phạm trù khái niệm, căn bản phạm trù của khái niệm*, tỉ như trong đoạn tiết số 466: *"Hạnh phúc là một phạm trù khái niệm về một bản chất rung cảm nội tại..."*!!! (một phạm trù khái niệm = một căn bản khái niệm khái niệm?). Tôi bắt buộc phải tự hỏi Nguyễn Hữu Liêm muốn nói gì với chữ *phạm trù*, ở ngoài hai ý nghĩa đã cố định trên, hay chỉ là dùng nó một cách trái nghĩa và không suy tư.

2) từ: *Thể*

Theo Hán Việt từ điển, *thể* là cái gì có hình thức, có khối lượng... như *vật thể*, cái cây hay hòn đá, như thân *thể* của súc vật. Nguyễn Hữu Liêm luôn luôn dùng nó đặc biệt ở trong hai cụm từ này: *Thời thể* và *Khả thể tự do*. Ghép với chữ *thời*, trong triết học *Thời Lý*,

Nguyễn Hữu Liêm còn có những từ đôi: *Thời Ý, Thời Tính, Thời Quán*, nhưng tuyệt đối không có từ "Thời gian", có lẽ để độc đáo triết học của mình; nên đến khi phải nói tới chuyện thông thường về thời gian, như trong câu "thời gian của đời người là trăm năm", Nguyễn Hữu Liêm sẽ nói *chiều dài thời thể*. Tôi không có khả năng thật hiểu Nguyễn Hữu Liêm muốn nói gì với *thời thể*, tôi chỉ *có thể* ước đoán Nguyễn Hữu Liêm định nhấn mạnh bằng chữ đó tới "ý thức tương đối của *Thời*" (tỉ dụ trong câu: "chúng ta mỗi người cũng chỉ có một *Thời*"). Nhưng dù sao trong tất cả những từ đôi của Nguyễn Hữu Liêm ghép với chữ *Thời*, từ *Thời thể* là tuyệt đối nghịch lý, vì gợi cho chúng ta nghĩ *Thời* là một vật thể, với *ý chí Chiến Thắng* ta có thể mang theo hay bỏ lại, nắn bóp nó thành dài thành ngắn, biến nó thành một cây gậy hay một vòng tròn... Về *Tự Do*, Nguyễn Hữu Liêm có rất nhiều quan điểm nhiều khi mâu thuẫn với nhau nữa, mà chúng ta không bàn ở đây, tuy nhiên có một quan điểm mà tôi tìm ra được trong rừng chữ, một quan điểm theo ý tôi cắt nghĩa được tại sao có cụm từ một "*Khả thể Tự Do*" (nôm na từng chữ: một tự do–vật– có thể có): *Tự Do* là "*the becoming of possibilities*" (sự trở nên của những gì có thể có) *để khai sáng Thời tính* (time–content) *Sẽ Là cho cảm nhận tự-ngã* (đoạn tiết số 801–802). *Trong sự chuyển động của Thời tính, mỗi Thời quán* (a moment) *sinh hữu là một khả thể Tự Do khi cánh cửa Cơ Thời từ bàn cờ Hữu/Vô đón nhận hay khép chặt nội dung Thời tính cho tự-ngã*.

Tôi để bạn đọc dựa theo những lời lẽ trên đây nhận xét chữ *Khả thể Tự Do* có một ý nghĩa gì thích đáng hay không. Riêng tôi, tôi tự nghĩ nếu tôi nói với con thú bị bắt bỏ chuồng: "Ta thả mày ra, cho mày tự do sống trong đồng nội", Nguyễn Hữu Liêm trong trường hợp đó có lẽ sẽ nói: "Ta thả mày ra, cho mày một *khả thể Tự Do*, giây phút sau mày sẽ có thể hay không có thể sống trong đồng nội".

"Đường Rừng" của Heidegger

Nguyễn Hữu Liêm chắc đã viết một mạch *Thời Lý và Hiện Hữu*. Một khả năng đáng chú ý. Một ý chí *Chiến Thắng* cũng lạ. Bút mực cứ trào tuôn ra trên giấy trắng để nói nhiều, nói hết, nói như "Sông cồn mùa lũ", như "Biển động", như "Vỡ bờ" ...Nhưng phải chăng đây là một hiện tượng của thời đại, hay của riêng xã hội Việt Nam bây giờ mà tôi gần gũi, mà tôi biết? Những văn nghệ sĩ, những văn học gia nhiều khi không phải vì vấn đề sinh sống mà vẫn vội vã tranh đấu viết ra một tập thơ, một bút ký, một quyển truyện lịch sử triết lý nửa mùa..., viết để có mặt trong chợ đời, để chứng minh rằng *"tôi cũng sáng tác, tôi cũng suy tư"*. Chúng ta hầu như không còn biết thế nào là từ tốn thận trọng, lặng lẽ trầm tư suy nghĩ, chúng ta quay cuồng trong cuộc sống văn minh vật chất hiện tại, cuộc sống không chủ định, chỉ cốt là thành công (nghề nghiệp hay tiền tài), có một chút danh hão với đời.

Tuy nhiên con người nghệ sĩ, con người triết gia, mà chúng ta ai cũng cưu mang trong thâm tâm, là con người đi lang thang trên "con đường rừng", *der Waldweg* của Heidegger, con đường mà người nghệ sĩ hay triết gia phải mở, hay theo những vết mòn đã có trong khu rừng của cuộc đời. Họ có thể sáng tác, để lại một cái gì nhưng họ biết đó chỉ là dấu chân, vết mòn mà rừng đời chắc rồi đây sẽ phủ kín, dấu vết của những bước chân lại ra đi. Người nghệ sĩ hay triết gia biết rằng *thi ca, sự thật* là một cái gì lấp lánh ở chân trời kia, ở tận cuối khu rừng...

Có thể nào chăng chúng ta đang sống trong một xã hội của toàn những người già. Tôi không muốn nói chúng ta già vì chúng ta quá tuổi (*tuổi tác chỉ là một chuyện tương đối!*); chúng ta già vì chúng ta giết con người nghệ sĩ, triết gia mà chúng ta có trong chúng ta, vì chúng ta vội có một thành kiến, thành kiến của sự hiểu biết hời hợt hay của cái biết một chiều chuyên nghiệp, và có lẽ nhất vì chúng ta vội đeo mặt nạ (*mauvaise foi* cuả Sartre) của nhân sĩ, tư tưởng gia, nhà thơ... Chúng ta khóa mình trong một căn phòng, một thế giới nhỏ hẹp, trang trí với những chùm hoa bằng nhựa, với những tấm tranh sao chép. Chúng ta tự lẩm bẩm để phá vỡ sự lặng lẽ, không cần biết có ai nghe, và chính chúng ta cũng không tự nghe nữa, vì đã tự nghe thì cuộc độc thoại của chúng ta đã là một cuộc đàm thoại, mà đàm thoại tức là ta tự đặt những nghi vấn. Đó là điều chúng ta không muốn; chúng ta ngay cả không muốn mở cửa sổ của phòng kín, vì chúng ta sợ lạnh, sợ gió lùa. Chúng ta không còn sức sống để hồn nhiên nghe tiếng gọi của thiên nhiên. Chúng ta không còn có thể đi lang thang nữa trong đồng nội để chợt nghe chim hót, để chợt rung cảm khi thấy ráng chiều vàng đỏ mặt nước chảy của dòng sông...

tháng 7/ 2003
Ngô Văn Tao
© 2003 talawas

Ngô Văn Tao tên thật là Ngô Văn Quế, Tiến sĩ toán học, Sorborne University, nguyên GS toán ĐH Quebec Canada. Hiện ông đã nghĩ hưu và sống ở Sài Gòn.

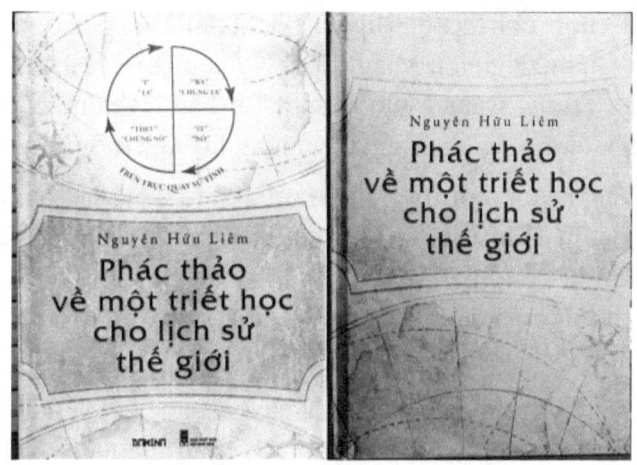

Điểm sách Nguyễn Hữu Liêm, "Phác Thảo Một Triết Học Cho Lịch Sử Thế Giới"

DƯƠNG NGỌC DŨNG, MPA, PHD

(Giám đốc Khoa Triết, ĐH Hoa Sen, HCM City).

VietTimes - "Có thể nói mà không sợ mang tiếng phóng đại rằng Nguyễn Hữu Liêm đang là Hegel của Việt Nam. Ông đã thổi một luồng sinh khí mới vào một lãnh vực xưa nay vốn chỉ dành riêng cho một thiểu số đặc biệt. Ông đi thẳng vào những vấn đề triết học mà ông quan tâm nhất: Hegel, Fukuyama, Wilber, và truyền thống huyền học (esoteric tradition) Tây Phương" – Triết gia Dương Ngọc Dũng.

*

Từ bối cảnh triết học Việt Nam

Kể từ khi Kim Định qua đời thì thị trường triết học của dân tộc Việt đã trở thành hoang mạc. Giới trí thức, nếu có mở mồm bàn chuyện triết lý, thì cũng chỉ thở dài luyến tiếc Trần Đức Thảo, Phạm Công Thiện, Bùi Giáng, Nguyễn Mạnh Côn, Nghiêm Xuân Hồng, Kim Định, Nguyễn văn Trung, Đặng Phùng Quân, Lê Tôn Nghiêm, Nguyễn Đăng Thục, Trần Công Tiến, những tác giả lừng lẫy của một thời vang bóng.

Trần Đức Thảo, một triết gia Marxist được đào tạo bài bản không thua gì Nguyễn Hữu Liêm, đã sớm kết thúc sự nghiệp triết học của mình sau khi từ bên Pháp trở về Hà Nội, và ông cũng chẳng viết lách gì bao nhiêu *(những kiệt tác viết bằng tiếng Pháp của ông mãi đến gần đây mới được dịch ra)*.

Khác hẳn Phạm Công Thiện, một tác giả cũng có rất nhiều đầu sách, nhưng họ Phạm không có một công trình tập trung nào vào một chủ đề triết học nào cả. Ông viết lan man về văn học, triết học, và làm thơ.

Khác hẳn với Nguyễn Văn Trung, một tiến sĩ triết học có tư duy thiên tả được đào tạo bài bản, Nguyễn Hữu Liêm không bàn những chuyện "linh tinh" như "tiếng ca Thanh Thúy" hay "đạo Cao Đài."

Cũng khác với Nguyễn Mạnh Côn, tác giả của học thuyết Tân Trung Dung, chỉ mong muốn phá vỡ lý luận của Marx và Trần Đức Thảo. Nghiêm Xuân Hồng là học giả hơn là triết gia, na ná như Nguyễn Hiến Lê, Nguyễn Duy Cần, Hoàng Xuân Việt, Trần Thái Đỉnh, Lê Tôn Nghiêm, Lê Thành Trị.

Đặng Phùng Quân cũng là một triết gia được đào tạo bài bản, nhưng ông bàn về tư tưởng của các triết gia khác (như Derrida) chứ không sáng lập một học thuyết nào cả.

Kim Định là độc đáo nhất về nhiều phương diện. Chỉ riêng với phương diện xiển dương Nho Giáo (mà ông gọi là Triết Lý An Vi) không thôi ông cũng xứng đáng được so sánh với Tu Weiming (Đỗ Duy Minh, đại học Harvard) rồi.

Riêng Trần Văn Đoàn, tôi vẫn chưa thấy ông có một tác phẩm triết học nào riêng cho mình để lưu danh thiên cổ, trong khi so với tất cả những người vừa được liệt kê, ông được đào tạo qui củ nhất, thông thạo nhiều ngoại ngữ nhất, có nhiều bằng cấp nhất (kể cả triết học lẫn thần học) và có nhiều điều kiện nhất trong việc tiếp xúc với các triết gia tên tuổi trên thế giới.

Trần Công Tiến nổi tiếng nhất là việc phiên dịch *Sein und Zeit* của Heidegger. Gần đây còn có Hồng Dương Nguyễn Văn Hai, tiến sĩ toán học, thâm cứu Phật Giáo và triết học Tây Phương, nhưng vẫn tự hạn chế trong việc trình bày, giải thích, thông diễn, hơn là sáng tác.

Triết học Nguyễn Hữu Liêm

Nguyễn Hữu Liêm, một ngôi sao mới trên bầu trời Triết Việt hiện nay, với một loạt sách triết theo truyền thống Hegel. Ông vừa hoàn thành và xuất bản một tác phẩm mới, PHÁC THẢO VỀ MỘT TRIẾT HỌC CHO LỊCH SỬ THẾ GIỚI (NXB. Hội Nhà Văn 2020, 608 trang), một công trình suy tư nghiêm túc, có tham vọng xây dựng một sự thuyên giải, từ góc độ triết học, lịch sử thế giới, bắt đầu với Phật Thích Ca, và kết thúc, theo ngôn ngữ tác giả, với Thời Quán đương đại, thế kỷ 21.

1–Thời quán đầu tiên, dựa trên mô hình 4 quadrants của Ken Wilber và ngôn ngữ triết học của Hegel, là thời kỳ khởi động của TỰ Ý THỨC về TA. Phật tuyên bố: "THIÊN THƯỢNG ĐỊA HẠ, DUY NGÃ ĐỘC TÔN." Karl Jasper gọi thời kỳ này là THỜI TRỤC (Axial Age).

2–Thời quán thứ hai, bắt đầu từ thế kỷ thứ nhất, là sự xuất hiện của năng lực CHÚNG TA, thiết định nền tảng cho văn hóa, luân lý, và tôn giáo. Nhân vật biểu trưng cho Thời quán này là Đức Giê Su Ki Tô. Chân lý trong Thời quán này mang tính liên đới: *"Ta với Cha ta là Một."*

3–Thời quán thứ ba, bắt đầu từ thế kỷ 15, năng lực Tự–Ý–Thức khách thể hóa chính mình thành vũ trụ vật thể. Chân lý trong thời kỳ này lấy chuẩn mực là khoa học thực nghiệm. Nguyễn Hữu Liêm gọi đây là Thời quán của NÓ khi ý thức con người phó thác bản thân nó cho khách thể tính. Vũ trụ vật thể là một hiện thực độc lập với Ý chí và Ý thức cá nhân. Nhân vật biểu trưng cho thời kỳ này là Nicolas Copernicus và kết thúc với Albert Einstein.

4–Thời quán thứ tư, khởi đầu từ thế kỷ 17, là Thời quán của CHÚNG NÓ, khi chính trị là định mệnh. Con người đi tìm chính mình thông qua các hệ tư tưởng (ý thức hệ= ideology). Trật tự thế giới là hình thái của Ý chí lịch sử. Nhân vật biểu trưng cho giai đoạn này là Thomas Hobbes và Karl Marx.

Đó đúng là 4 quadrants (Nguyễn Hữu Liêm gọi là 4 *Thời quán*) theo mô hình tư duy của Ken Wilber, nhưng tác giả bổ sung thêm Thời quán đương đại, thế kỷ 21, giai đoạn từ bỏ tôn giáo, nghi ngờ khoa học thực nghiệm, đi tìm năng lực Tự Ý Thức ở một tầm mức tiến hóa cao hơn.

Chúng ta có thể chắc chắn rằng những độc giả của Nguyễn Hữu Liêm sẽ tập trung sự chú ý và phê phán của họ vào việc phân loại các thời quán này (Hegel gọi là các mô–men) của tác giả. Thí dụ như: *"Dựa vào tiêu chí nào, tiêu chí lịch sử hay tiêu chí triết học, để phân loại biên giới giữa các Thời quán?" "Tại sao lại bắt đầu với thế kỷ của Đức Phật mà không phải là xa hơn (hay gần hơn)?"* Nhưng tạm thời chúng ta khoan xem xét những vấn đề đó mà hãy quay trở lại với chủ luận (thesis) mang đầy tính Hegel của tác giả:

> *"Toàn thể văn minh nhân loại– và từng cá nhân– đồng thời là thực tại vừa là biểu tượng cho Thời quán Ý thức mới này. Đây là lúc mà cái TA, vốn bị tha hóa vào Sử tính suốt 2000 năm qua, bắt đầu đi tìm lại chính TA để khép lại vòng tròn Biện chứng Tự Ý Thức qua hành trình chuyển hóa đầy bi tráng của lịch sử"* (17).

Hegel của Việt Nam

Có thể nói mà không sợ mang tiếng quá phóng đại rằng Nguyễn Hữu Liêm đang là Hegel của Việt Nam. Ông đã thổi một luồng sinh khí mới vào một lãnh vực xưa nay vốn vẫn chỉ dành riêng cho một thiểu số đặc biệt. Ông đi thẳng vào những vấn đề triết học ông quan tâm nhất: Hegel, Fukuyama, Wilber, và **truyền thống huyền học** (esoteric tradition) Tây Phương. Nghĩa là, một triết gia từ đầu đến chân, không pha lẫn tạp chất của bất kỳ thứ gì khác. Văn phong của ông cũng thế. Không hoành tráng như Phạm Công Thiện, không bay bổng thi ca như Bùi Giáng, không quá nhiều kinh điển Nho gia như Kim Định, không quá chính trị như Nguyễn Mạnh Côn, nhưng có khí chất sáng tạo một mình một cõi. Đọc ông tôi thấy chất văn học và triết học trở thành một toàn thể độc đáo bất khả phân.

Tác phẩm này, đúng theo truyền thống triết học lịch sử của Hegel, tóm tắt quan điểm của tác giả như sau:

"Mỗi Thời quán Chân Lý, từ Thượng Cổ, đến Trung Cổ, đến Hiện Đại, tự nó phải đốt cháy và tiêu thụ hết năng lượng của giai Thời đó nhằm chuyển tiếp qua Thời quán mới cao hơn […] Mọi sự đều có cái Thời của nó. Cá nhân trên năng lực của cái ta Ngã thức– cũng như là Ngã thức tập thể cộng đồng liên hệ– chỉ là một đứa con của Thời tính và Nó không thể bước qua khỏi biên độ giới hạn mà Thời Ý đã phác họa. Mọi năng thức Trung giải cho mỗi Thời quán đều khẳng định chỉ có ta là con Một của Chúa – và tất cả những đứa con khác đều là con lai, con rơi, ngoại đạo, tà giáo. Sử tính nhân loại ở từng Thời đại đều lập lại khuyết điểm Khiếm diện và Cực đoan của Thời đại trước bằng một thể loại chân lý khác" (343).

Nhưng, khác với Hegel và vượt qua Hegel, tác giả Nguyễn Hữu Liêm còn cống hiến một phê phán triết học vô cùng sâu sắc đối với cái mà ông gọi là *"hiện đại tính: trong cơn say Khoa Học Thực Nghiệm"* (chương 33). Những tên tuổi lớn, Richard Dawkins, Jacques Monod, Daniel Dennett, Steve Weiberg, được tác giả phê phán thẳng thừng là *"hiện thân của lề lối suy nghĩ thuần duy Sinh Hóa, tức là suy nghĩ từ cõi Thấp mà không thể suy nghĩ ra cái Cao hơn"* (335). Hoàn toàn đồng ý với Nguyễn Hữu Liêm khi tác giả hạ bút: *"Cái Thường nghiệm đôi khi là cái che giấu và lường gạt bản sắc Chân thực Huyền nhiệm"* (336). Tư duy nô lệ vào khoa học thực nghiệm, chủ nghĩa "duy khoa học" (scientism), này đã từng được Phạm Công Thiện, Bùi Giáng, Kim Định phê phán trước năm 1975 trong các tác phẩm khác nhau của họ (tất cả đều dựa vào triết học Heidegger), nhưng không rõ ràng và triệt để, có nền tảng triết học hệ thống xuyên suốt, nhất quán như Nguyễn Hữu Liêm.

Việc "vượt qua và giữ lại" (aufheben) Hegel của tác giả, điều mà ông làm tốt hơn Marx, còn được minh chứng rõ ràng hơn trong việc ông đã tái thuyên giải, hầu như toàn bộ, triết học Phật Giáo và thần học Thiên Chúa Giáo, dựa trên tinh thần phê phán của Nietzsche, truyền thống huyền học phương Tây (điều này không lạ vì chính Hegel cũng lấy phần lớn những ý niệm triết học của ông từ truyền thống Kabbala Do Thái), tư tưởng của Richard Tarnas, và triết học Dung Hợp (integral philosophy) của Ken Wilber. Những tín đồ Thiên Chúa Giáo và Phật Giáo cần phải hết sức "bình tĩnh" khi đọc các phê phán của tác giả. Nhưng tại sao lại không nhắc đến Islam nhỉ? Rất có thể tác giả cũng không muốn chia sẻ số phận của Salman Rushdie nên ông đã im lặng hoàn toàn về tôn giáo này.

Nhìn vào một tác phẩm đồ sộ (600 trang), lại mang danh là sách triết, lại bàn đến những chủ đề quá cao siêu (thuyết Tính Không của Phật Giáo, thần học *Kenosis* của Thiên Chúa Giáo, cho đến khoa học thực nghiệm, *Internet*, và chính trị học), người đọc dễ dàng thấy nản chí, nhưng thật ra phần khung sườn và lý luận căn bản của tác giả được trình bày rất rõ ràng ngay từ những trang đầu tiên, kèm theo một mục lục hết sức chi tiết, nên người đọc, với một tâm tư rộng mở, sẵn sàng học hỏi, và một chút kiên nhẫn, sẽ nắm ngay được tư tưởng cốt lõi.

Vấn đề là với một dung lượng tri thức khổng lồ được trình bày trong sách như vậy chúng ta cần phải nghiền ngẫm, đọc đi đọc lại nhiều lần, và tốt nhất là thử tranh luận với tác giả trong tinh thần khai phóng và xây dựng. Tôi hoàn toàn tán thành tác giả khi ông viết:

> *"Hãy coi chừng những gì giới trí thức viết. Ngôn từ của họ là bước đi tiên phong, là tiếng kèn xuất quân, là tiếng còi tàu chuyển bánh, hú vang báo hiệu cho một Thời Ý mới mà trước sau hay nhanh chậm cũng sẽ xuất hiện ở chân trời Sử Tính"* (486).

"Giới trí thức" mà tác giả nhắc đến trong văn cảnh này chính là J.S. Mill và K. Marx, nhưng tại sao không phải là chính Nguyễn Hữu Liêm, người không những "hú vang báo hiệu" mà còn ra công chẩn đoán những vấn đề của thời đại, và hơn nữa, chỉ ra một sinh lộ cuối đường hầm tăm tối:

> *"Một trong những bước đầu tiên để giải phóng cái ta ra khỏi võng lưới Sinh thức hiện tại là khả năng Ý Thức đến cái mà Richard Tarnas gọi là 'nhà tù ba tầng của sự tha hóa hiện đại"* (604).

Phác đồ điều trị tuy chưa rõ ràng, cụ thể, nhưng "phác thảo" thì đã có. Đặt tác phẩm của Nguyễn Hữu Liêm xuống, những ai vẫn bận lòng về tương lai của Sử Tính Việt không thể không cúi đầu suy niệm: "Ta cố đợi nghìn năm, một nghìn năm nữa khác sẽ qua, đến khi núi lở sông mòn, mới mong tới Hòn Vọng Phu" (Lê Thương). Phải vậy chăng?

Dương Ngọc Dũng
(6/8/2020

Dương Ngọc Dũng và Nguyễn Hữu Liêm.

Tóm tắt Luận đề 600 trang:
"PHÁC THẢO MỘT TRIẾT HỌC CHO LỊCH SỬ THẾ GIỚI"

"–Lịch sử có một chủ đích tối hậu nào không? –Đâu là quy luật vận hành cho lịch sử?" Đây là hai câu hỏi siêu hình cơ bản mà con người ngày nay hình như đã ngưng suy ngẫm về chúng. Khi mà Chúa Trời đã chết, khi mà Cứu cánh luận chỉ là một dự phóng không tưởng, khi mà Siêu hình học đã bị thay bằng Triết học Ngôn ngữ và Phân tích luận, khi mà Chân lý chỉ là những "siêu tự sự," liệu triết học có còn dũng khí để thử đi tìm lại những nguyên lý cơ bản cho Hữu thể, cho Lịch sử con người?

"PHÁC THẢO VỀ MỘT TRIẾT HỌC CHO LỊCH SỬ THẾ GIỚI" (NXB. Hội Nhà Văn 2020, 608 trang), một công trình suy tư nghiêm túc, có tham vọng xây dựng một sự thuyên giải, từ góc độ triết học, lịch sử thế giới, bắt đầu với Phật Thích Ca, và kết thúc, theo ngôn ngữ tác giả, với Thời Quán đương đại, thế kỷ 21" - GS Dương Ngọc Dũng.

Dựa trên những nguyên lý Bản thể luận của Phật giáo, Aristotle, Thiên Chúa giáo, Hegel và Wilber, luận đề này thử đưa ra một lý thuyết mới về lịch sử nhân loại kể từ 500 năm trước Công nguyên cho đến thế kỷ 21. Bổ sung vào mô hình "four quadrants" của Ken Wilber, đây là một Phác thảo tổng quan và vĩ mô về Lịch sử Thế giới vốn được khởi đi từ khi con người có Ý thức về Sử tính, ở "thời Trục" 2500 năm trước, theo vòng tròn chuyển động bốn góc của chữ Vạn 卐 – Swastica – như sau:

Bước thứ Nhất, góc trên bên trái, là Thời quán khởi động của Tự–Ý thức về *Ta ("I")* – mà đại diện cho năng lực này là Phật Thích Ca bằng tuyên ngôn *"Thiên thượng địa hạ, duy Ngã độc tôn"*. *"Minh tâm, kiến tánh – Hãy tự biết chính Ta"* đã là châm ngôn cho Thời quán này. Socrates, Khổng Tử cũng đều rao giảng chân lý rằng *"Cái Ta quyết định tất cả."*

Bước thứ Nhì, góc trên bên phải, khi lịch Công nguyên bắt đầu, năm 1, là sự trỗi dậy của năng lực *"Chúng Ta" ("WE")* – vốn đặt nền tảng cho văn hóa, tôn giáo và luân lý. Trong Thời quán này, Chân lý là tính liên đới, mà nhân vật biểu trưng là Chúa Jesus: *"Ta với Cha Ta là Một."* Châm ngôn của Thời quán "Chúng Ta" là *"Văn hóa/Đức tin là Định mệnh."*

Bước thứ Ba, góc dưới bên phải, đến thế kỷ 15, năng lực Tự–Ý thức tiến bước bằng Ý chí khách thể hóa chính mình vào vũ trụ vật thể nhằm đặt để Chân lý vào góc độ Khoa học thực nghiệm. Đây là Thời quán của *"Nó" ("IT")* khi Ý thức con người ký thác chính mình vào khách thể tính, và vũ trụ vật thể là một hiện thực độc lập tách rời ra khỏi Ý chí và Ý thức cá nhân. Đây là lúc mà Ta và Chúng Ta trở nên xa lạ với chính mình. Nhân vật biểu trưng cho khởi đầu Thời quán khoa học thực nghiệm là Nicolaus Copernicus và kết thúc bởi Albert Einstein. Đây là giai Thời mà khẩu hiệu Chân lý được nắm đầu bởi khoa học gia, rằng, *"Sinh học/Vật lý là định mệnh."*

Bước thứ Tư, góc dưới bên trái, ở thế kỷ 17, nhân loại đi tìm chính mình qua Ý thức hệ. Đây là Thời quán của *"Chúng Nó" ("THEY")* khi mà khẩu hiệu được nâng cao rằng *"Chính trị là Định mệnh."* Chân lý bị tha nhân cướp mất và trật tự thế gian phải được xây dựng bởi Ý chí Lịch sử. Biện minh cho trật tự không còn có từ huyền thoại tôn giáo, từ trên xuống, mà là Ý chí đồng thuận của cá thể, từ dưới lên. Thomas Hobbes khởi đầu, và Karl Marx kết thúc, cho năng lực hệ Ý thức này.

Bước vào Thời quán đương đại, thế kỷ 21, trở về góc trái trên, Ý thức về Ta từ bỏ huyền thoại Tôn giáo, nghi ngờ Chân lý Khoa học thực nghiệm, chia tay tính cuồng nhiệt của Ý thức hệ, để tìm lại năng lực Tự–Ý thức ở một tầm mức Tiến hóa cao hơn. Toàn thể văn minh nhân loại – và từng cá nhân – đồng thời là thực tại vừa là biểu tượng cho Thời quán Ý thức mới này.

Đây là lúc mà cái TA, vốn bị tha hóa vào Sử tính suốt hai ngàn năm qua, bắt đầu đi tìm lại chính TA để khép lại vòng tròn Biện chứng *Tự–Ý thức* qua hành trình chuyển hóa đầy bi tráng của Lịch sử thế giới."

Đọc "Sử Tính Và Ý Thức: Một Triết Học Cho Sử Việt" của Nguyễn Hữu Liêm

(NXB Sống, Hoa Kỳ, 2016)

TIÊU DAO BẢO CỰ

Cuốn "Sử tính và Ý thức, Một triết học cho Sử Việt" của Nguyễn Hữu Liêm. Đây có lẽ là cuốn triết sử đầu tiên của Việt Nam. Tác giả đã đưa ra một cái nhìn mới mẻ về lịch sử trên cơ sở triết học, nhận định, đánh giá toàn bộ các giai đoạn và nhân vật lịch sử một cách độc đáo và táo bạo, đụng chạm đến những vấn đề rất gai góc, kể cả về Hồ Chí Minh và Đảng Cộng Sản VN. Tác phẩm tìm ra, khẳng định các quy luật lịch sử để xác quyết niềm tin cho việc giải quyết những vấn đề của hôm nay và ngày mai [Tiêu Dao Bảo Cự]

*

Sự hình thành cuốn sách của Nguyễn Hữu Liêm khá lạ lùng. Theo tâm sự của tác giả, anh định dùng 5 năm để viết một cuốn sách lớn cho đời mình nhưng do một cơ duyên đặc biệt, cuốn sách hơn 500 trang chỉ được viết xong trong đúng 33 ngày. Ấy là do sau một cuộc gặp gỡ, trao đổi và tranh luận với "nhóm Đà Lạt", anh bỗng thấy phấn khích lạ lùng và một sự thôi thúc mãnh liệt phải viết ngay cuốn sách. Thế là anh quyết tâm ngồi trong hai tháng để đọc thêm 20 cuốn sách, sau đó bắt tay vào bản thảo và cơn lũ suy tư đã tràn qua trang giấy.

Có thể sự khác biệt quan điểm và tranh luận một cách thẳng thắn, biết lắng nghe và tương kính đã kích thích tư duy, làm chắc chắn thêm những gì cần khẳng định hay bác bỏ. Có thể mạch ngầm suy tưởng từ lâu đã gặp cơ hội để bùng lên mặt đất thành ngọn suối phun trào. Dù sao cuốn sách cũng đã được hoàn thành. Và điều kỳ lạ nữa là một cuốn sách nghiên cứu, về một lãnh vực khó, triết sử, nhưng lại có sức hấp dẫn, cuốn hút như một trường thiên tiểu thuyết nhiều kịch tính. Điều này trước tiên do bản thân lịch sử Việt Nam là một bản trường ca bi tráng mà mỗi người Việt Nam yêu tổ quốc khi nhìn lại, đắm mình vào quá khứ ít ai ngăn được mình "khóc cười theo mệnh nước".

Mặt khác nội dung cuốn sách không phải vừa mới bắt đầu mà đã khởi nguồn từ rất lâu trong tâm thức tác giả. Đó là khát vọng, nung nấu của tri thức qua quá trình viết những cuốn sách khác trước đó (*Dân chủ Pháp trị*; *Thời tính, Hữu thể* và *Ý chí*...). Nguyễn Hữu Liêm là một luật sư, đồng thời là tiến sĩ triết, giáo sư dạy triết nhiều năm ở San Jose City College. Có thể nói cuốn sách mới này là một "tập đại thành", cô đúc những gì đã chiêm nghiệm nhưng chưa viết ra hết.

Đây là một cuốn sách nghiên cứu về triết học lịch sử nên có thể hơi khó đọc, trên phương diện ngôn từ, đối với những người "ngoại đạo" về triết, nhất là tác giả lại dùng một số từ và khái niệm chuyên biệt, có khi mới sáng tạo ra, mặc dù ngay từ đầu sách tác giả đã chú thích song ngữ Việt–Anh. Thí dụ: *Thời, Thời Lý, Thời Ý, thời tính, thời thế, Sử Lý, Sử Ý, Sử Tính, Sử Mệnh, Nhân Thức, Quốc Thể*... Tuy nhiên mạch văn cuồn cuộn và ý tưởng rõ ràng, sắc sảo đã làm cho việc đọc không khó khăn lắm.

Để đi vào một luận đề triết học cho sử Việt

Trong phần dẫn nhập, tác giả đề nghị:

*"Trên cơ sở triết học của chữ Thời, chúng ta hãy cùng nhau bước lên một tầm cao hơn nhằm nhìn lại lịch sử của chính mình, để không bị vướng mắc và giam hãm trong ý thức và tâm lý chính trị giới hạn, để thông hiểu cái logic đằng sau những biến cố thăng trầm trên chuyến tàu lịch sử của cái ta **Dân tộc** hiện nay vẫn còn đang nỗ lực khai sáng năng lực tự ý thức cho mình"* (trang 16,17).

Trước khi đi vào phân tích cụ thể về các giai đoạn trong Việt sử qua 2000 năm, tác giả dành 4 chương đầu tiên để nêu **những vấn đề khái quát về triết sử và sử tính Việt**. Tác giả cảnh báo:

"Con người là sinh vật Sử Tính, và họ là nạn nhân của Lịch sử khi họ đứng quá gần với biến cố thuần trên căn bản của sự kiện và những yếu tố thực nghiệm để rồi bị đắm chìm trong chuyện đã xảy ra, nhận diện chính mình trên một bình diện biến cố, tức cho mình một quan điểm về sự thật sự kiện, vững cứ trên một số nguyên tắc đạo đức, hay niềm tin tôn giáo, tín ngưỡng, mang một lập trường thiên vị về một góc độ tình cảm nào đó cho chuyện quá khứ. Từ sự định hình tình cảm về Lịch sử, nhất là những chuyện vừa xảy ra khi mà cuộc đời của họ hay gia đình, thân thuộc đã nhúng tay vào một phe phái thời cuộc, thì Lịch sử không còn nằm ở phạm trù khái niệm mà là của tình cảm và xúc động cá nhân. Trên cương vị bình thường là một con người trong một quốc gia hay thời đại, ít ai có thể vượt qua. Nhưng đó là điều mà người học triết cần bước qua. Đây là viễn kiến và chủ đích của triết học lịch sử. Vượt qua thiên kiến và những điều kiện tâm lý cá nhân nhằm thông hiểu Lịch sử trên cơ sở khái niệm của một chiều cao vừa đủ." (trang 21, 22).

"Á Đông và Việt Nam, dù rằng ý thức về lịch sử – trường hợp Trung Hoa trên góc độ niên biểu của vương triều – đã có trước Tây Âu, nhưng cho đến gần đây, vẫn chưa có triết học lịch sử, và do đó không có triết sử gia. Riêng về trường hợp

Việt Nam, khi mà ý thức về Sử Tính còn vừa mới được đánh thức và chưa trưởng thành, giới sử gia Việt vẫn còn suy thức ở mức độ bình luận về quá khứ trên một số quan điểm về chính trị, luân lý, xã hội và văn hóa. Việt Nam có sử ký nhưng chưa có triết sử. Suốt cả thế kỷ qua, triết sử duy nhất cho Việt Nam là Marxism, vốn trở thành một ý hệ chính trị và cách mạng, một giáo điều cưỡng bách, hơn là một hệ thống siêu hình khai mở cho ý thức Sử Lý. Việt Nam có sử ký, ít nhiều sử luận, nhưng tất cả chưa đạt đến tầm mức triết học lịch sử. Về bình diện siêu hình học, metaphysics, thì hoàn toàn chưa có." *(trang 29, 30).*

Nghiên cứu về lịch sử, nhất là lịch sử Việt Nam trong thời kỳ sơ khai, kể cả các triều đại sau này, khi các sách lịch sử còn quá ít, với nhiều nghi vấn, khác biệt thì ***sử liệu là một vấn đề nan giải***. Để giải quyết vấn đề này, tác giả nêu rõ quan điểm của mình về vấn đề sử liệu:

"Tầm mức truy cứu sử liệu cho đề án triết học siêu hình này không muốn đào sâu vào chi tiết lịch sử. Đây không là một luận án sử học, hay một công trình nghiên cứu về sự kiện lịch sử. Chúng ta chỉ muốn nhìn dữ kiện từ sử liệu trên một mức độ tổng quan vốn liên hệ đến tiền đề triết học. Và hầu hết những sử liệu nêu lên ở đây vốn đã trở thành kiến thức cơ bản và phổ thông cho hầu hết người đọc sử Việt. Vì thế ngày tháng, niên biểu, tên gọi, nhân vật, chẳng hạn, sẽ không là quan trọng nếu chúng không mang ý nghĩa quan yếu đến mệnh đề và giả định triết học:" *(trang 40).*

Trên phương diện lý luận, để làm rõ ***cứu cánh lịch sử***, tác giả đã dành nhiều trang để phân tích những điều cốt tủy của Thiên Chúa Giáo, Phật Giáo và quan điểm của các triết gia nổi tiếng như Niezsche, Heidegger để làm rõ nguồn gốc bi kịch Sử Tính nằm trong mâu thuẫn giữa cá thể và đại thể, giữa luân lý và đạo đức để rút ra quy tắc về công việc phán đoán cho Sử Lý:

"Hãy đánh giá Lịch sử với những biến số và thuộc tính liên đới, theo đúng phạm trù tương ứng. Điều này có nghĩa rằng, một hành động, chính sách của một nhân vật hay triều đại lịch sử có thể rất là vô đạo đức trên bình diện cá nhân, nhưng nó đã là rất cần thiết và phù hợp với luân lý của Thời Tính, của quốc gia, của nhu cầu Sử tính ở giai đoạn đó." *(trang 64).*

Điều này đã được tác giả áp dụng triệt để khi điểm lại từng thời kỳ và nhân vật lịch sử, nhất là những nhân vật anh hùng, trong suốt cuốn sách. Do đó, theo tác giả, **chúng ta không thể luận anh hùng theo tiêu chuẩn Thiện – Ác cá nhân.**

"Số phận của người hùng của dân tộc quốc gia nào định nghĩa được cho số phận lịch sử quốc gia, dân tộc đó. Bản chất anh hùng là tính thị hiện từ căn nghiệp dân tộc. Anh hùng ở đây không chỉ mang ý nghĩa tích cực – mà ngược lại. Nếu theo tiêu chuẩn đánh giá bằng thước đo đạo đức cá thể thì hầu hết những nhân vật làm nên lịch sử đều là những tội đồ nhân loại, những kẻ sát nhân hàng loạt, làm tiêu vong sự nghiệp quốc gia, phá nát văn hóa truyền thống. Tuy nhiên lịch sử tiến bước ngay cả bằng những hành động đầy tội ác – vì trên góc độ luân thường đại thể, kẻ gây chiến tranh tang tóc chính là cánh tay Thời Ý khi mà Thời Quán tự ý thức của một dân tộc cần được sang trang. Giết một người trong thời bình thì bạn là kẻ sát nhân; giết một vạn người trong chiến tranh thì bạn là anh hùng quốc gia." *(trang 73).*

"Quốc gia nào càng nhiều anh hùng từ chiến tranh cách mạng thì số phận lịch sử của họ càng nhiều tang tóc." *(trang 74)* Đáng buồn thay, đây lại là trường hợp của Việt Nam.

Về bản sắc sử tính Việt Nam, nhận xét của tác giả có thể gây sốc cho nhiều người khi tác giả khẳng định đó là *"một tâm thức phủ định và nô lệ":*

"Sử tính Việt Nam khởi đi bằng ý chí vươn thoát Trung Hoa. Tuy nhiên từ trong Sử Tính đầy bất khuất tích cực đó Sử Tính Việt đã được tô đậm bởi một tâm lý phủ định: tâm lý hận thù và nhục nhã. Đây là một tâm thức nô lệ. Mỗi lần bị đô hộ là một lần quốc thể đã bị chết – nhưng đó cũng là cơ hội tái sinh cho một tổ quốc thực hữu tốt hơn, mạnh hơn, độc lập và tiến hóa cao hơn. Và vì vậy cho dù bao lần chết đi sống lại, tâm ý Việt vẫn bị giam hãm bởi thực tế nghiệt ngã của một nước nhược tiểu bị kềm kẹp bởi người Tàu. Mặc cảm tự ty – cũng như hận thù – đối với Trung Hoa dần dần nô lệ hóa ý chí Việt." *(trang 87)*

Chương IV, Sử Tính Việt qua các thời kỳ

Là một chương tổng quan rất hay và súc tích với các tiểu đoạn: Từ trong ý chí khai quốc – Một năng ý tình cờ. Các thời kỳ thực nghiệm của sử Việt. Khi Trời, Người, Đất là Một. Biện chứng Chủ – Nô: Năng lực ly tâm khỏi Hán tộc. Trên bàn cờ sinh tử. Bản chất văn minh Hán tộc và ý chí Việt tộc. Phật Việt chống Nho Tàu. Tuy nhiên độc giả chỉ có thể đọc trực tiếp vào sách để cảm nhận hết nội lực của một sức suy luận chứ khó lòng giới thiệu khái quát hay trích dẫn.

Cũng xin lưu ý là các đoạn trích như trên hay sẽ có sau đây thật ra đã bị tách khỏi bối cảnh suy luận và văn bản, có thể làm người đọc hiểu không đầy đủ khi mà cách diễn đạt của tác giả luôn sôi trào và hòa quyện ý tưởng. Dù sao cũng khó có thể làm khác hơn và đối với những người chưa đọc sách, có lẽ trích dẫn nhiều cũng là cách để người đọc dễ tiếp cận với tư tưởng tác giả và đặc trưng ngôn từ diễn đạt từ nguyên bản, dù có thể có khiếm khuyết. Do đó phần kế tiếp sau đây chủ yếu là những trích dẫn quan trọng lần theo bề dày cuốn sách cũng là chiều dài của sử Việt.

Phân tích những Thời Quán Anh Hùng

Tác giả bắt đầu với cuộc khởi nghĩa của Hai Bà Trưng năm 39 CN. *"Trưng Nữ Vương là hiện thân của hai vế đại thể và cá thể ở nơi cái Ta của người phụ nữ – Bà hoàn tất cơ sự làm người, cả về cá thể lẫn đại thể, lần đầu tiên trong Sử Lý Việt Nam."* Tiếp theo tác giả phân tích Thời Quán Anh Hùng trong 10 thế kỷ nô lệ mà Đạo Phật đã đến với tâm thức Việt như một con đường cứu rỗi cho khổ đau, trước khi khai sinh quốc gia với Ngô Quyền và Đinh Tiên Hoàng.

"Ngô Quyền khai mở Thời Quán của trí tuệ chiến tranh năm 938 với trận chiến trên sông Bạch Đằng bằng chiến thuật cọc nhọn đóng ngầm ở cửa biển để đánh giặc theo thủy triều lên xuống. Chiến thắng Bạch Đằng giang là điểm đồng quy giữa sự thức tỉnh của Ngã thể Việt, vốn là tinh thần của giang sơn,

và trí tuệ Phật giáo, vốn kết thành từ năng ý phủ định tự – Ngã." *(trang 173)*

Năng ý lập quốc cho các định chế trật tự quốc gia được bắt đầu từ Ngô Quyền nhưng hoàn tất lần đầu 30 năm sau, năm 968, khi Đinh Bộ Lĩnh chính thức lập quốc Đại Cồ Việt. Họ Đinh rất tôn sùng và trọng dụng giới tăng sĩ Phật giáo, bổ nhiệm Khuông Việt làm quốc sư nhưng lại là người đưa ra hình phạt vạc dầu sôi và hổ báo xé xác trong hình luật. Tác giả ghi lại và bình luận câu chuyện về Đinh Tiên Hoàng trong Khâm Định Việt Sử: Khi họ Đinh đang đánh nhau với vua Ngô, họ Đinh đem con trai ruột là Đinh Liễn ra hiến làm con tin để hoãn binh và sẵn sàng bắn chết con mình chứ không chịu đầu hàng nên cuối cùng vua Ngô phải rút lui.

"Khi lịch sử quốc gia chưa hoàn thành thì đại thể tính đứng thế ưu tiên trong chọn lựa sinh tử giữa cái Ta cá nhân và cái Ta dân tộc... Hi sinh thân mạng, gia đình, con cái là một thiết yếu tính, một điều kiện cần thiết cho cứu cánh đại thể. Đó là một phần của đạo lý quốc thể, của quy luật thiên nhiên, là quy trình tạo hóa. Và vị Vạn Thắng Vương đã làm chủ được mình trong nguyên lý chính trị tàn khốc này." *(trang 180, 181).*

Từ việc Lê Hoàn, tức vua Lê Đại Hành, cướp ngôi nhà họ Đinh vào năm 980, rồi sau đó suy bại dưới thời Lê Long Đĩnh, tiếp theo nhà Lý cướp ngôi nhà Lê, tác giả đưa ra một nhận xét gần như là **tiền đề sẽ chi phối suốt lịch sử**:

"Khởi nguyên của một sự thật trong Sử Tính Việt: Việt Nam có thể đánh thắng quân xâm lược ngoại bang nhưng không thể tránh khỏi và ổn định được nội loạn. Chân lý Sử Tính này đã được lặp đi lặp lại cho suốt chiều dài lịch sử Việt – cho đến hôm nay, hơn một ngàn năm sau." *(trang 212).*

Nhận định về các triều đại và những anh hùng gắn liền với các triều đại đó dưới góc nhìn triết sử

Là điểm độc đáo và sáng tạo của Nguyễn Hữu Liêm. Những nhận định này có thể gây ra những ý kiến trái chiều vì phần lớn khác hay ngược với những quan điểm phổ biến hay chính thống lâu nay. Sau đây là những trích dẫn quan trọng:

Về nhà Trần và câu chuyện Trần Thủ Độ:
Tội ác từ Đại thể tính

"*Trường hợp tội ác và hung bạo của Ngọa Triều Lê Long Đĩnh là một hiện thân của bệnh lý tâm thần. Nhưng khi đến chuyện Trần Thủ Độ tiêu diệt nhà Lý để dựng nhà Trần thì ta sẽ thấy được tính biện chứng về ý thức tự-ngã của dân Việt đã biến hóa và tiến hóa như thế nào.*" *(trang 233)*

Toàn Thư chép năm 1224, Huệ Tông bị bệnh nặng, truyền ngôi cho công chúa là Chiêu Hoàng lúc đó mới 6 tuổi. Thủ Độ đã dàn cảnh để Chiêu Hoàng lấy cháu mình là Trần Cảnh, 8 tuổi, rồi truyền ngôi cho Trần Cảnh. Sau đó Thủ Độ ép Huệ Tông tự tử chết và ra tay giết hết tôn thất nhà Lý, bắt tất cả thần dân mang họ Lý đổi ra họ Nguyễn.

Tác giả nhận định:

"Ở nơi Thủ Độ là hiện thân của cái Ngã thể Việt của thời loạn. Ông là một người hùng lịch sử trong tất cả cái ưu, khuyết của năng thức tự-ngã trong biện chứng đại thể tính đang mang tính thiết yếu cao độ. Nói như Lê Thành Khôi, trên phương diện đạo đức cá nhân thì *"sự độc ác của Thủ Độ 'vượt mọi giới hạn của luật tự nhiên', tuy nhiên ông cũng là người kiến tạo đích thực cho sự nghiệp lớn lao của nhà Trần."* Từ việc kết hôn với Thái hậu Trần Thị Dung, vợ Huệ Tông, bức tử Huệ Tông dù ông này đã xuống tóc đi tu, đến tàn sát vương triều họ Lý, bắt dân chúng họ Lý đổ sang họ Nguyễn, đặt ra chế độ nội hôn cho phép người cùng họ được lấy nhau để bảo vệ máu huyết họ tộc, và nhiều chuyện triều đình khác vô tiền khoáng hậu.

Nhưng chính Trần Thủ Độ, trên phương diện đại thể quốc gia đã là một anh hùng cứu quốc và kiến quốc. Chỉ riêng tay mình, Thủ Độ chỉnh đốn tình thế hỗn loạn của đất nước, từ trong vương triều đến giặc loạn các phe phái nổi lên khắp nơi. Ông đã xây dựng một chính quyền hiệu năng và một quân đội đủ hùng mạnh để có thể đánh lui được đoàn quân bách chiến bách thắng của giặc Mông" *(trang 235)*

"Thủ Độ là hiện thân toàn diện trong Sử Lý Việt Nam của một anh hùng kiểu *Machiavellian figure* khi cá nhân ông bị ý chí chính trị đại thể nuốt hết những yếu tố cơ bản về đạo đức cá nhân…Thủ Độ, cũng như bao nhiêu anh hùng Việt Nam khác cũng là những người ít học hay không được giáo dục chính thức, đã làm nên lịch sử." *(trang 236)*

"Từ Thủ Độ mà nhà Trần được kiến tạo và quốc gia Việt Nam được cứu thoát khỏi nanh vuốt của giặc Mông. Ở Thời Quán đó, Việt Nam là thủ Độ, như lời tuyên bố của vua Pháp Louis XIV, *"Quốc gia chính là ta!"* Đây là một công lao huy hoàng cho Sử Tính Việt. Tuy nhiên khi nhìn tới bình diện đức lý nội tại của dân tộc, tức chân lý chủ thể cho đại tính Việt Nam thì Thủ Độ là một khởi đầu của một truyền thống băng hoại về ý thức tự-ngã cho ý chí Việt." *(trang 237)*

Cũng với cách suy luận dựa vào cơ sở triết học như trên, Nguyễn Hữu Liêm tiếp tục phân tích một cách sắc sảo về các nhân vật Trần Nhân Tôn, Trần Hưng Đạo, Trần Khánh Dư, Trần Thì Kiến, Chu Văn An, Hồ Quý Ly, Nguyễn Trãi, Lê Lợi, Mạc Đăng Dung, Nguyễn Kim, Trịnh Kiểm, Nguyễn Nhạc, Nguyễn Huệ, Nguyễn Phúc Ánh. Đặc biệt, đối với những nhân vật mà số phận gắn liền hay đối địch nhau, tác giả có những cách soi sáng và so sánh độc đáo.

Khi trí thức đồng hành cùng nhà Nho: Nguyễn Trãi và Lê Lợi

"Ta hãy nhìn công cuộc kháng chiến chống Minh suốt 10 năm của Lê Lợi và sau đó là triều đại nhà Lê bằng một góc nhìn đến kẻ sĩ Nguyễn Trãi – một hình ảnh trí thức trong đại thể đầy bi tráng. Ông không phải là trí thức đầu tiên dấn thân tham chính, tuy nhiên, có thể Nguyễn Trãi là người đầu tiên tham chính với tư cách và tâm thế của một trí thức đúng chuẩn mực. Nếu không có Lê Lợi thì đứa con trai của Nguyễn Phi Khanh từ biệt cha và trở về từ biên giới Việt Hoa sẽ chỉ là một kẻ sĩ không ai biết đến. Ngược lại, nếu không có Nguyễn Trãi thì Lê Lợi cũng có thể đã không đưa cuộc kháng chiến 10 năm đến thành công. Ở hai cái Ta của Lê và Nguyễn là một năng động biện chứng Quân – thần (Vua – Tôi) đi song song với biện chứng chủ–nô của hai cái Ta của Việt và Hoa. Hai tầng biện chứng song hành này đã quyết định thành bại cho kháng chiến và sau đó là bản sắc chính trị cho triều Lê." *(trang 266, 267)*

"Nhưng ý chí thôi thì chưa đủ. Phải có lãnh đạo giỏi, có tầm nhìn chiến lược lớn đi đôi với mưu mô chiến thuật ngắn hạn. Lãnh đạo đó là Lê Lợi vốn cần có đầu óc của trí thức Nguyễn Trãi. Lê Lợi là *hardware*, Nguyễn Trãi là *software* của bộ máy tính chiến tranh cứu quốc thời thuộc Minh. Khi hai cái Ta này kết hợp thì biện chứng vua–tôi đã đồng quy vào một cái Ta *"văn võ toàn tài, quân thần đồng đức"*. Đây là lúc Sử Tính Việt bước vào một Thời Quán ý thức mới mà trong đó chức năng người trí thức bắt đầu trở thành một yếu tố và điều kiện cơ bản và hữu cơ trong ý chí kiến quốc." *(trang 270)*

Sử Lý Nguyễn Huệ và Nguyễn Ánh

"Ngoại trừ tài cầm quân tốc chiến, Nguyễn Phúc Ánh là một tài năng cao hơn Nguyễn Huệ trên nhiều mặt. Từ năng khiếu ngoại giao cầu viện, đến chiến thuật hải quân theo gió mùa thiên nhiên, đến khả năng xây dựng định chế hành chánh công quyền, ổn định dân sinh trong những vùng chiếm được ở phía Nam, cho đến ý chí quyết tâm cho cứu cánh với một lòng kiên nhẫn, bất khuất, ngoài Lê Lợi ra, có lẽ Phúc Ánh là một anh hùng có một không hai. Tuy nhiên Phúc Ánh chưa bao giờ tồn tại trong ký ức tập thể Việt tộc một hình ảnh anh hùng vĩ đại và sáng ngời như Nguyễn Huệ. Khi so sánh Nguyễn Huệ với hai anh hùng quân sự cùng đẳng cấp thì Trần Hưng Đạo và Lý Thường Kiệt chỉ là hai vị tướng của một triều đình, họ bước đi vào con đường Sử Tính trên cơ bản của nhà Lý và nhà Trần, đối diện với một kẻ thù ngoại bang mà ý chí chiến thắng đã là một chân lý giao sẵn. Nguyễn Phúc Ánh thì khác. Ông là một anh hùng vĩ đại hơn Nguyễn Huệ trong chiều dài kiến quốc với vương triều nhà Nguyễn tồn tại ngót 150 năm. Từ chiều sâu Sử Tính, từ cơ nghiệp quốc gia, cho đến trên góc độ cá thể, Phúc Ánh là một cây cổ thụ lớn, tỏa rộng tàng lá và gốc rễ rộng và sâu. Trong khi đó Nguyễn Huệ là một cây thông mọc thẳng lên cao vào không gian lớn, đơn độc, với vòm cây nhỏ bé, gốc rễ ngắn và cạn, không bắt sâu vào Sử Tính quốc gia và tâm ý nhân gian. Nguyễn Ánh là ngọn đuốc lâu tàn của Sử Lý; Nguyễn Huệ là cây pháo bông rực rỡ phút chốc, nhưng gây ấn tượng sâu đậm và lâu dài trong ý thức và ký ức của cái Ta dân tộc." *(trang 310, 311)*

Chuyển sang thời kỳ cận đại, thời kỳ mà Nguyễn Hữu Liêm gọi là **"Khi Dự Án Khai Sáng Đến Việt Nam"**

"Đã đến lúc một nền văn minh mới, hiện thân của một cái Ta mới, một cơn bão ý thức mới, cập bến. Cái Ta đến từ trời Tây này trước hết mang một chức năng hủy diệt. Với ý chí và công tác phủ định, nó không hiền lành, lễ độ, hay biết tôn trọng tha nhân với tinh thần tương kính. Nó là một con quỷ hung bạo, nanh vuốt sắc nhọn, miệng nhuốm máu người, hung hăng, thô bạo – vì nó là một Thời Quán thiết yếu trên bàn cờ biện chứng lịch sử. Cái Ta cũ phải bị giết đi – vì nó không có khả năng tự tử nhằm có thể tái sinh. Nó phải chết bằng hành động sát nhân cuồng bạo bởi tha nhân, bởi cái Ta hung bạo và văn minh hơn. Chỉ có một cái chết kinh khủng nhất – như Chúa Jesus đã chết trên thập tự giá – thì một cái Ta mới hòng được phục sinh. Tiếng súng của hải quân Pháp bắn vào Sơn Trà, Đà Nẵng, ngày 1 tháng 9, năm 1858, báo hiệu giờ phút đóng đinh trên thánh giá cho thân xác Việt." *(trang 357)*

"Cao trào thực dân Pháp (The French colonialism) dưới triều Napoléon III (Charles–Louis Napoléon Bonaparte) là một hiện tượng vô thức của cái Ta quá khứ Đã Là còn sót lại từ cuộc Cách mạng 1789 được khách thể hóa – *the negated "I" externalized* – vào một không gian Sử Lý mà ở đó đang có một cái Ta khác vốn *"đồng thanh tương ứng, đồng khí tương cầu"* đang chờ đợi. Cánh tay phải cho cái Ta vô thức của thực dân Pháp là cái Ta của tín đồ Công giáo mà hiện thân là các giáo sĩ, các thừa sai mang ý chí thiết lập một vương quốc Công giáo ở Á châu. Đó là một bản sắc cái Ta của Alexandre de Rhodes (Lịch Sơn Đắc Lộ) hay Pierre Pigneau (Bá Đa Lộc), của Pierre Poivre, hay là Saint Phalles." *(Trang 365)*

Chúng ta nhớ rằng các nhà truyền đạo Công giáo, như Đắc Lộ, đã đến Việt Nam rất sớm, từ đầu thế kỷ XVII, trước khi Pháp nổ súng xâm lăng Việt Nam vào giữa thế kỷ XIX, gần hai thế kỷ. Khi Gia Long lên ngôi năm 1802, đã có 300 ngàn giáo dân ở miền Bắc và hơn 60 ngàn khắp các vùng khác. Nhưng "Lịch sử thực dân ở Việt Nam không thể tách rời ra khỏi lịch sử truyền giáo của giáo hội Công giáo Pháp và Âu Châu. Cả hai mặt của cái Ta truyền giáo và thực dân đều là của một ý chí đế quốc, của một di sản Cách mạng 1789 khi Dự Án Khai Sáng đánh bật cái Ta thượng cổ của văn minh Pháp ra khỏi đất nước họ – để rồi cái Ta mất thế đó đi tìm nơi cư trú mới cho vương quốc đức tin và vô thức của mình." *(trang 368)*

"Thằng thực dân là nấc thang của những đẳng cấp thấp hèn của văn minh Pháp, nhưng nó là cần thiết để cho cái Ta của nàng mộng ruộng Việt Nam được giải phóng ra khỏi sự áp chế muôn đời của làng xã và truyền thống Khổng giáo." *(trang 371)*

"Đừng nghĩ rằng, hay gán đổ trách nhiệm vào các giáo sĩ đạo Chúa muốn vào Việt Nam truyền giáo, hay là thực dân Pháp mang tham vọng lãnh thổ đế quốc xâm lăng Việt Nam. Tư duy như thế là chỉ nằm trên bình diện hiện tượng. Lịch sử Việt Nam vốn có rất nhiều, quá nhiều, đối tượng để ta trách cứ và lên án. Những Bá Đa Lộc, hay Đắc Lộ, hay De Genouilly, hay Napoléon III, hay Minh Mạng, Thiệu Trị, Tự Đức, đều đã không biết họ đã làm gì. *They knew not what they were doing.* Họ chỉ là những cơ năng vô thức trên bàn cờ bao la vĩ đại của Thời Ý. Tất cả những gì đã xẩy ra ở Thời Quán chuyển luân trong thế kỷ XIX, giữa Pháp và Việt, đều phát xuất từ tiếng khóc trong vô thức xin cứu rỗi của nàng Kiều muốn được thoát ra khỏi vòng định mệnh khắc nghiệt của truyền thống và xã hội." *(trang 377)*

Đây là thời kỳ mà tác giả gọi là *"Biện chứng chủ–nô vòng mới" với Thực dân Pháp và Đức Tin Công giáo.* Trong Thời Quán này, người Việt nam yêu nước đã lựa chọn một trong ba con đường.

Con đường thứ nhất có thể gọi là "Ngọn lửa cuối cùng của cái Ta nhà Nho"

Với các đại thần nhà Nguyễn như Tôn Thất Thuyết, Nguyễn Văn Tường, phong trào Cần Vương, Văn Thân mà đại diện cho anh hùng tính này là vua Duy Tân, một vị hoàng đế trẻ, lên ngôi khi mới 12 tuổi, giữ được khí tiết trọn vẹn của một anh hùng trong nô lệ, với câu nói bất hủ *"Tay bẩn thì lấy nước mà rửa, Nước bẩn thì lấy Máu mà rửa".*

Con đường thứ hai là của các nhà Nho có tân học

Nhìn thấy trong nền đô hộ của Pháp một cơ hội tiến hóa mới, một chọn lựa thực dụng vừa phải nhưng tối ưu trong hoàn cảnh. Đó là những Trương Vĩnh Ký, Phạm Quỳnh, Nguyễn Văn Vĩnh… mà Trương Vĩnh Ký có thể xem là "Một linh hồn Công giáo cho cái Ta nàng Kiều" với nhiều bi kịch. Trương Vĩnh Ký là trường hợp của "Một tâm phải thờ hai Chúa" với "Thế nan giải cho cái Ta tân tòng" cho đến khi chết. "Trên phần mộ của Petrus Ký ở Chợ Quán" là hàng chữ Latin trích từ Cựu Ước, *Sách của Job, 19: Miseremimi mei saltem vos amici mei.* (Xin hãy thương tôi hỡi những người bạn [hiểu được] tôi). "Đó là điều văn cuối cùng trong tiếng kèn của đám ma cho một cái Ta trong buổi giao thời." *(trang 420)*

Con đường thứ ba là Hồ Chí Minh và phong trào Cộng sản.

"Chủ nghĩa Cộng sản và cái Ta mới cho Việt tộc. Ở đây *Ta* chọn Hồ Chí Minh (HCM) để làm khuôn thức cho năng lực tự ý thức cho cái Ta dân tộc. Không ai xứng đáng hơn HCM khi đóng vai trò hiện thân biểu trưng và đại diện này. Đã có nhiều anh hùng chống Thực dân cũng đã phần nào đại diện cho cái Ta dân tộc trong giai đoạn giải Thực để giải phóng đất nước. Những Nguyễn Thái Học, Phan Bội Châu, Phan Châu Trinh, hay các vị tướng của triều Nguyễn, đều đã là những ngọn lửa được thắp lên, nhưng rồi tất cả đã bị dập tắt để trở nên những

hoài niệm đẹp trong ký ức tập thể của người Việt – hơn là một năng lực Sử Tính có ý nghĩa hiện thực. Ta cũng không quan tâm đến những chi tiết về câu chuyện đời tư của HCM, tích cực hay tiêu cực, huyền thoại hay bi kịch hóa. Thay vào đó, Ta chỉ nhìn đến con người này như là một nhân vật biểu trưng, một thể tính anh hùng dân tộc, với ưu và khuyết điểm của một con người và một lãnh tụ cách mạng và chính trị vốn đã quyết định sinh mệnh Thời tính Sử Lý Việt Nam suốt gần thế kỷ qua. Sai lầm của nhiều sử gia, hay người đọc sử, mang tâm chất nhà báo, ưa đánh giá anh hùng lịch sử như là HCM trên bình diện đạo đức và giá trị cá nhân. Ông là một tính thể Sử Lý vượt qua những ưu khuyết điểm của một con người bình thường – dù rằng, nếu Ta biết rõ, ông cũng đã tỏ ra một con người rất bình thường với những ưu khuyết điểm của một nhà cách mạng tài ba liêm khiết, một chiến lược gia sâu sắc, một thanh niên biết kỷ luật bản thân, nhưng cũng với đầy mưu mô, hiểm độc, dối trá, gian hùng. Nhưng trên tất cả những gì thuộc về cá nhân riêng rẽ, *a private person*, thì trên bình diện đại thể, HCM đại diện cho cái Ta ở trong nội dung Thời Ý đó – *the Spirit of the Time* – đã mang thiết yếu tính và cứu cánh tính trên vai. Điều quan trọng nhất là ông đã thành công, dù tốt đẹp hay xấu xa.

Sử Lý là một trường biện chứng của đúng và sai – và với bước chân Sử Tính, cái sai hôm qua trở thành cái đúng hôm nay, và ngược lại. Tất cả phải tùy vào Thời Tính cho mỗi Thời Quán chân lý hay sai lầm. Khi Ta đang ở vào thời điểm bước sâu vào thế kỷ XXI, khi nhìn lại lịch sử mà HCM đã hành hoạt ở giai thời đó, xa xỉ Thời gian sẽ làm cho ta quên đi rằng, ở mỗi giai đoạn của lịch sử quốc gia, kẻ chiến thắng trở nên chân lý cho Sử Tính ở Thời Quán liên hệ. Không có chân lý nào là tuyệt đối vì ý thức và khuôn mẫu kiến lập nên chân lý cũng phải được chuyển hóa để thay đổi theo Thời Ý mới." *(trang 428–430)*

Từ những nhận định trên đây, tác giả đã đi vào phân tích những vấn đề gây tranh cãi lâu nay như câu hỏi HCM là một cán bộ cộng sản quốc tế hay là người yêu nước muốn giải phóng dân tộc; những cựu đảng viên Cộng sản, cán bộ Mặt Trận Giải Phóng hay những trí thức thiên tả, thân Cộng trước đây có nên sám hối về những gì đã làm cho Cộng sản trong quá khứ hay không; tại sao phe Quốc Gia thất bại; vấn đề "giải phóng Miền Nam" là những đề tài gai góc gây chia rẽ người Việt lâu nay.

Sau năm 1975, khi Đảng Cộng Sản chủ trương *"tiến nhanh tiến mạnh lên Chủ Nghĩa Xã Hội"* thì *"Đảng Ta"* đã bắt đầu đi vào con đường suy thoái.

"Đảng Ta giải phóng dân tộc ra khỏi thể trạng nô lệ của dân tộc, nhưng thay vì để cho cái Ta dân tộc được làm chủ ông, Đảng Ta nắm lấy hết đại thể tính nhân dân để biến dân tộc thành nô lệ. Bi kịch của tên nô lệ dân tộc này nằm ở chỗ là hắn được tôn vinh làm ông chủ, còn Đảng Ta thì tự nhận là tên đầy tớ. Biện chứng chủ–nô bị đảo ngược trên bình diện hình thức, nhưng nội dung thì ông chủ là Đảng Ta, và tên nô bộc là dân tộc." *(trang 459)*

Rồi đến "Khi Đảng Ta đổi mới: Hô to khẩu hiệu cho lúa đơm bông", tiếp đến "Khi ông chủ là đồng tiền" "Kinh tế quốc gia đi qua một Thời Quán tư bản hoang dã, rừng rú, với những tập đoàn mafia quyền lực từ nhỏ đến lớn, từ trung ương đến địa phương, kết cấu nhau trong những liên minh ma quỷ giữa công quyền và tư nhân vung tay làm giàu" thì Đảng Ta bắt đầu tự hủy hoại mình và hủy hoại đất nước.

"Đất nước bây giờ là bãi chứa rác tanh thối và độc hại từ nền công nghệ hoang dã vô ý thức, vô trách nhiệm. Từ đại dương đến sông ngòi, đồng ruộng, phố xá, từ tinh thần tự trọng, nhân phẩm, lòng chân thật, trách nhiệm xã hội, từ giang san địa lý đến tư duy trí thức, hầu hết đều đã bị cái Ta của Đảng bức tử. Đây là lúc mà ý chí lịch sử của Đảng Ta đã đi đến vũng lầy thấp nhất, dơ bẩn nhất trong quá trình hiện thân cho cái Ta theo chủ nghĩa duy vật. Khi thủy triều rút xuống thì bờ sông trở thành bãi rác. Hoa huệ càng thơm đẹp bao nhiêu khi tươi thì sẽ càng xấu và hôi khi tàn. Hành trình Sử Tính cho ý thức về cái Ta của dân tộc Việt trong suốt gần thế kỷ đã đi vào một mê hỗn trận huy hoàng và bi tráng. Sẽ không có phép lạ nào cứu rỗi linh hồn của Đảng Ta nữa. Cái Thời của Đảng đã đi qua." *(trang 474, 475).*

Đây chính là **"Ngày tàn của ý chí quốc gia"** vì

"Cộng sản và Thực dân tuy hai mà một" nên "Đảng Ta đã gần như thành công cái mà Thực dân Pháp cũng như đế quốc Tàu đã thất bại – đó là chủ trương tiêu diệt ý chí tổ quốc và tinh thần yêu nước của dân Việt. Đảng Ta và Thực dân Pháp là hai khuôn mặt của một đồng tiền đã mất đi giá trị tập thể và Sử Tính" (trang 477)

"Vở kịch mà HCM đạo diễn đang hát những câu hạ màn. Bài điếu văn cho Đảng Ta cũng đang được viết trên ngàn trang giấy bởi cái Ta dân tộc đang chuyển mình" *(trang 484).*

Liên hệ đến sự kiện Formosa nóng bỏng hiện nay, tác giả hạ bút:

"Và khi mà cả đại dương miền Trung Việt bị đầu độc toàn triệt, mội trường sống trên hầu hết giang sơn đều bị ô nhiễm bởi một nhà nước thoái hóa và thiếu khả năng, bởi sự lãnh đạo của Đảng Ta nay vốn đã tiêu thụ hết năng thức luân thường và ý chí Sử Tính dân tộc, thì biện minh lịch sử cho sự cầm quyền của Đảng Cộng Sản Việt Nam cũng đã không còn. HCM và Đảng Ta của ông nay đã chết theo những xác cá rữa thối trên bãi biển nước nhà." *(trang 485).*

Có thể những ý tưởng trên không mới nhưng với cách nhìn triết sử và lối diễn đạt đầy chất lửa và mang tính văn chương, những câu trên có thể tạo nên một sự rung cảm và sức lay động kinh hoàng nơi người đọc.

Những nhận định và đánh giá của Nguyễn Hữu Liêm trên đây có tính cách xuyên suốt về Đảng Cộng Sản Việt Nam, nhưng cuốn sách của ông sẽ không hoàn chỉnh nếu không nhắc đến Việt Nam Cộng Hòa ở Miền Nam, sự can thiệp của Mỹ trong cuộc chiến tranh Việt Nam 1954 – 1975 và cộng đồng người Việt tỵ nạn Cộng sản ở hải ngoại, vì thế mà có thêm một chương lớn **Khi Nguyễn Văn Trỗi gặp McNamara**, trước khi kết thúc, dù kết cấu cuốn sách ở đây có vẻ hơi lạc nhịp.

"Phe Quốc gia và 20 năm tồn tại.

"Thật bất công cho người Quốc gia nếu ta bỏ qua họ khi thảo luận về cơ trình tự ý thức về cái Ta của dân tộc Việt. Trên bình diện nội dung của một bản sắc tự-ngã, phe Miền Nam, người Quốc gia chống Cộng đã đại diện và đóng góp được gì cho cứu cánh tính *Nhân thức?*

"Trên cơ bản cứu cánh cho Sử Lý, thì Miền Nam, dưới hai chế độ Cộng Hòa, dù là trong một giai thời ấu trĩ và đang phát triển, cũng đã cống hiến ít nhiều cho khả thể tiến hóa của năng lực tự ý thức của cái Ta dân tộc vốn không bị hủy thể bởi cái Ta của Đảng Cộng Sản ở miền Bắc. Chế độ chính trị của miền Nam, của phe Quốc gia, là của một cái Ta tân tòng, khai sinh bởi hiện đại tính Âu châu, trong dư lực của Dự án Khai sáng từ Tây phương. Đây là một Thời Quán mà ý niệm cá thể bắt đầu nẩy sinh từ những đơn vị ý thức cá nhân, khi mà các phạm trù khái niệm chính trị về tự do, công lý bắt đầu được nẩy mầm trong những đầu óc và trái tim còn non trẻ của Việt tộc. Trong khoảng thời gian vừa hé mở từ sự thoái trào của thực dân, người Quốc gia đại diện cho cái tàn dư nhưng đầy trong sáng của nhà Nho, của tinh hoa Công giáo dân tộc, của nhà Phật đang chấn hưng với thời đại. Thêm vào đó là bản chất trong sáng, chân thật của người miền Nam, nay được tiếp sức bởi tính sắc sảo, cần cù siêng năng của người Bắc di cư, và cá tính của người miền Trung quyết liệt, tất cả đã đồng quy làm nên một Sài Gòn đầy hi vọng – một hòn ngọc cho một cái Ta ưu tú của dân tộc, kết tụ được cái Lành, cái Trong, và cái Thiện cho đại thể tính luân thường của Thời Đại.

"Tuy nhiên với tất cả duyên lành từ dư lực Thực dân, và cá tính nhân bản của con người vùng đất phì nhiêu, phép lạ Sài Gòn đã làm sai nhịp bước Sử Tính bởi chế độ Ngô Đình Diệm. *(trang 490–491)*

"Bi kịch Sử Tính của Việt nam lại gia tăng cường độ khi năng lực đế quốc của Hoa Kỳ bước vào vũng lầy Việt Nam trong một chiến lược chống Cộng toàn cầu mới. Khác với Thực dân Pháp, người Mỹ vào Việt Nam không mang tham vọng cai trị hay nô lệ hóa dân tộc. Cái Ta của người Mỹ mang giòng máu Đế quốc mới này chỉ mang trong mình niềm hãnh tiến của chủ nghĩa dân chủ tự do trên bình diện cá thể. Người Mỹ nghĩ rằng họ là ngọn đuốc mới cho năng lực chân lý Thời tại, và phe Cộng sản do Liên Xô và Trung Cộng lãnh đạo là mối nguy toàn cầu cần phải được ngăn chặn. Việt Nam là một tiền đồn mà người Mỹ phải dấn thân đem sinh mạng vào cho cuộc chiến sinh tử mới cho lý tưởng tự do." *(trang 493)*

"Khi quân đội Mỹ xâm lăng Đà Nẵng vào tháng Ba năm 1965, bản chất thô bạo và sống sượng của đoàn quân Đế quốc nhân danh lý tưởng chống Cộng đã làm cho ngọn lửa chính nghĩa của HCM và Đảng Ta càng thêm rực rỡ và sáng ngời. Những trận oanh tạc miền Bắc, những sư đoàn binh lính Mỹ tham chiến ở miền Nam là những gáo xăng dầu đổ vào lửa ý chí quyết chiến của HCM, Lê Duẩn, Quân đội Nhân dân, và Mặt Trận Giải Phóng Miền Nam. Sự can thiệp quân sự của Mỹ chỉ kéo dài tuổi thọ của miền Nam được 10 năm, 1965–1975. Biện chứng chủ–nô trong 10 năm máu lửa đó đều chỉ được đốt cháy trên các trận tuyến của máu xương và thân mạng. Cuối cùng thì chủ nhân ông mới là người Mỹ cũng phải công nhận rằng họ không thể chiến thắng tên nô lệ cũ thời Pháp thuộc, Đảng Ta, nay đã là chủ nhân ông của đất nước Việt Nam. *(trang 494)*

"McNamara và nguyễn Văn Trỗi đã gặp nhau trên ván cờ định mệnh của ý chí lịch sử như hai nhân vật đối đầu trong biện chứng sinh tử bi tráng. Cả hai, McNamara và Trỗi, là hai năng lực tự ý thức về Ta mang hai bản sắc chân lý Thời tính khác nhau. Họ đều muốn – trong năng lực vô thức của Thời Ý – mang cái Ta dân tộc ra khỏi nhà tù quá khứ Đã Là bằng ý chí Sẽ Phải Là cho Việt Nam. Một bên là tham vọng Đế quốc của một cái Ta chủ nhân ông đầy tự tin và cao ngạo. Đằng kia thì với đầy hận thù, cảm thức nhục nhã của một cái Ta anh hùng, bất khuất trong nô lệ. Nếu nhìn sâu vào tận đáy sâu của Sử Lý, McNamara và Trỗi thực ra và đáng lẽ ra phải là hai đồng chí, gặp nhau mừng rỡ bắt tay nhau, chia sẻ chuyện con người và lịch sử với vài chai bia trong quán nhậu bên cầu Công Lý – nay là cầu Nguyễn Văn Trỗi – thay vì đã phải gặp nhau trong ý chí phủ định bằng thân mạng. Sử Lý Việt Nam là gì nếu không phải là một bài học về màn vô minh siêu hình bao phủ lấy thân phận của những anh hùng dân tộc? *(trang 502–503)*

Nguyễn đi và Nguyễn sẽ về: Cộng đồng người Việt khắp thế giới.

"Khi chiếc trực thăng cuối cùng di tản lính và nhân viên sứ quán Mỹ ra khỏi Sài Gòn cuối tháng Tư 1975, thì Sử Tính của dân tộc Việt đã bước sang một chương mới. Đây là lúc mà bóng tối của áp chế, hãnh tiến và thô tục của chế độ Cộng sản ập đến cho dân chúng thành thị, thân Pháp, thân Mỹ ở miền Nam. Khi mà chiến thắng huy hoàng như là huyền thoại của Đảng Ta đã chứng minh ý thức hệ duy vật bách chiến bách thắng, vô địch, thì cũng là lúc mà cái Ta của dân tộc lần nữa phải trải qua một giai thời khổ nạn đầy thử thách. *(trang 503)*

"Khi thế giới bên ngoài bao vây cô lập kinh tế ngoại thương, Tàu đánh phía Bắc, Khmer Đỏ đánh phía Nam, bên trong thì Đảng Ta bỏ tù cải tạo sĩ quan, công chức Cộng Hòa, tiêu diệt tư sản mại bản, đánh Hoa kiều, tập thể hóa sản xuất nông nghiệp để tiến nhanh tiến mạnh lên xã hội chủ nghĩa. Những chọn lựa chính sách duy ý chí từ dư lực chiến thắng trong chiến tranh đã tạo ra những cơn khủng hoảng trầm trọng cho đất nước. Cả dân tộc lại trở về với "đói nghèo trong rơm rạ" trong cơn sốc thực tại mới. Hàng hàng lớp người vượt biển, vượt biên tỵ nạn khắp thế giới. Đây là một cuộc di dân, những đợt *Exodus* vĩ đại và bi tráng nhất trong lịch sử dân tộc. Chưa bao giờ người Việt lại thi nhau bỏ nước, liều chết đi ra biển để tìm tự do như thế. Có đến một nửa số người vượt biển bị chết và mất tích trên biển Đông hay ở các bãi mìn vùng biên giới. Số còn lại thì phần lớn bị cướp bóc và hãm hiếp bởi hải tặc…"

Nhưng trong cái rủi có cái may. "Lần đầu tiên vũng lầy của cái Ta dân tộc với đầy những giới hạn ung thối đã được khai thông mạch nước với thế giới bao la, với cái Ta đại Ngã của nhân loại, của văn minh, tự do và tiến bộ." *(trang 504–505)*

"Nguyễn ra đi để rồi Nguyễn lại trở về. Cái Ta dân tộc tha hương nhưng vẫn còn mang nặng bản sắc dân tộc, với chút ít tâm tư nàng Kiều và Duy Tân còn sót lại, vẫn lưu luyến với quê cha, đất tổ. Sự trở về của cái Ta Việt kiều hoàn tất thêm lần nữa vòng quay Sử Lý nhằm khai mở thêm một tầm mức mới, cao hơn cho khả năng tự ý thức của cái Ta đại thể dân tộc." *(trang 506)*

Những giới thiệu và trích dẫn khá nhiều về những điểm nổi bật trên đây cũng chưa phải là toàn bộ tác phẩm. Bàng bạc và hòa quyện qua các trang sách là những phân tích triết học về Khổng, Phật, Thiên chúa Giáo và nền văn minh cũng như các triết gia nổi tiếng phương Tây một cách thấu đáo, đôi khi với những kiến giải riêng độc sáng, để khắc họa cho triết lý của Sử Việt. Có những trang phân tích, liên hệ với số phận của một số quốc gia đã tiêu vong như Phù Nam, Chân Lạp, Chiêm Thành, đối chiếu với trường hợp Tây Tạng, Nhật Bản thời Minh Trị để chứng minh và khắc họa chân lý Sử Việt. Cũng có những phân tích về các lãnh vực văn hóa xã hội, các tác phẩm và tác giả thơ văn từ bài thơ "Nam quốc sơn hà" của Lý thường Kiệt đến Bình Ngô đại cáo, Quân trung từ mệnh tập của Nguyễn Trãi, đến thơ Đặng Trần Côn, Đoàn Thị Điểm, Chế Lan Viên... và nhất là Truyện Kiều của Nguyễn Du cho đến nhạc Chàm bằng một cái nhìn mới mẻ, nhiều hứng thú. Tác giả cũng không ngại liên hệ phê phán các sử gia ngày trước như Lê Văn Hưu, Ngô Sĩ Liên và cả các sử gia ngày hôm na. Nghĩa là tác giả không ngại hay né tránh bất cứ vấn đề gai góc nào.

Về cách diễn đạt, ngoài lối phân tích rốt ráo và sắc bén của một người nghiên cứu triết học, tác phẩm còn có những ẩn dụ, hình ảnh gây ấn tượng như *"Một tâm phải thờ hai Chúa: Thế nan giải cho cái Ta tân tòng"*, *"cuộc cưỡng hôn giữa thằng Tây Thực dân và nàng Kiều Việt"*, *"Khi Đắc Lộ gặp Kiều như định mệnh"*, *"Cái chết của

Tiêu Dao Bảo Cự

Sử Lý: Từ Chế Lan Viên đến Formosa Hà Tĩnh", *"Nguyễn Văn Trỗi gặp Robert McNamara trên cầu Công lý"*… cùng với sự sôi trào của nguồn mạch tư duy làm cho một tác phẩm đáng lý khô khan trở nên hấp dẫn.

Tóm lại, đây là một tác phẩm độc đáo, uyên bác, đầy trí tuệ và bản lãnh về một lãnh vực mới mẻ, có thể là tác phẩm đầu tiên có tầm vóc về triết sử Việt Nam.

Nguyễn Hữu Liêm là một cây bút trước đây đã từng gây nhiều sóng gió trên Net vì những bài viết có quan điểm "nghịch chiều" với số đông, thậm chí có lúc anh đã từng bị "ném đá tơi bời". Tuy nhiên, với tác phẩm này, một tác phẩm công phu và tâm huyết, dù đồng ý hay không, việc phê phán cũng đòi hỏi tầm trí tuệ tương xứng chứ không thể nhặt đá cục ven đường mà liệng được. Mặt khác, hình như qua tác phẩm có tính tập đại thành này, độc giả cũng có thể hiểu thêm vì sao tác giả có những bài viết nghịch chiều trước đây.

Cuốn sách đã soi rọi *Cái Đã Là* và *Cái Đang Là*. Tác giả chưa đưa ra được điều gì rõ ràng cho Cái Sẽ Là ngoài lời khuyên phải kiên nhẫn. Tuy nhiên tác phẩm đã khẳng định được những quy luật và chân lý lịch sử Việt. Điều này giúp mỗi người có thể an tâm làm những việc mình cần làm, nhất là những anh hùng của Thời Quán mới, để giúp mở sinh lộ cho dân tộc đang ở cuối một đường hầm lịch sử.

19/2/2017

Tiêu Dao Bảo Cự

Tiến sĩ Triết học phản biện về 'Chung Cuộc Lịch Sử'

(TRÍCH VNEXPRESS)

Tiến sĩ Nguyễn Hữu Liêm cho rằng "chung cuộc lịch sử" là sự nhầm lẫn của các triết gia, đồng thời đưa góc nhìn về triết học lịch sử.

*

Trong buổi tọa đàm ra mắt sách *Lịch sử đã đến hồi chung cuộc?* hôm 21/1 ở TP HCM, tác giả Nguyễn Hữu Liêm phản biện khẳng định của triết gia người Pháp Alexandre Kojève và nhà kinh tế chính trị người Mỹ Francis Fukuyama.

Cụ thể, triết gia người Pháp Alexandre Kojève (1902-1968) khuấy động giới triết học khi cho rằng lịch sử đã đến hồi chung cuộc vào năm

1930. Tiếp đó, nhà kinh tế chính trị người Mỹ Francis Fukuyama đưa ra quan điểm tương tự trong tác phẩm The End of History and the Last Man (Sự cáo chung của lịch sử và con người cuối cùng). Quan niệm của hai nhà tư tưởng trên thu hút sự quan tâm của giới học thuật, đồng thời dấy lên nhiều cuộc tranh luận về triết học cho đến nay.

Theo tiến sĩ Hữu Liêm, lịch sử loài người trải qua nhiều hình thái kinh tế – xã hội, như công xã nguyên thủy, chiếm hữu nô lệ và phong kiến. Với một số nhà triết học, tiến trình lịch sử này sẽ đi đến điểm kết thúc ở một thời điểm nào đó, khi đạt được hình thái tốt nhất.

Tác giả nói Kojève và Fukuyama đều dựa trên quan niệm của triết gia người Đức Georg Wilhelm Friedrich Hegel (1770–1831): Khi nền dân chủ tự do và chủ nghĩa tư bản thị trường – tự do bắt đầu xác lập được vị thế trên thế giới cuối thế kỷ 20, lịch sử sẽ đi đến chỗ hoàn tất của nó.

"Lịch sử đã đến hồi chung cuộc?" của tác giả Nguyễn Hữu Liêm. Sách dày 400 trang, do Trust Books liên kết NXB Thế giới phát hành. Ảnh: *Trust Books*

Tuy nhiên, ông Hữu Liêm cho biết Hegel chưa bao giờ sử dụng thuật ngữ "chung cuộc lịch sử", mà triết gia chứng minh sự tiến bộ trong ý thức của nhân loại về "tự do" là động cơ và mục đích của lịch sử. Vì vậy, cuộc tranh cãi về "chung cuộc lịch sử" là sự nhầm lẫn trong triết học.

"Lối diễn tả của Kojève và Fukuyama là một phiên giải rất lý thú và hào hứng, tạo ra được một cuộc tranh luận, nhưng đó là một sai lầm rất cơ bản. Thời đại này, ý thức không còn duy Tây Âu nữa mà là ý thức về vũ trụ và hành tinh. Lịch sử sẽ không bao giờ chấm dứt, năng lực tinh thần đó sẽ hiện thân ở một mức độ mới", tác giả nói trong buổi tọa đàm.

Lịch sử đã đến hồi chung cuộc? xuất phát từ luận án tiến sĩ của tác giả vào năm 2015. Trong đó, ông nỗ lực làm sáng tỏ nội hàm của khái niệm này, đồng thời tập trung làm rõ hai khía cạnh: Kojève đã sử dụng phép biện chứng của Hegel như thế nào trong cách hiểu của ông về khái niệm này? Vì sao Fukuyama nối tiếp cách diễn giải của Kojève về Hegel, nhằm tuyên bố về thắng lợi của phương Tây ở cuối thế kỷ 20?

Tác giả Nguyễn Hữu Liêm tại buổi tọa đàm, hôm 21/1/2023.
Ảnh: Thanh Trần

Tác giả chia tác phẩm thành năm phần. Phần đầu khảo sát và đào sâu các văn bản quan trọng của Hegel, nhằm diễn giải khái niệm "chung cuộc lịch sử". Ở phần hai, Nguyễn Hữu Liêm làm rõ sai lệch về vấn đề cốt yếu của tác phẩm. Sau đó, tiến sĩ phân tích cuộc tranh luận triết học "chung cuộc lịch sử" trong sách chính trị của Fukuyama, bằng cách diễn giải quan điểm của Hegel qua góc nhìn Kojève.

Tác giả cũng mô tả cách hiểu của mình với luận điểm về lịch sử do Hegel trình bày, cùng sự tiến bộ và tất định luận lịch sử dưới góc nhìn của các định đề của Kojève và Fukuyama. Cuối cùng, Nguyễn Hữu Liêm khái quát các phương diện thần học trong triết học Hegel.

"Lịch sử này thấm đẫm tinh thần cộng đồng và đặt nền tảng dựa trên tính toàn vẹn của mỗi cá nhân. Với tầm nhìn đó, có thể thấy lịch sử vẫn chưa dừng lại, đúng hơn nó đang đi vào một thời đại mới với sự chuyển đổi thật sự diễn ra trong ý thức cho toàn thể nhân loại. Đúng với siêu hình học Hegel, Tiến trình này chính là mục đích luận đúng thật của lịch sử", Nguyễn Hữu Liêm nhận định.

Ngoài việc đưa ra nghiên cứu phê phán về cách Kojève và Fukuyama tái định hình ý niệm chủ đạo trong triết học lịch sử của Hegel, Nguyễn Hữu Liêm cho rằng đây là "sai lầm vĩ đại của những con người vĩ đại". "

Thất bại ấy là đáng ghi nhận: Vì nó vừa hoành tráng, lại vừa ý nhị khi dày công làm cho triết học lịch sử độc đáo, sâu sắc và đầy cảm hứng của Hegel trở nên hệ trọng đối với diễn tiến của các sự kiện trong hiện tại", tác giả viết./.

VNExpress
(January 2023)

Câu chuyện GS Nguyễn Hữu Liêm: Từ chàng trai bốc gạch đến triết gia danh tiếng

LÊ THỌ BÌNH

Ông là một học giả uyên bác với nền tảng giáo dục đa dạng và kinh nghiệm giảng dạy phong phú. Ông hiểu biết sâu rộng về nhiều vấn đề từ giao thoa văn hóa Đông-Tây, triết học siêu hình học đến đạo Phật, văn hóa Việt Nam. Ông có những đóng góp quan trọng về triết học phương Tây, đặc biệt là văn hóa Việt Nam.

*

Lần đầu tiên tôi biết đến tên tuổi GS Nguyễn Hữu Liêm là khi tình cờ xem được buổi thuyết trình *"Chỗ đứng của đạo Phật trong triết học Hoa Kỳ hiện nay"* được livestream trên YouTube chừng chục năm trước. Sau đó là một loạt các cuộc trò chuyện của GS Liêm về các đề tài như *"Tại sao đạo Phật là chân lý"*, *"Từ cảm nghiệm đến siêu nghiệm – Hume và Kant"*… Các đề tài mà GS Liêm nói chuyện hết sức đa dạng: từ đạo Phật, đến văn hóa, con người, siêu hình học… đề tài nào cũng hấp dẫn và cao siêu.

Tôi đã tìm cách liên hệ với ông. Khi ấy ông đang là Giáo sư chủ nhiệm khoa Triết tại San Jose City College, California, Hoa Kỳ. Mời ông có dịp về Việt Nam thì tới Câu lạc bộ (CLB) Café Số (CLB của các nhà báo chuyên nghiệp được thành lập bởi Hội Truyền thông số Việt Nam) nói chuyện.

Lần đầu tiên GS Liêm nói chuyện với các thành viên CLB với chủ đề *"Trí tuệ nhân tạo (AI) và tương lai của nhân loại"*. Từ đó, ông trở thành khách mời quen thuộc của giới báo chí, truyền thông. Ông thường xuyên xuất hiện trên báo chí Việt Nam với các đề tài hết sức phong phú: từ chính trường Mỹ, bầu cử Tổng thống Mỹ, đời sống cộng đồng người Việt ở Hoa Kỳ, đến các vấn đề về siêu hình học văn hóa Việt Nam.

GS Nguyễn Hữu Liêm nói chuyện tại CLB Cafe Số. Ảnh: Viettimes

Vậy, GS Nguyễn Hữu Liêm là ai?

GS.TS Nguyễn Hữu Liêm là một học giả uyên bác với nền tảng giáo dục đa dạng và kinh nghiệm giảng dạy phong phú. Sinh ra tại Quảng Trị, Việt Nam, ông rời quê hương đến Hoa Kỳ sau năm 1975. Ông khởi đầu sự nghiệp học thuật tại Đại học Bang Oklahoma, Hoa Kỳ, nơi ông nhận bằng Cử nhân ngành Khoa học Nông nghiệp. Sau đó, ông tiếp tục nhận bằng Thạc sĩ chuyên ngành Triết học và bằng Tiến sĩ Luật từ Đại học California, Hastings College of the Law.

Từ năm 1998 đến 2021, GS.TS. Nguyễn Hữu Liêm là giáo sư chủ nhiệm khoa Triết tại San Jose City College, California, Hoa Kỳ. Ông cũng là chủ nhiệm Tạp chí TRIẾT: Tập san triết học và tư tưởng, xuất bản tại California từ năm 1995.

Sau khi nghỉ hưu, ông tham gia làm thỉnh giảng tại một số trường đại học ở Việt Nam và tư vấn về luật quốc tế. Với mong muốn cống hiến cho quê hương và góp phần cải thiện tư duy phản biện, ham học hỏi cho giới trẻ, ông giữ vai trò cố vấn trong Hội đồng Phát triển Triết học Việt Nam, cũng như chia sẻ nhiều bài viết và tham gia các buổi trò chuyện về triết học tại CLB Café Số, Thư Hiên Dịch Trường.

Bên cạnh niềm đam mê triết học và viết sách, GS. Nguyễn Hữu Liêm còn quan tâm đến lĩnh vực Phật giáo. Ông đã có những bài thuyết trình về vị trí và xu thế phát triển của đạo Phật trước sự ảnh hưởng ngày càng mạnh mẽ của văn hóa phương Tây. Ông mong muốn giúp thế hệ trẻ thay đổi tư duy, khẳng định giá trị bản thân và góp phần vào sự phát triển của dân tộc.

TỪ CHÀNG TRAI BỐC GẠCH

Để có được chỗ đứng tại Hoa Kỳ, nhất là có một vị trí quan trọng trong giới triết học phương Tây, đối với GS Nguyễn Hữu Liêm là một chặng đường phấn đấu, rèn luyện và học tập không ngừng nghỉ. Sau đây là một số câu phỏng vấn Giáo sư Nguyễn Hữu Liêm:

Sang định cư tại Hoa Kỳ, một chàng trai 20 tuổi, làm thế nào để ông "vật lộn" được với cuộc sống hoàn toàn xa lạ, thưa ông? Ông có thể kể về những ngày tháng đầu tiên trên đất Mỹ!

– Năm 1972, 17 tuổi, tôi trúng tuyển ngành khí tượng, về Cần Thơ làm việc. Sáng 30 tháng 4 năm 1975, Tổng thống Dương Văn Minh tuyên bố đầu hàng, tôi nhảy lên càng chiếc trực thăng cuối cùng sắp cất cánh. Ra Côn Đảo, tàu cá Phi cứu giao cho hải quân Mỹ. Đi qua Mỹ trong khoang hạng nhất của hãng Pan Am do chính phủ Mỹ tài trợ. Đến tiểu bang Arkansas, tôi xin được học bổng ở một đại học cộng đồng gần đó. Năm sau, tôi chuyển lên Đại học Oklahoma State.

Học phí thì xin tài trợ từ chính phủ. Tiếng Anh lúc đó tôi chỉ biết chút ít. Vào lớp, tôi thu băng, đêm về phòng nội trú nghe lại, tra từ điển, và chỉ ghi danh những lớp thật dễ. Mùa hè thì đi lao động trong các lò gạch ngói kiếm thêm tiền. Ngày đêm nhớ quê hương, thèm món ăn mắm ruốc, đôi khi lại thấy ác mộng trở về quê. Đến năm 1979, tôi mới viết thư về gia đình theo địa chỉ trong trí nhớ.

Thế mà thư vẫn đến và gia đình tôi mừng lắm vì cứ nghĩ là tôi đã chết mất tích. Lúc đó, tôi vẫn nghĩ là sẽ không bao giờ còn cơ hội về quê nhà. Đến năm 1989, tôi mới về thăm quê Quảng Trị. Tôi bước đi trên xứ lạ trong những năm đầu ở Mỹ như một đứa bé lạc vào xứ lạ, cứ liều lĩnh nhắm mắt đưa chân, để xem số phận mình sẽ đi đến đâu. Rứa mà cũng may mắn ở những khúc quanh trong cuộc đời.

Ông bắt đầu hành trình học thuật của mình với bằng cử nhân Khoa học Nông nghiệp Đại học Bang Oklahoma. Tại sao ông lại chọn ngành nông nghiệp mà không phải là ngành khác?

– Tôi mới học đến lớp 11 khi rời Việt Nam. Lúc mới vô đại học Mỹ tôi lơ ngơ không biết học ngành chi. Tiếng Anh thì ù ù cạc cạc, nói giọng Quảng Trị chả ai hiểu, toán lý hóa thì yếu, tôi chọn ngành rừng học (forestry), một phần vì muốn có ngày về lại quê nhà đi làm nghề canh nông hay lên rừng đốn củi. Nếu không về nước được thì tôi muốn lên rừng sâu ở Mỹ làm nghề lâm sản (lumber).

Là cử nhân khoa học nông nghiệp ông có làm việc trong ngành này không? Tiếp theo đó GS nhận bằng Thạc sĩ về quản trị công tại Đại học Texas rồi tiếp tục học chuyên ngành luật và tốt nghiệp tiến sĩ luật năm 1987 tại Đại học California, Hastings College of Law. Chặng đường này diễn ra như thế nào, thưa Giáo sư?

– Cuối năm 1978 tôi xong cử nhân kinh tế nông nghiệp, ngành lâm sản học, chưa đi làm đâu cả thì được nhận vào học thạc sĩ quản lý công ở trường Lyndon B. Johnson, cựu tổng thống đem quân vào VN, ở ĐH Texas. Ra trường tôi được Thị xã Long Beach ở California nhận làm trợ lý phát triển đô thị. Ở Long Beach, tôi phát động phong trào Urban Farming (trồng trọt đô thị), một phần để giúp người Lào Hmong mới đến từ núi rừng có đất trồng hoa màu. Hai năm sau tôi ghi danh đi học luật vì có anh bạn nói tôi hay cãi bướng vậy nên đi học luật mà mần nghề thầy cãi đi.

Thực ra điểm ra trường của tôi không đủ để vào trường luật Hastings, nhưng nhờ có anh bạn người gốc Huế, nói giọng trọ trẹ, giúp đỡ trong quá trình nạp đơn theo chương trình dành cho sinh viên thiểu số. Tôi nghĩ mình chẳng tài giỏi chi mà hoàn toàn may mắn, đi mô cũng có quý nhân giúp đỡ.

.Theo học nhiều ngành như vậy, kiến thức của ông cũng hết sức đa dạng từ triết học, văn hóa, phật giáo đến siêu hình học... Vậy đâu là thế mạnh nhất của ông?

– Niềm đam mê của tôi từ nhỏ là triết học. Chắc là vì quanh năm đi chùa nghe giảng pháp, về nhà thì nghe ông nội tụng kinh. Mỗi lần phải gõ mõ cho ông tụng kinh dài dòng cả giờ tôi khổ lắm, tôi cứ ngủ gục hoài. Mỗi lần tụng kinh ở nhà hay ở chùa tôi đều ngủ khò. Nhưng các câu kinh nó dần thấm vào tâm trí. "Thương chúng sanh lạc loài trong kiếp luân hồi" ám ảnh tôi từ nhỏ. Sau khi hành nghề luật sư 10 năm, tôi lại ghi danh đi học thạc sĩ triết học ở ĐH California State.

Năm 1998, chưa ra trường, tôi được ông hiệu trưởng trường San Jose City College, người gốc Hoa, nhưng thích cộng đồng Việt, nhận vào dạy triết, làm trưởng tiểu khoa. Đến năm 2010, tôi ghi danh học tiến sĩ triết ở Viện California Institute of Integral Studies ở San Francisco. Tôi chọn trường này vì tôi ngưỡng mộ giáo sư Richard Tarnas, một triết gia và là một nhà chiêm tinh (astrologer) lừng danh. Cuốn sách của ông, "Cosmos and Psyche"(Vũ trụ và Tâm linh) đưa tôi vào lãnh vực huyền học.

Ở đó, ngoài triết Tây, tôi còn học thêm chiêm tinh học (astrology) và môn Dịch lý (I–Ching) từ vị giáo sư người Hoa chuyên gia về dịch lý học và các trường phái bí truyền khác. Tôi vẫn nghĩ vũ trụ này, cuộc sống con người, chứa đựng những bí mật, những ẩn số lớn lao mà khoa học thực nghiệm bỏ sót. Những gì đang được giảng dạy ở đại học ngày nay chỉ là những kiến thức bề nổi. Tôi cho rằng đã làm người mà không biết, không ý thức đến những chiều kích tâm linh huyền nhiệm, của số mệnh, thì thật là một điều thiếu sót lớn.

Một thời gian khá dài ông là GS giảng dạy về triết học. Các thế hệ học trò của ông sau này có nhiều triết gia nổi tiếng không, thưa ông?

– Có lần tôi đi khám bệnh, gặp một bà bác sĩ y khoa, chào tôi kính cẩn. Thì ra bà đã học lớp triết của tôi hơn 10 năm trước. Tôi hỏi bà học được điều gì, bà ta cười nói chỉ nhớ những câu chuyện hài ước (jokes) của thầy thôi. Đi vô tòa, ra đường, đến siêu thị, ngân hàng đi mô cũng gặp cựu sinh viên. Mỗi năm tôi dạy 10 lớp từ 30 đến 60 sinh viên cho mỗi lớp, thành ra đông lắm. Có nhiều em theo ngành triết nhưng chưa thấy ai nổi tiếng. Có vài sinh viên du học từ Việt Nam nay về nước làm chức vụ khá cao trong hệ thống chính phủ Việt Nam.

GS là Chủ nhiệm Tạp chí Triết – một tập san triết học và tư tưởng, xuất bản tại California từ 1995. GS có thể kể về sự hình thành và phát triển của tạp chí hiện nay như thế nào không?

– Năm 1995 dù chưa chính thức học triết nhưng tôi chủ trương Triết: Tạp chí Triết học và Tư tưởng, quy tụ các vị giáo sư triết từ miền Nam trước 1975. Hồi đó tôi nghĩ rằng trí thức Việt ở hải ngoại quá sa đà vào thơ văn nên suy tư có vẻ chưa đủ sâu, nên chúng tôi cố gắng xuất bản một tạp chí chuyên ngành học thuật nghiêm túc. May nhờ sự giúp đỡ của nhiều trí thức Việt, trong và ngoài nước, nên Tạp chí Triết vẫn còn tiếp tục cho đến hôm nay.

Được biết, GS còn mở một Công ty luật tư nhân. Công ty hoạt động như thế nào, thưa GS? Khách hàng của GS là những thành phần, đối tượng nào?

– Từ khi nghỉ làm ở biện lý cuộc (district attorney) năm 1988, tôi mở công ty luật tư nhân và vẫn tiếp tục cho đến hôm nay, kể cả những năm tôi đi dạy triết toàn thời gian. Nghề luật ở Mỹ cho tôi

GS.TS Nguyễn Hữu Liêm trong lần làm việc tại thành phố Buôn Ma Thuột (Đắk Lắk).

nhiều kinh nghiệm xã hội, giúp tôi trưởng thành hơn về tương tác với chướng ngại tranh biện, và cung cấp tài chánh ổn định cho kinh tế gia đình. Tôi khuyên sinh viên nên theo ngành luật vì dễ học hơn là, ví dụ bác sĩ, nha sĩ, và công việc cũng không gian khổ như các ngành chuyên môn khác.

Trước khi chúng ta đề cập đến văn hóa Việt Nam, trước tiên xin hỏi GS câu này: ông là người gắn bó khá mật thiết với Việt Nam, tư vấn, cũng như gặp gỡ nhiều lãnh đạo cấp cao của đất nước. Điều gì làm GS ấn tượng nhất?

– Trong các vị lãnh đạo cấp cao của đất nước tôi có dịp được gặp và trao đổi với khá nhiều vị khi họ đang đương nhiệm, từ Tổng bí Đỗ Mười, Thủ tướng Nguyễn Tấn Dũng, Thủ tướng Nguyễn Xuân Phúc, ông Đinh Thế Huynh... Họ đều là những người có uy tín lớn, luôn muốn làm tất cả để Việt Nam phát triển.

Tôi gặp Tổng Bí thư Đỗ Mười ở Văn Phòng Trung ương Đảng. Lịch trình là 20 phút nhưng chúng tôi bàn chuyện đến một tiếng rưỡi đồng hồ. Ông biết lắng nghe và tranh luận với tôi hăng hái về chuyện quốc gia và thế giới. Có lúc ông cầm tay tôi nói, "anh Liêm để tôi nói hết đã!" Sau đó, ông đã tiễn tôi ra cửa và nói những chuyện rất thực lòng, những tâm tư của ông về những chuyện ông quan tâm.

Bộ trưởng Bộ Tư pháp Nguyễn Đình Lộc là người tôi quý trọng vì tính cách chân thành và thân ái của ông. Khoảng năm 1993 (xin lỗi, tôi nhớ không chính xác lắm) anh Lộc đi công tác ở Mỹ với tư cách là Bộ trưởng, ông đã mời riêng tôi về khách sạn ở San Francisco sau khi đọc cuốn "Dân Chủ Pháp Trị" của tôi viết và xuất bản trước đó 2 năm. Ông đọc hết cuốn sách, phân tích nội dung, xong bàn chuyện Việt Nam. Đi dạo trên đường phố San Francisco, ông ôm choàng vai tôi thân ái. Một lãnh đạo có tâm, thông thái, khiêm tốn.

GS đã xuất bản khá nhiều sách, đặc biệt thú vị khi nói về siêu hình học về văn hóa Việt Nam. Nếu nói một cách ngắn gọn và cho bạn đọc dễ hiểu thì ngã thức của dân tộc Việt chúng ta đang chuyển động như thế nào? Có sự kiện văn hóa cụ thể nào để nói về ngã thức của dân tộc Việt không?

– Trong tác phẩm *"Sử tính và Ý thức: Một triết học cho lịch sử Việt Nam"* tôi đưa ra một mô thức siêu hình học cho sử tính Việt. Xã hội và ngã thức con người Việt Nam theo chiều dài lịch sử đi theo hai năng lực chuyển động: Từ cá thể (individuality) đến đại thể (universality) và từ suy thức không gian đến thời gian. Cá thể Việt chưa có cơ hội để trưởng thành trên cơ bản cá nhân nên phải tiếp tục hy sinh cho nhu cầu tập thể. Vì vậy, mà ngã thức dân tộc còn chưa lớn lên được.

Còn về suy thức, thì dân tộc ta vẫn đi theo chiều thức không gian (bờ cõi, thân xác, đất đai), vì thế kinh tế chủ đạo vẫn là bất động sản, chưa vươn lên nền kinh tế trí tuệ. Sự du nhập của ý thức hệ Marxism là một bước ngoặc suy tư mới, thoát ra phạm trù không gian. Người hàng xóm (không gian) bây giờ là tiểu nông hay là kẻ phản động (khái niệm).

Nàng Kiều nằm trên dường ruộng bảo vệ mảnh đất bị văn minh Tây phương cưỡng hiếp, nhưng nghịch ngẫu thay, lại ngấm ngầm quy phục kẻ đã vi phạm. Lý do vì văn minh kẻ xâm lăng cao hơn văn hóa làng xã của ta. Từ ngôn ngữ, đến y phục, kiến trúc, dân ta vẫn còn đang chập chững hoàn thiện văn minh khi đang bước ra với thế giới.

GS Cao Xuân Huy có lần nói "Đặc tính của con người Việt là nước. "Ở bầu trì tròn, ở ống thì dài". Còn GS Trần Quốc Vượng thì bảo: "Căn tính của người Việt là "nông dân". Biểu hiện rõ nét nhất của căn tính "nông dân" là bệnh sĩ". Còn GS Nguyễn Hữu Liêm thì nhận xét rằng, "con người Việt Nam chung chung là một chàng trai 15 tuổi". GS có thể nói rõ hơn vấn đề này không?

– Trọng tâm về ngã thức (ego–consciousness) của dân tộc ta vẫn còn ở tuổi thiếu niên, đang lớn lên và đầy năng động, nhiệt tình với quy chiếu không gian (yêu nước) nhưng chưa đến tuổi trưởng thành (công dân). Chúng ta sẽ còn phải kinh qua nhiều khúc quanh tiến hóa nữa. Lịch sử Việt cũng như của thế giới chưa đến hồi chung cuộc.

Đây là đề tài trong luận án tiến sĩ triết học của tôi, «Re–Visioning the End of History», có dịch ra tiếng Việt và đã xuất bản ở Việt Nam.

Thưa GS, trong văn hóa của con người Việt nhiều khi hay nói nước đôi. Có lúc nói "Có bột mới gột nên hồ", nhưng có lúc lại nói "Nước lã mà vã nên hồ". Điều này nói lên cái gì, theo GS?

– Văn hóa Việt – như GS Vượng nói – mang nặng tính tiểu nông. Nhìn các biệt thự xa hoa, với bộ tràng kỷ gỗ láng, cổng vào nhà chạm trổ hoa hòe, hồ cá koi sặc sỡ... của giới mới giàu lên gần đây thì ta sẽ thấy cái "máu nhà quê" của ta nó còn nặng lắm. Ở Việt Nam cái gì hành hạ chúng ta nhiều nhất, không phải chỉ là giao thông, ô nhiễm, hay tánh khí trẻ con của con người, mà là "thẩm mỹ phố phường". Nếu cái đẹp cứu rỗi tâm hồn thì cái luộm thuộm, thiếu thẩm mỹ của đô thị Việt Nam đang làm nghèo đi linh hồn dân tộc. Bởi thế nên ta thấy các thánh đường tôn giáo hay cơ sở buildings của người Pháp để lại là những nơi mà thanh niên nam nữ tìm đến để chụp hình.

Về quê nhà ở ngoài Trung Việt, nhìn lăng mộ tổ tiên xây cất tốn kém với màu sắc lòe loẹt như rứa chắc ông bà ta khó mà siêu thoát. Tâm thức Việt vẫn mang hướng chiêu kích tôn vinh quá khứ thay vì nhìn tới tương lai. Kỵ giỗ quan trọng hơn sinh nhật; lăng mộ hơn là trường học, thư viện. Cái lối suy tư nước đôi phát xuất từ một nỗ lực thoát ly quá khứ, tức là trận chiến giữa thân phận và ý chí. Dân ta yêu nước, yêu quê hương như là bản năng chứ chưa lên tầm ý thức bằng nguyên lý khái niệm.

Trong một lần trò chuyện GS có nói đại ý rằng, con người Việt Nam thường nghiền "khổ đau". "Một bát bún bò Huế, cay xè, ăn vào chảy hết cả nước mắt nước mũi, nhưng vẫn nghiền nó". "Nghiền khổ đau" ảnh hưởng như thế nào đến sự phát triển của dân tộc Việt, thưa GS?

– "Nghiền khổ đau" là ý của một nhà huyền học gốc Trung Âu – George Gurdjieff. Theo đó, thì ta không bỏ được những gì gây đau khổ cho mình. Nóng nảy, giận hờn, la hét, hay say mê cờ bạc, rượu bia, đối xử bất công với tha nhân... đều là những nỗi khổ mà kẻ thiếu thời ưa phô diễn như là một đặc chất cá tánh. Nhiều khi cái máu thành thật quá – nghĩ răng nói rứa – cũng là khuyết điểm của một kẻ ngây ngô, trẻ con.

Hãy nhìn vào bàn tiệc kỵ giỗ tràn ngập thức ăn thừa mứa, mấy anh chị thì cầm đàn say sưa hát, trong khi ngày thường thì con em không có đủ ăn; hay là tang lễ rườm rà, phức tạp trong khí hậu nóng ẩm khắc nghiệt vốn chỉ hành hạ người trong cuộc. Lái xe thì thiếu kiên nhẫn, bóp còi vô tội vạ cũng là một thứ nghiền khổ đau. Nhiều lúc tôi tự hỏi, có phải những khổ đau do chính chúng ta tạo ra cho mình là nguyên nhân chính của khổ nạn cho dân tộc?

Với góc độ của từng cá nhân, nếu muốn ngã thức của dân tộc mình phát triển hơn, trưởng thành hơn, thì cần phải thay đổi như thế nào? Liệu có một "toa thuốc" hữu hiệu nào có thể "bốc" để điều trị gấp không thưa GS?

– Muốn tăng tốc trưởng thành cho ngã thức Việt thì phải chuyển hóa trên bốn bình diện: Ý thức cá nhân, văn hóa xã hội, cấu trúc kinh tế vật chất, và cuối cùng là thể chế chính trị. Đây là mô hình **Ta (I), Chúng ta (We), Nó (It),** và **Chúng Nó (They)** của triết gia Ken Wilber mà tôi phóng họa thêm. Khả năng tự ý thức phải phát huy, văn hóa phải điều chỉnh (ví dụ bỏ tục đốt vàng mã ở các chung cư), hạ tầng cơ sở, luật pháp phải kiện toàn, và chính trị phải hợp theo đà văn minh và công lý.

Như tình trạng đường sá hỗn loạn và nguy hiểm ở đô thị Việt Nam chẳng hạn. Ý thức người sử dụng phương tiên phải đi liền với văn hóa giao thông, hạ tầng phải đúng tiêu chuẩn, luật pháp công minh, thể chế công quyền phải hiệu năng. Thiếu một yếu tố thì toàn bộ sẽ hư hỏng và cá nhân sẽ bị lôi vào vòng xoáy của một tập thể thiếu trưởng thành. Đây là lý do tại sao nhiều người khi ở các quốc gia Tây Âu thì nghiêm chỉnh giao thông, mà khi về trong nước thì hành xử như trẻ con là vậy.

*

"Cám dỗ Việt Nam"

Lần nói chuyện gần đây nhất, GS Nguyễn Hữu Liêm có tặng tôi cuốn sách *"Cám dỗ Việt Nam"* (xuất bản 2018). Giáo sư Nguyễn Hữu Liêm, trong cuốn sách này, không chỉ đơn thuần phân tích về lịch sử, chính trị hay văn hóa, mà ông còn đi sâu vào triết lý và bản sắc của người Việt Nam trong bối cảnh hiện đại.

Ông đặt ra nhiều câu hỏi về con đường phát triển của Việt Nam, đặc biệt là những cám dỗ mà dân tộc đang đối diện trong quá trình hiện đại hóa, toàn cầu hóa và tiếp xúc với các hệ tư tưởng khác nhau.

GS Liêm đề cập đến nhiều vấn đề: Từ **Bản sắc dân tộc Việt Nam:** Ông xem xét những đặc điểm cốt lõi của người Việt, từ tâm lý, tập quán đến cách tư duy về chính trị và xã hội; Rồi **cám dỗ quyền lực và vật chất:** Khi đất nước phát triển, có những xu hướng như chủ nghĩa thực dụng, lợi ích cá nhân lấn át giá trị cộng đồng; đến **Triết học phương Đông và phương Tây:** Ông đối chiếu tư tưởng của Nho giáo, Lão giáo

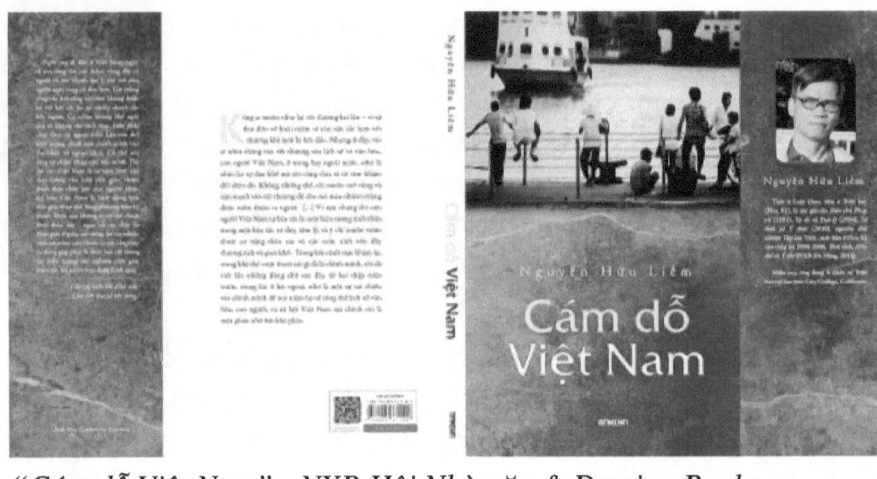

"Cám dỗ Việt Nam" - NXB Hội Nhà văn & Domino Books phát hành tháng 7/2019.

với chủ nghĩa hiện đại của phương Tây, từ đó phân tích ảnh hưởng lên Việt Nam và **Hành trình tìm kiếm một con đường Việt Nam**: Không chỉ mô tả thực trạng, ông còn đặt ra những suy tư về con đường đi tới tương lai của dân tộc, giữa truyền thống và đổi mới.

Tóm lại, **Cám Dỗ Việt Nam** không chỉ là một tác phẩm nghiên cứu mà còn là một góc nhìn triết học sâu sắc về vận mệnh và lựa chọn của Việt Nam trong thời đại mới.

Đọc các tác phẩm của GS Liêm quả thật không đơn giản. Để hiểu thấu và thấm các tư tưởng và triết lý, nhất là những triết lý siêu hình học, cần phải chiêm nghiệm và có một trình độ nhất định. Hàng loạt các tác phẩm như: «Dân chủ pháp trị: Luật pháp, Công lý, Tự do và Trật tự xã hội (1991)"; "Tự do và Đạo lý: Khai giải triết học pháp quyền của Hegel (1993)"; "Thời tính, Hữu thể và Ý chí: Một luận đề siêu hình học (2018)"; "Sử tính và Ý thức: Một triết học về sử Việt (2018)"; "Phác thảo một triết học về lịch sử thế giới (2020)".

Những tác phẩm này thể hiện sự am hiểu sâu sắc của ông về triết học phương Tây và sự kết hợp tinh tế với tư tưởng Á Đông.

Xin hỏi GS câu cuối cùng: sự khác nhau giữa triết học Đông và Tây như thế nào, thưa GS?

– Điểm khác biệt cơ bản giữa triết Đông và Tây là mức độ phân tích. Triết học Á Châu, mang tính tôn giáo, thường nói về cái tổng quan; triết Tây phân tích cặn kẽ và mang tính thực nghiệm. Triết Đông là những sấm ngôn mang tính mệnh lệnh từ kẻ siêu việt; triết Tây là chàng sinh viên mò mẫm đặt câu hỏi để tìm câu trả lời. Triết Đông khẳng định; triết Tây nghi ngờ. Triết Đông đi tìm nền tảng cho đức tin; triết Tây đi tìm cái búa để đập móng nhà thần linh. Triết gia Á Đông ngủ ngon như là tín đồ Công giáo trong đức tin thuần thành vào Chúa Trời; trong khi kẻ học triết ở Tây Âu là tín đồ Tin lành, vốn lo âu cho cơ đồ thế gian nhưng giấc ngủ thường bị gián đoạn vì nhiều lo toan. Đó là chọn lựa cơ bản giữa Đông và Tây mà nay không còn. Nhân loại ngày nay – khổ thay – chẳng còn kẻ nào ngủ ngon giấc nữa.

Xin cảm ơn GS!

Thứ hai, ngày 17/03/2025 07:30 GMT+7

Lê Thọ Bình

Tác giả Lê Thọ Bình và GS Nguyễn Hữu Liêm (phải)

Cám dỗ Việt Nam – Nguyễn Hữu Liêm

INRASARA

Tôi là kẻ say mê triết học, ham đọc sách triết học. Thời gian gần đây, về triết học và tư tưởng, tôi đọc Nguyễn–Quỳnh, Bùi Văn Nam Sơn và Nguyễn Hữu Liêm. Mỗi ông mỗi cách, điều đáng nói là, họ được đào tạo bài bản, và làm việc rất chuyên nghiệp.

Hôm nay, một ấn phẩm mới với tên rất ấn tượng: CÁM DỖ VIỆT NAM do Domino & nxb Hội Nhà văn sắp cho ra mắt bạn đọc. Ông từ Mỹ bay về chiều hôm qua, giao lưu cùng độc giả Việt Nam.

Dân Tộc Này, Làm Thế Nào Để Lớn?

Ở buổi giao lưu với nhà nghiên cứu triết học Nguyễn Hữu Liêm: CÁM DỖ VIỆT NAM, có một ý xuyên suốt, đó là dân tộc Việt Nam chưa trưởng thành. Rõ hơn, mới thanh niên. Nên bị cám dỗ vô thức về những miền không đâu.

Tôi diễn nôm thêm:

Vừa vật tay ông già thắng vài ván, ta ảo tưởng ta đã lớn, ta lao vào ăn chơi nhậu nhẹt vô độ, gái gú vô độ; ở bề khác: xây chùa chiền đền miếu vô độ, đài tưởng niệm hoành tráng vộ độ.

Râu mới lún phún mọc, ta tưởng ta trưởng thành, trong khi ta chỉ là chàng trai bước qua tuổi thiếu niên, hiếu chiến và háo thắng. Thương, và tội!

Chùa chiền thì cái sau luôn to cổ đại hơn cái trước. Đài tưởng niệm cũng cố sao cho đại cổ to, mãi vỗ ngực đầy phân biệt.

Trên ngọn đồi nhỏ ở thành phố Okinawa nhìn qua căn cứ Mỹ, có một khu tưởng niệm chiến sĩ trận vong. Diện tích dăm chục mét vuông đất mà chứa bao nhiêu linh [oan] hồn. Lính Okinawa, lính Nhật các đảo, lính Hàn nữa nằm chung. Vô phân biệt. Còn mấy tấm bia thấp như không thể thấp hơn, vừa đủ cho khách tham quan đọc được nội dung tưởng niệm.

Tác giả Nguyễn Hữu Liêm – bìa phải – cùng nhà thơ Inrasara trò chuyện về cuốn sách tại TPHCM ngày 8/7/2019

Nguyễn Hữu Liêm bình tiếp:
Chưa trưởng thành, nên người Việt sống hướng quá khứ.

Tôi nói:
Sara có bài thơ "Sống lùi", bữa nào hứng đọc anh nghe.

Cham cũng hệt! Kêu gọi xây đền thì lẹ lắm, chớ đóng góp cho việc làm mới chức sắc là cực khó, chưa nói đến sáng tạo như là sáng tạo. Hoặc mạnh thường quân chốn ánh đèn màu nơi tên tuổi chức vị mình được hô to thì lẹ làng, còn xin vài triệu quà trung thu cho trẻ con nghèo ở xóm khỉ hú cú gào thì trốn đâu mất.

Vậy, làm thế nào cho dân tộc này [cả Việt lẫn Cham] có thể lớn?

Nhà làm triết học này khẳng định:
Cần một thời gian dài nữa.

Tôi nói:
Đúng, phải cách mạng giáo dục ngay từ bây giờ. Còn hôm nay, mỗi cá nhân cần thức nhận sâu thẳm, rằng mình còn đầu xanh tuổi trẻ, để sẵn sàng làm cú nhảy quyết định. Ừ, thì cứ nói to thế!

Nhà Văn Inrasara

Cám Dỗ Việt Nam?

TRẦN TUẤN

Đọc "Cám dỗ Việt Nam" của Nguyễn Hữu Liêm, tôi trải qua nhiều trạng thái. Thống khoái, thi vị. Ngỡ ngàng, tỉnh thức, xen lẫn dằn vặt, đớn đau...

*

Bốn chữ tựa cuốn sách "Cám dỗ Việt Nam", khi bắt đầu đọc tôi muốn đặt sau nó một dấu hỏi. "Cám dỗ" nguyên ủy của quê hương bản quán mà con người dù đi đâu xa vẫn luôn hướng về? Như một hoài niệm tâm thức không thể nào chối bỏ? Hay còn "cám dỗ" nào nữa của hiện thực, từ hiện thực đời sống, con người Việt hôm nay? Dưới ngòi bút và góc nhìn của một người có mấy chục năm sống, dạy, viết và nghiền ngẫm Triết học ở Mỹ.

Tác giả Nguyễn Hữu Liêm đã trả lời bằng 26 bài mà ông đặt tên là "bút ký" trong cuốn sách dày ngoài 200 trang này. Ta đôi chỗ có thể thấy thấp thoáng đâu đó lối viết của Hoàng Phủ Ngọc Tường – người đồng hương Quảng Trị vốn đưa nhiều suy tư triết học vào ký. Nhưng không hẳn. Chất suy tư đậm đặc trong từng trang viết của giáo sư triết học Nguyễn Hữu Liêm toát lên một tinh thần, hơi thở và góc nhìn khác. Dù tôi không cho rằng toàn bộ các bài viết trong sách này là "bút ký".

Trong sách nhiều bài viết thực sự là những câu chuyện triết học dân dã và thú vị (Từ quận công tới tiểu đồng, Gặp gỡ và tiến hóa, Trong đớn đau và thống khoái, Mưa hoàng hôn – nắng nửa đêm, Chuyện con gà trống ưa gáy sáng, Câu chuyện của chợ Hôm và sông Thạch Hãn...) Là những bài du ký về dải đất quê hương miền Trung. Và cả những bài luận, về giáo dục, tinh thần ái quốc, về cái sự ngủ-thức giữa cuộc đời, về những nhân vật anh hùng trong kiếm hiệp... Đọc "Cám dỗ..." của Nguyễn Hữu Liêm, tôi trải qua nhiều trạng thái. Thống khoái, thi vị. Ngỡ ngàng, tỉnh thức, xen lẫn dần vặt, đớn đau...

"Cám dỗ Việt Nam"? Nguyễn Hữu Liêm cho biết ông khởi hứng suy tư từ cuốn "Niềm cám dỗ Tây phương" của André Malraux (Pháp) xuất bản từ 1926.

> *"Tự trong mỗi người Việt đang ở Âu Mỹ, hay ở bên nhà, đồng lúc có đến hai nước Việt Nam. Một Việt Nam cho mệnh lệnh lý tưởng, và một Việt Nam trong thực tế đang là... Từng chúng ta hình như bị choáng ngợp cưu mang hai năng lực tình cảm giằng xé nhau: Giữa cái ta hướng về Tổ quốc, giữa một tình cảm dâng tràn bên bờ lý trí ngăn nước, giữa một lịch sử trần trụi trong nhiều dự phóng tương lai."*

Từ triết học của Schopenhauer, ông quan sát vầng trán và lông may của thanh thiếu niên Việt Nam, để nhận ra: *"Tình cảm thì chưa khuấy động mà nét nhăn nhó đã viết lên đầy khuôn mặt. Chúng ta chưa giấu được cảm xúc để xây đắp một hình dáng nhân cách và ngoại hình thanh thản, trầm tĩnh".*

Tác giả nhận ra rằng nước Mỹ như một lâu đài, mà người Việt bước vào cánh cửa thứ hai khi nó mở ra, thì phải tìm cách đóng lại cánh cửa thứ nhất. Cánh cửa ấy như là quá khứ của bản thân và đất nước (Trở lại quận Cam ở nơi cánh cửa thứ nhất). Nhưng người Việt ở Cam vẫn cứ lửng lơ giữa hai cánh cửa. Thực ra đông đảo người Việt sống ngay trên quê hương bản quán của mình, cũng đang lửng lơ với nhiều cánh cửa, nhiều dằn vặt.

Nỗi hoang mang ấy đeo đuổi chính tác giả, người vốn sở đắc một cách sâu sắc tinh thần duy lý triết học: *"Tôi thấy giang sơn mình mang đầy một vẻ linh thiêng làm tôi say sưa với hương vị đất trời mà không sao hiểu được bằng lý trí"* (Mưa hoàng hôn, nắng nửa đêm). Để đôi khi buộc mình phải tìm cho mình một độ lui an toàn: *"Cái gì cứ nghe và nhìn với khoảng cách thì cũng đẹp, nhưng khi đến gần thì dễ bị thất vọng. Nhức đầu và nhiêu khê là quy luật ở quê hương mình"* (Về Việt Nam: Đứng chỗ gần, ngồi chỗ xa).

Vết thương lớn nhất mà người Việt vẫn phải đeo mang, theo Nguyễn Hữu Liêm đó là "sử tính Việt", như một nỗi ám ảnh về quá khứ chưa thể hóa giải, mà chính ông nhiều khi vẫn còn bị dính mắc. Như một buổi trưa nọ trên chuyến xe chạy ngang qua quê hương, những đứa con của ông cứ ngủ gà gật bỏ ngoài tai lời kể của cha về lịch sử, về cuộc chiến vừa qua tại chính nơi này. Khi bị đánh thức, những đứa con liền nói: Đó là chuyện của cha, còn chúng con đã là người Mỹ, không nặng tình quá khứ. *"Hạnh phúc thay cho một thế hệ không có nhiều sử tính – nhất là sử tính Việt!"* (Nơi bến đò Nguyễn Văn Trỗi). Kết luận ấy khiến tôi khá hoang mang. Rằng có thật đúng vậy không? Cần triệt để vậy không? Hay là tôi cũng như mọi người Việt khác. Vẫn dính mắc vết thương Việt, vẫn nặng lòng với những gì đã qua?

"Cám dỗ Việt Nam" tuy nhiên không chỉ khơi dậy và chạy chữa những vết thương. Mà lồng trong đó những suy tư thi vị về thiên nhiên, con người, về vũ trụ và quy luật đời sống. Nhiều khi ngân vang, như thơ. *"Một mình đi ra đứng bên cây dương liễu cằn cỗi, già nua, cong mình dưới gió đông bắc từ biển, tôi đưa tay đụng vào thân cây cằn cỗi của hắn. Tôi thấy như mình đang nắm tay ông già xứ Quảng, da mặt thân hình hắn nhăn nheo, vươn tay ra níu áo tôi, nở nụ cười đầy tâm sự. Tôi nhớ đến một ý niệm học được trong trường đạo Rosicrucian rằng,*

"Man is the inverted plant" – Con người là thân cây đảo ngược... Ôi ông già dương liễu ơi, ta với ngươi cùng chia Trái đất, nhưng đi về hai hướng. Ta đi lên kêu trời, ngươi đi xuống mò đất. Hai chúng ta cần bộ xương sống nằm ngang của thú vật để cấu thành một điệp trúc trần gian. Hèn gì ta thấy như đang thiếu cái gì đó, sâu thẳm, vô cùng..." (Sóng biển Lăng Cô).

"Việt Nam là cái lò luyện kim tinh thần, là trường đời khắc nghiệt. Mong sao mọi người và tôi có được cái tâm bồ đề kiên cố" (Về Việt Nam: Đứng chỗ gần, ngồi chỗ xa). Tôi cũng tự mong mình, như vậy.

Trần Tuấn

**

Nguyễn Hữu Liêm tốt nghiệp tiến sĩ ngành Luật và Triết học tại Mỹ. Tác giả từng giảng dạy tại Khoa Triết của San Jose City College trong 24 năm, đồng thời là nguyên chủ nhiệm Tập san Triết xuất bản ở Mỹ vào thập niên 1990. Một số sách về triết học của Nguyễn Hữu Liêm gồm: Dân chủ Pháp trị (1991), Tự do và Đạo lý (1996), Sử tính và Ý thức (2018), Thời tính, Hữu thể, Ý chí (2018), Cám dỗ Việt Nam (2018), Phác thảo một Triết học cho Lịch sử Thế giới (2019).

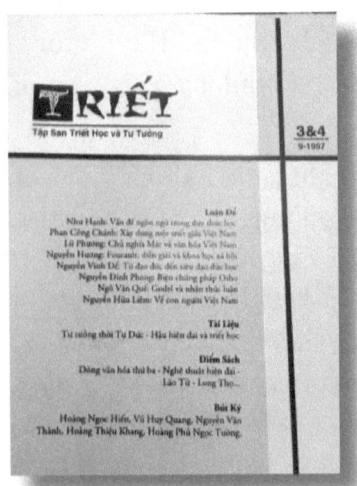

Nguyễn Hữu Liêm đưa ra "Một Triết Học về Lịch Sử Việt"

LÊ GIANG TRẦN

Nguyễn Hữu Liêm là một nhà văn triết học, vì từ khi ông xuất hiện trên văn đàn đã tuần tự xuất bản:

- Dân Chủ Pháp Trị: Luật pháp, Công lý, tự do và Trật tự Xã hội (1991)
- Tự Do và Đạo Lý: Đọc và Khai giải triết học Pháp quyền Hegel (1996)
- Thời Tính, Hữu Thể, Ý Chí: Một luận đề Siêu hình học (2014)
- *Sử Tính và Ý Thức*, *Một triết học về lịch sử Việt* (2016)

Vào dịp lễ Thanksgiving năm nay (2016), ông sẽ trình làng văn học một tác phẩm mới: **Sử Tính và Ý Thức**, được chua thêm tiểu tựa: *Một triết học về lịch sử Việt*. Đây là cuốn sách tôi được ông giao việc dàn trang, nhờ thế, qua việc làm, tôi được đọc bản thảo tác phẩm này. Tôi cảm nhận đây là một công trình công phu và có lẽ ông đã cưu mang trong tâm tưởng từ lâu, có thể sau khi ông rời khỏi nước nhà và sống tại Hoa Kỳ, học hành trở thành giáo sư dạy môn Triết tại San Jose City College, California. Ông đã cưu mang một nỗi niềm tha hương, vong quốc...

Với kiến thức chính yếu triết học, từ đó ông xét lại lịch sử nước Việt Nam trải dài từ thời lập quốc đến kiến quốc, sang *"một ngàn năm nô lệ giặc Tàu"*, *"một trăm năm đô hộ giặc Tây"*, *"hai mươi năm nội chiến từng ngày"*; với một lăng kính triết lý ông lý luận, lập luận, ghi thành tác phẩm ***"Sử Tính và Ý Thức"***, ít ra độc giả là những người Việt lưu vong ngoài thế giới, và cũng có lớp thế hệ trẻ trong nước, qua tác phẩm này có thêm cái nhìn mang tính triết lý về lịch sử của Việt Nam quê mẹ, để không bị hiểu sai về "Mother Land" mà nhà nước đảng Cộng sản VN dựng lên lịch sử không đúng sự thật.

Dẫn nhập trước khi dẫn độc giả đi vào nội dung khai triển, Nguyễn Hữu Liêm mở lời:

> Đây là một hành trình Sử Lý qua cái Ta của Việt tộc trong tiến trình khai mở năng lực tự ý thức. Như là một nhân thể, quốc gia Việt Nam được thụ thai từ đời Hồng Bàng, qua các vua Hùng và suốt 10 thế kỷ cưu mang, chính thức khai sinh chào đời với nhà Đinh, đến thời kỳ lớn dậy trong ý thức thân xác / lãnh thổ, nuôi dưỡng sinh mệnh qua các thời Lý, Trần, Lê, đến những thời kỳ tự phân thể, nội chiến, khủng hoảng để hồi sinh và trưởng thành.
>
> Trên hành trình 20 thế kỷ này, trong ý chí của một dân tộc bị nô lệ, cái Ta dân tộc đã trải qua những chặng đường trên trường biện chứng chủ-nô giữa cái Ta của Việt chống đối cái Ta nhà Hán, nhà Phật chống nhà Khổng, nhà Nho chống Thực dân, Đế quốc, Cá nhân chống Đại thể, Đạo đức (Morality) đối nghịch Luân lý (Ethics), cái Sẽ Là đối với cái Đã Là. Đây là một thiên trường sử của một năng lực tự-Ngã trên con đường tranh đấu để được công nhận đồng lúc tự soi sáng chính mình. Khi biện chứng chủ-nô đối với ngoại lực được hoàn tất năm 1975, thì cái Ta dân tộc phải trải qua một vòng biện chứng nội tại khác, trong một bản sắc tự ý thức mới, khi vai trò chủ-nô trở nên một cuộc nội chiến âm ỉ nhằm kiến lập một căn cước tính Sẽ Phải

Là cho quốc gia. ... Trên cơ sở triết học của chữ Thời, chúng ta hãy cùng nhau bước lên một tầm cao hơn nhằm nhìn lại lịch sử của chính mình, để không bị vướng mắc và giam hãm trong ý thức và tâm lý chính trị giới hạn, để thông hiểu cái logic đằng sau những biến cố thăng trầm trên chuyến tàu lịch sử của cái Ta dân tộc hiện nay vẫn còn đang nỗ lực khai sáng năng lực tự ý thức cho mình." (tr. 15)

Rồi bước vào Chương thứ nhất, ông khéo mời gọi:

Đã đến lúc chúng ta, người Việt Nam, hay những ai quan tâm đến Việt Nam, hãy nhìn lại lịch sử Việt từ góc độ triết học. Thế nào là góc độ triết học? Lịch sử, hay bất cứ một đối thể nào mà tri thức con người cần thông hiểu, đều là sản phẩm của kiến tạo và phiên giải. Khi nhìn lịch sử trên cơ sở triết học, chúng ta nhìn quá khứ Đã Là qua các phạm trù siêu hình khi sự kiện và sử liệu từ thời gian đã được chuyển hóa và nâng lên tầm mức khái niệm.

Từ đó, dần theo chiều dài tác phẩm, tác giả nêu lên những giai đoạn lịch sử mà những mấu chốt trọng yếu này đã khiến cho ông tư duy nhìn ra "tính triết học", "bản chất" của vấn đề, hoặc nhẹ nhàng hơn, là những "nguyên nhân" để từ đó đột phát, hoặc kéo dài trì trệ, hoặc "sự lặp lại" của lịch sử v.v. Những điều mang tính triết lý thâm thúy, được tác giả giải thích, cũng như định nghĩa một số danh từ như "Sử Tính", như sau:

"Con người là sinh vật Sử Tính, và họ là nạn nhân của Lịch sử khi họ đứng quá gần với biến cố thuần trên căn bản của sự kiện và những yếu tố thực nghiệm để rồi bị đắm chìm trong chuyện đã xảy ra, nhận diện chính mình trên một bình diện biến cố, tự cho mình một quan điểm về sự thật sự kiện, vững cứ trên một số nguyên tắc đạo đức, hay niềm tin tôn giáo, tín ngưỡng, mang một lập trường thiên vị về một góc độ tình cảm nào đó cho chuyện quá khứ. Từ sự định hình tình cảm về Lịch sử, nhất là những chuyện vừa xảy ra khi mà cuộc đời của họ hay là gia đình, thân thuộc đã nhúng tay vào một phe phái thời cuộc, thì Lịch sử không còn nằm ở phạm trù khái niệm, mà là của tình cảm và xúc động cá nhân. Trên cương vị bình thường một con người trong một quốc gia hay thời đại, ít ai có thể vượt qua. Nhưng đó là điều mà người học triết cần bước qua. Đây là viễn kiến và chủ đích của triết học lịch sử: Vượt qua thiên kiến và những điều kiện tâm lý cá nhân, nhằm thông hiểu Lịch sử trên cơ sở khái niệm từ một chiều cao vừa đủ." (tr.22)

Ở trang 29 vẫn trong chương I, rất đáng lưu tâm độc giả khi ông nhấn mạnh:

Từ góc độ cá nhân là một con người Việt Nam, sinh ra và vướng vào nghiệp căn của dân tộc này, có thể chúng ta đã quá quan trọng hóa lịch sử Việt. Nhưng rất có thể, chuyện Đã Là của một hiện tượng quốc gia và dân tộc được biết đến là Việt Nam chỉ là một chuyện rất nhỏ, một chú thích không quan yếu, một biểu dấu không lớn lao gì trên quá trình tiến hóa của văn minh nhân loại toàn cầu. Chuyện Việt Nam không phải là một thiết yếu tính lịch sử. Quốc gia này có thể đã không sinh ra và phát triển, hay đã bị diệt vong cùng chung với số phận của hàng trăm hiện tượng quốc thể bị chết yểu suốt cả ngàn năm qua.

Ông viết tiếp,

Sử Tính là trình độ và bản sắc Thời Ý được hiện thân qua biến cố, anh hùng lịch sử, và muôn vàn thể trạng khác nhau, từ hình thái nhân văn, kinh tế, chính trị, khoa học, kỹ thuật – và cả cấu trúc vật thể và thiên nhiên. Khi ý chí quốc dân đã định hình thành một bản sắc, một cơ sở cố vị, một mẫu số chung, thì dù với bao nhiêu biến số thời cuộc, Sử Tính của một quốc gia vẫn chỉ thay đổi trong vòng chu vi giới hạn cho mức độ khả thể và khả thi của khối quần chúng và thời đại đó. Đó chính là Sử Mệnh của một nước. Ở đây, chúng ta sẽ cố gắng khai phá, thăm dò, truy cứu sử liệu Việt nhằm đưa ra một đề án suy lý về những yếu tố và điều kiện con người, địa lý, vị thế quốc tế trong vô vàn biến số liên hệ để tìm xem bản sắc Sử Tính Việt – với biên độ giới hạn cũng như tầm mức khả thể của nó. Đây là đề án triết học nhằm thử nắm được *Thời mệnh* của Sử Tính Việt trên các phạm trù khái niệm của chữ Thời. (tr. 40)

Sử Tính Việt Nam khởi đi bằng ý chí vươn thoát Trung Hoa. Tuy nhiên, từ trong Sử Tính đầy bất khuất tích cực đó mà Sử Tính Việt đã được tô đậm bởi một tâm thức phủ định: tâm lý hận thù và nhục nhã. Đây là một tâm thức nô lệ. Mỗi lần bị đô hộ là một lần quốc thể đã bị chết – nhưng đó cũng là một cơ hội tái sinh cho một tổ quốc thực hữu tốt hơn, mạnh hơn, độc lập và tiến hóa cao hơn. Và vì vậy, cho dù bao lần chết đi sống lại, tâm ý Việt vẫn bị giam hãm bởi thực tế nghiệt ngã của một nước nhược tiểu bị kềm kẹp bởi người Tàu. Mặc cảm tự ti – cũng như hận thù – đối với Trung Hoa dần dần nô lệ hóa ý chí Việt. (tr. 87)

Chương IV với tiêu đề: "Sử Tính Việt Qua Các Thời Kỳ", tác giả lưu ý về cái tên của mảnh đất quê hương chúng ta khởi thủy ra sao, quốc hiệu được "tước phong" bởi đại quốc Trung Hoa với chủ ý miệt thị, một tiến trình lịch sử lâu dài gìn giữ đất nước, chống lại xâm lăng của Tàu, hãnh diện tuyên bố với cường quốc phương Bắc "Nam đế sơn hà Nam đế cư", từ sử-ý ấy, cái-ta-Việt khoác cho mình một ý nghĩa hãnh tiến: "Việt" là "VƯỢT", Việt Nam là TIẾN VỀ PHƯƠNG NAM, VƯỢT BIÊN về Nam, phù hợp với dòng lịch sử Bách Việt, thoát xuống phương Nam trước sức ép chiến tranh lãnh địa nơi phương Bắc từ thời "Đông Châu Liệt Quốc"; rồi người Việt còn "mở mang bờ cõi", nước Việt TẤN xuống phương Nam, tiêu diệt vài nước nhỏ, tạo thành một hình chữ S như nước Việt ngày nay. Và, trong quyển sách này cho thấy người Việt Nam lại một lần nữa VƯỢT ĐI, VƯỢT BIÊN đi ra ngoài thế giới. Từ đó, nhìn lại SỬ TÍNH mà phát sinh Ý THỨC, một ý thức sẽ thực thi tạo nên một nước Việt phục hồi lại mỹ danh từng được thế giới ca tụng "Hòn Ngọc Viễn Đông".

Cũng theo Ngô Sĩ Liên thì Bách Việt là từ mà người Hán dùng để gọi chung các tộc người khác Hán sống ở miền Nam Trung quốc thời xưa. Theo đó, thì tên Việt (Yueh), Bách Việt, hay Lạc Việt, Việt Thường (Yueh Sang) lần đầu xuất hiện trong Sử Ký của Tư Mã Thiên (khoảng năm 91 trước CN). Cũng theo Keith Weller Taylor thì từ "Việt" (Yueh) là một tên gọi khinh thường mà người Hán dùng khi nói đến những dân mọi rợ, kém văn minh ở phía nam. Trong đó có từ Lạc (Lac Yueh) cũng là một tên gọi như thế khi nói về các dân tộc thoái hóa. Từ Âu (Ou) trong Âu Lạc, cũng vậy, là một từ nói về một phe cánh quân phiệt cực đoan của truyền thống Trung Hoa. Vậy Ta đã thấy rằng từ khởi nguyên của ý chí lập quốc, trên bình diện ngôn ngữ, dân tộc Việt đã lấy một tên gọi về một định danh tiêu cực, hạ cấp để biến tên gọi này thành một căn cước tính đầy hãnh diện. Từ "Việt" dần dần mang một ý nghĩa tích cực trong tâm ý dân Việt: Việt là vượt, là vươn thoát, là giải phóng, là thoát ly. Ý chí lập quốc của dân Việt, trên bình diện ngôn ngữ, đã biến một thuộc tính của Trung Hoa, a Chinese predicate, thành nên một chủ thể lịch sử – a historical subject. Về Sử Tính thì đây chính là một năng ý phủ định và xác định trong biện chứng sáng thành của tâm thức dân tộc. (tr.102-103)

Với những dẫn chứng, dẫn giải quan trọng, buộc tôi phải đọc nghiêm túc những phân tích, lý luận, nhằm sáng tỏ mục đích của tác phẩm. Có một "nhận xét" về *"con người Việt"* xuyên suốt lịch sử của đất nước cho đến hiện thời, mà dường như tôi cũng có thấy tương tựa nhưng dĩ nhiên không qua lăng kính triết học, nhất là từ khi nếm trải biến cố lịch sử mất miền Nam tự do rồi trở thành người Việt sống lưu vong trên đất Mỹ.

Khi ra khỏi xứ Việt, bước ra ngoài thế giới, mở tầm nhìn về văn minh, nâng cao tư duy về nhân bản, bấy giờ tôi cảm thấy xấu hổ về con người lạc hậu của mình sinh sống nơi một quốc gia chậm tiến; nhờ biết hổ thẹn, tôi đã "trưởng thành", học hỏi cái hay của nếp văn minh xứ người, những dân tộc định cư đã được quốc gia họ cung cấp cho một nền tảng trí thức, để từ đó, con người thăng hoa tri thức họ hiến mình cho xã hội, đóng góp cho đất nước quê hương thứ hai của họ như nước Mỹ, đã thu thập, đón nhận và sinh sôi nẩy nở biết bao nhân tài.

Nhưng TÀI chưa đủ, người dân họ còn đòi hỏi ĐỨC, điển hình từ làm một chức quan nhỏ cho đến ứng cử viên tổng thống, cá nhân người ấy phải có lý lịch "sạch sẽ" cộng thêm "đạo đức" (trên quan điểm xã hội), có người chỉ vì vợ họ có quá khứ không tốt làm cho họ bị loại tức khắc khỏi danh sách ứng cử viên.

Tác giả nêu lên nhận thức về con-người-Việt mà ông gọi là: *"Một lịch trình khôn lớn cho đứa trẻ Việt Nam"* như sau:

"Nếu chúng ta coi Việt Nam qua hai ngàn năm lịch sử như là sự ra đời của một con người thì Ta sẽ có một biểu trình như sau. Chín thế kỷ đầu Công nguyên, từ khi hai Bà Trưng xưng vương đến khi Đinh Bộ Lĩnh thành hình nước Đại Cồ Việt ở thế kỷ thứ X, đại diện cho chín tháng mang thai của bà mẹ Sử Tính Việt. Đứa bé Việt Nam ra đời và được nuôi dưỡng bởi ý thức Việt tộc trong đạo lý nhà Khổng và Phật giáo trong triều Lý. Ở cuối triều Lý, 1010-1225, thì đứa trẻ lên tám. Nhà Trần, 1225-1400, nuôi chú bé lên 10, và nhà Lê, 1428-1527, lên 12. Thời nội chiến Mạc, Trịnh, Nguyễn đến khi Nguyễn Huệ đại thắng quân Thanh, 1527-1789, chú em lên 13. Triều đại nhà Nguyễn từ Gia Long đến Bảo Đại, 1802-1945, chú em nay là chàng ở cửa thiếu niên tuổi 14. Triều đại Hồ Chí Minh và của Đảng Cộng sản, 1945- 2010, đưa chú em lên 15 tuổi. Và ở thời điểm này, thập niên thứ nhì của thế kỷ XXI, chàng thiếu niên Việt Nam đang bước vào tuổi 16. Tức là, sau 20 thế kỷ, cái Ta dân tộc Việt đã đi được một đoạn đường khá xa và dài, nhiều gập ghềnh lên xuống và gãy đoạn, nhưng cũng chỉ được trưởng thành lên đến tuổi thiếu niên.

Ở đầu thế kỷ XXI, cái Ta dân tộc bước vào tuổi thanh-thiếu niên của 16 nhờ tiếp xúc học hỏi với văn minh Âu Mỹ. Chàng bắt đầu ý thức được chủ đích và ý nghĩa cuộc đời và ý thức được mình phải làm gì thực tế cho đời mình. ... Về mặt tích cực thì chàng thiếu niên Việt đã mang một năng lực ý chí sinh tồn, một truyền thống Khát Sống và Hiếu Thắng cao độ cộng với một bản sắc tự-Ngã đầy tự ái dân tộc. Anh siêng năng học hỏi, khai phá – nhưng lại ít khi đào đến được chiều sâu cho đối tượng nghiên cứu. Cái Ta dân tộc ở giai đoạn hiện nay là vậy: Một thiếu niên 16 tuổi, nửa quê, nửa tỉnh, nhiều ý chí thành đạt và đầy tham vọng nhưng thiếu chiều sâu, ít kiên nhẫn, một mặt thì chân thành, nhưng cũng nhiều ảo tưởng. Bi kịch Sử Lý Việt Nam trong suốt thế kỷ qua là bi kịch của một

Ở Việt Nam cái gì "hành hạ" chúng ta nhiều nhất? Không phải chỉ là giao thông, ô nhiễm, hay tánh khí trẻ con của con người, mà là "thẩm mỹ phố phường".

GS NGUYỄN HỮU LIÊM

anh thiếu thời ở tuổi 15 vừa từ quê lên tỉnh, đầy nhiệt huyết, bắt đầu có lý tưởng, biết yêu đương, sinh lý và tâm lý đang phát huy cao độ – nhưng không có một nền văn hóa chủ đạo vững chắc nhằm điều hướng chọn lựa cho đại thể tính quốc gia. Từ đó, từng bước chân đi tới trên hành trình Sử Lý đã trở nên những mò mẫm thử nghiệm trong bóng tối vô minh. Thảm họa lịch sử cho dân tộc, do đó, là kết quả không thể tránh khỏi." (Ch. XV)

Tác phẩm này đề tựa dùng hai đại danh từ, sau "Sử Tính" là "Ý Thức", nghĩa là sau khi thu liễm được thế nào là sử tính, hẳn nhiên "nhận thức" ấy sẽ sinh ra "ý thức". Từ đây, ta biết NÊN làm gì và PHẢI làm gì, vấn đề còn lại đòi hỏi là HOW? / LÀM THẾ NÀO? và WHO? / AI ĐỨNG LÊN LÀM; dĩ nhiên THỜI TÍNH (WHEN?) phải chín muồi, khi thời gian dữ kiện (nhân tâm) chín tới thì LỊCH SỬ xảy ra.

Cũng trong chương XV khép lại tác phẩm, Nguyễn Hữu Liêm lập luận rằng:

> Đối với ý chí Sử Tính, con người mang hai nỗi sợ: Sợ chết và sợ sai lầm. Ở thế hệ cha ông và của những chiến sĩ đấu tranh giành độc lập, suốt chiều dài lịch sử Việt, từ các dân quân thời hai Bà Trưng đến các anh Việt Cộng của Mặt Trận GPMN, cái Ta dân tộc đã mang ý chí hy sinh thân mạng để họ không biết sợ chết, coi cái chết nhẹ như bông hồng, và là một phần cuộc sống. Chân lý Sử Tính được hiện thực từ cái chết. Nhưng họ đã không biết đến, không ý thức được cứu cánh đấu tranh trên khái niệm sai-đúng. Họ đã không biết sai lầm là gì. Tuy nhiên, ở chân trời tự ý thức của cái Ta dân tộc hôm nay, đang có một vài tín hiệu hy vọng. Cái Ta chính trị quốc thể mới đang khai mở năng lực tự-Ngã trên các phạm trù khái niệm chính trị phổ quát – thay vì bằng ý chí hy sinh thân mạng như tổ tiên đã. Cái Ta hôm nay không còn đương đầu với cái chết, vì họ đấu tranh trên bình diện chính trị và tư tưởng. Nhưng Ta phải đối diện với khả thể đúng-sai trong hành động. Và chỉ có một nỗi lo sợ cần phải vượt qua – đó là sợ sai lầm.

> Hiện nay, chúng ta phải biết *cái Ta dân tộc* đang ở Thời Quán nào. Hãy nhìn vấn đề vượt qua mặt nổi hiện tượng để ta có thể có một nhận xét khách quan và bình thản hơn. Đất nước và con người Việt Nam ở Thời Quán hôm nay đang đi vào cơn thoái trào cách mạng của *ý chí lịch sử* mà HCM đã khai mở. Khi đại thể tính quốc gia, mà hiện thân là Đảng Ta và nhà nước, cùng tập thể cán bộ đảng viên, đang đi vào trào lưu vong thân, thoái hóa và băng hoại, thì tất cả đều chỉ đi theo quy luật tự nhiên của biện chứng tự ý thức. Cái gì cũng có cái Thời của nó. Cái gì lên càng cao thì nó càng nhanh xuống thấp. Đảng Ta và đất nước này cũng theo quy luật này. Bây giờ, vấn đề là cơn thủy triều còn rút xuống bao xa và bao lâu nữa? Cả dân tộc, và cả nhân loại trong cộng đồng thế giới, cùng đang chia sẻ con đường *Sử Lý* của cái Ta này.

Nơi chương cuối, trước khi kết luận, ở phần tiểu đề: *"Cứu cánh Nhân thức"*, tác giả nhấn mạnh:

> Lịch sử Việt Nam là một phần của lịch sử thế giới. Cái Ta dân tộc là một phần tử trong tổng thể cái Ta nhân loại. Cái Ta trong Sử Tính Việt mang cho nó một bản sắc tự ý thức riêng, một Sử Tính tiến hóa khác, nhưng đồng thời nó vẫn nằm trong nhịp độ và vận tốc tiến hóa cho cái Ta nhân loại. Không có quốc gia, dân tộc nào thoát ra khỏi quy trình chuyển động này.

Và ông kết luận:

> Sử Tính mang một bản sắc cứu cánh nội tại phát huy và hiện thân theo logic của *Thời Lý*. Đó là mệnh đề cơ bản mà luận đề triết học Sử Lý này đưa ra. Xin hãy nhớ rằng hành trình còn xa, rất xa cho cái Ta dân tộc này vốn đang ở lứa tuổi 15 đi tới 16. Cho đến một ngày, ở tuổi 21 đến 30, hay xa hơn nữa ở tuổi 50, – để cho cái Ta dân tộc lớn lên một tuổi thì phải cần đến một thế kỷ Sử Tính – khi mà "ngũ thập tri thiên mệnh" thì cái Ta của Việt Nam mới có cơ hội phát huy cao độ tiềm năng Nhân Thức cho mình. Đó là lúc mà – xin nhắc lại thêm lần nữa – cá nhân lớn lên thành cá thể, cá thể dung thông với đại thể, ý thức hóa giải vô thức, cái Đang Là nắm tay với Sẽ Là, quốc gia lớn lên thành quốc thể, để cá thể trở nên công dân. Đây là Thời Quán mà tổng thể sinh hiện từ chủ quan đến khách quan được đồng quy trên biện chứng tự ý thức, khi chủ và nô không còn nữa, *ý chí lịch sử* sẽ là năng lực tinh thần mới cho một khả thể hạnh phúc từ thực tế khách quan đến đời sống nội tâm. Đó chính là lúc *Ý Niệm Nhân Thức* dung hợp với khái niệm và thực tại để cho chữ *Thời* và *ý Sử* sẽ không còn là mối bận tâm cho chúng ta.

Tác giả dùng từ ngữ "Nhân Thức", ý thức của con người, trong chiều hướng "nhân bản" triệt để, mà từ cuối thế kỷ XX bước sang XXI được các nước tự do như Mỹ cổ súy, mong muốn các nước chậm tiến coi trọng CON NGƯỜI và nâng cao GIÁ TRỊ CON NGƯỜI, vì con người đã kiêu hãnh đặt con người lên cao trên tất cả sinh loài; đến thời đại con người tự hào VĂN MINH như thời đại hôm nay, con người không thể còn bị con người bạc đãi nữa. Cho nên, thế giới Tự Do lên tiếng đòi hỏi những quốc gia chủ nghĩa Cộng sản sớm thay đổi phương thức cai trị, chấm dứt trò chà đạp NHÂN PHẨM; đồng thời những nước Tự Do Dân Chủ cùng góp tay TRANH ĐẤU CHO NHÂN QUYỀN, can thiệp những hành động đàn áp con người, chống lại việc vô nhân đạo này.

Trong chiều hướng toàn thế giới phát huy về *Tự Do Nhân Quyền* như thế, những người Việt Nam sống ngoài thế giới ắt khi nhìn vào sinh thái xã hội trong nước Việt, làm sao không khỏi bất nhẫn, một dân tộc tự hào có hơn "4,000 năm văn hiến" lẽ nào mãi chịu gông cùm bởi chủ nghĩa Cộng sản ngoại lai cai trị đầy bạo lực ác nhân?

Nói theo ngôn ngữ triết học của Nguyễn Hữu Liêm, không lẽ "Sử Tính" của nước Việt không đánh động NHÂN TÂM người Việt để phát sinh "Nhân Thức", một "Ý Thức" cứu nước hay sao?

lê giang trần
(11/06, 2016)

Lê Giang Trần và Nguyễn Hữu Liêm tại tư gia của tác giả ở Huntington Beach, Quận Cam, California, dịp LGT tặng bạn GS Triết cuốn sách mới in, "Con đường tay trái đi về mặt trời, 2022.

www.ingramcontent.com/pod-product-compliance
Lightning Source LLC
LaVergne TN
LVHW091651070526
838199LV00050B/2144